புகழுரைகள்

'ஹுசைனி மீண்டும் சாதித்துவிட்டார்... எ தௌஸண்ட் ஸ்ப்லெண்டிட் சன்ஸ் மாபெரும் வெற்றிபெற்றுவிட்டது. ஆஃப்கானிஸ்தானின் குரலாக காலித் ஹுசைனி திகழ்கிறார்.' - ஃபினான்சியல் டைம்ஸ்

'தவிர்க்கவே முடியாத புத்தகம்.' - எண்டெர்டெய்ன்மென்ட் வீக்லி

'இந்த நாவலினுடைய காயம்பட்ட இதயமாக இருப்பது, பாதிக்கப்பட்ட இரண்டு பெண்களின், ஆன்மாவைத் துளைக்கும்படியான நேசமே.' - பீபிள்

'இந்த நாவலை மிகத்துல்லியமானதாகவும் பரபரப்பானதாகவும் செய்வது, அன்றாட வாழ்வின் நுண் அடுக்குகளையும், மனித மனங்களின் பல்வேறு உணர்வுகளை அற்புதமாகப் பதிந்திருக்கும் ஹுசைனியின் எழுத்து தான்.' - லாஸ் ஏஞ்சல்ஸ் டைம்ஸ்

'என்னால் இந்தப் புத்தகத்தைக் கீழே வைக்க முடியவில்லை, ஒரே மூச்சில் இதைப் படித்துமுடித்தேன். எனக்கு மிகவும் பிரியமான புத்தகம் இது.' - ஃபியோனா ப்ரூஸ்

'சிந்தனையைத் தூண்டுகிற, ஆற்றல்மிக்க புத்தகம்.' - லிடெரெரி ரிவ்யூ

'ஒரு நட்சத்திர எழுத்தாளாராக ஹுசைனி தன்னை மீண்டும் நிரூபித்துக்கொண்டுள்ளார். இந்தப் புத்தகத்தைப் படிக்கும் யாருமே இதற்கு வசப்படாமல் இருக்க முடியாது.' - மரியல்லா ஃப்ராஸ்ட்ரப்

'மனதை உடையச்செய்வது.' - ஈவ்

'வேதனை தருவதென்றாலும், பொறுமையின், அன்பின், பெருமையை உயர்த்திக்காட்டும் கதை.' - வுமன் அண்ட் ஹோம்

'ஹுசைனி அருமையாக எழுதக்கூடிய, இயல்பான கதைசொல்லி' - ஸ்பெக்டேடர்

‘ஹுசைனியின் அற்புதமான இரண்டாவது நாவலான இது, ஆஃப்கன் மக்களின் துயரங்களையும் ஆற்றலையும் ஒரே நேரத்தில் பேசுவதும், நினைத்துப்பார்க்க முடியாத அளவுக்கு சோகமானதும் கூட.’ - புக்லிஸ்ட்

‘அனைத்தையும் மறைத்துவிடுவதான, ஒவ்வொரு புர்காவுக்குள்ளும் இருக்கும் மனித உயிரை நமக்குக் காணத்தருகிறார் ஹுசைனி.’ - டாட்லர், க்ரேட் ரீட்ஸ்

‘அபாரமான கதைசொல்லும் திறனுடையவர் ஹுசைனி... கற்சிலைகளால் மட்டுமே மனங்கசியாமல் இருக்க முடியும்.’ - ஐரிஷ் இன்டிபெண்டன்ட்

‘அன்பின் சக்தியை உயர்த்திப் பிடித்து, மனதை இளகச்செய்யும் நாவல் இது.’ - சண்டே எக்ஸ்ப்ரெஸ்

‘மனதில் ஆணியறைந்தது போல பதியும் கதை.’ - ஃபினான்ஷியல் டைம்ஸ் சம்மர் புக்ஸ்

‘எவ்வளவுக்கெவ்வளவு வேதனை தருவதோ, அவ்வளவுக்கும் ஆற்றல் மிக்கது.’ - ஈவினிங் ஸ்டான்டர்ட் புக்ஸ் டு ப்ரைட்டன் அப் யுர் சம்மர்

‘நம்பிக்கையையும் ஆனந்தத்தையும் தக்கவைத்துக்கொள்வதற்காக செய்யப்படும் தியாகங்களின் கதை, அச்சத்தை எதிர்கொள்வதற்கான சக்தியைத் தரும் அன்பின் கதை. மகத்தானது இது.’ - நியூயார்க் டெய்லி நியூஸ்

‘நம்பிக்கையளிப்பது இதுவே; உலகின் அநியாயமான குரூரங்களுக்கு மத்தியிலும் எ தௌஸண்ட் ஸ்ப்லெண்டிட் சன்ஸ் இன் நாயகியர் அசராமல் நிற்கிறார்கள், தாள்களிலும் சரி, நம் மனங்களிலும் தான்.’ - மியாமி ஹெரால்ட்

‘மனதை நெகிழச்செய்யும் காதல் மற்றும் மிகையுணர்வு நாடகம், தனிநபர் மற்றும் பொதுவாழ்வின் உட்கிளர்ச்சிகளைப் பேசுவது, போர் மற்றும் அகதித்தன்மையைச் சொல்வது’ - இன்டிபென்டென்ட்

உண்மையானதும், உள்ளத்தை நெகிழச்செய்வதுமான இது போர் மற்றும் ஒடுக்குமுறையின் அவலத்தை கதாபாத்திரங்களின் அசல்தன்மை மாறாமல் பேசச்செய்கிறது. - இமேஜ்

ஆயிரம் சூரியப் பேரொளி

காலித் ஹுசைனி

தமிழில்

ஷஹிதா

எதிர்
வெளியீடு

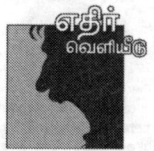

ஆயிரம் சூரியப் பேரொளி
காலித் ஹுஸைனி
தமிழில்: ஷஹிதா

முதல் பதிப்பு: ஜனவரி 2020
எதிர் வெளியீடு,
96, நியூ ஸ்கீம் ரோடு, பொள்ளாச்சி – 642 002
தொலைபேசி: 04259 226012, 99425 11302

விலை: ரூ. 550

A Thousand Splendid Suns

Khaled Hosseini

Copyright© 2007 ATSS Publications. LLC

Translated by Shahidha

First Edition: January 2020
Published by
Ethir Veliyeedu, 96, New Scheme Road, Pollachi- 642 002.
email: ethirveliyedu@gmail. com

ISBN: 978-93-87333-81-9
Cover design: Santhosh Narayanan
Printed at Jothy Enterprises, Chennai.

All rights reserved. No part of this book may be reprinted or reproduced or utilised in any form or by any electronic, mechanical or other means, now known or hereafter invented, including photocopying and recording, or in any information storage or retrieval system, without permission in writing from the Publisher.

என் விழிகளின் ஒளியாக இருக்கும் ஹாரிஸுக்கும், ஃபராவுக்கும் மற்றும் ஆஃப்கானிஸ்தானின் பெண்களுக்கும் இந்த நூல் சமர்ப்பணம்.

ஒரு நாவலாசிரியர் எழுதிய வரலாறு

"அரசியலற்ற இலக்கியத்தைப் படைப்பவர்கள் கடமை தவறியவர்களாக, துரோகிகளாகக் கருதப்படுவதோடு, அவர்கள் ஆக்கிய கவிதையும் நாவலும் நாடகமும் புறக்கணிப்பு அபாயத்துக்கு ஆளாகின்றன. ஒரு கலைஞனாக, வெறும் கலைஞனாக மட்டுமே இருப்பது எங்கள் நாடுகளில் ஒரு அநியாயமான குற்றமாக, அரசியல் பாவமாகக் கருதப்படுவதுண்டு"

– மரியோ வர்காஸ் யோசா

ஆயிரம் சூரியப் பேரொளி என்பதே இந்நாவல் தலைப்புக்கான கச்சிதமான மொழிபெயர்ப்பாக இருக்க முடியும் என்று ஏராளமான அலசல்களுக்குப் பிறகு முடிவுக்கு வந்த அன்றுதான், குடியுரிமைச் சட்டத் திருத்த மசோதாவை எதிர்த்து நடத்திய ஆர்ப்பாட்டத்தின்போது தில்லியின் ஜாமியா மிலியா இஸ்லாமிய பல்கலைக்கழகத்தின் மாணவியர் சிலர், காவலர்களிடமிருந்து தங்கள் நண்பனைக் காப்பதற்காக நிகழ்த்திக்காட்டிய தீரமிக்க எதிர்வினையைக் காண நேர்ந்தது என்பதைத் தற்செயல் நிகழ்வு என்ற கருதுகோளுக்குள் நிச்சயமாக அடக்கிவிட முடியாது. பதினேழாம் நூற்றாண்டைச் சேர்ந்த பெர்ஷியக் கவிஞர் சய்ஃப்-ஏ-தப்ரிஸியின் 'காபுல்' என்ற தலைப்பிலான கவிதையில், வழக்கமாக கவிஞர்கள் பேசுவதுபோல, பெண்களை நிலவுகளாக்கிவிடாமல், காபுலின் சூரியன்களாக அந்நாட்டின் பெண்களையும் சூரியனிடத்திலிருந்து ஒளியையும் வெப்பத்தையும் கடன் வாங்கிக்கொள்ளும் சந்திரனாக அந்நாட்டின் ஆண்களையும் உருவகப்படுத்தியிருக்கிறார்.

"அவளுடைய கூரைகளின் மீது மினுங்கும் நிலவுகள் எண்ணிலடங்காதவை,
அவளுடைய சுவர்களின் பின்னிருந்து ஒளிரும் சூரியன்களும் எண்ணிக்கையிலடங்காதவை."

A thousand splendid suns என்று தன்னுடைய நாவலுக்கான தலைப்பை ஹுசைனி இந்த கவிதையின் வரிகளிலிருந்தே எடுத்தாண்டிருக்கிறார். தப்ரிஸி, ரூமி, ஹஃபேஸ், நிஜாமி, ஜமி, கய்யாம் என்று உலகப்புகழ் பெற்ற கவிஞர்களின் தாயகமாகத் திகழும் ஆஃப்கானிஸ்தான், பாஷ்டூன், ஹஜாரா, தஜிக், உஸ்பெக் உள்ளிட்ட ஏறத்தாழ 14 இனக்குழு மக்களைக் கொண்ட பழங்குடி மக்கட்தொகையால் ஆன ஒரு நாடு. இயற்கை வளங்கள் செழித்திருந்த பூமி என்பதால் மாசிடோனியர்கள், சசேனியர்கள், அராபியர்கள், மங்கோலியர்கள், சோவியத்துகள் என்று தொடர்ச்சியான அந்நியப் படையெடுப்புகளும் ஆஃப்கானிஸ்தானில் நிகழ்ந்த வண்ணமாகவே இருந்தது. 1965இல் காபுலில் பிறந்த ஹுசைனி, 1978இல் அங்கு உருவான மக்கட் புரட்சியைத்தொடர்ந்து நிகழ்ந்த ரஷ்யர்களின் ஊடுருவலுக்குப் பிறகு 1980இல் அவருடைய குடும்பத்தினர் அங்கிருந்து புலம் பெயர்ந்து அமெரிக்காவில் தஞ்சம் அடைந்தனர். தொடர்ந்து 32 வருடங்களாக உலக அளவில் அதிகமான அகதிகளை உண்டாக்கும் நாடாக, 2013இல் எடுக்கப்பட்ட ஒரு புள்ளிவிவரத்தில் ஆஃப்கானிஸ்தான் அறியப்பட்டிருக்கிறது. 2006இல், அகதிகளுக்கான ஐக்கிய நாடுகளின் முகமைக்கு அமெரிக்காவின் நல்லிணக்கத் தூதுவராக நியமிக்கப்பட்ட காலித் ஹுசைனி, தன்னுடைய தாயகத்திற்காகத் தொடர்ந்து குரல் எழுப்பவும் தன்னுடைய எழுத்துப்பணியில் தீவிரமாக ஈடுபடவும் தாயகம் திரும்பும் குடிமக்களுக்கு அடிப்படை வசதிகளைச் செய்து தரவும் தன்னுடைய மருத்துவப்பணியையே கைவிட்டிருக்கிறார் என்பது குறிப்பிடப்பட வேண்டியது.

தொடர்ச்சியான அந்நியப் படையெடுப்புகள், ஆட்சிக் கவிழ்ப்புகள் ஆகியவற்றால் அலைவுகளுக்குட்பட்ட ஒரு நாட்டில், பல நூற்றாண்டுகளாக இரண்டாம்தரக் குடிமக்களாகவே நடத்தப்பட்டு வந்திருந்த அந்நாட்டின் பெண்களுக்கு, முஜாஹிதீன்கள் மற்றும் தாலிபன்கள் மதத்தின் பெயரால் நிகழ்த்திய வன்முறைகளைப் பதிவு செய்யும் எண்ணமே, ஹுசைனி இந்த நாவலைக் கட்டியெழுப்புவதற்கான அடிக்குறிப்பாக இருந்திருக்கிறது.

நான்கு வருடங்களுக்கு முன்பு *எ தௌஸண்ட் ஸ்ப்லெண்டிட் சன்ஸை* வாசித்தபோதும் ஹுசைனியின் எழுத்தில் வசப்பட்டு அவருடைய மற்ற புத்தகங்களான *தி கைட் ரன்னர்*, *தி மௌன்டன்ஸ் எக்கோட்* ஆகியவற்றை வாசித்த பிறகும்கூட இந்தப் புத்தகத்தை நானே மொழியாக்கம் செய்வேன் என்று

நினைத்திருக்கவில்லை. புத்தகத்தின் சில அத்தியாயங்களை வாசித்தபோது உண்டான கடும் மனவுளைச்சலும் எழுச்சியும் அதே அத்தியாயங்களை மொழிபெயர்த்தபோது இன்னமும் பன்மடங்கு வீரியத்துடன் மீண்டெழுந்ததையும் இந்த முன்னுரையை எழுதிக்கொண்டிருக்கும் வேளையில், நாவலின் இன்னொரு கதாநாயகி லைலாவின் தந்தை பாபி பேசும் ஒரு வசனம் நம் நாட்டின் தற்போதைய நடப்புடன் அவ்வளவு துல்லியமாகப் பொருந்திப் போவதையும் ஒரு திடுக்கத்துடன் நினைத்துப்பார்க்கிறேன். //என்னைப் பொறுத்தவரை இதெல்லாம் முட்டாள்தனம் - ஆபத்தான முட்டாள்தனம். நான் தஜிக், நீ பாஷ்டூன், அவன் ஹஜாரா அவள் உஸ்பெக் என்பதெல்லாமும். நாமெல்லாரும் ஆஃப்கன்கள் அது மட்டும்தான் முக்கியம்.//

தாலிபன்களின் கொடுங்கோலாட்சியில் நடந்த அட்டூழியங்களை வாசிக்கும்போது இனவெறியும், மதவெறியும், ஆதிக்கவுணர்வும் உலகெங்கிலும் உள்ள மக்களை ஒன்றேபோல் பீடித்திருக்கும் கொடிய நோய்கள் என்பதை மிகுந்த துயரத்துடன் உணரும் அதேசமயம் மரியம் மற்றும் லைலாவின் தீரத்தையும் கருணையையும் உயர்த்திக்காட்டும் ஹுசைனி, அவர்களை ஆஃப்கானிஸ்தானின் வரலாற்றில் அந்நாட்டின் பெண்களைப் பிரதிநிதித்துவப்படுத்தும் ஆயிரம் பேரொளிச் சூரியன்களாக நிலைகொள்ளச் செய்திருப்பதில் சிறிய அளவிலென்றாலும் சாந்தியும் சமாதானமும் அடைகிறேன்.

நாவலில் பயின்று வரும் மொழியின் அமைப்பை-ஆங்காங்கே இடைச்சிறுகோடுகளை இட்டு, ஒரு வாக்கியத்தினுள்ளே பல செய்திகளை அடுக்குவது, தொடர்ந்து காற்புள்ளிகளைச் சேர்த்தவண்ணமாக இடைநிறுத்தாமல் நீள்வாக்கியங்களாய் அமைப்பது, ஃபார்சி/உருது வார்த்தைகளைச் சாய்வெழுத்துகளில் எழுதி, அவற்றைத் தொடர்ந்து ஹுசைனி அதையே ஆங்கிலத்தில் (நான் தமிழில்) எழுதியிருப்பதையும்-மூலத்துக்கு எவ்வளவு நெருக்கமாக இயலுமோ அவ்வளவுக்குத் தக்கவைத்துவிட முயன்றிருக்கிறேன். சுலபமாகப் புரிந்துவிடக்கூடிய மற்றும் நாவலெங்கும் தொடர்ந்து பயன்பாட்டிலிருக்கும் அயல்மொழி வார்த்தைகளின் அர்த்தத்தை எல்லா இடங்களிலும் விளக்கிக்கொண்டிராமல் பிரதிக்குள்ளேயே கரைய விட்டிருக்கிறேன் (உதாரணமாக: ஹம்ஷிரா). மேலுமொரு முக்கிய சவாலாக, கதை சொல்லலின் ஒரு உத்தியாக, ஒரே பத்தியில் காலத்தை இறந்தகாலமாகவும், நிகழ் காலத் தொடர்வினையாகவும்

மாற்றி மாற்றி ஹுசைனி கையாண்டிருப்பதைச் சொல்லுவேன். மூலப்பிரதியில் இருப்பதுபோலவே அதை மொழியாக்கிவிடுவது பெரிய சிரமம் இல்லையென்றாலும் வாசகரின் வேகத்தை மட்டுறுத்திவிடக்கூடியதென்பதைக் கருத்தில்கொண்டு, அம்மாதிரியான பத்திகளுக்குக் கூடுதல் கவனம் கொடுக்க வேண்டியிருந்தது. விரல்விட்டு எண்ணிவிடும் அளவிலேயே வசவுச்சொற்களைக் கொண்ட பிரதியிது என்றாலும் அவை நாவலின் போக்கைத் தீர்மானிக்கும் தீவிரத்தன்மை கொண்டவையாக இருந்ததால் இடக்கரடக்காமல் அப்படியே மொழியாக்கியிருக்கிறேன்.

மொழிபெயர்க்க வாய்ப்பளித்த எதிர் பதிப்பகத்தாருக்கு என்னுடைய நன்றி. புத்தக மெய்ப்புத்திருத்தப்பணியில் உடனிருந்து உதவிய துரைக்குமரனுக்கும், பரமேசுவரிக்கும் நன்றி. எப்போது அழைத்துக் கேட்டாலும் சந்தேகங்களைத் தீர்த்து உதவிய ஆர்.சிவகுமார் அவர்களுக்கும் பா.வெங்கடேசன் அவர்களுக்கும் அன்பு.

என்னுடைய தாயாரின் மாமன்மகளும், என்னுடைய பிரிய தோழியும் நலம் விரும்பியும், என்னைப்பார்க்கிலும் காலித் ஹுசைனியின் அதிதீவிர விசிறியும், இந்நாவலின் நாயகி மரியத்தை நான் நேசிப்பதை விடவும் அதிகமாக நேசிப்பவருமான நந்தினி அக்காவுக்கு, இந்த மொழியாக்கத்துக்காக நான் உழைத்த மணித்துளிகளைச் சமர்ப்பிக்கிறேன். என் விழிகளின் ஒளியாக இருக்கும் மகள் ஆஷிஃபாவுக்குப் பிரிய முத்தங்கள். ஜாமியா மிலியா இஸ்லாமியா பல்கலைக்கழக மாணவி ஆயிஷா ரென்னாவுக்கும் அவருடைய தோழியருக்கும் என்னுடைய மனங்கனிந்த அன்பு.

ஷஹிதா

15.12.2019

பகுதி ஒன்று

1

**ஹராமி* இந்த வார்த்தையை மரியம் முதன்முறையாகக் கேட்ட போது அவளுக்கு ஐந்து வயது.

அது நிகழ்ந்தது ஒரு வியாழக்கிழமையில். அப்படித்தான் இருக்கவேண்டும். ஏனென்றால், வியாழக்கிழமைகளில், **கொல்பாவில்* ஜலீல் தன்னைச் சந்திக்கும் தினங்களில் மட்டுமே அவளுக்கு உண்டாகும் பரபரப்பான, தன்னை மறந்த நிலையில் அன்றிருந்தது அவளுக்கு நினைவிலிருந்தது. வெட்டவெளியில் இருந்த முழங்கால் வரையிலான புல்வெளியைக் கடந்தவாறு அவன் தன்னை நோக்கிக் கைகளை அசைக்கும் நொடி வரும்வரையில் பொழுதைப் போக்கவென, மரியம் நாற்காலியில் ஏறி, தன் தாயின், சீனத்துத் தேநீர் கோப்பைகளை எடுத்து வைத்தாள். மரியத்தின் தாய் நாணாவின் இரண்டாவது வயதிலேயே மரணித்துவிட்ட அவளுடைய தாயின் நினைவாக நாணா வைத்திருந்தது அந்த தேநீர் கோப்பைகளை மட்டும் தான். நீலமும் வெள்ளையுமான அந்தப் பீங்கானை, குடுவையின் நளினமான வளைந்த மூக்கை, கைகளால் வரையப்பட்ட அந்த சிறிய குருவிகளை, செவந்திப்பூக்களை, சர்க்கரைக் கோப்பையின் தீயவினையகற்றும் ட்ராகனை, எல்லாவற்றையும் நாணா நெஞ்சார நேசித்தாள்.

அதில் மீதமிருந்த கடைசிக்கோப்பை தான் மரியத்தின் கைகளிலிருந்து நழுவி *கொல்பாவின்* மரப்பலகைத்தரையில் விழுந்து சுக்குநூறாகியது.

கோப்பையைப் பார்த்த நாணாவின் முகம் சிவந்தது, மேலுதடு நடுங்கியது, பார்வையற்ற ஒன்றும் பார்வையுள்ள ஒன்றுமான அவளுடைய விழிகளிரண்டும், மரியத்தை வெறித்தன. நாணா கடுஞ்சினத்திலிருந்தது தெரிந்ததில் மீண்டும் அவளுக்குள் ஜின் புகுந்துகொள்ளுமோ என்று மரியம் அஞ்சினாள். ஆனால் இந்த முறை ஜின் வரவில்லையென்றாலும் நாணா மரியத்தின் மணிக்கட்டைப் பிடித்து அருகில் இழுத்து, பற்களைக்

கடித்துக்கொண்டு சொன்னாள் "நான் பட்டபாட்டுக்கெல்லாம் பரிசாக எனக்கு வாய்த்தது, எதற்கும் லாயக்கற்ற ஒரு *ஹராமி* தான். குல-உடைமையை உடைக்கும், துப்புக்கெட்ட ஒரு *ஹராமி* நீ."

மரியத்துக்கு அப்போது புரியவில்லை. *ஹராமி*-முறைகேடாய்ப் பிறந்தவள்-என்றால் என்னவென்றும், *ஹராமி*யை உண்டாக்கியவர்கள் தான் குற்றவாளிகளே ஒழிய பிறந்துவிட்டதைத் தவிர வேறெந்தப் பாவமும் செய்யாத அவள் மீது குற்றம் சுமத்துவதில் உள்ள அநியாயத்தைப் புரிந்து கொள்ளவும் அவளுக்கு வயதில்லை. *கொல்பா*விலிருந்து நாணா சபித்துக்கொண்டே பெருக்கித் தள்ளும், ஓடித்திரியும் கரப்பான் பூச்சிகளைப் போல *ஹராமி* என்றால் அது பூச்சியை ஒத்த அசிங்கமான அருவருப்பான விஷயம் என்பதை மரியம் ஒருவாறாக ஊகித்துக் கொண்டாள்.

மரியத்துக்கு வயதுவந்ததும் அது புரியத்தான் செய்தது. அந்த வார்த்தையை நாணா வெறுமனே சொல்லாமல், அவள் மீது, கிட்டதட்ட அதைத் துப்புவதைப்போல் அவள் உச்சரித்தது மரியத்துக்கு அதன் வீரியத்தை உணர்த்தியது. *ஹராமி* என்றால் விரும்பத்தகாதவள், முறைகேடாகப் பிறந்த மரியத்துக்கு மற்றவர்களுக்கு முறையாகக் கிடைக்கும் அன்பு, குடும்பம், வீடு, அங்கீகாரம் என்ற எதுவுமே கிடைக்காது என்பதையும் அவள் அறிந்துகொண்டாள்.

ஆனால் ஜலீல் மரியத்தை அப்படி அழைத்ததே இல்லை. அவள் தன்னுடைய சிறுமலர் என்பான் அவன். தன் மடியில் அவளை இருத்திக்கொண்டு கதைகள் சொல்ல அவன் மிகவிரும்பினான். 1959இல், மரியம் பிறந்த ஊரான ஹெராத் நகரம் பெர்ஷியாவின் கலாச்சாரத்தொட்டிலாக, எழுத்தாளர்கள், ஓவியர்கள், சூஃபிக்களின் நிலமாக இருந்ததைப் பற்றின கதைகளை அவளுக்குச் சொல்வான்.

"அங்கே நீ காலை நீட்டினால் அது ஒரு கவிஞனின் பின்னம்பாகத்தில் தான் போய் இடிக்கும்" என்று அவன் சிரிப்பான்.

பதினைந்தாம் நூற்றாண்டில் வாழ்ந்த ராணி கவ்ஹர் ஷத், ஹெராத் நகரத்தின் மீதான தன் காதலை வெளிப்படுத்த எழுப்பிய புகழ்பெற்ற ஸ்தூபிகளைப் பற்றி அவன் அவளுக்குச் சொன்னான். ஹெராத்தின் பசேலென்ற கோதுமை வயல்களையும், பழப்பண்ணைகளையும், நல்ல திரண்ட திராட்சைப்பழங்கள் காய்க்கும் திராட்சைத் தோட்டங்களையும், வளைந்த கூரைகளைக் கொண்ட கடைவீதிகளைப் பற்றியும் விவரித்தான்.

“அங்கே ஒரு பிஸ்தா மரம் இருக்கிறது மரியம் ஜோ, அதன் அடியில் புதைக்கப்பட்டிருப்பது மகாகவி ஜமியே தான். ஜமி ஐந்நூறு ஆண்டுகளுக்கு முன்பு வாழ்ந்தார். உண்மையைத்தான் சொல்கிறேன். ஒருமுறை நான் அந்த மரத்தைப் பார்க்க உன்னை அழைத்துச்சென்றேன். நீ சிறியவளாக இருந்தாய். உனக்கு நினைவிருக்காது” என்று அவளை நெருங்கிக் கிசுகிசுத்தான்.

அது உண்மைதான். மரியத்துக்கு நினைவில்லை. ஹெராத்திலிருந்து நடைப்பயண தூரத்தில்தான் தன் வாழ்வின் முதல் பதினைந்து ஆண்டுகளை மரியம் வாழ இருக்கிறாளென்றாலும் அவள் ஒருபோதும் அந்தப் பல்லடுக்கு மரத்தைக் காணப்போவதில்லை. அந்தப் புகழ்பெற்ற ஸ்தூபிகளை அருகிருந்து பார்க்கப்போவதில்லை. ஹெராத்தின் பழத்தோட்டங்களில் பழம்பறிக்கப் போவதில்லை, கோதுமை வயல்களினூடாக நடைபழகப்போவதில்லை. ஆனாலும் ஜலீல் இப்படிப் பேசும்போதெல்லாம் மரியம் வசியப்பட்டவளாகக் கவனிப்பாள். ஜலீலின் அதீதமான உலக ஞானத்தில் ஆச்சர்யம் கொள்வாள். அவளுடைய தந்தை எல்லாம் தெரிந்தவன் எனும் பெருமையில் துடிப்பாள்.

ஜலீல் போனதும் நாணா ஆரம்பித்தாள். “எப்பேர்பட்ட கட்டுக்கதைகள்! பணக்காரனின் கட்டுக்கதைகள்! அவன் உன்னைக் கவர்ந்துவிட அனுமதிக்காதே. எந்த மரத்தைப்பார்க்கவும் அவன் உன்னை அழைத்துச் செல்லவில்லை. உன் ஆருயிர் தந்தை நமக்கு துரோகம் இழைத்தவன். நம்மைத் தொலைத்துத் தலைமுழுகியவன். அவனுடைய ஆடம்பர மாளிகையிலிருந்து நம்மை வெளியில் எறிந்தவன். அதை மகிழ்ச்சியாகச் செய்தவன்.”

மரியம் இதையெல்லாம் கடமையாகக் கேட்டுக்கொள்வாள். ஜலீலைப் பற்றி நாணா இப்படிப் பேசுவது அவளுக்கு கொஞ்சமும் பிடிக்கவில்லை என்பதைச் சொல்ல அவள் ஒருபோதும் துணியவில்லை. உண்மை என்னவென்றால் ஜலீலின் அண்மையில் மரியம் ஒரு *ஹராமி*யாக உணர்வதேயில்லை. ஒவ்வொரு வியாழனும் ஓரிரண்டு மணிநேரங்களுக்கு ஜலீல் அவளைக் காணவரும் போதெல்லாம், பரிசுகளும், புன்னகையும், கொஞ்சலுமாக வாழ்வு தனக்களிக்கும் அழகுக்கும் வளங்களுக்கும் தான் தகுதியானவள் தானெனும் எண்ணத்தில் திளைத்த மரியம், அதற்காகவே ஜலீலை நேசித்தாள்.

அவனை அவள் பகிர்ந்துகொள்ள வேண்டியிருந்த போதும்தான்.

மரியம் அறிந்திராத மூன்று மனைவியரும் ஒன்பது குழந்தைகளும்- ஒன்பது சட்டபூர்வமான குழந்தைகள் ஜலீலுக்கு இருந்தனர். ஹெராத்தின் முக்கியமான பெரும்பணக்காரர்களில் அவனும் ஒருவன். மரியம் பார்த்தறியாத, ஆனால் அவளுடைய வற்புறுத்தலால், அதைப்பற்றி ஜலீல் அவளுக்கு விவரித்திருந்த திரையரங்கம் ஒன்றும் அவனுக்குச் சொந்தமாக இருந்தது. கருநீல சுதைமண் ஓடுகளாலான முகப்பும், மறைவான பால்கனி இருக்கைகளும் கம்பிக்கூரையும் கொண்டது அது. வீசித்திறக்கும் இரட்டைக்கதவுகள் நீளும் வரவேற்புக்கூடத்தில் ஹிந்திப்படங்களின் விளம்பரப்புகைப்படங்கள் கண்ணாடிச்சட்டங்களினுள் காட்சிக்கு வைக்கப்பட்டிருந்தன. செவ்வாய்க்கிழமைகளில் சலுகைஅரங்குகளில் குழந்தைகளுக்கு இலவசமாக ஐஸ்க்ரீம் வழங்கப்பட்டதாக ஜலீல் ஒருநாள் சொன்னான்.

அவன் இதைச்சொன்ன போது அமைதியாகக் கேட்டுக்கொண்டிருந்த நாணா அவன் கொல்பாவை விட்டு அகன்றதும் பொருமினாள். "அந்நியர்களின் குழந்தைகளுக்கு ஐஸ்க்ரீம். உனக்குக் கிடைப்பதென்ன? ஐஸ்க்ரீம் பற்றிய கதைகள் தான் மரியம்."

ஜலீலுக்குத் திரையரங்கத்தோடு கரோக்கிலும் ஃபராவிலும் சொந்தமாக நிலங்கள் இருந்தன. தரைவிரிப்புக்கடைகள் மூன்றும், துணிக்கடை ஒன்றும், 1956 மாடல் கருப்பு பூயிக் ரோட்மாஸ்டர் ஒன்றும் வைத்திருந்தான். ஹெராத்தின் செல்வாக்குமிக்க நபர்களில் ஒருவனான அவனுக்கு மேயரும், மாநில ஆளுநரும் நண்பர்கள். ஒரு சமையல்காரரும், ஓட்டுநரும், மூன்று வேலையாட்களும் கூட இருந்தார்கள்.

நாணாவின் வயிறு வீங்கத் துவங்கும் வரை அவளும் அவர்களில் ஒரு வேலையாளாகத்தான் இருந்தாள்.

அது நிகழ்ந்தபோதோ, ஜலீலின் முழுக்குடும்பமும் வாயைப் பிளந்ததில் ஹெராத்தின் காற்று மொத்தமும் விழுங்கப்பட்டது. இரத்த ஆறு ஓடுமென்று அவனுடைய மாமனார் வீட்டார்கள் சூளுரைத்தார்கள். மனைவியர் அவன் அவளை வெளியே துரத்த வேண்டுமென்று கட்டளையிட்டார்கள். குல்-தமானைச் சேர்ந்த, தனியனும், சிற்பியுமான நாணாவின் தகப்பன் அவளைத் தலைமுழுகினான். அவமானம் தாளாமல் மூட்டை முடிச்சோடு

ஈரானுக்குப் பயணமானவனைப் பற்றி, பிறகு எந்த செய்தியையும் யாரும் அறியவில்லை.

ஓர் அதிகாலையில், கோழிகளுக்குத் தீவனம் இட்டுக்கொண்டிருந்த நாணா சொன்னாள். "என் அப்பா தைரியத்தை வரவழைத்துக் கொண்டு, கத்தியைத்தீட்டி, கௌரவம் தரும் அந்தச் செயலைச் செய்திருக்கலாம். அதுவே எனக்கு நன்மையாக முடிந்திருக்கும்." இன்னொரு கை நிறைய தானியங்களைக் கோழிக்கூண்டுக்குள் வீசியவள், "உனக்கும் அதுவே சிறப்பானதாக இருந்திருக்கும். நீ யார் என்பதை அறிந்துகொள்ள நேர்ந்த துயரத்திலிருந்து நீ தப்பித்திருப்பாய். ஆனால் என் அப்பா ஒரு கோழை. அவருக்கு அதற்கான *துணிச்சல்* இல்லை."

அந்தக் கௌரவச்செயலுக்கான *துணிச்சல்* ஜலீலுக்கும் இல்லை என்றாள் நாணா. தான் செய்த காரியத்துக்கான பொறுப்பை ஏற்றுக்கொண்டு, தன் குடும்பத்தார் முன்பும் மனைவியர் முன்பும் நிற்க அவனுக்கும் துணிச்சல் இல்லை. அதற்குப்பதிலாக ரகசிய ஒப்பந்தம் ஒன்று இடப்பட்டது. மறுநாளே அவள் வசித்துவந்த பணியாட்கள் குடியிருப்பிலிருந்த அவளுடைய சொற்பப் பொருட்களை அள்ளிக்கொள்ளச் செய்து, அவள் வெளியேற்றப்பட்டாள்.

"தன்னைப் பாதுகாத்துக்கொள்ள அவனுடைய மனைவியரிடம் அவன் என்ன சொன்னான் தெரியுமா? நான் அவனை வற்புறுத்தினேன் என்று சொன்னான். தவறு என்னுடையதென்றான். *திதி*. புரிகிறதா? இந்த உலகத்தில் பெண்களின் நிலை இதுதான்."

கோழித்தீவனமிருந்த கோப்பையைக் கீழே வைத்த நாணா, மரியத்தின் தாடையை ஒரு விரலால் தொட்டு நிமிர்த்தினாள்.

"என்னைப் பார் மரியம்."

மரியம் தயக்கமாய் நிமிர்ந்தாள்.

"இப்போதே இதை நீ நன்றாகப் புரிந்துகொள்ள வேண்டும் மகளே. திசைக்காட்டியின் முள் வடக்குநோக்கியே நீள்வதுபோல ஆணின் குற்றஞ்சாட்டும் விரல் எப்போதும் பெண்ணை நோக்கியே நீளும். எப்போதும். இதை நீ நினைவில் வைத்திரு மரியம்."

★ ஹராமி – முறைகேடாகப் பிறந்தவர்

★ கொல்பா – மண்குடிசை

2

“ஜலீலுக்கும் அவன் மனைவியருக்கும் நான் ஒரு கோடரிக்காம்பு. புல்லுருவி. நீயும்தான். நீ அப்போது பிறக்கவே இல்லையென்றாலும்.”

“புல்லுருவியா?” மரியம் கேட்டாள்.

“அது ஒரு களைச்செடி. பிடுங்கி, தூர எறியப்படவேண்டிய ஒன்று.”

மரியம் தனக்குள்ளாகவே சுருங்கினாள். ஜலீல் அவளை ஒரு களைச்செடியாக நடத்தவில்லை. ஒருபோதும் இல்லை. ஆனாலும் இந்த எதிர்ப்புணர்வை அடக்கிக் கொள்வதுதான் புத்திசாலித்தனம் என்று நினைத்தாள் மரியம்.

“களைகளைப் போலல்லாமல், உனக்காக என்னைப் பிடுங்கி வேறிடத்தில் நடவேண்டியிருந்தது. உணவும் நீரும் தரவேண்டியிருந்தது. ஜலீல் தன் குடும்பத்தாருடன் செய்து கொண்ட ஒப்பந்தம் அதுதான்.”

தான் ஹெராத்தில் வாழ மறுத்துவிட்டதாக நாணா சொன்னாள்.

“நான் எதற்காக அங்கேயிருக்க வேண்டும்? அவன் அந்தக் கிச்சினி, வேசிமகள்களோடு ஊரைச்சுற்றுவதைப் பார்ப்பதற்கா?”

ஹெராத்திலிருந்து இரண்டு கிலோமீட்டர் தொலைவில், குல்-தமானில், ஒரு செங்குத்தான மலைமீதிருந்த, அவளுடைய தந்தை காலியாக விட்டுச்சென்ற வீட்டில் இருக்கவும் தான் விரும்பவில்லை என்றாள். எங்காவது ஒதுக்குப்புறத்தில், தன்னந்தனியாக, அண்டை அயலார் அவளுடைய பெருத்த வயிறை வெறிக்காமலும், கேலிபேசாமலும், இன்னமும் மோசமாகப் போலி அன்புகாட்டி துயருரச் செய்யாமலும் இருக்கும் இடத்தில் வசிக்கவே தான் விரும்பியதாகச் சொன்னாள்.

“நான் கண்காணாமல் தொலைந்ததில் உன் அப்பாவுக்குப் பெரிய ஆசுவாசம். அவர் அதை மகிழ்வுடன் ஏற்றார். நீ இதை நம்பித்தான் ஆக வேண்டும்” என்றாள் நாணா.

ஜலீலின் முதல் மனைவி கதீஜாவின் மூத்த மகன் முஹசீன்தான் இந்த ஒதுக்குப்புறமான சமவெளியைப் பரிந்துரைத்தது. குல்-தமானின் புறநகர்ப்பகுதி இது. ஹெராத்துக்கும் குல்-தமானுக்கும் இடையிலிருந்த முக்கிய சாலையிலிருந்து கிளைபிரிந்த, வண்டித்தடங்கள் நிரம்பிய, புழுதி பறக்கும் மலைப்பாதையின் வழியாகவே அந்த இடத்தை அடைய இயலும். பாதையின் இருபுறமும் முழங்கால் உயரத்துக்கு வளர்ந்து நிற்கும் புல்வெளியும் அதில் ஆங்காங்கே பளீரிடும் வெண்ணிறப் பூக்களும் மஞ்சள் நிறப் பூக்களுமாக நிறைந்திருக்கும். நெட்டிலிங்க மரங்களும் இலவ மரங்களும் உயர்ந்துநிற்கும், காட்டுப்புதர்கள் கூட்டமாய்க் காணப்படும் சமதளத்தைச் சென்றடையும் அந்த வளைந்த பாதை மலையின் மீதாகச் செல்லும். அங்கிருந்து குல்-தமானின் காற்றாலைகளின் துருப்பிடித்த முனைகளையும் அதற்கு வலதுபுறத்தில் மொத்த ஹெராத்தையும் பார்க்க முடியும். குல்-தமானைச் சூழ்ந்திருக்கும் சஃபெத்-கோ மலைகளிலிருந்து வழியும், ட்ரவுட் மீன்கள் நிரம்பிய ஓடை ஒன்றில் இந்தப் பாதை நேராகச் சென்று முடியும். அந்த ஓடையைத் தாண்டி இருநூறு கஜங்கள் சென்றால் அந்த வெட்டவெளி இருக்கும்.

இடத்தைப் பார்வையிடச் சென்ற ஜலீல் சிறைச்சாலையின் சுத்தமான சுவர்களையும் பளபளக்கும் தரையையும் பற்றிப் பெருமை பீற்றிக்கொள்ளும் சிறைக்காவலாளியைப் போலப் பேசினான் என்றாள் நாணா.

“அப்படித்தான் உன் தந்தை இந்த எலிவளையை நமக்காகக் கட்டினார்.”

நாணாவுக்குப் பதினைந்து வயதாக இருந்தபோது அவளுக்குத் திருமணம் முடிய இருந்தது. மாப்பிள்ளை, ஷிந்தாதைச் சேர்ந்த கிளி வியாபாரி. இந்தக் கதையை நாணாவிடமிருந்துதான் மரியம் தெரிந்து கொண்டாள். அவள் சொல்லாமல் விட்ட செய்தியென்றாலும், அந்த நேரத்தில் அவள் மிகவும் ஆனந்தமாக இருந்திருப்பாள் என்பதை மகிழ்ச்சி பொங்கும் நாணாவின் முகத்தைப் பார்த்து மரியம் புரிந்துகொண்டாள். நாணா அவள்

வாழ்வில் உண்மையிலேயே மகிழ்ச்சியாக இருந்த ஒரே நேரம் திருமணத்தை எதிர்நோக்கிக் காத்திருந்த காலம் தானோ என்னவோ.

நாணா கதையைச் சொல்லச்சொல்ல மரியம் அவள் மடியில் நிமிர்ந்து அமர்ந்துகொண்டு தன் தாயை மணக்கோலத்தில் கற்பனை செய்து பார்க்கத் துவங்கினாள். பச்சை வண்ண ஆடையுடுத்தி, முக்காட்டினுள் இருந்து நாணப்புன்னகையுடன், கைகளை மருதாணி சிவக்கச் செய்திருக்க, கூந்தல் வகிட்டினூடாக வெள்ளிப்பொடி மினுக்க, பின்னல்கள் மரப்பிசின் கொண்டு கட்டப்பட்டிருக்க, அவள் குதிரையின் மீது அமர்ந்திருக்கும் காட்சியைக் கற்பனை செய்தாள். வாத்தியக்கலைஞர்கள் *ஷெனாய்* வாசிப்பதையும், *தோஹோல்* எனப்படும் மேளங்களை இசைப்பதையும் தெருக்குழந்தைகள் கூச்சலிட்டுக் கொண்டு பின்னால் ஓடுவதையும் கண்டாள்.

பிறகு, திருமணத்துக்கு ஒரு வாரத்தின் முன், நாணாவின் உடலில் ஒரு ஜின் நுழைந்தது. மரியத்துக்கு இதுகுறித்த விளக்கம் தேவைப்படவில்லை. நாணா திடுமென தரையில் விழுந்து, அவள் உடல் விறைப்பதையும், விழிகள் மேல்நோக்கி உருள்வதையும், உள்ளிருந்து ஏதோ ஒன்று அவளைக் குலுக்குவதைப்போலக் கைகளும் கால்களும் வெட்டிக்கொள்வதையும், வெண்மையாகவோ சமயங்களில் இரத்தம் கலந்த இளஞ்சிவப்பு வண்ணத்திலோ வாயின் ஓரமாக நுரை ததும்புவதையும் அவளே பலமுறை கண்டிருக்கிறாள். இதற்கெல்லாம் பிறகு வரும் அந்த மயக்கம், அச்சுறுத்தும் தடுமாற்றம், தொடர்பில்லாத உளறல் எல்லாவற்றையும் மரியம் பார்த்திருக்கிறாள்.

செய்தி ஷிந்தாதுக்கு சென்று சேர்ந்தது. கிளி விற்பவனின் குடும்பம் திருமணத்தை ரத்து செய்தது.

“அவர்களுக்குப் பேய் பிடித்து விட்டது” நாணா அதை இப்படித்தான் சொல்வாள்.

திருமண உடை எங்கோ தூர எறியப்பட்டது. அதற்குப் பிறகு அவளைத் தேடி மாப்பிள்ளைகள் வரவில்லை.

மரியம் தன் வாழ்வின் முதல் பதினைந்து வருடங்கள் வாழவிருந்த சிறிய *கொல்பாவை* அந்த சமவெளியில் ஜலீலும் அவனுடைய இரண்டு பிள்ளைகள் ஃபர்ஹதும், முஹசீனும்

கட்டி எழுப்பினார்கள். சேற்றையும் வைக்கோலையும் பிசைந்து வெய்யிலில் காய்ந்த செங்கற்களைப் பூசி அதை அவர்கள் எழுப்பினர். உறங்குவதற்காக இரண்டு கட்டில்களும், ஒரு மரமேசையும், நிமிர்ந்த முதுகுப்புறம் கொண்ட நாற்காலிகள் இரண்டும், ஒரு சன்னலும், நாணா தன்னுடைய மண் சட்டிகளையும் தனக்கு மிகப்பிரியமான சீனத் தேநீர்க் கோப்பைகளையும் வைத்திருந்த, சுவரில் ஆணியால் அறையப்பட்ட அலமாரிகளும் அங்கு இருந்தன. குளிர்காலத்துக்காகப் புதிய இரும்படுப்பு ஒன்றையும், கொல்பாவின் பின்புறம் விறகு அடுக்குகளையும் வைத்தான் ஜலீல். ரொட்டி சுட ஒரு விறகடுப்பையும், கோழிக்கூண்டொன்றையும் அமைத்தான். சில செம்மறியாடுகளை இழுத்து வந்தவன் அவற்றுக்கான தீவனத் தொட்டியையும் செய்தான். வில்லோ மரங்களிலிருந்து நூறு கஜ தூரத்தில் ஃபர்ஹதையும் முஹசீனையும் ஒரு பெரிய குழி வெட்டச் செய்து ஒரு சிறிய கழிவறையையும் கட்டச்செய்தான்.

ஜலீல் நினைத்திருந்தால் கொல்பாவைக் கட்டப் பணியாட்களை நியமித்திருக்க முடியும், ஆனால் அவன் அப்படிச்செய்யவில்லை.

“அதை அவன் பிராயசித்தமாக நினைத்தான்” என்றாள் நாணா.

மரியத்தை நாணா பிரசவித்த அன்று, அவள் சொன்ன கதையின்படி உதவிக்கு யாருமே வரவில்லை. 1959 இல் வசந்தத்தின் ஒரு ஈரப்பதமான மழைநாளில், ராஜா ஜாஹிர் ஷாவின் மகாமோசமான 40 ஆண்டுகால ஆட்சியின் 26 ஆவது வருடத்தில் அது நிகழ்ந்தது. அவளுடைய உடலில் ஜின் புகுந்துகொண்டு பிரசவ நேரத்தில் அவளுக்கு வலிப்பை உண்டாக்கலாம் என்பது நன்றாகத் தெரிந்திருந்தும், ஜலீல் ஒரு டாக்டரையோ மருத்துவச்சியையோ அழைத்துவர ஏற்பாடு செய்யவில்லை என்றாள் அவள். கொல்பாவின் வெற்றுத்தரையில் அருகில் ஒரு கத்தியோடு அவள் வியர்வையில் ஊறியபடி கிடந்தாள்.

“வலி அதிகரிக்கும்போதெல்லாம் நான் ஒரு தலையணையைக் கடித்துக்கொண்டு என் தொண்டை கட்டிக்கொள்ளும் அளவுக்கு அலறுவேன். ஆனாலும் என் முகத்தைத் துடைத்துவிடவோ சிறிது தண்ணீர் புகட்டவோ கூட யாருமே வரவில்லை. நீயும் ரொம்ப மெத்தனமாக இருந்தாய் மரியம் ஜோ. கிட்டத்தட்ட இரண்டு நாட்கள் அந்த குளிர்ந்த முரட்டுத்தரையில் என்னைக்

கிடக்கச் செய்தாய். நான் உண்ணவோ உறங்கவோ அல்லாமல் நீ வெளியில் வந்துவிட வேண்டும் என்ற பிரார்த்தனையோடு முக்கிக் கொண்டிருந்தேன்."

"என்னை மன்னித்துவிடு நாணா."

"நமக்கிடையில் இருந்த தொப்புள்கொடியை நானே அறுத்தேன். அதற்காகத்தான் கத்தியை வைத்துக்கொண்டிருந்தேன்."

"நான் மிக வருந்துகிறேன்."

இந்தத்தருணத்தில் நாணா எப்போதும் ஒரு கனத்த மென்னகை புரிவாள். அதில் இருந்தது குற்றச்சாட்டா வேறுவழியில்லாத மன்னிப்பா என்று மரியத்துக்குப் புரிந்ததேயில்லை. தான் பிறந்தமுறைக்காக மன்னிப்புக்கோர வேண்டியிருந்ததன் நியாயமற்ற தன்மையைப் பற்றிச் சிந்திக்க இளம் மரியத்துக்குத் தெரியவில்லை.

மரியத்துக்குப் பத்து வயதானபோது ஒருவழியாக விஷயம் தெரிய வந்தநேரம் தன் பிறப்பைப் பற்றிய நாணாவின் கதையை அவள் நம்பத்தயாராக இல்லை. தான் அங்கில்லாவிட்டாலும், ஒரு மருத்துவரின் உதவிக்காக, ஹெராத்திலிருந்த ஒரு மருத்துவமனைக்கு நாணாவை அழைத்துச்செல்ல ஏற்பாடு செய்திருந்ததாய் ஜலீல் சொன்னதைத்தான் அவள் நம்பினாள். அங்கு அவள் சுத்தமான, நல்ல படுக்கையில் வெளிச்சமான ஓர் அறையில் கிடத்தப்பட்டிருந்தாள். மரியம் அந்தக் கத்தியைப் பற்றி அவனிடத்தில் சொன்னபோது ஜலீல் துயரத்தோடு தன் தலையை அசைத்தான்.

தன் தாயைத் தான் இரண்டு நாட்களுக்கு அவதிக்குள்ளாக்கியதையும் மரியம் சந்தேகிக்கத் துவங்கினாள்.

எல்லாமே ஒரு மணிநேரத்துக்குள் முடிந்துவிட்டது என்று தான் அவர்கள் சொன்னார்கள். "நீ ஒரு நல்ல மகள் மரியம் ஜோ. பிறப்பில் கூட நீ ஓர் அருமையான மகளாக இருந்தாய்."

"அவன் அங்கே வரக்கூட இல்லை. தக்த்-ஏ-சஃபரில் அவனுடைய அருமை சிநேகிதர்களுடன் குதிரைச் சவாரி செய்துகொண்டிருந்தான்." நாணா காறி உமிழ்ந்தாள்.

அவனுக்குப் புதியதாய் ஒரு பெண் குழந்தை பிறந்திருப்பதை அவர்கள் தெரிவித்தபோது, அவன் தோள்களைக் குலுக்கி, தன்

குதிரையின் பிடரி மயிரைத் தடவிக்கொண்டிருந்ததாகவும், இன்னமும் இரண்டு வாரங்கள் தக்த்-ஏ-சஃபரில் தங்கியிருந்ததாகவும் நாணா சொன்னாள்.

"உண்மை என்னவென்றால், உனக்கு ஒரு மாதம் ஆகும்வரை அவன் உன்னைத் தூக்கக் கூட இல்லை. பிறகு ஒருமுறை உன்னைக் குனிந்து பார்த்துவிட்டு உன் நீண்ட முக அமைப்பைப் பற்றி ஏதோ சொல்லிவிட்டு என்னிடம் உன்னைத் திரும்பத் தந்தான்."

கதையின் இந்தப் பகுதியையும் மரியம் நம்பவில்லை. தான் அப்போது தக்த்-ஏ-சஃபரில் குதிரைச் சவாரி செய்துகொண்டிருந்தது உண்மைதான் என்று ஒப்புக்கொண்டிருந்த ஜலீல், செய்தி அறிந்ததும் தான் தோள்களைக் குலுக்கவில்லை, உடனே குதிரையை ஹெராத்துக்கு செலுத்தியதாகச் சொன்னான். அவளைத் தன் கைகளில் அள்ளி, அவளுடைய புருவங்களின் மேலால் தன் கட்டைவிரலைச் செலுத்தியதாகவும், ஒரு தாலாட்டைப் பாடியதாகவும் சொன்னான். தன் முகம் நீண்டதுதானென்றாலும் ஜலீல் ஒருபோதும் தன் முகத்தைப் பற்றி அப்படிச் சொல்லியிருக்க மாட்டான் என்று மரியம் நம்பினாள்.

மரியம் எனும் தன் தாயின் பெயரைத் தானே தான் அவளுக்கு தேர்ந்தெடுத்ததாக நாணா சொல்லியிருந்தாள். அழகான சம்பங்கி மலரின் இன்னொரு பெயரான மரியத்தைத்தான் தான் அவளுக்குச் சூட்டியதாக ஜலீல் சொல்வான்.

"உங்களுக்கு மிகப் பிடித்தமான மலரா" மரியம் கேட்டாள்.

"ஆம், பிடித்தமான மலர்களுள் ஒன்று" சொல்லிப் புன்னகைத்தான் அவன்.

3

மரியத்தின் இளவயது நினைவுகளில் தள்ளுவண்டியொன்றின் சக்கரங்கள் பாறைகளின் மீதேறிக் கிறீச்சிடும் ஒலியும் ஒன்று. அந்தத் தள்ளுவண்டியில் அரிசி, மாவு, தேயிலை, சமையலெண்ணெய், சர்க்கரை, சோப்பு, பற்பசை ஆகியன இருந்தன. அதைத் தள்ளிவந்தவர்கள் மரியத்தின் இரண்டு *பின்னோதரர்கள், வழக்கமாக முஹசீனும் ரமீனும் வர, சமயங்களில் ரமீனும் ஃபர்ஹதும் வருவார்கள். சிறுவர்கள் ஆற்றை அடையும் வரை வண்டியை மண்பாதையில் கூழாங்கற்கள் மற்றும் பாறைகளின் மீதும் புதர்கள் மற்றும் பொந்துகளைச் சுற்றியும் முறைவைத்துத் தள்ளினார்கள். அதற்கப்பால், தள்ளுவண்டியிலிருந்த பொருட்களைக் கைகளில் எடுத்துக்கொண்டு ஓடையைத் தாண்டி எடுத்துப் போக வேண்டியிருந்தது. பிறகு தள்ளுவண்டியையும் ஓடையில் இழுத்துவந்து மீண்டும் பொருட்களை அதில் ஏற்ற வேண்டியிருந்தது. மேலும் இருநூறு கஜ தூரத்துக்கு நெடிது அடர்ந்து வளர்ந்திருந்த புல்வெளியையும் அடர்ந்த புதர்களையும் தாண்டி அவர்கள் சென்றார்கள். சகோதரர்கள் சென்ற பாதையில் தவளைகள் துள்ளின, வியர்வை வடிந்த தங்கள் முகங்களை விட்டு அவர்கள் கொசுக்களை விரட்டினர்.

“அவரிடம் வேலையாட்கள் உள்ளார்களே. அவர்களில் ஒருவரை அனுப்பலாமே” என்றாள் மரியம்.

“அவன் பிராயச்சித்தம் செய்கிறானாம்” என்றாள் நாணா.

தள்ளுவண்டியின் சப்தம் மரியத்தையும் நாணாவையும் வெளியில் இழுத்தது. இந்தப் பங்குப்படிப் பொருட்கள் வரும் நாட்களில், உயரமான, தொத்தலான நாணா, அவளது மாறுகண் பாதையைப் பார்த்தவாறு சுருங்கியிருக்க, கைகளை இணக்கமற்ற கேலிசெய்யும் வகையில் கட்டிக்கொண்டவளாகக் காட்சியளித்தது மரியத்தின் நினைவில் எப்போதைக்குமாகத் தங்கியது. குறுகவெட்டியிருந்த அவளுடைய தலைமயிர் மறைக்கப்படாமலும் வாரப்படாமலும்

இருக்கும். தொளதொளவென்ற சாம்பல் வண்ணச் சட்டையை உடுத்தி, கழுத்துவரை அதன் பொத்தான்களால் மூடியிருப்பாள். சட்டைப்பையில் வால்நட் அளவிலான கற்களை நிரப்பி வைத்திருப்பாள்.

மரியமும் நாணாவும் அந்தப் பொருட்களைக் கொல்பாவில் கொண்டு சேர்க்கும் வரை சிறுவர்கள் ஓடையின் புறமாகக் காத்திருப்பார்கள். நாணாவுக்குக் குறிவைக்கத்தெரியாதென்றாலும் அவளுடைய குறி எப்போதும் தப்பியதென்றாலும் முப்பது கஜ தூரத்திலேயே அவர்கள் இருந்துகொள்வார்கள். அரிசி மூட்டைகளை உள்ளே எடுத்துச் செல்லும் போதே நாணா அந்தச் சிறுவர்களை மரியத்துக்குப் புரியாத வசவுவார்த்தைகளால் வைதாள். முகத்தைக் கோணினாள், அவர்களுடைய தாய்மார்களைச் சபித்தாள். சிறுவர்கள் ஒருபோதும் அதையெல்லாம் திருப்பிச்செய்யவேயில்லை.

மரியம் சிறுவர்களுக்காக வருந்தினாள். அவ்வளவு பாரத்தைத் தள்ளிக்கொண்டு வந்ததில் அவர்களுடைய கைகளும் கால்களும் மிகவும் களைத்திருக்கும் என்று பரிதாபப்பட்டாள். அவர்களுக்குத் தண்ணீர் கொடுக்க அவளை அனுமதிக்கலாமே என்று நினைத்தாள். ஆனால் அவள் வாயைத்திறக்க மாட்டாள், சிறுவர்கள் அவளைப் பார்த்து கையசைத்தால் இவள் திரும்ப அசைக்க மாட்டாள். ஒரு முறை நாணாவை மகிழ்விப்பதற்காக அவள் முஹசினைப் பார்த்துக் கத்தவும் செய்தாள். அவனுடைய வாய் பல்லியின் பின்புறத்தைப் போல இருப்பதாகச் சொன்னாள். பின்னர், அவர்கள் அதை ஜலீலிடம் சொல்லிவிடக்கூடுமென அஞ்சி, குற்றவுணர்வாலும் வெட்கத்தாலும் உக்கிப்போனாள். ஆனால் நாணாவுக்கு மறுபடியும் வலிப்பு வந்துவிடுமோவேன்று மரியம் அஞ்சும்படியாக, சொத்தைப்பற்கள் அத்தனையும் தெரியும்படி நாணா விழுந்துவிழுந்து சிரித்தாள். சிரித்து முடித்ததும் அவள் மரியத்தைப் பார்த்து "நீ ஒரு நல்ல மகள்" என்றாள்.

வண்டி காலியானதும் சிறுவர்கள் அதனோடு மல்லுக்கட்டியவாறு தள்ளிக்கொண்டு போவார்கள். நெடிய புற்களுக்கும், பூத்திருக்கும் களைச்செடிகளுக்கும் இடையே அவர்கள் சென்று மறைவதை மரியம் பார்த்துக்கொண்டு நிற்பாள்.

"மரியம் உள்ளே வரவில்லையா நீ?"

"வருகிறேன் நாணா."

"அவர்கள் உன்னைப் பார்த்து சிரிக்கிறார்கள். எனக்குக் கேட்கிறது. உண்மையாகச் சொல்கிறேன்."

"இதோ வந்துவிட்டேன்."

"நீ என்னை நம்பமாட்டாயா?"

"இதோ வந்துவிட்டேனே."

"நான் உன்னை நேசிப்பது உனக்குத் தெரியுமல்லவா மரியம் ஜோ."

தூரத்தில் கேட்கும் ஆடுகளின் கனைப்பொலியிலும் மலைச்சரிவின் புல்வெளிகளில் தங்கள் மந்தையை மேயவிடப்போகும் குல்-தமானின் ஆடுமேய்ப்பர்கள் உச்சஸ்தாயியில் எழுப்பும் குழலொலியிலும் மரியமும் நாணாவும் அதிகாலையில் கண்விழித்தார்கள். ஆடுகளில் பாலைக் கறந்தார்கள், கோழிகளுக்குத் தீவனம் இட்டார்கள், முட்டைகளைச் சேகரித்தார்கள். இருவருமாக ரொட்டி தயாரித்தார்கள். மாவு பிசையவும், கரியடுப்பைத் தூண்டவும் அடுப்பின் உட்பகுதியில், தட்டையாகப் பிசைந்து தட்டிய மாவை அறைந்து ஒட்டவும் நாணா சொல்லிக்கொடுத்தாள். துணி தைக்கவும், சோறு சமைக்கவும், கூட்டான்களான சிகப்பு முள்ளங்கிக் குழம்பு *ஷல்காம்*, பசலைக்கீரை *சப்ஜி*, இஞ்சி சேர்த்த காலிஃப்ளவர் ஆகியன செய்யவும் கற்றுத்தந்தாள்.

விருந்தாளிகள் வருகை தனக்குப் பிடிக்காதென்பதை நாணா வெளிப்படையாகவே காட்டினாள்- ஒன்றிரண்டு நபர்களைத் தவிர அவளுக்குப் பொதுவாக மனிதர்களையே பிடிக்காது. சிறிய தலையும், தாடியும்,பெரிய தொப்பையும் வைத்திருக்கும், குல்-தமானின் தலைவர், கிராம *அர்பாப்* ஹபீப்கான் கோழியைப் பிடித்துக் கொண்டிருக்கும் வேலையாள் ஒருவன் வால் போலத் தொடர்ந்துவர, *கிச்சடி* அரிசி அல்லது மரியத்துக்காக ஒரு கூடை சாயமிடப்பட்ட முட்டைகளை மாதமொருமுறை கொண்டு வந்து தருவார்.

அடுத்து, அவளுடைய தகப்பனாரின் நண்பரும் இறந்துபோய்விட்ட கற்சிற்பியுமான ஒருவரின் மனைவியான, பீபிஜோ என்று நாணா அழைத்துவந்த, குண்டுக் கிழவியொருத்தி. பீபிஜோவுடன் எப்போதும் அவளுடைய மருமகள்களோ பேரப்பிள்ளைகள் ஒன்றிரண்டு பேரோ வருகை தந்தனர். நொண்டிக்கொண்டும்

பெருமூச்சுவிட்டுக்கொண்டும் வீட்டின் முன்விரிந்திருந்த சமவெளியைத் தாண்டி வரும் அவள், நாணா இழுத்துப் போடும் நாற்காலியில் அமரும் முன் தன்னுடைய இடுப்பைத் தடவிக்கொள்வதும் வலிமிகுந்த கூவலை எழுப்புவதுமாக ஏகப்பட்ட ஆர்ப்பாட்டம் செய்வாள். பீபிஜோ எப்போதும் பெட்டிநிறைய *திஷ்லெமெ* மிட்டாயோ ஒரு கூடை சீமை மாதுளம்பழமோ மரியத்துக்காகக் கொண்டு வந்தாள். பீபிஜோவின் மருமகள் அமைதியாக அருகிலமர்ந்தபடி கடமையுணர்வுடன் செவிமெடுக்க, அவள் நாணாவுக்காக, தன்னுடைய உடல்நலக்குறைவு பற்றின புலம்பல்களையும், ஹெராத் மற்றும் குல்-தமானின் புரணிகளையும் உற்சாகத்துடன் நீளுரைகளாக எடுத்துரைத்தாள்.

ஆனால் ஜலீலைத்தவிர மரியத்தின் பிரியத்துக்குரிய இன்னொருவர் என்றால் அவர் அந்தக் கிராமத்தின் குரான் போதகரும் *அகுந்து*மாகிய முல்லா ஃபைசுல்லாதான். நாணா சிறுமியாக இருந்தபோது அவளுக்குச் சொல்லித்தந்தது போலவே வாரம் ஒருமுறையோ இருமுறையோ குல்-தமானிலிருந்து வந்து, மரியத்துக்கும் ஐவேளைத் தொழுகையையும் குரான் ஓதவும் சொல்லித்தந்தது அவர்தான். அந்தச் சின்னங்களிலிருந்து அர்த்தத்தை வெளியேற்றிவிடுவது போல ஒவ்வொரு வார்த்தையின் மீதும் விரல்நகப்படுகை வெளிற அழுத்தி, வாய்க்குள்ளாகவே மெல்ல உச்சரிக்கும் மரியத்தின் தோளின் பின்புறமாக நின்று பொறுமையாக கவனித்து, வாசிக்கச் சொல்லித்தந்தது முல்லா ஃபைசுல்லா தான். ஒவ்வொரு *அலீஃ*பின் உச்சியிலும் *பே*யின் வளைவிலும் *சே*யின் மூன்று புள்ளிகளிலும் அவள் கையையும் கையிலிருந்த பென்சிலையும் பிடித்துக் காட்டித்தந்தது முல்லா ஃபைசுல்லா தான்.

மெலிந்தும், கூன் விழுந்தும், பல்லில்லாத புன்னகையும், தொப்புள் வரையுமான தாடியும் கொண்ட கிழவர் அவர். வழக்கமாக அவர் *கொல்பா*வுக்குத் தனியாகத்தான் வருவாரென்றாலும் சமயங்களில் மரியத்தைவிட சில வருடங்கள் மட்டுமே மூத்தவனும் பழுப்புக்கேசத் தலையனுமான அவருடைய மகன் ஹம்சாவும் உடன் வருவான். முல்லா ஃபைசுல்லா *கொல்பா*வுக்கு வரும்போதெல்லாம் மரியம் அவருடைய கையை முத்தமிடுவாள்- அது அவளுக்கு மெல்லிய அடுக்குத்தோலால் போர்த்தப்பட்ட குச்சிகளை முத்தமிடுவதைப் போன்ற உணர்வு தரும் – அவரும் அவளுடைய புருவத்தின் மீது முத்தமிட்டுவிட்டுத் தான் அன்றைய

பாடத்தைத் துவக்குவார். பிறகு இருவரும் கொல்பாவுக்கு வெளியில் அமர்ந்து தேவதாரு கொட்டைகளைத் தின்றபடி, பச்சைத்தேநீர் அருந்திக்கொண்டே புல்புல் பறவைகள் மரத்துக்கு மரம் தாவுவதைப் பார்த்துக்கொண்டிருப்பார்கள். சில வேளைகளில் பழுத்து விழுந்த இலைகளுக்கும் பூர்ச்ச மரப்புதர்களுக்கிடையிலும், ஓடையின் ஓரமாகவும் அவர்கள் மலையை நோக்கி நடந்தார்கள். அவர்கள் நடக்கும்போது கையிலிருக்கும் *தஸ்பீ* மணியை உருட்டியவாறே தன் இளமைக்கால நினைவுகளை இரானில் தான் பார்த்த இரண்டு தலை நாகத்தைப் பற்றி, இஸ்ஃபஹானின் முப்பத்துமூன்று வளைவுகள் கொண்ட பாலத்தைப் பற்றி, மசாரின் நீல மசூதிக்கு வெளியில் தான் இரண்டாகப் பிளந்த ஒரு தர்பூசணியின் விதைகள் ஒரு பக்கத்தில் *அல்லாஹ்* என்றும் மறுபக்கத்தில் *அக்பர்* என்றும் அமைந்திருந்ததைக் குறித்தெல்லாம் முல்லா ஃபைசுல்லா அவளுடன் பகிர்ந்து கொள்ளுவார்.

குர் ஆனின் சில வார்த்தைகளுக்குத் தனக்குமே சமயங்களில் அர்த்தம் தெரிவதில்லை என்று முல்லா ஃபைசுல்லா மரியத்திடம் ஒத்துக்கொண்டார். ஆனாலும் தன் நாவிலிருந்து உருண்டோடும் அரபி வார்த்தைகளின் மயக்கும் தொனியைத் தான் விரும்புவதாகவும், அவை தனக்கு ஆறுதலைத் தருவதாகவும் இதயத்துக்கு இதமளிப்பதாகவும் சொன்னார்.

“உனக்கும் கூட அவை ஆறுதலளிக்கும் மரியம் ஜோ. தேவையான சமயத்தில் நீ அவற்றைத் துணைக்கழைக்கலாம். அவை உன்னைக் கைவிடாது. இறைவனின் வார்த்தைகள் உன்னை ஒருபோதும் கைவிடாது சின்னப்பெண்ணே.” என்பார் அவர்.

முல்லா ஃபைசுல்லா கதை சொல்லும் அதே ஆர்வத்தோடு கதை கேட்கவும் செய்தார். மரியம் பேசும்போது அவருடைய கவனத்தைச் சிதறாமல் குவித்து, மெதுவாய்த் தலையசைத்து, நன்றியோடு புன்னகைத்து, மிக விரும்பத்தக்க கௌரவம் கொடுக்கப்பட்டது போல கவனிப்பார். நாணாவிடம் சொல்ல முடியாத விஷயங்களைக் கூட முல்லா ஃபைசுல்லாவிடம் மரியத்தால் இலகுவாகச் சொல்ல முடிந்தது.

அப்படியொரு நாள் நடைப்பயிற்சியின் போது தான் பள்ளிக்குச் செல்ல அனுமதிக்கப்படவேண்டுமென்று மரியம் விருப்பம் தெரிவித்தாள்.

“ஒரு நிஜப் பள்ளிக்கு அகுந்த் சாஹெப். வகுப்பறைகள் உள்ளது. என் அப்பாவின் மற்ற குழந்தைகள் செல்லும் பள்ளியைப் போன்றது.”

முல்லா ஃபைசுல்லா நடையை நிறுத்தினார்.

அதற்கு முந்தைய வாரம் தான் ஜலீலின் மகள்கள் சைதாவும் நஹீதும் ஹெராத்தின் மெஹரி பெண்கள் பள்ளிக்கு செல்லும் செய்தியை பீபி ஜோ சொல்லியிருந்தாள். அப்போதிருந்து வகுப்பறைகள், ஆசிரியர்கள் பற்றிய எண்ணங்களே மரியத்தின் தலைக்குள் கலகலத்துக்கொண்டிருந்தன, மேலும் கோடுபோட்ட தாள்கள் கொண்ட நோட்டுகளின் உருவங்கள், எண்களுக்கான பக்கப்பத்தி, அதோடு அடர்த்தியான உறுதியான அச்சுகளை எழுதும் பேனாக்கள் இவையெல்லாமும். தன் வயதொத்த பெண்களுடன் தான் வகுப்பறையில் இருப்பதாக அவள் கற்பனைசெய்தாள். தாளில் ஓர் அளவுகோலை வைத்து அதிமுக்கியம் போலத் தோற்றமளிக்கும் கோடுகளை வரைய மரியம் ஏங்கினாள்.

தன் கூன் முதுகின் மீது கையை வைத்துக்கொண்டு, தலைப்பாகையின் நிழல் கீழே நிறைந்திருந்த மஞ்சள் பூச்செடிப்புதரின் மீது விழும்படியாகக் குனிந்து, அவளைத் தன் மென்மையான நீர்நிரம்பிய விழிகளால் பார்த்த முல்லா ஃபைசுல்லா “இதுதான் உன் விருப்பமா?” என்றார்.

“ஆம்.”

“உன் அம்மாவிடம் நான் அனுமதி பெற்றுத்தர வேண்டும் அப்படித்தானே?”

மரியம் புன்னகைத்தாள். ஜலீலைத் தவிர, இந்த உலகிலேயே அவளைச் சரியாகப் புரிந்துகொள்ளக் கூடிய இன்னொரு நபர் அவளுடைய ஆசான் தான்.

அவளுடைய கன்னத்தைத் தன் முடங்கிப் போன விரலால் தட்டிக்கொண்டே “அப்படியானால் வேறுவழியில்லை. இறைவன், அந்த மஹாஞானவான் ஒவ்வொருவருக்கும் ஒவ்வொரு பலவீனத்தைக் கொடுத்திருக்கிறான், என் பலவீனங்களில் முக்கியமானது உன் விருப்பதுக்கு மறுப்புத் தெரிவிக்க முடியாததுதான்” என்றார் அவர்.

ஆனால் நாணாவிடம் இதைப் பற்றிய பேச்சை அவர் துவங்கியதுமே வெங்காயம் நறுக்கிக் கொண்டிருந்த கத்தியைப் போட்டுவிட்டு "எதற்காம்?" என்றாள் அவள்.

"சிறுமி படிக்க விரும்பினால் அவளுக்கு அனுமதி கொடு மகளே. அவள் கல்வி கற்கட்டுமே."

"கற்பதா? எதைக் கற்க வேண்டும் முல்லா சாஹிப்? கற்றுக்கொள்ள என்ன இருக்கிறது?" காட்டமாகச் சொன்ன நாணா விழிகளால் மரியத்தைத் துளைத்தாள்.

மரியம் குனிந்து தன் கரங்களைப் பார்த்தாள்.

"உன்னைப் போன்ற ஒருத்தியை பள்ளிக்கு அனுப்புவதில் ஏதாவது அர்த்தமிருக்கிறதா? ஒரு எச்சிற் பணிக்கத்தை மெருகேற்றுவது போன்ற செயல் அது. மேலும் பெறுமானமிக்க எதையுமே அந்தப் பள்ளிகளில் நீ கற்றுக்கொள்ள முடியாது. உன்னையும் என்னையும் போன்ற பெண்கள் கற்றுக்கொள்ள வேண்டிய திறமை ஒன்று தான், ஒன்றே ஒன்று தான். அதை பள்ளிகளில் கற்றுத்தரமாட்டார்கள். எங்கே என்னைப் பார்."

"மகளே இப்படியெல்லாம் நீ அவளிடம் பேசக்கூடாது."

"என்னைப் பார் நீ."

மரியம் பார்த்தாள்.

"ஒரே ஒரு திறமை தான். அது *தஹமுல்!* சகிப்புத்தன்மை."

"எதை சகித்துக்கொள்ள வேண்டும் நாணா?"

"ஆ, அதைப் பற்றிய கவலையே உனக்கு வேண்டாம். அதற்கான சந்தர்ப்பங்கள் ஏராளமாக வரும்."

பிறகு, ஜலீலின் மனைவியர் அவளை குரூபி என்றும் கற்சிற்பியின் மகள் என்றும் இளக்காரமாகப் பேசியதைச் சொல்லத்தலைப்பட்டாள் அவள். குளிரில், வெட்டவெளியில் அவளை துணிகளைத் துவைக்கச் செய்ததில் அவளுடைய முகம் மரத்துப் போய், விரல்நுனிகள் எரிந்ததைச் சொன்னாள்.

"இது தான் நம் வாழ்க்கை மரியம். நம்மைப் போன்ற பெண்களின் வாழ்க்கை. நாம் சகித்துக்கொள்கிறோம். அது மட்டும் தான்

நமக்கானது. புரிகிறதா உனக்கு? அதுவுமல்லாமல் பள்ளியில் உன்னைப் பார்த்துச் சிரிப்பார்கள். நிச்சயமாக. உன்னை ஹராமி என்றழைப்பார்கள். உன்னைப் பற்றி கேவலமாகப் பேசுவார்கள். அதையெல்லாம் என்னால் தாங்க முடியாது."

மரியம் தலையாட்டினாள்.

"இனி பள்ளிக்கூடத்தைப் பற்றிய பேச்சே கூடாது. எனக்கென்றிருப்பது நீ மட்டும் தான். உன்னை அவர்களிடம் நான் இழக்க முடியாது. என்னைப் பார். இனி பள்ளிக்கூடத்தைப் பற்றி பேசவே கூடாது."

"நியாயமாகப் பேசு. இங்கே பாரம்மா. சிறுமி படிக்க விரும்புகிறாள்-" முல்லா ஃபைசுல்லா மறுபடி ஆரம்பித்தார்.

"மிகுந்த பணிவோடு சொல்லிக்கொள்கிறேன் அகுந்த் சாஹிப். இப்படிப்பட்ட முட்டாள்தனமான எண்ணங்களையெல்லாம் நீங்கள் ஆதரிக்கக்கூடாது. உங்களுக்கு அவள் மீது உண்மையிலேயே அக்கறையிருந்தால் அவளுடைய இடம் வீட்டில் அவள் அம்மாவிடத்தில் தான் என்பதை அவளுக்குப் புரிய வையுங்கள். அவளுக்கு வேறெங்கும் எதுவும் கிடைக்காது. மறுதலிப்பையும் வேதனையையும் தவிர வேறெதுவும் எங்கேயும் கிடைக்காது. எனக்குத் தெரியும் அகுந்த் சாஹிப். எனக்குத் தெரியும்."

★ பின்னோதரர்கள் - step brothers
★ தஸ்பீ மணி – ஜபமாலை

4

கொல்பாவிற்கு விருந்தினர்கள் வருவதை மரியம் மிகவும் விரும்பினாள். கிராமத்தின் அர்பாப் வரும் போது கொண்டுவரும் பரிசுப்பொருட்களையும், பீபிஜோவையும் அவளோடே வரும் அவள் இடுப்பு வலியையும் முடிவில்லாத அவளுடைய புரணிப்பேச்சையும், மிக முக்கியமாக முல்லா ஃபைசுல்லாவின் வருகையையும் அவள் மிக விரும்பினாள். ஆனால் ஜலீலைக் காண மரியம் ஏங்கியதைப் போல வேறு யாருக்காகவும் அவள் ஏங்கியதில்லை.

செவ்வாய் இரவே அவள் படபடக்கத் தொடங்கிவிடுவாள். அவனுடைய வியாபாரத்தில் ஏதாவது சிக்கலுண்டாகி வியாழன்று அவனால் வர இயலாமல் போய் விடுமோ, அவனை மீண்டும் காண மேலும் ஒரு வாரம் காத்திருக்க நேருமோ என்ற கவலையில் அவள் இரவில் உறக்கம் வராமல் அனத்தினாள். புதன்கிழமைகளில் குடிசைக்கு வெளியில் முன்னும் பின்னுமாய் நடைபழகினாள், கவனக்குறைவாக ஏதோ நினைவுடன் கோழிகளுக்குத் தீவனம் வீசினாள். அங்குமிங்கும் நடந்து திரிபவள், பூக்களைப் பிய்த்தெறிந்தாள், கைகளை மொய்க்கும் கொசுக்களை அடித்தாள். இறுதியில் வியாழக்கிழமைகளில் அவளால் செய்ய முடிந்ததெல்லாம் சுவற்றில் சாய்ந்தமர்ந்தபடி ஓடையில் விழிகளைப் பதித்துக்கொண்டு காத்திருப்பது மட்டும்தான். ஒருவேளை ஜலீல் வரத்தாமதம் ஆனால், மெல்ல மெல்ல கடும்பீதி அவளை ஆட்கொள்ளத்துவங்கும். நிற்க இயலாமல் துவண்டு எங்காவது சென்று சரிந்துபடுப்பாள்.

சிறிது நேரத்தில் நாணா குரல்கொடுப்பாள், "இதோ வந்துவிட்டார் உன் அப்பா, உன் போற்றுதலுக்குரிய தந்தை!"

ஓடையினருகில் அவனைக் கண்டதும் மரியம் துள்ளி எழுவாள். உள்ளத்திலிருந்து எழும் மகிழ்ச்சிப் புன்னகையையும், கையசைக்கும் ஆவலையும் கட்டுப்படுத்திக்கொள்வாள். நாணா

அவளையே பார்த்துக்கொண்டிருப்பதையும் அவளுடைய முகபாவங்களைக் கவனித்துக் கொண்டிருப்பதையும் நன்கு உணர்வதால் மரியம் வெகுவாக தன்னைக் கட்டுப்படுத்திக்கொள்ள வேண்டியிருந்தது. அவன் மெதுவாக அவளருகில் வரும் வரையில் வாசலுக்கு அருகிலேயே காத்துக்கொண்டிருப்பாள் மரியம். உயர வளர்ந்த புற்களினிடையே, மேல்கோட்டைத் தோளின் மீது தொங்கவிட்டுக்கொண்டு, கழுத்துப்பட்டி பறக்க வருபவனை ஆவலை அடக்கிக்கொண்டு பொறுமையாக பார்த்துக்கொண்டு நிற்பாள்.

குடியிருப்புப் பகுதிக்குள் நுழைந்ததுமே மேல்கோட்டை வீசியெறிந்து விட்டு கைகளை அகல விரிப்பான் ஜலீல். அவனை நோக்கி மெல்ல நடக்கத்துவங்கும் மரியம் பிறகு ஓட ஆரம்பிப்பாள். அவன் அவளை அள்ளியெடுத்து உயர வீசிப்பிடிக்கும் போது குதூகலித்துச் சிரிப்பாள்.

உயரவீசி எறியப்படும் மரியத்துக்கு ஜலீலின் முகம் தலைகீழாகத் தெரியும். அவனுடைய அகன்ற கோணல் சிரிப்பு, முன்னுச்சி மயிர், அவளுடைய சுண்டு விரல்நுனியை சரியாக பொருத்திக்கொள்ளத்தக்க தாடைப்பிளவு, ஊத்தைப்பல் ஊர்காரர்களுக்கு மத்தியில் வெள்ளைவெளேரென்றிருக்கும் அந்தப் பற்கள், அழகாகக் கத்தரிக்கப்பட்ட மீசை, பருவநிலை எப்படியிருந்தாலும் தவறாமல் அணியும் சூட்டு, அவனுக்குப் பிடித்தமான காப்பிக்கொட்டை நிறத்திலான அந்த மேல்கோட்டு, ஜேபியில் முக்கோண வடிவில் மடித்து வைக்கப்பட்டிருக்கும் கைக்குட்டை, மணிக்கட்டுப் பொத்தான், சிகப்பு வண்ணத்திலானதும் எப்போதும் தளர விடப்பட்டிருப்பதுமான அவனுடைய கழுத்துப்பட்டி எல்லாவற்றையும் அவள் நேசித்தாள். அவனுடைய விழிகளுக்குள் அவள் தன்னையும் பார்த்தாள். தன் அலைபாயும் கூந்தலை, மகிழ்ச்சியில் பூரிக்கும் முகத்தை, அவளுக்குப் பின்னால் தெரியும் வானத்தை இப்படி எல்லாவற்றையுமே.

என்றைக்காவது ஒரு நாள் அவனுடைய பிடி நழுவப் போகிறதென்றும் அன்றைக்கு மரியம் அவன் விரல்களிலிருந்து தவறி தரையில் விழுந்து எலும்பை முறித்துக்கொள்வாள் என்றும் நாணா சொல்லிவந்தாள். ஆனால் ஜலீல் தன்னைத்தவற விடமாட்டான் என்று மரியம் உறுதியாக நம்பினாள். தன்

தந்தையின் சுத்தமான, சீராகப் பராமரிக்கப்பட்ட கைகளுக்குள் தான் பத்திரமாக இருப்போம் என்று அவள் நம்பினாள்.

கொல்பாவுக்கு வெளியே, நிழலில் அவர்கள் அமர்வார்கள், நாணா தேநீர் கொண்டு வந்து கொடுப்பாள். ஜலீலும் அவளும் பரஸ்பரம் தர்மசங்கடமான புன்னகையையும் தலையசைப்பையும் பரிமாறிக்கொள்வார்கள். அவள் கற்கள் எறிவதைப் பற்றியோ சபிப்பதைப் பற்றியோ ஜலீல் பேச்சே எடுக்க மாட்டான்.

அவன் இல்லாத வேளைகளில் அவனைப் பற்றி நாணா என்னதான் குறைபேசினாலும், அவன் வரும்போது அவள் மிகுந்த அடக்கத்தோடு அழகியமுறையில் நடந்து கொண்டாள். கூந்தலை அலசி, பல்துலக்கி, அவளிடம் இருந்த *ஹிஜாப்*களில் சிறந்ததையே அவன் வரவின் போது அணிந்தாள். கைகளை மடக்கி மடியில் வைத்துக்கொண்டு அவனுக்கு எதிரில் அமைதியாக அமர்வாள். ஒருபோதும் அவனை நேரடியாகப் பார்க்க மாட்டாள், அவனெதிரில் கொச்சையாகப் பேசமாட்டாள். சிரிக்கும் போதும், சொத்தைப்பற்கள் தெரியாமலிருக்க வாயை மூடிக்கொண்டாள்.

நாணா அவனுடைய வியாபாரத்தைப் பற்றியும், அவனுடைய மனைவியர் குறித்தும் விசாரிப்பாள். பீபிஜோ சொல்லி, அவனுடைய இளைய மனைவி நர்கிஸ் மூன்றாவது முறையாகக் கருவுற்றிருப்பதைப் பற்றி அறிந்ததாக அவனிடம் வினவிய போது, அவன் ஒப்பும் விதமாக புன்னகையுடன் தலையாட்டினான்.

“உங்களுக்கு மிகவும் மகிழ்ச்சியாகத்தானிருக்கும். இது எத்தனையாவது குழந்தை?” நாணா கேட்டாள்.

“பத்தாவது.”

“மரியத்தையும் சேர்த்தால் பதினொன்றாவது இல்லையா?” என்றாள் நாணா.

ஜலீல் அங்கிருந்து கிளம்பிய பின், மரியமும் நாணாவும் இதைப்பற்றி சண்டை பிடித்தார்கள். இப்படி சாமர்த்தியமாக அவள் அவனை மடக்கியது மரியத்துக்குப் பிடிக்கவில்லை.

நாணாவுடன் சேர்ந்து தேநீர் அருந்தியபிறகு ஜலீலும் மரியமும் எப்போதும் மீன் பிடிக்க ஓடைக்குப் போவார்கள். தூண்டிலை வீசவும், ட்ரவுட் மீனை அதில் மாட்டச் செய்யவும், ட்ரவுட் மீனின் குடலை நீக்கும் சரியான முறையையும் எல்லாம் அவன்

அவளுக்குக் கற்பித்தான். முள்ளை விட்டு, மீனின் இறைச்சியை மட்டும் லாவகமாக பிரிக்கவும் சொல்லித்தந்தான். தூண்டிலில் மீன் மாட்டுவதற்காகக் காத்திருந்த நேரத்தில், ஒரே இழுப்பில், காகிதத்திலிருந்து பேனாவை எடுக்காமலேயே ஒரு யானையை வரைவதெப்படி என்று ஜலீல் அவளுக்குக் கற்றுத்தந்தான். மழலைப்பாடல்களைச் சொல்லித்தந்து அவளோடு பாடினான்.

> லில்லிப் பூக்கள் பூத்திருக்கும் பறவைக்குளம்
> புழுதிக்காட்டில் இருக்கிறதே
> சின்னஞ்சிறு மைனா ஓரத்தில் நீரருந்த வந்து,
> வழுக்கிவிழுந்து நீருக்குள் மூழ்கியதே

ஹெராத்தின் தினப்பத்திரிக்கை இத்திஃபாக்-ஏ-இஸ்லாம் -ஐ எடுத்துவரும் ஜலீல் அவளுக்கு அதை வாசித்துக்காட்டுவான். கொல்பாவிலிருந்தும், குல்-தமான் மற்றும் ஹெராத்திலிருந்தும் வெகு தூரத்திலிருந்த ஒரு உலகத்தை, பிரதமமந்திரிகள் மற்றும் வாயில் நுழையாத பெயர்களைக் கொண்ட ஒரு உலகத்தை, ரயில்களும், அருங்காட்சியகங்களும், பூமியைச் சுற்றிவந்து நிலவில் இறங்கிய ஏவுகணைகளைக் கொண்ட ஒரு உலகத்தை மரியத்துக்கு அறிமுகம் செய்தவனாகவும், அந்த உலகத்துக்கும் அவளுக்குமான ஒரு பாலமாகவும், சாட்சியாகவும் ஜலீல் இருந்தான். ஒவ்வொரு வியாழனும் அந்த உலகத்தின் பகுதியொன்றை அவளுடைய கொல்பாவுக்கு அவன் எடுத்து வந்தான்.

1973 இல், மரியத்துக்கு பதினான்கு வயதாகியிருந்த சமயம், காபுலை நாற்பதாண்டு காலம் ஆண்டு வந்த மன்னர் ஜாஹிர் ஷாவின் ஆட்சி கத்தியில்லாமல் ரத்தம் சிந்தாமல் ஒரு புரட்சியினால் புரட்டிப்போடப்பட்டதைப் பற்றி அவன்தான் அவளுக்குச் சொன்னான்.

"மன்னர் இத்தாலியில் சிகிச்சைக்காகச் சென்றிருந்த போது மன்னரின் ஒன்றுவிட்ட சகோதரர் தாவுத்கான் தான் இதை நிகழ்த்தினார். நான் உனக்கு தாவுத்கானைப் பற்றி சொல்லியிருக்கிறேனே நினைவிருக்கிறதா? நீ பிறந்த போது காபுலின் பிரதமமந்திரியாக இருந்தவர் அவர். எப்படியோ, ஆஃப்கானிஸ்தானில் இனிமேல் மன்னராட்சி இல்லை மரியம். இப்போது இங்கு குடியரசு ஆட்சி வந்துவிட்டது, தாவுத்கான் தான் குடியரசுத்தலைவர். காபுலைச் சேர்ந்த சோஷலிஸ்டுகளே ஆட்சி அமைப்பதில் அவருக்கு உதவினார்கள் என்று கிசுகிசுக்கப்படுகிறது.

கவனி, அவர் சோஷலிஸ்ட் அல்ல, சோஷலிஸ்டுகள் அவருக்கு உதவினார்கள் அவ்வளவு தான். எப்படியோ அது வெறும் புரளி என்றே நினைக்கிறேன்."

சோஷலிஸ்ட் என்றால் என்னவென்று மரியம் அவனைக் கேட்டதும் அவன் விளக்கத்துவங்கினான். ஆனால் அவள் அவன் சொன்னதைக் காதில் வாங்கவேயில்லை.

"கவனிக்கிறாயா?"

"ஆம்"

அவனுடைய கோட்டில், புடைத்திருந்த ஜேபியின் பக்கம் அவளுடைய பார்வை செல்வதை அவன் கவனித்துவிட்டான். "ஓ பார்த்துவிட்டாயா சரிதான். இன்னமும் நேரங்கடத்தாமல் இந்தா இதோ..."

தன்னுடைய சட்டைப் பையிலிருந்து ஒரு சிறிய பெட்டியை வெளியிலெடுத்து அவளிடம் அவன் கொடுத்தான். படிகக்கல்லால் ஆன கங்கணம் ஒன்று, நவமணி மாலை ஒரு முறை, இப்படி சிறிய பரிசுகளை அவளுக்காக அவன் அவ்வப்போது கொண்டுவருவான். அன்றைக்கு மரியம் பெட்டியைத் திறந்து பார்க்க, அதனுள் இலை வடிவப்பதக்கத்தாலும் நிலவும் நட்சத்திரங்களும் பொறிக்கப்பட்ட காசுகளாலும் ஆன மாலை இருந்தது.

"அணிந்து பாரேன் மரியம் ஜோ."

அவள் அணிந்து காட்டினாள். "எப்படி இருக்கிறது?"

ஜலீல் மகிழ்ச்சிப் புன்னகை புரிந்தான். "ராணி மாதிரி இருக்கிறாய்."

அவன் போனதும் நாணா மரியத்தின் கழுத்தில் கிடந்த மாலையைப் பார்த்தாள்.

"குற் மாலை. மக்கள் பிச்சையாக எறியும் நாணயங்களை உருக்கி அவர்கள் நகை செய்வதை நான் பார்த்திருக்கிறேன். உன்னுடைய பெருமதிப்புக்குரிய அப்பா அடுத்த முறையாவது தங்கத்தினாலான எதுவும் கொண்டு வருகிறானா பார்ப்போம்."

ஜலீல் கிளம்ப வேண்டிய நேரம் வந்ததும் அவளுக்கும் அவனுடைய அடுத்த வருகைக்கும் இடையில் அசையாமல் ஜடம்

போல நிற்கும் அந்த ஒருவாரத்தின் நினைப்பில் மனமுடைந்து போவாள் மரியம். அவன் அந்த சமவெளியைக் கடப்பதை கதவுக்கு அருகில் நின்று மூச்சைப் பிடித்துக்கொண்டு பார்ப்பாள். மூச்சைப் அடக்கிக்கொண்டு தலைக்குள்ளாக அவள் நொடிகளை எண்ணிக்கொண்டிருப்பாள். அவள் மூச்சை நிறுத்தும் ஒவ்வொரு நொடிக்குப் பதிலாகவும் இறைவன் அவளுக்கு ஜலீலுடனான நாட்களையளிப்பான் என்று நினைத்துக்கொள்வாள்.

இரவுகளில் படுக்கையில் கிடந்தபடி ஹெராத்திலிருக்கும் அவனுடைய வீடு எப்படியிருக்கும் என்று அவள் கற்பனை செய்வாள். அவனை தினமும் பார்ப்பதும் அவன் கூடவே வாழ்வதும் எப்படியிருக்கும் என்று யோசிப்பாள். அவன் சவரம் செய்து முடித்ததும் அவன் வெட்டிக்கொண்ட இடத்தைக் காட்டி, துவாலை எடுத்துத்தருவதாய் கற்பனை செய்தாள். அவனுக்காக அவள் தேநீர் தயாரிப்பாள். அவன் சட்டைப் பொத்தான்களைத் தைப்பாள். ஹெராத்தில் அவர்கள் ஒன்றாக உலவுவார்கள், எது வேண்டுமென்றாலும் கிடைக்கும் என்று ஜலீல் சொன்ன வால்டட் பஜாரில் திரிவார்கள். அவனுடைய காரில் அவர்கள் பயணம் செய்வார்கள். பார்க்கிறவர்கள் "அதோ ஜலீல்கான் அவன் மகளுடன் போகிறான்" என்பார்கள். ஒரு கவிஞன் புதைக்கப்பட்ட அந்த புகழ்பெற்ற மரத்தடியை அவன் அவளுக்குக் காட்டுவான்.

ஒருநாள் இதையெல்லாம் அவனிடம் சொல்லவேண்டுமென்று மரியம் முடிவு செய்துகொண்டாள். அவன் கிளம்பியதும் அவள் அவனை நினைத்து எவ்வளவு ஏங்குகிறாள் என்பது தெரிந்தால் அவன் நிச்சயமாக அவளைத் தன்னுடன் அழைத்துச்செல்வான். ஹெராத்தில் தன்னுடைய வீட்டில் தன் மற்ற பிள்ளைகளோடு ஒன்றாக வாழ அவன் அவளை அழைத்துச்செல்வான்.

5

“எனக்கு என்ன தேவையென்று நானொரு முடிவுக்கு வந்துவிட்டேன்” என்றாள் மரியம், ஜலீலிடம்.

அது 1974 இன் வசந்தகாலம், மரியத்துக்கு பதினைந்து வயது துவங்கயிருந்தது. வில்லோ மரங்களின் நிழலின் கீழே அவர்கள் மூவரும் முக்கோண வடிவில் இடப்பட்டிருந்த மடக்கு நாற்காலிகளில் அமர்ந்திருந்தார்கள்.

“என் பிறந்தநாளுக்கு என்ன வேண்டுமென்று நான் தீர்மானித்துவிட்டேன்”

“அப்படியா” என்று உற்சாகமூட்டும் விதமாகப் புன்னகைத்தான் ஜலீல்.

மரியத்தின் அனத்தல் தாங்காமல், தன்னுடைய திரையரங்கில் ஒரு அமெரிக்கப்படம் ஓடிக்கொண்டிருந்ததை அவளிடம் அவன் சொல்லியிருந்தான். அது கார்ட்டூன் எனப்படும் ஒரு விசேஷ வகைப்படம் என்றான். முழுப் படமுமே தொடர் சித்திரங்களினாலானது, ஆயிரக்கணக்கான சித்திரங்களை படமாக்கி ப்ரொஜெக்டரின் மூலமாக திரையில் காட்டும்போது, அந்த சித்திரங்கள் நகர்வது போன்ற தோற்றம் உண்டாகும் என்றான். குழந்தைகளற்ற தனியான, மகனுக்காக ஏங்கும் பொம்மைசெய்பவன் ஒருவனின் கதை அது என்றான் ஜலீல். அவன் ஒரு பொம்மைச் சிறுவனைச் செய்ய, அதிசயத்தக்க வகையில் அவன் உயிர் பெற்றுவிடுகிறான். இன்னமும் சொல்லச்சொல்லி மரியம் தூண்ட, அந்தக் கிழவனும் பொம்மையும் செய்யும் ஏராளமான சாகசங்களைப் பற்றியும், ப்ளஷர் ஐலாண்ட் என்றோர் இடம் இருக்கிறதென்றும் அங்கே போக்கிரிப் பையன்கள் கழுதைகளாக மாறிவிடுவதையும் இறுதியில் கிழவனும் பொம்மையும் ஒரு திமிங்கலத்தால் விழுங்கப்படுவதையும் ஜலீல்

அவளுக்குச் சொன்னான். மரியம் முல்லா ஃபைசுல்லாவிடம் இந்தக் கதையைச் சொன்னாள்.

"நீங்கள் என்னைத் திரையரங்குக்குக் கூட்டிச் செல்ல வேண்டும், எனக்கு அந்த கார்டூனைப் பார்க்க வேண்டும். அந்த பொம்மைப் பையனையும்" என்றாள் மரியம்.

இதனால் சூழலில் வந்த மாற்றத்தை மரியம் உணர்ந்தாள். தன்னுடைய பெற்றோர் தங்கள் இருக்கைகளில் நெளிவதையும், அவர்களின் பார்வைப் பரிமாற்றத்தையும் அவள் கவனித்தாள்.

"இல்லை அது சரிவராது" என்றாள் நாணா. ஜலீல் உடன் இருக்கும் நேரங்களில், அந்தக் குரலில் எப்போதும் இருக்கும் அடங்கிய தன்மை, கட்டுப்பாடு, பணிவு எல்லாமும் அப்போதும் இருந்தாலும் அதிலிருந்த கடினமான குற்றஞ்சாட்டும் வெறிப்பையும் மரியம் உணர்ந்தாள்.

ஜலீல் இருக்கையில் தன்னை பொருத்திக்கொண்டான். இருமி, தன் தொண்டையை சரி செய்து கொண்டான்.

"படச்சுருளின் தரம் அவ்வளவு நன்றாக இல்லை. ஒலியமைப்பும் தான். ப்ரொஜெக்டர் கூட சமீபமாக பழுதாக இருக்கிறது. உன் அம்மா சொல்வது சரிதான். நீயேன் வேறொரு பரிசைப் பற்றி யோசிக்கக் கூடாது மரியம் ஜோ."

"அதே தான். பார்த்தாயா உன் அப்பாவும் ஒப்புக்கொண்டார்" என்றாள் நாணா.

ஆனால் சிறிதுநேரம் கழித்து, ஓடைக்கரையில் மரியம் மீண்டும் சொன்னாள். "என்னை அழைத்துச் செல்லுங்கள்."

"நான் சொல்வதைக் கேள். உன்னை அழைத்துச்சென்று நல்ல இருக்கையில் அமர்த்தி உனக்கு வேண்டுமளவு மிட்டாய்கள் கொண்டு வந்து தருமாறு யாரையாவது நான் அவசியம் அனுப்புகிறேன்" என்றான் ஜலீல்.

"இல்லை. நீங்கள் தான் என்னை அழைத்துச் செல்ல வேண்டும்."

"மரியம் ஜோ-"

"அதோடு என்னுடைய தம்பி தங்கைகள் அனைவரையும் நீங்கள் அழைத்துவர வேண்டும். நான் அவர்களை எல்லாம் சந்திக்க வேண்டும். நாங்கள் எல்லோருமாகப் போக வேண்டும். இதைத்தான் நான் விரும்புகிறேன்."

பெருமூச்செறிந்த ஜலீல், வேறெங்கோ, மலைகளுக்கப்பால் பார்த்துக்கொண்டிருந்தான்.

திரையில் மனித முகம் ஒரு வீட்டின் அளவுக்கு பெரிதாகத்தெரியும், ஒரு கார் மோதிக்கொள்வதைப் பார்த்தால் நம் எலும்புகளுக்குள் அதன் கம்பிகள் முறுக்குவதை உணர முடியும் என்றெல்லாம் ஜலீல் சொன்னது அவளுக்கு நினைவிருந்தது. ஜலீலுடனும் தன் சகோதர சகோதரியருடனும், பிரத்யேகமான பால்கனி இருக்கைகளில் அமர்ந்துகொண்டு ஐஸ்க்ரீம் விழுங்கிக் கொண்டிருப்பதை மரியம் மனக்கண்ணில் பார்த்தாள். "எனக்கு அது தான் வேண்டும்" என்றாள்.

கதியற்ற முகபாவத்துடன் ஜலீல் அவளைப் பார்த்தான்.

"நாளை மதியம் இதே இடத்தில் உன்னை சந்திக்கிறேன். நாளைக்கு? சரி தானா?

"இங்கே வா" என்றவன், குனிந்து அவளைத் தன்னிடம் இழுத்துக்கொண்டான். பிறகு நெடுநேரம் அவளை அணைத்தவாறிருந்தான். நெடுநேரத்துக்கு.

முதலில் நாணா முஷ்டியை முறுக்கிக்கொண்டும் தளர்த்திக் கொண்டும் *கொல்பா*வைச் சுற்றி நடந்தாள்.

"எப்படிப்பட்ட நல்லநல்லபிள்ளைகள் எல்லாம் இருக்கும் போது கடவுள் ஏன் எனக்கு உன்னைப் போன்ற ஒரு நன்றி கெட்ட மகளைக் கொடுத்தார்? உனக்காக நான் எதையெல்லாம் தாங்கிக்கொண்டேன். என்ன தைரியம் உனக்கு ? என்னை இப்படி கைவிட்டாயே? நம்பிக்கைத் துரோகி. *ஹராமி!*"

பிறகு ஏளனக்குரலில் சொன்னாள்.

"எப்பேர்பட்ட முட்டாள் பெண் நீ! அவனுக்கு நீ முக்கியம் என்றும் அவனுடைய வீட்டில் உன்னைச் சேர்த்துக்கொள்வார்கள் என்றும் நினைக்கிறாயா? அவன் உன்னைத் தன் மகளாக ஏற்றுக்கொண்டான்

என்று நினைக்கிறாயா? தன் வீட்டுக்கு அழைத்துக்கொள்வான் என்று நினைக்கிறாயா? நன்றாகத் தெரிந்துகொள் மரியம். ஆணின் இதயம் இருக்கிறதே அது கேவலமான, மோசமான ஒன்று. அது தாயின் கருப்பையைப் போன்றதல்ல. உனக்கு இடம் கொடுப்பதற்காக அது விரியாது, இரத்தம் சிந்தாது. உன்னை நேசிக்கும் ஒரே உயிர் நான் தான். உனக்கென்று உலகில் இருப்பது நான் மட்டும் தான் மரியம், மேலும் நான் போய்விட்டால் உனக்கு ஒன்றுமே மிஞ்சாது. உனக்கென்று எதுவுமே இருக்காது. நீ வெறும் ஒரு சூன்யம் தான்!"

அடுத்து, குற்ற உணர்வைத்தூண்டப் பார்த்தாள்.

"நீ போனால் நான் செத்துப்போவேன். எனக்குள் ஜின் புகுந்து, எனக்கு வலிப்பு உண்டாகும். நாக்கைக் கடித்துக்கொண்டு நான் செத்துப்போவதை நீ பார்ப்பாய். என்னை விட்டுப் போகாதே மரியம் ஜோ. என்னோடே இரு. நீ போனால் நான் இறந்துபோவேன்."

மரியம் அமைதியாக இருந்தாள்.

"மரியம் ஜோ, நான் உன்னை நேசிப்பது உனக்குத் தெரியுமல்லவா."

மரியம் தான் உலாவப் போவதாக சொன்னாள்.

அங்கேயே இருந்தால் அவள் மனம் நோகும்படியான எதையாவது தான் சொல்லிவிடுவோமோ என்று அவள் அஞ்சினாள். ஜின் என்பதெல்லாம் வெறும் பொய்யென்றும் நாணாவுக்கு இருப்பது ஒரு வியாதி, அதற்கு ஒரு பெயர் உண்டு, மருந்து உட்கொண்டால் அது சரியாகிவிடும் என்றெல்லாம் ஜலீல் சொல்லியிருப்பதையும், ஜலீல் வலியுறுத்தியும் அவனுடைய மருத்துவர்களை அவள் பார்க்க மறுத்தது ஏனென்றும், அவன் வாங்கிக்கொடுத்த மாத்திரைகளை அவள் ஏன் உண்பதில்லை என்றும் கேட்டுவிடுவோமோ என்று அஞ்சினாள். அவளுக்கு மட்டும் சரியாகப் பேசத்தெரிந்தால் தன்னை ஒரு ஆயுதமாக அவள் உபயோகப்படுத்திக்கொள்வதைத் தான் வெறுப்பதாக, தன்னிடம் பொய் சொல்வதையும், தன்னிடம் அதீத உரிமை எடுத்துக்கொண்டு, உலக வாழ்க்கைக்கு எதிராக, அவளுடைய இன்னொரு துயரமாக தன்னை மாற்றுவதையும் தான் வெறுப்பதாகச் சொல்லியிருப்பாள்.

“உனக்கு பயம் நாணா. உனக்குக் கிடைக்காத சந்தோஷம் எனக்குக் கிடைத்துவிடும் என்று உனக்கு பயம். நான் சந்தோஷமாக இருப்பதை நீ விரும்பவில்லை. எனக்கு ஒரு நல்ல வாழ்வு அமைவதை நீ விரும்பவில்லை. கேவலமான புத்தி இருப்பது உனக்குத்தான்” என்றும் சொல்லியிருப்பாள்.

சமவெளியின் முடிவிலிருக்கும் மலையின் கீழே பார்க்க வசதியான அந்த முனைக்குப் போவது மரியத்துக்கு மிகவும் பிடிக்கும். அவள் இப்போது அங்கேயிருக்கும் காய்ந்த கதகதப்பான புல்லில் அமர்ந்திருக்கிறாள். குழந்தைகளின் விளையாட்டு அட்டையைப் போல ஹெராத் நகரம் அவளுக்குக் கீழே விரிந்து கிடந்தது. வடக்கில் பெண்கள் பூங்காவும், ச்சார்-சுக் கடைவீதியும், தெற்கில், அலெக்சாந்தரின் ஆட்சியின் எச்சங்களாய் இருந்த பழைய நகரத்தின் மிச்சமும் அவள் அமர்ந்திருக்கும் இடத்திலிருந்து தெரிகிறது. தொலைவில் தெரிந்த ஸ்தூபிகள் அரக்கர்களின் அழுக்கு விரல்களாய் காட்சி தர, மக்கள், வண்டிகள் மற்றும் கழுதைகளால் நெரிசலாய் இருந்த வீதிகளையும் அவளால் காணமுடிந்தது. தலைக்கு மேலாக குருவிகள் வட்டமிடுவதையும் பிறகு அவை கீழ்நோக்கிப் பாய்வதையும் அவள் பார்த்தாள். அவளுக்கு அந்தப் பறவைகளின் மீது பொறாமையாக இருந்தது. அவை ஹெராத்துக்குப் போயிருந்திருக்கின்றன. அதன் பள்ளிவாசல்களுக்கு மேலே, அதன் கடைவீதிகளின் மேலே அவை பறந்திருக்கின்றன. ஒருவேளை அவை ஜலீலின் வீட்டுச் சுவர்களின் மீதோ அவனுடைய திரையரங்கின் வாசலிலோ கூட இறங்கியிருக்கலாம்.

அவள் பத்து கூழாங்கற்களைப் பொறுக்கி அவற்றை நெட்டுக்குத்தாக மூன்று கட்டங்களில் அடுக்கினாள். நாணா பார்க்காத சமயங்களில் அவ்வப்போது அவள் தனிமையில் இந்த விளையாட்டை விளையாடுவாள். முதல் கட்டத்தில் அவள் நான்கு கற்களை வைத்தாள். அவை கதீஜாவின் பிள்ளைகள். அடுத்ததாக அஃப்சூனின் பிள்ளைகளுக்கு மூன்று கற்கள், பிறகு மூன்றாவது கட்டத்தில் இன்னமும் மூன்றுகற்கள் நர்கிஸின் குழந்தைகளுக்காக. பிறகு அவள் இன்னொரு கட்டத்தைச் சேர்த்தாள். அதில் பதினொன்றாவதாக தனித்த ஓர் கல்லை இட்டாள்.

மறுநாள் காலையில், முட்டிவரையில் நீண்ட ஒரு இளமஞ்சள் சட்டையையும், பருத்தியாலான காற்சட்டையையும், கூந்தலின் மீது ஒரு பச்சைக்குட்டையையும் அவள் அணிந்துகொண்டாள். தலைக்குட்டை சட்டைக்குப் பொருத்தமில்லாமல் பச்சை நிறத்திலிருப்பது குறித்து கொஞ்சம் கவலைப்பட்டாள், ஆனால் வேறு வழியில்லை இருந்த இன்னொன்றை அந்துப்பூச்சிகள் அரித்துவிட்டன.

அவள் கடிகாரத்தைப் பார்த்தாள். கையால் சாவி கொடுக்கப்பட வேண்டியதான அது இளம்பச்சை வண்ணத்தினாலும் கருப்புநிற எண்களினாலுமானது. அதைப் பரிசளித்தது முல்லா ஃபைசுல்லா தான். நேரம் ஒன்பது மணி. நாணா எங்கிருக்கிறாள் என்று அவள் யோசித்தாள். நாணாவையும் அவளுடைய குற்றஞ்சாட்டும் தோரணையையும் எதிர்கொள்ள பயந்து வெளியில் போய் அவளைத்தேடலாம் என்ற எண்ணத்தைத் தவிர்த்தாள். நாணா அவளைத் துரோகி என்று குற்றஞ்சாட்டக்கூடும். பைத்தியக்காரத்தனமான ஆசைகள் உள்ளவள் என்று அவளைப் பரிகசிக்கக்கூடும்.

மரியம் கீழே அமர்ந்தாள். ஜலீல் கற்றுக்கொடுத்திருந்தது போல் ஒரே இழுப்பில் ஒரு யானையை வரைந்துவிட மீண்டும் மீண்டும் முயன்றாள். அமர்ந்தபடியே இருந்ததில் அவளுக்கு முதுகு வலித்தது ஆனாலும் சட்டை கசங்கிவிடக்கூடுமென்ற பயத்தில் அவள் படுத்துக்கொள்ளவில்லை.

கடிகாரம் பதினொன்றரை மணி காட்டியதும் மரியம் பதினோரு கூழாங்கற்களையும் சட்டைப் பையில் இட்டுக்கொண்டு வெளியில் சென்றாள். கவிந்த கூரை போன்ற நிழலைத்தந்த வில்லோ மரத்தினடியில் நாணா ஒரு நாற்காலியில் அமர்ந்திருந்ததை ஆற்றுக்குப் போகும் போது மரியம் பார்த்தாள். தன்னை அவள் கவனித்தாளா இல்லையா என்று அவளுக்குத் தெரியவில்லை.

முதல் நாள் அவர்கள் இட்டுக்கொண்ட ஒப்பந்தத்தின்படி அவள் ஓடைக்கருகில் காத்திருந்தாள். வானில் சில சாம்பல்நிற, காலிஃப்ளவர் வடிவ மேகங்கள் மிதந்துபோயின. சாம்பல் வண்ண மேகங்களின் மேற்புறம் சூரிய ஒளியை உறிஞ்சிக்கொள்வதால் அவற்றின் நிழலே அவற்றின் மீது படிந்து அடிப்பாகத்தில் கருத்துத் தெரிவதாக ஜலீல் சொல்லித்தந்திருக்கிறான். *நீ பார்ப்பது அதைத்தான் மரியம் ஜோ, அடிப்பாகத்தின் கருநிறத்தை.*

இன்னும் சிறிது நேரம் கழிந்தது.

மரியம் *கொல்பாவுக்குத்* திரும்பினாள். இம்முறை நாணாவின் கண்ணில் பட்டுவிடக்கூடாதென்று சமவெளியின் மேற்குப்புற எல்லையால் அவள் நடந்தாள். கடிகாரத்தைப் பார்த்தாள். ஒரு மணி ஆகவிருந்தது.

அவர் ஒரு வியாபாரி. எதிர்பாராமல் ஏதாவது வேலை வந்திருக்கும் என்று மரியம் நினைத்தாள்.

ஓடையினருகில் சென்று மேலும் சிறிது நேரம் காத்திருந்தாள். கருநிறப்பறவைகள் தலைக்கு மேலாகப் பறந்து புல்வெளிக்குள்ளாக எங்கோ பாய்ந்தன. ஒரு சிறியநெருஞ்சிச் செடியின் கீழே முசுக்கட்டைப் பூச்சியொன்று ஊர்ந்து போனது.

அவள் கால்கள் கடுக்கும் வரை காத்திருந்தாள். ஆனால் இம்முறை அவள் *கொல்பாவுக்குத்* திரும்பிச்செல்லவில்லை. காற்சட்டையின் கீழ்பாகத்தை முட்டிவரை சுருட்டிக்கொண்டு ஓடையைத் தாண்டினாள், வாழ்வில் முதல்முறையாக குன்றைவிட்டிறங்கி ஹெராத்துக்குப் பயணப்பட்டாள்.

நாணா ஹெராத்தைப் பற்றி சொன்னதெல்லாமும் கூட தவறு தான். யாரும் அவளைச் சுட்டிக்காட்டவில்லை. யாரும் சிரிக்கவில்லை. சந்தடிமிக்க, நெரிசலான, திரளான பாதசாரிகளுக்கு நடுவில் மிதிவண்டி ஓட்டிகளும், கோவேறுக்கழுதைகள் இழுத்த *காரி* வண்டிகளும் சென்று கொண்டிருந்த, இருபுறமும் சைப்ரஸ் மரங்கள் வரிசையிட்ட பெருஞ்சாலைகளில் அவள் நடந்தாள், ஒருவரும் அவளைக் கவனிக்கக் கூட இல்லை. யாருமே அவளை *ஹராமி* என்றழைக்கவுமில்லை. அவளைப் பார்க்கவும் யாருக்கும் தோன்றவில்லை. எதிர்பாராவிதமாக, அதிர்ஷ்டவசமாக அவள் அங்கு வெறும் ஒரு சாதாரண நபர் தான்.

ஒரு பெரிய பூங்காவின் நடுவே கூழாங்கல் பாதைகள் ஊடுபாவிய முட்டை வடிவ நீச்சல் குளத்தினருகில் அவள் சற்று நேரம் நின்றாள். குளத்தையொட்டி நின்றிருந்த அழகிய பளிங்குக்குதிரைகள் மீது ஆச்சரியத்துடன் தன் விரல்களை ஓட்டினாள், குனிந்து, குளத்தின் நீரை தன் வெளிறியவிழிகளால் வெறித்தாள். அங்கே காகித கப்பல்களைச் செய்து மிதக்க விட இருந்த சிறுவர் கூட்டத்தைக் கண்காணித்தாள். துலிப்புகள், பெதூனியாக்கள், லில்லிக்கள் என்று எங்கு பார்த்தாலும் மலர்கள்

பூத்திருப்பதையும் அவற்றின் இதழ்களைச் சூரியன் தன் ஒளியால் ஒளிரச்செய்ததையும் பார்த்தாள். மக்கள் பாதையோரங்களில் நடந்தார்கள், மர இருக்கைகளில் அமர்ந்து தேநீர் அருந்தினார்கள்.

தான் அங்கிருப்பதை மரியத்தால் நம்பவே முடியவில்லை. அவளுடைய இதயம் உற்சாகத்தில் படபடத்தது. இப்போது முல்லா ஃபைசுல்லா அவளைப் பார்க்க வேண்டும் என்று அவள் விரும்பினாள். அவள் எவ்வளவு அச்சமற்றவளாக தைரியசாலியாக அவர் கண்களுக்குத் தெரிவாள். இந்த நகரத்தில் தனக்காகக் காத்துக்கொண்டிருந்த மதிப்புமிக்க வாழ்க்கையை வாழ்ந்துவிடவும் தன் தந்தையுடனும் சகோதர சகோதரிகளுடனும் எந்த எதிர்பார்ப்பும் தடைகளுமற்று நேசிக்கவும் நேசிக்கப்படவும் அவள் ஆவலாகயிருந்தாள்.

பூங்காவின் அருகில் விரிந்திருந்த கடைவீதியைக்காண அவள் களிஉவகையோடு சென்றாள். அம்பாரமாகக் குவிந்திருந்த திராட்சைகளுக்கும் செர்ரிப்பழங்களுக்கும் பின்னால் அமர்ந்து கொண்டு அவளை பொறுமையற்று பார்த்த சிறுவியாபாரிகளைக் கடந்தாள். செருப்பணியாத சிறுவர்கள் சீமை மாதுளைப்பழப்பைகளைக் குலுக்கியபடி பேருந்துகளையும் கார்களையும் விரட்டினார்கள். சுற்றிலும் இவ்வளவு அற்புதங்கள் நடக்கும் போது தன்னைக் கடந்து போகிறவர்களால் அவற்றைக் கவனிக்காமலிருக்க எப்படி முடிகிறதென்று தெருவோரத்தில் நின்றபடி கவனித்துக்கொண்டிருந்த மரியம் வியந்து போனாள்.

சிறிது நேரம் கழித்து தைரியத்தை வரவழைத்துக்கொண்டு அங்கிருந்த ஒரு வயதான *காரி* குதிரை வண்டியோட்டியிடம் திரையரங்கு உரிமையாளர் ஜலீலின் வசிப்பிடம் அவருக்குத் தெரியுமா என்று கேட்டாள். குண்டு கன்னங்களுடனும் வானவில் வண்ண மேல் கோட்டுடனும் இருந்த அந்தக் கிழவர் நட்பாக "ஜலீல்கானின் இருப்பிடம் எல்லோருக்கும் தெரியுமே? நீ ஹெராத்தைச் சேர்ந்தவளில்லை சரி தானே" என்றார்.

"அதை எனக்குக் காட்ட முடியுமா?"

"நீ தனியாகவா வந்திருக்கிறாய்" என்றவர் தாளில் சுற்றப்பட்டிருந்த மிட்டாயை வெளியில் எடுத்தார்.

"ஆம்"

“ஏறிக்கொள். நான் உன்னை அழைத்துச்செல்கிறேன்.”

“என்னால் உங்களுக்கு ஊதியம் கொடுக்க முடியாது. என்னிடம் பணமில்லை.”

மிட்டாயை அவளிடம் கொடுத்தவர், இரண்டு மணி நேரமாக சவாரி ஏதுமில்லையென்றும் தானே வீடு திரும்புவதாகத்தான் இருந்ததாகவும் ஜலீலின் வீடு வழியில்தான் இருப்பதாகவும் சொன்னார்.

மரியம் வண்டியில் ஏறினாள். அருகருகில் அமர்ந்திருந்த அவர்கள் மௌனமாகவே பயணப்பட்டார்கள். வழியில் மரியம் மூலிகைக் கடைகளையும் முன்பக்கம் திறந்திருந்த பெட்டிக்கடைகளில் பயணாளிகள் ஆரஞ்சுகள், பேரிக்காய்கள், புத்தகங்கள், சால்வைகள் ஏன் ராஜாளிப்பறவைகளைக் கூட வாங்குவதைப் பார்த்தாள். தேநீர்கடைகளுக்கு வெளியே விரிப்புகள் போர்த்திய மரப்பாதைகளில் அமர்ந்திருந்த ஆண்கள் தேநீர் அருந்துவதையும் ஹூக்கா புகைப்பதையும் பார்த்தாள்.

ஊசியிலை மரங்கள் அணிவகுத்த அகன்ற தெருவுக்குள் கிழவர் நுழைந்தார். தெருவின் மத்தியப்பகுதியில் குதிரையை நிறுத்தினார்.

“உனக்கு அதிர்ஷ்டம் தான் மகளே. அதோ பார் அதுதான் அவருடைய கார்.”

மரியம் கீழே குதித்தாள். அவர் புன்னகை புரிந்துவிட்டு வண்டியைத் தொடர்ந்து ஓட்டிப்போனார்.

அதற்கு முன்பு மரியம் எந்தக் காரையும் தொட்டுப்பார்த்ததில்லை. தன்னுடைய உருவத்தைத் தட்டையாகப் பிரதிபலித்த, பளபளவென்ற கருப்புநிறத்திலிருந்த, மினுங்கும் சக்கரங்களைக் கொண்டிருந்த ஜலீலின் காரின் முகப்பில் தன் விரல்களை ஓட்டினாள் மரியம். அதன் இருக்கைகள் வெண்ணிற விலங்குத்தோலால் செய்யப்பட்டிருந்தன. வண்டியின் சுக்கானுக்குப் பின்னால் முட்கள் கொண்ட கண்ணாடிமுகப்புகள் இருந்தன.

மனதின் ஆழத்தில் பூத்திருந்த நம்பிக்கைப் பொறியின் மீது நீரூற்றி அணைக்கப் பார்க்கும் நாணாவின் கேலிக்குரல் அந்த நொடியில் மரியத்துக்குக் கேட்டது. அவள் நடுங்கும் கால்களோடு

வீட்டின் முன்புறக்கதவினருகில் சென்றாள். சுவர்களின் மீது தன் கரங்களை வைத்தாள். ஜலீலின் அந்தச் சுவர்கள், மிக உயரமாகவும், தீமையை முன்னறிவிப்பது போலவும் தோன்றின. மறுபக்கத்திலிருந்து உயர்ந்திருந்த சைப்ரஸ் மரங்கள் அவற்றின் மீது எங்கே கவிகின்றன என்று பார்க்க மரியம் தன் கழுத்தை ஆன வரைக்கும் உயர்த்த வேண்டியிருந்தது. மரங்களின் உச்சி, காற்றில் ஆட, அவை தலையசைத்து தன்னை வரவேற்பதாக மரியம் கற்பனை செய்துகொண்டாள். தனக்குள்ளாக ஓடிய ஏமாற்றத்தின் நடுக்கத்தைத் தடுத்து தன்னைத்தானே நிலைப்படுத்திக்கொண்டாள்.

செருப்பணியாத இளம்பெண்ணொருத்தி கதவைத்திறந்தாள். அவளுடைய கீழுதட்டின் அடியில் பச்சை குத்தியிருந்தது.

"என் பெயர் மரியம். ஜலீல்கானின் மகள். அவரைப் பார்க்க வந்திருக்கிறேன்."

அந்தப் பெண்ணின் முகத்தில் குழப்பத்தின் சாயல் தெரிந்தது. பிறகு கண்டுகொண்டுவிட்டதற்கான அடையாளம் தெரிய, உதடுகளில் மெல்லிய புன்னகையும் ஆவலும் எதிர்பார்ப்புமான பாவனையோடும் மாறினாள். "இங்கேயே காத்திரு" என்றாள் சட்டென்று.

கதவை மூடினாள்.

சில நிமிடங்கள் கழிந்தன. இம்முறை உயரமான, அகன்ற தோள்களும், தூக்கக் கலக்கமான விழிகளும் அமைதியான முகமுமாய் இருந்த ஒரு ஆண் கதவைத்திறந்தார்.

"நான் ஜலீல்கானின் வண்டியோட்டி" என்றார் மென்மையான குரலில்.

"என்ன? அவருக்கு நீங்கள் யார்?"

"நான் அவருடைய வண்டியோட்டி. ஜலீல்கான் இங்கே இல்லை."

"நான் அவருடைய காரைப் பார்த்தேனே."

"அவர் அவசர வேலையாக வெளியில் போய்விட்டார்."

"எப்போது திரும்பி வருவார்?"

"அதுபற்றி அவர் ஒன்றும் சொல்லவில்லை."

மரியம் தான் காத்திருப்பதாகச் சொன்னாள்.

அவர் வாயிற் கதவைச் சாத்தினார். மரியம் முழங்கால்களைக் கட்டி தன் மார்பருகே இழுத்து வைத்துக்கொண்டு அமர்ந்தாள். அப்போதே மாலை மங்கத்துவங்கிவிட்டது அவளுக்கு பசிக்க ஆரம்பித்திருந்தது. சரி, குதிரைவண்டிக்காரர் கொடுத்த மிட்டாயைத் தின்றாள். கொஞ்சம் பொறுத்து வண்டியோட்டி மறுபடியும் வெளியில் வந்தார்.

“இன்னமும் ஒரு மணி நேரத்துக்குள் இருட்டிவிடும். நீ வீட்டுக்குப் போயாக வேண்டும்.”

“எனக்கு இருட்டு பழக்கம் தான்.”

“குளிரவும் துவங்கிவிடும். நான் உன்னைக் கொண்டு போய் வீட்டில் விட்டுவிடுகிறேனே. நீ வந்ததை அவரிடம் சொல்கிறேன்.”

மரியம் எதுவும் பேசாமல் அவரைப் பார்த்தாள்.

“சரி, உன்னை நான் ஏதாவது ஒரு விடுதிக்கு அழைத்துச் செல்கிறேன். அங்கே நீ வசதியாக உறங்கலாம். விடிந்ததும் என்ன செய்வதென்று யோசிப்போம்.”

“என்னை வீட்டுக்குள் விடுங்களேன்.”

“விடக்கூடாது என்றுதான் எனக்கு உத்தரவிடப்பட்டிருக்கிறது. நான் சொல்வதைக் கேள், அவர் எப்போது வருவார் என்று யாருக்குமே தெரியாது. நாட்கணக்கில் ஆகலாம்.”

மரியம் மார்போடு சேர்த்து கரங்களைக் கட்டிக்கொண்டாள்.

வண்டியோட்டி பெருமூச்செரிந்தபடி அவளை இரக்கத்துடன் பார்த்தார்.

அவள் சம்மதிக்கவில்லை. அதற்குப் பிறகு வந்த பலவருடங்களில், அவர் சொன்னது போலவே, அவரோடு கொல்பாவுக்கே போயிருந்திருக்கலாமென்றும், அப்படிச் செய்திருந்தால் இப்படியெல்லாம் நடந்திருக்காதே என்றும் எண்ணி எண்ணி மரியம் ஏங்கிப் போவதற்கான எண்ணிலடங்காத சந்தர்ப்பங்களை வாழ்க்கை அவளுக்காக வைத்திருந்தது. அவள் ஜலீலின் வீட்டு வாசலிலேயே இரவைக் கழித்தாள். வானம் கருப்பதை, அருகிலிருந்த வீடுகளின் முன்புறத்தை நிழல்கள் விழுங்குவதை, அவள் கண்டாள். பச்சை குத்தியிருந்த பெண் அவளுக்குக் கொஞ்சம்

ரொட்டியும் ஒரு தட்டு சோறும் கொண்டு வர, மரியம் அது தனக்கு வேண்டாம் என்றாள். அந்தப் பெண் அதை மரியத்தின் அருகிலேயே விட்டுச்சென்றாள். தெருவில் சிறிது நேரத்துக்கு ஒரு முறை நடமாட்டத்தையும், கதவுகள் திறப்பதையும், மெல்லிய குரலில் முகமன்கள் பரிமாறப்படுவதையும் மரியம் செவியுற்றாள். மின்சார விளக்குகள் எரியத்துவங்க, சன்னல்கள் மென்மையாக ஒளிர்ந்தன. பசி தாங்கமுடியாமல் போனதில் மரியம் ரொட்டியையும் சோற்றையும் உண்டாள். பிறகு தோட்டத்தில் சப்தமெழுப்பிய சுவர்க்கோழிகளின் ஒலியைக் கவனித்தாள். மேலே வெளிறிப்போயிருந்த நிலவுக்கு மேலாக மேகங்கள் நழுவின.

காலையில் அவள் உலுக்கி எழுப்பப்பட்டாள். இரவில் யாரோ தன்னை ஒரு போர்வையால் போர்த்தியிருந்ததைக் கண்டாள்.

அவள் தோளை உலுக்கியது வண்டியோட்டிதான்.

"போதும். ரொம்ப கலாட்டா பண்ணிவிட்டாய். *பஸ். இனி கிளம்பவேண்டியது தான்."

மரியம் எழுந்தமர்ந்து கண்களைத் தேய்த்துக்கொண்டாள். அவளுடைய முதுகும் கழுத்தும் வலியெடுத்தன. "நான் அவருக்காகக் காத்திருக்கப் போகிறேன்."

"என்னைப் பார். ஜலீல்கான் உன்னை இப்போதே அழைத்துச்சென்று விட்டுவருமாறு என்னிடம் சொல்லியிருக்கிறார். புரிகிறதா? ஜலீல்கானே சொன்னார்."

காரின் பின் கதவைத் திறந்தவர், "*பியா. வா*" என்றார் மென்மையாக.

"எனக்கு அவரைப் பார்க்க வேண்டும்" என்றாள் மரியம் விழிகளில் நீர்த்திரையிட.

அவர் பெருமூச்செறிந்தார். "உன்னை உன் வீட்டுக்கு அழைத்துச்செல்கிறேன் **தொக்தர் ஜோ*."

மரியம் எழுந்து அவரை நோக்கி நடந்தாள். பிறகு திடீரென்று திசையை மாற்றிக்கொண்டு வாயிற்கதவை நோக்கி ஓடினாள். அவருடைய கரம் எப்படியாவது அவளைப் பிடித்துவிடுவதற்காக அவளைப் பற்றிக்கொள்ள முயன்றதை உணர்ந்தாள். அவரை உதறிவிட்டு திறந்திருந்த வாயிலுக்குள் ஓடினாள்.

ஜலீலின் தோட்டத்தில் அவள் இருந்த ஒருசில நொடிகளில் மரியத்தின் விழிகள், பளபளப்பான ஒரு கண்ணாடி கூண்டுக்குள் செடிகள் இருந்ததையும், மரப்பந்தல்களில் திராட்சைக் கொடிகள் படர்ந்துகிடந்ததையும், சாம்பல் வண்ண கற்களால் கட்டப்பட்டிருந்த மீன் குளத்தையும், பழ மரங்களையும் எங்கும் நிறைந்திருந்த வண்ணவண்ணப் பூக்கள் பூத்திருந்த செடிகளையும் பதிவு செய்து கொண்டன. அவளுடைய விழிகள் இவை எல்லாவற்றின் மீதும் படர்ந்து பின்னர் மேலே சன்னலில் கண்ட ஒருமுகத்தின் மீது நிலைகொண்டன. அந்த முகம் அங்கே ஒரு நிமிடம் மட்டுமே மின்னல் போல வந்து மறைந்தது. ஆனால் அதுவே போதுமான நேரம். அந்த விழிகள் அகலத்திறந்ததையும் வாய் பிளந்ததையும் காண அதுவே போதுமான நேரம். பிறகு அது மறைந்தது. ஒரு கை பரபரத்து நாளத்தை இழுக்க, திரைச்சீலைகள் இறங்கின.

பிறகு ஒரு ஜோடிக்கரங்கள் அவளுடைய கரங்களின் அடியில் புதைந்து அவளை உயரே தூக்கின. மரியம் உதைத்தாள். அவளுடைய சட்டைப் பையிலிருந்து கூழாங்கற்கள் சிதறின. காரின் சில்லிட்டிருந்த பின்பக்க இருக்கைக்குள் கிடத்தப்படும் வரை மரியம் உதைத்துக்கொண்டும் அழுதுகொண்டுமிருந்தாள்.

வண்டியோட்டி சமாதானமான மெல்லிய குரலில் பேசினார். மரியம் அவருடைய பேச்சைக் கவனிக்கவில்லை. பயணம் முழுக்கப் பின்னிருக்கையில் உருண்டிருந்தபடி அவள் அழுதாள். அது துயரத்தின் அழுகை, கோபத்தின் அழுகை, ஒரு மாயையிலிருந்து விடுபட்டதில் வந்த அழுகை. ஆனால் அதையெல்லாம் விட, முட்டாள்தனமாக ஜலீலை நம்பியதையும், என்ன உடுத்திக்கொள்வது என்றெல்லாம் கவலைப்பட்டதை நினைத்தும், ஹிஜாபின் நிறம் பொருந்தாமல் போனது பற்றி யோசித்ததையும், இவ்வளவு தூரம் நடந்து வந்ததையும், தெருவில் ஒரு சொறிநாயைப் போல கிடந்து உறங்கியதையும் எண்ணியேங்கி அழுத கண்ணீர் அது. எப்போதும் சரியாகவே யோசித்து அவளை எச்சரித்திருந்த தன் தாய், நாணாவின் துயரார்ந்த முகத்தை, வீக்கம் கண்டிருந்த அவளுடைய விழிகளை அலட்சியம் செய்துவிட்டதை நினைத்து அவள் உருகி அழுதாள்.

மாடி சன்னலில் தெரிந்த அவனுடைய முகத்தையே நினைத்துக்கொண்டிருந்தாள் மரியம். அவன் அவளை தெருவில் உறங்கவிட்டான். தெருவில். அவள் எழுந்து உட்கார்ந்தால்

யாராலும் பார்க்கப்பட்டுவிடுவோமோ என்ற ப்யத்தில் அவள் படுத்தவாறே கிடந்து அழுதாள். அவள் தன்னைத்தானே இன்று காலை கேவலப்படுத்திக்கொண்ட செய்தி ஹெராத் முழுவதும் பரவியிருக்கும் என்று நினைத்துக்கொண்டாள். முல்லா ஃபைசுல்லா மட்டும் இங்கே இருந்தால் அவர் மடியில் தலைவைத்துக் கொண்டு அவரிடம் ஆறுதல் பெறலாமே என்றெண்ணி ஏங்கினாள்.

சிறிது நேரத்தில் சாலை குண்டும்குழியுமாகி காரின் முற்பகுதி மேலே நிமிரத்துவங்கியது. ஹெராத்துக்கும் குல்-தமானுக்கும் இடையிலிருந்த உயரமான மலைப்பாதையில் அவர்கள் இருந்தார்கள்.

நாணாவிடம் போய் என்ன சொல்வது என்று மரியம் யோசித்தாள். எப்படி மன்னிப்புக்கேட்பது? எப்படி நாணாவின் முகத்தில் விழிப்பது?

காரை நிறுத்திய ஓட்டுனர் அவள் வெளியில் இறங்க உதவினார். “நான் உன்னை நடத்தி அழைத்துச்செல்கிறேன்” என்றார்.

சாலையிலும் மலைப்பாதையிலும் அவர் அவளை வழிநடத்த அவள் அனுமதித்தாள். பல்வகை செடி கொடிகள் வழியெங்கும் பூத்துக்குலுங்கின. மினுங்கிய காட்டுப்பூக்களின் மீது தேனீக்கள் மொய்த்தன. ஓட்டுனர் அவள் கையைப்பற்றி ஓடையைக் கடக்க அவளுக்கு உதவினார். ஹெராத்தின் புகழ்பெற்ற நூற்றியிருபது நாள் புயல் கூடிய விரைவில் வீசத்துவங்குமென்றும், மணல் ஈக்கள் எப்படி வெறிகொண்டு வேட்டையாடும் என்றுமெல்லாம் பேசிக்கொண்டு வந்தவர் திடீரென்று அவளுக்கு முன்னால் ஓடிப்போய் திரும்பிநின்று அவளுடைய கண்களைப் பொத்த முயன்றார், தாங்கள் வந்த வழியே அவளைத்தள்ளவும் செய்தார். “திரும்பு திரும்பு! பார்த்து விடாதே. திரும்பிப் போ” என்றார்.

ஆனால் அவர் தாமதித்துவிட்ட ஒரு நொடியில் மரியம் அதைப் பார்த்துவிட்டாள். ஒரு வன்காற்று வீசியதில், வில்லோ மரத்திலிருந்து தொங்கிய கிளைகள் திரைச்சீலைகள் போல ஒதுங்க, மரத்தின் கீழே இருந்ததை மரியம் பார்த்துவிட்டாள். நாற்காலி தலைகீழாகக் கிடந்ததை, கிளையிலிருந்து ஒரு கயிறு தொங்கியதை, நாணா அதன் முனையில் தொங்கிக்கிடந்ததை மரியம் பார்த்துவிட்டாள்.

★ பஸ் – போதும்

★ தொக்தர் ஜோ – இளம் பெண், சிறுமி, மகளே

6

குல்-தமான் மயானத்தின் ஒரு மூலையில் நாணாவைப் புதைத்தார்கள். முல்லா ஃபைசுல்லா புதைக்குழியினருகில் பிரார்த்தனை செய்ய, மரியம் பீபிஜோவினருகிலிருந்த பெண்களுடன் நின்றிருக்க ஆண்கள் சவப்போர்வை போர்த்தப்பட்ட நாணாவின் உடலை மண்ணுக்குள் இறக்கினார்கள்.

பிறகு, மரியத்தைக் *கொல்பாவுக்கு* அழைத்துச்சென்ற ஜலீல் அங்கிருந்த கிராமவாசிகளின் மத்தியில் மரியத்தை அதீதமாய் கவனித்துக்கொண்டான். அவளுடைய பொருட்களைச் சேகரித்து ஒரு பெட்டியில் வைத்தான். அவள் படுத்திருந்த கட்டிலில் அவளருகில் அமர்ந்து அவளுக்கு விசிறிவிட்டான். அவளுடைய முகத்தை வருடி, துயரார்ந்த பாவத்தை முகத்தில் காட்டி அவளுக்கு *எதாவது வேண்டுமா?* என்னவானாலும் சரி என்று இருமுறை கேட்டான்.

“இங்கே முல்லா ஃபைசுல்லா வரவேண்டும்” என்றாள் மரியம்.

“நிச்சயமாக. அவர் வெளியில் தான் இருக்கிறார். இதோ நான் அழைத்து வருகிறேன்.”

முல்லா ஃபைசுல்லாவின் கூன் விழுந்த உருவம் *கொல்பாவின்* கதவுக்குள் நுழைந்த அந்த நிமிடம் தான் அந்த முழுநாளிலும் மரியம் முதன்முறையாக அழுதாள்.

“ஆ, மரியம் ஜோ.”

அவர் அவளருகிலமர்ந்து அவளுடைய முகத்தைத் தன் கைகளில் ஏந்திக்கொண்டார். “நீ அழு மரியம் ஜோ அழு. அதற்கு வெட்கப்படவேண்டியதில்லை. ஆனால் மகளே இதை நினைவில் கொள். திருக்குரான் சொல்லுகிறது ‘ராஜ்ஜியத்தை ஆள்கின்ற அவன் ஆசிர்வதிக்கப்பட்டவன். அவன் தான் சகலத்தின் மீதும்

ஆளுமையுள்ளவன். அவனே உங்களைச் சோதிப்பதற்காக வாழ்வையும் மரணத்தையும் உண்டாக்கினான்.' குரான் உண்மையைத்தான் பேசுகிறது மகளே. அவன் நம்மை அனுபவிக்கச் செய்யும் ஒவ்வொரு சோதனைக்கும் வேதனைக்கும் பின்னாலும் ஒரு காரணம் இருக்கிறது."

ஆனால் அப்போது, அந்த நேரத்தில், இறைவனின் வார்த்தையில் மரியத்துக்கு ஆறுதல் கிடைக்கவில்லை. அவள் காதுகளில் ஒலித்துக்கொண்டிருந்ததெல்லாம் *நீ போனாயென்றால் நான் சாவேன். நான் இறந்துபோவேன்* என்று நாணா சொன்னது மட்டும் தான். அவளால் செய்ய முடிந்ததெல்லாம் அழுதழுது, முல்லா ஃபைசுல்லாவின் புள்ளிகளிட்ட, காகிதம் போன்ற மெல்லிய கைகளில் கண்ணீரைச் சிந்துவது மட்டும் தான்.

அவனுடைய வீட்டிற்கான அந்தப் பயணத்தில் காரின் பின்னிருக்கையில் ஜலீல் தன் கரத்தை மரியத்தின் தோளைச் சுற்றி இட்டுக்கொண்டு அவளுடனேயே அமர்ந்திருந்தான்.

"நீ என் கூடவே வசிக்கலாம் மரியம் ஜோ. மாடியில் ஓரறையை உனக்காகச் சுத்தம் செய்யச் சொல்லியிருக்கிறேன். உனக்கு அது பிடிக்குமென்று நினைக்கிறேன். அங்கிருந்து தோட்டத்தையும் பார்க்கலாம்."

மரியம் முதன்முறையாக அவனுடைய பேச்சை நாணாவின் காதுகளைக் கொண்டு கேட்டாள். அக்கறையற்ற ஒரு தொனி அந்த போலியான பொக்கையான உறுதிமொழிகளின் அடியில் இருந்து வந்ததை இப்போதுதான் அவளால் உணர முடிந்தது. அவனை ஏறிட்டுப் பார்க்கக் கூட அவளுக்கு மனம் வரவில்லை.

வண்டி வீட்டின் முன்னே நின்றதும் ஓட்டுனர் காரின் கதவைத்திறந்து அவளுடைய பெட்டியை வாங்கிச்சென்றார். இரண்டு நாட்களுக்கு முன் மரியம் அவனுக்காகக் காத்துக்கிடந்துவிட்டு உறங்கிப் போன நடைபாதையோரத்தின் முன்னாலிருந்த வாயிற்கதவுகளினூடே அவளுடைய இரு தோள்களின் மீதும் அவனுடைய உள்ளங்கைகளைப் பொருத்தி, ஜலீல் அவளை அழைத்துச் சென்றான். இரண்டு நாட்களுக்கு முன், மரியத்துக்கு ஜலீலுடன் இந்த தோட்டத்தில் நடப்பதைத் தவிர வேறெதுவுமே வேண்டியதில்லை என்றிருந்த அந்த இரண்டு

நாட்களை முடிந்துபோன ஜென்மம் என்பது போல உணர்ந்தாள் அவள். தன்னுடைய வாழ்க்கை இவ்வளவு வேகமாக எப்படி இப்படித்தலைகீழாக மாறிப்போனது என்று அவள் தன்னைத்தானே கேட்டுக்கொண்டாள். சாம்பல் வண்ணக் கற்பாதையின் மீது நடந்து சென்ற அவள் தன் பாதங்களின் மீதே பார்வையைப் பதித்திருந்தாள். ஜலீலும் அவளும் நடந்து போன போது தோட்டத்தில் ஆட்கள் இருந்ததையும் அவர்கள் நகர்ந்து கொண்டதையும் முணுமுணுத்ததையுமெல்லாம் அவள் அறிந்திருந்தாள். மாடி சன்னலிலிருந்து அவளைப் பார்த்துக்கொன்டிருந்த விழிகளின் கனத்தையும் அவள் உணர்ந்திருந்தாள்.

வீட்டினுள்ளேயும் மரியம் தலை கவிழ்ந்தேயிருந்தாள். நீலமும் மஞ்சளுமாக எண்கோணவடிவச் சித்திரங்களிட்ட அடர்சிகப்பு வண்ண தரைவிரிப்பில் நடந்துகொண்டே, ஓரக்கண்ணால் சிலைகளின் சலவைக்கல் அடிப்பாகங்களை, பூச்சாடிகளின் அடிப்பகுதிகளை, சுவர்களில் தொங்கிய திரைச்சீலைகளின் நுனிக்குஞ்சலங்களைக் கண்டாள். அதே நிறவிரிப்பால் போர்த்தப்பட்டு ஒவ்வொரு படியின் அடியிலும் அவை ஆணிகொண்டு அறையப்பட்டிருந்த குறுகலான படிகளில் அவளும் ஜலீலும் ஏறிச்சென்றார்கள். மாடியில் இடது ஓரத்தில், நீண்ட, விரிப்பு போர்த்திய கூடத்தில் அவளை அழைத்துச்சென்ற ஜலீல் ஒரு கதவின் அருகில் நின்று, அதைத்திறந்து அவளை உள்ளே விட்டான்.

“உன்னுடைய சகோதரிகள் நிலோஃபரும் அத்தியாவும் சில சமயம் இங்கே விளையாடுவார்கள். ஆனால் பெரும்பாலும் இதை நாங்கள் விருந்தினர் அறையாகத் தான் பயன்படுத்துவோம். இது உனக்கு வசதியாக இருக்குமென்று நினைக்கிறேன். நன்றாக இருக்கிறது இல்லையா?”

தேன் கூட்டுச் சித்திரங்கள் தீட்டப்பட்டிருந்த, நெருங்கப் பின்னிய பச்சைநிற கம்பளி போர்த்திய படுக்கையொன்று அந்த அறையிலிருந்தது. கீழேயிருந்த தோட்டம் தெரிவதற்காக, விரியத்திறக்கப்பட்டிருந்த திரைச்சீலைகளும் கம்பளியின் வண்ணத்துக்குப் பொருத்தமாகயிருந்தன. படுக்கையினருகில் மூன்று அடுக்குகள் கொண்ட அலமாரியொன்றும் அதன் மீது பூச்சாடியொன்றும் இருந்தன. சுவர்களெங்கும் மரியம் அறிந்திராத மனிதர்களின் புகைப்படங்கள் அடங்கிய அடுக்குகள் இருந்தன. ஒரு அடுக்கில் ஒத்தஉருவிலான மரப்பொம்மைகள் பெரிதிலிருந்து சிறிது என்ற வரிசையில் அடுக்கப்பட்டிருந்தன.

அவள் கவனிப்பதை ஜலீல் பார்த்தான். "மத்ரோஷ்க்கா பொம்மைகள். நான் அவற்றை மாஸ்கோவில் வாங்கினேன். உனக்குப் பிரியமென்றால் நீ அவற்றை வைத்து விளையாடலாம். யாரும் எதுவும் சொல்ல மாட்டார்கள்."

மரியம் படுக்கையில் அமர்ந்தாள்.

"உனக்கு எதுவும் வேண்டுமா?"

மரியம் படுத்துக்கொண்டாள். கண்களை மூடினாள். சிறிது நேரம் கழித்து அவன் கதவை மெதுவாக மூடியது அவளுக்குக் கேட்டது.

கீழேயிருந்த குளியலறைக்குப் போகும் போது தவிர மரியம் அறைக்குள்ளேயே இருந்தாள். அன்று அவளுக்காக வாயிற்கதவைத்திறந்த பச்சைகுத்தியிருந்த பெண் ஆட்டிறைச்சி உருண்டை, *சப்ஜி*, *ஆஷ்* சூப் எல்லாவற்றையும் அகலத்தட்டொன்றில் வைத்து, கொண்டு வந்தாள். அவற்றில் பெரும்பாலானவை உண்ணப்படவில்லை. ஜலீல் நாளில் பலமுறை வந்து அவளருகே படுக்கையிலமர்ந்து கொண்டு அவள் நலமாக இருக்கிறாளா என்று விசாரித்தான்.

"நீ விரும்பினால் எங்கள் அனைவரோடும் கீழே வந்து உண்ணலாம்" என்று தயக்கத்தோடு அழைத்தான். அவள் தனியே உண்பதையே விரும்புவதாகச் சொன்ன போது அதை அவசரமாக ஏற்றுக்கொண்டான்.

தன் வாழ்நாளின் பெரும்பகுதியில் அவள் எதை எண்ணி ஏங்கினாளோ, எதைப் பார்க்க ஆசைப்பட்டாளோ அதை - ஜலீலின் அன்றாட வாழ்க்கையை, அவன் வருவதை, போவதை, உணர்வுகள் மரத்துப்போனநிலையில் சன்னல் வழியாகப் பார்த்தாள் மரியம். முன்வாசல் வழியாக பணியாட்கள் வேகமாக வருவதும் போவதுமாக இருந்தார்கள். பசுமைக்குடிலுக்குள் ஒரு தோட்டக்காரன் சதா செடிகளைச் சீராய்க்கத்தரிப்பதும் அவற்றுக்கு நீரூற்றுவதுமாகயிருந்தான். நீண்ட மெல்லிய முகப்புகளுடனான கார்கள் தெருவுக்குள் நுழைந்து நின்றன. அவற்றிலிருந்து சூட் மற்றும் கராகுல் தொப்பிகளும் *சப்பன்* அணிந்த ஆண்களும் *ஹிஜாப்* அணிந்த பெண்களும் சீராய் தலைவாரியிருந்த குழந்தைகளும் வெளிவந்தனர். இந்த அந்நியர்களின் கரங்களைப் பிடித்துக் குலுக்கியும், தன் மார்பில் கையை வைத்துக்கொண்டு அந்தப்

பெண்களுக்குத் தன் தலையை அசைத்து முகமன் சொல்லியும் ஜலீல் பேசுவதைப் பார்த்த போதெல்லாம், நாணா சொன்னது உண்மை தான் என்று மரியம் உணர்ந்தாள். அவளால் இங்கே ஒட்ட முடியாது.

ஆனால் எனதான இடம் எது? இப்போது நான் என்னதான் செய்வது?

இந்த உலகில் உனக்கென்று இருப்பது நான் மட்டும் தான் மரியம், நான் இல்லாவிட்டால் உனக்கென்று ஒன்றுமே இருக்காது. உனக்கு ஒன்றுமே இருக்காது. நீ வெறும் ஒரு சூனியம் மட்டும் தான்.

கொல்பாவைச் சூழ்ந்திருந்த வில்லோ மரங்களைச் சுற்றும் பெருங்காற்றைப் போல, சொல்லத்தெரியாத இருள் அவளுள் சூழ்ந்தது.

ஜலீலின் வீட்டுக்கு மரியம் வந்து இரண்டு முழுநாட்களுக்குப் பிறகு அந்த அறைக்குள் ஒரு சிறுமி வந்தாள்.

“என்னுடைய ஒரு பொருள் இங்கிருக்கிறது” என்றாள்.

படுக்கையிலிருந்து எழுந்த மரியம் கால்களை மடக்கி அமர்ந்து கொண்டு, போர்வையைத் தன் மடிமேல் போட்டுக்கொண்டாள்.

சிறுமி அறைக்குள் வேகமாக ஓடி, அலமாரியைத்திறந்து சாம்பல் வண்ண சதுர பெட்டியொன்றை எடுத்தாள்.

“இது என்னவென்று தெரியுமா? க்ராமபோன். *க்ராமோ போன்.* இது இசைநாடாக்களை இசைக்கும். தெரியுமா? இசை. இது ஒரு க்ராமபோன்.”

“உன் பெயர் நிலோஃபர். உனக்கு எட்டு வயது.”

சிறுமி புன்னகை புரிந்தாள். அவளுக்கு ஜலீலின் கன்னக்குழியும் புன்னகையும் இருந்தன. “உனக்கெப்படித்தெரியும்?”

மரியம் தோள்களைக் குலுக்கினாள். ஒரு கூழாங்கல்லுக்கு நிலோஃபர் என்று பெயர் சூட்டியிருந்ததை அவள் சொல்லவில்லை.

“நீ பாட்டு கேட்கிறாயா?”

மரியம் மறுபடி தோளைக் குலுக்கினாள்.

நிலோஃபர் க்ராமபோனைச் சொடுக்கினாள். அந்தப் பெட்டியின் மூடிக்குக் கீழேயிருந்த ஒரு பையிலிருந்து இசைநாடா ஒன்றைத்தேடியெடுத்தாள். அதைப் போட்டு, கிராமபோனின் முள்ளை இறக்கினாள். இசை வழியத்தொடங்கியது.

பூவிதழ்களைக் காகிதமாக்கி
கடிதமெழுதுவேன் உனக்கு என் இனிமையானவனே
என் இதயத்தின் ராஜா நீயே
நீ தான் என் இதயராஜா

“உனக்குத் தெரியுமா இந்தப் பாடல்?”

“தெரியாது.”

“இது ஒரு இரானியப் படத்தின் பாடல். என் அப்பாவின் திரையரங்கில் பார்த்தேன். ஏய் இரு உனக்கு ஒன்று காண்பிக்கிறேன் பார்.”

மரியம் எதுவும் பேசுவதற்குள் தன்னுடைய உள்ளங்கைகளையும் நெற்றியையும் தரையில் வைத்து, கால்களை எம்பியவள், தலையையும் கைகள் இரண்டையும் ஊன்றி தலைகீழாக நின்றுகாட்டினாள்.

“உன்னால் இப்படிச் செய்ய முடியுமா” என்றாள் சவாலாக.

“முடியாது.”

கால்களை இறக்கி தன்னுடைய சட்டையை சீராக்கிக் கொண்ட நிலோஃபர் “நான் சொல்லித்தருகிறேன்” என்றாள். சிவந்துபோன நெற்றியிலிருந்து கூந்தலைப் பின்னுக்குத் தள்ளியவள் “இன்னும் எத்தனை நாட்கள் இங்கேயிருப்பாய்” என்று கேட்டாள்.

“எனக்குத் தெரியாது.”

“நீ சொல்வது போல உண்மையில் நீ ஒன்றும் என்னுடைய சகோதரியெல்லாம் இல்லையென்று என் அம்மா சொல்கிறார்.”

“நான் அப்படிச் சொல்லவேயில்லையே” மரியம் புளுகினாள்.

“நீ அப்படித்தான் சொன்னதாக அவர் சொல்கிறார், சரி அதனாலென்ன. நான் என்ன சொல்லவருகிறேனென்றால் நீ அப்படிச்சொன்னாலும், நீ என் சகோதரியாகவே இருந்தாலும் எனக்குப் பிரச்சினையில்லை.”

மரியம் படுத்துக்கொண்டாள். “எனக்கு களைப்பாயிருக்கிறது.”

“என் அம்மா சொன்னார். ஒரு ஜின் தான் உன் அம்மாவை தூக்கில் தொங்க வைத்ததாம்.”

“நிறுத்துகிறாயா?” திரும்பிப் படுத்துக்கொண்ட மரியம் “நான் இசையைச் சொன்னேன்” என்றாள்.

பீபிஜோ அன்றைக்கும் அவளைக் காண வந்தாள். அப்போது மழை பெய்துகொண்டிருந்தது. இளித்துக்கொண்டே படுக்கைக்கு அருகிலிருந்த நாற்காலியில் தன்னுடைய கனத்த தேகத்தைத் திணித்தாள் அவள்.

“இந்த மழை இருக்கிறதே மரியம் ஜோ, இதனால் என் இடுப்புக்குக் கேடு தான். உண்மையில் என் இடுப்பைச் சாகடிக்கத்தான் வருகிறது அது. நான் நினைக்கிறேன் ... ஆ ...வா வா செல்லம். பீபிஜோவிடம் வந்துவிடு. அழாதே. அடடா .. ஐயோ பாவமே. உச்...”

அன்றிரவு மரியத்துக்கு வெகுநேரம் தூக்கம் பிடிக்கவில்லை. அவள் படுக்கையில் கிடந்தபடி மேலே வெறித்துக்கொண்டு, கீழிருந்து கேட்ட காலடியோசைகளையும் சுவர்களால் அமுங்கிப்போன குரல்களையும் சன்னல்களின் மீது தாரைதாரையாக அறைந்துவிழுந்த மழைச் சத்தத்தையும் கேட்டுக்கொண்டிருந்தாள். ஒருவழியாக அவள் உறங்கிவிட்ட பிறகும் திடீரென்று கூச்சல் கேட்டு திடுக்கிட்டு விழித்துக்கொண்டாள். கீழ்த்தளத்தில் குரல்கள் கோபமாகவும் கடுமையாகவும் ஒலித்தன. வார்த்தைகளை மரியத்தால் விளங்கிக்கொள்ள இயலவில்லை. யாரோ கதவை அறைந்து சாத்தினார்கள்.

மறுநாள் காலை முல்லா ஃபைசுல்லா அவளைக் காண வந்தார். வெண்தாடியும், மனதுக்கினிய பொக்கைவாய் சிரிப்பையும் கொண்ட தன் நண்பரைக் கண்டதும் மரியத்தின் விழியோரங்களில் கண்ணீர் முட்டியது. அவள் படுக்கையின் மறுஓரத்துக்குத் தாவி, வேகமாக இறங்கியோடினாள். எப்போதும் போல

அவள் அவர் கரத்தையும் அவர் அவளுடைய நெற்றியையும் முத்தமிட்டுக்கொண்டார்கள். அவள் அவருக்காக ஒரு நாற்காலியை இழுத்துப் போட்டாள்.

"நம்முடைய வழக்கத்தை விட்டுவிடக் கூடாதில்லையா" என்றபடி அவர் தன்னுடன் கொண்டு வந்திருந்த குரானை அவளுக்குக் காண்பித்தார்.

"முல்லா சாஹிப் நீங்கள் எனக்கு குரானின் அத்தனை ஆயத்துக்களையும் சூராக்களையும் கற்றுக்கொடுத்துவிட்டீர்களே. எனக்கு இனி பாடம் தேவையில்லையென்று உங்களுக்கே தெரியுமே."

அவர் புன்னகையுடன் சரண் அடையும் பாவனையோடு தன் கைகளை உயர்த்தினார். "நீ கண்டுபிடித்துவிட்டாயா. ஒப்புக்கொள்கிறேன். ஆனால் உன்னைப் பார்க்க ஏதாவது காரணம் வேண்டுமே" என்றார் முல்லா.

"உங்களுக்குக் காரணங்கள் தேவையேயில்லை. உங்களுக்கு நிச்சயமாகத் தேவையில்லை."

"நீ அன்பானவள் மரியம் ஜோ."

அவர் குரானை அவளிடம் நீட்டினார். அவர் சொல்லித்தந்திருந்தது போல் அவள் அதை மூன்று முறை முத்தமிட்டு, முத்தங்களுக்கிடையே தன் நெற்றியிலும் ஒற்றிக்கொண்டு, அவரிடமே அதைத் திருப்பிக் கொடுத்தாள்.

"எப்படி இருக்கிறாய் மகளே?"

"நான் வந்து" ஆரம்பித்த மரியம் தொண்டைக்குள் ஒரு பாறை அடைத்துக்கொண்டதைப் போன்ற உணர்வினால் நிறுத்தினாள். "அம்மா, நான் அங்கிருந்து கிளம்புவதற்கு முன்பு சொன்னதையே நினைத்துக்கொண்டிருக்கிறேன். அவள் ..."

"இல்லை, இல்லை, வேண்டாம்." முல்லா ஃபைசுல்லா அவளுடைய முழங்காலில் தன் கரத்தை வைத்தார். "உன் தாய், அல்லாஹ் அவளை மன்னிக்கட்டும், அவள் நிம்மதியற்ற, மகிழ்ச்சியற்ற ஒரு பெண் மரியம் ஜோ. தனக்குத்தானேயும், அவளுக்கும், உனக்கும், அல்லாஹ்வுக்கும் பெரும் தீங்கிழைத்துக்கொண்டுவிட்டவள். அவன் அவளை

ஆயிரம் சூரியப் பேரொளி ◦ 59

மன்னித்துவிடுவான், அவன் பெருங்கருணையாளன், ஆனால் அவளுடைய செய்கையால் அவன் வேதனையடைந்துவிட்டான். உயிரை எடுப்பதை அவன் அனுமதிப்பதில்லை, தன்னுடையதானாலும் சரி பிறருடையதையும் தான். ஏனென்றால் உயிர் புனிதமானதென்று அவன் சொல்கிறான். இதைக் கேள்" என்றவர் நாற்காலியை இன்னமும் அருகில் இழுத்துப் போட்டு அவளுடைய கையை தன் இருகைகளுக்குள் வைத்துக்கொண்டார். "கேள், அவள் சிறுமியாகயிருந்த போதே, நீ பிறக்குமுன்பே உன் தாயை எனக்குத்தெரியும். அவள் அப்போதே துயரார்ந்து தான் இருப்பாள் தெரியுமா? அவள் செய்த காரியத்துக்கான விதை அப்போதே விதைக்கப்பட்டுவிட்டது என்றுதான் நினைக்கிறேன். நான் சொல்ல வருவதென்னவென்றால், அது உன் தவறல்ல. உன்னுடைய தவறே அல்ல மகளே."

"நான் அவளிடமிருந்து போயிருக்கக் கூடாது. நான் அங்கேயே-"

"அப்படிச் சொல்லாதே. இந்த எண்ணங்கள் சரியில்லை மரியம் ஜோ. புரிகிறதா? இது நல்லதேயல்ல. இது உன்னை அழித்துவிடும். அது உன் தவறல்ல, உன்னுடைய தவறு அல்லவேயல்ல."

மரியம் தலையாட்டினாள். ஆனால் அதை நம்ப வேண்டுமென அவள் எத்தனைப் பிரயாசைப்பட்டாலும் அவளால் அது முடியவில்லை.

ஒரு வாரம் கழித்து மதியவேளையொன்றில் கதவைத்தட்டிவிட்டு, உயரமும், வெளுத்த தோலும், சிவந்த கேசமும், நீண்ட விரல்களுமாயிருந்த பெண்ணொருத்தி உள்ளே வந்தாள்.

"என் பெயர் அஃப்சூன். நான் நிலோஃபரின் அம்மா. நீ முகம் கழுவிக்கொண்டு கீழே வாயேன் மரியம்?"

மரியம் தான் அறையில் இருக்கவே விரும்புவதாகச் சொன்னாள்.

"இல்லை, இல்லை *ஃபஹ்மிதி*, உனக்குப் புரியவில்லை. நீ கீழே வந்தாக வேண்டும். உன்னிடம் நாங்கள் பேசவேண்டியிருக்கிறது. விஷயம் முக்கியமானது."

7

ஒரு நீண்ட அடர்பழுப்பு வண்ண மேசையில் ஜலீலும் அவன் மனைவியரும் அவளுக்கு எதிரில் அமர்ந்திருந்தனர். அவர்களுக்கிடையே மேசையின் மத்தியில் ஸ்படிகப் பூச்சாடியொன்றில் சாமந்திகளும், வெளிப்புறத்தில் நீர்முத்துக்கள் கோத்திருந்த தண்ணீர் ஜாடியும் இருந்தன. நிலோஃபரின் தாயென்று அறிமுகம் செய்துகொண்ட சிகப்புக்-கேசப் பெண் அஃப்சூன், ஜலீலின் வலப்புறத்தில் அமர்ந்திருந்தாள். மற்ற இருவரான கதீஜாவும் நர்கீஸும் இடப்புறத்திலிருந்தனர். மனைவியர் அனைவரும் மெல்லிய, கருப்புநிறத் தலைக்குட்டைகளைத் தலையில் அணியாமல், போனால் போகிறதென்பது போலத் தங்கள் கழுத்தைச் சுற்றி, தளர்வாக இட்டிருந்தனர். நாணாவுக்காக அவர்கள் கருப்பு அணியக்கூடுமென்று கற்பனைகூட செய்திருக்காத மரியம் ஒருவேளை அவர்களில் ஒருவரோ அல்லது ஜலீலோ அவளை அழைப்பதற்குமுன் இந்த யோசனையைச் சொல்லியிருக்கலாம் என்று எண்ணினாள்.

மரியத்துக்காக ஜாடியிலிருந்து தண்ணீரையூற்றிய அஃப்சூன், குவளையை ஒரு கட்டம்போட்ட துணியாலான பிரிமனையில் வைத்தாள். கைகளாலேயே விசிறிக்கொண்டவள், "வசந்தகாலம் தானென்றாலும் இப்போதே வியர்க்க ஆரம்பித்துவிட்டது" என்றாள்.

"உனக்கு இங்கே செளகர்யமாக இருக்கிறதா?" சிறிய மோவாயும் கருநிறச்சுருள் கேசமும் கொண்ட நர்கிஸ் விசாரித்தாள். "இங்கே நீ வசதியாக இருக்கிறாய் என்று நம்புகிறோம். இந்தச் சோதனையைத் தாங்கிக்கொள்வது உனக்கு மிகவும் சிரமம் தான்."

மற்ற இருவரும் தலையை ஆட்டிக்கொண்டார்கள். மரியம் அவர்களுடைய திருத்தப்பட்ட புருவங்களையும் அவளுக்காக அவர்கள் வலிந்து செய்த, மெல்லிய புன்னகைகளையும் கவனித்தாள். மரியத்தின் தலைக்குள் விரும்பத்தகாத ஏதோ ஒரு ராகம் ஒலித்தது. அவளுடைய தொண்டை கமறியது. அவள் சிறிது தண்ணீர் அருந்திக்கொண்டாள்.

மரியம், ஜலீலுக்குப் பின்னால் இருந்த அகன்ற சன்னல்வழியாக, பூத்துக்குலுங்கிய ஆப்பிள் மரங்களின் வரிசையைப் பார்த்தாள். சன்னலை ஒட்டியிருந்த சுவரில் அடர்நிற மர அலமாரியொன்றிருந்தது. அதில் ஒரு கடிகாரமும், ஜலீலும் மூன்று சிறுவர்களும் ஒரு மீனைப் பிடித்துக்கொண்டிருக்கும் சட்டமிடப்பட்ட புகைப்படமும் இருந்தன. மீனின் செதில்களில் கதிரொளி பட்டு மின்ன, ஜலீலும் சிறுவர்களும் சிரித்துக்கொண்டிருந்தனர்.

“நல்லது, நான், அதாவது நாங்கள் உன்னை இங்கே வரச்செய்தது உனக்கு ஒரு மிகச்சிறப்பான செய்தியைச் சொல்லத்தான்.” அஃப்சூன் தொடங்கினாள்.

மரியம் நிமிர்ந்து பார்த்தாள்.

ஜலீலும் அந்தப் பெண்களும் வேகமாய்ப் பார்வைகளைப் பரிமாறிக்கொள்வதையும் ஜலீல் இலக்கற்று மேசையின் மீதிருந்த ஜாடியை வெறித்துப்பார்ப்பதையும் அவள் கவனித்துவிட்டாள். மூவருள் முதியவளாகத் தெரிந்த கதீஜாதான் முதலில் தன் பார்வையை மரியத்தை நோக்கித் திருப்பினாள், இந்தப்பொறுப்பும் அவளை அழைப்பதற்கு முன்னரே பேசிக்கொள்ளப்பட்டு, ஒப்புக்கொள்ளப்பட்டதுதான் என்று மரியத்துக்குத் தோன்றியது.

“உனக்கு ஒரு வரன் வந்திருக்கிறது” என்றாள் கதீஜா.

மரியத்தின் வயிறு கலங்கியது. மரத்துப்போன உதடுகளால் “என்னது” என்றாள்.

“ஒரு கஸ்தேகர். மாப்பிள்ளை. அவர் பெயர் ரஷீத். உன் அப்பாவுக்குத் தொழில்ரீதியிலான நண்பரொருவரின் நண்பர். அவர் ஒரு பஷ்டூன், கந்தேகரைச் சேர்ந்தவர். ஆனால் காபுலில் தே-மசங்கில் அவருக்குச் சொந்தமான இரண்டுமாடி வீட்டில் வசிக்கிறார்.”

அஃப்சூன் தலையாட்டினாள். “எங்களையும் உன்னையும் போல அவர் ஃபார்சியும் பேசுவதால் நீ பாஷ்டோ கற்றுக்கொள்ள வேண்டியதில்லை.”

மரியத்தின் மார்பு இறுகியது. அறை மேலும் கீழுமாய்ச் சுற்ற, அவள் பாதங்களுக்கடியில் பூமி நழுவியது.

“அவர் செருப்புத் தயாரிப்பவர். ஆனால், சேச்சே, சும்மா தெருவோரத்தில் தைப்பவரெல்லாம் இல்லை. அவருக்குச் சொந்தமான கடையிருக்கிறது. மேலும் காபுலில் அவர்தான் மிகப்பிரபலமான செருப்புத் தயாரிப்பாளர். பெரியமனிதர்களுக்கு- ஜனாதிபதி வீட்டு மனிதர்களுக்குக் கூட- அப்படிப்பட்டவர்களுக்குச் செய்கிறவர். அதனால் உனக்காக அவரால் தாராளமாய் செலவு செய்ய இயலும்.”

மரியம் விழிகளை ஜலீலின் மீது பதித்துக்கொண்டாள். அவளுடைய இதயம் நெஞ்சுக்கூட்டினுள் வேகமாய்த் துடித்துக்கொண்டிருந்தது. “இது உண்மை தானா? இவள் சொல்வதெல்லாம் உண்மை தானா?”

ஆனால் ஜலீல் அவளைப் பார்க்கவேயில்லை. தன் கீழுதட்டின் ஓரத்தைக் கடித்தபடி ஜாடியை வெறித்துக்கொண்டிருந்தான்.

“இதிலே ஒரு விஷயம் என்னவென்றால், அவர் உன்னை விட கொஞ்சம் மூத்தவர். ஆனால் எப்படிப்பார்த்தாலும் அவருக்கு நாற்பது நாற்பத்தியைந்துக்கு மேல் இருக்காது. நீ சொல்லேன் நர்கீஸ்” என்றாள் அஃப்சூன்.

“உண்மைதான். ஒன்பது வயதுப் பெண்கள் கூட உன் மாப்பிள்ளையை விடவும் இருபது வயது அதிகமுள்ள நபர்களுக்கு மணமுடிக்கப்படுவதை நான் பார்த்திருக்கிறேன் மரியம். நாம் எல்லோரும் பார்த்திருக்கிறோம். உனக்கென்ன பதினைந்தா? நல்லது. பெண்ணுக்கு மணமுடிக்க ஏற்ற வயது தான்.” உற்சாகமான தலையாட்டல்கள் நிகழ்த்திக்காட்டப்பட்டன. ஹெராத்தின் மெஹ்ரி பள்ளியில் படித்துக் கொண்டிருக்கும், காபுல் பல்கலைக்கழகத்தில் படிக்கவிருக்கும் தன் பின்னோதரிகளான, தன்னுடைய வயதையே ஒத்த, சைதா மற்றும் நஹீதைப் பற்றிய பேச்சே வரவில்லை என்பதை மரியம் கவனித்தாள். பதினைந்து, அவர்களுக்கு மணமுடிக்கவும் சரியான வயதுதானே.

“அதோடு அவருக்கும் வாழ்க்கையில் பெரும் இழப்புகள் ஏற்பட்டுள்ளன. அவருடைய மனைவி பத்து வருடங்களுக்கு முன் பிரசவத்தின் போது இறந்துபோனதாகக் கேள்வி. பிறகு மூன்று வருடங்களுக்குமுன் அவருடைய மகனும் ஏரியில் மூழ்கி விட்டானாம்.”

“ரொம்ப துயரம்தான். அவரும் சில வருடங்களாகப் பெண் தேடிக்கொண்டுதானிருக்கிறார். ஆனால் சரியாக அமையவில்லையாம்.”

“எனக்கு விருப்பமில்லை. எனக்கு இதில் விருப்பமில்லை. என்னை வற்புறுத்தாதீர்கள்.” அவள் ஜலீலிடம் சொன்னாள். தன் குரலிலிருந்த கெஞ்சும் தொனியை, கேவலை, அவளே வெறுத்தாளென்றாலும் அவளால் அதைத் தவிர்க்கமுடியவில்லை.

“இதோ பார் மரியம். நியாயமாக யோசி” என்றாள் மனைவியருள் ஒருத்தி.

அதற்குமேலும் எதை யார் சொல்கிறார்களென்றெல்லாம் மரியத்துக்கு கவனம் கொள்ளயியலவில்லை. இதெல்லாம் உண்மையில்லை என்று அவன் சொல்லிவிட மாட்டானா என்ற எதிர்பார்ப்பில் அவள் ஜலீலையே வெறித்துக்கொண்டிருந்தாள்.

“நீ வாழ்நாள் முழுக்க இங்கே இருக்க முடியுமா?”

“உனக்கென்று ஒரு குடும்பம் வேண்டாமா?”

“ஆம் உனக்கென்று ஒரு வீடு, குழந்தைகள்?”

“வாழ்ந்துதானே ஆகவேண்டும்?”

“உள்ளூரிலேயே ஒரு தஜிக்கை மணந்துகொள்வது நன்றாகயிருக்கும் தான். ஆனால் ரஷீத் ஆரோக்கியமானவர், உன்னில் விருப்பமாயிருக்கிறார். அவருக்கென்று வீடும் தொழிலும் இருக்கிறது. இதெல்லாம்தான் முக்கியம் இல்லையா? அதுவும் காபுல் சுவாரஸ்யமான, அழகான நகரம். இப்படி ஒரு நல்ல வாய்ப்பு மறுபடி கிடைக்காது போகலாம்.”

மரியம் அந்த மனைவிமாரிடம் தன் கவனத்தைத் திருப்பினாள்.

“நான் முல்லா ஃபைசுல்லாவிடம் போய்விடுகிறேன். அவர் என்னை அழைத்துக்கொள்வார், எனக்கு நன்றாகத்தெரியும்.”

“அதெல்லாம் சரி வராது. அவர் வயதானவர் இன்னும்...” கதீஜா சரியான வார்த்தையைத் தேடினாள், அவர் இன்னும் சிறிது காலத்தில் இறந்து போவார் என்பது தான் அவள் சொல்லவருவது என்று மரியத்துக்குத் தெரியும். அவர்கள் என்ன செய்யப் போகிறார்கள் என்று அவளுக்குப் புரிந்தது. உனக்கு இப்படி ஒரு நல்ல வாய்ப்பு கிடைக்காது. அவர்களுக்கும் கிடைக்காது தான். அவளுடைய பிறப்பு அவர்களுக்கு அவமானம். அவர்களுடைய கணவனின் இழிசெயலின்

சுவடே தெரியாமல் அதை முழுதாக அழித்துவிட அவர்களுக்கு இதைவிட்டால் வேறு வாய்ப்புக் கிடைக்காது.

"அவர் மூப்படைந்து பலகீனமாகிவிட்டார். அவர் போன பிறகு நீ என்ன செய்வாய்? அவருடைய குடும்பத்துக்குச் சுமையாகிவிடுவாய்." ஒருவழியாக கதீஜா இப்படிச் சொல்லிவிட்டாள்.

நீ எங்களுக்குச் சுமையாக இருப்பதைப் போல. குளிர்நாளின் புகைமூச்சுப் போல அவள் வாயிலிருந்து வெளிவராத இந்த வாக்கியத்தை மரியம் கண்டுகொண்டாள்.

ஹெராத்துக்குக் கிழக்கே அறுநூற்றைம்பது கிலோ மீட்டர் தொலைவில் இருப்பதாக முன்னர் ஜலீல் சொல்லியிருந்த அந்தப் பெரிய, அந்நியமான, நெரிசலான நகரத்திலிருப்பதாகக் கற்பனை செய்து பார்த்தாள் மரியம். *அறுநூற்றியைம்பது கிலோமீட்டர்கள்.* அவள் இதுவரை பயணம் செய்ததிலேயே மிகநீண்ட தொலைவு, *கொல்பா*விலிருந்து ஜலீலின் வீட்டுக்கு அவள் வந்த இரண்டு கிலோமீட்டர் நடைப்பயணம் தான். கற்பனை செய்யயிலாத அந்தத் தொலைவில் ஓர் அந்நியனின் வீட்டில் அவனுடைய மனநிலைகளுக்கு ஏற்ப அவனுடைய ஆணைகளுக்குக் கட்டுப்பட்டு காபுலில் வாழநேர்வதை அவள் நினைத்துப்பார்த்தாள். இந்த ரஷீதுக்காக அவன் வீட்டைச் சுத்தம் செய்ய, அவனுக்காகச் சமைக்க, அவன் உடுப்புகளைத் துவைக்க, வேண்டியிருக்கும். அதுமட்டுமல்லாமல் வேறு வேலைகளுமிருக்கும் – கணவன்மார்கள் மனைவியரை என்ன செய்வார்கள் என்று நாணா சொல்லியிருக்கிறாள். அந்த நெருக்கமான உறவின் நினைப்பில், அதிலும் முக்கியமாக அது வலிமிகுந்த, வக்கிரமான விஷயமெனும் பயம் நிறைந்ததில் அவள் வியர்த்து விறுவிறுத்தாள்.

அவள் மறுபடி ஜலீலிடம் திரும்பினாள்." சொல்லுங்கள் அவர்களிடம் சொல்லுங்கள். இதெல்லாம் செய்ய வேண்டாமென்று சொல்லுங்களேன்."

"உண்மையென்னவென்றால் உன் அப்பா ரஷீதுக்கு வாக்களித்துவிட்டார். ரஷீத் காபுலில் இருந்து இங்கே ஹெராத்துக்கு வந்துவிட்டார். நாளை விடிந்ததும் *நிக்காஹ்*, மதியம், காபுலுக்கு இங்கிருந்து ஒரு பேருந்து போகிறது" என்றாள் அஃப்சூன்.

"சொல்லுங்கள் அவர்களிடம்" மரியம் கதறினாள்.

அந்தப் பெண்கள் இப்போது அமைதியாகிவிட்டார்கள். அவர்கள் ஜலீலையே பார்த்துக் கொண்டிருந்ததையும், காத்துக் கொண்டிருந்ததையும் மரியம் உணர்ந்தாள். அறையில் ஒரு மௌனம் கவிந்தது. ஜலீல் தன் திருமண மோதிரத்தைத் திருகிக்கொண்டு காயம்பட்ட, கையாலாகாத முகத்துடன் அமர்ந்திருந்தான். அலமாரிக்குள்ளிருந்து கடிகாரம் ஓசையெழுப்பிக் கொண்டிருந்தது.

பெண்களுள் ஒருத்தி பொறுமையிழந்து "ஜலீல்ஜோ?" என்று குரலெழுப்பினாள்.

ஜலீலின் விழிகள் மெதுவாக நிமிர்ந்து மரியத்தின் விழிகளில் ஒரு நிமிடம் நிலைத்துப் பின் வீழ்ந்தன. அவன் வாயைத்திறந்து வேதனையோடு ஏதோ முனகினான்.

"ஏதாவது சொல்லுங்களேன்" என்றாள் மரியம்.

"ஐயோ கடவுளே, மரியம் என்னைக் கொல்லாதே" என்று மெல்லிய நடுங்கும் குரலால் ஏதோ அவனுக்குத்தான் பெரிய அநியாயம் நடக்கயிருப்பதைப் போலச் சொன்னான் ஜலீல்.

அத்தோடு அந்த அறையிலிருந்த பதட்டம் மறைந்ததை மரியம் உணர்ந்தாள்.

ஜலீலின் மனைவியர் புதிதாக-இன்னமும் உற்சாகமாக-சமாதானங்களைச் சொல்லத்துவங்க மரியம் குனிந்து மேசையின் கால்களைப் பார்த்தாள். அவள் அந்தக் கால்களின் மெல்லிய வடிவத்தை, பன்மடிப்புகள் கொண்ட அதன் மூலைகளை, அடர் பழுப்பு தளத்தின் பிரதிபலிக்கும் தன்மையை, கவனித்தாள். அவள் தான் மூச்சுவிடும் போதெல்லாம் அதன்மீது பனி போலொரு படலம் எழும்புவதில், தான் தன் தந்தையின் மேசையிலிருந்து மறைவதைப் பார்த்தாள்.

மாடியிலிருந்த அறைக்கு அவளை அஃப்சூன் அழைத்துச்சென்றாள். கதவைப் மூடியதும் பூட்டைத் திருகிய சாவியின் ஓசையை மரியம் கேட்டாள்.

8

காலையில், மரியத்துக்கு அடர்பச்சை வண்ண முழுக்கை அங்கியும் வெண்ணிறக் காற்சட்டையும் அணிந்துகொள்ளத் தரப்பட்டது. அஃப்சூன் அவளுக்குப் பச்சை நிறத்தில் ஹிஜாபையும் பொருத்தமான காலணிகளையும் தந்தாள்.

நீண்ட அடர்பழுப்பு மேசையிருந்த அறைக்கு அவள் அழைத்துச் செல்லப்பட்டபோது மேசையின் நடுவில் ஒரு கிண்ணத்தில் சர்க்கரைப் பாகிலிட்ட பாதாம் மிட்டாய்கள் இருந்தன, கூடவே ஒரு குரானும், பச்சைநிறத் தலைத்துணியும் ஒரு கண்ணாடியும் இருந்தன. மரியத்துக்கு அறிமுகமற்ற இரு ஆண்களும்-அவர்கள் சாட்சிகளாயிருக்கலாமென்று அவள் யூகித்தாள்-அவளுக்கு அடையாளம் தெரியாத ஒரு முல்லாவும் ஏற்கெனவே அங்கே அமரவைக்கப்பட்டிருந்தனர்.

ஜலீல் அவளை ஒரு நாற்காலிக்கு நடத்திச்சென்றான். அவன் இளம்பழுப்பு நிற சூட்டும் சிகப்பு வண்ணக் கழுத்துப்பட்டியும் அணிந்திருந்தான். அவன் தன் கேசத்தை அலசியிருந்தான். நாற்காலியை இழுத்துத் தந்தபோது ஊக்கமளிக்கும் விதமாக அவளைப் பார்த்து புன்னகை செய்ய முயன்றான். கதீஜாவும் அஃப்சூனும் இம்முறை மேசைக்கு எதிர்ப்புறம் அமர்ந்திருந்தார்கள்.

முல்லா முக்காட்டுத்துணியைப் பார்த்துச் சாடை காட்ட, மரியம் அமரும் முன், நர்கிஸ் அதை அவளுக்கு அணிவித்தாள். மரியம் தன் கைகளைப் பார்த்தவாறே அமர்ந்துகொண்டாள்.

"இப்போது நீங்கள் அவரை அழைக்கலாம்," ஜலீல் யாரிடமோ சொன்னான்.

அவனைப் பார்ப்பதற்கு முன்பே மரியம் அவனுடைய மணத்தை நுகர்ந்துவிட்டாள். சிகெரெட்டுப் புகையும் ஜலீலின் கலோனைப் போல மென் வாசமல்லாத கடும் இனிய கலோனின் வாசமுமாக

அந்த மணம் மரியத்தின் நாசித்துவாரங்களில் சடாரென்று நுழைந்தது. உயரமும் பருத்த வயிறும் அகன்ற தோள்களுமான ஒரு மனிதன் வாயிலுக்குள் கூனியபடி வருவதை மரியம் பார்த்தாள். அவனுடைய பருமனைப் பார்த்து அவளுடைய மூச்சே நின்றுபோகும்போலாகிவிட்டது, நெஞ்சு படபடக்க தன் பார்வையைக் கவிழ்த்துக் கொண்டாள். அவன் வாயிலிலேயே தயங்கிக் கொண்டிருந்ததை உணர்ந்தாள். பிறகு அறையில் அவனுடைய நிதானமான, நிலத்தை அதிரச்செய்யும் அசைவையும் உணர்ந்தாள். மேசையிலிருந்த இனிப்புக் கிண்ணம் அவனுடைய நடையசைவை ஒத்து அதிர்ந்தது. ஒரு உறுமலோடு அவளுடைய நாற்காலிக்கு அருகிலிருந்ததில் அமர்ந்தவன் ஓசையெழும்ப மூச்சுவிட்டான்.

அவனை வரவேற்ற முல்லா, இது வழக்கமான நிக்காவாகயிராது என்றார்.

"மதிப்புக்குரிய ரஷீத் அவர்கள் சற்று நேரத்தில் காபுல் செல்லும் பேருந்தில் பயணப்படவிருக்கிறார் என்றறிகிறோம். நேரமாகிக் கொண்டிருப்பதால் சில வழக்கமான சம்பிரதாயங்களைக் கைவிட்டு சடங்குகளை வேகமாகச் செய்யவேண்டியிருக்கிறது."

நல்லாசிகள் வேண்டிப் பிரார்த்தனை செய்துவிட்டுத் திருமணத்தின் முக்கியத்துவத்தை எடுத்துரைக்கும் சில வார்த்தைகளையும் அந்த முல்லா பேசினார். இந்தத் திருமணத்தில் ஜலீலுக்கு ஆட்சேபணையெதுவுமிருக்கிறதா என்று முல்லா கேட்க ஜலீல் தலையை அசைத்தான். பிறகு முல்லா ரஷீதிடம் உண்மையிலேயே மரியத்துடனான அந்த திருமண ஒப்பந்தத்தில் அவனுக்கு விருப்பம் தானா என்று கேட்டார். ரஷீத் "ஆம்" என்றான். அவனுடைய முரடான கரகரத்த குரல் இலையுதிர் காலத்தில் கால்களில் நொறுங்குபடும் சருகுகளின் ஓசையை நினைவுறுத்தியது.

"மரியம் ஜான் நீ இந்த மனிதரை உன் கணவராக ஏற்றுக்கொள்கிறாயா?"

மரியம் அமைதியாக இருந்தாள். தொண்டைகள் செருமப்படும் ஓசை எழும்பியது.

"அவளுக்குச் சம்மதம்", பெண் குரலொன்று மேசையின் கீழிருந்து ஒலித்தது.

“இதற்கு அவள்தான் பதில் தர வேண்டும். அதுவும் நான் மூன்று முறை கேட்பதற்காக பொறுத்திருந்து பிறகு பதிலளிக்க வேண்டும். அவர்தான் அவளை மணம்புரியக் கேட்கிறாரே தவிர இவள் கேட்கவில்லையே.”

அவர் இன்னமும் இரண்டு முறை மரியத்திடம் அதையே கேட்க மரியம் அமைதிகாக்க, மற்றொரு முறை மேலும் அழுத்தமாகக் கேட்டார். அவளருகில் அமர்ந்திருந்த ஜலீல் இருக்கையில் நெளிவதை, அவனுடைய கால்கள் மேசைக்கடியில் குறுக்கும் நெடுக்குமாகப் பின்னி மீள்வதை மரியம் உணர்ந்தாள். தொண்டைச் செருமல்களைக் கேட்டாள். ஒரு சிறிய வெண்கரம் மேசைக்கு நீண்டு அங்கிருந்த துளி தூசியைத் துடைப்பதையும் பார்த்தாள்.

“மரியம்” ஜலீல் கிசுகிசுத்தான்.

“சம்மதம்” என்றாள் மரியம் நடுங்கும் குரலில்.

முக்காட்டுக்கு அடியில் ஒரு கண்ணாடி திணிக்கப்பட்டது. மரியம் முதலில் அதில் தன் முகத்தை, வளைவற்ற, வடிவமில்லாத புருவங்களை, சப்பையாக வாரப்பட்ட கேசத்தை, மாறுகண்ணோ என்று சந்தேகப்படவைக்கும் வண்ணம் நெருக்கமாக அமையப்பெற்ற களிப்பற்ற பச்சைக்கண்களை, அவளுடைய சொரசொரப்பான மங்கலான, புள்ளிகளையுடையதாக இருந்த சருமத்தை, தேவைக்கதிகமாய் அகன்றிருப்பதாக அவள் நினைத்த புருவங்களை, மிகக்குறுகலானது என்று நினைத்த மோவாயை மிக மெல்லிய உதடுகளை எல்லாம் பார்த்தாள். மொத்தத்தில் தன் முகம் நீண்ட முக்கோண வடிவமும் கொஞ்சம் நாயின் முகத்தைப் போன்றதாகவும் இருப்பதாக அவள் நினைத்தாள். ஆனாலும் விசித்திரமாக இம்மாதிரியான, நினைவில் இருத்திக்கொள்ள முடியாத பாகங்களைக் கொண்டிருந்தாலும், அழகாக இல்லாவிட்டாலும்கூட, தன் முகம், பார்க்க அப்படியொன்றும் விரும்பத்தகாததாக இல்லை என்பதையும் மரியம் கவனித்தாள்.

கண்ணாடியில் மரியம் ரஷீதையும் முதன்முறையாகப் பார்த்தாள்: அந்தப் பெரிய முரட்டு முகம், கொக்கி போன்ற நாசி, கன்னங்களின் சிகப்பு கபடமான ஒரு களிப்புத்தன்மையை அவற்றுக்குத் தந்திருக்க, விழிகள் ரத்தநிறமாயும், பற்கள் அதீதநெரிசலாயும் இருந்தன, முதலிரண்டு பற்கள் ஒட்டிக்கொண்டு முக்கோண வடிவக்கூரையை ஒத்திருந்தன, அசாத்தியமாகத் தாழ்ந்திருந்த அந்த *மயிர்வரை-க்கும், அடர்ந்திருந்த

புருவங்களுக்கும் இடையில் இரண்டே விரற்கடை இடைவெளி தானிருக்கும், கேசம் அடர்ந்து, முரடாக, கருப்பும் வெள்ளையுமாக இருந்தது.

இருவரின் பார்வையும் கண்ணாடியில் சந்தித்து மீண்டன.

இது என் கணவனின் முகம். மரியம் நினைத்தாள்.

ரஷீத் தன் கோட்டுப் பையிலிருந்து துழாவியெடுத்த தங்கமோதிரங்களை இருவரும் மாற்றிக்கொண்டனர். அவனுடைய நகங்கள் மஞ்சளும் அடர்பழுப்புமாக அழுகிக்கொண்டிருக்கும் ஆப்பிளின் உட்புறம் போல இருந்தன. சிலவற்றின் முனைகள் சுருண்டு, மேல் நோக்கித் துருத்திக்கொண்டுமிருந்தன. அவனுடைய விரலில் மோதிரத்தை நுழைக்க முயன்றபோது மரியத்தின் கரங்கள் நடுங்கியதால் ரஷீதே அவளுக்கு உதவ வேண்டிவந்தது. அவளுக்கான மோதிரம் கொஞ்சம் சிறியதாயிருக்க, ரஷீத் சிரமமில்லாமல் அதை அவளுடைய விரல்மூட்டின் மீது நகர்த்திவிட்டான்.

"இதோ, முடிந்தது" என்றான்.

"மோதிரம் அழகாயிருக்கிறது. ரொம்ப அழகாயிருக்கிறது மரியம்" என்றாள் மனைவியருள் ஒருத்தி.

"இனி நீங்கள் ஒப்பந்தத்தில் கையெழுத்திடவேண்டியது தான் பாக்கி." முல்லா சொன்னார்.

மரியம் தன் பெயரின்-மீம், ரே, யா, மீண்டுமொரு மீம்- எல்லாவற்றையும் தன் விரல்களின் மீதே கவனமாயிருக்கும் அத்தனைக் கண்களையும் உணர்ந்தபடி எழுதினாள். இன்னும் இருபத்தியேழு வருடங்கள் கழித்து இன்னொரு ஒப்பந்தத்தில், வேறு ஒரு முல்லாவின் முன்னிலையில் மரியம் கையெழுத்திட இருக்கிறாள்.

"இந்த நொடியிலிருந்து நீங்கள் கணவன் மனைவி. தப்ரீக். வாழ்த்துகள்."

பலவண்ணப்பேருந்தில் ரஷீத் காத்திருந்தான். வண்டியின் பின்புற பம்பர் அருகில் ஜலீலுடன் நின்றிருந்த மரியத்தால் அவனைப்பார்க்க முடியவில்லையென்றாலும் திறந்திருந்த

சன்னலின் வழியே சுருளாய் எழும்பிய அவனுடைய சிகரெட் புகையை அவள் கண்டாள். அவர்களைச் சுற்றியும் கைகள் குலுக்கப்பட்டன, பிரியாவிடைகள் சொல்லப்பட்டன. திருக்குரான் உயர்த்திப்பிடிக்கப்பட மக்கள் அதற்குக் கீழே போய் நின்றுவிட்டு அதை முத்தமிட்டார்கள். செருப்பணியாத சிறுவர்கள் பயணிகளின் ஊடே புகுந்து போக, அவர்கள் சுமந்திருந்த கோந்துமிட்டாய் மற்றும் சிகரெட் தட்டுக்களின் பின்னால் அவர்கள் முகங்கள் மறைந்திருந்தன.

காபுல் மிக அழகான நகரம் என்றும் முகலாய சக்கரவர்த்தி பாபர் தன்னை அங்குதான் அடக்கம் செய்ய வேண்டுமென வேண்டிக்கொண்டதையெல்லாம் அவளுக்கு மும்முரமாகச் சொல்லிக்கொண்டிருந்தான் ஜலீல். விட்டால் காபுலின் தோட்டங்களைப் பற்றி, கடைகள், மரங்கள், அதன் காற்றைப் பற்றியெல்லாம் கூட பேசுவான், தொடர்ந்து அவள் பேருந்தில் ஏறியதும் அதன் பக்கவாட்டில் நடந்தவாறு மகிழ்ச்சியாய்க் கையசைப்பான், சிறிதும் குற்ற உணர்வில்லாமல், துயருறாமல் அவன் இதையெல்லாம் செய்வான்.

அப்படி நடக்கூடுமென்பதை மரியத்தால் சகித்துக்கொள்ள இயலவில்லை.

“உங்களை நான் ஆராதித்திருந்தேன்” என்றாள்.

ஜலீல் பாதி வாக்கியத்தில் தடைபட்டான். அவனுடைய கரங்களை மடித்து விடுவித்தான். கையில் குழந்தையோடிருந்த பெண்ணும் பெட்டியை இழுத்துக்கொண்டுசென்ற கணவனுமாய், இளைய, இந்தியத் தம்பதியொன்று அவர்களுக்கிடையே புகுந்தது. அந்த இடைவெளிக்காக ஜலீல் நன்றியுள்ளவனாகக் காணப்பட்டான். இடையீட்டுக்காக வருத்தம் தெரிவிக்கப்பட்டபோது பணிவாகப் புன்னகைத்தான்.

“வியாழக்கிழமைகளில் உங்களுக்காக மணிக்கணக்காகக் காத்திருப்பேன். வராமல் போய்விடுவீர்களோவென்று கவலைப்பட்டிருக்கிறேன்.”

“நீண்ட பயணம். உண்பதற்கு ஏதாவது வேண்டும்” என்றவன் தான் அவளுக்கு ரொட்டியும் ஆட்டுப்பாலாடைக் கட்டியும் வாங்கித்தருவதாகச் சொன்னான்.

"எந்நேரமும் நான் உங்கள் நினைப்பாகவேயிருந்தேன். நீங்கள் நூறு வயதுக்கு வாழவேண்டுமென்று பிரார்த்தனை செய்தேன். எனக்குத் தெரியவில்லை. நீங்கள் என்னை அவமானச் சின்னமாகக் கருதினீர்களென்று எனக்குத்தெரியாமல் போயிற்று."

ஜலீல் குனிந்து, ஒரு வளர்ந்த குழந்தையைப் போல தன் காலணியின் நுனியால் தரையைக் கிண்டினான்.

"நீங்கள் என்னை நினைத்து அவமானப்பட்டீர்கள்."

"நான் வந்து உன்னைப் பார்ப்பேன். நான் காபுலுக்கு வந்து உன்னைச் சந்திப்பேன். நாம்-"

"இல்லை. வேண்டாம். வராதீர்கள். நான் உங்களைச் சந்திக்கமாட்டேன். நீங்கள் வரவே வேண்டாம். உங்களிடமிருந்து செய்தியெதுவும் வருவதைக்கூட நான் விரும்பவில்லை. எப்போதும். எப்போதுமே."

அவன் காயம்பட்ட முகத்துடன் பார்த்தான்.

"உங்களுக்கும் எனக்கும் இதோடு எல்லாம் முடிந்தது. பிரியாவிடை கொடுத்துவிடலாம்."

"இப்படிப் பிரிய வேண்டாம்." அவன் மெல்லிய குரலில் சொன்னான்.

"முல்லா ஃபைசுல்லாவுக்கு விடைகொடுக்கப் போதுமான நேரத்தைக் கூட நீங்கள் எனக்கு அனுமதிக்கவில்லை."

அவள் திரும்பி, பேருந்தின் பக்கவாட்டிற்கு நடந்தாள். அவன் அவளைத் தொடர்வதை உணர்ந்தாள். சுருள்வில் கதவை அவள் அடைந்தபோதும் அவன் அவள் பின்னால் இருந்தான்.

"மரியம் ஜோ."

அவள் படிகளில் ஏறியபோது அவளுக்கு இணைக்கோட்டில் அவன் நடந்ததைத் தன் ஓரக்கண்ணால் அவளால் பார்க்கயியலவில்லை என்றாலும் அவள் சன்னலின் புறம் பார்க்கமறுத்தாள். தன் பாதங்களுக்கிடையில் அவளுடைய பெட்டியை வைத்துக் கொண்டிருந்த ரஷீத் அமர்ந்திருந்த கடைசி வரிசையை நோக்கி, அவள் வரிசைகளின் இடையே நடந்து சென்றாள். ஜலீலின்

உள்ளங்கை சன்னல் கண்ணாடியில் பதிந்தபோதும், அவன் விரல்மூட்டுக்களால் அதைத் தட்டியபடியே இருந்த போதும் அவள் திரும்பிப் பார்க்கவேயில்லை. பேருந்து குலுங்கிக்கொண்டே கிளம்பி நகர அவன் அதனோடே ஓடிவந்ததைப் பார்க்கவும் அவள் திரும்பவில்லை. வண்டி முழுவேகத்தில் ஓட ஆரம்பித்ததும் அதன் பின்னால் அவனொரு புள்ளியாய் மறைந்து தூசிமண்டலத்தில் கரைந்து போவதைப் பார்க்கவும் அவள் திரும்பவில்லை.

ஓரத்திலிருந்த இருக்கையோடு நடுவிலிருந்ததையும் ஆக்ரமித்திருந்த ரஷீத் அவனுடைய கனத்த கரத்தை அவள் மீது இட்டான்.

"அட அடடா. என்ன இது. அழாதே பெண்ணே" என்றான். சன்னலுக்கு வெளியில் சுவாரஸ்யமான எதையோ கண்டுவிட்டவன் போல கண்களைச் சுருக்கி வெளியில் பார்த்துக்கொண்டே அவன் இதைச் சொன்னான்.

★ மயிர்வரை – hairline

9

ரஷீதின் வீட்டை அவர்கள் அடைந்தபோது மறுநாள் மாலையாகிவிட்டிருந்தது.

"நாம் இப்போது தே-மசங்கில் இருக்கிறோம்," என்றான் அவன். அவர்கள் வெளியில், நடைபாதையில் நின்றிருந்தார்கள். அவன் ஒரு கையில் பெட்டியோடு மறுகையால் வாயிலின் மரக்கதவைத் திறந்துகொண்டிருந்தான். "நகரத்தின் தென்மேற்குப் பகுதி இது. மிருகக்காட்சிசாலையும் பல்கலைக்கழகமும் அருகில்தான் இருக்கின்றன."

மரியம் தலையசைத்தாள். அவன் பேச்சு அவளுக்குப் புரியவில்லையென்றாலும் அதைக் கூர்ந்து கவனித்தே ஆகவேண்டுமென்பதை அவள் தெரிந்துகொண்டிருந்தாள். காபுலின் வட்டார வழக்கிலும் அவனுடைய பூர்விகமான கந்தஹாரின் தொனியிலும் ஒலித்த அவனுடைய ஃபார்சி அவளுக்குப் புரியவில்லை. மரியம் பேசிய ஹெராத் ஃபார்சியைப் புரிந்துகொள்வதில் அவனுக்கு சிரமமேதுமிருக்கவில்லை.

ரஷீதின் வீடு அமைந்திருந்த குறுகிய, சாலையிடப்படாத தெருவை மரியம் வேகமாகப் பார்வையிட்டாள். அந்தத்தெருவிலிருந்த வீடுகள் நெரிசலாகவும் பொதுவான மதில் சுவர்களைக் கொண்டதாகவும் சிறிய, தடுப்புகளைக் கொண்ட முன்புறங்களைக் கொண்டதாகவும் இருந்தன. பெரும்பாலான வீட்டின் கூரைகள் தட்டையானவை, சுட்ட செங்கல்லாலும் குழைத்த மண்ணாலும் ஆன அவை, அந்த நகரைச் சூழ்ந்திருந்த மலைகளின் அதே சாம்பல் வண்ணம் கொண்டவை. நடைபாதையோரங்களைத் தெருவிலிருந்து பிரித்த வாய்க்கால்களில் சேற்றுநீர் புரண்டோடியது. ஆங்காங்கே ஈ மொய்த்த குப்பைகள் சிறு குன்றுகளாய்க் கிடந்ததையும் மரியம் கவனித்தாள். ரஷீதின் வீடு இரு தளங்கள் கொண்டது. ஒரு காலத்தில் அது நீலநிறமாய் இருந்திருக்குமென்பதையும் அவள் கவனித்தாள்.

ரஷீத் முன்வாயிலைத் திறந்ததும் பராமரிப்பில்லாத, சிறிய, வளரத் தத்தளித்த மஞ்சள் வண்ணப்புல் சிறு பாத்திகளிலிருந்த தோட்டத்தில் நின்றிருந்தாள் மரியம். வலப்பக்கத்தில் ஒரு சிறுஅறையையும் இடப்புறத்தில் கைப்பம்புடன் கூடிய ஒரு கிணறும், வாடிக்கொண்டிருந்த செடிக்கன்றுகளையும் கண்டாள். கிணற்றின் அருகில் ஒரு கருவி-வைப்பறையும், சுவரில் சாற்றி வைக்கப்பட்டிருந்த ஒரு மிதிவண்டியுமிருந்தன.

அங்கு கொல்லைப்புழக்கமில்லாததை மரியம் பார்த்தாள். முற்றத்தைக் கடக்கும்போது ரஷீத் சொன்னான். "உனக்கு மீன்பிடிப்பதில் பிரியமென்று உன் அப்பா சொல்லியிருக்கிறார். இங்கே வடக்கில் இரண்டு பள்ளத்தாக்குகள் இருக்கின்றன. ஏராளமான மீன்களுடன் ஆறுகளும் இருக்கின்றன. நான் உன்னை அங்கே அழைத்துச்செல்கிறேன்."

அவன் முன் கதவைத்திறந்து அவளை வீட்டினுள் விட்டான்.

ஜலீலின் வீட்டோடு ஒப்பிட, ரஷீதின் வீடு மிகச்சிறியதென்றாலும் மரியம்-நாணாவின் *கொல்பா*வுடன் பார்க்க அது ஒரு மாளிகைதான். முதலில் ஒரு கூடமும் வரவேற்பறையும் இருந்தன. அடுப்படியில் அவளுக்கு பானை, சட்டிகளையும், பிரஷர் குக்கர் மற்றும் மண்ணெண்ணெய் இஷ்டாப்பையும் அவன் காட்டினான். வரவேற்பறையில் பிஸ்தா நிற தோல் சோஃபா ஒன்றிருந்தது. அதனடியில் காணப்பட்ட கிழிசலொன்று அசிங்கமாகத் தைக்கப்பட்டிருந்தது. சுவர்கள் வெறிச்சென்றிருந்தன. ஒரு மேசை, இரண்டு மூங்கில் நாற்காலிகள், இரண்டு மடக்கு நாற்காலிகளோடு மூலையில் ஒரு கருப்பு இரும்படுப்பும் இருந்தது.

கூடத்தின் மத்தியில் நின்றிருந்த மரியம் சுற்றிலும் பார்த்தாள். *கொல்பா*வின் கூரையை அவள் தன் விரல்நுனிகளால் தொட முடியும். சன்னல் வழியாக உள்ளே வரும் சூரிய வெளிச்சத்தின் கோணத்தைக்கொண்டே தன் கட்டிலில் கிடந்தபடியே நேரத்தை அவளால் சொல்லிவிட முடியும். கதவின் கீல்கள் கீச்சிடாமல் எவ்வளவு தூரத்துக்கு அதைத் திறக்க முடியுமென்று அவள் அறிவாள். முப்பது மரப்பலகைகளால் ஆன அந்தத் தரையின் ஒவ்வொரு விரிசலையும் ஒவ்வொரு சிலாம்பையும் அவள் அறிவாள். இப்போதோ பரிச்சயமான எதுவுமே இல்லை. நாணா இறந்துவிட்டாள், இவளோ பரிச்சயமான வாழ்க்கையிலிருந்து பள்ளத்தாக்குகளாலும் பனியைத் தொப்பியாய் அணிந்திருக்கும்

மலைகளாலும் பாலைவனங்களாலும் பிரிக்கப்பட்டவளாக ஓர் அந்நிய நகரத்துக்கு வந்து சேர்ந்திருக்கிறாள். ஓர் அந்நியனின் வீட்டில் அதனுடைய பல்வேறு அறைகளில் அவற்றின் சிகரெட் மணத்தோடும், பரிச்சயமற்ற அலமாரிகளிலுள்ள அறிந்திராத பாத்திரங்களோடும் அவற்றின் அடர்பச்சை திரைச்சீலைகளோடும், தன்னால் எட்ட முடியாத ஒரு கூரையோடும் இருக்கிறாள். அதன் விஸ்தீரணத்தில் அவளுக்கு மூச்சுமுட்டியது. நாணாவைத் தேடிய முல்லா ஃபைசுல்லாவைத் தேடிய இதயத்தில் அவளுடைய பழைய வாழ்க்கைக்கான ஏக்கத்தின் கணைகள் பாய்ந்தன.

பிறகு அவள் அழத்துவங்கினாள்.

“இப்போது எதற்கிந்த அழுகை?” ரஷீத் கோபமாய்க் கேட்டான். அவனுடைய சட்டைப் பைக்குள் கையைவிட்டவன் மரியத்தின் விரல்களைப் பிரித்து அவளுடைய உள்ளங்கைக்குள் ஒரு கைக்குட்டையைத் திணித்தான். ஒரு சிகரெட்டைப் பற்ற வைத்தவன் சுவரில் சாய்ந்தான். மரியம் தன் கண்களைக் கைக்குட்டையைக் கொண்டு ஒத்தியதைப் பார்த்தான்.

“முடிந்ததா?”

மரியம் தலையாட்டினாள்.

“நிச்சயமாக?”

“ஆமாம்.”

அவளுடைய முழங்கையைப்பற்றி கூடத்தின் சன்னலுக்கு அழைத்துச்சென்றான்.

தன்னுடைய ஆள்காட்டி விரலின் கோணல் நகத்தால் கண்ணாடியைத் தட்டி, “இந்த சன்னல் வடக்குப் பார்த்தது. நமக்கு நேரெதிரில் இருப்பது தான் அஸ்மாய் மலை பார்த்தாயா? இடப்புறமிருப்பது அலி அபாத் மலை. அதற்குக் கீழே தான் பல்கலைக்கழகமிருக்கிறது. நமக்குபின்னால் கிழக்கில், அதை நீ இங்கிருந்து காணயியலாது, ஷிர்தரவசா மலை இருக்கிறது. தினமும் மதியத்தில் அங்கிருந்து துப்பாக்கி சுடுவார்கள். நீ இப்போது உடனடியாக அழுகையை நிறுத்து. நிறுத்து உடனே.”

அவள் கண்களைத் துடைத்துக்கொண்டாள்.

"என்னால் சகித்துக்கொள்ள முடியாதவற்றுள் இதுவும், பெண்களின் அழுகுரலும் ஒன்று" என்று உறுமியவன். "மன்னிக்கவேண்டும். எனக்கு இதற்கெல்லாம் பொறுமையில்லை" என்றான்.

"எனக்கு வீட்டுக்குப் போகவேண்டும்" என்றாள் மரியம்.

ரஷீத் எரிச்சலோடு பெருமூச்செறிந்தான். அவனுடைய சுவாசத்தின் ஓர் அலை புகைவீச்சோடு அவள் முகத்தில் மோதியது. "இப்படிப் பேசியதற்கு, இந்த ஒருமுறை மட்டும் உன்னை மன்னிக்கிறேன்."

மறுபடி அவளை முழங்கையில் பிடித்து மாடிக்கு அழைத்துச் சென்றான்.

அங்கே குறுகிய இருளடர்ந்த நடைவழியும் இரண்டு படுக்கையறைகளும் இருந்தன. பெரியஅறையின் கதவு விரியத்திறந்திருந்தது. அதன் வழியாக வீட்டின் மற்ற இடங்கள் போலவே அதிலும் மிகக் குறைவாகவே அறைக்கலன்கள் இருந்ததை அவளால் பார்க்க முடிந்தது. அடர்பழுப்பு போர்வையுடனும், தலையணையுடனும் மூலையில் ஒரு படுக்கையும் அலமாரியும் நிலைக்கண்ணாடியுமிருந்தன. சுவர்கள் ஒரு சிறு கண்ணாடி தவிர வெறுமையாயிருந்தன. ரஷீத் கதவைச் சாத்தினான்.

"அது என் அறை."

அவள் விருந்தினர் அறையில் இருக்கலாமென்றான். "நீ ஆட்சேபிக்கமாட்டாயென்று நினைக்கிறேன். எனக்குத் தனியாக உறங்கிப் பழகிவிட்டது."

இந்த ஒரு விஷயத்தைப் பொறுத்தமட்டிலாவது தனக்கு மிகுந்த ஆசுவாசம் கிடைத்ததென்று மரியம் அவனிடம் சொல்லவில்லை.

ஜலீலின் வீட்டில் அவள் தங்கியிருந்த அறையை விட இப்போது மரியத்தினுடையதாகவிருந்தது மிகச்சிறிய அறை. அது ஒரு படுக்கையையும், பழைய சாம்பல்- அடர்பழுப்பு வண்ணப்பலகையுடைய நிலைக்கண்ணாடியையும் சிறிய அலமாரியையும் கொண்டிருந்தது. சன்னல், அதற்கும் அப்புறம் தெருவையும் பார்த்திருந்தது. ரஷீத் அவளுடைய பெட்டியை ஒரு மூலையில் வைத்தான்.

மரியம் படுக்கையில் அமர்ந்தாள்.

கதவுநிலையில் பொருந்துவதற்காக சற்றே கூனிக்கொண்டு நின்றபடி, "நீ கவனிக்கவில்லை" என்றவன், "சன்னல் விளிம்பில் பார். அவை என்ன வகையானவை தெரியுமா? நான் ஹெராத்துக்குக் கிளம்புவதற்கு முன் அவற்றை அங்கே வைத்துவிட்டு வந்தேன்."

அப்போது தான் சன்னல்விளிம்பிலிருந்த அந்தக் கூடையை மரியம் பார்த்தாள். வெண்ணிற சம்பங்கிகள் பக்கவாட்டிலிருந்து தொங்கிக்கொண்டிருந்தன.

"உனக்கு பிடித்திருக்கிறதா? அவை உன்னை மகிழ்விக்கின்றனவா?"

"ஆம்"

"அப்படியென்றால் நீ எனக்கு நன்றி தெரிவிக்கலாமே."

"நன்றி. மன்னிக்கவும்.★ டஷகோர்."

"நீ நடுங்குகிறாய். நான் உன்னை அச்சுறுத்துகிறேனா? சொல். என்னைப் பார்த்துப் பயப்படுகிறாயா?"

மரியம் அவனைப் பார்க்கவில்லையென்றாலும் அவனுடைய கேள்வியில் கேலியாக, குத்தலாக ஏதோ இருப்பதை அறிந்தாள். தங்கள் மணவாழ்வில் இதுதான் தன்னுடைய முதல் பொய் என்பதையுணர்ந்தவாறு தலையை ஆட்டினாள்.

"இல்லையா? அதுதான் நல்லது. உனக்கு நல்லது. சரி, இதுதான் உன்னுடைய வீடு. நீ இங்கு வாழ்வதை விரும்பப் போகிறாய். பார்க்கத்தானே போகிறாய். நமக்கு இங்கே பெரும்பாலான பகல்களிலும் எல்லா இரவுகளிலும் மின்சாரம் உண்டென்பதை நான் சொன்னேனா?"

அவன் அங்கிருந்து கிளம்புவது போல முஸ்தீபுகள் செய்தான். நுழைவாயிலில் சற்று நின்று நீண்ட இழுப்பொன்றை இழுத்து விட்ட புகைக்கு நேராக தன் கண்களைச் சுருக்கினான். அவன் ஏதோ சொல்லப்போகிறானென்று மரியம் நினைத்தாள். ஆனால் அப்படியொன்றும் இல்லை. அவன் கதவை மூடிவிட்டு, அவளை அவளுடைய பெட்டியுடனும் மலர்களுடனும் தனிமையில் விட்டான்.

★ டஷகோர் – நன்றி

10

முதல் சில நாட்கள், மரியம் தன் அறையை விட்டு வெளியே வரவேயில்லை. ஒவ்வொரு அதிகாலையும் தூரத்தில் ஒலிக்கும் அசான், பாங்கோசையைக் கேட்டுவிட்டு தொழுகைக்காக விழித்தவள் மறுபடியும் படுக்கைக்குத் திரும்பினாள். ரஷீத் குளியலறையில் குளிப்பதை, கடைக்குச் செல்லும் முன் அவளுடைய அறைக்கு வந்து கண்காணிப்பதை எல்லாம் உணர்ந்தவாறு படுக்கையிலேயே கிடந்தாள். தோட்டத்தில் நின்றபடி தன் மதிய உணவை மிதிவண்டியின் காரியரில் அவன் பத்திரப்படுத்துவதையும், பிறகு மிதிவண்டியைத் தள்ளிக்கொண்டு சாலைக்கு நடந்து செல்வதையும் மரியம் சன்னலிலிருந்து பார்த்தாள். மிதிவண்டியை அவன் ஓட்டிச்செல்வதை, அவனுடைய அகன்ற பெரிய தோள்களைக் கொண்ட உருவம் சாலையின் இறுதியில் வளைந்து மறைவதைப் பார்ப்பாள்.

கைவிடப்பட்ட, யாருமற்ற உணர்வுடன் பகலெல்லாம் மரியம் படுக்கையிலேயே கிடந்தாள். எப்போதாவது கீழே இறங்கி அடுப்படிக்குச் சென்றாள். எண்ணெய்க்கறை படிந்த அந்த சமையல்மேடையைத் தொட்டுப்பார்ப்பாள், அங்கிருந்த கரிந்த உணவின் மணத்தைப் பூண்டிருந்த, பூப்போட்ட வினைல் திரைச்சீலையைத் தடவுவாள். சரியாக மூடவராத அந்த அலமாரிகளில் இருந்த கரண்டிகளை, கத்தியை, வடிகட்டியை, உடைந்த மரக்கரண்டிகளைப் பார்த்தாள், இவையெல்லாம் தான் அவளுடைய அன்றாட வாழ்வுக்கான கருவிகளாய் இருக்கப் போகின்றன. அந்நியன் ஒருவனின் வாழ்க்கைக்குள் திடீரென்று நுழைந்துவிட்டவளைப் போல அவளை உணரச்செய்த அந்தக் கருவிகள், அவளுக்கு நேர்ந்த கொடுமையை நினைவுபடுத்தி, வேரோடு பிடுங்கப்பட்டவளாய், தன்னந்தனியளாய் அவளை உணரச்செய்தன.

கொல்பாவில் அவளுக்குக் குறித்த நேரத்தில் பசியெடுக்கும். இங்கோ பசியென்பதே அரிதாக இருந்தது. சிலசமயங்களில் மீதமாகியிருந்த ஒரு தட்டு சோற்றையும், ஒரு துண்டு ரொட்டியையும் சன்னலின் அருகில் எடுத்துச்சென்று உண்டாள். அங்கிருந்தபடி, அக்கம்பக்கத்திலிருந்த ஒற்றை அடுக்கு வீடுகளின் கூரைகளை அவளால் பார்க்க முடிந்தது. முன் கட்டுகளில் பெண்கள் கம்பிக்கொடிகளில் துணிகளை உலர்த்துவதையும், குழந்தைகளை விரட்டுவதையும், குப்பையைக் கிளறும் கோழிகளையும், மண்வெட்டிகளையும், மண்கொத்திகளையும், மரங்களில் கட்டப்பட்டிருந்த மாடுகளையும் சன்னல் வழியாகப் பார்க்க முடிந்தது.

கொல்பாவின் மண்தரையில் கிடந்தபடி நாணாவும் அவளும் உறங்கிக் கழித்த கோடைக்கால இரவுகளை எண்ணி அவள் ஏங்கினாள். குல்-தமானின் மீது ஒளிர்ந்த நிலவைப் பார்த்தபடி, சன்னலில் ஒட்டியிருக்கும் ஈர இலைகளைப் போல வியர்வையில் தங்கள் மேனியோடு ஒட்டிக்கொண்ட சட்டைகளோடு அவர்கள் கிடப்பார்கள். பனிக்கால மதியங்களில் கொல்பாவில் முல்லா ஃபைசுல்லாவோடு அவள் படித்துக்கொண்டிருந்ததை நினைத்து ஏங்கினாள். கூரைகளின் மீது விழும் பனிக்கற்களின் ஓசையையும் பனிப்பொழிவின் சுமைதாங்காமல் தொங்கும் கிளைகளில் இருந்தபடி கத்தும் காக்கைகளையும் செவியுற்றபடி அவர்கள் வாசிப்பார்கள்.

வீட்டில் தன்னந்தனியாக இருந்த மரியம், அடுப்படிக்கும் கூடத்துக்கும் மாடியிலிருந்த தன் அறைக்குமாக இலக்கில்லாமல் நடந்து திரிந்தாள். மறுபடியும் தன் அறைக்கே திரும்பி வந்து தொழுதாள், தன் தாயை நினைத்து ஏங்கியவளாக, வயிற்றுப்பிரட்டலும் வீட்டுநினைவுமாக படுக்கையில் கிடந்தாள்.

சூரியன் மேற்கில் தவழத்தொடங்கும் போது மரியம் பதறத்துவங்குவாள். மனைவியரிடம் கணவன்மார்கள் நடந்துகொள்ளும் முறையில் ரஷீத் தன்னிடம் நடந்து கொள்ள ஆரம்பித்துவிடுவானோ எனும் அச்சத்தில் அவளுடைய பற்கள் கிடுகிடுத்தன. கூடத்தில் அவன் தனிமையில் உண்ணும் போது இவள் அச்சத்தில் நடுங்கியபடி படுக்கையில் கிடந்தாள்.

அவன் எப்போதும் அவள் அறைக்குள் எட்டிப்பார்த்துவிட்டே போவான்.

“அதற்குள் உறங்கிவிட்டாயா. வாய்ப்பில்லையே மணி ஏழு தானே ஆகிறது. என்ன விழித்திருக்கிறாயா இல்லையா? பதில் சொல் இப்போது.”

இருளுக்குள்ளிருந்து “இதோ இருக்கிறேனே” என்று மரியம் பதில் சொல்லும் வரை அவன் விடவில்லை.

அங்கேயே அந்த கதவின் அருகில் அவன் சரிந்து அமர்ந்தான். பக்கவாட்டுத் தோற்றத்தில் அவனுடைய பெரிய உடலை, நீண்ட கால்களை, கொக்கி மூக்கைச் சுற்றிப் படர்ந்த புகையை, சிகரெட்டின் மஞ்சள் தகதகப்பை எல்லாவற்றையும் படுக்கையிலிருந்தபடியே அவளால் பார்க்க முடிந்தது.

அன்றைய நிகழ்வுகளைப் பற்றி அவன் சொல்லத்துவங்கினான். அவனிடம் மட்டுமே காலணிகள் வாங்கும் வெளிநாட்டுத் துணை அமைச்சர் ஒருவருக்காக தான் பிரத்யேகமாகச் செய்த சப்பாத்துகள், போலந்தைச் சேர்ந்த ஒரு கணவானுக்கும் அவருடைய மனைவிக்கும் அவன் தயாரித்த காலணிகள். மக்களிடம் காலணிகள் குறித்து நிலவி வந்த குருட்டு நம்பிக்கைகள்: படுக்கையில் செருப்பை வைத்தால் அந்த வீட்டைத் தேடி மரணம் வரும் என்பதும் முதலில் இடது கால் செருப்பை அணிந்தால் கட்டாயம் சண்டை வரும் என்பதையெல்லாமும் அவன் சொன்னான்.

“வெள்ளிக்கிழமையன்று வேண்டுமென்றே செய்யாதிருந்தால் மட்டும் அப்படி நடக்காது” என்றான். “இன்னொன்று தெரியுமா? காலணிகளை ஒன்றாகக் கட்டி ஆணியில் தொங்க விடுவது கெட்ட சகுனம்.”

உண்மையில் ரஷீதுக்கு இதிலெல்லாம் நம்பிக்கை இல்லை. இதெல்லாம் பெண்களிடையே நிலவும் மூடநம்பிக்கைகள் என்பது அவனுடைய எண்ணம்.

அமெரிக்க அதிபர் ரிச்சர்ட் நிக்சான் ஒரு ஊழலுக்கு பொறுப்பேற்று ராஜினாமா செய்ததாக தான் கேள்விப்பட்டதைச் சொன்னான்.

நிக்சானைப் பற்றியோ ராஜினாமா செய்ய வைத்த ஊழலைப் பற்றியோ ஒன்றுமே கேட்டறிந்திராத மரியம் பதிலே பேசவில்லை. ரஷீத் பேச்சை முடித்துக்கொண்டு அங்கிருந்து கிளம்ப மாட்டானா என்று அவள் பதைபதைப்போடு காத்திருந்தாள். அவன் கூடத்தைத்

தாண்டி அறைக்கதவைத் திறந்து மூடுவதைக் கேட்டால் தான் அவள் வயிற்றைக் கவ்விப் பிடித்திருக்கும் இரும்புக்கரம் இளகும்.

பிறகு ஓரிரவு இரவுவணக்கம் சொல்வதற்கு பதிலாக அவன் தன் சிகரெட்டை நசுக்கிவிட்டு, வாயிலில் சாய்ந்து நின்றான்.

"நீ உன் பொருட்களை வெளியில் எடுக்கப் போவதேயில்லையா?" என்றான் அவளுடைய பெட்டியைக் காட்டி. கைகளை மார்புக்குக் குறுக்காகக் கட்டியவன், "உனக்கு கொஞ்சம் அவகாசம் தேவையென்று நினைத்தேன். ஆனால் இது சரியில்லை. ஒரு வாரமாகிவிட்டது. நாளைக் காலையிலிருந்து நீ ஒரு சராசரி மனைவியாக நடந்துகொள்ள வேண்டுமென்று எதிர்பார்க்கிறேன். *ஃபஹ்மிதி? உனக்குப் புரிகிறதா? என்ன சரி தானே?*" என்றான்.

மரியத்தின் பற்கள் கிடுகிடுத்தன.

"எனக்குப் பதில் சொல்"

"சரி"

"நல்லது. நீ என்ன நினைத்துக்கொண்டிருக்கிறாய்? இதென்ன தங்கும்விடுதியா? நான் இதன் காப்பாளனா? அப்படித்தானா நினைக்கிறாய்? ஆஹா! *லா இலாஹ இல்லல்லாஹ்!* ஏ மரியம் அழக்கூடாது என்று நான் சொல்லியிருக்கிறேனா இல்லையா? இதெல்லாம் எனக்கு கொஞ்சமும் பிடிக்காது புரிந்துகொள்."

மறுநாள் காலை, ரஷீத் வேலைக்குக் கிளம்பிய பிறகு, மரியம் தன் உடைகளை எடுத்து அங்கிருந்த அலமாரியில் வைத்தாள். கிணற்றிலிருந்து வாளியில் தண்ணீர் இறைத்து தன் அறை சன்னல் கண்ணாடிகளையும், கீழே கூடத்துக்குப் போகும் வழியிலிருந்த சன்னல்களின் கண்ணாடிகளையும் ஒரு பழந்துணியால் கழுவினாள். தரையைக்கூட்டி, கூரையிலிருந்து தொங்கிக்கொண்டிருந்த ஒட்டடைகளை சுத்தம் செய்தாள். சன்னல்களைத் திறந்து வீட்டுக்குள் காற்று வர வழிசெய்தாள்.

மூன்று கோப்பை பருப்பை ஊறவைத்தவள், கத்தியைக் கண்டெடுத்து, சில காரட்டுகளையும் உருளைகளையும் நறுக்கி அவற்றையும் ஊறவைத்தாள். மாவைத்தேடியவளுக்கு அலமாரியில் அழுக்கு டப்பாக்களின் பின்னால் அது கிடைத்தது.

நாணா சொல்லித்தந்திருந்தபடி மாவைப் பிசைந்து அதை ஒரு ஈரத்துணியால் மூடினாள். பிறகு ஹிஜாபை எடுத்து அணிந்துகொண்டவள், பொது உபயோகத்துக்கான அடுப்பைத் தேடிச்சென்றாள்.

தெருமுனையிலிருந்து இடதுபுறம் திரும்பி மறுபடி வலது பக்கம் திரும்பியதும் பொதுஅடுப்பு இருக்குமென்று ரஷீத் சொல்லியிருந்தான். ஆனால் அதை நோக்கிச் சென்று கொண்டிருந்த ஒரு பெண்கள் கூட்டத்தையும் குழந்தைகளையும் அவள் தொடர்ந்து செல்வதே போதுமானதாக இருந்தது. தங்கள் தாய்மாரை துரத்திக்கொண்டும், அவர்களுக்கு முன்னாலும் ஓடிக்கொண்டிந்த குழந்தைகள் அணிந்திருந்த சட்டைகள் மீண்டும் மீண்டும் ஒட்டுபோடப்பட்டு தைக்கப்பட்டவையாக இருந்ததை மரியம் கண்டாள். அவர்கள் அணிந்திருந்த காற்சட்டைகளும் ஒன்று அளவு மீறிப் பெரியதாகவோ அல்லது மிகச்சிறியதாகவோ இருந்தன. அவர்களுடைய செருப்புகளின் பட்டைகள் பிய்ந்துபோயும் முன்பின்னாக இழுபட்டுக்கொண்டும் இருந்தன. தூக்கிஎறியப்பட்ட சைக்கிள் டயர்களை அவர்கள் குச்சிகளால் உருட்டிக்கொண்டு வந்தனர்.

அவர்களுடைய தாய்மார், மூன்று நான்கு பேர்கள் கொண்ட சிறுகுழுக்களாக நடந்தனர். சிலர் புர்கா அணிந்திருந்தார்கள் சிலர் அணியவில்லை. அவர்களுடைய சப்தமான அரட்டையையும் கிளுகிளுத்த சிரிப்பொலியையும் மரியம் கேட்டாள். அவர்களுடைய நோயாளிக்குழந்தைகளைப் பற்றியும் சோம்பேறிக்குழந்தைகளையும் நன்றிகெட்ட கணவன்மாரையும் குறித்த அவர்கள் பேச்சை தலைகுனிந்து நடந்துகொண்டிருந்த மரியம் கேட்டாள்.

என்னவோ உணவு தானாய் சமைத்துக்கொள்ளும் என்பதைப் போல..

வல்லாஹ் ஓ பில்லாஹ், ஒரு விநாடி ஓய்வாவது கிடைக்கிறதா பார்?

இந்த லட்சணத்தில் அவன் என்ன சொன்னான் தெரியுமா? சத்தியமாகச் சொல்கிறேன். உண்மையில் அவன் இப்படிச் சொன்னான்...

இப்படியான முடிவற்ற உரையாடல், துயரார்ந்த தொனியுடையனதாய் இருந்தாலும் ஆச்சரியப்படத்தக்க வகையில்

குதூகலத்துடன் சுற்றிச் சுற்றி வளைய வந்தது. தெருவெங்கும் சுற்றி, வளைவிலும் தொடர்ந்து அடுப்புக்காக காத்திருக்கும் போதும் அது நீண்டது. சூதாடும், தாய்மாரை வழிபடும், மனைவியருக்கென ஒற்றை ரூபாய் செலவு செய்யாத கணவன்மாரைப் பற்றிய பேச்சுகள். மரியம் ஆச்சரியப்பட்டாள், அதெப்படி இவ்வளவு பெண்களுக்கு ஒரே மாதிரியான துரதிர்ஷ்டம் பீடிக்கும்? மகா மோசமான கணவன்களை மணந்துகொள்ள நேர்ந்திருக்கிறதே? அல்லது இது அரிசி ஊற வைப்பது போல, மாவு பிசைந்து வைப்பதைப் போல மனைவியரின் வழக்கமான ஒரு செயலாக இருக்குமா? அவளும் விரைவில் இதில் பங்குபெற நேருமா?

அடுப்புக்கான வரிசையில், தன்னை நோக்கி வீசப்பட்ட அரைக்கண் பார்வைகளை, கிசுகிசுப்பை மரியம் உணர்ந்தாள். அவளுடைய உள்ளங்கைகள் வியர்க்கத்துவங்கின. தான் ஒரு *ஹராமி*, தன் தகப்பனுக்கும் அவனுடைய குடும்பத்துக்குமான அவமானச் சின்னம் என்பதெல்லாம் இந்தப் பெண்களுக்குத் தெரிந்திருக்கும் என்று கற்பனை செய்தாள். அவளுடைய தாய்க்கு அவள் செய்த துரோகத்தையும் தனக்குத் தானே அவள் உண்டாக்கிக் கொண்ட அவமானத்தையெல்லாம் இவர்கள் அறிந்திருப்பார்களா?

தன் *ஹிஜாபின்* ஒரு பக்கத்தால், வியர்வை பூத்திருந்த உதட்டின் மேற்பகுதியைத் துடைத்துக்கொண்டாள். சமநிலைக்குத் தன்னைத் திருப்ப முயன்றாள்.

சில நிமிடங்கள் வரை எல்லாம் சரியாகத் தானிருந்தது.

பிறகு யாரோ தன் தோளில் தட்டுவதைக் கண்ட மரியம், திரும்பி, வெளுத்த தோலும் பருத்த உடல்வாகுமான, தன்னைப் போலவே *ஹிஜாப்* அணிந்திருந்த ஒரு பெண்ணைக் கண்டாள். குட்டையான, சுருண்ட, கருங்கூந்தலும், இனிமையான சுபாவமும், கிட்டத்தட்ட பூரண வட்ட முகமும் கொண்டவளாக அவள் இருந்தாள். அவளுடைய இதழ்கள் மரியதினுடையதை விடப் பெரிதாக இருந்தன. அதற்குக்கீழே காணப்பட்ட மச்சத்தினால் இழுக்கப்பட்டதைப் போல கீழுதடு லேசாக தொங்கியது. அவளுடைய பெரிய பச்சைக் கண்கள் மரியத்தைப் பார்த்து நட்புடன் பிரகாசித்தன.

“நீ ரஷீத் ஜானின் புது மனைவி இல்லையா?” என்றாள், மலர சிரித்தபடி. “ஹெராத்திலிருந்து வந்திருக்கும் மரியம் ஜான், சரி தானே? என் பெயர் ஃபரீபா. நான் உன் தெருவில் தான், உன்

வீட்டுக்கு இடதுபுறமாக ஐந்தாவது வீட்டில் வசிக்கிறேன். வாசல் கதவு பச்சை நிறத்திலானது. இது என் மகன் நூர்."

அவளருகில் இருந்த சிறுவன் வழவழப்பான மகிழ்ச்சியான முகத்துடனும் அவனுடைய தாயினதைப் போன்ற சுருண்ட கேசத்துடனும் இருந்தான். அவனுடைய இடது காது மடலில் கருமயிர்த்திட்டு ஒன்றிருந்தது. அவனுடைய விழிகள் குறும்புத்தனத்தோடும் அச்சமற்றும் ஒளிர்ந்தன. கையை உயர்த்தி "சலாம் காலா ஜான்" என்றான்.

"நூருக்கு பத்து வயது. இன்னொரு பெரிய பையனும் இருக்கிறான். அவன் பெயர் அஹமத்."

"அவனுக்கு பதிமூன்று வயது" என்றான் நூர்.

"நாற்பது வயதில் பதின்மூன்று வயது மகன். என் கணவர் பெயர் ஹக்கீம். அவர் தே-மசங்கில் ஆசிரியராக இருக்கிறார். நீ எங்கள் வீட்டுக் வரவேண்டும், ஒரு கோப்பை..." அவள் சொல்லி முடிக்குமுன்பே, ஏதோ தங்களுக்கும் அப்போது தான் தைரியம் வந்துவிட்டது போல மற்ற பெண்கள், ஃபரீபாவைப் பின்னுக்குத்தள்ளி மரியத்தைச் சுற்றிக்கொண்டார்கள். அசத்தும் வேகத்தில் அவளைச் சுற்றி வட்டமாகக் கூடினர்.

"சரிதான். நீ தான் ரஷீதின் இளம் மனைவியா?"

"உனக்குக் காபுல் பிடித்திருக்கிறதா?"

"நான் ஹெராத்துக்குப் போயிருக்கிறேன். என் ஒன்று விட்ட சகோதரி அங்கிருக்கிறாள்."

"உனக்கு முதலில் பையன் வேண்டுமா? பெண்ணா? எது விருப்பம்?"

"அங்கு இருக்கும் அந்த ஸ்தூபிகள். என்ன அழகு. எப்படிப்பட்ட அழகிய நகரம் அது."

"ஆண்குழந்தை தான் நல்லது மரியம் ஜோ. அவர்கள் தான் குடும்பப்பெயரைத் தாங்கி நிற்பவர்கள்."

"அடடா! ஆண்மக்கள் திருமணம் ஆனதும் நம்மை விட்டு ஓடுபவர்கள். பெண் பிள்ளைகள் தான் நமக்கு வயதாகும்போது உடன் இருந்து கவனிப்பார்கள்."

“இரட்டைப் பிள்ளைகளைப் பெற்றுக்கொள். இதில் ஒன்று அதில் ஒன்று! எல்லோருக்கும் மகிழ்ச்சி!”

மரியம் பின்னுக்கு நகர்ந்தாள். அவளுக்கு மேல் மூச்சு கீழ் மூச்சு வாங்கியது. அவள் காதுகளில் ஏதோ ரீங்காரம் கேட்டது. நாடி துடித்தது. அவளுடைய விழிகள் ஒருவர் மீதிருந்து இன்னொருவர் முகத்துக்குத் தறிகெட்டுத் தாவின. அவள் இன்னமும் பின்னால் நகர்ந்தாள், ஆனால் அவளுக்கு வழிகிடைக்கவில்லை. வட்டத்தின் நடுவில் அவள் இருந்தாள். முகத்தைச் சுளித்துக்கொண்டிருந்த ஃபரீபாவை அவள் கண்டுகொண்டாள். மரியம் சிரமப்படுகிறாள் என்பதை ஃபரீபா உணர்ந்துகொண்டாள்.

“அவளை விடுங்கள். அவளை அச்சுறுத்தாதீர்கள். தள்ளி நில்லுங்கள். பாவம் அவள்” என்றாள் ஃபரீபா.

மார்பின் மீது மாவை வைத்து இறுக்கிக் கொண்டு கூட்டத்தை விலக்கித்தள்ளிக்கொண்டு ஓடினாள் மரியம்.

“எங்கே போகிறாய் ***ஹம்ஷிரா?*”

கும்பலில் இருந்து வெளியேறுவதற்காகத் தள்ளிமுள்ளிய மரியம் சாலையில் ஓடத்துவங்கினாள். இன்னொரு சாலை அதில் குறுக்கிடும் இடத்தில் தான் தவறான வழியில் ஓடிவந்திருப்பதை அறிந்தாள். திரும்பி தலையைக் குனிந்தவாறே எதிர்த்திசையில் ஓடியவள், கீழே விழுந்து முட்டியைச் சிராய்த்துக்கொண்டாள். மீண்டும் எழுந்து அந்தப் பெண்களைத் தாண்டி ஓடினாள்.

“எங்களைக் கண்டு ஏன் அஞ்சுகிறாய்?”

“உன் காயத்திலிருந்து ரத்தம் கொட்டுக்கிறது *ஹம்ஷிரா!*”

ஒரு வளைவில் திரும்பிய மரியம், இன்னொன்றிலும் திரும்பி ஓடினாள். தெருவைக் கண்டு கொண்ட அவளால் ரஷீதின் வீட்டைக் கண்டுபிடிக்க முடியவில்லை. தெருவின் குறுக்கும் நெடுக்கும் ஓடியவள், வெவ்வேறு வீடுகளின் கதவுகளின் முன் நின்று பார்த்தாள். சில கதவுகள் பூட்டப்பட்டிருந்தன, சில திறந்துகிடந்ததில் பரிட்சமற்ற தாழ்வாரங்களையும், குரைக்கும் நாய்களையும் பார்த்தாள், கோழிகள் அவளுக்குப் பயந்து கிரீச்சிட்டன. ரஷீத் வீடு திரும்பும் வரை தான் இப்படியே வீட்டைக் கண்டுபிடிக்க இயலாமல் ரத்தம் பெருகும் சிராய்ப்புடன் தன்னுடைய தெருவிலேயே தொலைந்து போனவளாய்

86 ○ காலித் ஹுஸைனி

சுற்றினால் எப்படி இருக்கும் என்று யோசித்தாள். முகம் கண்ணீரால் நனைந்திருக்க, உதடுகள் ஓயாமல் பிரார்த்தனைகளை உச்சரித்தபடி இருக்க, ஒவ்வொரு கதவாக திறக்க முயன்றவள், இறுதியில் ஒன்றைத் திறந்ததில் நிம்மதி அடைந்தாள். கருவிகள் இருந்த கொட்டகை, கிணறு, கழிவறை எல்லாமே அவளுக்கு பரிச்சயமானதாக இருந்தன. அவள் கதவைப் படாரென்று சாத்தி, தாழ்ப்பாளைத் திருகினாள். பிறகு கைகால்களைத் தரையில் ஊன்றி அவள் குமட்டினாள். வாந்தியெடுத்து முடித்ததும் தவழ்ந்து போய் சுவற்றில் சாய்ந்து கொண்டு கால்களை நீட்டி அமர்ந்தாள். அவளுடைய வாழ்நாளில் அவள் இவ்வளவு தனிமையை உணர்ந்ததே இல்லை.

ரஷீத் அன்றிரவு வீட்டுக்கு வந்தபோது, கையில் ஒரு காகிதப்பொட்டலத்தைக் கொண்டு வந்திருந்தான். வீடு ஒட்டடை அடிக்கப்பட்டு, சன்னல்கள் கழுவப்பட்டு, தரைகள் துப்புரவாக இருந்ததை அவன் கவனிக்காததில் மரியம் ஏமாற்றமடைந்தாள். ஆனால் கூடத்தின் தரையில் சுத்தமான ஒரு *சோஃப்ரா*வை விரித்து, அவனுக்காக மரியம் உணவைத் தயாராக வைத்திருந்ததில் அவன் மகிழ்ந்தாற் போலத்தான் தெரிந்தது.

"நான் *தால்* பருப்புக்குழம்பு செய்தேன்" என்றாள் மரியம்.

"நல்லது. நான் மிகுந்த பசியோடு இருக்கிறேன்"

அவன் கை கழுவ **அஃப்தாவா*விலிருந்து மரியம் நீர் ஊற்றினாள். அவன் கைகளை ஒரு துவாலையில் துடைத்துக்கொண்டிருந்த போதே, அவனுக்கு முன்னால் ஆவி பறக்கும் அரிசிச் சோற்றையும், ஒரு கிண்ணத்தில் *தாலையும்* வைத்தாள். அவனுக்காக முதன்முறையாக அவள் சமைத்திருக்கும் இந்த நேரத்தில் அவள் நல்ல மனநிலையில் இருந்திருக்கலாமே என்று ஏங்கினாள் மரியம். சமைத்துக்கொண்டிருந்த போதும் அவள் பொதுஅடுப்பின் அருகில் நிகழ்ந்த சம்பவத்தின் தாக்கத்திலிருந்து மீளவில்லை. குழம்பைப் பற்றி அந்த நாள் முழுதும் அவள் ஓயாமல் கவலைப்பட்டாள். அது அதிகமாகவோ குறைவாகவோ நீர்த்திருக்கிறது என்றும், அதன் நிறத்தைப் பற்றியும், ஒரு வேளை அவள் அதில் அளவுக்கதிகமாக இஞ்சி சேர்த்துவிட்டாள் என்றும் மஞ்சள் போதவில்லை என்றும் அவன் குறை சொல்வானோ என்று கவலைப்பட்டாள்.

அவன் கரண்டியை தங்கநிறத்திலிருந்த அந்தக் குழம்பில் முக்கினான்.

மரியம் தடுமாறினாள். அவன் கோபப்படுவானோ ஏமாற்றங்கொள்வானோ என்று அஞ்சினாள். எரிச்சலில் தட்டைத் தூர தள்ளிவிடுவானோ ?

“பார்த்து! மிகவும் சூடாக இருக்கிறது!” என்று மட்டும் எப்படியோ சொல்லிமுடித்தாள்.

ரஷீத் வாயைக் குவித்து ஊதினான், பிறகு கரண்டியை வாய்க்குள் கொண்டு போனான்.

“நன்றாக இருக்கிறது. உப்பு கொஞ்சம் குறைவு, ஆனால் ரொம்பவே நன்றாக இருக்கிறது” என்றான்.

கலக்கம் நீங்கி, அவன் உண்பதைப் பார்த்துக்கொண்டிருந்தாள் மரியம். அவளை அறியாமலே உள்ளுக்குள் பெருமை பொங்கியது. *ரொம்பவே நன்றாக இருக்கிறது* என்ற சிறிய பாராட்டு அவளுள் கிளர்த்திய மகிழ்ச்சியை எண்ணி ஆச்சரிப்பட்டாள். பரவாயில்லையே என்று தன்னையே மெச்சிக்கொண்டாள். அன்று நிகழ்ந்த விரும்பத்தகாத சம்பவங்களின் தாக்கம் கொஞ்சம் குறைந்தாற்போல இருந்தது.

“நாளைக்கு வெள்ளிக்கிழமை, உனக்கு ஊரைச் சுற்றிக்காட்டலாம் என்றிருக்கிறேன். என்ன சொல்கிறாய்?” என்றான் ரஷீத்.

“காபுலைச் சுற்றியா?”

“இல்லை கல்கத்தாவைச் சுற்றி!”

மரியம் விழித்தாள்.

“நான் வேடிக்கைக்காகச் சொன்னேன். காபுலைச் சுற்றித்தான் வேறெங்கே?” என்றவன், அருகிலிருந்த பொட்டலத்தை எடுத்தான். “முதலில் நான் உனக்கு சொல்ல வேண்டிய முக்கியமான விஷயத்தைச் சொல்லி விடுகிறேன்” என்றான்.

பையிலிருந்து இளநீள வண்ண புர்காவை வெளியில் எடுத்தான். பட்டை வைத்துத்தைக்கப்பட்ட கஜக்கணக்கிலான துணி அவன்

முட்டிவரை நீண்டு தொங்கியது. புர்காவை தன் கையில் சுற்றி வைத்துக்கொண்டு மரியத்தைப் பார்த்தான்.

“என்னுடைய வாடிக்கையாளர்களில் சிலர் அவர்களுடைய மனைவியரை கடைக்கு அழைத்துவருவதுண்டு மரியம். புர்கா அணியாமல் வரும் அந்தப் பெண்களும் என்னை நேருக்கு நேர் பார்த்து வெட்கமில்லாமல் பேசுவார்கள். முட்டியைக் காட்டும் வகையிலான ஆடைகள் அணிந்துகொண்டு ஒப்பனை செய்துகொண்டிருக்கும் பெண்கள் அவர்கள். சில சமயத்தில் அவர்கள் தங்கள் பாதங்களை அளவெடுப்பதற்காக என் முன்னே காட்டுவார்கள், உண்மையிலேயே அப்படிச் செய்வார்கள். அப்போது அந்தக் கணவன்மாரும் வெறுமனே வேடிக்கை பார்ப்பார்கள். அதை அனுமதிப்பார்கள். தம் மனைவியின் வெற்றுப்பாதத்தை அந்நியன் ஒருவன் தொடுவதைப் பற்றி அவர்களுக்கு ஒரு புகாரும் இல்லை. பெரிய படிப்பாளிகள் என்பதால், தாங்கள் நாகரிகமானவர்கள் என்றும் அறுவுஜீவிகள் என்றும் தங்களைப் பற்றி நினைத்துக்கொள்வார்கள் போல. தங்கள் நாங்கையும் நமூசையும், தங்கள் கண்ணியத்தையும் பெருமையையும் தாங்களே கெடுத்துக்கொள்கிறோம் என்பதை அவர்கள் உணர்வதில்லை.”

அவன் தலையை ஆட்டிக்கொண்டான்.

“இத்தகையவர்கள், பெரும்பாலும் காபுலின் செல்வச்செழிப்பான பகுதிகளில் தான் வசிப்பார்கள். நான் உன்னை அங்கே அழைத்துச்செல்கிறேன். நீயே பார். ஆனால் அப்படிப்பட்ட மென்மையான ஆண்கள் இங்கே நமக்கு அண்டையில் கூட இருக்கிறார்கள் மரியம். ஹக்கீம் என்றொரு ஆசிரியர் இந்தத் தெருக்கோடியில் வசிக்கிறார். அவர் மனைவி ஃபரீபா என்பவள், தலையில் வெறும் ஒரு முக்காட்டை மட்டும் அணிந்து கொண்டு தெருவில் எப்போதும் சுற்றி வருவாள். தன் மனைவியின் மீது ஆதிக்கம் இழந்த எந்த ஆணைப் பார்த்தாலும் எனக்கு வெட்கமாக இருக்கிறது.”

அவன் மரியத்தைக் கடுமையான ஒரு பார்வை பார்த்தான்.

“ஆனால் நான் அப்படிப்பட்ட மரபில் வந்தவன் இல்லை மரியம். என்னுடைய குலத்தில், ஒரு தவறான பார்வைக்கு, ஒரே ஒரு தகாத வார்த்தைக்கு நாங்கள் ரத்தம் சிந்த வைப்போம். என் மரபைச் சேர்ந்த ஒரு பெண்ணின் முகம் அவள் கணவனுக்கு மட்டுமே

உரியது. நீ இதை நன்றாகப் புரிந்து கொள்ள வேண்டும். என்ன சரி தானா ?"

மரியம் ஒப்புதலாய் தலையை அசைத்தாள். அவன் அந்தப் பையை அவளிடம் நீட்டியதும் அவள் வாங்கிக்கொண்டாள்.

தன் சமையலை அவன் மெச்சிக்கொண்டதில் உண்டாகியிருந்த மகிழ்ச்சி காற்றில் கரைந்து தன்னில் எதுவோ சுருங்கிப் போனதாக அவள் உணர்ந்தாள். குல்-தமானைச் சூழ்ந்திருந்த சஃபேத்-கோ மலைத்தொடரைப் போல இந்த மனிதனின் வைராக்கியமும் அசைக்க முடியாதது என்று அவளுக்குத் தோன்றியது.

அவளிடம் பொட்டலத்தைக் கொடுத்த ரஷீத், "நல்லது நாம் ஒரு ஒப்புதலுக்கு வந்துவிட்டோம். எனக்கு இன்னும் கொஞ்சம் தால் வேண்டும்" என்றான்.

★ அஃப்தாவா – உண்பதற்கு முன் கைகளைக் கழுவிக்கொள்ளும் கிண்ணம்
★ ஹம்ஷிரா – சகோதரி

11

அதற்கு முன் மரியம் புர்கா அணிந்ததேயில்லை. அதைப் போட்டுக்கொள்ள ரஷீத் அவளுக்கு உதவ வேண்டியிருந்தது. பஞ்சு திணிக்கப்பட்ட அதன் தலைப்பகுதி அவளுடைய மண்டையோட்டின் மீது கனத்தோடு இறுக்கமாகவும் இருந்தது. மேலும் உலகத்தை ஒரு சல்லாத்துணியின் வாயிலாகப் பார்ப்பது விநோதமாகத் தோன்றியது. அதை அணிந்துகொண்டு தன்னுடைய அறையிலேயே நடந்து பழகப்பார்த்தவள் மீண்டும் மீண்டும் அதன் விளிம்பை மிதித்துக்கொண்டு தடுக்கி விழத்தெரிந்தாள். பக்கவாட்டுப் பார்வையை அது தடை செய்ததில் அச்சமுற்றவளுக்கு மூச்சுமுட்டும் அளவுக்கு அது நிறையமடிப்புகள் கொண்டதாய் இருந்தது பிடிக்கவில்லை.

"உனக்கு இதுபழகிவிடும்," என்ற ரஷீத் "போகப் போக உனக்கு இது பிடித்தே போய்விடும் பார்" என்றான்.

குழந்தைகள் ஒருவரையொருவர் ஊஞ்சலில் வைத்து ஆட்டிக்கொண்டும், மரங்களில் கட்டப்பட்டிருந்த வலைகளுக்கு மேலாக கைப்பந்து விளையாடிக்கொண்டுமிருந்த ஷர்-ஏ-நவ் பூங்காவுக்கு அவர்கள் பேருந்தில் சென்றனர். சிறுவர்கள் பட்டம் விடுவதைப் பார்த்தபடி அவர்கள் உலவ, புர்காவின் விளிம்பு மிதிபட்டதில் மரியம் அடிக்கடி தடுக்கிக்கொண்டாள். மதிய உணவுக்கு ரஷீத் அவளை ஹஜ்ஜியாகவுப் என்று அவன் அழைத்த பள்ளிவாசலின் அருகிலிருந்த சிறிய கபாப் கடைக்கு அழைத்துச்சென்றான். அதன் தரை பிசுக்காகவும் அங்கிருந்த காற்றில் புகைபடிந்துமிருந்தது. அதன் சுவர்களிலிருந்தும் மெல்லிய பச்சையிறைச்சிவாடை வீச, லோகாரி என்று ரஷீத் அவளிடம் விவரித்த இசை உரக்க ஒலித்தது. மெலிந்து காணப்பட்ட சமையல்காரச்சிறுவர்கள் ஒரு கையால் நுளம்புகளை அடித்தவாறே, இன்னொன்றால் இறைச்சி செருகியிருந்த பற்றுக்கரண்டிகளை திருப்பிக்கொண்டிருந்தார்கள். உணவுவிடுதிகளுக்குப் போய்

பழக்கமே இல்லாத மரியத்துக்கு, நெரிசலாய் இருந்த அந்தக் கூடத்தில் அந்நியர்களோடு அமரவும், ஒவ்வொரு விள்ளல் உணவையும் புர்காவை விலக்கி வாய்க்குக் கொண்டு செல்லவும் முதலில் சங்கடமாக இருந்தது. பொதுஅடுப்பில் சமைக்கச் சென்ற அன்று இருந்த அதே பதட்டம் வயிற்றின் ஆழத்திலிருந்து மெல்ல எழுந்தாலும் ரஷீதின் அண்மை சிறிது ஆசுவாசம் அளிக்க, இன்னும் சிறிது நேரத்தில் அந்த இசையும், புகையும் அந்த மனிதர்களும் கூட அவளுக்கு பெரிதாகப் படவில்லை. புர்காவுமே கூட, ஆறுதல் அளிப்பதாக இருந்ததை அவளே உணர்ந்து ஆச்சர்யப்பட்டாள். அது ஒரு ஒரு-வழிச்சாளரம். உற்றுப்பார்க்கும் அந்நியக்கண்களுக்கு அவளை மங்கலாகக் காட்டிய அதனுள்ளே அவளே பார்வையாளர். தன்னுடைய கடந்தகாலத்தின் அவமானகரமான ரகசியங்களை ஒரே பார்வையில் மக்கள் கண்டுபிடித்துவிடுவார்கள் என்று அவள் இனி கவலை கொள்ள வேண்டாம்.

அவர்கள் நடந்த சாலைகளில் இருந்த கட்டிடங்களைக் காட்டி, அவற்றின் பெயர்களைச் சொல்லிக்காட்டிய ரஷீதின் குரலில் ஏனோ அதிகாரம் தொனித்தது; அது அமெரிக்கன் எம்பஸி, இது வெளியுறவுத்துறை அமைச்சகம். கார்களையும் சுட்டிக்காட்டி அவற்றின் பெயரையும் தயாரிக்கப்படும் இடத்தையும் சொன்னான்; இது சோவித்தின் வோல்காஸ், அமெரிக்க செவ்ரோலே, ஜெர்மனியின் ஓபல்.

“இவற்றில் உனக்கு எது பிடித்திருக்கிறது?” அவன் கேட்டான்.

மரியம் தயக்கத்தோடு வோல்காவைக் காட்ட, ரஷீத் சிரித்தான்.

மரியத்துக்கு அறிமுகமாகியிருந்த ஹெராத்தின் சிறு பகுதியோடு ஒப்பிட, காபுல் மிகுந்த ஜனநெரிசலுடன் காணப்பட்டது. இங்கு மரங்களும், குதிரைகளால் இழுக்கப்பட்ட காரிகளும் குறைவாகக் காணப்பட்டாலும், கார்களும், உயரமான கட்டிடங்களும், போக்குவரத்துச் சமிக்ஞை விளக்குகளும், தார் சாலைகளும் மிகுந்திருந்தன. அந்நகருக்கே உரிய பிரத்தியேகமான சொற்பிரயோகங்களையும் அவள் கவனித்தாள்; “அன்பே” *ஜோ* அல்ல *ஜான்*, “சகோதரி” *ஹம்ஷிரே* அல்ல *ஹம்ஷிரா*.

தெரு வியாபாரி ஒருவனிடமிருந்து ரஷீத் அவளுக்கு ஐஸ் க்ரீம் வாங்கிக் கொடுத்தான். மரியம் ஐஸ்க்ரீம் உண்பது அதுவே முதல்முறை. அதன் வண்ணச்சேர்க்கையுத்திகளை அவளால் நம்பவே முடியவில்லை. மேலே தூவப்பட்டிருந்த நொறுக்கிய

பிஸ்தாபருப்புகள், அடியில் கிடந்த சிறிய அரிசிசேமியா எல்லாவற்றோடும் அவள் அந்த முழு கிண்ணத்திலிருந்ததையும் ஆவலோடு உண்டாள். அதன் மயக்கும் தன்மையையும் சப்புக்கொட்டவைத்த இனிமையையும் வியந்தாள்.

அவர்கள் நடந்து சிக்கன் ஸ்ட்ரீட்டின் கொச்சே-மோர்காவை அடைந்தார்கள். காபுலின் பணக்காரர்கள் வாழுமிடம் என்று ரஷீத் கூறியிருந்த இடத்திற்கு அருகிலிருந்த அந்தத் தெரு குறுகலாக, ஜனநெருக்கடி மிக்கதாக இருந்தது.

“இந்த சுற்றுவட்டாரத்தில் தான் அயலகத்தூதர்கள் வசிக்கிறார்கள், பணக்கார வியாபாரிகள், ராஜ வம்சத்தைச் சேர்ந்தவர்கள்- இப்படியானவர்கள். உன்னையும் என்னையும் போன்றவர்கள் அல்ல.”

“சிக்கன் ஸ்ட்ரீட்டில் கோழிகளைக் காணோமே” என்றாள் மரியம்.

“சிக்கன் ஸ்ட்ரீட்டில் நீ பார்க்க முடியாத ஒரே விஷயம் அது தான்” என்று சொல்லிச் சிரித்தான் ரஷீத்.

வானவில்-வண்ணங்களினாலான *சப்பன்கள், ஆட்டுத்தோல் தொப்பிகள் விற்கும் கடைகளால் அந்தத் தெரு நிரம்பியிருந்தது. ரஷீத், செதுக்கப்பட்ட வெள்ளிக்குறுவாள் ஒன்றைப் பார்வையிட ஒரு கடையிலும் இது ஆங்கிலேயர்களுக்கு எதிரான முதலாம் உலகப்போரின் எச்சம் என்று விற்பனையாளன் குறிப்பிட்ட பழைய துப்பாக்கி ஒன்றைப் பார்க்க இன்னொரு கடையிலும் சற்றே தாமதித்தான்.

“நான் தான் *மோஷே டயான்” என்று ரஷீத் முணுமுணுத்தான். அவனுடைய முகத்தில் அப்போது தெரிந்த அந்தப் இளம்புன்னகை, தனக்காகவே பூத்தது என்று மரியம் நினைத்தாள். அது ரகசியமானது, தம்பதியரின் புன்னகை.

கம்பளங்கள், கைவினைப்பொருட்கள், இனிப்புகள், பூக்கள் விற்கும் கடைகளை அவர்கள் நடந்து கடக்க, இருபாலருக்கான ஆடைகள் விற்கும் கடைகளின் பின்னல்திரை மறைப்பில் இளம்பெண்கள் பொத்தான் தைத்துக்கொண்டும் துணிகளைத் தேய்த்துக்கொண்டுமிருந்ததை மரியம் பார்த்தாள். இடையிடையில் ரஷீத் தனக்குப் பழக்கமான கடைக்காரர்களுக்கு சிலசமயம் ஃபார்ஸியிலும் சில சமயம் பாஷ்டோவிலும் முகமன் சொல்ல

நின்றான். அவர்கள் கைகளைக் குலுக்கி, கன்னங்களில் முத்தமிட்டுக்கொள்வதைப் பார்த்தபடி மரியம் பல அடிகள் தள்ளி நின்றாள். ரஷீத் அவளை யாருக்கும் அறிமுகம் செய்யவுமில்லை, அவளை நோக்கிக் கையசைக்கவுமில்லை.

ஒரு பூத்தையல் வேலைப்பாட்டுக் கடைக்கு வெளியில் அவளை நிறுத்தியவன் "இந்தக் கடை முதலாளி எனக்குப் பழக்கமானவர், நான் போய் அவருக்கு *சலாம்* சொல்லிவிட்டு ஒரே நிமிடத்தில் வந்துவிடுகிறேன்" என்றான்.

மரியம் வெளியில் கூட்டநெரிசல் மிக்க அந்த நடைபாதையில் காத்திருந்தாள். சிக்கன் ஸ்ட்ரீட்டில் வழியெங்கும் நின்றிருந்த விலைப்பெண்டிருக்கும் பாதசாரிகளுக்கும் இடையே ஊர்ந்து, அசையாமல் நின்றிருந்த குழந்தைகளையும், கழுதைகளையும் விரட்ட ஒலிப்பானை ஒலித்தவாறே நகர்ந்த கார்களைப் பார்த்துக்கொண்டிருந்தாள். சலிப்புற்றிருந்த சிறுவியாபாரிகள் புகைபிடித்துக்கொண்டும், எச்சில்பணிக்கத்தில் துப்பிக்கொண்டும், நிழலுக்குள்ளிருந்து அவ்வப்போது வெளியேறி, துணிகளையும், மென்மயிர் கழுத்துப்பட்டை பூஸ்டின் கோட்டுகளையும் வாடிக்கையாளர்களிடம் விற்க முயற்சி செய்து கொண்டுமிருந்ததையும் பார்த்தவாறிருந்தாள்.

ஆனாலும் அங்கிருந்த பெண்கள் தான் மரியத்தின் கண்களை வெகுவாக ஈர்த்தனர்.

காபுலின் இந்தப் பகுதியைச் சேர்ந்த பெண்கள், ஏழைக்குடியிருப்புகளைச் சேர்ந்த- அவளும் ரஷீதும் வாழும் குடியிருப்பில் இருக்கும், பெரும்பாலும், தங்களை முழுவதுமாக மூடிக்கொண்டிருப்பவர்களைப் போன்ற-பெண்களில் இருந்து மாறுபட்ட வகையினராய் இருந்தார்கள்- இந்தப் பெண்கள் – ரஷீத் அவர்களை அழைத்தது போல- "நவீனமானவர்கள்." தலையை மறைக்காமலும், முகங்களில் ஒப்பனை அணிந்தவர்களாகவும் தங்கள் மனைவியர் அந்நியர்கள் மத்தியில் நடமாடுவதைப் பொருட்படுத்தாத நவீன, ஆஃப்கன் ஆண்களை, மணந்து கொண்டிருக்கும் நவீனப் பெண்கள். தெருக்களில் அவர்கள், சிலசமயம் யாராவது ஒரு ஆண்மகனோடு, சமயங்களில் தனியாக, சில சமயம்- பழைய மிதிவண்டிச் சக்கரங்களை குச்சிகளால் ஓட்டித்திரியும் பூச்சிக்கடித்தழும்புக் கன்னங்களையுடைய தே-மசங்கின் குழந்தைகளைப் போல அல்லாமல் பளபளக்கும்

ஷூக்களும் தோல்வார் கடிகாரங்களும் அணிந்த, உயரமான கைப்பிடிகளும் பொன்வண்ணச் சக்கரக்கம்பிகளும் கொண்ட மிதிவண்டிகளைத் தள்ளிச்செல்லும் கன்னஞ்சிவந்த குழந்தைகளோடும் அவர்கள் தயக்கமில்லாமல் திரிந்தார்கள்.

அவர்கள் கைப்பைகள் ஆடும்விதத்திலும், பாவாடையின் சரசரப்பிலுமே அவர்களைத் தெரிந்துகொள்ளலாம். காரின் சக்கரத்துக்குப் பின்னால் நின்று புகைபிடித்துக்கொண்டிருந்த பெண்ணொருத்தியும் கூட மரியத்தின் கண்ணில் பட்டாள். அவர்களுடைய நகங்கள் நீண்டும், ஆரஞ்சு அல்லது ரோஜா வண்ண சாயமிட்டவையாகவும் இருந்தன, உதடுகள் துலிப்புகளைப் போல சிவந்திருந்தன. ஓயாத அவசர வேலையில் இருந்தவர்களைப் போல அவர்கள் தங்கள் குதிகால்உயர்ந்த செருப்புகளோடு வேகமாக நடந்தார்கள். குளிர்கண்ணாடியணிந்த அவர்கள் அருகில் நடக்கும் போது அவர்களுடைய நறுமணத்தை மரியத்தால் முகர முடிந்தது. அவர்கள் அத்தனைப் பேரும் பல்கலைக்கழகங்களில் படித்த பட்டதாரிகளென்றும், பெரிதாய் கட்டப்பட்ட அலுவலகங்களில் அவர்களுக்கான மேசைகளின் பின்னால் இருந்து புகைபிடிக்கவும் தட்டச்சவும் செய்வார்களென்றும், மிக முக்கியமானவர்களுக்கு முக்கியமான தொலைபேசி அழைப்புகளைச் செய்வார்கள் என்றும் மரியம் கற்பனை செய்தாள். இந்தப் பெண்கள் மரியத்தை பிரமிக்கச்செய்தார்கள். அவர்கள் அவளுடைய ஏழ்மையை, சாதாரணத்தோற்றத்தை, குறிக்கோள்கள் ஏதுமற்ற தன்மையை, பெரும்பான்மையான விஷயங்களில் அவளுக்குள்ள அறியாமையை, அவளையே உணரச்செய்தார்கள்.

தொடர்ந்து, ரஷீத் அவளுடைய தோளைத்தட்டி அவளிடம் எதையோ நீட்டினான்.

“இந்தா.”

அது பாசி கோர்த்த தொங்கல்களும் பொன்வண்ண நூலால் பூத்தையல் வேலைப்பாடு செய்த ஓரங்களையும் கொண்டிருந்த அடர் சிகப்புநிற சால்வை.

“உனக்குப் பிடித்திருக்கிறதா?”

மரியம் நிமிர்ந்து பார்த்தாள். அப்போது ரஷீத் அவள் மனதுக்கினியதாக ஒன்றைச் செய்தான். அவன் கண்களைச் சிமிட்டி பார்வையைத் திருப்பிக்கொண்டான்.

மரியம் ஜலீலை, அவன் அவளுக்காக கொண்டு வந்த நகைகளை அவளிடம் பெருமிதத்தோடு கொடுத்ததை, அவனுடைய வெளிப்படையான அதீதக் களிப்பைப் பார்த்துவிட்டு அவளுக்குப் பணிவான நன்றியைத்தவிர வேறெதையும் சொல்ல இடமில்லாமல் போனதை, நினைத்துக்கொண்டாள். ஜலீலின் பரிசுகளைப் பற்றி நாணா சொன்னதெல்லாம் உண்மை தான். அவையெல்லாமே கபடமான, பிராயசித்தத்துக்கான, களங்கமான செயல்பாடுகள் மட்டும் தான். அவளை மகிழ்விப்பதற்காக அல்லாமல் தன்னுடைய சுயதிருப்திக்காக அரைகுறை மனதோடு கொடுக்கப்பட்டவை. ஆனால் இந்த சால்வையோ உண்மையான ஒரு பரிசு என்று மரியம் கருதினாள்.

"இது அழகாக இருக்கிறது" என்றாள்.

அன்றிரவு, ரஷீத் மீண்டும் அவளுடைய அறைக்கு வந்தான். ஆனால் வாயிலருகில் இருந்து புகைத்துக்கொண்டிருக்காமல் உள்ளே வந்து, படுத்திருந்த அவளுக்கு அருகே அமர்ந்தான். சுருள்வில்கள் கிரீச்சிட படுக்கை அவன் அமர்ந்த பக்கமாய் சாய்ந்தது.

ஒரு நிமிடத் தயக்கத்துக்குப் பிறகு அவனுடைய கை அவளுடைய கழுத்தைத் தொட்டது, அவளுடைய கழுத்தின் பின்புறக்குமிழ்களை அவனுடைய தடித்த விரல்கள் தடவின. அவனுடைய பெருவிரல் கீழே இறங்கி அவளுடைய காறையெலும்புக்கு மேலிருந்த குழியையும் பின்னர் அதற்கு அடியிலிருந்த தசையையும் வருடியது. மரியம் நடுங்கினாள். அவனுடைய கரம் ஊர்ந்து இன்னமும் கீழே இறங்க, அவனுடைய விரல்நகங்கள் அவளுடைய சட்டைப்பிரியில் சிக்கின.

அவனுடைய தேகத்தின் மீது விழுந்த நிலவொளியால் புலப்பட்ட அந்த தடித்த தோள்களை, அகன்ற மார்பை, சட்டையின் திறந்த பகுதியில் தெரிந்த வெளுத்த மயிர்க்கற்றைகளைப் பார்த்தவள் "வேண்டாம்" என்று முணுமுணுத்தாள்.

இப்போது அவனுடைய கரம் அவளுடைய வலது மார்பிலிருந்தது, சட்டையின் மேலாகவே அதை அழுத்திப் பிசைந்தது. அவனுடைய மூச்சு கனமாக ஒலித்தது அவளுக்குக் கேட்டது.

அவன் அவளுடைய போர்வைக்குள் நுழைந்தான். அவனுடைய கை அவனுடைய இடுப்புப் பட்டையையும் அவளுடைய காற்சட்டையின் நாடாவையும் உருவுவதை அவள் உணர்ந்தாள். அவளுடைய கரங்கள் படுக்கைவிரிப்பைக் கொத்தாக அள்ளிக்கொண்டன. அவன் அவள் மீது

உருண்டு, நெளிந்து கவிழ்ந்தான். கண்களை மூடிக்கொண்டு பற்களை நெறித்த அவளிடமிருந்து பயந்த தேம்பல் ஒன்று வெளிப்பட்டது.

அந்த வலி எதிர்பாராததாகவும் ஸ்தம்பிக்கச் செய்வதாகவும் இருந்தது. அவளுடைய விழிகள் அகன்று விரிந்தன. அவள் பெருவிரல் மூட்டைக் கவ்விக்கொண்டு தன் பற்களினூடே சுவாசித்தாள். அவளுடைய இன்னொரு கை ரஷீதின் முதுகைப் பிடித்து அவனுடைய சட்டையை இறுக்கிற்று.

ரஷீதின் முகம் மரியத்தின் தலையணைக்குள் புதைந்திருக்க, நடுங்கிக்கொண்டும், உதடுகளைக் கடித்துக்கொண்டும், தன்னுடைய தோள்களில் அவனுடைய மூச்சின் வெம்மையை உணர்ந்தவாறும் மரியம் விழிகளை அகட்டி அவன் தோள்களைத்தாண்டி, முகட்டை வெறித்தாள். அவர்களுக்கிடையிலிருந்த காற்றில் புகையிலை வாடையும், அவர்கள் முன்னர் உண்டிருந்த ஆட்டிறைச்சி மற்றும் வெங்காயத்தின் மணமும் வீசியது. அவ்வப்போது அவனுடைய காது அவள் கன்னத்தில் உரசிக் கீறியதில் அவன் சவரம் செய்திருந்ததை அவள் தெரிந்துகொண்டாள்.

அது முடிந்ததும் அவன் மூச்சிரைத்துக்கொண்டே புரண்டான். அவனுடைய முன்னங்கை அவனுடைய நெற்றியின் மேல் கிடந்தது. அவனுடைய கைக்கடிகாரத்தின் நீலநிற முட்கள் இருளில் ஒளிர்ந்ததை அவள் பார்த்தாள். ஒருவரையொருவர் பார்த்துக்கொள்ளாமல் இப்படி அவர்கள் சிறிது நேரம் கிடந்தார்கள்.

"இதில் வெட்கப்பட ஒன்றுமில்லை மரியம். இது திருமணமான எல்லோரும் செய்வதுதான். நபிகளும் அவர் மனைவியரும் செய்ததுதான். இதில் வெட்கப்பட ஒன்றுமில்லை." அவன் லேசாகக் குளறினான்.

சிறிது நேரத்தில் அவன் போர்வையை விலக்கிக்கொண்டு, அவளை அவளுடைய தலையணையில் பதிந்திருந்த தன் தலையின் அச்சுடனும், அவளுடைய அந்தரங்கத்தில் உண்டாகியிருந்த வலியுடனும், வானத்தில் உறைந்திருந்த நட்சத்திரங்களையும் நிலவின் முகத்தை மேகம் ஒரு முக்காட்டுத்துணியைப் போல மூடுவதையும் அவளை வெறிக்கவிட்டு, அந்த அறையிலிருந்து வெளியேறினான்.

★ சப்பன் – மேலங்கி
★ மோஷே டயான் – இஸ்ரேலைச்சேர்ந்த படைத்தளபதியும் அரசியல்வாதியும் ஆவார்.

12

1974 ஆம் ஆண்டின் ரமதான் இலையுதிர்காலத்தில் வந்தது. முதல்பிறையைக் கண்ணுறுவதென்பது ஒரு நகரத்தின் லயத்தையும் மனோபாவத்தையும் எப்படி முழுவதுமாக மாற்றும் என்பதை மரியம் தன் வாழ்நாளில் முதன்முறையாகப் பார்த்தாள். காபுலின் மீது ஒரு உறக்கமயக்கம் கவிவதைக் கண்டாள். போக்குவரத்து சோர்ந்து, குறைந்து, பிறகு ஓசையற்றுப் போனது. உணவகங்கள் விளக்குகளை அணைத்து கதவுகளை மூடிக்கொண்டன. சாலைகளில் புகைபிடிப்பவர்களையும், சன்னல் விளிம்புகளில் ஆவிபறக்கும் தேநீர் கோப்பைகளையும் காண முடியவில்லை. பின்னர் இஃப்தாரில் சூரியன் மேற்கில் மறைந்து, ஷிர்-தர்வாஜா மலையிலிருந்து துப்பாக்கி வெடிக்கும் ஓசை கேட்டதும் நகரம் தன் நோன்பைத் திறக்க, அதனோடு ரொட்டி பேரீட்சை சகிதம் சேர்ந்துகொண்ட மரியம் பகிர்ந்துண்பதின் இனிமையைத் தன் பதினைந்து வருட வாழ்வில் முதன்முறையாகச் சுவைத்தாள்.

ஒருசில நாட்களில் தவிர ரஷீத், நோற்கவில்லை. அந்த சில முறைகளும் வீடு திரும்பும் போது, கடுகடுப்பாக இருந்தான். பசி அவனை எரிச்சலுறவும், பொறுமையறவும், சிடுசிடுப்பாகவும் ஆக்கியது. ஓரிரவு மரியம் உணவு பரிமாற சற்று தாமதித்து விட்டதில் அவன் ரொட்டியையும் பச்சை முள்ளங்கியையும் உண்ண ஆரம்பித்துவிட்டான். அவள் ஆட்டுக்கறியும் வெண்டைக்காயும் சேர்த்த குர்மாவையும் சோற்றையும் அவன் முன்னால் வைத்த போதும் அவன் அதைத் தொடவேயில்லை. எதுவும் பேசாமல் ரொட்டியை மென்றுகொண்டிருந்தவனின் நெற்றிப்பொட்டு வேகமாய் அசைந்தது, நெற்றிநரம்பு கோபத்தில் புடைத்துபோயிருந்தது. இலக்கற்று வெறித்துப்பார்த்தவாறு மென்றுகொண்டே இருந்தவன், மரியம் பேச்சுக்கொடுத்தபோதும் அவளைப் பார்க்காமலே பதில் சொல்லிவிட்டு இன்னொரு துண்டு ரொட்டியைத் தன் வாயில் திணித்தான்.

ரமதான் முடிந்ததில் மரியம் நிம்மதியடைந்தாள்.

கொல்பாவில், ரமதான் பண்டிகையின் முதல் மூன்று நாள் கொண்டாட்டத்தின் போது மரியத்தையும் நாணாவையும் பார்க்க ஜலீல் வருவான். சூட்டும், கழுத்துப்பட்டியும் அணிந்து பெருநாள் பரிசுகளோடு வருவான். ஒரு முறை மரியத்துக்கு அவன் ஒரு கம்பளித் தலைக்குட்டையைக் கொடுத்தான். மூன்று பேரும் அமர்ந்து தேநீர் அருந்தியதும் அவன் கிளம்புவான்.

ஓடையைக் கடந்து அவன் கையசைத்ததும் "அவனுடைய உண்மையான குடும்பத்துடன் ஈத் கொண்டாடப் போய்விட்டான்" என்பாள் நாணா.

முல்லா ஃபைசுல்லாவும் வருவார். சரிகைத்தாளில் சுற்றிய மிட்டாய்கள், கூடை நிறைய, அவித்த, நிறமூட்டப்பட்ட முட்டைகள் மற்றும் இனிப்பப்பங்கள் கொண்டு வருவார். அவர் போன பிறகு மரியம் தின்பண்டங்களோடு ஒரு வில்லோ மரத்தில் ஏறுவாள். ஒரு உயரமான கிளையில் அமர்ந்துகொண்டு அவள் முல்லா ஃபைசுல்லா கொடுத்த மிட்டாய்களைத் தின்றுவிட்டுப் போடும் தாள்கள் அடிமரத்தின் கீழே வெள்ளிப்பூக்கள் போல மின்னும். மிட்டாய்கள் தீர்ந்ததும் அப்பங்களைத் தின்பவள், அவர் தந்த முட்டைகளில் பென்சிலால் முகம் வரைவாள். ஆனால் அதிலெல்லாம் அவளுக்கு மகிழ்ச்சி ஒன்றும் கிட்டியதில்லை. குடும்பத்தில் எல்லோரும் அருமையாக உடுத்திக்கொண்டு ஒருவரையொருவர் சந்தித்துக்கொள்ளும், விருந்துபச்சாரங்களும் கொண்டாட்டங்களும் நிரம்பிய ஈதின் நாட்கள் அவளுள் பீதியைக் கிளப்பின. ஹெராத்தில், மகிழ்ச்சியும் உற்சாகமுமாய் பளிச்சிடும் விழிகளுடன் ஒருவருக்கொருவர் இனிமையாகப் பேசிக்கொள்வதையும் வாழ்த்துக்களைப் பரிமாறிக்கொள்வதையும் அவள் கற்பனை செய்தாள். அவள் மீது ஒரு சவப்போர்வையைப் போல கவியும் ஏக்கம் ஈத் கழிந்ததும் தான் மறையும்.

இந்த வருடம் தான், முதன்முறையாக, தன் பிள்ளைப்பிராயத்தில் ஏங்கிய ஈத் கொண்டாட்டங்களை நேரில் பார்த்தாள் மரியம்.

ரஷீதும் அவளும் தெருவில் இறங்கி நடந்தார்கள். இவ்வளவு உயிரோட்டத்துக்கு மத்தியில் அவள் அதற்குமுன் நடந்ததேயில்லை. கடுங்குளிரையும் பொருட்படுத்தாமல் குடும்பங்குடும்பமாக தங்கள் உறவினர்களை சந்தித்தேயாகவேண்டுமெனும் ஆவலோடு மக்கள் நகரத்துக்குப் படையெடுத்தார்கள். ஃபரிபாவையும் சூட்

உடுத்திக்கொண்டிருந்த அவளுடைய மகன் நூரையும் மரியம் தெருவில் பார்த்தாள். வெள்ளைத்தலைக்குட்டை அணிந்திருந்த ஃபரீபா, கூச்சசுபாவியாகத் தென்பட்ட, கண்ணாடி அணிந்த, நறுங்கலான உருவங்கொண்ட ஒருமனிதரின் அருகில் நடந்தாள். அவளுடைய மூத்த மகனும் அங்கிருந்தான்- அவனுடைய பெயர் அஹமத் என்று, பொதுஅடுப்பினருகே ஃபரீபா முதன்முறை சொன்னது மரியத்துக்கு எப்படியோ நினைவிலிருந்தது. அவனுடைய இளைய சகோதரனிடம் காணப்பட்ட சிறுபிள்ளைத்தனத்துக்கு மாறாக, காலத்துக்கு முந்திய பக்குவத்தின் அறிகுறியாகத்தோன்றிய, உள்ளடங்கிய துயரார்ந்த விழிகளும் சிந்தனைவசப்பட்ட முகத்துடனும் அவன் இருந்தான். அஹமதின் கழுத்தைச் சுற்றி *அல்லாஹ்* என்ற ஒரு பதக்கம் பளபளத்தது.

ரஷீதுக்கு அருகில் பர்தாவிலிருந்த இவளை ஃபரீபா அடையாளங்கண்டிருக்க வேண்டும். அவள் கையசைத்து! *"ஈத் முபாரக்!"* என்று கூவினாள்.

பர்தாவுக்குள் இருந்தபடியே மரியம் மய்யமாக தலையசைத்து வைத்தாள்.

"அப்படியென்றால் உனக்கு அந்தப் பெண், அந்த ஆசிரியனின் மனைவியைத் தெரியும்" என்றான் ரஷீத்.

தனக்குத் தெரியாது என்றாள் மரியம்.

"விலகியிருப்பது தான் நல்லது. அவளொரு புறணிப்பேச்சுக்காரி. அந்தப் புருஷன்காரனோ தானொரு கல்விமானும் அறிவுஜீவியுமென்ற நினைப்பிலிருப்பவன். ஆனால் அவனொரு மூஞ்சூறு. அவனைப் பாரேன். அப்படியே மூஞ்சூறு மாதிரியே இருக்கிறானில்லையா?"

குழந்தைகள் புத்தாடைகளும் மணிவேலைப்பாடமைந்த பளீர் வண்ண மேல் கோட்டுகளும் அணிந்து கும்மாளமிட்டுக்கொண்டும் ஈத் பரிசுகளை ஒப்பீடு செய்துகொண்டுமிருந்த ஷர்-எ-நவ்வுக்கு அவர்கள் சென்றார்கள். பெண்கள் இனிப்புத் தட்டுகளை எல்லோரும் பார்க்கும்படி பகிர்ந்து கொண்டார்கள். கடைகளின் சன்னல்களில் விழாக்கால விளக்குகள் தொங்குவதையும் ஒலிப்பான்களில் இசை வலுத்து ஒலிப்பதையும் மரியம் கேட்டாள். அந்நியர்களும் அவளைக் கடந்துபோகும் போது *"ஈத் முபாரக்!"* என்று வாழ்த்துச் சொன்னார்கள்.

அன்றிரவு அவர்கள் *ச்சமன்-னுக்குச் சென்றபோது ரஷீதின் பின்னே நின்றவாறு வானவெடிகளின் பச்சை, இளஞ்சிவப்பு மற்றும் மஞ்சள் நிறங்கள் விண்ணுக்கு ஒளியூட்டுவதை மரியம் பார்த்தாள். கொல்பாவுக்கு வெளியில் அமர்ந்துகொண்டு, தூரத்தில், ஹெராத்தில் வெடிக்கும் வாணவேடிக்கைகளையும் தன்னுடைய குருவின் புரை-படிந்த விழிகளில் அவற்றின் திடீர் வெடிப்பு பிரதிபலிக்கும் வண்ணங்களைப் பார்த்திருந்ததையும் நினைத்து மரியம் ஏங்கினாள். ஆனாலும் அவள் அதிகமாய் ஏங்கியது நாணாவை நினைத்துத்தான். தன்னுடைய தாய் உயிரோடு இருந்து இதையெல்லாம் பார்த்திருக்கலாமே என்று மரியம் வருந்தினாள். இவற்றுக்கெல்லாம் மத்தியில் அவளைப் பார்த்திருக்கலாமே. அவர்களைப் போன்றவர்களுக்கும் கூட மனநிறைவும் மகிழ்ச்சியும் அப்படியொன்றும் கிட்ட இயலாதவையல்ல என்பதை அவள் பார்த்திருக்கலாமே.

ஈத் கொண்டாட்டங்களின்போது அவர்கள் வீட்டுக்கும் விருந்தாளிகள் வந்தனர். அனைவரும் ஆண்கள், ரஷீதின் நண்பர்கள். கதவு தட்டப்பட்டதுமே அவள் மாடியிலுள்ள அவளுடைய அறைக்குச் சென்று தாழிட்டுக்கொள்ள வேண்டும் என்பதை மரியம் அறிந்திருந்தாள். கீழ்த்தளத்தில் ரஷீதும் மற்ற ஆண்களும் தேநீர் அருந்திக்கொண்டும் புகைத்துக்கொண்டும் அரட்டையடித்துக் கொண்டும் இருந்த போது அவள் தன் அறைக்குள்ளேயே இருந்தாள். விருந்தாளிகள் போகும் வரை அவள் கீழே வரக்கூடாதென்று ரஷீத் அவளிடம் சொல்லியிருந்தான்.

மரியம் அதைப் பொருட்படுத்தவில்லை. உண்மையியல் அவள் பெருமிதமடைந்தாள். அவர்களுடைய ஒன்றிணைவை ரஷீத் புனிதமாகக் கருதுகிறான். அவளுடைய நமூஸ், கண்ணியம் போற்றத்தகுந்தது என்று அவன் நினைக்கிறான். அவனுடைய பாதுகாப்புணர்வில் அவள் மதிப்புமிக்கவளாக உணர்ந்தாள். தான் முக்கியமானவள் என்றும் ஒரு பொக்கிஷம் போன்றவள் என்றும் அவளுக்குத் தோன்றியது.

ஈதின் மூன்றாவதும் கடைசி நாளுமான அன்று தன் நண்பர்களைச் சந்திக்க ரஷீத் சென்றான். இரவெல்லாம் மரியத்துக்கு வயிற்றில் ஏதோ சங்கடம் இருந்ததால் அவள் தனக்காக கொஞ்சம் தண்ணீரைக் கொதிக்க வைத்து ஏலக்காய் தூள் சேர்த்த பச்சைத்தேநீர் தயாரித்துக்கொண்டாள். வரவேற்பறையில் முந்தின இரவின் ஈத்

கொண்டாட்டங்களின் விளைவுகளைப் பார்வையிடச்சென்றாள்: தலைகீழாகக் கிடந்த கோப்பைகள், மெத்தைகளுக்கிடையில் துப்பப்பட்டிருந்த பூசணி விதைகள் மேலும் இரவுணவின் கறைபடிந்திருந்த தட்டுகள். ஆண்களால் எப்படி இவ்வளவு சக்தியோடும் சோம்பேறித்தனமாக இருக்க முடிகிறதென்று ஆச்சரியப்பட்டுக்கொண்டே அவள் எல்லாவற்றையும் சுத்தம் செய்தாள்.

ரஷீதின் அறைக்குள் செல்லும் எண்ணமே அவளுக்கில்லை. ஆனால் வரவேற்பறையை சுத்தம் செய்தவள் அப்படியே மாடிப்படிகளை சுத்தம் செய்து கொண்டே, மாடியின் கூடத்துக்குப் போய் அங்கிருந்த அவனுடைய அறைக்கதவைத் திறந்து தான் செய்வதை உணராமலே அவனுடைய அறைக்குள் முதல்முறையாகச் சென்று அத்துமீறி நுழைந்ததைப் போல உணர்ந்தவளாக அவனுடைய மெத்தையில் தான் அமர்ந்திருந்திருக்கக் கண்டாள்.

அந்த கனத்த, பச்சை நிறத் திரைச்சீலைகளை, சுவரில் சாய்த்து வரிசையாய் அடுக்கி வைக்கப்பட்டிருந்த பளபளப்பேற்றிய காலணிகளை, சாம்பல் சாயம் பெயர்ந்து அடியிலிருந்த மரவண்ணம் தெரிந்த அந்த அலமாரியின் கதவை, எல்லாவற்றையும் அவள் பார்த்தாள். அவனுடைய கட்டிலின் அருகிலிருந்த நிலைக்கண்ணாடி மேசையின் மீது ஒரு சிகரெட் பெட்டி இருந்ததைப் பார்த்தாள். சுவரிலிருந்த முட்டைவடிவக் கண்ணாடியின் முன் நின்று ஒரு சிகரெட்டை எடுத்து உதடுகளுக்கிடையில் பொருத்தினாள். புகையை கண்ணாடிக்குள் ஊதுவது போலவும் சாம்பலைத்தட்டுவது போலவும் செய்து பார்த்தவள் அதை இருந்த இடத்திலேயே வைத்தாள். காபுலின் பெண்களைப் போல அதை நாசுக்காகவும் அழகாகவும் செய்ய அவளுக்கு வரவில்லை. அவள் செய்த போது அது அசிங்கமாக, பொருந்தாமல் தெரிந்தது.

குற்ற உணர்வோடே மேசையின் முதல் இழுப்பறையைத் திறந்தாள்.

முதலில் துப்பாக்கியைத்தான் பார்த்தாள். அது கருப்பாகவும், மரத்திலான பிடியோடும் சிறிய முகப்போடும் இருந்தது. அது அங்கே வைக்கப்பட்டிருந்த நிலையை கவனத்தில் இருத்திக்கொண்டு அவள் அதை வெளியில் எடுத்தாள். தன்னுடைய கைகளில் வைத்து அதைத் திருப்பிப் பார்த்தாள். பார்க்கும் போது அப்படித் தோன்றாதபோதும் அது மிக கனமாகத் தான் இருந்தது. அதன் பிடி வழுவழுப்பாகவும் முகப்பு சில்லென்றும் இருந்தது.

இன்னொரு நபரைக் கொல்வதற்கு மட்டுமே உபயோகப்படும் ஒன்றை அவன் வைத்திருப்பது அவளுக்கு மனவுளைவைத் தந்தது. ஆனால் நிச்சயமாக அவன் அதை அவர்களுடைய பாதுகாப்புக்காகத் தான் வைத்திருக்கிறான். அவளுடைய பாதுகாப்புக்காக.

துப்பாக்கியின் அடியில் முனை சுருண்டிருந்த ஏராளமான புத்தகங்கள் இருந்தன. அதிலொன்றை மரியம் பிரித்தாள். அவளுக்குள் எதுவோ நழுவியது. அவளுடைய வாய் அவளை அறியாமல் பிளந்தது.

ஒவ்வொரு பக்கத்திலும், பெண்கள், அழகான பெண்கள், சட்டை, காற்சட்டை, காலுறைகள், உள்ளாடைகள் அணியாத பெண்கள் இருந்தார்கள். அவர்கள் ஒன்றுமே அணிந்திருக்கவில்லை. மெத்தைகளில், சுருண்டுகிடந்த விரிப்புகளினிடையே கிடந்து அவர்கள் மரியத்தைத் தங்கள் பாதி-மூடிய விழிகளால் பார்த்தார்கள். பெரும்பாலான படங்களில் அவர்களுடைய கால்கள் விரிந்துகிடந்ததில், இடையிலிருந்த கருத்த பாகம் மரியத்துக்குத் தெளிவாகத் தெரிந்தது. சிலபடங்களில் அந்தப் பெண்கள் குனிந்து- இறைவன் இந்த எண்ணத்தை மன்னிப்பானாக- தொழுகையில் சஜ்தாவில் இருப்பதைப் போலக் கிடந்தார்கள். அப்படியே தங்கள் தோள்களின் பின்னால் திரும்பி சலிப்பும் இறுமாப்புமாகப் பார்த்தார்கள்.

மரியம் எடுத்த இடத்திலேயே அந்தப் பத்திரிகைகளை வேகமாகத் திருப்பி வைத்தாள். அவளுக்கு தலை சுற்றியது. இந்தப் பெண்கள் எல்லாம் யார்? தங்களை இப்படிப் புகைப்படம் எடுக்க அவர்கள் எப்படி அனுமதித்தார்கள்? அருவருப்பில் அவளுக்கு வயிற்றைப் புரட்டியது. அவளுடைய அறைக்கு வராத இரவுகளில் அவன் இதைத் தான் செய்து கொண்டிருக்கிறானா? இந்த விஷயத்தில் அவள் அவனுக்குத் திருப்தி அளிக்கவில்லையோ? ஒழுக்கம் கண்ணியம் என்றெல்லாமும், பொருத்தமான காலணிகளைத் தேர்வு செய்வதற்காக அவனிடம் கால்களை மட்டும் காட்டும் பெண் வாடிக்கையாளர்களைப் பற்றியும் கேவலமாகப் பேசினானே? ஒரு பெண்ணின் முகம் அவளுடைய கணவனுக்கானது மட்டும் தான் என்றானே? நிச்சயமாக இந்த பெண்களுக்குக் கணவன்மார் இருப்பார்களே, சிலருக்காவது நிச்சயம் இருப்பார்கள். குறைந்தபட்சம் சகோதரர்கள் இருப்பார்கள். அப்படியிருக்கும் போது அவளை மட்டும் முழுக்க மூடச்சொல்லும் ரஷீத் மற்ற

ஆண்களின் சகோதரிகளின், மனைவியரின், அந்தரங்கப் பகுதிகளை பார்ப்பது மட்டும் நியாயமா?

மரியம் குழப்பத்தோடும் அவமானத்தோடும் அவனுடைய படுக்கையில் அமர்ந்திருந்தாள். தன்னுடைய கைகளை முகத்தில் குவித்து கண்களை மூடிக்கொண்டாள். மனம் அமைதியடையும் வரை ஆழமாக சுவாசித்தாள்.

மெதுவாக அவளுக்குள் ஒரு விளக்கம் எழுந்தது. அவள் வரும் வரையிலும் அவன் தனியாக வாழ்ந்துகொண்டிருந்த ஒரு ஆண்மகன். அவளுடைய தேவைகளிலிருந்து அவனுடையவை வேறுபட்டவை. அவளுக்கோ இத்தனை மாதங்களுக்குப் பிறகும் அவர்களுடைய தாம்பத்திய உறவு சகித்துக்கொள்ளக்கூடிய வலியுள்ளதாக மாறியிருக்கும் ஒரு பயிற்சி மட்டும் தான். ஆனால் அவனுடைய ஆவலோ வெறித்தனமானது, சில சமயங்களில் லேசான வன்முறையாகவும் மாறுவது. அவன் அவளை அசையவிடாமல் அழுத்துவதிலும் அவளுடைய மார்புகளை கசக்குவதிலும் அவனுடைய படுவேகமான இடுப்பசைவிலுமே தெரிகிறதே அவன் ஆண்மகன் என்று. இத்தனை வருடங்களாக பெண் துணையில்லாமல் இருந்தவன். இறைவன் அவனைப் படைத்த விதத்துக்காக அவள் அவனைக் குறை கூறலாமா?

இதைப்பற்றியெல்லாம் தான் அவனிடம் பேசமுடியாதென்பதை மரியம் அறிந்திருந்தாள். வாயைத் திறக்கவே முடியாது. ஆனால் இது மன்னிக்க முடியாத குற்றமா? இப்போது அவள் தன்னுடைய வாழ்வின் இன்னொரு ஆணைப் பற்றித்தான் நினைக்க வேண்டியதாகிற்று. ஜலீல், மூன்று பெண்களுக்குக் கணவனாகவும் ஒன்பது குழந்தைகளுக்குத் தகப்பனாகவும் இருந்த சமயத்தில் நாணாவுடனும் தகாத உறவு கொண்டிருந்தானே. எது மிகவும் மோசமான செயல்? ரஷீதின் பத்திரிக்கைகளா ஜலீல் செய்த காரியமா? மேலும் நாட்டுப்புறமும் ஹராமியுமான தனக்கு தீர்ப்பு வழங்கும் அதிகாரத்தை யார் கொடுத்தது?

மரியம் மேசையின் கடைசி இழுப்பறையைத் திறந்தாள்.

அதில் அந்தச் சிறுவன், யூனுஸின் படத்தை அவள் கண்டாள். அது ஒரு கருப்பு-வெள்ளைப் படம். அவனுக்கு நான்கு அல்லது ஐந்து வயதிருக்கும். கோடிட்ட சட்டையும், அலங்காரக் கழுத்துப்பட்டியும் அணிந்திருந்தான். மெல்லிய நாசியும், அடர்பழுப்புநிறத் தலைமுடியும், கருத்த,

ஆழப்பதிந்திருந்த விழிகளுமாக, அவன் அழகாக இருந்தான். புகைப்படக்கருவி மின்னிய நேரம் அவனுடைய கவனத்தை வேறெதுவோ கவர்ந்துவிட்டதைப் போல அவன் எங்கோ பார்த்துக்கொண்டிருந்தான்.

அதற்கு கீழே வேறொரு, இன்னமும் பழையதாகிவிட்ட, கருப்பு-வெள்ளைப் படத்தை மரியம் கண்டாள். அது அமர்ந்திருந்த ஒரு பெண், மற்றும் அவளுக்குப் பின்னாலிருந்த மெலிந்த, இளைய, கருத்தகேசமுடைய ரஷீதின் புகைப்படம். அந்தப் பெண் அழகாயிருந்தாள். அவள் ஒருவேளை அந்தப் பத்திரிக்கைப் பெண்கள் அளவுக்கு அழகாக இல்லாமலிருக்கலாம். ஆனாலும் அழகி. நிச்சயமாக மரியத்தை விட அவள் அழகி தான். அவளுக்கு நாசுக்கான முகவாயும், நடுவகிடெடுக்கப்பட்ட நீண்ட கூந்தலும் இருந்தது. கன்னக் கதுப்புகள் உயர்ந்திருந்தன, நெற்றி சீராகயிருந்தது. மரியம் தன்னுடைய முகத்தை, மெல்லிய உதடுகளை, நீண்ட முகவாயை நினைத்துப் பார்த்தாள், அவளுள் பொறாமையின் ஒரு பொறி எழுந்தது.

இந்தப் புகைப்படத்தை அவள் வெகுநேரமாய் பார்த்துக்கொண்டிருந்தாள். அந்தப் பெண்ணின் மீது ரஷீத் சாய்ந்திருந்த விதத்தில் ஏதோ சரியில்லாதது போலத்தோன்றியது. அவனுடைய கரங்கள் அவளுடைய தோளின் மீதிருந்தன. அவனுக்கே உரிய உதடுகளை-இறுகமூடிய புன்னகையிலும் அவளுடைய துயரார்ந்த, புன்னகையற்ற முகத்திலும், அவனுடைய கரங்களிலிருந்து தன்னை விடுவித்துக்கொள்ளும் விதமாக, அவள் தன்னுடலை லேசாக முன்னுக்குத் தள்ளியிருந்ததிலும் ஏதோ இருந்தது.

மரியம் எல்லாவற்றையும் எடுத்த இடத்திலேயே வைத்தாள்.

பின்னர் துணிகளைத் துவைக்கும் போது அவனுடைய அறைக்குள் திருட்டுத்தனமாக புகுந்ததை நினைத்து வருந்தினாள். எதற்காக அப்படிச் செய்தாள்? அங்கே அவனைப் பற்றி எந்த உருப்படியான விஷயத்தைத் தெரிந்து கொண்டாள்? அவனிடம் ஒரு துப்பாக்கி இருந்தது என்பதையும், ஆண்களின் தேவைகளையுடைய ஓர் ஆண்மகன் தான் அவனும் என்பதையுமா? மேலும் அவனும் அவன் மனைவியும் இருந்த புகைப்படத்தை அவள் அவ்வளவு நேரம் வெறித்துப் பார்த்திருக்கக் கூடாது. ஒரு நொடிப்பொழுதில் எடுக்கப்பட்ட புகைப்படத்தில் பதிந்திருந்த ஏகதேசமான

உடல்மொழியைப் பார்த்து அவள் அவ்வளவு விபரங்களைக் கணிக்க முயன்றிருக்கக் கூடாது.

உடுப்புகளைக் காய வைக்கும் கொடி அவள் முன்னே பெருஞ்சுமையோடு தொங்கிய போது மரியம் உணர்ந்ததெல்லாம் ரஷீதின் மீதான பச்சாதாபத்தைத் தான். விதிவசத்தால், இழப்புகளாலும் துயரங்களாலும் அவனுக்கும் வாழ்க்கை கடுமையானதாகத் தான் இருந்திருக்கிறது. இதே தோட்டத்தில் ஒரு காலத்தில் பனிமனிதனைச் செய்து விளையாடிய, அதே படிகளில் இறங்கியோடிய அவனுடைய மகன் யூனுஸை அவள் நினைத்துக்கொண்டாள். யாருடைய பெயரை அவனுக்குச் சூட்டியிருந்தார்களோ அந்த யூனுஸ் நபியை திமிங்கலம் விழுங்கியதாக குரான் சொல்கிறதே, அதைப் போல அவனையும் ரஷீதிடமிருந்து பிடுங்கி அந்த ஏரி விழுங்கியிருக்கிறது. தன்னுடைய மகனை அந்தக் கரையில் திரும்பத் துப்பிவிடும்படி கெஞ்சிக்கொண்டு, ரஷீத் அந்த ஏரியின் கரையில் பீதியடைந்தவனாய் அலைந்து திரிந்திருப்பான் என்ற எண்ணத்தில் அவள் மிகுந்த துயரமடைந்தாள். அவளுடைய கணவனின் மீது அவளுக்கு முதன்முறையாக தோழமையுணர்வு உண்டானது. தாங்கள் நல்ல துணைவர்களாக இருப்போம் என்று தனக்குள்ளாக அவள் சொல்லிக்கொண்டாள்.

★ ச்சமன் – ஆஃப்கானிஸ்தான் – பாகிஸ்தான் எல்லையில் இருக்கும் நகரம்

13

வீட்டுக்குத் திரும்பிக்கொண்டிருந்த பேருந்துப் பயணத்தில் மரியத்துக்கு மிக விநோதமான ஒன்று நிகழ்ந்தது. அவள் பார்க்குமிடமெல்லாம் பளீரென்ற வண்ணங்களைக் கண்டாள்: சலிப்பூட்டும், சாம்பல்வண்ணக் குடியிருப்புகளில், அவற்றின் தகரக் கூரைகளில், முன்பக்கம் திறந்திருந்த கடைகளில், சாக்கடைக்குள் பாய்ந்துகொண்டிருந்த சேற்று நீரிலும் கூட. அவளுடைய விழிகளுக்குள் ஒரு வானவில் கரைந்துவிட்டது போல இருந்தது.

ரஷீத் தன்னுடைய உறையணிந்த விரல்களால் ஏதோ தாளம் போட்டுக்கொண்டும் சன்னமாக எதையோ பாடிக்கொண்டுமிருந்தான். பேருந்து எங்காவது பள்ளத்தில் அமிழ்ந்து எழுந்தாலோ, குலுங்கினாலோ, அவனுடைய கரங்கள் அவளுடைய வயிற்றைப் பாதுகாப்பாகப் பொத்தப் பாய்ந்தன.

"ஸல்மாய் எப்படியிருக்கிறது? அழகான பாஷ்டூன் பெயர்" என்றான்.

"ஒருவேளை பெண் குழந்தையாய் இருந்தால்?" என்றாள் மரியம்.

"பையனாகத்தான் இருக்குமென்று நினைக்கிறேன். ஆமாம். பையனே தான்."

பேருந்துக்குள் ஏதோ கிசுகிசுப்பு பரவியது. சில பயணிகள் எதையோ குறிப்பிட்டுக் காட்ட, மற்றவர்கள் தங்கள் இருக்கைகளிலிருந்து எம்பி அதைப் பார்க்க முயன்றார்கள்.

சன்னல் கண்ணாடியில் தன் விரல்மூட்டால் தட்டி "அங்கே பார் தெரிகிறதா?" என்று கேட்டு புன்னகை புரிந்தான் ரஷீத்.

சாலையில் மக்கள் நகராமல் அப்படியப்படியே பாதையில் நிற்பதைப் பார்த்தாள் மரியம். போக்குவரத்து விளக்குநிறுத்தங்களில் கார்களின் சன்னல்களுக்குள்ளிருந்து முகங்கள் வெளியே

நீட்டப்பட்டு மேலிருந்து பொழியும் மென்மையை நோக்கி நிமிர்வதைப் பார்த்தாள். ஒரு பருவகாலத்தின் முதல் பனிப்பொழிவை இத்தனை அற்புதமாக்குவது எது என்று திகைத்தாள் மரியம். முற்றிலும் தூய்மையான, களங்கமற்ற ஒன்றைக் காண்பதற்கான வாய்ப்பு அது என்பதா? ஒரு பருவத்தில், குறுகிய காலமே நிலைக்கும் ஒரு அற்புதத்தை, அழகிய துவக்கத்தை, அது களங்கமுறுவதற்கு முன்பே அனுபவித்துவிடும் எண்ணமா?

“இது பெண்குழந்தையாக இருந்தால், நிச்சயம் பெண்ணாகயிருக்காது. ஒருவேளை அது பெண்ணாக இருந்தால் அதற்கு நீ விரும்பும் பெயரையே தேர்வு செய்யலாம்” என்றான் ரஷீத்.

காலையில் யாரோ சுத்தியலால் எதையோ தட்டும் ஓசையும் ரம்பம் இழுபடும் ஓசையும் கேட்டு மரியம் கண்விழித்தாள். ஒரு சால்வையால் தன்னைச் சுற்றிப் போர்த்திக்கொண்டு பனி படர்ந்திருந்த தோட்டத்துக்குச் சென்றாள் அவள். கடந்த இரவின் கடும் பனிப்பொழிவு நின்றிருந்தது. இப்போது மெல்லிய பனிச்செதில்கள் மட்டும் அவள் கன்னங்களைச் சீண்டிப் பறந்தன. எரியும் கரியின்வாடை எங்கும் நிரம்பியிருக்க, காற்று சிறிதும் இல்லை. காபுல் அச்சமுண்டாக்கும்வகையில் அமைதியாக, வெண்துகில் போர்த்தியிருக்க, புகைக்கோளங்கள் இங்குமங்குமாய் நெளிந்தன.

கருவி-வைப்பறையிலிருந்த ரஷீத் ஒரு மரத்துண்டில் ஆணியறைந்து கொண்டிருந்தான். அவளைப் பார்த்ததும் அவன் வாயின் மூலையில் கவ்வியிருந்த இன்னொரு ஆணியை வெளியிலெடுத்தான்.

“அவனுக்கு ஒரு தொட்டில் வேண்டியிருக்குமே. உனக்கு இதைக் காட்டி ஆச்சரியபடுத்தலாம் என்றிருந்தேன். நீ இதை இப்போதே பார்த்திருக்கக் கூடாது.”

அவன் அது ஒரு ஆண் குழந்தைதான் என்று இவ்வளவு தீவிரமாக நம்ப வேண்டாமே என்று மரியம் நினைத்தாள். கர்ப்பம் தரித்ததில் உண்டான சொல்லொணா மகிழ்ச்சியிலும் அவனுடைய எதிர்பார்ப்பு அவளுள் துரும்பாய் நெருடியது. முந்தினநாள் தான் ரஷீத் கடைக்குப் போய் உட்புறம் மென்மையான ஆட்டுத்தோல்

பொருத்தப்பட்ட, கைப்பகுதியில் நயமான மஞ்சள் மற்றும் சிகப்பில் பூத்தையல் வேலைப்பாடு செய்த, ஆண்குழந்தைக்கான மென்மயிர்க் கோட்டு ஒன்று வாங்கிவந்தான்.

அவன் நீண்டதும் குறுகலானதுமான பலகை ஒன்றைத் தூக்கினான். அதைப் பாதியாக அறுக்கத்தொடங்கியவன், மாடிப்படிகளை நினைத்து அவன் கவலைப்படுவதாகச் சொன்னான். "அவனுக்கு அதில் ஏறும் வயது வந்ததும் அதற்கும் ஏதாவது வழி செய்ய வேண்டும்" என்றான். அடுப்பும் கூட கவலைகொள்ள வைப்பது தான் என்றான். கத்திகள் முட்கரண்டிகள் எல்லாவற்றையும் கை எட்டாத தூரத்தில் வைக்க வேண்டும் என்றான்.

"ஆண்குழந்தைகள் கண்மூடித்தனமான ஜந்துக்கள். நாம் எவ்வளவு கவனமாக இருந்தாலும் போதாது" என்றான்.

மரியம் சால்வையை இன்னமும் அணைவாகப் போர்த்திக்கொண்டாள்.

மறுநாள் காலை, கொண்டாடுவதற்காக தன் நண்பர்களை இரவுணவுக்கு அழைக்க விரும்புவதாகச் சொன்னான் ரஷீத். மரியம் பகல் முழுக்க பருப்புகளை சுத்தம் செய்யவும் அரிசி ஊறவைக்கவுமாக இருந்தாள். பொராணிக்காக கத்திரிக்காய்களை நறுக்கினாள், ஆஷக்குக்காக லீக்கைச் சமைத்து மாட்டிறைச்சியை அரைத்தாள். தரையைப் பெருக்கி, திரைச்சீலைகளை உதறி, பனிப்பொழிவு மறுபடியும் ஆரம்பித்திருந்தாலும் வீட்டினுள் வெளிக்காற்று வர வழி செய்தாள். கூடத்தின் சுவர்களை ஒட்டி விரிப்புகளையும் திண்டுகளையும் சீராய் அமைத்தாள். மேசையின் மீது கிண்ணங்களில் இனிப்புகளையும் வறுத்த பாதாமையும் வைத்தாள்.

மாலையில் முதல் விருந்தினன் வருவதற்கு முன்பே மரியம் தன்னுடைய அறைக்குச் சென்று விட்டாள். கூச்சலும் பரிகாசச் சிரிப்பொலிகளும் காளான்களாக முளைவிட்டுக்கொண்டிருந்த போது அவள் தன் படுக்கையில் கிடந்தாள். சதா வயிற்றை நோக்கியே நீளும் அவளுடைய கரங்களை அவளால் கட்டுப்படுத்த முடியவில்லை. அங்கே வளர்ந்துகொண்டிருந்ததை நினைத்ததுமே, கதவை விரியத்திறந்துவிடும் வேகமான காற்றைப்போல மகிழ்ச்சி அவளுக்குள் விரைந்து நுழையக் கண்டாள். அவளது கண்கள் பனித்தன.

அவளும் ரஷீதும் மேற்கில் ஹெராத்திலிருந்து, எல்லையில் இரானுக்கு அருகில், கிழக்கிலிருந்த காபுலுக்கு மேற்கொண்ட அறுநூற்றி ஐம்பது கிலொமீட்டர் பேருந்துப் பயணத்தை நினைத்துப்பார்த்தாள். அவர்கள் சிறிய மற்றும் பெரும் நகரங்களையும், ஒன்றன் பின் ஒன்றாகத் தோன்றிக்கொண்டிருந்த ஏராளமான சிறு கிராமங்களையும் கடந்தார்கள். மலைகளின் மீதும் சுட்டெரித்த பாலைவனங்களின் ஊடாகவும் ஒரு ஜில்லாவிலிருந்து மற்றொன்றுக்கும் பயணப்பட்டார்கள். கற்பாறைகளால் ஆன வரண்ட மலைகளின் மீதிருக்கும் தன்னுடைய வீட்டுக்கு, அவளுடைய கணவனிடத்தில், தான் நெஞ்சார நேசித்துப்போற்றும் உயர்ந்த ஸ்தானத்துக்கு: தாய்மைக்கு, இதோ அவள் வந்து சேர்ந்துவிட்டாள். இந்தக் குழந்தை, *அவளுடைய* குழந்தை, *அவர்களுடைய* குழந்தை என்ற நினைப்பு தான் எவ்வளவு இன்பமூட்டுகிறது. அதன்மீது தனக்கேற்பட்டிருக்கும் பிரியத்தின் முன் ஒரு மனிதப்பிறவியாக தான் அனுபவித்த அத்தனையுமே மிகச்சிறியதாகிவிட்டதை நினைக்கும் போதும், இனி கூழாங்கல் விளையாட்டு விளையாடத் தேவையில்லை என்பதும் எப்பேர்பட்ட பேருவப்பைத் தருகிறது.

கீழ்த்தளத்தில் யாரோ ஹார்மோனியத்துக்குச் சுருதி சேர்த்தார்கள். பிறகு தபலாவைத் தட்டும் ஓசை. யாரோ தொண்டையைச் செறுமுவதும். பிறகு சீழ்க்கையொலியும், கரவொலிகளும், கும்மாளமும், பாட்டும் தான்.

வயிற்றின் மென்மையைத் தடவிக்கொண்டாள் மரியம். *ஒரு நகத்தின் அளவேயானது* என்று மருத்துவர் சொல்லியிருந்தார்.

நான் அம்மாவாகப் போகிறேன், அவள் எண்ணிப்பார்த்தாள்.

“நான் அம்மாவாகப் போகிறேன்.” பிறகு தனக்குத்தானே சிரித்துக்கொண்டவள் மீண்டும் மீண்டும் அந்த வார்த்தைகளைச் சொல்லி ஆனந்தம் அடைந்தாள்.

இந்தக் குழந்தையை நினைத்தாலே அவளுக்குள் அவளுடைய இதயம் பூரித்தது. அது விம்மிவிம்மி, அவளது துயரம், தனிமை, தாழ்வு-மனப்பான்மை எல்லாவற்றையும் இல்லாமலாக்கியது. இதற்காகத் தான் இறைவன் நாட்டின் மறுகோடிக்கு அவளை அழைத்து வந்திருக்கிறான். அதை அவள் இப்போது புரிந்து கொண்டாள். முல்லா ஃபைசுல்லா அவளுக்குச் சொல்லித்தந்த குரான் வசனத்தை அவள் நினைவுகூர்ந்தாள்: *கிழக்கிலும்*

மேற்கிலும் அல்லாஹ் இருக்கிறான். ஆகவே நீ எங்கு திரும்பினாலும் அல்லாஹ் நாடிய காரணகாரியம் இருக்கிறது... அவள் தொழுகைப்பாயை விரித்துத் தொழுதாள். முடித்ததும் தன்னுடைய கைகளை முகத்துக்கு நேராய் ஏந்தி, இந்த அதிர்ஷ்டம் தன் கையை விட்டு நழுவிவிடாமல் காக்குமாறு இறைஞ்சினாள்.

ரஷீத் தான் *ஹமாமுக்குப் போகலாம் என்ற முடிவை எடுத்தது. மரியம் அதற்கு முன் குளியல்கூடங்களுக்குச் சென்றதில்லை. ஆனால் வெளியில் சென்று, குளிர்காற்றின் முதல் மூச்சை இழுத்து சருமத்திலிருந்து உஷ்ணம் கிளம்புவதை உணர்வதைப் போல அருமையானது வேறெதுவும் இல்லை என்று ரஷீத் தான் சொன்னான்.

பெண்களின் ஹமாமில் நீராவிக்கோளத்தின் மத்தியின் வடிவங்கள் தோன்றி அசைந்தன. இடுப்பு ஒன்று ஒரு கணம் தோன்றி மறைய இன்னொரு நொடி தோள்பட்டை ஒன்றின் வளைவு தெரிந்தது. இளம்பெண்களின் கீச்சிடல்கள், வயதான பெண்களின் முனகலொளி, முதுகுகள் தேய்க்கப்படுவதற்கும் கூந்தல் அலசப்படுவதற்கும் இடையில் குளியல்நீர் சொட்டும் ஓசை சுவர்களுக்கிடையில் கேட்டது. மரியம் தூரத்தில் ஒரு மூலையில் அமர்ந்து கொண்டு தன்னுடைய உள்ளங்கால்களை நுரைக்கல்லால் தேய்த்தாள். நகர்ந்து சென்ற வடிவங்களுக்கும் அவளுக்கும் மத்தியில் நீராவித்திரை பாதுகாப்பளித்தது.

பிறகு... அங்கே ரத்தம் கிடந்தது, தொடர்ந்து... அவள் அலறினாள்.

இதோ ஈரமான பதிகற்களின் மீது ஓடும் காலடிகளின் ஓசை. நீராவியைத்தாண்டி அவளை எட்டிப்பார்க்கும் முகங்கள். உச்சுக்கொட்டும் ஒலி.

ஃபரீபா, அன்றிரவு படுக்கையில் தன் கணவனிடம், தான் அந்த அலறலைக் கேட்டு ஓடிப்போய் பார்த்தபோது ரஷீதின் மனைவி ஒரு மூலையில் தன் முழங்கால்களைக் கட்டிக்கொண்டு நடுங்கியபடி இருந்தாளென்றும் அவளது பாதத்தின் அடியில் இரத்தம் தேங்கிக்கிடந்ததாகவும் சொன்னாள்,

"பாவம், அந்தப் பெண்ணின் பற்கள் கிடுகிடுத்ததைக் கூட கேட்க முடிந்தது ஹக்கீம். அவள் பயங்கரமாக நடுங்கிக்கொண்டிருந்தாள்."

மரியம் அவளைப் பார்த்ததும் இறைஞ்சும் குரலில், இது ஒன்றுமில்லையே? இது இயல்பு தானே? இது சகஜம் தானே? என்று கேட்டதாக ஃபரீபா சொன்னாள்.

ரஷீதுடனான இன்னொரு பேருந்துப்பயணம். மீண்டும் பனிப்பொழிவு. இம்முறை இன்னும் அடர்த்தியாக. அது நடைபாதைகளிலும் கூரைகள் மீதும் குவிந்திருந்ததோடு இரண்டாகப் பிளந்திருந்த மரங்களின் அடிப்பாகங்களில் ஆங்காங்கே திரண்டிருந்தது. தங்கள் கடைகளின் முன்னால் குவிந்துகிடந்த பனியை வியாபாரிகள் அள்ளிப்போடுவதை மரியம் பார்த்தாள். ஒரு கருப்பு நாயை சிறுவர்கள் கூட்டமொன்று விரட்டியது. அவர்கள் பேருந்தைப் பார்த்து ஆவலாக கையசைத்தார்கள். மரியம் ரஷீதைப் பார்த்தாள். அவனுடைய கண்கள் மூடிக்கிடந்தன. அவன் ராகம் ஏதும் இசைக்கவில்லை. மரியமும் தலையைச் சாய்த்து கண்களை மூடிக்கொண்டாள். அவள் தன்னுடைய ஈரமான காலுறைகளையும் சருமத்தின் மீது முள்ளெனக்குத்திய ஈரமேறிய கம்பளிச்சட்டையையும் கழற்றிவிடத் துடித்தாள். இந்தப் பேருந்தில் இல்லாமல் எங்காவது போய் விடவும் எண்ணினாள்.

வீட்டில், சாய்விருக்கையில் அவள் படுத்ததும் ரஷீத் அவளை ஒரு போர்வையால் போர்த்தினான், ஆனால் அவன் செயல்பாட்டில் ஒரு சிரத்தையின்மை தெரிந்தது.

"இதுவெல்லாம் ஒரு பதிலா?" என்றான் அவன் திரும்பவும். "அது ஒரு முல்லா சொல்ல வேண்டியதல்லவா? ஒரு மருத்துவருக்கு இதற்காகத்தான் காசு கொடுக்கிறோமா? இறைவனின் விருப்பம் என்று அவர் சொல்வதைக் கேட்கத்தானா?" அவன் புலம்பினான்.

போர்வைக்குள்ளே தன் கால்களைச் சுருட்டிக்கொண்ட மரியம், அவனுக்கு ஓய்வு தேவை என்றாள்.

"இறைவனின் விருப்பம்" அவன் குமுறினான்.

தன்னுடைய அறையில் அமர்ந்து அவன் நாளெல்லாம் புகைத்தான்.

மரியம் சாய்விருக்கையில் தன்னுடைய கைகளை முழங்கால்களினிடையே வைத்துக்கொண்டு சன்னலுக்கு வெளியில் பனிப்புயல் சுற்றிச் சுழன்றடித்தைப் பார்த்தாள். ஒவ்வொரு பனிச்செதிலும், இந்த உலகில் எங்கோ துயருரும் ஒரு பெண்ணின்

பெருமூச்சு தான் என்று நாணா எப்போதோ சொன்னதை நினைத்துக்கொண்டாள். எல்லாப் பெருமூச்சுகளும் வானுக்கு உயர்ந்து, மேகங்களாகத் திரண்டு, சிறு துண்டுகளாக உடைந்து, கீழே இருக்கும் மக்களின் மீது ஓசையில்லாமல் விழுவதாக அவள் சொல்லியிருந்தாள்.

நம்மைப் போன்ற பெண்கள் எப்படி அல்லலுறுகிறோம் என்பதை நினைவு கூர்வதாய். நாம் நம் மீது கவியும் அத்தனையையும் எப்படித் தாங்கிக் கொள்கிறோம் என்பதைச் சொல்வதாய்.

★ ஹமாம் – குளியல்கூடம்

14

அந்தத் துயரம் மரியத்தைத் திகைக்கச் செய்தது. கருவி வைப்பறையில் அரைகுறையாகக் கிடந்த அந்தத் தொட்டிலை, ரஷீதின் அலமாரியில் இருந்த மென்மயிர் கோட்டை, அவள் நினைவில் கொண்டு வரும் நொடிக்காகக் காத்திருந்ததுபோல அது கட்டுமீறிக் கிளம்பியது. குழந்தை உடனே உயிர் பெற்றெழுந்துவர, பசியில் அது அழுவதை, குளறுவதை, கலகலப்பதை, அவள் மார்பை முகர்வதையெல்லாம் அவள் உணர்ந்தாள். துயரம் அவளுள் நிறைந்தோடி அவளைத் தலைகீழாகப் புரட்டிப் போட்டது. பார்த்தேயிராத ஒரு ஜீவனை நினைத்து, அதனால் தான் முடங்கும் அளவுக்கு ஒருவர் ஏங்க முடியுமா என்று மரியம் வாயடைத்துப் போனாள்.

அந்தத் துயரம் அவளிடம் இரக்கத்தோடு நடந்துகொண்ட நாட்களும் இருந்தன. முன்போலவே வாழ்வின் ஓட்டத்தை மீண்டும் அமைத்துக்கொள்ள வேண்டுமெனும் எண்ணமே ஆயாசம் அளிப்பதாக இல்லாத நாட்கள் அவை. படுக்கையிலிருந்து எழவும், தொழவும், சுத்தம் செய்யவும், ரஷீதுக்காகச் சமைப்பதற்குமே கடும் பிரயத்தனப்பட வேண்டியதில்லாத நாட்கள்.

வெளியில் போகவே மரியம் அஞ்சினாள். திடீரென்று அக்கம்பக்கத்துப் பெண்களின் மீதும் அவர்களுக்குக் கிட்டியிருந்த குழந்தைச் செல்வத்தின் பேரிலும் அவளுக்குப் பொறாமை உண்டானது. சிலருக்கு ஏழெட்டுக் குழந்தைகள் இருந்தன, தங்கள் கருப்பைகளில் அந்தக் குழந்தைகள் வளர்ச்சியடைந்து, கரங்களில் கிடந்து நெளியவும் மார்பில் பாலருந்தவுமாக உயிரோடு இருந்தது எவ்வளவு பெரிய அதிர்ஷ்டம் என்று அவர்கள் உணரவில்லை. ஏதோ ஒரு குளியல்கூடத்தின் வாய்க்காலில் அந்நியர்களின் உடற்கசடுகளோடும் சோப்புநீரோடும் ரத்தப்பெருக்காய் அவர்களிலிருந்து வெளியேறிவிடாத அவர்களுடைய குழந்தைகள். தங்களுடைய சேட்டைக்கார மகன்களைப் பற்றியும் சோம்பேறி

மகள்களைப் பற்றியும் அவர்கள் புகார் சொல்வதைக் கேட்க நேர்ந்தால் மரியம் மிகவும் ஆத்திரப்பட்டாள்.

அவளுள்ளிருந்து எழுந்த ஒரு குரல் ஆறுதல் சொல்லும் எண்ணத்துடன் என்றாலும் புரியாத்தனத்துடன் பேசியது.

இன்ஷா அல்லாஹ். உனக்கு வேறு குழந்தைகள் பிறக்கும். நீ இளையவள். நிச்சயம் உனக்கு இன்னமும் நிறைய வாய்ப்புகள் இருக்கின்றன.

ஆனால் மரியத்தின் இந்தத் துயரம் அதற்கேயுரிய இலக்கோ காரணமோ அற்றதல்ல. மரியம் இந்தக் குழந்தைக்காகத் துயருற்றாள். தன்னைச் சில காலம் மிக மகிழ்ச்சியாக வைத்திருந்த அந்தக் குழந்தையை எண்ணித் துக்கப்பட்டாள்.

சிலபோது, அந்தக் குழந்தையை அடையத் தனக்குத் தகுதியில்லை என்றும் நாணாவுக்குத் தான் செய்ததற்காகவே தனக்கு இப்படியொரு தண்டனையென்றும் அவள் நினைத்தாள். தன் தாயின் கழுத்தைச் சுற்றி அந்தச் சுருக்கை மாட்டியது அவள்தான் என்பது உண்மைதானே? விசுவாசமில்லாத மகளுக்குத் தாயாகும் தகுதி இல்லையல்லவா? அதற்கான நியாயமான தண்டனைதான் இது. இரவில், நாணாவின் ஜின் அவளுடைய அறைக்குள் நுழைந்து அவளுடைய கருப்பையில் தன் நகங்களைப் புதைத்துக் குழந்தையைத் திருடிக்கொள்வதாகத் தொடர்ந்து கனவுகள் கண்டாள். இந்தக் கனவுகளில், தன் நியாயத்தை நிலைநாட்டிவிட்ட பெருமிதத்தோடு நாணா எக்காளமிட்டாள்.

சில நாட்கள் அவள் கோபாவேசப்பட்டாள். மிகமுன்கூட்டியே கொண்டாடிக்கொண்டிருந்த ரஷீதின் தவறுதான் அது. அவள் ஒரு ஆண் கருவைத்தான் சுமந்து கொண்டிருக்கிறாள் என்று அழுத்தம்திருத்தமாக அவன் நம்பியதே அதற்குக் காரணம். குழந்தைக்குத் தன் விருப்பத்துக்குப் பெயர் வைத்தானே. இறைவனின் விருப்பத்தை அவன் பொருட்படுத்தவில்லையே. குளியல்கூடத்துக்கு அவளைப் போகச்சொன்னது அவனுடைய தவறுதானே. அங்கிருந்த நீராவியோ, அழுக்குத்தண்ணீரோ, சோப்போ, எதுவோ, ஏதோ ஒன்று தான் இப்படியானதற்குக் காரணம். இல்லை, இது ரஷீதின் தவறில்லை. அவளுடைய குற்றம்தான். படுக்கக்கூடாத கோணங்களில் உறங்கியதற்காக, மிகக் காரசாரமாக உண்டதற்காக, போதுமான அளவு பழங்கள்

உண்ணாததற்காக, அளவுக்கதிகமான தேநீர் பருகியதற்காக அவள் தன் மீதே கடுஞ்சினத்திலிருந்தாள்.

அவளை இப்படிச் சீரழித்தது இறைவனின் தவறேதான். எத்தனையோ பெண்களுக்கு அருளியதை அவளுக்குத் தராததும், மட்டற்ற மகிழ்ச்சியைத் தருமென்றறிந்து அவளுடைய ஆசையைத் தூண்டும்விதமாக அவள் முன்னால் அதை நீட்டிவிட்டுச் சட்டென்று பறித்துக்கொண்டதும் அவனுடைய குற்றமேதான்.

இப்படியெல்லாம் நீளநீளமான குற்றச்சாட்டுரைகளை அவள் தனக்குள்ளாகப் பேசிக்கொள்வதால் ஒரு பயனுமில்லை. இப்படி நினைப்பதே குஃப்ர், இறைவனுக்கு அடுக்காத பாவம். அல்லாஹ் கெடுபுத்திக்காரன் அல்ல. வல்லமையற்றவன் அல்ல. முல்லா ஃபைசுல்லாவின் குரல் அவள் மனதிற்குள் கேட்டது: *மரணத்தையும் ஜனனத்தையும் உண்டாக்கியவன் எவனோ அவனே சகல வல்லமையுள்ளவன். ஆசிர்வதிக்கப்பட்ட அவனுடைய கரங்களில் தான் ராஜ்ஜியம் இருக்கிறது.*

குற்றவுணர்வால் பீடிக்கப்பட்டவளாக, இப்படியான எண்ணங்களுக்காகப் பாவமன்னிப்புக் கோரி, அவள் மண்டியிட்டுப் பிரார்த்தனை செய்வாள்.

குளியல்கூட நிகழ்வையடுத்து ரஷீதின் நடவடிக்கைகளில் ஒரு மாற்றம் உண்டாயிற்று. இரவுகளில் வீடுதிரும்பியதும் பெரும்பாலும் அவன் பேசுவதேயில்லை. உண்டு, புகைத்தானதும் அவன் படுக்கைக்குச் செல்வான், சமயங்களில் நள்ளிரவில், துரிதமான, அதிலும் சமீபத்திய வழக்கமான, முரட்டுத்தனமான ஒரு தாம்பத்திய உறவுக்காக வருவான். இப்போதெல்லாம் அவளுடைய சமையலில் குற்றம் காணவும், தோட்டம் சுத்தமாயில்லையென்றும், வீடு லேசாய்க் கலைந்திருந்தால் அதைப் பெரிதாய்க் கவனப்படுத்திக் கோபப்படவும் அவன் தவறுவதே இல்லை. அரிதாக, முன்பு செய்ததைப்போல வெள்ளிக்கிழமைகளில் அவளை ஊர் சுற்ற அழைத்துச் சென்றான். ஆனால் நடைபாதைகளில் அவளுக்குச் சில அடிகள் முன்னாலேயே மௌனமாகச் சென்று அவனுக்குப் பின்னால் அவள் ஓடிவரும்படிச் செய்தான். இப்படியான ஊர்சுற்றல்களின் போதும்கூட முன்புபோல சட்டென்று சிரிக்கவுமில்லை. ஆங்காங்கே தாமதித்து இடங்களை அறிமுகப்படுத்தவும் அவளுக்குப் பரிசுகளோ இனிப்போ வாங்கித்

தருவதுமில்லை. அவளுடைய கேள்விகளும் அவனை எரிச்சலுறச் செய்தன.

ஓரிரவு அவர்கள் வானொலி கேட்டபடி கூடத்தில் அமர்ந்திருந்தனர். பருவத்தில் குளிர் தணிந்துகொண்டிருந்தது. முகத்தில் பனியை அப்பச் செய்து கண்களைக் கரிக்கச் செய்த கடுங்காற்று ஓய்ந்துவிட்டது. உயர்ந்த எல்ஃப் மரக்கிளைகளின் வெள்ளிநிறப் பனிக்குவியலெல்லாம் கரைந்துகொண்டிருக்க, அங்கெல்லாம் இன்னும் சில வாரங்களில் மொழுக்கென்ற, இளநீலநிற மொட்டுகள் தோன்றும். ரஷீத் கண்களைச் சுருக்கி தன் சிகரெட்டின் புகையைப் பார்த்துக் கொண்டிருந்தான், அவனுடைய பாதம் ஏதோ நினைவில் ஹம்மாஹங் பாடலொன்றின் தபலா இசைக்கேற்ப ஆடிக்கொண்டிருந்தது.

"நீங்கள் என் மீது கோபமாயிருக்கிறீர்களா" மரியம் கேட்டாள்.

ரஷீதிடமிருந்து பதில் இல்லை. பாடல் முடிந்து செய்தி ஒலிக்க ஆரம்பித்தது. எதிர்பார்க்கப்பட்டது போல *க்ரெம்ளினின் அதிருப்திக்கிடையில் பிரதமர் தாவூத் கான், சோவியத் ஆலோசனைக் குழுவொன்றை மாஸ்கோவுக்குத் திருப்பி அனுப்பினார் என்று பெண் குரலொன்று பேசியது.

"நீங்கள் என் மீது கோபமாய் இருக்கிறீர்களோ என்று நான் கவலையடைகிறேன்."

ரஷீத் பெருமூச்சுவிட்டான்.

"அப்படித் தானா?"

அவன் விழிகளையுயர்த்தி அவளைப் பார்த்தான். "நான் ஏன் கோபமாய் இருக்க வேண்டும்?"

"தெரியவில்லை, ஆனால் குழந்தை அப்படி ஆனதிலிருந்தே-"

"உனக்கு நான் என்னவெல்லாம் செய்திருக்கிறேன், நீ என்னைப் புரிந்துவைத்திருப்பது இப்படியான மனிதனென்று தானா?"

"இல்லை. நிச்சயமாய் இல்லை."

"அப்படியென்றால் என்னைத் தொல்லை செய்வதை நிறுத்து."

"மன்னியுங்கள். *பேபக்ஷ*, ரஷீத். மன்னியுங்கள்."

அவன் சிகரெட்டை நசுக்கிவிட்டுப் புதிய ஒன்றைப் பற்ற வைத்தான். வானொலியின் சப்தத்தைக் கூட்டினான்.

இசையினூடாக அவனுக்குக் கேட்க வேண்டுமென்பதற்காக மரியம் தன் குரலையுயர்த்தினாள் “நான் என்ன நினைத்துக் கொண்டிருக்கிறேனென்றால்...”

சப்தத்தைக் குறைத்து வைத்துவிட்டு இந்த முறை மேலும் எரிச்சலோடு ரஷீத் மறுபடி பெருமூச்சு விட்டான். தன்னுடைய நெற்றியைத் தேய்த்துகொண்டு “இப்போதென்ன?” என்றான்.

“குழந்தைக்கு நாம் முறையான அடக்கம் செய்யவேண்டுமென்று நான் நினைக்கிறேன். பெரிதாக ஒன்றுமில்லை. சில பிரார்த்தனைகள் மட்டும் செய்யலாமே.”

மரியம் சில காலமாக இதை யோசித்துக் கொண்டிருக்கிறாள். இந்தக் குழந்தையை மறக்க அவளுக்கு ஒப்பவில்லை. இந்த இழப்பை நிரந்தரமான வகையில் குறித்து வைத்துக்கொள்ளாமல் விடுவது சரியில்லை என்று நினைத்தாள்.

“இது எதற்கு? முட்டாள்தனமாக இருக்கிறது.”

“அது என் மனதை சமாதானம் கொள்ள வைக்கும் என்று நினைக்கிறேன்.”

“அப்படியென்றால் நீயே செய்துகொள். நான் ஏற்கெனவே ஒரு மகனை அடக்கம் செய்து விட்டேன். இன்னொருவனைச் செய்ய இயலாது. இப்போது என்னை விடு நான் இசை கேட்க வேண்டும்.” என்றான் கடுமையாக.

சப்தத்தை மீண்டும் கூட்டி வைத்துவிட்டுத் தலையைப் பின்னுக்குத்தள்ளிக் கண்களை மூடிக்கொண்டான்.

அந்த வாரத்தின் வெளிச்சமான நாள் ஒன்றில், மரியம் தோட்டத்தில் ஓரிடத்தைத் தேர்வு செய்து பள்ளம் பறித்தாள்.

மண்வெட்டி நிலத்தில் மோதிய போது “அல்லாஹ்வின் பெயராலும், அல்லாஹ்வுடனும், அல்லாஹ்வின் ஆசியும் சாந்தியும் பெற்ற அல்லாஹ்வின் தூதரின் பெயராலும்” என்று முணுமுணுத்தாள். ரஷீத் குழந்தைக்கென வாங்கிவந்திருந்த

மென்மயிர் அங்கியை அந்தக் குழிக்குள் வைத்து அதன் மீது மண்ணை அள்ளிப்போட்டாள்.

"நீயே இரவைப் பகலாக்கினாய் நீயே பகலை இரவாக்குகிறவன். இறந்தவர்களை உயிரோடு எழுப்புகிறவனும் உயிருள்ளவர்களை மரணிக்கச் செய்கிறவனும் நீயே. நீ நாடுகிறவர்களுக்கு கணக்கிலடங்காமல் *பரக்கத் செய்கிறவனும் நீயே."

குழியை மண்வெட்டியின் பின்புறத்தால் சமன் செய்தாள். அதன் அருகில் அமர்ந்தாள்.

பரக்கத் செய், அல்லாஹ்
எனக்கு பரக்கத் செய்.

★ க்ரெம்ளின் – முன்னாள் ரஷ்ய அரசு
★ பரக்கத் – உணவு போன்ற அடிப்படை வசதிகள்

15

ஏப்ரல் 1978

1978 இன் ஏப்ரலில் மரியம் பத்தொன்பது வயதினளாக ஆனபோது மிர் அக்பர் கிபர் என்ற நபர் கொலையுண்டார். இரண்டு நாட்கள் கழித்து காபுலில் ஒரு மிகப்பெரிய ஆர்ப்பாட்டம் நிகழ்ந்தேறியது. அண்டை அயலார் அத்தனைப் பேரும் தெருக்களில் கூடி அதைப்பற்றியே பேசிக்கொண்டிருந்தனர். தெருவாசிகள் ட்ரான்ஸிஸ்டர் ரேடியோக்களை காதருகில் வைத்துக்கொண்டு பரபரப்பாகப் பேசியவாறு இலக்கற்றுச் சுற்றித்திரிவதை மரியம் சன்னலிலிருந்து பார்த்தாள். தே-மசங்குக்குப் புதியவளான பெண்ணொருத்தியுடன், ஃபரிபா, தன் வீட்டுச் சுவரில் சாய்ந்தபடி பேசிக்கொண்டிருந்ததையும் அவள் பார்த்தாள். ஃபரிபா புன்னகைத்துக் கொண்டிருந்தாள், அவளுடைய உள்ளங்கைகள் அவளது பெருத்த கர்ப்பவயிற்றில் அழுந்தியிருந்தன. அந்த இன்னொரு பெண்மணியின் பெயர் மரியத்தின் நினைவில் நிற்கவில்லை, அவள் ஃபரீபாவை விட மூத்தவளாகத் தெரிந்தாள், அவளுடைய கூந்தல் ஒரு விநோதமான ஊதா நிறத்தில் இருந்தது. அவள் ஒரு சிறுவனின் கையைப் பிடித்துக்கொண்டிருந்தாள். தெருவில் அந்தப் பெண்மணி அவனை அழைப்பதைக் கேட்டிருந்ததால் அந்தப் பையனின் பெயர் தாரிக் என்பது மரியத்துக்குத் தெரியும்.

மரியமும் ரஷீதும் தெருவாசிகளுடன் சேர்ந்து கொள்ளவில்லை. ஏறத்தாழ பத்தாயிரம் மக்கள் காபுல் அரசு மாவட்டத்தில் குவிந்து தெருக்களின் மேலும் கீழுமாக ஊர்வலம் செல்வதை அவர்கள் வானொலியில் கேட்டுக்கொண்டிருந்தனர். மிர் அக்பர் கிபர் மிகப் பிரசித்தி பெற்ற கம்யூனிஸ்ட் என்றும் அவரைக் கொலை செய்ததாக அவருடைய ஆதரவாளர்கள் பிரதமர் தாவூத் கானைக் குற்றம் சாட்டுகிறார்கள் என்றும் ரஷீத் சொன்னான். இதைப் பேசும்

போது அவன் அவளைப் பார்க்கவேயில்லை. இப்போதெல்லாம் அவன் அவளை ஏறிடுவதே இல்லை, அவன் தன்னிடம் தான் பேசுகிறானா என்று கூட மரியத்துக்கு சந்தேகமாக இருக்கும்.

"கம்யூனிஸ்ட் என்றால் என்ன?" அவள் கேட்டாள்.

ரஷீத் பெருமூச்சுடன் புருவங்களை உயர்த்தி அவளைப் பார்த்தான். "உனக்கு கம்யூனிஸ்ட் என்றால் யாரென்று தெரியாதா? எவ்வளவு சாதாரணமான விஷயம். எல்லோருக்கும் தெரியுமே. இதெல்லாம் பொது அறிவு. உனக்கானால் ... ஆ. நான் ஆச்சர்யப்பட ஒன்றுமில்லைதான்." பிறகு அவன் பலகையின் மீது கால்களை மடித்துவைத்துக்கொண்டு "அவர்கள் கார்ல் மார்க்சிஸ்ட்டை பின்பற்றுகிறவர்கள்" என்றான்.

"கார்ல் மார்க்ஸிஸ்ட் என்றால் யார்?"

ரஷீத் சலித்துக் கொண்டான்.

வானொலியில் ஒரு பெண் குரல், *PDPA-வின் கல்க் பிரிவின் தலைவரான தராக்கி, போராட்டக்காரர்களுக்காக சாலையில் ஓர் எழுச்சிப் பேருரை நிகழ்த்திக் கொண்டிருப்பதாகச் சொல்லியது.

"நான் என்ன கேட்கிறேன் என்றால், அவர்களுக்கு என்ன வேண்டுமாம்? இந்த கம்யூனிஸ்டுகளின் கொள்கை என்ன?"

ரஷீத் எகத்தாளமாக நகைத்துத் தலையை ஆட்டினான், ஆனால் அவன் கைகளை மடக்கிக்கொண்டு கண்களைப் படபடத்ததில் அவனுடைய குழப்பம் வெளிப்பட்டதாகத்தான் மரியத்துக்குத் தோன்றியது. "உனக்கு என்னதான் தெரியும்? ஒரு குழந்தையினதைப்போல உன் மூளை காலியாக உள்ளது. அதில் அறிவே இல்லை."

"நான் ஏன் கேட்கிறேன் என்றால் –"

"ச்சுப் கோ. வாயை மூடு."

மரியம் மூடிக்கொண்டாள்.

அவன் இப்படியெல்லாம் பேசுவதை, அவனுடைய எரிச்சலை, ஏளனத்தை, நிந்தனைகளை, அவளை ஏதோ வளர்ப்புப் பூனையைபோல அலட்சியம் செய்வதைச் சகித்துக்கொள்வது அவளுக்குச் சுலபமாக இல்லை. ஆனால் நான்கு வருடத் திருமண

வாழ்க்கைக்குப் பிறகு அச்சத்திலிருக்கும் பெண் எவ்வளவு தூரம் பொறுத்துப் போவாள் என்பதை மரியம் அறிந்து கொண்டாள். மரியம் அச்சத்திலிருந்தாள். சதா மாறிக்கொண்டிருக்கும் அவனுடைய மனநிலை, கொதிநிலையிலேயே இருக்கும் அவனுடைய ஆத்திரம், கருத்துவேறுபாடுகளைச் சாதாரணமாகக்கூடப் பேச அனுமதிக்காமலும் அபூர்வமாக அப்படி அமைந்து போகும் சந்தர்ப்பங்களில் அவளைக் குத்தியோ, அறைந்தோ, எத்தியோ அவற்றை முடிவுக்குக் கொண்டு வருவதும், சமயங்களில் குருட்டுச் சாக்குச் சொல்லி மன்னிப்புக் கேட்பதும் சமயங்களில் அதையும் செய்யாமல் விடுவதுமான அவனுடைய செயல்பாடுகளினால் அவள் பயந்து போயிருந்தாள்.

குளியல்கூடத்தில் நடந்த சம்பவத்திற்குப் பிறகு வந்த நான்கு வருடங்களில், மேலும் ஆறு சுழற்சிகளுக்கு, நம்பிக்கைகள் உயர்ந்து பின் வீழ, ஒவ்வொரு இழப்பும், ஒவ்வொரு நிலைகுலைவும், மருத்துவரிடம் சென்று வந்த ஒவ்வொரு முறையும் மரியத்தை முந்தையதை விடவும் இன்னமும் அதிகமாக நொறுக்கியது. ஒவ்வொரு ஏமாற்றத்தின் பிறகும் ரஷீத் இன்னமும் அதிகமாக விலகி, மேலும் வன்மங் கொண்டான். அவள் செய்த எதுவுமே அவனை மகிழ்விக்கவில்லை. அவள் வீட்டைச் சுத்தம் செய்தாள், அவன் அணிந்துகொள்ளத்தயாராக, துவைத்த சட்டைகள் எப்போதும் இருக்கும்படி பார்த்துக் கொண்டாள், அவனுக்குப் பிரியமான உணவுகளைச் சமைத்தாள். ஒரு முறை பேரவலம் ஒன்றைத் தனக்குத்தானே நிகழ்த்திக் கொண்டாள்: ஒப்பனைப் பொருட்களை வாங்கிவந்து அவனுக்காகப் பூசிக்கொண்டாள். ஆனால் வீட்டுக்கு வந்த அவன் அவளைப் பார்த்து அவ்வளவு அருவருப்புடன் முகத்தைச் சுளித்ததில் குளியலறைக்கு ஓடோடிச் சென்று முகத்தைக் கழுவினாள், அவமானத்தின் கண்ணீரில் சோப்பு நீரும், ரூஜும், மஸ்காராவும் சேர்ந்து கரைந்தது.

இப்போதெல்லாம் அவன் மாலையில் வீடுதிரும்பும் ஓசைக்கே அவள் அஞ்சுகிறாள். சாவியின் தடதடப்பு, கதவின் கிரீச்சிடல்: இந்த ஓசைகள் அவளுடைய இதயத்தை நடுங்கச் செய்தன. அவளுடைய படுக்கையில் கிடந்தபடி அவள் அவனுடைய ஜோடுகள் உண்டாக்கும் கிளிக்-க்ளாக் சப்தத்தையும் அவற்றைக் கழற்றிய பிறகு வெற்றுப்பாதங்கள் தரையில் பதிந்து ஏற்படுத்தும் ஓசையையும் கேட்டுக் கொண்டிருப்பாள். அவளுடைய காதுகளாலேயே அவனுடைய செய்கைகளைக் குறிப்பெடுப்பாள்: தரையில் இழுபடும் நாற்காலிக் கால்களின் ஓசை, அதில் அவன் அமர்ந்ததும் கீச்சிடும் மூங்கிலின் அவலத்தொனி, கரண்டி

தட்டில் படுவதால் எழும்பும் சப்தம், செய்திப் பத்திரிகையின் தாள்கள் புரளும் ஓசை, தண்ணீர் உறிஞ்சப்படும் சப்தம். இதயம் படபடத்துக் கொண்டிருக்கும்போதே அன்றிரவு அவன் எந்தக் காரணத்தைச் சொல்லி அவளைக் குதறுவான் என்று யோசிப்பாள். எப்போதும், எந்நேரமும் ஏதாவதொரு சின்னஞ்சிறிய விஷயம் அவனை ஆத்திரங்கொள்ளச் செய்யும், ஏனென்றால் அவள் அவனை மகிழ்விக்க என்ன செய்தாலும், அவனுடைய தேவைகளுக்கும் விருப்பங்களுக்கும் அவள் தன்னை எவ்வளவு முழுமையாக ஒப்புக்கொடுத்தாலும் அது எதுவுமே அவனுக்குப் போதுமானதாக இல்லை. அவளால் அவனுக்கு அவனுடைய மகனைத் திருப்பித்தர முடியவில்லை. இந்த அதிமுக்கியமான விதத்தில், அவள் அவனை ஏமாற்றிவிட்டாள்- ஏழு முறை அவள் அவனை ஏமாற்றிவிட்டாள்- இனி அவள் அவனுக்கு ஒரு பாரமே தவிர வேறொன்றுமில்லை. அவன் அவளை-எப்போதாவது- பார்ப்பதிலேயே அவளுக்குத் தெரிந்தது. அவள் அவனுக்கு ஒரு சுமை.

“என்ன நடக்கப்போகிறது?” அவள் அவனைக் கேட்டாள்.

ரஷீத் அவளைப் பக்கவாட்டுப் பார்வையொன்று பார்த்தான். பெருமூச்சுக்கும் முனகலுக்கும் இடைப்பட்ட ஓசையொன்றை எழுப்பினான், மேசையிலிருந்து கால்களைக் கீழே இறக்கினான், வானொலியை அணைத்தான். அதைத் தன்னோடு தன் மாடியறைக்குக் கொண்டு சென்றான். கதவை மூடினான்.

ஏப்ரல் 27 அன்று மரியத்தின் கேள்விக்கு, பலத்த வெடிச்சப்தமும், திடீரென்றெழுந்த கடுமையான முழங்கோசைகளும் பதிலாக வந்தன. வெறுங்கால்களோடு வரவேற்பறைக்கு ஓடியவள், ஏற்கெனவே அங்கே கலைந்த தலையும், பனியனுமாக, சன்னல் கண்ணாடியில் உள்ளங்கைகளைப் பதித்துக்கொண்டு ரஷீத் நின்றிருப்பதைக் கண்டாள். அவனுக்கு அடுத்திருந்த சன்னலுக்கு அவள் ஓடினாள். வானத்தில் ராணுவ விமானங்கள் வடக்கு நோக்கியும் கிழக்குப்புறமாகவும் சீறிக்கொண்டு பறப்பதைப் பார்த்தாள். செவிடாக்கக்கூடிய அவற்றின் அலறல் அவளுடைய காதுகளை நோகச் செய்தது. தொலைதூரத்தில் பலத்த வெடியோசைகள் எதிரொலிக்க, திடீர் புகை மண்டலங்கள் கிளம்பி விண்ணுக்கு உயர்ந்தன.

“என்ன நடக்கிறது ரஷீத்? என்ன இது?” அவள் கேட்டாள்.

“இறைவனுக்குத்தான் தெரியும்.” அவன் முணுமுணுத்தான். அவன் வானொலியை முடுக்க அது அமைதி காத்தது.

“நாம் என்ன செய்வது?”

எரிச்சலடைந்த ரஷீத் பதிலளித்தான், “நாம் காத்திருப்போம்.”

அன்று மதியம் ரஷீத் இன்னமும் வானொலியே கதியாய் இருக்க, மரியம் அடுப்படியில் சோறும் கீரைக் குழம்பும் செய்துகொண்டிருந்தாள். ஒரு காலத்தில் அவள் ரஷீதுக்காக சமைப்பதில் மகிழ்ச்சியடைந்ததும், அவனுக்காகச் சமைக்க ஆர்வமாக இருந்ததும் மரியத்துக்கு நினைவு வந்தது. இப்போதோ அது அவளை மிகுந்த பதைபதைப்பில் ஆழ்த்தும் ஒரு காரியம். குர்மா எப்போதுமே அவனுக்கு அதீத உப்பாகவோ அல்லது சப்பென்றோ இருந்தது. சோறு விதையாக அல்லது பிசுபிசுத்துப் போக, ரொட்டி ஒன்று வேகாமல் அல்லது மொடமொடத்திருந்தாகக் குறை சொன்னான். ரஷீத் இப்படிக் குறைசொல்வதால் அடுப்படியில் அவள் சதா சுயசந்தேகத்தால் பீடிக்கப்பட்டு இருந்தாள்.

அவள் அவனுடைய உணவைக் கொண்டு வந்தபோது வானொலியில் தேசிய கீதம் இசைக்கப்பட்டுக் கொண்டிருந்தது.

“நான் *சப்ஜி* செய்தேன்.”

“கீழே வைத்துவிட்டு அமைதியாக இரு.”

வானொலியில் இசை தேய்ந்ததும் ஆண் குரல் ஒன்று ஒலித்தது. அவர் தன்னை வான்படைக்கர்னல் அப்துல் காதர் என்று அறிமுகம் செய்துகொண்டார். அன்று அதிகாலையிலேயே ஆயுதம் தாங்கிய புரட்சிக்குழு எண் 4 நகரத்தின் முக்கிய சாலைகளையும், வானூர்தி நிலையத்தையும் கைப்பற்றியதாகத் தெரிவித்தார். தகவல் தொடர்பு அமைச்சகம், உள்துறை மற்றும் வெளிநாட்டலுவல் அமைச்சகக் கட்டடம், காபுல் வானொலி எல்லாவற்றையும் அவர்கள் கைப்பற்றிக் கொண்டார்கள். காபுல் இப்போது மக்களின் கைகளில் இருக்கிறது என்று அவர் பெருமையாகச் சொன்னார். *எம்ஜஜி புரட்சி விமானங்கள் பிரதமரின் மாளிகையைத் தாக்கின. அந்த வளாகத்தினுள் பீரங்கிகள் நுழைந்துவிட்டதால் போர் உக்கிரமடைந்திருக்கிறது, தாவூத் கானின் விசுவாசப்படைகள் தோற்கடிக்கப்பட்டன என்று நம்பிக்கையளிக்கும்விதமாகச் சொன்னார் அப்துல் காதர்.

சில நாட்கள் கழித்து தாவூத் கானின் ஆட்சியோடு தொடர்புடையவர்களை கம்யூனிஸ்ட்டுகள் படுகொலை செய்ய ஆரம்பித்ததும், போல்-ஏ-சர்க்கி சிறையில் கண்கள் தோண்டி எடுக்கப்படுவதாகவும் பிறப்புறுப்புகளில் மின்சாரம் பாய்ச்சப்படுவதாகவும் புரளிகள் காபுலெங்கும் பரவும், பிரதமரின் அரண்மனையில் நடந்த கொடூரமான கொலைகளைப் பற்றியும் மரியம் கேள்விப்படுவாள். தாவூத் கான் கொல்லப்பட்டார், ஆனால் அதற்கு முன் அவருடைய குடும்பத்தைச் சேர்ந்த, பெண்கள் குழந்தைகள் உள்ளிட்ட, சுமார் இருபது பேரை கம்யூனிஸ்ட் புரட்சியாளர்கள் கொன்றார்கள். அவர் தற்கொலை செய்துகொண்டார் என்றும், போர் துரிதகதியில் இருந்த நேரம் அவர் சுட்டுக் கொல்லப்பட்டார் என்றும், அவருடைய குடும்பத்தினரை அவருடைய கண் முன்னாலேயே கொன்று அதற்குப் பிறகு அவரைக் கடைசியில்தான் கொன்றார்கள் என்றும் புரளிகள் எழும்பும்.

ரஷீத் சப்தத்தை கூட்டிவைத்துவிட்டு மேலும் அருகில் குனிந்தான்.

"ஆயுதப்படையின் புரட்சிப் பேரவை ஒன்று உருவாக்கப்பட்டிருக்கிறது, நமது வதன் தாயகம் இனிமேல் ஆஃப்கானிஸ்தான் ஜனநாயகக் குடியரசு என்று அழைக்கப்படும்" என்றார் அப்துல் காதர். "நாட்டுமக்களே பிரபுத்துவ ஆட்சி, *குருதிச்சலுகை, சமத்துவமின்மை ஆகியவற்றின் சகாப்தம் முடிந்தது. ஆண்டாண்டு காலமாக நிலவி வந்த கொடுங்கோன்மையை முடிவுக்குக் கொண்டு வந்துவிட்டோம். அதிகாரம் இப்போது மக்கள் கையில், விடுதலை-விரும்பிகளின் கையில் இருக்கிறது. நம் நாட்டின் வரலாற்றில் பிரகாசமான புதிய யுகம் தொடங்கிவிட்டது. ஆஃப்கனின் *ஹம்வத்தன்கள்* குடிமக்களாகிய நீங்கள் எதற்கும் அஞ்சத் தேவையில்லை என்று உறுதி அளிக்கிறோம். நடப்பாட்சியில் இஸ்லாமிய மற்றும் குடியரசுக் கொள்கைகளுக்கு அதிகபட்ச முக்கியத்துவம் அளிக்கப்படும். இது மகிழ்ச்சியோடு கொண்டாடுவதற்கான நேரம்."

"அப்படியென்றால் நிலைமை நலமா மோசமா?" மரியம் கேட்டாள்.

"செய்தியைக் கேட்கும்போது பணக்காரர்களின் நிலைமை மோசம் என்றும் நமக்கு அப்படியொன்றும் மோசம் இல்லை போலவும் தோன்றுகிறது."

மரியத்துக்கு ஜலீலின் நினைவு வந்தது. அப்படியென்றால் கம்யூனிஸ்ட்டுகள் அவனைத் தேடிப் போவார்களோ. அவனை ஜெயிலில் அடைப்பார்களோ? அவனையும் அவனுடைய மகன்களையும்? அவனுடைய வியாபாரத்தை, சொத்துகளை அவனிடமிருந்து பிடுங்கி விடுவார்களோ?

"இது சூடாக இருக்கிறதா?" சோற்றைப் பார்த்துக்கொண்டே ரஷீத் கேட்டான்.

"சட்டியிலிருந்து அப்படியே எடுத்து வந்தேன்."

அவன் உறுமிக்கொண்டு தட்டைத் தன்னிடம் தருமாறு கேட்டான்.

தெருமுனை வீட்டின் இரவு சிவப்பும் மஞ்சளுமான வர்ண ஜாலத்தில் ஒளிர்ந்து கொண்டிருக்க, களைத்துப் போயிருந்த ஃபரீபா முழங்கைகளை ஊன்றி நிமிர்ந்தாள். அவளுடைய கூந்தல் வியர்வையால் ஒட்டிப்போயிருந்தது, மேலுதட்டின் முனையில் ஈரம் பிசுபிசுத்தது. கட்டிலுக்குப் பக்கத்திலிருந்து, முதிய மருத்துவச்சி வாஜ்மா ஃபரீபாவின் கணவரும் மகன்களும் சிசுவை மாற்றி மாற்றித் தூக்குவதைப் பார்த்துக்கொண்டிருந்தாள். அவர்கள் குழந்தையின் மஞ்சள் கேசத்தை, இளஞ்சிவப்பு நிறக் கன்னங்களை, குமிழிட்டிருந்த ரோஜா மொக்கு உதடுகளை, இமைகளின் அடியில் உருண்ட மரகதப்பச்சை நிற விழிகளைப் பார்த்துப் பரவசப்பட்டுக் கொண்டிருந்தார்கள். அவள் முதலில் ஒரு பூனையின் முனகலைப்போல அழத் துவங்கிப் பிறகு தொண்டையைத் திறந்துகொண்டு ஆரோக்கியமான ஒரு கத்தலை வெளிப்படுத்தியதைக் கேட்டு அவர்கள் புன்னகைத்துக் கொண்டார்கள். அவளுடைய விழிகள் ரத்தினங்களைப் போலிருப்பதாக நூர் சொன்னான். குடும்பத்தின் மார்க்கப்பற்றாளனான அஹமத் தன் சிறிய தங்கையின் காதுகளில் *அதான் சொல்லி அவளுடைய முகத்தில் மும்முறை ஓதி ஊதினான்.

மகளைத் தூக்கிக் குலுக்கியவாறே, "லைலாதானே?" என்றார் ஹக்கீம்.

"லைலாதான். இரவின் அழகி. வெகு பொருத்தம்" என்றாள் ஃபரீபா அசதிப்புன்னகையுடன்.

ரஷீத் சோற்றைத் தன் விரல்களால் உருட்டினான். அதைத் தன் வாயிலிட்டு இரண்டு முறை மென்றபின் முகத்தைக் கோணிக்கொண்டு *சோஃப்ராவில்* அதைத் துப்பினான்.

"என்ன ஆயிற்று?" மரியம் கேட்டாள், தன் குரலில் இருந்த மன்னிப்புக்கோரும் தொனியைத் தானே வெறுத்தாள். அவளுடைய நாடி துடிதுடித்ததையும் சருமம் சுருங்குவதையும் உணர்ந்தாள்.

"என்ன ஆயிற்று?" அவனும் மிழற்றி, அவளைப் பழித்தான். "என்ன ஆயிற்று என்றால் நீ மறுபடியும் அதையே செய்திருக்கிறாய்."

"இல்லை, நான் அதை வழக்கத்தைவிடக் கூடுதலாக ஐந்து நிமிடம் கொதிக்க விட்டேன்."

"இது பச்சைப் பொய்."

"சத்தியம் செய்கிறேன் –"

அவன் ஆத்திரத்துடன் விரல்களிலிருந்த சோற்றை உதறி, சோறும் குழம்பும் சோஃப்ராவில் சிந்துமாறு, தட்டை விசிறினான். அவன் வரவேற்பறையைத் தாண்டி, கதவை வேகமாகத் தள்ளிவிட்டு வீட்டை விட்டுப் போவதை மரியம் பார்த்தாள்.

மரியம் தரையில் மண்டியிட்டு, சிதறிக்கிடந்த பருக்கைகளைப் பொறுக்கி மீண்டும் தட்டில் இட முயன்றாள். ஆனால் அவளுடைய கைகள் கடுமையாக நடுங்கிக்கொண்டிருந்ததால் அது நிற்கும்வரை அவள் காத்திருக்க வேண்டியதாகிற்று. அவளுடைய இதயத்தை பீதி அழுத்தியது. அவள் ஆழ்ந்து சுவாசிக்க முயற்சி செய்தாள். தன்னுடைய வெளிறிப்போன முகம் வரவேற்பறையின் இருண்ட சன்னலில் பிரதிபலிக்கக் கண்டு பார்வையை விலக்கிக் கொண்டாள்.

பிறகு முன் வாயில் திறக்கும் ஓசையைக் கேட்டாள், ரஷீத் திரும்ப வரவேற்பறையில் நின்றான்.

"எழுந்திரு. எழுந்து இங்கே வா."

அவன் அவளுடைய கையை இழுத்து, அதைத் திறந்து அதில் ஒரு கைப்பிடி கூழாங்கற்களைப் போட்டான்.

"இதை உன் வாய்க்குள் போடு."

"என்ன?"

"இதை. உன். வாய்க்குள் போடு."

"வேண்டாம் ரஷீத். நான் -"

அவனுடைய வலிய கரம் அவளுடைய முகவாயைப் பிடித்தது. அவளுடைய வாயினுள் அவன் தன் இரண்டு விரல்களை நுழைத்து, அதை பலவந்தமாகத் திறந்து, குளிர்ந்து கடினப்பட்டிருந்த அந்தக் கற்களை அதற்குள் போட்டான். மரியம் எதையோ முனகிக் கொண்டு அவனுடன் போராடினாள், ஆனால் அவன் விடாமல் அந்தக் கற்களை உள்ளே தள்ளினான், அவனுடைய மேலுதடு இறுகியிருந்தது.

"மெல்லு இப்போது" என்றான்.

வாய்நிரம்ப இருந்த அந்த மண்ணுக்கும் கற்களுக்கும் இடையிலிருந்து மரியம் எதையோ கெஞ்சலாக முனகினாள். அவளது விழியோரங்களிலிருந்து கண்ணீர் வழிந்தது.

"மெல்லு" அவன் அலறினான். புகைநாற்றம் படிந்த அவனுடைய சுவாசம் அவள் முகத்தில் மோதியது.

மரியம் மென்றாள். அவளது வாயினுள்ளே எதுவோ உடைந்தது.

"நல்லது" என்றான் ரஷீத். அவனுடைய கன்னங்கள் துடித்துக்கொண்டிருந்தன. "இப்போது புரிகிறதா உன் சோற்றின் ருசி. இப்போது புரிகிறதா உன்னுடனான இந்தத் திருமணத்தில் நான் அடைந்தது என்னவென்று. மோசமான உணவைத் தவிர வேறெதுவுமில்லை என்று புரிகிறதா?"

பிறகு, அவன், மரியத்தை அந்தக் கற்களோடு ரத்தத்தையும் உடைந்த இரண்டு பற்களின் துண்டுகளையும் துப்ப விட்டு அங்கிருந்து அகன்றான்.

★ *PDPA* - ஆஃப்கானிஸ்தான் மக்கள் ஜனநாயகக் கட்சி
★ எம்ஜஜி – ரஷ்ய போர் விமானம்
★ குருதிச்சலுகை – ரத்த உறவினர்களுக்கு அளிக்கப்படும் சலுகை
★ அதான் – தொழுகைக்கு அழைக்கும் பாங்கொலி

பகுதி இரண்டு

16

காபுல், வசந்தம் 1987

பெரும்பாலான காலைவேளைகளில் விழிப்பதைப் போலவே அன்றும் ஒன்பது வயது லைலா தன்னுடைய நண்பன் தாரிக்கைப் பார்க்கும் ஆவலோடு கண்விழித்தாள். ஆனாலும், இன்றைக்கு தாரிக்கைப் பார்க்க முடியாது என்பது அவளுக்குத் தெரியும்.

"எத்தனை நாட்கள் நீ இங்கிருக்க மாட்டாய்?" தன்னுடைய பெரியப்பாவைப் பார்க்க தெற்கில், கஜ்னிக்கு, பெற்றோருடன் போவதாக அவன் சொன்னபோது அவள் கேட்டாள்.

"பதிமூன்று நாட்கள்."

"பதிமூன்று நாட்கள்?"

"அப்படியொன்றும் நீண்ட காலமில்லையே. நீ முகத்தைத் தூக்கிக்கொள்கிறாய் லைலா."

"இல்லையே."

"நீ அழ மாட்டாய், அப்படித்தானே?"

"நான் அழவே மாட்டேனே. அதுவும் உன்னை நினைத்தா? ஆயிரம் வருடங்கள் ஆனாலும் சரிதான்."

அவள் அவனுடைய முழங்காலில், உண்மையான முழங்காலில் - செயற்கைக் காலில் அல்ல - எத்தினாள். அவனும் அவளுடைய பின்னந்தலையில் செல்லமாய்த் தட்டினான்.

பதின்மூன்று நாட்கள். ஏறக்குறைய இரண்டு வாரங்கள். ஆனால், வெறும் ஐந்து நாட்களிலேயே லைலா காலம் குறித்த ஒரு அடிப்படை உண்மையைக் கற்றுக்கொண்டாள்: தாரிக்கின் தந்தை

அவ்வப்போது பழைய பாஷ்டூன் பாடல்களை இசைக்கும் அக்கார்டியனைப் போல, காலமும் தாரிக்கின் இருப்பு அல்லது இன்மையைப் பொறுத்து சுருங்கும் அல்லது விரியும் என்பதுதான் அது.

கீழ்த்தளத்தில் அவளுடைய பெற்றோர் சண்டையிட்டுக் கொண்டிருந்தார்கள். மறுபடியும். லைலாவுக்கு வழக்கம் தெரியும்: *மாம்மி, முரட்டுத்தனமாகவும் கட்டுக்கடங்காமலும் முன்னும்பின்னுமாக நடந்துகொண்டே ஆத்திரமாகப் பேசுவாள், *பாபியோ பரிதாபமாக விழித்துக்கொண்டு, பவ்யமாகத் தலையாட்டியபடி புயல் கரையைக் கடப்பதற்காகக் காத்துக்கொண்டு அமர்ந்திருப்பார். லைலா கதவைத் தாளிட்டுக்கொண்டு உடைமாற்றினாள். அப்போதும் அவளுக்கு சப்தம் கேட்டுக்கொண்டுதானிருந்தது. அவளுடைய குரல் இன்னமும் கேட்டது. இறுதியாக, கதவு அறையப்பட்டது. காலடிகள் தடதடத்தன. மாம்மியின் கட்டில் கிரீச்சிடும் ஓசை உரக்க எழுந்தது. பாபி இன்னொரு நாளை வாழ்ந்துவிட பிழைத்துக்கொண்டார் போலும்.

"லைலா! எனக்கு வேலைக்கு நேரமாகிவிட்டது." அவர் அழைத்தார்.

"ஒரே நிமிடம்."

லைலா காலணிகளை அணிந்துகொண்டு தோள்வரையிலும் நீண்டிருந்த தன் பொன்னிறக் கேசத்தை கண்ணாடியில் பார்த்து வாரிக்கொண்டாள். லைலாவுக்கு, தன்னுடைய கேசநிறமும், - அடர் இமைகளுடன் கூடிய நீலப்பச்சை விழிகளும், கன்னக்குழிகளும், உயர்ந்த கன்னக்கதுப்புகளும், தன்னுடைய கொள்ளுப்பாட்டியின் கீழுதட்டைப் போன்ற கீழுதடும், லைலாவுக்கு அப்படியே வாய்த்திருக்கின்றன என்று மாம்மி எப்போதும் சொல்லிவந்தாள். *கொள்ளுப்பாட்டி, காண்பவரைப் பிரமிக்கச் செய்த பரி, அழகி* என்றாள் மாம்மி. *இந்தப் பள்ளத்தாக்கே அவளுடைய அழகைப் பற்றிப் பேசியது. நம் குடும்பத்தில் இரண்டு தலைமுறைப் பெண்களைத் தாண்டி அந்த அழகு உனக்கு வாய்த்துவிட்டது லைலா* என்பாள். பள்ளத்தாக்கு என்று அவள் குறிப்பிட்டது ஃபார்சி மொழி பேசும் தஜிக்குகள் வாழும், காபுலுக்கு நூறு கிலோமீட்டர் தொலைவில் வடகிழக்கில் இருக்கும் பஞ்ச்ஷிரைத்தான். மாம்மியும் பாபியும் உறவினர்கள். பாபி மாம்மிக்கு அத்தை மகன். பஞ்ச்ஷிரில் பிறந்து வளர்ந்தவர்கள். 1960 இல் பாபி காபுல் பல்கலைக்கழகத்தில் மாணவராகச்

சேர்ந்திருக்க, அவர்கள் புதுமணத் தம்பதியராய் நம்பிக்கை பொங்கும் விழிகளுடன் காபுலுக்கு வந்தார்கள்.

மாம்மி இன்னொரு சுற்று சண்டைபிடிக்க அறையை விட்டு வெளியில் வந்துவிடக் கூடாதென்று பிரார்த்தித்துக்கொண்டு லைலா கீழ்த்தளத்துக்கு ஓடினாள். பாபி வாயிலின் திரைக்கருகே மண்டியிட்டிருக்கக் கண்டாள்.

"இதைப் பார்த்தாயா லைலா?"

அவருக்கருகில் லைலா குத்தவைத்து அமர்ந்தாள். திரையில் அந்தக் கிழிசல் வாரக்கணக்காக இருந்ததுதான். "இல்லையே இப்போதுதான் கிழிந்திருக்கும்."

"அதைத்தான் நான் ஃபரீபாவிடம் சொன்னேன். அவள் இதன் வழியாகத்தான் தேனீக்கள் உள்ளே வருகின்றன என்கிறாள்." மாம்மியோடு பிரச்சினையாகும் ஒவ்வொரு முறையும் இருப்பதைப் போல அவர் மனதொடிந்து பாதியாளாகி இருந்தார்.

லைலா மனம் உருகினாள். குறுகிய தோள்களும், மெல்லிய, மென்மையான, பெண்களுடையதைப் போன்ற கரங்களுமாக இருந்த பாபிக்கு நறுங்கலான உருவம். இரவில் பாபியின் அறைக்குள் அவள் போகும்போதெல்லாம் மூக்குக்கண்ணாடி நுனிமூக்கில் தொங்கும்படியாகக் குனிந்திருக்கும் அவருடைய முகம் ஏதாவதொரு புத்தகத்தினுள் புதைந்திருப்பதைக் காண்பாள். சிலவேளைகளில் அவள் வந்ததைக்கூட அவர் கவனித்திருக்க மாட்டார். ஒருவேளை கவனித்துவிட்டால், புத்தகத்தினுள் அடையாளக்குறி ஒன்றை வைத்துவிட்டு, உதடுபிரியாத, நட்பார்ந்த புன்னகை ஒன்று புரிவார். ரூமி மற்றும் ஹசேலின் பெரும்பாலான கஸல்கள் பாபிக்கு மனப்பாடம். ஆஃப்கானிஸ்தான் பிரச்சினை காரணமாக, பிரிட்டன் மற்றும் ஜாரிஸ்ட் ரஷ்யாவுக்கு இடையில் இருந்த போராட்டத்தைப் பற்றி அவரால் நீளுரைகள் ஆற்ற முடியும். கசித்துளிவீழ்பாறைகள் மற்றும் கசித்துளிப்படிவப்பாறைகளுக்கு இடையிலான வித்தியாசம், காபுலிலிருந்து கஜ்னிக்கு ஒன்றரை மில்லியன் தடவைகள் செல்லும் தூரம்தான் பூமியிலிருந்து சூரியனுக்குப் போகும் தூரம் என்பதெல்லாமும் அவருக்குத் தெரியும். ஆனால், மிட்டாய் ஜாடியைத் திறப்பதில் உதவி வேண்டியிருந்தால் லைலா மாம்மியிடம் போக வேண்டி வந்ததுதான் ஆகப் பெரிய ஏமாற்றம். சாதாரணக் கருவிகள் பாபியைக் குழப்பின. கிரீச்சிடும்

கதவுக்கீல்களுக்கு எண்ணெய் இட அவர் மறந்துபோனார். ஒழுகும் கூரை அவர் சரிசெய்த பிறகும் தொடர்ந்து ஒழுகிற்று. அடுப்படி அலமாரிகளில் பூஞ்சை செழித்து வளர்ந்தது. நூரோடு 1980 இல் சோவியத்துக்கு எதிரான ஜிஹாதில் கலந்துகொள்ளப்போகும் முன் இந்த வேலைகளையெல்லாம் மிகச் சிறப்பாக, பொறுப்பாகச் செய்தவன் அஹமது தான் என்று மாம்மி சொல்லுவாள்.

"ஆனால், ஒரு புத்தகத்தைப் படிக்க அவசரமாக ஆள் வேண்டும் என்றால் அதற்கு ஹக்கீம்தான் சரி" என்பாள்.

ஆனால், முன்பொரு காலத்தில், அதாவது நூரும் அஹமதும் போருக்குப் போவதற்கு முன் - பாபி அவர்களைப் போகவிட்டதற்கு முன் - மாம்மிக்கும் அவருடைய புத்தக ஆர்வம் இனிமையானதாகத்தான் இருந்தது. அவருடைய மறதியும் திறமையின்மையும் அவளைக் கவரவே செய்தது எனும் நினைப்பை லைலாவால் உதற முடியவில்லை.

"சரி இன்றைக்கு என்ன? ஐந்தாவது நாளா அல்லது ஆறாவதா?" என்றார் பாபி கிண்டலாகச் சிரித்துக்கொண்டு.

"எனக்கென்ன தெரியும்? நான் அதெல்லாம் கணக்கு வைத்துக்கொள்ளவில்லை" என்று தோள்களைக் குலுக்கி புளுகினாள் லைலா. அவர் நினைவுவைத்திருந்தது அவளுக்கு மிகுந்த மகிழ்ச்சியளித்தது, மாம்மிக்கு தாரிக் போனதுகூட தெரியாது.

"சரிசரி அவன் கைவிளக்கு ஒளியை அணைத்து எரியவிட சீக்கிரமே வந்துவிடுவான்" என்று லைலா-தாரிக்கின் இரவு நேர சமிக்ஞை விளையாட்டைக் குறிப்பிட்டுச் சொன்னார் பாபி. பல்துலக்குவதைப் போல அதுவும் ஒரு இரவுநேரச் சடங்காக மாறிவிடும் அளவுக்கு அவர்கள் வெகுகாலமாக அதை விளையாடிவந்திருக்கிறார்கள்.

பாபி அந்த கிழிசலினூடாகத் தன் விரலை இழுத்தார். "நேரம் கிடைத்ததும் இதைச் சரிசெய்துவிடுகிறேன். இப்போது நாம் போயாக வேண்டும்." குரலை உயர்த்தி பின்னால் திரும்பிப்பார்த்துச் சொன்னார் "நாங்கள் கிளம்பிவிட்டோம் ஃபரீபா. நான் லைலாவைப் பள்ளிக்கு அழைத்துச்செல்கிறேன். அவளை அழைத்துவர மறந்துவிடாதே."

பாபியினுடைய மிதிவண்டியின் பின்னிருக்கையில் ஏறும்போது லைலா, காலணிகள்- செய்யும் ரஷீத், தன்னுடைய

தனிமைவிரும்பியான மனைவியுடன் வசிக்கும் வீட்டுக்கு வெளியே, தெருவில், ஒரு காரைப் பார்த்தாள். அது இந்த குடியிருப்புக்குக் கொஞ்சமும் பொருத்தமற்ற ஒரு பென்ஸ் கார், முகப்பு, கூரை மற்றும் பின் பகுதிகளை ஒரு அடர் வெண்ணிறக் கோடு பிரித்துக்காட்டிய நீலநிறக்கார் அது. அதனுள்ளே சுக்கானுக்கு எதிரில் ஒருவரும் பின்னிருக்கையில் ஒருவருமாக இரு ஆண்கள் இருந்ததை லைலா பார்த்தாள்.

“யார் இவர்கள்?” என்றாள்.

“நமக்குத் தேவையில்லாத வேலை அது. ஏறு, வகுப்புக்கு நேரமாகிவிடப்போகிறது.”

லைலாவுக்கு இன்னொரு சண்டை நினைவுக்கு வந்தது. மாம்மி ஒருமுறை பாபியிடம் குரூரமாகக் கேட்டாள். *எதையுமே உங்கள் வேலையாக எடுத்துக்கொள்ளாததுதானே உங்கள் வேலை அத்தை மகன் அவர்களே! உங்கள் சொந்த பிள்ளைகள் போருக்குப் போனபோதும் அப்படித்தானே. நான் உங்களை எவ்வளவு கெஞ்சினேன். நீங்கள் உங்கள் மூக்கை அந்த சனியன் பிடித்த புத்தகங்களில் புதைத்துக்கொண்டு நம் பிள்ளைகளை ஏதோ ஹராமிகளைப் போல போகவிட்டீர்களே.*

பாபி வண்டியை மிதிக்க, லைலா அவருடைய வயிற்றைச் சுற்றிப் பிடித்துக்கொண்டிருந்தாள். அந்த நீலநிற பென்ஸை அவர்கள் கடந்தபோது பின்னிருக்கையில் இருந்த அந்த மனிதரை அவளால் ஒரு நொடி கவனிக்க முடிந்தது, மெலிந்து, வெண் கேசத்துடன், அடர் பழுப்புநிற சூட்டும், மார்புப் பாக்கெட்டில் முக்கோணமாக மடித்துவைத்திருந்த வெண்ணிற கைக்குட்டையுடனும் அவர் இருந்தார். அவளுடைய பார்வையிலிருந்து வண்டி மறைவதற்குள் அவள் கவனித்த இன்னொரு விஷயம் அதில் ஹெராத்தின் லைசென்ஸ் பட்டை இருந்தது என்பதை.

திருப்பங்களில் வேகத்தை மட்டுப்படுத்தி “இதோ மெதுவாக மிக மெதுவாகச் செல்கிறேன் கவனம் லைலா” என்று பாபி எச்சரித்ததைத் தவிர அவர்கள் வழி நெடுகும் மௌனமாகத்தான் சென்றார்கள்.

வகுப்பில் அன்றைக்கு, தாரிக்கின் பிரிவுக்கும் பெற்றோரின் சண்டைக்கும் இடையில் சிக்கியிருந்த லைலாவுக்குக் கவனம் செலுத்த முடியவில்லை. அதனால், ஆசிரியை அவளை அழைத்து

ரொமானியா மற்றும் க்யூபாவின் தலைநகரங்களைச் சொல்லுமாறு கேட்டபோது வசமாக மாட்டிக்கொண்டாள்.

ஆசிரியையின் பெயர் ஷன்ஸாய் என்றாலும் மாணவர்கள் அவளுக்கு வைத்திருந்த பெயர் காலா ரங்மால். அதாவது, ஓவியர் மாமி. மாணவர்களை அடிக்கும்போது அவள் வெளிப்படுத்தும் உடல்மொழியைக் குறிக்கும் விதமாக - முதலில் தன் உள்ளங்கையாலும் பிறகு புறங்கையாலும், முன்னும் பின்னுமாக, ஒரு ஓவியர் தன் தூரிகையைக் கொண்டு வரைவதுபோல - அவர்கள் அவளை அழைத்தார்கள். காலா ரங்மால், தீர்க்கமான முகக்குறிகளும் அடர்ந்த புருவமும் கொண்ட இளம் பெண். தான் *கோஸ்ட்டைச் சேர்ந்த ஒரு ஏழைப் பாமரனின் மகள் என்று, பள்ளியின் முதல்நாளில், அவள் பெருமையாகச் சொல்லிக்கொண்டாள். எப்போதும் நிமிர்ந்து நிற்கும் அவள், தன்னுடைய கன்னங்கரிய தலைமயிரை அழுந்த வாரி இறுக்கி, கொண்டையாக முடிச்சிட்டுக்கொண்டதால், காலா ரங்மால் திரும்பியபோதெல்லாம் அவளுடைய கழுத்தின் கரிய கேசச்சிலும்பல்களை லைலாவால் காண முடிந்தது. காலா ரங்மால் ஒப்பனையோ நகைகளோ அணிவதில்லை. அவளும் மூடாக்கு அணியவில்லை, தன்னுடைய மாணவிகளையும் மூடாக்கு அணியக் கூடாதென்று தடுத்தாள். ஆண்களும் பெண்களும் எல்லா விதத்திலும் சமமானவர்கள்தான் என்றும், ஆண்கள் பர்தா அணியாதிருக்கையில் பெண்கள் அணிய வேண்டிய அவசியம் இல்லை என்றும் சொன்னாள்.

சோவியத் யூனியன்தான் உலகிலேயே சிறந்த நாடு, ஆஃப்கானிஸ்தானைப் போலவே. என்பாள் அவள். அது உழைப்பாளிகளிடம் அக்கறைகொள்ளும் நாடு, அங்கே எல்லா மக்களும் சமம். சோவியத்தில் எல்லோரும் நட்புடனும் மகிழ்வுடனும் வாழ்கிறார்கள் என்றும் சொன்னவள், அமெரிக்காவில் குற்றம் மலிந்திருப்பதால் மக்கள் வீட்டைவிட்டு வெளியில் போகவே அஞ்சுவதாகச் சொன்னாள். முன்னேற்றத் தடையாளர்களும் பிற்போக்குக் கொள்ளைக்கூட்டமும் தோற்கடிக்கப்பட்டால் ஆஃப்கானிஸ்தானிலும் அனைவரும் மகிழ்ச்சியாக இருக்கலாம் என்பாள்.

“அதற்காகத்தான் 1979 இல் நம் சோவியத் தோழர்கள் இங்கே வந்தார்கள். நமக்கு உதவிக்கரம் நீட்ட. நம்முடைய தேசத்தை, பழமைவாத அடிப்படைவாத நாடாக மாற்ற முயலும் இந்தக் காட்டுமிராண்டிகளை வெல்ல நமக்கு உதவவந்தவர்கள். நீங்களும்

உதவ வேண்டும் குழந்தைகளே. இந்தக் கலகக்காரர்களைப் பற்றி யாருக்குத் தெரியவந்தாலும் நீங்கள் உடனே தெரிவிக்க வேண்டும். அது உங்கள் கடமை. நீங்கள் கவனிக்க வேண்டும். பிறகு, தெரியப்படுத்த வேண்டும். அது உங்கள் பெற்றோராக, மாமா, மாமி, யாராக இருந்தாலும் சரி. ஏனென்றால், அவர்கள் யாருமே இந்த நாடு நேசிக்கும் அளவுக்கு உங்களை நேசிப்பதில்லை. நினைவிருக்கட்டும் நாட்டுக்குத்தான் முதல் இடம். நான் உங்களைப் பற்றி பெருமை கொள்வேன் நாடும் பெருமைகொள்ளும்."

காலா ரங்மாலின் மேசைக்குப் பின்னால் இருந்த சுவரில் சோவியத் யூனியனின் வரைபடம் ஒன்றும், ஆஃப்கானிஸ்தானின் வரைபடம் ஒன்றும், அதோடு சமீபத்திய கம்யூனிஸ்ட் பிரதமரும், பயங்கரமான *KHAD* , ஆஃப்கன் ரகசியக் காவல்படையின் முன்னாள் தலைவராக இருந்ததாக பாபி சொல்லியிருந்தவருமான, நஜிபுல்லாவின் சட்டமிடப்பட்ட புகைப்படமும் இருந்தன. மேலும், பல புகைப்படங்களும் இருந்தன, முக்கியமாக இளம் சோவியத் வீரர்கள், பாமரர்களுடன் கைகுலுக்கும், ஆப்பிள் கன்றுகளை நடும், வீடுகள் கட்டும், எப்போதும் இணக்கமாகப் புன்னகைபுரியும், புகைப்படங்கள்.

"சரிதான் நான் உன்னுடைய பகல்கனவில் இடையீடு செய்துவிட்டேனா *இன்குலாபி* பெண்ணே?" என்றாள் காலா ரங்மால்.

அதுதான் லைலாவின் பட்டப்பெயர், புரட்சிப்பெண், ஏனென்றால் அவள் பிறந்தது 1978 இன் ஏப்ரலில் கலகம் வெடித்த இரவில் - காலா ரங்மாலுக்கு வகுப்பில் யாரும் கலகம் என்று சொன்னால் கோபம் வந்துவிடும். நிகழ்ந்தது ஒரு இன்குலாப், புரட்சி, சமத்துவமின்மைக்கு எதிராக உழைப்பாளிகள் செய்த போராட்டம் என்று அவள் வலியுறுத்துவாள். *ஜிஹாத்* என்பதும் தடைசெய்யப்பட்ட ஒரு வார்த்தை. அவளைப் பொறுத்தவரை, மாகாணங்களில் போரென்று எதுவுமில்லை, அயல்நாட்டு உள் உளவாளிகளால், சீண்டிவிடப்படும் பிரச்சினைக்காரர்களுக்கு எதிரான, சில சில்லறைத்தகராறுகள் மட்டும்தான் அவை. அதோடு எட்டுவருடப் போராட்டத்துக்குப் பிறகு, அதிலும் அமெரிக்கப் பிரதமர் ரீகன் சோவியத்தின் ஹெலிகாப்டர்களை வீழ்த்துவதற்காக முஜாஹிதீன்களுக்கு ஸ்டிங்கர் எறிகணைகளை அனுப்பத் துவங்கி, உலகெங்கிலும் இருக்கும் முஸ்லிம்கள் இந்த விஷயத்திற்காக ஒன்றுசேர்ந்ததும்: எகிப்தியர்கள், பாகிஸ்தானியர்கள்,

சௌதியைச் சேர்ந்த செல்வந்தர்களும்கூட அவர்களுடைய கோடிகளை விட்டுவிட்டு ஜிஹாதிகளுடன் சேர்ந்துகொள்ள ஆஃப்கானிஸ்தானுக்கு வந்துவிட்ட பிறகு சோவித்தினர் தோற்றுக்கொண்டிருக்கிறார்கள் என்று எழும் வதந்திகளை நிச்சயமாக ஒருவரும் அவள் காதுபட, சொல்லத் துணிவதில்லை.

"புக்குரெஸ்ட். ஹவானா" லைலா சமாளித்துக்கொண்டாள்.

"அவை நமக்கு நட்பு நாடுகளா? இல்லையா?

"ஆம் மோலிம் சாஹிப். நட்பு நாடுகள்தான்."

காலா ரங்மால் வெடுக்கென்று தலையாட்டினாள்.

பள்ளி முடிந்ததும் அழைத்துப்போக, வழக்கம்போல மாம்மி வரவில்லை. லைலா அவளுடைய வகுப்புத்தோழிகள் கிதி, ஹசீனாவுடன் வீட்டுக்கு நடந்துபோக வேண்டியிருந்தது.

ரப்பர் வளையங்கள் கொண்டு எப்போதும் இரட்டைக் குதிரைவால்களாய் கூந்தலை அணிந்திருக்கும் கிதி, படபடப்பான, மெலிந்த சிறுமி. அவளுடைய முகம் எப்போதும் சுளித்தபடியே இருக்கும். அதோடு அவள் புத்தகங்களைத் தன் மார்போடு சேர்த்து ஏதோ கேடயம்போல வைத்துகொள்வாள். ஹசீனாவுக்கு வயது பன்னிரண்டு, அவள் கிதியையும் லைலாவையும்விட மூன்று வருடங்கள் மூத்தவள், ஆனால் அவள் மூன்றாம் வகுப்பில் ஒரு முறையும் நான்காவதில் இரண்டு முறைகளும் தோற்றிருக்கிறாள். புத்திசாலித்தனத்தில் இருந்த குறையை அவள் தன்னுடைய விஷமத்தினாலும், கிதி சொல்வதைப் போல, தையல் இயந்திரத்தைப் போல ஓடிக்கொண்டேயிருக்கும் வாயாலும் நிவர்த்திசெய்துகொண்டாள். காலா ரங்மால் என்ற பட்டப்பெயரை முன்னெடுத்ததும்கூட ஹசீனாதான்.

இன்றைக்கு, அழகற்ற மாப்பிள்ளைகளை விரட்டுவது எப்படி என்று ஹசீனா அறிவுரை வழங்கிக்கொண்டிருக்கிறாள். சர்வநிச்சயமாகப் பிரமாதமான உத்தி, வெற்றி உத்தரவாதம். நான் உறுதி அளிக்கிறேன்.

"இது முட்டாள்தனமாக இருக்கிறது. மாப்பிள்ளைகள் தேடிவரும் வயதில்லை எனக்கு" என்றாள் கிதி.

"நீ ஒன்றும் அவ்வளவு இளையவள் அல்ல."

“சரிதான். என்னையெல்லாம் யாருமே பெண் கேட்டதில்லை.”

“அதற்குக் காரணம் உனக்கு தாடி இருப்பதுதான் கண்ணே.”

கிதியின் கரம் அவள் முகவாயைத் தடவச்சென்றது, அரண்ட பார்வையோடு அவள் லைலாவைப் பார்த்தாள் - லைலா அறிந்தவரையில் நகைச்சுவை உணர்வென்பது அறவே அற்ற ஒரே பெண் கிதிதான் - இவளும் அவளைப் பரிதாபமாகப் பார்த்து நம்பிக்கை ஏற்படுத்தும் விதமாக இல்லையென்பதாய் தலையசைத்தாள்.

“சரி சொல்லுங்கள் பெண்மணிகளே, அது என்ன உத்தி என்று உங்களுக்குத் தெரிய வேண்டுமா இல்லையா?”

“மேலே சொல்” என்றாள் லைலா.

“சுண்டல். நான்கு டப்பாக்களுக்குக் குறையாமல். பல்லில்லாத அந்தப் பல்லி பெண் கேட்டுவரும் அந்த மாலையில். ஆனால், நேரத்தை அனுசரிக்க வேண்டும் பெண்களே, அது முக்கியம். அவனுக்குத் தேநீர் கொண்டுபோகும் நேரம் வரைக்கும் பட்டாசுச் செயல்பாடுகளை அடக்கிக்கொண்டிருக்க வேண்டும்.”

“நினைவில் வைத்துக்கொள்கிறேன்” என்றாள் லைலா.

“அவனும் வைத்திருப்பான்.”

லைலா அவளிடம் அப்போதே சொல்லியிருக்கலாம் இந்த அறிவுரைக்கு அவசியமே இல்லையென்பதை, பாபிக்கு அவளை சீக்கிரத்தில் மணம் முடித்துக்கொடுக்கும் எண்ணமே இல்லையென்பதை. காபுலின் மிகப் பெரிய ரொட்டி ஆலையான சிலோவில், அந்த உஷ்ணத்தில், இரைந்துகொண்டிருக்கும் இயந்திரங்களுக்கு மத்தியில் பிரம்மாண்டமான சூட்டடுப்புகளை இயக்கிக்கொண்டு, நாளெல்லாம் அரவை இயந்திரங்களில் மாவரைத்துக்கொண்டிருந்தாலும் அவர் பல்கலைக்கழகத்தில் படித்த பட்டதாரி. கம்யூனிஸ்ட்டுகள் அவரை - 1978 இன் கலகத்துக்கு முன்பு, சோவியத் அங்கே நுழைவதற்கு சுமார் ஒன்றரை ஆண்டுகளுக்கு முன் - வேலையிலிருந்து நீக்குவதற்கு முன் அவர் உயர்நிலைப் பள்ளி ஆசிரியராக இருந்தவர். லைலா மிகவும் சிறியவளாக இருக்கும்போதே அவரைப் பொறுத்தவரையில் அவளுடைய பாதுகாப்புக்கு அடுத்து அதிமுக்கியமானது அவளுடைய கல்விதான் என்பதைப் புரியவைத்துவிட்டார்.

நீ மிகவும் இளையவள் என்பது எனக்குத் தெரிந்தாலும் இந்த விஷயத்தைத் தெளிவாகப் புரிந்துகொள்ள வேண்டும் என்று விரும்புகிறேன். திருமணம் காத்திருக்கலாம், கல்வி காத்திருக்காது. நீ மிக மிகப் புத்திசாலிப் பெண். உண்மையாகவே. உன்னுடைய லட்சியம் என்னவாக இருந்தாலும் அதை நீ அடையலாம். உன்னால் முடியும். மேலும், போர் முடிந்ததும் ஆஃப்கானிஸ்தானுக்கு அதனுடைய ஆண்களின் அளவுக்கே, ஏன் அவர்களைவிடவும் அதிகமாகவே நீ தேவைப்படுவாய். ஏனென்றால், பெண் கல்வி முன்னேற்றமடையாத சமூகம் முன்னேறவே முடியாது லைலா. வாய்ப்பே இல்லை.

ஆனால், பாபி தன்னிடம் இப்படியெல்லாம் பேசியிருக்கிறார் என்பதை, அவரைப் போல ஒருவரைத் தகப்பனாக அடைந்ததில் தனக்கு எவ்வளவு மகிழ்ச்சி என்பதை, அவர் தன்மீது வைத்திருக்கும் இந்த நம்பிக்கைக்காக அவள் எவ்வளவு பெருமிதப்படுகிறாள் என்பதை, அவருடைய கல்வியைத் தொடர்வதில் அவருக்கிருந்த அதே பிடிவாதம் தன்னுடையதைக் குறித்து அவளுக்கும் இருக்கிறது என்பதையெல்லாமும் லைலா ஹசீனாவிடம் சொல்லவில்லை. கடந்த இரண்டு வருடங்களாக ஒவ்வொரு வகுப்பிலும் முதலாவதாகத் தேர்ச்சி பெறும் மாணவருக்கான அவ்வல் நும்ரா சான்றிதழ் லைலாவுக்குத்தான் கிடைத்துக்கொண்டிருக்கிறது. இதையெல்லாம், கோபக்கார டாக்ஸி ஓட்டுனரும் அவளை எப்படியும் இரண்டு அல்லது மூன்று வருடங்களில் மணமுடித்துக்கொடுக்க இருப்பவருமானவரைத் தந்தையாகக் கொண்ட ஹசீனாவிடம் லைலா சொல்லவில்லை. ஹசீனா விளையாட்டுத்தனமில்லாமல் பேசும் மிக அரிதான ஒரு சமயத்தில் அவளைவிட இருபது வயது மூத்தவரான, லாஹூரில் மோட்டார் பாகங்கள் விற்பனைக்கடை வைத்திருக்கும் அவளுடைய மாமன் மகனைத்தான் அவள் மணக்க வேண்டியிருக்கும் என்பதை லைலாவிடம் சொல்லியிருக்கிறாள். *நான் அவனை இரண்டு முறை பார்த்திருக்கிறேன். இரண்டு தரமும் அவன் வாயைத் திறந்துகொண்டே தின்றான்* என்றாள் அவள்.

“பெண்மணிகளே, சுண்டல், நினைவில் வைத்திருங்கள். ஆனால்” - இங்கே அவள் லைலாவை தன் முழங்கையால் இடித்து குறும்பாய் இளித்தாள்- வருவது உங்கள் ஒற்றைக்கால் இளவரசன் என்றால் அப்போது...”

லைலா அந்த முழங்கையைத் தட்டிவிட்டாள். வேறு யாரும் தாரிக்கைப் பற்றி அப்படிச் சொல்லியிருந்தால் அவளுக்குக்

கடுங்கோபம் வந்திருக்கும். ஆனால், ஹசீனா கெட்ட எண்ணம் கொண்டவள் அல்ல. அவள் வெறுமனே கேலிசெய்தாள் - அதுதான் அவள் நோக்கம் - அவளுடைய கேலிக்கு யாருமே தப்பிக்க முடியாது, அவள் தன்னையே கேலிசெய்துகொள்பவள்.

"மனிதர்களைப் பற்றி நீ அப்படியெல்லாம் பேசக் கூடாது" என்றாள் கிதி.

"யார் அந்த மனிதர்கள்?"

"போரினால் காயமடைந்த மனிதர்கள்" என்றாள் கிதி-ஹசீனா அவளை நையாண்டி பண்ணிக் கொண்டிருப்பதை அறியாத-மிகவும் தீவிரமான பாவனையோடு.

"முல்லா கிதி அவர்களுக்கு தாரிக்கின் மீது ஒரு கண் இருக்கிறது என்று நினைக்கிறேன். எனக்கு முன்பே தெரியும். ஆனால், அவனை யாரோ முன்னமே பேசிமுடித்துக்கொண்டுவிட்டார்களே தெரியாதா? என்ன லைலா அப்படித்தானே?"

"எனக்கொன்றும் யார்மீதும் கண்ணில்லை. யார்மீதும்."

அவர்கள் இருவரும் இப்படி விவாதித்துக்கொண்டே தங்கள் தெருவுக்குள் நுழைந்தார்கள், லைலா தனியே நடந்தாள்.

லைலா மூன்று முணங்குகள் தனியாக நடக்க வேண்டியிருந்தது. தன்னுடைய தெருவுக்குள் அவள் நுழைந்த போது, ரஷீத் - மரியம் வீட்டின் வாசலில் அந்த நீல நிற பென்ஸ் இன்னமும் நின்றிருக்கக் கண்டாள். அந்த முதியவர் தன்னுடைய ஊன்றுகோலைப் பிடித்துக்கொண்டு வண்டியின் முகப்புக்கு அருகில் நின்றவாறு வீட்டைப் பார்த்துக்கொண்டிருந்தார்.

பிறகு, லைலாவின் பின்னாலிருந்து ஒரு குரல் எழுந்தது. "ஏ மஞ்சள் முடி, இங்கே பார்."

லைலா திரும்பினாள், அவளுடைய முகத்துக்கு நேராக ஒரு துப்பாக்கி நீண்டிருந்தது.

★ மாம்மி – அம்மா
★ பாபி – அப்பா
★ கோஸ்ட் – ஆஃப்கானிஸ்தானின் மாகாணங்களில் ஒன்று

17

துப்பாக்கி சிவப்பாகவும் அதன் விசை அடர் பச்சையாகவும் இருந்தது. துப்பாக்கிக்குப் பின்னே காதிமின் முகம் இளித்துக்கொண்டு அச்சுறுத்தியது. காதிமுக்கும் தாரிக்கைப் போல பதினோரு வயது. அவன் உயரமாக, குண்டாக இருக்க, கீழ்ப்பல் வரிசை மேல்வரிசையை மீறி வெளித்தள்ளியிருந்தது. அவனுடைய அப்பா தே-மசங்கில் கசாப்புக்கடை வைத்திருந்தவர். வழிப்போக்கர்களின் மீது அடிக்கடி கன்றின் குடற்பகுதிகளை வீசுவதாக காதிமைப் பற்றி ஒரு குற்றச்சாட்டு இருந்தது. தாரிக் உடனில்லாத நேரங்களில் காதிம் பள்ளிமைதானத்தில், இடைவேளைகளில், வெறித்துப்பார்த்துக்கொண்டும், சிணுங்கல் ஓசையெழுப்பிக்கொண்டும் லைலாவைப் பின்தொடர்ந்தான். ஒருசமயம் அவளுடைய தோளில் தட்டி, நீ ரொம்ப அழகாய் இருக்கிறாய் மஞ்சள் முடிக்காரி. நான் உன்னைக் கல்யாணம் பண்ணிக்கொள்வேன் என்றான்.

அவன் இப்போது துப்பாக்கியை ஆட்டினான். "கவலைப்படாதே. இது கறையாக்காது. உன் கூந்தல் நிறத்துக்கு கறை தெரியாது" என்றான்.

"வேண்டாம் செய்யாதே. நான் எச்சரிக்கிறேன்!"

"என்ன, என்ன செய்துவிடுவாய்? அந்த நொண்டியை என்மீது ஏவிவிடுவாயா? ஓ அன்பே தாரிக், ஓடோடிவந்து என்னை இந்த பத்மாஷ் பொறுக்கியிடமிருந்து காப்பாற்று!"

லைலா பின்னோக்கி நகர்ந்துகொண்டிருந்தபோதே காதிம் விசையை அழுத்திவிட்டான். இளஞ்சூடான திரவம் மெல்லிய பீச்சல்களாய் வெளிப்பட்டு அவள் கேசத்தைத் துளைக்க, முகத்தை மறைத்துக்கொள்வதற்காக அவள் உயர்த்திய கரங்களிலும் அதே திரவம் பீய்ச்சப்பட்டது.

ஒளிந்துகொண்டிருந்த மற்ற சிறுவர்களும் இப்போது சிரித்துக்கொண்டும் கும்மாளமிட்டுக்கொண்டும் வெளியில் வந்தனர்.

முன்பு எப்போதோ தெருவில் கேட்டிருந்த வசவுச்சொல் லைலாவின் உதடுகளுக்கு எழுந்தது. அதை அவள் சரியாகக்கூட புரிந்துகொண்டிருந்திருக்கவில்லை - அதன் அர்த்தம் என்னவாகயிருக்கும் என்றும் அவளுக்குத் தெரியாது-ஆனால் அந்த வார்த்தைகள் தங்களுக்குள் பொதிந்திருந்த உக்கிரமான ஆற்றலை அவள் இப்போது விடுவித்தாள்.

"உன் அம்மா ஆண்குறியை ஊம்புகிறவள்."

"ஆனால், அவள் உன் அம்மாவைப் போல பைத்தியமும் இல்லை. என் அப்பாவும் ஒன்றும் பொட்டையில்லை" அசராமல் திருப்பித் தந்தான் காதிம். "அதெல்லாம் போகட்டும் நீ உன் கையை முகர்ந்துபாரேன்."

மற்ற பையன்களும் கோஷ்டிகானம் பாடினார்கள். "உன் கையை முகர்ந்துபார். உன் கையை முகர்ந்துபார்."

லைலா முகர்ந்துபார்த்தாள், ஆனால் அவள் கூந்தல் நிறத்துக்கு அது வித்தியாசமாய் தெரியாது என்று அவன் சொன்னபோதே அவளுக்குத் தெரிந்திருந்தது. அவள் கூக்குரல் எழுப்பினாள். சிறுவர்கள் இன்னமும் அதிகமாகக் கெக்கலிக்கத் துவங்கினார்கள்.

லைலா திரும்பி, கூக்குரலெழுப்பிக்கொண்டே வீட்டுக்கு ஓடினாள்.

அவள் கிணற்றிலிருந்து நீரிறைத்து குளியலறைத் தொட்டியில் நிரப்பிவிட்டு, உடுப்புகளை உரித்தெடுத்தாள். தலையை விரல்களால் பிராண்டி, கூந்தலுக்கு சோப்பைத் தேய்த்து, அருவருப்பில் விம்மிக்கொண்டே கழுவினாள். ஒரு கோப்பை நீரில் அலசிவிட்டு மறுபடியும் கூந்தலில் சோப்பைத் தேய்த்தாள். அவளுக்கு வாந்தி வந்துவிடும்போல இருந்தது. அவள் நடுங்கிக்கொண்டும் முனகிக்கொண்டும் தன் முகமும் கழுத்தும் சிவந்துபோகும்வரை துவாலையால் துடைத்தாள்.

சுத்தமான சட்டை, காற்சட்டையை அணிந்துகொண்டே, தாரிக் மட்டும் அவளோடு இருந்திருந்தால் இப்படி நடந்திருக்காது என்று நினைத்தாள். காதிமுக்கு இவ்வளவு தைரியம் வந்திருக்காது.

ஆயிரம் சூரியப் பேரொளி ○ 143

அதேபோல் மாம்மி வர வேண்டியபடி வந்திருந்தாலும் இப்படி நடந்திருக்காதுதான். சில சமயங்களில் மாம்மி ஏன்தான் தன்னைப் பெற்றாளோ என்றுகூட லைலாவுக்குத் தோன்றும். தங்கள் மூத்த குழந்தைகளுக்கே தங்கள் அத்தனை அன்பையும் கொடுத்துத் தீர்த்துவிட்டவர்கள் அதற்கு மேல் பிள்ளைகள் பெற்றுக்கொள்ள அனுமதிக்கப்படக் கூடாது என்று அவள் முடிவாகயிருந்தாள். இது அநியாயம். அளவுகடந்த கோபத்துடன் அவளுடைய அறைக்குச் சென்று படுக்கையில் விழுந்தாள்.

மனது சற்று ஆறியதும் எழுந்து கூடத்தின் மறுகோடியிலிருக்கும் மாம்மியின் அறைக்குச் சென்று கதவைத் தட்டினாள். அவள் இளையவளாய் இருந்தபோது இந்தக் கதவுக்கு வெளியில் மணிக்கணக்காக அமர்ந்திருந்திருக்கிறாள். ஏதோ சாபத்தை நீக்கும் மந்திரம் ஓதுவதுபோல: *மாம்மி மாம்மி மாம்மி மாம்மி...* என்று முனகிக்கொண்டே கதவைத் தட்டுவாள். ஆனால், மாம்மி கதவைத் திறந்ததேயில்லை, இப்போதும் திறக்கவில்லை. லைலா குமிழைத் திருகி உள்ளே சென்றாள்.

மாம்மிக்கு அரிதாக நல்ல பொழுதுகள் அமையும். அவள் பளிச்சிடும் விழிகளோடும் விளையாட்டுத்தனத்தோடும் படுக்கையை விட்டு எழுவாள். தொங்கிக்கொண்டிருக்கும் கீழுதடு புன்னகையால் மேல்நோக்கி விரியும். அவள் குளிப்பாள். சுத்தமாக உடுத்திக்கொண்டு மஸ்காரா பூசுவாள். தன் தலையை வாரிவிட லைலாவை அனுமதிப்பாள், அப்படியே அவளுடைய காதுமடல்களில் தோடுகளை அணிவிக்கவும் லைலாவுக்குப் பிடிக்கும். மண்டாய் பசாருக்கு இருவருமாய் பொருட்கள் வாங்கப்போவார்கள். லூடோ விளையாட லைலா அவளுக்குச் சொல்லித்தருவாள், பிறகு இருவருக்கும் மிகவும் பிடித்த டார்க் சாக்லேட் சீவல்களை அவர்கள் உண்பார்கள். லைலாவுக்கு, இப்படியான தினங்களின் மிகப் பிடித்தமான பகுதி, பாபி வீடு திரும்பும்போது அவளும் மாம்மியும் விளையாட்டு அட்டையை விட்டு முகத்தைத் திருப்பி, அடர்பழுப்பாகி இருக்கும் பற்களைக் காட்டிச் சிரிப்பதுதான். மனநிறைவின் அலையில் அறை நிரம்பியிருக்கும் அந்த நேரத்தில்தான், அந்த வீடு நிறைந்து, கூச்சலாக, கலகலப்பாக இருந்தபோது, ஒரு காலத்தில் லைலாவுடைய பெற்றோரைப் பிணைத்திருந்த காதலின் அதே மென்மையை மீண்டும் பார்க்கும் ஒரு நொடி அவளுக்கு வாய்க்கும்.

அந்த நல்ல நாட்களில் எப்போதாவது, மாம்மி ரொட்டி சுட்டு அக்கம்பக்கத்துப் பெண்களைத் தேனீரும் தின்பண்டங்களும் உண்ண அழைப்பாள். மாம்மி, கோப்பைகள், அருமையான தட்டுகள் மற்றும் துடைப்புக்குட்டைகளை வைத்து மேசையைத் தயார்செய்யும்போது லைலா சட்டிகளை வழித்து நக்குவாள். பின்னர், பெண்கள் எல்லோரும் உரக்க உற்சாகமாகப் பேசிக்கொண்டு, தேநீர் அருந்திக்கொண்டு, மாம்மி செய்த தின்பண்டங்களைப் பாராட்டும்போது லைலாவும் அந்தக் கூடத்தின் மேசை முன் அமர்ந்து உரையாடலில் பங்கு பெற முனைவாள். அவளுக்குப் பேச எதுவும் இல்லாதபோதும் இம்மாதிரியான கூடுகைகளில் அவள் பங்குகொள்ள விரும்புவது முக்கியமான அருமையான ஒரு சந்தோஷத்துக்காகத்தான்: அங்குதான் மாம்மி பாபியைப் பற்றி பிரியமாகப் பேசுவாள்.

"அவர்தான் எப்படிப்பட்ட முதல்தரமான ஆசிரியராக இருந்தார். அவருடைய மாணவர்கள் அவரை மிகவும் நேசித்தார்கள். மற்ற ஆசிரியர்களைப் போல அவர் அவர்களைக் குச்சியால் அடிக்க மாட்டார் என்பதால் மட்டுமல்ல, அவர் அவர்களுக்கு மரியாதை கொடுத்தார். அதனால், அவர்களும் அவரை மதித்தார்கள். அவர் அற்புதமானவர்."

தன்னை மணந்துகொள்ளுமாறு அவள் அவரைக் கேட்ட கதையைச் சொல்வதில் அவளுக்குப் பெரு விருப்பம்.

"எனக்கு பதினாறு வயது. அவருக்குப் பத்தொன்பது. பஞ்ச்ஷிரில் நாங்கள் பக்கத்து வீடுகளில் வசித்தோம். ஓ ஹம்ஷிராக்களே நான் அவர்மீது மையல் கொண்டிருந்தேன். நான் எங்கள் வீடுகளுக்கிடையில் இருந்த சுவரில் ஏறுவேன், நாங்கள் அவருடைய தந்தையின் பழத்தோட்டத்தில் விளையாடுவோம். நாங்கள் மாட்டிக்கொள்வோம் என்றும், என் அப்பா அறையப் போகிறார் என்றும் ஹக்கீமுக்கு எப்போதும் பயம். 'உன் அப்பா என்னை அறையப்போகிறார்' என்று சொல்லிக்கொண்டே இருப்பார். அவர் அப்போதே சதா எச்சரிக்கையாகவும் தீவிர பாவத்தோடும்தான் இருப்பார். அப்புறம் ஒருநாள் நான் கேட்டேவிட்டேன் 'அத்தை மகனே என்ன இது? மணந்துகொள்ளுமாறு நீங்கள் என்னைக் கேட்கப்போகிறீர்களா இல்லை நானேதான் வரன் கேட்டு உங்களிடம் வர வேண்டுமா?' என்று அப்படியே போகிற போக்கில் சொல்லிவிட்டேன். அப்போது அவர் முகத்தைப் பார்த்திருக்க வேண்டுமே!"

மற்ற பெண்களும் லைலாவும் சிரிக்க, மாம்மி கைகளைக் கொட்டுவாள்.

மாம்மி இப்படியான கதைகளைச் சொல்லிக் கேட்கும்போது அவள் எப்போதுமே பாபியைப் பற்றி இதேபோல பேசிய காலம் ஒன்று இருந்திருக்கும் என்று லைலா உணர்வாள். அது அவளுடைய பெற்றோர் ஒரே அறையில் உறங்கிய காலம். அந்த சமயத்தில் தான் இல்லாமல்போய்விட்டோமே என்று அவள் வருந்தினாள்.

ஒவ்வொரு முறையும், மாம்மியின் காதல் கதை, வரன் பார்க்கும் திட்டங்களில்தான் போய் முடியும். சோவியத்திடமிருந்து ஆஃப்கானிஸ்தான் விடுதலையடைந்து இளைஞர்கள் வீடு திரும்பிய பிறகு அவர்களுக்கு மணப்பெண்கள் வேண்டுமென்று அந்தப் பெண்கள் அஹமதுக்கும் நூருக்கும் பொருத்தமான, பொருத்தமற்ற அக்கம்பக்கத்துப் இளம் பெண்களையெல்லாம் வரிசைப்படுத்துவார்கள். பேச்சு அவளுடைய சகோதரர்களைப் பற்றி திசைமாறும்போது லைலா தனியளாக உணர்வாள், எல்லோருமாக, தான் பார்த்திராத ஏதோவொரு மனதுக்கினிய திரைப்படத்தைப் பற்றி பேசுவதுபோல அவளுக்குத் தோன்றும். படைத்தளபதி அஹமத் ஷா மசூதின் படையுடன் இணைந்து ஜிஹாதிகளாகப் போராட, அஹமதும் நூரும் காபுலை விட்டு நீங்கி பஞ்ச்ஷிருக்குப் போனபோது அவளுக்கு இரண்டு வயது. அஹமதின் கழுத்தைச் சுற்றிப் பளபளத்த அல்லாஹ் பதக்கம், நூரினுடைய ஒரு காதில் இருந்த கருத்த முடிக்கற்றை, இதைத் தவிர லைலாவுக்கு அவர்களைப் பற்றிய வேறெதுவுமே நினைவில்லை.

“சரி அஸிட்டா எப்படி?”

“அந்த விரிப்பு தயாரிப்பவனின் மகளா? அவளுக்கு ஹக்கீமின் மீசையைவிடப் பெரிய மீசை இருக்கிறதே.” சொல்லிவிட்டு கன்னத்தில் அடித்துக்கொண்டு கோபமும் கிண்டலுமாக பார்ப்பாள் மாம்மி.

“சர்கூனாவில், வகுப்பில் முதலாவதாக வருகிறாளாமே அனஹிட்டா அவள்?”

“அந்தப் பெண்ணின் பற்களைப் பார்த்திருக்கிறாயா? சமாதிக் கற்கள். அவள் அந்த உதடுகளுக்குப் பின்னால் ஒரு கல்லறையை மறைத்துவைத்திருக்கிறாள்.”

"அந்த வாஹிதி சகோதரிகள்?"

"அந்தக் குட்டச்சிகளா? இல்லை இல்லவேயில்லை. முடியாது. என் சுல்தான்களுக்கு, என் பிள்ளைகளுக்கு வேண்டவே வேண்டாம். அவர்களுக்கு அதிமேன்மையானது மட்டுமே பொருத்தம்."

இப்படி அரட்டை நடக்கவும், லைலா தன் மனதை அலையவிட்டாள், அது வழக்கம்போல தாரிக்கைச் சென்றடைந்தது.

மாம்மி மஞ்சள் திரைச்சீலைகளை இறக்கிவிட்டிருந்தாள். இருளுக்குள், உறக்கம், துவைக்காத விரிப்புகள், வியர்வை, அழுக்குக் காலுறைகள், நறுமணத்தைலம் அதோடு முதல் நாள் மீதமான குர்மா என்று அந்த அறையின் மணத்துக்கு பல அடுக்குகள் இருந்தன. லைலா அறைக்குள் நுழைந்ததும் தன் கண்கள் இருட்டைப் பழகவென சற்று தாமதித்தாள். அப்படியும் தரையில் சிதறிக்கிடந்த துணிகளில் அவளுடைய பாதங்கள் சிக்கிக்கொண்டன.

லைலா திரைச்சீலைகளை இழுத்துக்கட்டினாள். கட்டிலின் முன்னால் ஒரு இரும்பு மடக்கு நாற்காலி இருந்தது. அதில் அமர்ந்தவள், போர்த்திக்கொண்டும், அசையாமல் ஒரு குன்றைப் போலவும் கிடந்த தன் தாயைப் பார்த்தாள்.

மாம்மியின் அறைச்சுவர்கள் அஹமத் மற்றும் நூரின் புகைப்படங்களால் நிரம்பியிருந்தன. லைலா எங்கு பார்த்தாலும் இரண்டு அந்நியர்கள் புன்னகைத்தார்கள். இதில் நூர் ஒரு மூன்றுச்சக்கரவண்டியில் ஏறியிருக்கிறான், அதில் அஹமத் அவனுக்கு பன்னிரண்டு வயதிருக்கும்போது பாபியோடு சேர்ந்து செய்த சூரியக்கடிகாரத்தின் அருகே தொழும் காட்சி. பிறகு, தோட்டத்தில் இருக்கும் பேரிக்காய் மரத்தின் கீழே சகோதரர்கள் ஒருவர் முதுகில் ஒருவர் சாய்ந்துகொண்டிருக்கும் காட்சி.

மாம்மியின் கட்டிலுக்குக் கீழே, அஹமதின் காலணிகள் இருந்த பெட்டியின் முனை நீட்டிக்கொண்டிருந்தது லைலாவுக்குத் தெரிந்தது. அதிலிருந்த பழைய செய்தித்தாள் குறிப்புகளையும் பாகிஸ்தானில் தலைமையகங்களைக் கொண்டிருந்த போராட்டக் குழுக்கள் மற்றும் கிளர்ச்சியாளர்கள் அமைப்புகளிலிருந்து அஹமத் எப்படியோ சேகரித்த துண்டுப் பிரசுரங்களையும் அவ்வப்போது மாம்மி அவளிடம் காட்டியிருக்கிறாள்.

வெண்ணிற நீள் அங்கி அணிந்திருந்த ஒரு நபர் கால்களற்ற ஒரு சிறுவனிடத்தில் குச்சி மிட்டாய் ஒன்றை நீட்டும் புகைப்படம் லைலாவுக்கு நினைவிருந்தது. அந்தப் படத்தின் தலைப்பு சோவியத்தின் கண்ணிவெடித் தாக்குதல்களுக்குக் குழந்தைகள் குறிவைக்கப்படுகிறார்கள் என்றிருந்தது. பளீரென்று வண்ணம் பூசப்பட்ட பொம்மைகளுக்குள் வெடிகுண்டுகள் வைப்பதை சோவித்தினர் வேண்டுமென்றே செய்தார்கள் என்றும் அந்தக் கட்டுரையில் இருந்தது. யாராவது ஒரு குழந்தை அந்த பொம்மையை எடுக்கும்போது அது வெடித்து குழந்தையின் விரல்களோ முழு கையையுமோ பிய்ந்துபோகும், பிறகு குழந்தையின் தந்தை வீட்டிலிருந்து குழந்தையைப் பார்த்துக்கொள்ள வேண்டியதுதான்: அவனால் ஜிஹாதுப் போரில் கலந்துகொள்ள முடியாது. அஹமதின் பெட்டியிலிருந்த இன்னொரு கட்டுரையில் இளம் முஜாஹிதின் ஒருவன் சோவித்தினர் தன் கிராமத்தில் கசியச்செய்த விஷவாயு தாக்கி மக்களின் சருமம் எரிந்துபோனதோடு அவர்களைக் குருடாகவும் ஆக்கியது என்று சொல்லியிருந்தான். அவனுடைய தாயும் சகோதரியும் ரத்தம் கக்கிக்கொண்டே தண்ணீருக்காக ஓடையைத் தேடி ஓடியதைத் தான் பார்த்ததாகவும் சொல்லியிருந்தான்.

"மாம்மி."

குன்று லேசாக அசைந்தது. அது ஒரு முனகலை வெளிப்படுத்தியது.

"எழுந்திரு மாம்மி. மணி மூன்று."

இன்னொரு முனகல். நீர்மூழ்கியின் பெரிஸ்கோப் நீர்தளத்தைக் குலைத்து எழுவதுபோல ஒரு கை எழுந்து பின் விழுந்தது. குன்று இம்முறை இன்னும் பெரிதாக அசைந்தது. பிறகு, விரிப்புகள் ஒவ்வொன்றாய் விலகும் சரசரப்பு. மெல்ல, படிப்படியாக மாம்மி தோன்றினாள்: முதலில் கலைந்திருந்த கூந்தல், அடுத்துச் சுளித்திருந்த அந்த வெண்ணிற முகம், வெளிச்சத்திற்கெதிராக இறுக மூடிக்கொண்டிருந்த விழிகளும் தெரிய, அவளுடைய ஒரு கை கட்டிலின் தலைப்பகுதியைப் பிடித்துக்கொண்டது, போர்வைகள் நழுவ, முனகலோடு அவள் எழுந்தாள். மேலே பார்க்க முயன்று, வெளிச்சம் கண்களைக் கூச்சமெடுக்கச் செய்ததில் தலையை மார்பின் மீது தொங்கவிட்டாள்.

"பள்ளிக்குப் போனாயா?" வாய்க்குள் முனகினாள்.

இனி இந்த சம்பிரதாயமான கேள்விகளும், இருவரும் அசுவாரஸ்யமாய் பங்குகொண்டு நடிக்கும், மேலோட்டமான பதில்கள் சொல்லப்படும், அலுத்துப்போன பழைய நாடகம் துவங்கும்.

"ம்ம் போனேன்."

"ஏதாவது படித்தாயா?"

"வழக்கம்போலத்தான்."

"சாப்பிட்டாயா?"

"ஆம்."

"நல்லது."

மாம்மி சன்னலை நோக்கி தலையை உயர்த்தினாள். முகம் சுளித்திருந்தது, இமைகள் படபடத்தன. முகத்தின் வலதுபுறம் சிவந்திருந்தது, அந்தப் பக்கத்தின் கேசம் அமுங்கியிருந்தது " எனக்குத் தலைவலி."

"நான் போய் ஆஸ்பிரின் கொண்டுவரவா?"

மாம்மி நெற்றிப்பொட்டைத் தேய்த்துவிட்டுக்கொண்டாள். "சிறிது நேரம் போகட்டும். உன் அப்பா வீட்டில் இருக்கிறாரா?"

"மணி மூன்றுதான் ஆகிறது."

"ஆமாம். நீ அப்போதே சொன்னாயே." மாம்மி கொட்டாவிவிட்டாள். இரவு உடை விரிப்பில் உராயும் சரசரப்பைத் தாண்டி உரக்கப் பேசினாள். "நான் கனவு கண்டுகொண்டிருந்தேன். இப்போதுதான். நீ உள்ளே வந்தபோது, ஆனால் எனக்கு எதுவுமே நினைவில்லை. உனக்கும் இப்படி ஆகுமா?"

"எல்லோருக்கும் இப்படி ஆகும் மாம்மி."

"விசித்திரம்தான்."

"நீ கனவு கண்டுகொண்டிருந்த நேரத்தில் ஒரு பையன் தண்ணீர் துப்பாக்கியால் என் தலையில் மூத்திரம் பீய்ச்சினான் மாம்மி."

"என்ன என்ன பீய்ச்சினான்? மறுபடி சொல்."

"மூத்திரம். சுச்சு."

"ஐயோ கடவுளே... என்ன பயங்கரம். பாவம் நீ. விடிந்ததும் முதல்வேலையாக நான் அவனிடம் பேசுகிறேன். இல்லாவிட்டால் அவன் அம்மாவிடம் பேசவா? ஆம் அதுதான் சரியாக இருக்கும்."

"அவன் யாரென்றே நான் உன்னிடம் இன்னும் சொல்லவில்லை."

"ஆமாம். யார் அது?"

"சரிவிடு."

"நீ கோபமாக இருக்கிறாயா?"

"நீ என்னை அழைத்துவந்திருக்க வேண்டும் அல்லவா?"

"ஆம்." மாம்மி குளறினாள். அது "அப்படியா" என்ற கேள்வியின் தொனியிலிருந்தாற்போல லைலாவுக்கு பட்டது. மாம்மி முடியைப் பிய்த்துக்கொண்டாள். லைலாவுக்கு வாழ்வின் ஆகப் பெரிய புதிர்களில் இதுவும் ஒன்று. இப்படிப் பிய்த்துக்கொண்டும் மாம்மியின் மண்டை ஒரு முட்டையைப் போல வழுக்கையாகாமல் இருக்கிறதே. "அவன் எங்கே? உன் நண்பன், தாரிக். ஆமாம் அவனெங்கே போனான்?"

"ஒரு வாரத்துக்கு அவன் ஊரிலில்லை."

"ஓ." மாம்மி பெருமூச்சுவிட்டாள். "நீ குளித்தாயா?"

"ஆம்."

"சுத்தமாகிவிட்டாய்." மாம்மி களைத்துப்போன தன் பார்வையை சன்னலுக்கு உயர்த்தினாள். "நீ சுத்தமாகிவிட்டாய். அப்படியென்றால் எல்லாம் சரியாகிவிட்டது."

லைலா எழுந்தாள். "நான் வீட்டுப்பாடம் செய்ய வேண்டும்."

"ஆமாம் நீ போ. போகும் முன் அந்தத் திரைசீலைகளை இழுத்துவிட்டுப் போ கண்ணே." சொல்லும்போதே மாம்மியின் குரல் தேய்ந்தது. அவள் போர்வைகளுக்குள் புதைந்துகொண்டிருந்தாள்.

லைலா திரையின் அருகில் சென்றதும் தெருவில் புழுதியைக் கிளப்பிக்கொண்டு செல்லும் ஒரு காரைப் பார்த்தாள். ஹெராத்தின் லைசென்ஸ் பட்டையுடனிருந்த அந்த நீலக்கார் ஒருவழியாகக் கிளம்பிவிட்டது. அதன் பின்னிருக்கைச் சன்னல் கதிரொளியில் மின்ன, வளைவில் சென்று மறையும்வரை அவள் அதைத் தன் விழிகளால் தொடர்ந்தாள்.

"நாளைக்கு நான் மறக்க மாட்டேன். சத்தியமாக." மாம்மி சொல்லிக்கொண்டிருந்தாள்.

"நீ நேற்றும் இதையேதான் சொன்னாய்."

"உனக்குத் தெரியாது லைலா."

"என்ன தெரியாது?" லைலா திரும்பி தன் தாயைப் பார்த்தாள். "என்ன தெரியாது எனக்கு?"

மாம்மியின் கை எழுந்து நெஞ்சைத் தொட்டது, பிறகு தட்டியது. "இங்கே இருப்பது. இங்கே என்ன இருக்கிறதென்று. உனக்குத் தெரியாது." சொல்லும்போதே அது துவண்டு விழுந்தது.

18

ஒரு வாரம் கழிந்தும் இன்னமும் தாரிக்கைக் காணவில்லை. பிறகு, இன்னொரு வாரமும் வந்துபோனது.

நேரத்தைக் கடத்தும் முயற்சியில், பாபி இன்னமும் சரிசெய்யாமல் விட்டிருந்த திரையை அவள் செப்பனிட்டாள். பாபியின் புத்தகங்களைத் தூசு தட்டி, அகரவரிசைப்படி அடுக்கிவைத்தாள். கிதி, ஹசீனா மற்றும் மாம்மியின் தையற்கூட்டாளியாக இருந்த கிதியின் தாய், தையற்கார நைலா ஆகியோரோடு சிக்கன் ஸ்ட்ரீட்டுக்குச் சென்றாள். ஒரு மனிதனுக்கு ஏற்படும் எல்லாச் சிரமங்களை விடவும் காத்திருப்பது எனும் எளிமையான விஷயமே அவனுக்கு ஆகப் பெரிய தண்டனை என்ற முடிவுக்கு லைலா வந்துவிட்டாள்.

இன்னொரு வாரமும் போனது.

கொடூர எண்ணங்களின் வலையில் தான் சிக்கிக்கொள்வதை லைலா உணர்ந்தாள்.

அவனுடைய பெற்றோர் நிரந்தரமாக ஜாகை மாற்றிவிட்டார்கள். அதனால், அவன் திரும்ப வரப்போவதில்லை. இவர்கள் இருவரையும் வேதனைப்படுத்தும் ஒரு பிரியாவிடையைத் தவிர்ப்பதற்காகத்தான் அவன் கஜ்னிக்குப் போவதாக சாக்கு சொல்லியிருக்கிறான்.

அவன் மறுபடியும் ஒரு கண்ணிவெடியில் சிக்கிக்கொண்டு விட்டான்போல. 1981 இல் லைலாவின் மூன்றாவது பிறந்தநாள் முடிந்து, அவனுக்கு ஐந்து வயதாகியிருந்தபோது தென் கஜ்னிக்கு அவனுடைய பெற்றோர் அவனை அழைத்துச்சென்றிருந்த சமயம் அது நிகழ்ந்ததைப் போல இப்போதும் நடந்திருக்கலாம். அந்த முறை அவனுக்கு அதிர்ஷ்டம் இருந்தது, ஒரு காலை மட்டும் இழந்தான், அவன் பிழைத்ததே பெரிய விஷயம்.

இப்படிப்பட்ட எண்ணங்களால் அவளுக்குத் தலைசுற்றியது.

பிறகு, ஓரிரவு தெருக்கோடியிலிருந்து ஒரு சின்னஞ்சிறு விளக்கொளி மின்னுவதை லைலா பார்த்தாள். ஒரு பெருமூச்சுக்கும் மகிழ்ச்சிக் கீச்சொலிக்கும் இடைப்பட்ட எதுவோ அவளுடைய உதடுகளிலிருந்து கிளம்பியது. தன் படுக்கைக்குக் கீழிருந்த கை விளக்கை அவள் எடுத்தாள். ஆனால், அது எரியவில்லை. உள்ளங்கைக்குள் வைத்து அதைத் தட்டிய லைலா தீர்ந்துபோயிருந்த பாட்டரிகளைச் சபித்தாள். ஆனால், அது போனால் போகட்டும், அவன் திரும்பிவந்துவிட்டான். தன்னுடைய படுக்கையின் ஓரத்தில் அமர்ந்துகொண்டு அந்த அழகிய மஞ்சள் கண் இமைத்து மூடுவதை அவள் ஆசுவாசத்துடன் பார்த்துக்கொண்டிருந்தாள்.

அவள் தாரிக்கின் வீட்டுக்குப் போகும் வழியில் அடுத்த நாள் காலை காதிமையும் அவனுடைய நண்பர்களையும் பார்த்தாள். காதிம் குத்துக்காலிட்டு அமர்ந்து ஒரு குச்சியால் மண்ணில் எதையோ வரைந்துகொண்டிருந்தான். அவளைப் பார்த்ததும் குச்சியைப் போட்டுவிட்டு விரல்களை ஆட்டினான். அவன் ஏதோ சொல்ல அங்கே ஒரு சுற்று கெக்கலிச்சிரிப்பு ஒலித்தது. லைலா தலையைக் குனிந்துகொண்டு வேகமாகத் தாண்டிச் சென்றாள்.

"ஏய் என்ன செய்து தொலைத்திருக்கிறாய்" தாரிக் கதவைத் திறந்ததும் லைலா கீச்சிட்டாள். பிறகுதான் அவனுடைய பெரியப்பா ஒரு நாவிதர் என்பது அவளுக்கு நினைவு வந்தது.

தாரிக் மழிக்கப்பட்ட தன் தலையைத் தடவிக்கொண்டு வெண்மையான, சற்றே சீரற்ற, பற்களைக் காட்டிச் சிரித்தான்.

"நன்றாகயிருக்கிறதா?"

"படைப்பிரிவில் சேர்ந்துவிட்டவனைப் போல் இருக்கிறாய்."

"தொட்டுப்பாரேன்." அவன் குனிந்து தலையைக் காட்டினான்.

குறுமயிர்கள் லைலாவின் உள்ளங்கையில் மென்மையாகக் குத்தின. மற்ற சிறுவர்களின் கூம்பிய, முண்டும்முடிச்சுமான தலையைப் போன்றதன்று தாரிக்கினுடையது. அவனுடைய மண்டை அழகாக உருண்டு, முடிச்சுகளற்று இருந்தது.

அவன் நிமிர்ந்தபோது அவனுடைய கன்னங்களும் நெற்றியும் வெய்யிலால் கன்றியிருந்ததை லைலா பார்த்தாள்.

“ஏன் இவ்வளவு நாட்களாக வரவில்லை?”

“என் பெரியப்பாவுக்கு உடம்பு சரியில்லை. உள்ளே வா.”

கூடத்தினூடாக அவன் அவளை முன்னறைக்கு அழைத்துச்சென்றான். இந்த வீட்டைச் சேர்ந்த அத்தனையையும் லைலா நேசித்தாள். கூடத்திலிருந்த அந்தப் பழைய நைந்த தரைவிரிப்பு, சாய்விருக்கையில் கிடந்த ஒட்டுத்தையல் உறை, தாரிக்கின் அன்றாட வாழ்கையின் தட்டுமுட்டுகள்: அவனுடைய தாயாரின் துணிச்சுருள்கள், நூற்கட்டையில் பொதித்திருந்த தையல் ஊசிகள், பழைய பத்திரிகைகள், மூலையில் சார்த்திவைக்கப்பட்டு, திறப்பதற்காகக் காத்திருந்த அக்கார்டியன்.

“யாரது?”

அவனுடைய அம்மா அடுக்களையிலிருந்து குரல் கொடுத்தார்.

“லைலா” இவன் பதிலளித்தான்.

அவன் ஒரு நாற்காலியை இழுத்தான். கூடத்திற்குள் பளிச்சென்று வெளிச்சமாக இருந்தது, தோட்டத்தைப் பார்த்த இரட்டை சன்னல்கள் அங்கிருந்தன. சன்னல் விளிம்புகளில் தாரிக்கின் அம்மா கத்திரிக்காய் ஊறுகாய் மற்றும் காரட் ஜாம் செய்து வைக்கும் காலி சீசாக்கள் இருந்தன.

“ஓ நம் *அரூஸ்*, மருமகளா” கேட்டபடியே அவனுடைய அப்பா அறைக்குள் நுழைந்தார். அறுபதுகளின் துவக்கத்திலிருந்த, வெண்ணிறக் கேசமுடைய, மெலிந்தவரான அவர் ஒரு தச்சர். வாழ்நாளின் பெரும்பகுதியை வெட்டவெளியில் கழிக்கும் நபர்களுக்கேயுரிய இடுங்கிய கண்களைக் கொண்டிருந்த அவருக்கு முன்னம்பற்களுக்கிடையில் இடைவெளிகள் இருந்தன. அவர் கைகளை விரிக்க, உள்ளே பாய்ந்த லைலாவை அவருடைய இனிமையான, பழக்கமான மரத்தூள் வாசம் வரவேற்றது. அவர்கள் கன்னங்களில் மும்முறை முத்தமிட்டுக்கொண்டனர்.

“நீங்கள் அவளை இப்படியே அழைத்துக்கொண்டிருந்தால் அவள் இங்கே வருவதை நிறுத்திவிடுவாள்” அவர்களைத் தாண்டிச்சென்ற தாரிக்கின் அம்மா சொன்னாள். அவள் கைகளில்

ஒரு பெரிய தட்டையும் அதில் பரிமாறும் கரண்டியும் நான்கு சிறிய கோப்பைகளையும் வைத்திருந்தார். அந்தத் தட்டை மேசையில் வைத்துவிட்டு, "இந்தக் கிழவரை நீ கண்டுகொள்ளாதே" என்றபடி லைலாவின் முகத்தைத் தன் கைகளில் தாங்கினார். "உன்னை மறுபடியும் பார்த்ததில் மிகவும் மகிழ்ச்சி கண்ணே. வா உட்கார். நான் நீரில் ஊறிய உலர் பழங்கள் கொண்டுவந்திருக்கிறேன்."

பதனப்படுத்தாத, லேசான மரத்தாலான அந்தப் பெரிய மேசையையும் நாற்காலிகளையும் செய்தது தாரிக்கின் அப்பாதான். பாசிப்பச்சை நிறத்தில் சிறிய அடர்ரோஜா வண்ணப் பிறைகளும் நட்சத்திரங்களும் இட்ட வினைல் மேசைத்துணியால் அது மூடப்பட்டிருந்தது. கூடத்துச் சுவரின் பெரும்பாலான பகுதி தாரிக்கின் வெவ்வேறு பிராயத்துப் புகைப்படங்களால் நிரம்பியிருந்தது. பழைய படங்களில் அவனுக்கு இரண்டு கால்கள் இருந்தன.

ஊறிய திராட்சை, பிஸ்தா மற்றும் ஆப்ரிகாட்டுகள் நிரம்பிய தன் கோப்பையினுள் கரண்டியை நுழைத்தவாறே லைலா தாரிக்கின் அப்பாவிடம் "உங்கள் சகோதரருக்கு உடல்நலம் சரியில்லை என்று கேள்விப்பட்டேன்" என்றாள்.

அவர் சிகெரட்டைப் பற்றவைத்துக்கொண்டிருந்தார். "ஆம். ஆனால், இப்போது அவர் நலமாக இருக்கிறார். ஷுக்ர் ஏ குதா, இறைவனுக்கு நன்றி."

"இரண்டாவது முறையாக மாரடைப்பு" என்ற தாரிக்கின் தாய், கணவரைக் கண்டிக்கும் விதமாகப் பார்த்தார்.

தாரிக்கின் அப்பா புகையை ஊதிவிட்டு லைலாவைப் பார்த்துக் கண்ணடித்தார். தாரிக்கின் பெற்றோரைப் பார்க்கிறவர்கள் அவர்களை அவனுடைய தாத்தா பாட்டி என்றுதான் நினைப்பார்கள் என்று லைலா நினைத்தாள். அவனுடைய தாய் அவருடைய நாற்பதுகளில்தான் அவனைப் பெற்றார்.

கோப்பையிலிருந்து பார்வையை உயர்த்தி, "உன்னுடைய அப்பா நலமாக இருக்கிறாரா கண்ணே" என்றார் தாரிக்கின் அம்மா.

லைலாவுக்கு விவரம் தெரிந்த நாளிலிருந்து தாரிக்கின் அம்மா ஒட்டுக்கூந்தல் அணிந்துவருகிறார். வயதாக ஆக அது அடர் ஊதா நிறமாகிவருகிறது. அன்று அது அவருடைய

முன்நெற்றிவரைக்கும் இழுபட்டிருந்தது, அவருடைய கிருதாமயிர் நரைத்திருப்பதை அவளால் காண முடிந்தது. சிலநேரம் அது அவருடைய உச்சிமண்டையில் இருக்கும். ஆனால், அதை அணிந்துகொள்வதால் அவர் பரிதாபமாகக் காட்சியளித்தது மட்டும் கிடையவே கிடையாது. அந்த ஒட்டுக்கூந்தலின் அடியில் லைலா பார்த்ததென்னவோ அமைதியான, தன்னம்பிக்கைமிக்க முகத்தையும், புத்திசாலித்தனமான விழிகளையும், இனிமையான நிதானமான சுபாவத்தையும்தான்.

"அவர் நலமாக இருக்கிறார். சிலோவில்தான் இன்னமும் இருக்கிறார்" என்றாள் லைலா.

"உன் அம்மா?"

"சில நாட்கள் நன்றாக இருக்கிறார். சில நாட்கள் மோசம். எப்போதும் போலத்தான்."

கரண்டியைக் கோப்பைக்குள் விட்டுக்கொண்டு, சிந்தனைவயப்பட்டவளாய் "ஆம். தன்னுடைய பிள்ளைகளிடமிருந்து விலகியிருப்பது ஒரு தாய்க்கு எவ்வளவு சிரமமாக இருக்கும். எவ்வளவு பெரிய துயரம்" என்றார்.

"மதிய உணவுக்குத் தங்கிப்போயேன்" என்றான் தாரிக்.

"நான் *ஷொர்வா* செய்கிறேன். நீ சாப்பிட்டுவிட்டுத்தான் போக வேண்டும்" என்றார் அவன் தாய்.

"*மொஹஸெம்*, தொந்தரவாக இருக்க வேண்டாமென்று பார்க்கிறேன்."

"தொந்தரவா? நாங்கள் இரண்டு வாரங்கள் வெளியூர் போய்விட்டு வந்தால் நீ உடனே புதியவளாகிவிடுவாயா?" என்றார் தாரிக்கின் தாய்.

"சரி சரி இருக்கிறேன்" சிவந்த முகத்துடன் சிரித்துக்கொண்டே சொன்னாள் லைலா.

"அப்படி வா வழிக்கு."

உண்மையில் தன் வீட்டில் உண்பதை லைலா வெறுத்த அதே அளவு தாரிக்கின் வீட்டில் உண்பதை விரும்பினாள். தாரிக்கின் வீட்டில்

தனியாக உண்பதென்பதே கிடையாது; அவர்கள் எப்போதும் குடும்பமாக உண்டார்கள். அவர்கள் உபயோகித்த ஊதாநிற ப்ளாஸ்டிக் கோப்பைகளையும், தண்ணீர் ஜாடியில் எப்போதும் மிதக்கும் எலுமிச்சைத்துண்டுகளையும் லைலா விரும்பினாள். அவர்கள் தங்கள் ஒவ்வொரு உணவையும் ஒரு கோப்பை புதுத் தயிரோடு துவக்கியதையும், எல்லாவற்றிலும் - தயிரில்கூட, அவர்கள் புளித்த ஆரஞ்சுகளைப் பிழிந்துகொள்வதையும், ஒருவரையொருவர் கேலிசெய்துகொண்டதையும் அவள் மிகவும் விரும்பினாள்.

எப்போதும் உணவுவேளைகளில் பேச்சு கரைபுரண்டோடும். தாரிக்கின் பெற்றோர் பாஷ்தூன் பழங்குடியினர், பள்ளியில் லைலா பாஷ்தூன் படிப்பதால் அவளுக்கு அவர்கள் பேச்சு பெரும்பாலும் புரியுமென்றாலும் லைலா இருக்கும்போது அவர்கள் அவளுக்காக ஃபார்சியில் பேசிக்கொண்டார்கள். சிறுபான்மையினரான தஜிக்குகளாகிய தங்களுக்கும் ஆஃப்கனிஸ்தானின் மிகப் பெரிய பழங்குடியான பாஷ்தூன்களாகிய தாரிக்கின் ஜனங்களுக்கும் இடையே நெருக்கடிகள் இருந்ததாக பாபி சொல்லுவார். *தஜிக்குகள், தாங்கள் இளக்காரம் செய்யப்படுவதாக உணர்ந்திருப்பதாக பாபி சொன்னார். பாஷ்தூன் அரசர்கள் இந்த நாட்டை இருநூற்றைம்பது ஆண்டுகள் ஆண்டார்கள். ஆனால், 1929 இல் துவங்கி வெறும் ஒன்பது ஆண்டுகள்தான் தஜிக்குகள் ஆண்டது.*

"நீங்கள் பாபி? நீங்கள் இளக்காரமாக நடத்தப்பட்டதாக உணர்ந்திருக்கிறீர்களா?"

பாபி தன்னுடைய கண்ணாடியைச் சட்டையின் ஓரத்தால் துடைத்துக்கொண்டே சொன்னார். *என்னைப் பொறுத்தவரை இதெல்லாம் முட்டாள்தனம் - ஆபத்தான முட்டாள்தனம். நான் தஜிக், நீ பாஷ்தூன், அவன் ஹஜாரா அவள் உஸ்பெக் என்பதெல்லாமும் நாமெல்லாரும் ஆஃப்கன்கள் அது மட்டும்தான் முக்கியம். ஆனால், ஒரு குழு மற்றவற்றை நெடுங்காலம் ஆட்சி செய்தால்... அங்கே வெறுப்பும் பழிஉணர்வும் தோன்றிவிடும். அது அப்படித்தான். எப்போதும் அப்படித்தான் இருந்திருக்கிறது.*

அப்படியும் இருக்கலாம். ஆனால், தாரிக்கின் வீட்டில் இப்படியான விஷயங்களை அவர்கள் பேசியதுமில்லை, லைலா எந்த பேதத்தையும் உணர்ந்ததுமில்லை. தாரிக்கின் குடும்பத்துடன் அவளுடைய

உறவு இயல்பானதாக, இனத்தாலும் மொழியாலும் அவளுடைய வீட்டில்போல ஒருவர் மேல் ஒருவருக்குள்ள குறைகளாலும் எரிச்சலாலும் மாசுபடாமல், சிக்கல்களற்றதாக இருந்தது.

"சீட்டு விளையாடலாமா?" தாரிக் கேட்டான்.

தன் கணவர் வெளியிட்ட புகையைப் பொய்க்கோபத்துடன் கைகளால் விலக்கி "ஆமாம் நீங்கள் மாடிக்குப் போங்கள். நான் *ஷொர்வா* தயாரிக்கிறேன்" என்றார் அவனுடைய அம்மா.

இருவரும் தாரிக்கின் அறையின் நடுவில் குப்புறப்படுத்துக்கொண்டு பஞ்ச்பர் விளையாடினார்கள். தன் பயணக்கதையை, பீச் மரக்கன்றுகள் நடுவதில் அவன் அவனுடைய பெரியப்பாவுக்கு உதவியதை, தோட்டத்தில் அவன் பிடித்த பாம்பைப் பற்றியுமெல்லாம் காற்றைக் கால்களால் அலைந்தபடி அவளுக்குச் சொன்னான் தாரிக்.

இந்த அறையில்தான் லைலாவும் தாரிக்கும் தங்கள் வீட்டுப்பாடங்களைச் செய்தார்கள், விளையாட்டு அட்டைகளால் கோபுரங்களைக் கட்டினார்கள், அதோடு ஒருவரையொருவர் காணக்கண்றாவியான ஓவியங்களாகத் தீட்டிக்கொண்டார்கள். மழைபெய்யும்போது சன்னல் திண்டில் அமர்ந்தபடி இளஞ்சூடான ஆரஞ்சு ஃபாண்டா சோடா அருந்திக்கொண்டு பருத்த மழைத்துளிகள் கண்ணாடியில் உருண்டு விழுவதைப் பார்த்தார்கள்.

லைலா புரண்டு படுத்தாள், "சரி, இப்போது இதற்குப் பதில் சொல். ஒரு மூலையில் இருந்துகொண்டே உலகைச் சுற்றிவருவதென்ன?" என்றாள்.

"பொறு." தாரிக் தன்னைத்தானே உந்தி எழும்பி தன்னுடைய செயற்கைக் காலைத் திருப்பினான். வலி பொறுக்காமல் தன் முழங்கையால் முட்டுக்கொடுத்து பக்கவாட்டில் கிடந்தான். "அந்தத் தலையணையைக் கொடு" என்றவன் வாங்கி தன் காலுக்கடியில் வைத்துக்கொண்டு, "ஆ இப்போது பரவாயில்லை" என்றான்.

துண்டாகிப்போன தன் காலின் முனையை அவளிடம் அவன் முதன்முறை காட்டியது லைலாவுக்கு நினைவுவந்தது. அவளுக்கு அப்போது ஆறு வயது. அவனுடைய இடது மூட்டின் கீழேயிருந்த இறுகிய பளபளப்பான சருமத்தை அவள் ஒரு விரலால் தொட்டாள். அங்கே சிறிய கடினமான முடிச்சுகளை அவளால் உணர முடிந்தது.

வெட்டுப்பட்ட இடத்தில் சில சமயங்களில் முளைக்கும் துருத்தி எலும்புகள் அவை என்றான் தாரிக். அந்த முனை வலித்ததா என்று அவள் கேட்டதற்கு, விரலுறைக்குப் பொருந்தாமல்போன விரலைப் போல இரவில் அது செயற்கைக் காலை மீறி வீங்குமென்றான். சில சமயத்தில் அது உராய்வடையும். குறிப்பாக, வெக்கையில். அப்போது புண்ணும் கொப்புளங்களும் வரும். ஆனால், அம்மாவிடம் அதற்கெல்லாம் களிம்புகள் இருக்கின்றன. நிலைமை அப்படியொன்றும் மோசமில்லை.

லைலா கதறி கண்ணீர் வடித்திருந்தாள்.

ஏய் நீ எதற்காக இப்போது அழுகிறாய்? அவன் தன்னுடைய காலை அதன் வாரால் மீண்டும் கட்டிக்கொண்டான். நீதானே பார்க்க வேண்டுமென்றாய் கிர்யனோக், அழுமூஞ்சி! இப்படி ஒப்பாரிவைப்பாய் என்று தெரிந்திருந்தால் நான் உன்னிடம் காட்டியிருக்கவே மாட்டேன்.

"தபால்தலை" என்றான்.

"என்னது?"

"அந்தப் புதிருக்கான விடை. நாம் மதிய உணவுக்குப் பின் மிருகக்காட்சி சாலைக்குப் போவோம்."

"உனக்கு முன்பே தெரியும்தானே?"

"இல்லவேயில்லை."

"நீ ஒரு ஏமாற்றுக்காரன்."

"நீ பொறாமை பிடித்தவள்."

"எதில் பொறாமை?"

"என்னுடைய ஆண்மையின் கவர்ச்சியில்."

"உன்னுடைய ஆண்மையின் கவர்ச்சியில்? அப்படியா? சரி இதற்குப் பதில் சொல். எப்போதும் சதுரங்க ஆட்டத்தில் ஜெயிப்பது யார்?"

"நான் உன்னை ஜெயிக்க விட்டுவிடுகிறேன்." அவன் சிரித்தான். இருவருக்குமே அது உண்மையில்லை என்று தெரியும்.

"அப்பறம் கணக்கில் தோற்றுப்போனது யாராம்? என்னைவிட ஒரு வகுப்பு அதிகமாகப் படித்தாலும் நீ யாரிடம் உதவி கேட்டு வருகிறாயாம்?"

"கணக்கு மட்டும் இல்லையென்றால் இரண்டு வகுப்புகள் மேலே போயிருப்பேன்."

"உனக்குப் புவியியலும் பிடிக்காதுதானே?"

"உனக்கெப்படித் தெரியும்? நீ கொஞ்சம் வாயை மூடு. சரி நாம் மிருகக்காட்சி சாலைக்குப் போகிறோமா இல்லையா?"

லைலா புன்னகைத்தாள். "போகலாம்."

"நல்லது."

"நான் நீயில்லாமல் ஏங்கினேன்."

ஒரு நிமிடம் அங்கே மௌனம் ஒலித்தது. பிறகு, தாரிக் அவளைப் பார்த்து பாதி ஏளனமும் பாதி கண்டிப்புமாகச் சிரித்தான். "என்ன பிரச்சினை உனக்கு?"

அவளும் ஹசீனாவும் கிதியும் இதே வார்த்தைகளை ஒருவரிடம் ஒருவர் எத்தனையோ முறை சொல்லியிருக்கிறார்கள். வெறும் மூன்று நான்கு நாட்கள் பிரிவுக்கே கொஞ்சமும் தயங்காமல் சொல்லிக்கொண்டிருக்கிறார்கள். *நான் நீயில்லாமல் ஏங்கினேன் ஹசீனா. ஆ நானும்கூடத்தான் ஏங்கினேன்.* தாரிக்கின் முகச்சுளிப்பால் சிறுமிகளிடமிருந்து சிறுவர்கள் இந்த விஷயத்தில் மாறுபடுவதை அவள் கண்டுகொண்டாள். சிறுவர்கள் நட்பை வெளிப்படையாகப் பாராட்டிக்கொள்வதில்லை. இம்மாதிரியான உரையாடலுக்கான தேவையும் ஆர்வமும் அவர்களுக்கிடையில் இல்லை. இதேபோலத்தான் தன் சகோதரர்களும் இருந்திருப்பார்கள் என்று லைலா கற்பனைசெய்தாள். சிறுவர்கள் நட்பையும் சூரியனையும் ஒரேபோலத்தான் கருதினார்கள்: அதன் இருப்பை பார்த்துதான் தெரிந்துகொள்ள வேண்டுமென்றில்லை; அது சந்தேகத்துக்கிடமில்லாதது, அதன் ஒளி இன்பமாக அனுபவிக்கத்தக்கது.

"நான் உனக்கு எரிச்சல்மூட்டப் பார்த்தேன்."

அவன் அவளை ஓரக்கண்ணால் பார்த்து "அதை நீ சரியாகச் செய்துவிட்டாய்" என்றான்.

ஆனால், அவனுடைய எரிச்சல் மாறிவிட்டதாகவும், அவனுடைய கன்னங்களில் இருந்த கன்றல் ஒரு நிமிடம் ஆழமானதுபோலவும் அவளுக்குத் தோன்றியது.

அதை அவனிடம் சொல்ல வேண்டாம் என்றுதான் லைலா நினைத்தாள். அதை அவனிடம் சொல்வது நல்லதே இல்லை என்றுதான் முடிவு செய்திருந்தாள். ஏனென்றால், தாரிக் இதைச் சும்மா விட மாட்டான், பிறகு யாராவது உதைபடுவார்கள். ஆனால், அவர்கள் பேருந்து நிறுத்தம் போவதற்காகத் தெருவில் நடந்தபோது காதிம் சுவரில் சாய்ந்துகொண்டிருந்ததை அவள் பார்த்துவிட்டாள். அவனைச் சுற்றி அவனுடைய நண்பர்கள் நின்றார்கள், அவன் தன்னுடைய இடுப்புவார்பட்டியில் பெருவிரல்களை நுழைத்துக்கொண்டு அவளைப் பார்த்து எகத்தாளமாகச் சிரித்தான்.

அதனால், அவள் தாரிக்கிடம் சொல்ல வேண்டியதாகிற்று. கதை அவளுடைய கட்டுப்பாடில்லாமல் வாயிலிருந்து வெளியில் சிந்தியது.

"அவன் என்ன செய்தான்?"

அவள் மறுபடியும் சொன்னாள்.

அவன் காதிமைக் காட்டிக் கேட்டான். "இவன்தானா? சரியாகச் சொல்."

"அவனேதான்."

தாரிக் பற்களைக் கடித்துக்கொண்டு தனக்குள்ளாக பாஷ்டோவில் அவளுக்குப் புரியாத எதையோ சொல்லிக்கொண்டான். "நீ இங்கேயே இரு" என்றான் ஃபார்சியில்.

"வேண்டாம், தாரிக் - "

அதற்குள் அவன் சாலையைக் கடந்துவிட்டான்.

காதிம்தான் அவனை முதலில் பார்த்தான். அவனுடைய இளிப்பு மங்கியது, அவன் சுவரில் இன்னமும் ஆழமாகப் பதிந்துகொண்டான். தன் வார்ப்பட்டியிலிருந்து பெருவிரல்களை விடுவித்துக்கொண்டவன் நிமிர்ந்து, வரவிருக்கும் ஆபத்துக்காகத்

தன்னைத் தயார்படுத்திக்கொள்ளும் முகமாக நின்றான். மற்றவர்கள் அவனுடைய பார்வையைப் பின்தொடர்ந்தார்கள்.

தான் எதையுமே சொல்லியிருக்கக் கூடாதென்று லைலா வருந்தினாள். மற்றவர்கள் - அவர்கள் எத்தனைப் பேர் பத்தா, பதினொன்றா - பன்னிரண்டா? அத்தனைப் பேரும் ஒன்றுகூடி அவனை அடித்துவிட்டால் என்ன செய்வது?

தாரிக் காதிமையும் அவனுடைய படையையும் விட்டு சில அடிகள் தள்ளி நின்று கீழே குனிந்தான். ஒருவேளை கொஞ்சம் யோசித்து மனதை மாற்றிக்கொண்டு காலணியின் நாடாவைக் கட்டுபவனைப் போல கட்டிக்கொண்டு திரும்பிவந்துவிடுவானோ என்று லைலா கருதினாள். பிறகு, அவன் கைகள் செய்ததைப் பார்த்து அவளுக்கு விஷயம் புரிந்துபோனது.

அவன் நேராக நிமிர்ந்து ஒரு காலில் நின்றதும் மற்றவர்களும் புரிந்துகொண்டார்கள். அவன் காதிமை நோக்கி நொண்டியபடி சென்று அவனுடைய தோளுக்கு மேலாகத் தன் செயற்கைக்காலை ஒரு வாளைப் போலச் சுழற்றி அவனை விளாசினான்.

பயல்கள் அவசரமாக நகர்ந்தார்கள். காதிமை நெருங்க அவனுக்கு வழி அமைத்துத் தந்தார்கள்.

பிறகு, அங்கே நடந்ததெல்லாம் அடியும் உதையும் தூசியும் கூச்சலும்தான்.

காதிம் அதற்குப் பிறகு லைலாவின் வழிக்கே வரவில்லை.

அன்றிரவும் பெரும்பாலான இரவுகளில்போல உணவு மேசையில் இருவருக்கு மட்டும் உணவெடுத்து வைத்தாள் லைலா. மாம்மி பசியில்லை என்று சொல்லியிருந்தாள். இப்படியான இரவுகளில் அவளுக்காக ஒரு தட்டை அவளுடைய அறைக்கே பாபி வருமுன்னரே எடுத்துச்செல்வதை லைலா வழக்கமாக்கியிருந்தாள். லைலாவும் பாபியும் உணவுண்ண அமரும் நேரம் அவள் ஒன்று உறங்கியிருப்பாள் அல்லது விழித்தபடி படுக்கையில் கிடப்பாள்.

பாபி குளியலறையிலிருந்து வெளியில் வந்தார், வீடு திரும்பும்போது மாவு ஒட்டி வெண்ணிறமாகியிருந்த கேசத்தை அலசி சுத்தமாக வாரிக்கொண்டு வந்தார்.

"என்ன சாப்பிடப்போகிறோம் லைலா?"

"மீதமிருக்கும் ஆஷ் சூப்."

"ரொம்ப நல்லது." பேசிக்கொண்டே தன் தலையைத் துவட்டின துவாலையை மடித்தார். "இன்றிரவு என்ன படிக்கப்போகிறோம்? பின்னங்களைக் கூட்டப்போகிறோமா?"

"இல்லை பின்னங்களைக் கலப்பு எண்களாக மாற்றப்போகிறோம்."

"ஓ சரி."

பாபி ஒவ்வொரு இரவிலும் லைலாவின் வீட்டுப்பாடத்தில் உதவியதோடு அவரும் அவளுக்குக் கொஞ்சம் கேள்விகள் கொடுத்தார். வகுப்பில் அவள் முந்தியிருக்க வேண்டும் என்பதற்காகத்தான் அவர் இப்படிச் செய்தாரே தவிர, பள்ளிகளில் நிகழ்த்தப்பட்ட பிரச்சாரங்களை அவர் வெறுத்ததாலோ அங்கே கொடுக்கப்பட்ட வீட்டுப்பாடத்தை அவர் குறைத்து மதிப்பிட்டதாலோ அல்ல. உண்மையில் கம்யூனிஸ்ட்டுகள் சரியாகச் சாதித்த ஒரே துறை – அல்லது அவர்கள் சரியாகச் செய்ய எண்ணம்கொண்டது – முரண்நகையாக அவர்கள் எதைவிட்டு அவரை. விரட்டினார்களோ அதே கல்வித்துறையில்தான் என்று அவர் கருதினார். குறிப்பாக, பெண்களுக்கான கல்வியில். அரசாங்கம் பெண்களுக்கான இலவசக்கல்வி வகுப்புகளை நடத்தியது. காபுல் பல்கலைக்கழகங்களில் மூன்றில் இரண்டு பங்கு மாணவர்கள் பெண்களாக இருந்ததோடு அவர்கள் சட்டம், மருத்துவம், பொறியியல் எல்லாம் படித்தார்கள் என்றார் பாபி.

இந்த நாட்டில் பெண்கள் மிகுந்த சிரமங்களுக்கு உள்ளாகியிருக்கிறார்கள் லைலா, ஆனால் இப்போது கம்யூனிஸ்ட்டுகளின் ஆட்சியில் முன்பைவிட அவர்கள் சுதந்திரமாக இருக்கிறார்கள், அதோடு அவர்களுக்கு இன்னமும் அதிகமாக உரிமைகள் கிடைத்திருக்கின்றன என்று குரலைத் தணித்துக்கொண்டு சொன்னார். கம்யூனிஸ்ட்டுகளை மிகச் சிறிய அளவில் பாராட்டினால்கூட மாம்மி பொறுத்துக்கொள்ள மாட்டாளே. *ஆனால், ஆஃப்கானிஸ்தானில் பெண்களுக்கு இதுதான் பொற்காலம். இது உண்மை. இதை நீ சரியாகப் பயன்படுத்திக்கொள்ள வேண்டும் லைலா* என்பார். பிறகு, வேதனையுடன் தலையை ஆட்டிக்கொண்டு, *உண்மையில்*

பெண்கள் சுதந்திரம்தான் அங்குள்ள மக்கள் ஆயுதம் ஏந்தியதற்கான முக்கியக் காரணம் என்றார்.

"அங்குள்ள" என்று அவர் சொன்னது காபுலைப் பற்றியல்ல, காபுல் ஏனைய பகுதிகளைவிட பரந்த மனப்பான்மையுடையதும் முற்போக்கானதுமாகும். காபுலின் பெண்கள் பல்கலைக்கழகங்களில் பாடம் நடத்தினார்கள், பள்ளிக்கூடம் நடத்தினார்கள், அரசாங்க அலுவலகங்களில் பணிபுரிந்தார்கள். பாபி குறிப்பிட்டது பழங்குடிப் பகுதிகளை, குறிப்பாக பாஷ்டூன்கள் வசிக்கும் பாகிஸ்தானின் எல்லையை ஒட்டிய தெற்கு மற்றும் கிழக்குப் பகுதிகளில். எங்கே பெண்களைத் தெருக்களில் பார்ப்பதே அரிதோ, அப்படியே பார்த்தாலும் அவர்கள் பர்தாவிலும் ஆண் துணையுடன் மட்டுமே வர இயலுமோ அந்தப் பகுதிகளைத்தான் அவர் குறிப்பிட்டார். பழைய பழங்குடியின விதிகளை அனுசரித்து வாழும் ஆண்கள் இருக்கும் இந்தப் பகுதியிலுள்ளவர்கள், பெண் விடுதலையைப் பற்றி பேசி ஆணைகள் இடும், கட்டாயத் திருமணங்களை ஒழிக்கச்சொல்லும், திருமணத்துக்கான பெண்களின் வயதைக் குறைந்தபட்சம் பதினாறாக உயர்த்தச்சொல்லும் கம்யூனிஸ்ட்டுகளை எதிர்த்து சண்டையிடும் பகுதிகள் அவை. பல நூற்றாண்டுப் பழமை வாய்ந்த தங்கள் பாரம்பரியத்துக்கான அவமானமாக அவர்கள் இதைக் கருதினார்கள்: அரசாங்கம் - அதிலும் கடவுளற்ற ஒன்று - தங்கள் பெண்கள் வீட்டைவிட்டு வெளியில் வந்து பள்ளிக்குச்செல்ல வேண்டுமென்றும் ஆண்களுக்கு நிகராக உழைக்க வேண்டுமென்றும் சொல்வதை.

லைலா என் கண்ணே, ஒரு ஆஃப்கனால் தோற்கடிக்க முடியாத ஒரே எதிரி அவனேதான். இறைவன் அப்படி நிகழாமல் காப்பாற்ற வேண்டும் என்று கோபமாகச் சொல்வார் பாபி.

பாபி மேசைக்கு எதிரில் அமர்ந்து ஆஷ் கோப்பைக்குள் ரொட்டியை முக்கினார்.

தாரிக் காதிமை என்ன செய்தான் என்று, அவர்கள் பின்னக்கணக்குகளைத் துவக்கும் முன்பே, உணவு உண்ணும்போதே, அவரிடம் சொல்லிவிட லைலா எண்ணியிருந்தாள். ஆனால் அவளுக்கு அதற்கான சந்தர்ப்பம் கிடைக்கவில்லை. ஏனென்றால், சரியாக அதே நேரம் யாரோ கதவைத் தட்ட, மறுபக்கத்தில் ஒரு அந்நியர் அவர்களுக்கான ஒரு செய்தியோடு காத்திருந்தார்.

19

லைலா கதவைத் திறந்ததும் "நான் உன் பெற்றோருடன் பேச வேண்டும் *தோக்தர் ஜான்*" என்றார் அவர். கட்டை குட்டையாக, பருவநிலையால் கடுமை படிந்துவிட்ட முகத்துடன் இருந்தார். உருளைக்கிழங்கு - வண்ண அங்கியும் தலையில் அடர்பழுப்புக் கம்பளி பக்கோலும் அணிந்திருந்தார்.

"நீங்கள் யாரென்று அவர்களிடம் சொல்ல வேண்டும்?"

பாபியின் கை அவளது தோளில் பட்டது, அவர் மென்மையாக அவளை உள்ளே இழுத்தார்.

"நீ மாடிக்குப் போயேன் லைலா. போ."

அவள் படிகளின் அருகில் போனதுமே தான் பஞ்ச்ஷிரிலிருந்து செய்தி கொண்டு வந்திருப்பதாக அந்த விருந்தாளி சொல்வதைக் கேட்டாள். மாம்மியும் இப்போது அறைக்குள் வந்துவிட்டாள். ஒரு கரத்தால் வாயை மூடிக்கொண்டிருந்தவளின் விழிகள் பாபியின் மீதும் பக்கோல் அணிந்தவர் மேலும் மாறிமாறிப் பாய்ந்தன.

லைலா மாடியிலிருந்து எட்டிப் பார்த்துக்கொண்டிருந்தாள். அந்த அந்நியர் தன் பெற்றோருடன் அமர்வதைப் பார்த்தாள். அவர் அவர்களை நோக்கிக் குனிந்தார். மிகத்தணிவான குரலில் ஏதோ சொன்னார். பாபியின் வெண்ணிற முகம் மேலும் வெளுத்துவிட, அவர் தன் கரங்களைப் பார்க்கக் குனிந்தார், அதோடு மாம்மி அலறியவாறே, அழுதுகொண்டே தலைமயிரைப் பிடித்து இழுத்துக்கொள்ளத் துவங்கினாள்.

★ ★ ★

மறுநாள், ஃபாத்திஹாவுக்கு அக்கம்பக்கத்துப் பெண்கள் கூட்டம் வந்து வீட்டில் குழுமி, ஈமச்சடங்குகளுக்குப் பிறகு கொடுக்கப்படும் கத்தம் எனப்படும் இரவுணவுக்கான தயாரிப்பில் ஈடுபட்டனர். காலை முழுவதும் வீங்கின முகத்துடன் கைக்குட்டையும்

கையுமாக மாம்மி சாய்விருக்கையில் அமர்ந்திருந்தாள். அந்தப் பெண்கள் மூக்கை உறிஞ்சியவாறே, உலகிலேயே அரிதான, மென்மையான ஒரு பொம்மையைக் கையாளும் பக்குவத்துடன் மாம்மியின் கையை அவ்வப்போது தடவிக்கொண்டு அவளைக் கவனித்துக்கொள்ளவும் செய்தனர். மாம்மிக்குச் சுற்றுப்புறத்தைப் பற்றிய நினைவே இல்லை.

லைலா தன் தாயின் முன் மண்டியிட்டு அவளுடைய கைகளைப் பிடித்துக்கொண்டு "மாம்மி" என்றாள்.

மாம்மியின் கண்கள் தாழ்ந்தன. அவள் விழித்துப் பார்த்தாள்.

"நாங்கள் அவளைப் பார்த்துக்கொள்கிறோம் லைலா ஜான்" அதிகாரத் தோரணையுடன் இப்படிச் சொன்னாள் ஒருத்தி. லைலா ஈமச்சடங்குகளுக்கு போகும்போது இப்படியான பெண்களைப் பார்த்திருக்கிறாள், மரணத்தோடு தொடர்புடைய எல்லாவற்றையும் நேசித்த பெண்கள், சமாதானம் செய்விப்பவர்கள், தாங்களாகவே பொறுப்பேற்றுக்கொண்ட, இம்மாதிரியான கடமைகளை வேறு யாரையும் செய்ய அனுமதிக்காத பெண்கள்.

"எல்லாம் கட்டுக்குள் இருக்கிறது. நீ போ, போய் வேறு வேலை ஏதும் இருந்தால் பார். அம்மாவை விட்டுவிடு."

விரட்டியடிக்கப்பட்டதில், லைலா உபயோகமற்றவளாக உணர்ந்தாள். ஒரு அறையிலிருந்து இன்னொரு அறைக்குள் மோதினாள். அடுப்படியில் சிறிது நேரம் வெறுமனே சுற்றினாள். இயல்புக்குக் கொஞ்சமும் பொருத்தமில்லாதபடி அமைதியாய்த் தெரிந்த ஹசீனாவும் அவளுடைய அம்மாவும் வந்தார்கள். கிதியும் அவளுடைய அம்மாவும் கூட வந்தார்கள். லைலாவைப் பார்த்ததும் கிதி ஓடிச்சென்று அவளைச்சுற்றித் தன் மெலிந்த கரங்களால் கட்டிக்கொண்டு நீண்ட நேரம் தன் இறுக்கமான அணைப்பில் அவளை வைத்திருந்தாள். விலகியபோது அவளுடைய விழிகள் கண்ணீரால் நிரம்பியிருந்தன. "நான் மிக வருந்துகிறேன் லைலா" என்றாள். லைலா அவளுக்கு நன்றி தெரிவித்தாள். குவளைகளைக் கழுவவும் தட்டுகளை அடுக்கி வைக்கவுமாக அங்கிருந்த பெண்களில் ஒருத்தி அவர்களுக்கு வேலை சொல்லும்வரை சிறுமிகள் மூவரும் தோட்டத்தில் அமர்ந்திருந்தார்கள்.

பாபி வீட்டின் உள்ளும்வெளியிலுமாக இலக்கின்றி நடந்துகொண்டிருந்தார், செய்ய ஏதாவது இருக்காதா என்று அவர் தேடினாற் போலிருந்தது.

"அவரை என்னருகில் வர விடாதீர்கள்." காலையிலிருந்து மாம்மி பேசின ஒரே விஷயம் அதுதான்.

கூடத்திற்குள் நுழையும் வழியில் பாபி அநாதரவாகவும், குறுகிப்போயும், தன்னந்தனியனாக ஒரு மடக்கு நாற்காலியில் அமர்ந்திருந்தார். வழியில் அமர்ந்திருப்பதாக ஒரு பெண் அவரிடம் சொன்னாள். மன்னிக்குமாறு கேட்டுக்கொண்டு வாசிப்பறைக்குள் அவர் சென்றார்.

அன்று மதியம் ஃபாத்திஹாவுக்காக பாபி வாடகைக்கு எடுத்திருந்த, கர்தே-சேஹ்-இலிருந்த மண்டபத்துக்கு ஆண்கள் அனைவரும் சென்றார்கள். பெண்கள் வீட்டுக்கு வந்தார்கள். கூடத்துக்குள் நுழையும் இடத்தில், இறந்துபோனவரின் குடும்பத்தினர் வழக்கமாய் அமரும் இடத்தில் அமர்ந்திருந்த மாம்மிக்கு அருகில் லைலா அமர்ந்து கொண்டாள். துக்கம் கேட்க வந்தவர்கள் வாசலில் காலணிகளை விட்டுவிட்டு, வீட்டுக்குள் தங்களுக்கு அறிமுகமானவர்களைப் பார்த்துத் தலையசைத்துவிட்டு, சுவரையொட்டிப் போடப்பட்டிருந்த நாற்காலிகளில் சென்று அமர்ந்தார்கள். லைலாவைப் பிரசவிக்க உதவிய வயதான மருத்துவச்சி வாஜ்மா வந்ததை அவள் பார்த்தாள். ஒட்டுக்கூந்தலின் மேல் ஒரு கருப்பு முக்காட்டை அணிந்து வந்திருந்த தாரிக்கின் அம்மாவையும் பார்த்தாள். அவர் லைலாவைப் பார்த்து உதடு விரியாமல், மென்சோகத்துடன் புன்னகைத்தார்.

இசைத்தட்டில் ஒரு மனிதன் குரான் அத்தியாயங்களை மூக்கால் ஓதுவதுபோல வாசித்துக்கொண்டிருந்தான். இடையிடையே பெண்கள் பெருமூச்செறிந்தார்கள், மூக்கைச் சிந்தினார்கள், நகர்ந்து அமர்ந்தார்கள். மிகச் சன்னமான இருமல்களும் முணுமுணுப்புகளும் எழும்ப, சரியான இடைவெளிகளில் யாரோ துயரத்தில் தோய்ந்த தேம்பல்களை உரக்க எழுப்பினார்கள்.

ரஷீதின் மனைவி மரியம் வந்தாள். அவள் ஒரு கருப்பு ஹிஜாப் அணிந்திருந்தாள். அதனுள்ளிருந்து முடிக்கற்றைகள் வெளியில் வந்து அவளுடைய நெற்றியில் விழுந்தன. அவள் லைலாவுக்கு நேரெதிரில் சுவரில் சாய்ந்து அமர்ந்தாள்.

லைலாவுக்கு அருகில் அமர்ந்திருந்த மாம்மி முன்னும்பின்னுமாய் ஆடிக்கொண்டிருந்தாள். லைலா அவளுடைய கரத்தை எடுத்துத்

தன் மடியில் வைத்து இருகரங்களால் தடவினாள். ஆனால் மாம்மி அதையெல்லாம் கவனத்தில் கொள்ளும் நிலையில் இல்லை.

"மாம்மி கொஞ்சம் தண்ணீர் அருந்துகிறாயா? உனக்குத் தாகமாக உள்ளதா?" லைலா அவள் காதில் கேட்டாள்.

மாம்மி ஒன்றுமே சொல்லவில்லை. அவள் ஒன்றும் பேசாமல் முன்னும்பின்னும் ஆடிக்கொண்டும் உயிர்ப்பற்ற பார்வையால் தரைவிரிப்பை வெறித்துக்கொண்டுமிருந்தாள்.

அந்த அறையில் நிரம்பியிருந்த, பறிகொடுத்த துக்கத்தை வெளிப்படுத்திய, வாடிப்போன முகங்களை அவ்வப்போது பார்த்ததில் தங்கள் குடும்பத்துக்கு நேர்ந்துபோன துயரத்தின் பயங்கரம் லைலாவுக்குப் புரிந்தது. பறிகொடுத்துவிட்ட வாய்ப்புகள். தகர்ந்து போன நம்பிக்கை.

ஆனால் அந்த உணர்வு நீடிக்கவில்லை. மாம்மியின் இழப்பை உள்ளபடியே உணர்வது அவளுக்குக் கடினமாக இருந்தது. உயிரோடு இருக்கிறார்கள் என்று தான் உணர்ந்தேயிராத நபர்களின் இழப்பைப் புரிந்துகொள்ளவும் அவர்களுக்காகத் துக்கப்படவும் அவளுக்குத் தெரியவில்லை. அஹமதும் நூரும் அவளுக்குச் சொல்லப்பட்ட கதைகள் என்றே அவள் நினைத்தாள். சரித்திரப் புத்தகங்களில் வரும் மன்னர்களைப்போல அந்தக் கதைகளில் வரும் கதாபாத்திரங்களும் அவர்களே.

தாரிக்தான் ரத்தமும் சதையுமாகயிருக்கும் அவளுடைய நிஜம். பாஷ்ட்டூன் வசைமொழிகளை அவளுக்குச் சொல்லித்தந்த தாரிக், உப்பிலிட்ட க்ளோவர் இலைகளை விரும்பும், மெல்லும்போது முகத்தைச் சுளித்து மெல்லிய முனகலை வெளிப்படுத்தும் தாரிக், கழுத்தெலும்புக்குக் கீழே தலைகீழாக இருக்கும் மாண்டலினின் வடிவத்தில் ஒரு மச்சம் அமையப்பெற்ற தாரிக்.

ஆகவே அவள் மாம்மியின் அருகிலமர்ந்து கடமையுணர்வோடு அஹமதுக்காகவும் நூருக்காகவும் துக்கம் காத்தாள். ஆனால் லைலாவின் இதயத்தில், அவளுடைய உண்மையான சகோதரன் உயிரோடும் நலமாகவும் இருந்தான்.

20

நெஞ்சுவலி, தலைவலி, மூட்டு வலி, இரவுகளில் திடுக்கம், காதை உறைய வைத்த வேதனை, வேறு யாருக்கும் தட்டுப்படாத கட்டிகள் இப்படியாக மாம்மிக்கென்று மீதமிருந்தவாழ்நாள் முழுக்க அவளைப் பீடித்திருந்த பிணிகள் துவங்கின. பாபி அவளை மருத்துவரிடம் அழைத்துச்செல்ல, அவர் அவளுடைய ரத்தம், சிறுநீர் ஆகியவற்றைப் பரிசோதித்து, எக்ஸ்ரேக்கள் எடுத்துப் பார்த்துவிட்டு ஒரு வியாதியும் இல்லை என்றார்.

பெரும்பாலான நாட்கள் மாம்மி படுக்கையிலேயே இருந்தாள். எந்நேரமும் கருப்பில் உடுத்தினாள். தலைமயிரைப் பிடித்து இழுத்துக்கொண்டும் உதட்டுக்குக் கீழே இருந்த மச்சத்தைக் கடித்துக்கொண்டும் கிடந்தாள். மாம்மி விழித்திருக்கும் நேரம் அவள் வீடெங்கும் திரிந்து அலைவதை லைலா பார்ப்பாள். எப்படியோ ஒவ்வொரு முறையும் அவள் லைலாவின் அறைக்குள் வந்து சேர்வாள். அப்படி வந்தால் ஏதோ அப்போதில்லையென்றாலும் எப்போதாவது, தன் பிள்ளைகளை அவர்கள் உறங்கிய, தலையணைச் சண்டைகள் இட்ட அறையில் பார்த்து விடுவோம் என்பதுபோல அவள் வருவாள். ஆனால் அவளுக்குக் காணக்கிடைத்ததெல்லாம் அவர்களின் இன்மையும் லைலாவும்தான். லைலாவைப் பொருத்தமட்டில் மாம்மிக்கு இரண்டும் ஒன்றுதான்.

மாம்மி ஒருபோதும் தவறவிடாத காரியம் ஐந்துவேளை *நமாஸ்*, தொழுகை மட்டுமே. ஒவ்வொரு *நமாஸை*யும் அவள் குனிந்த தலையுடன், தன் முகத்துக்கெதிராக ஏந்திய கரங்களுடன், முஜாஹிதீன்களுக்கு வெற்றியைத் தருமாறு இறைவனிடம் இறைஞ்சிக்கொண்டு முடித்தாள். வீட்டுவேலைகளை அதிகமதிகமாய் லைலாவே செய்ய வேண்டிவந்தது. அவள் கவனிக்கவில்லையென்றால், வீடெங்கும் துணிமணி, காலணிகள், திறந்துபோடப்பட்ட அரிசிப்பைகள், கடலைடப்பாக்கள்

இறைந்துகிடக்கக் கண்டாள். லைலா மாம்மியின் துணிகளைத் துவைத்து, விரிப்புகளை மாற்றினாள். படுக்கையை விட்டு எழவும் குளிக்கவும் சாப்பிடவும் அவளை வற்புறுத்தினாள். அவள்தான் பாபியின் சட்டைகளை இஸ்திரி செய்தாள். அவரது காற்சட்டைகளை மடித்து வைத்தாள். பெரும்பாலான நேரம் அவளே சமைத்தாள்.

சிலசமயம் வேலையெல்லாம் முடித்தபிறகு, லைலா மாம்மியின் கட்டிலில் ஏறி அவளருகில் சென்று படுத்துக் கொள்வாள். தன்னுடைய கரங்களை அவளைச் சுற்றிப்பின்னி, அவள் விரல்களோடு தனதைக் கோர்த்து அவளுடைய கூந்தலில் முகத்தைப் புதைத்துக் கொள்வாள். மாம்மி புரண்டு ஏதாவது முணுமுணுப்பாள். தவிர்க்க இயலாமல் மகன்களைப் பற்றிய கதையில்தான் ஒவ்வொரு முறையும் அதை முடிப்பாள்.

ஒரு முறை அவர்கள் இவ்வாறு படுத்திருந்தபோது மாம்மி சொன்னாள், "அஹமத் ஒரு தலைவனாகியிருக்க வேண்டியவன். அதற்கான கவர்ச்சி அவனிடமிருந்தது. அவனை விட மும்மடங்கு மூத்தவர்கள் கூட அவன் பேச்சை மரியாதையோடு கேட்டார்கள் லைலா. எப்பேர்ப்பட்ட காட்சி தெரியுமா? அப்பறம் நூர். ஆ... என் மகன் நூர். அவன் சதா கட்டடங்கள் மற்றும் பாலங்களின் வரைபடங்களை இட்டுக்கொண்டிருந்தான். அவன் ஒரு கட்டடக் கலைஞனாகியிருக்க வேண்டியவன். அவன் காபுலையே மாற்றி வடிவமைத்திருப்பான். இப்போது அவர்கள் இருவருமே *ஷஹீத் ஆகிவிட்டவர்கள். என் மக்கள், போர்த்தியாகிகள்."

அவளுக்குப் பக்கத்தில் கிடந்தபடியே லைலா மாம்மியின் பேச்சைக் கவனிப்பாள், அவள் இன்னமும் ஷஹீத் ஆகவில்லை, இந்தப் படுக்கையில் அவள் உயிரோடு இருப்பதை, அவளுக்கு எதிர்காலமும் நம்பிக்கைகளும் இருப்பதை மாம்மி கவனித்தால் நன்றாக இருக்குமே என்று நினைத்தாள். ஆனால் அவளுடைய வருங்காலம் அவள் சகோதரர்களின் கடந்தகாலத்துக்கு ஈடாகாது என்பதை லைலா அறிவாள். அவர்கள் அவள் மீது தங்கள் நிழலை விட்டுச்சென்று விட்டார்கள். தங்களுடைய மரணத்தால் அவர்கள் அவளின் இருப்பை அழித்துவிட்டார்கள். அவர்களின் நினைவெனும் அருங்காட்சியகத்தின் காப்பாளர் மாம்மிதான், அவளோ வெறும் பார்வையாளர். அவர்களைப் பற்றின கதைகளைப் பொறித்து வைக்கும் களமும் அவர்களின் தொன்மக் கதைகளை மாம்மி எழுதிவைக்கும் தாளும்தான் லைலா.

“அந்தச் செய்தியைக் கொண்டு வந்த தூதுவர், இளைஞர்கள் இருவரும் முகாமுக்குக் கொண்டுவரப்பட்டதாகவும் அஹமத் ஷா மசூத் அவர்களே முன்னின்று அடக்கத்தைச் செய்ததாகவும் சொன்னார். புதைகுழியின் அருகில் அவர்களுக்காக அவரே தொழுகை வைத்ததாகவும் சொன்னார். படைத்தளபதி மசூத், இறைவன் அவரை ஆசிர்வதிக்கட்டும், பன்ச்ஷிரின் சிங்கமான அவரே முன்னின்று அவர்களுடைய அடக்கத்தைச் செய்யும் அளவுக்கான மாவீரர்கள் உன்னுடைய சகோதரர்கள் லைலா.”

மாம்மி புரண்டு படுக்க, லைலா நகர்ந்து அவளுடைய முகவாயை மாம்மியின் மார்பில் வைத்தாள்.

கரகரத்த குரலில் அவள் சொன்னாள், “சில நாட்கள், நான் கூடத்திலிருக்கும் கடிகாரத்தின் முட்கள் நகரும் ஓசையைக் கேட்பேன். நான் அதன் ஒவ்வொரு டிக்டிக் ஒலியையும், எனக்காகக் காத்திருக்கும் எல்லா நிமிடங்களையும், மணி நேரங்களையும், நாட்களையும், வாரங்களையும், மாதங்களையும், வருடங்களையும் நினைத்துக் கொள்வேன். அவர்கள் இல்லாமல் வாழ வேண்டியிருக்கும் நேரம். அவ்வளவுதான் என் மார்பின் மீது யாரோ மிதிப்பதுபோல எனக்கு மூச்சுத் திணறி நான் மிகவும் பலவீனமடைவேன் லைலா. எங்காவது சரிந்து விழுந்துவிடும் அளவுக்கு பலவீனமாகிவிடுவேன்.”

“என்னால் செய்யக்கூடியது ஏதாவது இருந்தால் நான் செய்வேனே” என்று உணர்வுபூர்வமாகச் சொன்னாள் லைலா. ஆனால் அந்தச் சொற்கள் பொதுவான, கடமைக்குச் சொல்லப்படும், யாரோ அந்நியனின் ஆறுதல் வார்த்தைகள்போல ஒலித்தன.

“நீ அருமையான மகள். ஆனால் நான் உனக்கு அவ்வளவொன்றும் நல்ல தாயாக இருந்ததில்லை” என்றாள் மாம்மி பெருமூச்சுவிட்டுக்கொண்டு.

“அப்படியெல்லாம் சொல்லாதே.”

“அது உண்மைதானே லைலா. எனக்குத் தெரியும், இதற்காக நான் வருந்துகிறேன் அன்பே.”

“மாம்மி?”

“ம்ம்ம்”

லைலா எழுந்து உட்கார்ந்து கொண்டு மாம்மியைப் பார்த்தாள். மாம்மியின் தலை நரைக்க ஆரம்பித்திருந்தது. எப்போதும் உருண்டுதிரண்டவளாகவே இருந்த மாம்மி கடுமையாக இளைத்துப் போயிருந்தது லைலாவுக்குத் திடுக்கம் கொடுத்தது. அவளுடைய கன்னங்கள் வற்றி உள்ளொடுங்கியிருந்தன. அவள் அணிந்திருந்த சட்டை தோள்களின் மீது தொளதொளத்தது, அவளுடைய கழுத்துக்கும் சட்டையின் கழுத்துப்பட்டைக்கும் இடையில் அதீத இடைவெளியிருந்தது. மாம்மியின் விரலைவிட்டு அவளுடைய திருமண மோதிரம் நழுவுவதை லைலா அடிக்கடி பார்க்கிறாள்.

"வெகுநாட்களாக உன்னிடம் ஒன்று கேட்க எண்ணியிருந்தேன்."

"என்னது அது?"

"நீ அப்படியெல்லாம்..." லைலா ஆரம்பித்தாள்.

அவள் ஹசீனாவிடம் இதைப் பற்றிப் பேசியிருந்தாள். அவளுடைய ஆலோசனையின் பேரில் ஒரு போத்தல் ஆஸ்பிரின் மாத்திரைகளை இருவருமாகச் சேர்ந்து சாக்கடைக்குள் கொட்டி காலி செய்தார்கள். சோஃபாவின் அடியில் கிடந்த விரிப்புக்குக் கீழே சமையல் கத்திகளையும் கபாப் பற்றும் கரண்டிகளையும் ஒளித்து வைத்தார்கள். தோட்டத்தில் ஹசீனா ஒரு கயிறைக் கண்டெடுத்து விட்டாள். பாபி தன்னுடைய சவரக்கத்தியைக் காணாமல் தேடியபோது லைலா அவரிடம் தன்னுடைய அச்சத்தைப் பற்றிச் சொல்ல வேண்டியதாகிற்று. அவர் முழங்காலுக்குள் கைகளை வைத்துக்கொண்டு சோஃபாவின் முனையில் பொத்தென்று அமர்ந்தார். அவரிடமிருந்து நம்பிக்கையளிக்கும் வார்த்தைகள் வருமென்று லைலா வெகு நேரம் காத்திருந்தாள். ஆனால் அவளுக்குக் கிடைத்ததெல்லாம் ஒரு கையாலாகாத, வெற்றுப்பார்வை மட்டுமே.

"மாம்மி நீ ஏதாவது... அப்படியெதுவும் செய்து விடுவாயோ என்று –"

"அந்தச் செய்தி கிடைத்த இரவில் நான் அப்படி நினைத்தேன் லைலா. உன்னிடம் பொய் சொல்ல முடியவில்லை. நான் அதைப்பற்றி நினைத்துக்கொண்டிருக்கிறேன்; ஆனால் செய்ய மாட்டேன். கவலைப்படாதே லைலா. என் மகன்களின் கனவு நனவாவதைக் காண விரும்புகிறேன். சோவியத்தினர் அவமானப்படுத்தப்பட்டு இந்த நாட்டை விட்டுப் போவதை, காபுலுக்கு முஜாஹிதீன்கள் வெற்றியாளர்களாக வந்து சேரும் நாளை

நான் காண வேண்டும். ஆஃப்கானிஸ்தான் விடுதலையடைவதைப் பார்க்க நான் இருக்க வேண்டும், அப்படியாக என் மக்களும் அதைப் பார்ப்பார்கள். அவர்கள் என் கண்களினால் அதைக் காண்பார்கள்." மாம்மி சொன்னாள்.

சீக்கிரமே உறங்கிப்போன மாம்மி, லைலாவை இருவேறு காரணங்களுக்காக உணர்வுவயப்பட்டவளாக்கியிருந்தாள். மாம்மி வாழ விரும்பினாள் என்பதில் ஆறுதலும், அதற்கான காரணம் அவளில்லை என்பதில் வேதனையும். அவளால் அவளுடைய சகோதரர்கள் மாம்மியின் மனதில் ஏற்படுத்திச் சென்ற தாக்கத்தைப் போன்ற ஒன்றை ஒரு போதும் உண்டாக்க முடியாது ஏனென்றால் ஆளரவமற்ற கடற்கரையைப் போலிருக்கும் மாம்மியின் இதயத்தில் லைலாவின் காலடித்தடங்கள், சதா பொங்கிச் சிதறிக்கொண்டே இருக்கும் துயரத்தின் அலைகளால் நிரந்தமாக அழிக்கப்பட்டுக்கொண்டு இருக்கும்.

★ ஷஹூத் – உயிர்த்தியாகி

21

சோவியத் ஜீப்புகள் மற்றும் ஆயுதம் தாங்கிய வண்டிகளின் மிக நீண்ட அணியை முந்தித் தாண்டி வாடகைக்காரைப் பறக்க விட்டார் வண்டியோட்டி. தாரிக் முன்னிருக்கையிலிருந்தபடி ஓட்டுனரைத் தாண்டி *"*பஜலுஸ்டா! பஜலுஸ்டா!*" என்று ஆர்ப்பரித்தான்.

ஒரு ஜீப் ஒலியெழுப்ப, தாரிக்கும் பதிலுக்கு மகிழ்ச்சியுடனும் கொண்டாட்டமாகவும் கையை அசைத்துக்கொண்டு சீட்டியடித்தான். "அருமையான துப்பாக்கிகள்! பிரமாதமான ஜீப்புகள்! அட்டகாசமான படை! ஆனால் கிட்டிப்புல்லால் தாக்கும் பாமர மக்களிடம் தோற்றுப்போகிறீர்கள் பாவம்!" என்று கத்தினான்.

படையணி அவர்களைத் தாண்டிச்சென்றது. ஓட்டுனர் மீண்டும் அவருடைய வழக்கமான வேகத்துக்குத் திரும்பினார்.

"இன்னமும் எவ்வளவு தூரம்?" லைலா கேட்டாள்.

"வழியில் படையணிகளோ சோதனைச் சாவடிகளோ இல்லாமல் இருந்தால் மிஞ்சிப்போனால் ஒரு மணி நேர தூரம்தான்." ஓட்டுனர் பதிலளித்தார்.

லைலா, பாபி, தாரிக் மூவரும் ஒரு சிறு பிரயாணம் போகிறார்கள். ஹசீனாவும் கூட வர மிகவும் ஆசைப்பட்டு அவளுடைய அப்பாவிடம் கெஞ்சினாள், ஆனால் அவர் அனுமதி மறுத்து விட்டார். இந்தப் பயணம் பாபியின் ஏற்பாடு. அவருடைய வருமானத்திற்கு இதெல்லாம் அதிகமென்றாலும் அவர் இந்தப் பயணத்துக்காக ஓட்டுனர் ஒருவரை அமர்த்தினார். பிரயாணம் செல்லுமிடம் அவளுடைய அறிவைப் பெருக்க உதவும் என்பதைத் தவிர இதைப் பற்றிய மற்ற செய்திகளை அவர் ரகசியமாக வைத்திருந்தார்.

காலை ஐந்து மணிக்கு அவர்கள் பிரயாணத்தைத் தொடங்கினார்கள். லைலாவின் சன்னலினூடாக நிலக்காட்சி, பனிமூடிய சிகரங்களிலிருந்து பாலைவனங்களாகவும், மலைக்கணவாய்களாகவும், வெய்யிலால் கொதிப்பேறியிருந்த பாறைவெளிகளாகவும் மாறிக்கொண்டே இருந்தது. வைக்கோலால் வேய்ந்த கூரைகளைக்கொண்ட மண் குடிசைகளையும் கோதுமை அறுவடை நடந்துகொண்டிருந்த வயல்களையும் அவர்கள் வழியில் கண்டார்கள். கூச்சி நாடோடிக்குழுக்களின் கருநிறக் கூடாரங்களை வயல்களின் நடுவில் அங்குமிங்குமாகக் கண்டாள் லைலா. சோவியத்தின் பீரங்கிகள் மற்றும் சிதிலமான ஹெலிகாப்டர்களின் பாகங்களையும் அடிக்கடி பார்க்க முடிந்தது. அஹமதின், நூரின் ஆஃப்கானிஸ்தான் இதுதான் என்று நினைத்துக்கொண்டாள். இங்குதான், இந்த மாகாணங்களில்தான் போர் நிகழ்ந்து கொண்டிருக்கிறது. காபுலில் அல்ல. காபுலின் பெரும்பான்மையான பகுதிகளில் அமைதி நிலவுகிறது. எப்போதாவது நிகழும் துப்பாக்கிச்சூடுகளைத் தவிர்த்துவிட்டு, நடைபாதைகளில் புகைத்துக்கொண்டிருக்கும் சோவியத் வீரர்களைத் தவிர்த்துவிட்டு, தெருக்களில் சதா அலையும் சோவியத் ஜீப்புகளைத் தவிர்த்துவிட்டுப் பார்த்தால் காபுலில் போர் என்பது ஒரு வதந்தி மட்டுமே என்றே தோன்றும்.

இன்னும் இரண்டு சோதனைச்சாவடிகளைக் கடந்து அவர்கள் அந்தப் பள்ளத்தாக்கை அடைந்தபோது நன்றாக விடிந்துவிட்டது. பாபி லைலாவை இருக்கையில் சாய்ந்து அமரச்சொல்லி அவளைத் தாண்டிக் கையை நீட்டி, தூரத்தில், வெய்யில் கன்றிச்சிவந்த நிறத்தில், மிகப்புராதனமானதாகத் தோன்றிய சுவர்களைக் காட்டினார்.

“அது தான் ஷஹர்-எ-ஸொஹாக். சிவப்பு நகரம். அது ஒரு கோட்டையாக இருந்தது. அத்துமீறி நுழைபவர்களிடமிருந்து இப்பள்ளத்தாக்கைக் காப்பதற்காக சுமார் தொள்ளாயிரம் ஆண்டுகளுக்கு முன் கட்டப்பட்டது. பதின்மூன்றாம் நூற்றாண்டில் செங்கிஸ்கானின் பேரன் இதைத் தாக்கினான் ஆனால் அவன் கொல்லப்பட்டான். பிறகு செங்கிஸ்கான் இதை அழித்தான்.”

“இப்படி ஒன்றன்பின் ஒன்றாகப் படையெடுப்புகளைச் சந்தித்ததுதான் நம் நாட்டின் கதை என் இளம் நண்பர்களே. மாசிடோனியர்கள், சசேனியர்கள், அராபியர்கள், மங்கோலியர்கள், இப்போது சோவியத்துகள், இப்படி இவர்கள் அத்தனைப்

பேரின் படையெடுப்பையும் சந்தித்தது நம் நாடு" என்று சிகரெட்டின் சாம்பலை சன்னலுக்கு வெளியில் தட்டிக்கொண்டே சொன்னார் ஓட்டுனர். "நாமோ அந்தச் சுவர்களைப் போன்றவர்கள். தகர்க்கப்பட்டிருக்கிறோம் பார்ப்பதற்கும் அழகாக இல்லை ஆனாலும் இன்னமும் நிற்கிறோம். நான் சொல்வது சரிதானே பதர்?"

"ரொம்ப சரி" என்றார் பாபி.

★★★

அரைமணி நேரம் கழித்து ஓட்டுனர் வண்டியை நிறுத்தினார்.

"வாருங்கள் இருவரும். வெளியில் வந்து பாருங்கள்" என்றார் பாபி.

அவர்கள் டாக்சியை விட்டு வெளியில் வந்தார்கள். "அதோ தெரிகிறதே பாருங்கள்." பாபி சுட்டிக்காட்டியதைப் பார்த்தார்கள்.

தாரிக் வாயைப் பிளந்தான். லைலாவும்தான். இன்னும் நூறு வருடங்களுக்கு வாழ்ந்தாலும் இப்படியொரு பேரதிசயம் பார்க்கக் கிடைக்காது என்பதையுணர்ந்தாள் அவள்.

அவள் பார்த்திருந்த புகைப்படங்களில் காணப்பட்டதை விட மிகப் பிரம்மாண்டமாக, மிக உயரமாக இருந்தன இரண்டு புத்தர் சிலைகளும். சூரிய வெளிச்சத்தால் வெளிறியிருந்த செங்குத்தான பாறைகளில் செதுக்கப்பட்டிருந்த அவை, இரண்டாயிரம் வருடங்களுக்கு முன்பு அந்தப் பள்ளத்தாக்கின் சில்க் சாலையைக் கடக்கும் பிரயாணிகளைக் குனிந்து பார்த்ததுபோலவே, இப்போது தங்களைப் பார்ப்பதாக லைலா நினைத்தாள். அவற்றின் பக்கவாட்டிலிருந்த மாடங்களுக்குள் எண்ணற்ற குகைகள் இருந்தன.

"நான் மிகக் சிறியவனாக உணர்கிறேன்" என்றான் தாரிக்.

"மேலே ஏற விருப்பமா?" பாபி கேட்டார்.

"சிலைகளின் மேலேயா? ஏற முடியுமா?" என்றாள் லைலா.

பாபி புன்னகைத்துக் கையை நீட்டினார். "வா ஏறலாம்."

தாரிக் ஏறுவதற்கு மிகவும் சிரமப்பட்டான். குறுகலான, பலத்த காற்று வீசிய, மங்கிய வெளிச்சம் மட்டுமே இருந்த

அந்தப் படிகளில் ஏற அவன் பாபியையும் லைலாவையும் பிடித்துக்கொண்டான். அந்தப் பாறைகளில் எங்கு பார்த்தாலும் இருள் கப்பிய குகைகளும் சுரங்கங்களும் இருந்தன.

"காலை வைக்கும்போது கவனமாக இருக்க வேண்டும். எதிர்பாராமல் சறுக்கி விட்டுவிடும்." என்றார் பாபி. அவருடைய குரல் வலுத்து எதிரொலித்தது.

சில இடங்களில் அந்தப் படிகள் புத்தர்களின் உட்குடைவுகளில் சென்று முடிந்தன.

"கீழே பார்க்காதீர்கள் குழந்தைகளே. நேரே மேலே பார்த்து அடியெடுத்து வைக்க வேண்டும்."

ஒருகாலத்தில், ஒன்பதாம் நூற்றாண்டில் அராபியர்களின் இஸ்லாமிய அரசின்கீழ் வரும்வரையில் பாமியன் மிகப்பெரிய பௌத்த மடாலயமாக இருந்தது என்றும் மணற்பாறைகளில் குகைகளைக் குடைந்த புத்த பிக்குகள் அவற்றில் வசித்துவந்தார்கள் என்றும் களைத்துப் போய் வந்த யாத்ரீகர்களுக்கு அவை அடைக்கலம் கொடுத்தன என்றும் பாபி சொன்னார். குகைகளின் சுவர்கள் மற்றும் கூரைகளெங்கும் அந்த பிக்குகள் அழகிய ஓவியங்களை வரைந்திருந்தனர்.

"ஒரு சமயத்தில், இந்தக் குகைகளில் ஐயாயிரம் புத்த பிக்குகள் வரை வாழ்ந்திருக்கிறார்கள்."

உச்சியை அடைந்த போது தாரிக்குக்கு மூச்சு விடுவதே பெரிய சிரமமாகப் போயிற்று. பாபியும் மூச்சு வாங்கினார். ஆனால் அவருடைய விழிகள் உற்சாகத்தில் பளபளத்தன.

நெற்றியைத் துடைத்துக்கொண்டே "நாம் இப்போது தலைப்பகுதியின் உச்சியில் நிற்கிறோம். இங்கே மாடம் ஒன்று இருக்கிறது, அதிலிருந்து நாம் வெளியில் பார்க்கலாம்" என்றார்.

அவர்கள் அங்குலம் அங்குலமாக நகர்ந்து மேடுபள்ளமாகத் துருத்திக்கொண்டிருந்த அந்த மாடத்தில் ஏறினார்கள். பாபி நடுவில் நிற்க, மற்ற இருவரும் அவருக்குப் பக்கவாட்டில் நின்றபடி கீழே பார்த்தார்கள்.

"இதைப் பாருங்களேன்" என்று கூவினாள் லைலா.

ஆயிரம் சூரியப் பேரொளி ○ 177

பாபி புன்னகைத்தார்.

கீழேயிருந்த பாமியன் பள்ளத்தாக்கு பச்சைப்பசேலென்றிருந்த வயல்களால் கம்பளம் விரிந்தாற்போலத் தெரிந்தது. அவை ஆல்ஃபால்ஃபா, உருளைக்கிழங்கு மற்றும் பச்சைப் பனிக்கோதுமை வயல்கள் என்றார் பாபி. ஓரங்களில் பாப்லர் மரங்கள் வரிசைகட்டி நின்றிருக்க வயல்களின் குறுக்கும்நெடுக்குமாக ஓடைகளும் பாசனக் கால்வாய்களும் இருந்தன, சின்னஞ்சிறிய பெண்ணுருவங்கள் அவற்றின் கரைகளில் அமர்ந்து துணி துவைத்துக் கொண்டிருந்தன. மலைச்சரிவுகளைப் போர்த்தியிருந்த நெல் வயல்களையும் பார்லிப் பயிர்களையும் பாபி காட்டினார். அது ஓர் இலையுதிர்காலம், மண்ணாலும் செங்கற்களாலும் கட்டப்பட்ட வீடுகளின் மேற்புறங்களில் பளீர் நிறங்களில் மேற்சட்டை அணிந்த மனிதர்கள் அறுவடை செய்தவற்றைக் காய வைப்பதை லைலா பார்த்தாள். நகருக்குள் செல்லும் முக்கிய சாலையின் இருமருங்கிலும் பாப்லர் மரங்கள் வரிசையாய் நின்றன. அவற்றின் இருபுறமும் சிறிய கடைகளும் தேநீர் நிலையங்களும் சாலையோர சவரக்கடைகளும் இருந்தன. அந்த கிராமத்தைத் தாண்டி, அந்த ஓடைகளையும் நதிகளையும் தாண்டி, அடர்பழுப்புத் தூசி நிறத்திலிருந்த மலையின் அடிவாரத்தைக் கண்டாள் லைலா, அதற்கும் அப்பால் ஆஃப்கானிஸ்தானிலுள்ள அத்தனைக்கும் அப்பாலிருக்கும் பனித்தொப்பி போர்த்தியிருக்கும் ஹிந்து குஷ் ஐக் கண்டாள்.

இவை எல்லாவற்றிற்கும் மேலே இருந்த வானம் அப்பழுக்கற்ற, தூய நீல நிறத்திலிருந்தது.

"எவ்வளவு அமைதியாக இருக்கிறது" என்றபடியே மெல்ல மூச்சிழுத்தாள் லைலா. அவளால் சின்னச்சின்ன ஆடுகளை, குதிரைகளைப் பார்க்க முடிந்ததே தவிர அவற்றின் கத்தலைக் கேட்க முடியவில்லை.

"இங்கே இந்த உயரத்தில் இருப்பது குறித்து என் நினைவில் தங்கும் ஒரே விஷயம் இதுதான். இந்த அமைதி. நீங்களும் இதை அனுபவிக்க வேண்டும் என்று நான் விரும்பினேன். அதே சமயம் நம் நாட்டின் பாரம்பரியத்தை, அதன் பழம்பெருமையை நீங்கள் அறிந்துகொள்ள வேண்டுமென்றும் நினைத்தேன். சில விஷயங்களை நான் உங்களுக்குச் சொல்லிதர முடியும். சிலவற்றை நீங்கள் புத்தகங்கள் வாயிலாகத் தெரிந்து கொள்ளலாம். ஆனால்

நீங்களாகப் பார்த்து உணர வேண்டிய விஷயங்களும் இருக்கின்றன, இல்லையா?" என்றார் பாபி.

"இங்கே பார்" என்றான் தாரிக்.

கிராமத்தின் மேலே பருந்து ஒன்று சுற்றிச்சுற்றிப் பறந்து கொண்டிருந்தது.

"மாம்மியை நீங்கள் இங்கே அழைத்து வந்திருக்கிறீர்களா?" லைலா கேட்டாள்.

"ஓ, பையன்கள் பிறப்பதற்கு முன்பு பல முறை வந்திருக்கிறோம். அதற்குப்பிறகும். அப்போதெல்லாம் உன் அம்மா சாகச விரும்பியாகவும் அவ்வளவு உயிர்ப்பாகவும் இருப்பாள். நான் பார்த்ததிலேயே மிக மகிழ்ச்சியான உயிர்ப்பான நபர் அவள்" அந்த நினைவுகள் அவரைப் புன்னகைக்கச் செய்தன. "அவளுக்கென்று ஒரு சிரிப்பு இருந்தது. சத்தியமாகச் சொல்கிறேன் லைலா, நான் அவளைத் திருமணம் செய்து கொண்டதே அந்த சிரிப்புக்காகத்தான். அந்தச் சிரிப்பு அப்படியே ஆளைக் கவிழ்த்துவிடும். அதோடு போட்டி போடவே முடியாது."

லைலாவுக்கு அவர் மீதான பிரியம் பொங்கி வந்தது. அன்று முதல் லைலா பாபியை அதே கோலத்தில்தான் நினைவுகூர்ந்தாள். மாம்மியைக் குறித்த பழைய நினைவுகளில் திளைத்தபடி, முழங்கைகளைப் பாறையில் அழுத்திக் கைகளால் முகவாயைத் தாங்கிக்கொண்டு, காற்றில் சிகை பறக்க, வெய்யிலால் கூச்சமடைந்த விழிகளைச் சுருக்கி இருந்த பாபியிடம்,

"நான் போய் அந்த குகைகளைப் பார்க்கிறேன்" என்றான் தாரிக்.

"கவனமாக இருக்க வேண்டும்" பாபி எச்சரித்தார்.

"நிச்சயமாக காக்கா ஜான்," தாரிக்கின் குரல் எதிரொலித்தது.

தூராத்தில், கீழே, ஒரு வேலியில் கட்டப்பட்டிருந்த பசுவைச் சுற்றி நின்றுபேசும் மூன்று நபர்களைக் கண்டாள் லைலா. சூழ்ந்திருந்த மரங்கள் மஞ்சளும் ஆரஞ்சுமாய், செக்கச்சிவந்து ஒளிரத் துவங்கின.

"என் மகன்களை நினைத்து நானும் ஏங்கத்தான் செய்கிறேன்." அவருடைய கண்கள் நிறைந்தன. அவருடைய முகவாய் நடுங்கியது. "என்னால் உன் அம்மாவைப்போல... அவளுடைய மகிழ்ச்சியும்

சரி துயரமும் சரி அதீதமானவை. அவற்றை அவளால் மறைக்கவும் முடியாது. முடியவே முடியாது. நான் வித்தியாசமானவன் என்று நினைக்கிறேன். நான்... பையன்கள் இறந்ததில் நானும் உடைந்து போனேன். அவர்களை எண்ணி ஏங்குகிறேன். ஒரு நாள் கூட அவர்களை... இது மிகவும் கடினமானது லைலா. ரொம்ப சிரமம்." அவர் விழிகளின் உட்புற முனைகளைத் தன் கட்டை விரலாலும் சுட்டு விரலாலும் அழுத்திக்கொண்டார். அவர் பேச முனைந்த போது குரல் உடைந்தது. பற்களின் மீது உதடுகளை அழுத்திக்கொண்டு அவர் அமைதி காத்தார். பிறகு ஒரு நீண்ட, ஆழமான பெருமூச்சை விட்டபடி அவளைப் பார்த்தார். "ஆனால் நல்லவேளையாக எனக்கு நீ இருக்கிறாய். ஒவ்வொரு நாளும் உனக்காக இறைவனிடம் நன்றி சொல்கிறேன். ஒவ்வொரு நாளும். சமயங்களில் உன்னுடைய அம்மாவின் மிக மோசமான நாட்களின்போது எனக்கென்று இருப்பதெல்லாம் நீ மட்டும்தான் என்று தோன்றுகிறது லைலா."

லைலா அவரை நெருங்கி அவருடைய மார்பில் தன் முகவாயை வைத்துக்கொண்டாள். மாம்மி செய்வதுபோல அன்பை உடல்நெருக்கத்தில் காட்டி அவருக்குப் பழக்கமில்லையாதலால் அவர் லேசாகத் திடுக்கிட்டார். என்ன செய்வதென்று புரியாமல் அவளை லேசாக அணைத்துக்கொண்டுவிட்டு அவளுடைய உச்சியில் அவசரமாக ஒரு முத்தம் வைத்தார். பாமியன் பள்ளத்தாக்கைப் பார்த்தபடி அவர்கள் இப்படியே சிறிது நேரம் நின்றிருந்தார்கள்.

"எவ்வளவுதான் நான் இந்த நிலத்தை நேசித்தாலும் இங்கிருந்து கிளம்பிவிட வேண்டும் என்றும் சில சமயம் நினைக்கவே செய்கிறேன்." என்றார் அவர்.

"எங்கே?"

"எல்லாவற்றையும் சுலபமாக மறக்கச்செய்யும் இடத்துக்கு. முதலில் ஒரு வருடமோ இரண்டோ பாகிஸ்தானுக்குத்தான் போயாக வேண்டும் என்று நினைக்கிறேன். நமக்கு விசா கிடைக்கும் வரைக்கும் அங்கிருக்கலாம்."

"பிறகு?"

"பிறகு, இந்த உலகம் பெரியது. ஒரு வேளை அமெரிக்கா போகலாம். கடலுக்கு அருகில், கலிஃபோர்னியா மாதிரி எங்காவது."

அமெரிக்கர்கள் பெருந்தன்மையானவர்கள் என்றும் தாங்கள் சொந்தக்கால்களில் நிற்கும்வரை, பணம் மற்றும் உணவுக்கு அவர்கள் சில காலம் உதவுவார்கள் என்றும் பாபி கூறினார்.

"நான் வேலை தேடிக்கொண்டு, சில வருடங்களில் போதுமான பணத்தைச் சேர்த்ததும் நாம் ஒரு சிறிய ஆஃப்கன் உணவகம் திறக்கலாம். ரொம்பப் பெரிதாக எல்லாம் முடியாது, பார்த்துக்கொள், சும்மா சிறியதொரு இடம், சில மேசைகள், கொஞ்சம் விரிப்புகள், ஆங்காங்கே காபுலின் படங்களும், அவ்வளவுதான். அமெரிக்கர்களுக்கு ஆஃப்கன் உணவின் சுவையைக் காட்டலாம். அதிலும் உன் அம்மாவின் சமையலுக்கு அவர்கள் சாலையில் வரிசைகட்டி நிற்பார்கள்."

"நீ, நீ நிச்சயமாகப் பள்ளிப் படிப்பைத் தொடர்வாய். நான் அதை எவ்வளவு முக்கியமானதாகக் கருதுகிறேனென்று உனக்கே தெரியும். நாம் முன்னுரிமை கொடுக்கப்போவது உன்னுடைய கல்விக்குத்தான். முதலில் உயர்நிலைப் பள்ளி பிறகு கல்லூரி. ஆனால் நீ விரும்பினால் ஓய்வு நேரத்தில் ஆர்டர் எடுக்க, ஜாடிகளில் தண்ணீர் நிரப்பவெல்லாம் உதவலாம்."

அவர்களுடைய உணவகத்தில் புத்தாண்டுக் கொண்டாட்டங்கள், நிச்சயதார்த்தங்கள் மற்றும் பிறந்தநாள் கொண்டாட்டங்களை ஏற்பாடு செய்து தரலாம் என்றார் பாபி. இங்கிருந்து போருக்குத் தப்பியோடிய மற்ற ஆஃப்கன்கள் சந்தித்துக்கொள்ளும் இடமாகவும் அது இருக்கும். மேலும் பின்னிரவுகளில் எல்லோரும் போன பின், இடத்தைச் சுத்தம் செய்த பிறகு அவர்கள் மூவரும் களைத்துப் போனவர்களாக ஆனால் தங்கள் அதிர்ஷ்டத்துக்காக நன்றி சொல்பவர்களாக காலி மேசைகளில் அமர்ந்து தேநீர் குடிப்பார்கள்.

பேசி முடித்ததும் பாபி அமைதி கொண்டுவிட்டார். அவர்கள் இருவருமே அமைதியாகிவிட்டார்கள். மாம்மி எங்கேயும் வரமாட்டாள் என்பது அவர்களுக்குத் தெரியும். அஹமதும் நூரும் உயிரோடு இருந்தபோதே ஆஃப்கானிஸ்தானை விட்டுப் போவதென்பது அவளுக்கு நினைத்துப் பார்க்க முடியாததாக இருந்தது. இப்போதோ அவர்கள் ஷஹீதாகிவிட்ட பிறகு மூட்டைமுடிச்சைக் கட்டிக்கொண்டு ஓடிப்போவதென்பது

தன் மகன்களின் தியாகத்துக்குச் செய்யும் அவமரியாதை, துரோகம் அதோடு அதற்கான அங்கீகாரத்தையே நிராகரித்ததைப் போலாகிவிடும்.

உங்களால் எப்படி இந்த மாதிரி யோசிக்க முடிந்தது என் அத்தை மகனே? என்னால் முடியாது, முடியவே முடியாது. அவர்களுடைய மரணம் உங்களுக்கு ஒரு விஷயமேயில்லையா? அவர்களுடைய ரத்தம் ஊறிய அதே மண்ணில் நடக்கிறேன் என்பதுதான் எனக்கான ஒரே ஆறுதலாக இருக்கிறது. அவள் என்ன பேசுவாளென்பது லைலாவுக்குக் கிட்டத்தட்ட கேட்கவே செய்தது.

லைலாவுக்கு ஒரு தாயாக இல்லாதது போலவே பாபிக்கு அவள் மனைவியாகவும் நடந்து கொள்ளவில்லையென்றாலும் அவள் இல்லாமல் பாபி எங்கும் போக மாட்டார் என்பது லைலாவுக்குத் தெரியும். பணிமுடித்து வீட்டுக்குத் திரும்பும்போது தன் அங்கியில் ஒட்டியிருக்கும் மாவுத்துணுக்குகளைத் தட்டிவிடுவதுபோல இந்தப் பகற்கனவையும் மாம்மிக்காக அவர் தட்டிவிட்டுவிடுவார். அதனால் அவர்கள் இருப்பார்கள். போர் முடியும்வரை இருப்பார்கள். போருக்குப் பிறகான விளைவுகளைச் சந்திக்க அவர்கள் இங்கே இருப்பார்கள்.

மெய்யுறுதி அற்ற மனிதன் ஒருவனை தான் மணந்து கொண்டுவிட்டதாக மாம்மி ஒரு முறை பாபியிடம் சொன்னதை லைலா நினைவுகூர்ந்தாள். மாம்மிக்குப் புரியவில்லை. அவள் கண்ணாடியில் பார்த்தாளானால் அவருடைய மெய்யுறுதி எதன் மீது பற்றுக்கொண்டிருக்கிறதோ அந்த உருவம் அவளைப் பார்த்துப் பிரதிபலிக்கும் என்பதை மாம்மி புரிந்துகொள்ளவேயில்லை.

தொடர்ந்து, ரொட்டி, அவித்த முட்டைகள் மற்றும் உருளைக்கிழங்குகளால் ஆன மதிய உணவுக்குப் பிறகு அங்கே கலகலத்துக் கொண்டிருந்த ஆற்றின் கரையிலிருந்த ஒரு மரத்தின் கீழே படுத்து தாரிக் உறங்கினான். அவனுடைய மேலங்கியை அழகாக மடித்துத் தலையணையாக்கிக்கொண்டு மார்பின் குறுக்காகக் கைகளைக் கட்டிக்கொண்டு அவன் உறங்கினான். வண்டியோட்டி வாதாம்கொட்டைகள் வாங்குவதற்காக கிராமத்துக்குள் போனார். பாபி அங்கேயிருந்த குறுக்கடர்ந்த கருவேல மரத்தினடியிலிருந்து ஒரு புத்தகத்தைப் படிக்கத் துவங்கினார். அந்தப் புத்தகத்தை முன்பே ஒரு முறை அவர்

லைலாவுக்கு வாசித்துக்காட்டியிருந்ததால் அது சாண்டியாகோ என்ற மீனவன் பிரம்மாண்டமான மீன் ஒன்றைப் பிடித்துவிடுவதும் ஆனால் அவன் தன்னுடைய படகில் பாதுகாப்பான இடத்துக்குப் போய்ச்சேர்ந்த பிறகோ அவனுடைய மதிப்பு மிக்க மீனில் ஒன்றுமே எஞ்சியிராமல், சுறாக்கள் அதைக் கடித்துத் தீர்த்துவிடுவதுமான கதை என்பதை அறிந்திருந்தாள்.

ஆற்றின் ஓரத்தில் அமர்ந்திருந்த லைலா தன்னுடைய பாதங்களைக் குளிர்ந்த நீருக்குள் விட்டிருந்தாள். தலைக்கு மேலே கொசுக்கள் ராகம்பாட, இலவம் பஞ்சு விதைகள் காற்றில் பறந்தன. தட்டான் ஒன்று ரீங்காரமிட்டபடி புல்லுக்குப் புல் தாவியபோது அதன் சிறகுகளில் வெய்யில்பட்டு அவை ஊதா, பச்சை, ஆரஞ்சு வண்ணங்களில் பளபளத்தன. ஆற்றின் மறுகரையில் ஹஜாரா சிறுவர் குழு ஒன்று காய்ந்த மாட்டுச்சாண வறட்டிகளைப் பொறுக்கி, தங்கள் முதுகோடு சேர்த்து கட்டியிருந்த சாக்குப் பைகளுக்குள் திணித்துக்கொண்டிருந்தது. எங்கேயோ கழுதை ஒன்று கத்த, மின் இயற்றியொன்று முடுக்கப்பட்ட ஓசை கேட்டது.

லைலா பாபியின் சிறிய கனவை மீண்டும் நினைத்துப் பார்த்தாள். ஏதாவது கடலுக்கு அருகில்.

புத்தர் சிலையின் உச்சியில் நின்றிருந்த போது அவள் பாபியிடம் இதைச் சொல்லியிருக்கவில்லை: அவர்கள் போக முடியாதது குறித்து மிகமுக்கியமான ஒரு காரணத்துக்காக அவளுக்கு மகிழ்ச்சிதானென்பதை. கிதியின் வெளிறி மெலிந்த, அக்கறை ததும்பும் முகத்தையும், ஹசீனாவின் விஷமச்சிரிப்பையும் வெட்கமில்லாத கோமாளித்தனங்களையும் பிரிய அவளுக்கு மனம் இல்லையென்பதை. அதெல்லாவற்றையும் விட முக்கியமாக தாரிக் கஜ்னிக்குப் போயிருந்தபோது அவள் அனுபவித்த அந்த நான்கு வாரங்களின் சகிக்க முடியாத தனிமையை அவள் நன்றாக நினைவு வைத்திருந்தாள். நேரம், அவனில்லாமல் எப்படி நீண்டு சென்றது என்பதையும், நிலைதடுமாறிக்கொண்டு என்ன செய்வதென்று புரியாமல் தான் திரிந்ததையும் அவளால் மறக்கவே முடியவில்லை. அவனுடைய நிரந்தர இன்மையை அவளால் எப்படித் தாங்கிக்கொள்ள முடியும் ?

அவளுடைய சொந்த சகோதரர்களைத் துப்பாக்கிக் குண்டுகள் துளைத்துத் துண்டாக்கிய நாட்டில், இன்னொரு நபரைப் பிரியக் கூடாதென்பதற்காகத் தங்க விரும்புவது

முட்டாள்தனமாகக்கூட இருக்கலாம். ஆனால் காதிமை நோக்கித் தன் காலைத் தூக்கிக்கொண்டு அவன் சென்ற காட்சியை நினைவுபடுத்திக்கொண்டாலோ அதைவிடச்சிறந்தது இந்த உலகத்தில் வேறெதுவுமில்லை என்று அவளுக்குத் தோன்றிவிடுகிறது.

★★★

ஆறு மாதங்களுக்குப் பிறகு, *1988* ஏப்ரல், பாபி ஒரு முக்கியச் செய்தியோடு வீடு திரும்பினார்.

"உடன்படிக்கை கையெழுத்திடப்பட்டுவிட்டது! ஜெனிவாவில். அதிகாரப்பூர்வமாகிவிட்டது! அவர்கள் போகிறார்கள். ஒன்பதே மாதங்களில் ஆஃப்கானிஸ்தானை விட்டு சோவியத்தினர் போயாக வேண்டும்!"

மாம்மி படுக்கையில் எழுந்து அமர்ந்து தோளைக் குலுக்கினாள்.

"ஆனால் கம்யூனிஸ்ட் ஆட்சி தொடரப்போகிறதே. 'நஜிபுல்லாஹ் சோவியத்தின் கைப்பாவை பிரதமர்' தானே. அவர் எங்கும் போக மாட்டார். இல்லை, போர் தொடரத்தான் போகிறது. இது முடிவல்ல." என்றாள்.

"நஜிபுல்லா நீடிக்க மாட்டார்." என்றார் பாபி.

"அவர்கள் போகிறார்கள், மாம்மி! உண்மையாகவே அவர்கள் போகிறார்கள்!"

"நீங்கள் இருவரும் வேண்டுமானால் கொண்டாடிக் கொள்ளுங்கள். இங்கே, காபுலில், முஜாஹிதீன்கள் வெற்றிப் பேரணி ஊர்வலம் நடத்தும்வரை நான் அமைதிகொள்ள மாட்டேன்."

சொல்லிவிட்டு அவள் போர்வையை இழுத்துப் போர்த்திக்கொண்டு படுத்துவிட்டாள்.

★ பஜஹுஸ்டா – வருக

22

ஜனவரி 1989

லைலாவுக்கு பதினோரு வயதாவதற்கு மூன்று மாதங்களுக்கு முன், 1989 ஜனவரி மாதத்தின் மேகமூட்டமான குளிர்நாளொன்றில் சோவியத் பரிவாரங்கள் நகரத்தை விட்டு வெளியேறுவதைக் காண அவளும் அவளுடைய பெற்றோரும், ஹசீனாவும் சென்றனர். வசீர் அக்பர்கான் ராணுவ மன்றத்துக்கு வெளியே பொதுச்சாலையின் இருமருங்கிலும் பார்வையாளர்கள் திரண்டிருந்தனர். சேறாய்க் குவிந்திருந்த உறைபனியில் நின்றிருந்த அவர்கள், பீரங்கிகளும், ஆயுதவண்டிகளும், ஜீப்புகளும் முகப்புவிளக்குகளின் வெளிச்சத்தினூடாகப் பனி பறக்கச் சீறிச்சென்றதைப் பார்த்தார்கள். ஏளனக்கூச்சல்களை, இடைமறிப்புகளைத் தடுப்பதற்காகவும், சாலையின் நடுவில் மக்கள் சென்றுவிடாமல் காப்பதற்காகவும் ஆஃப்கன் வீரர்கள் அவ்வப்போது துப்பாக்கியால் எச்சரிக்கைச் சூடுகளை நடத்தினர்.

மாம்மி அவள் தலைக்குமேலே அஹமத் மற்றும் நூரின் புகைப்படம் ஒன்றைத் தூக்கிப் பிடித்திருந்தாள். பேரிக்காய் மரத்தின் கீழே அவர்களிருவரும் ஒருவர் முதுகில் ஒருவர் சாய்ந்துகொண்டிருப்பதைப்போல எடுக்கப்பட்ட படம் அது. அவளைப்போலப் பல பெண்களும் ஷஹீத் ஆகிவிட்ட தங்கள் கணவன், பிள்ளைகள் மற்றும் சகோதரர்களின் படங்களைத் தூக்கிப் பிடித்துக்கொண்டிருந்தார்கள்.

யாரோ லைலாவுடைய தோளையும் ஹசீனாவின் தோளையும் தட்டினார்கள். அது தாரிக்தான்.

"எங்கே வாங்கினாய் இதை?" ஹசீனா கூவினாள்.

"தருணத்துக்குப் பொருத்தமாக உடுத்திக்கொண்டு வரவேண்டுமென நினைத்தேன்" என்றான் தாரிக். செவி மறைப்பான்களுடன் கூடிய மிகப்பெரிய ரஷ்ய மென்மயிர்த்தொப்பியொன்றை அவன் நெற்றி மறையுமாறு இழுத்துவிட்டு அணிந்திருந்தான். "எப்படி இருக்கிறேன்?"

"வேடிக்கையாக இருக்கிறாய்" லைலா சிரித்தாள்.

"என் நோக்கமே அதுதானே."

"இப்படி உடுத்திக்கொண்டிருக்கிறாயே, உன் பெற்றோர் உன்னுடன் வந்திருக்கிறார்களா என்ன?"

"அவர்கள் வீட்டில் இருக்கிறார்கள்."

கடந்த இலையுதிர்காலத்தின்போது தாரிக்கின் பெரியப்பா மாரடைப்பினால் இறந்து போனார். சில வாரங்களிலேயே தாரிக்கின் தகப்பனாருக்கும் மாரடைப்பு ஏற்பட்டதில், அவர் மிகப் பலவீனப்பட்டும் களைத்தும் போனதோடு வாரக்கணக்கில் கடும்படபடப்புக்கும் அவ்வப்போது உண்டான மனச்சோர்வுக்கும் ஆளானார். அவனுடைய அப்பாவின் சுகக்கேட்டினால் பீதியடைந்திருந்த அவன், பலவாரங்களாக, சோர்வாகத் திரிந்துகொண்டிருந்தான். தாரிக்கை இப்படிப் பழைய மாதிரி பார்த்ததில் லைலா மகிழ்ச்சியடைந்தாள்.

மாம்மியும் பாபியும் சோவியத்தினரைப் பார்த்துக்கொண்டிருக்க அவர்கள் மூவரும் அங்கிருந்து நழுவினார்கள். தெரு வியாபாரி ஒருவரிடமிருந்து மூவருக்கும் கொத்தமல்லி சட்னி பாவிய அவித்த சுண்டல் வாங்கி வந்தான் தாரிக். விரிப்புக்கடையொன்றின் பந்தலின் கீழே அவர்கள் அதைத் தின்றானதும், ஹசீனா தன் குடும்பத்தினரைத் தேடிச் சென்றாள்.

வீட்டுக்குத் திரும்பும் பேருந்துப் பயணத்தில் தாரிக்கும் லைலாவும் அவளுடைய பெற்றோருக்குப் பின்னால் அமர்ந்தார்கள். மாம்மி, புகைப்படத்தை மார்போடு அணைத்துக்கொண்டு வெளியில் வெறித்துப் பார்த்தவாறு சன்னலோர இருக்கையில் அமர்ந்திருந்தாள். சோவியத் படை இப்போது வெளியேறுகிறது என்றாலும், காபுலில் நஜிபுல்லாவுக்கு அவர்கள் ஆயுதம் அனுப்பத்தான் செய்வார்களென்று ஒரு மனிதன் தர்க்கம்

செய்துகொண்டிக்க, அதை மாம்மியின் அருகிலமர்ந்திருந்த பாபி உணர்ச்சியற்ற பாவத்துடன் கவனித்துக்கொண்டிருந்தார்.

“அவர் அவர்களுடைய கைப்பாவை. இந்தப் போரை அவர் மூலமாகத் தொடர்வார்கள், சவால் விடுக்கிறேன்.”

மறுபக்கத்திலிருந்து யாரோ ஒருவர் ஆதரவுக்குரல் கொடுத்தார்.

முணுமுணுத்துக் கொண்டிருந்த நீள நீளமான பிரார்த்தனைகளை, மூச்சுத் திணறத்திணற ஓதியதில் இறுதி வார்த்தைகளைச் சொல்லத் திராணியற்றுப் போன மாம்மி, உச்சஸ்தாயியில் கீச்சிட்டவாறு அவற்றைச் சொல்லி முடித்தாள்.

அன்று மாலை சினிமா பார்க்குக்குச் சென்ற லைலாவும் தாரிக்கும் கேலிச்சித்திரப் படங்களின் தொனியில், மிக வேடிக்கையாக டப்பிங் செய்யப்பட்ட, சோவியத் திரைப்படம் ஒன்றைப் பார்க்க வேண்டியதாகிற்று. ஒரு வணிகக் கப்பலின் துணைத்தளபதி கப்பல் தலைவனின் மகளை விரும்புகிறான். அவளுடைய பெயர் அல்யோனா. கடும்புயலில், மின்னலும் மழையுமாக கடல் பொங்குவதாகவும் கப்பல் தள்ளாடுவதாகவும் படம் தொடர்ந்தது. பதைபதைத்த மாலுமி ஒருவன் ஏதோ கூவ, அதற்குக் கொஞ்சமும் ஒத்துப்போகாத ஆஃப்கன் குரலொன்று அதை இப்படி மொழிபெயர்த்தது “எனதருமை ஐயா அந்தக் கயிற்றைக் கொஞ்சம் இங்கே அனுப்ப முடியுமா?”

அவ்வளவுதான், தாரிக் வெடித்துச் சிரித்துவிட்டான். அவனைத்தொடர்ந்து இருவருமே அடக்க முடியாத தொடர் சிரிப்புக்கு ஆட்பட்டார்கள். ஒருவர் களைப்படைந்து நிறுத்தியதும் அடுத்தவர் ஆரம்பித்து வைக்க, அவர்கள் சிரித்துக்கொண்டே இருந்தார்கள். இரண்டு வரிசைகளுக்கு முன் அமர்ந்திருந்த ஒருவன் திரும்பிப் பார்த்து அவர்களை அதட்ட வேண்டியதாகிற்று.

படத்தின் முடிவுக்குச் சற்று முந்தையது திருமணக் காட்சி. அல்யோனா துணைத்தளபதியை மணந்துகொள்ள கப்பல் தலைவன் சம்மதித்திருந்தான். புதுமணத்தம்பதி ஒருவரையொருவர் பார்த்துப் புன்னகை புரிந்தனர். எல்லோரும் வோட்கா அருந்திக்கொண்டிருந்தார்கள்.

“நான் கல்யாணமே பண்ணிக்கொள்ள மாட்டேன்” தாரிக் கிசுகிசுத்தான்.

“நானும்தான்,” இப்படிச் சொல்வதற்கு முன் லைலா ஒரு நொடி தயங்கிவிட்டாள். பிறகு, அவன் பேசியதில் தனக்கேற்பட்ட ஏமாற்றத்தைத் தன் குரல் காட்டிக்கொடுத்து விட்டதோ என்றும் அஞ்சினாள். இதயம் துடிக்க, இன்னொரு முறை, மேலும் அழுத்தமாக “ஒருபோதும்” என்றாள்.

“திருமணங்கள் முட்டாள்தனமானவை.”

“எவ்வளவு ஆர்ப்பாட்டம்”

“எவ்வளவு பண விரயம்”

“எல்லாம் எதற்காக?”

“நீ மறுமுறை அணிய முடியாத ஆடைகளுக்காக.”

“ஆம்!”

“அப்படியொருவேளை நான் திருமணம் செய்துகொண்டேனென்றால், மணமேடையில் மூவருக்கு இடவசதி செய்யப்பட்டிருக்க வேண்டும். எனக்கு, மணமகளுக்கு, அப்புறம் என் மண்டைக்கு நேராகத் துப்பாக்கியைப் பிடிப்பவனுக்கு.”

முன்வரிசையில் இருந்த மனிதன் மீண்டும் அவர்களை அதட்டும் முகமாகப் பார்க்க வேண்டியதாகிற்று.

திரையில் அல்யோனாவும் அவளது புதுக்கணவனும் முத்தமிட்டுக்கொண்டார்கள்.

முத்தத்தைப் பார்த்துக்கொண்டிருந்த லைலா, திடீரென்று, வித்தியாசமாக, தான் வெறிக்கப்படுவதாக, உணர்ந்தாள். அவளுடைய இதயப் படபடப்பை, ரத்தம் காதுகளுக்குப் பாயும் துடிப்பை, அவளுக்குப் பக்கத்தில் தாரிக்கின் உருவம் இறுகி, அசையாமல் இருப்பதைத் துல்லியமாக உணர்ந்தாள். முத்தம் நீண்டுகொண்டேயிருந்தது. ஏதோ கட்டளைக்குக் கட்டுப்பட்டதைப்போல லைலா ஆடாமல் அசையாமல் இருந்தாள், சின்னதொரு ஓசையைக்கூட எழுப்பிவிடக்கூடாதென்று நினைத்தாள். அவள் அவனைக் கவனிப்பதைப் போலவே

தாரிக்கின் ஒரு கண், முத்தத்தையும், இன்னொன்று அவளையும் பார்த்துக்கொண்டிருப்பது அவளுக்குத் தெரிந்தது. அவளுடைய மூச்சுக்காற்று உஷ்ஷென்ற ஓசையுடன் உள்ளும் வெளியிலும் சென்று வருவதும், அதிலுள்ள தடுமாற்றமும், அவளைக் காட்டிக்கொடுக்கும் சீரற்ற தன்மையும் அவளுடைய எண்ணங்களுக்கு அது செய்யும் துரோகமும் அவனுக்குக் கேட்டுவிடுமோ?

அவனை முத்தமிட்டால் எப்படி இருக்கும்? அவனுடைய உதட்டுக்கு மேலே இருக்கும் அந்த ரோமம் இவளுடைய உதடுகளை வருடினால் எப்படியிருக்கும்?

தாரிக் தன்னுடைய இருக்கையில் அசௌகரியமாக நெளிந்தான். எதையாவது பேசிவிட வேண்டும் என்ற பிரயத்தனத்துடன் கேட்டான் "உனக்குத் தெரியுமா, சைபீரியாவில், மூக்கைச் சிந்தினால் சளி கீழே விழுமுன் பச்சை நிறத்தில் ஐஸ் கட்டியாக மாறிவிடும் என்று?"

இம்முறை இருவரும் பதட்டமாக, கொஞ்சமாக, சிரித்தார்கள். படம் முடிந்து வெளியில் வந்ததும் வானம் இருட்டியிருந்ததில், தாரிக்கின் விழிகளை பளிச்சென்ற பகலொளியில் பார்க்க வேண்டி வராததில் லைலா நிம்மதியடைந்தாள்.

23

ஏப்ரல் 1992

மூன்று வருடங்கள் கழிந்தன.

அந்தக் காலகட்டத்தில் தாரிக்கின் அப்பாவுக்கு, தொடர்ந்து பக்கவாதத்தின் தாக்குதல் ஏற்பட்டவாறிருந்தது. அதன் விளைவாய் அவரது இடது கை செயல்படாமல்போய், பேச்சு குழறியது. அவர் பதற்றமடையும் போது, அது அடிக்கடி நடந்தது, குழறல் அதிகரித்தது.

தாரிக்கின் கால் மீண்டும் அவனுடைய செயற்கைக் காலை மீறி வளர்ந்துவிட்டதால் அவனுக்கு செஞ்சிலுவைச் சங்கம் புதிய காலைத் தந்தது என்றாலும் அவன் அதற்காக ஆறு மாதம் காத்திருக்க வேண்டியிருந்தது.

ஹசீனா பயந்தது போலவே அவளுடைய குடும்பம் அவளை லாஹூருக்கு அழைத்துச்சென்று உதிரிபாகங்கள் விற்பனைக்கடை நடத்திய அவளுடைய மாமன் மகனுக்கே திருமணம் செய்வித்தார்கள். அவளை அவர்கள் அழைத்துச்சென்ற அன்று, லைலாவும் கிதியும் ஹசீனாவின் வீட்டுக்குச் சென்றார்கள். ஹசீனா அவர்களிடம் தன் கணவனாகவிருந்த, மாமன்-மகன் அவனுடைய சகோதரர்கள் வாழும் ஜெர்மனிக்கே அவர்களையும் அழைத்துச்சென்று விடும் ஏற்பாடுகளைச் செய்து கொண்டிருந்ததாகச் சொன்னாள். அந்த வருட இறுதிக்குள் அவர்கள் ஃப்ராங்க்ஃபர்ட் சென்றுவிடுவார்கள் என்றாள். பிறகு அவர்கள் மூவரும் கட்டிக்கொண்டு அழுதார்கள். கிதியைச் சமாதானப்படுத்தவே முடியவில்லை. லைலா ஹசீனாவைக் கடைசியாகப் பார்த்தது, ஹசீனாவின் அப்பா அவளை, நெரிசல்

மிகுந்திருந்த ஒரு வாடகைக்-காரின் பின்னிருக்கையில் ஏற்றிவிட்டுக் கொண்டிருந்தபோதுதான்.

சோவியத் யூனியன், திகைப்பூட்டும் விதத்தில் படுவேகமாக நொறுங்கியது. சில வாரங்களுக்கொருமுறை, முறையே, லித்துவேனியா, எஸ்டோனியா, உக்ரைன் போன்ற குடியரசுகளுக்குச் சுதந்திரம் வழங்கப்பட, பாபி வீடு திரும்பும் போதெல்லாம் இப்படியான செய்திகளோடே வருவதாக லைலா நினைத்தாள். க்ரெம்ளினின் மீது சோவியத்தின் கொடி தாழப்பறந்தது. ரஷ்யக் குடியரசு பிறந்தது.

காபுலில், நஜிபுல்லாஹ், தன்னை ஒரு பற்றுறுதி மிக்க முஸல்மானாகக் காட்டிக்கொள்ளத் தந்திரமாக முனைந்தார். “காலம் கடந்து விட்டது, இதனால் பிரயோசனம் இல்லை” என்றார் பாபி. “இத்தனை காலமும் *KHAD*, கதாமத்-ஏ-அதாலத்-தவ்லத்தியின் தலைவராக இருந்துவிட்டு, திடீரென்று, தான் கொன்றுகுவித்த, சித்ரவதை செய்த மக்களின் உறவினர்களோடு பள்ளியில் நின்று தொழுதால் எல்லாம் சரியாகிவிடுமா?” என்றார் அவர். காபுலைச் சுற்றியிருக்கும் கயிறு இறுகுவதை உணர்ந்த நஜிபுல்லாஹ் முஜாஹிதீன்களுடன் ஓர் ஒப்பந்தத்துக்கு வந்துவிட முயன்றார். ஆனால் முஜாஹிதீன்கள் ஒப்புக்கொள்ளவில்லை.

“அதுதான் நல்லது” படுக்கையிலிருந்தபடியே சொன்னாள் மாம்மி. அவள் முஜாஹிதீன்களைக் கவனித்துக்கொண்டே இருந்தாள், அவர்களுடைய வெற்றி ஊர்வலத்துக்காகக் காத்திருந்தாள். தன் மகன்களின் எதிரிகள் வீழ்வதற்காகக் காத்திருந்தாள்.

முடிவாக அவர்கள் வீழ்ந்தது 1992 இன் ஏப்ரலில், அப்போது லைலாவுக்குப் பதினான்கு வயது. நஜிபுல்லா சரணடைந்தார். நகரத்தின் தெற்கே தாருல் அமாண் அரண்மனைக்கு அருகில் ஐக்கிய நாடு அமைப்பின் தலைமையகத்தில் அவருக்குப் புகலிடம் அளிக்கப்பட்டது.

ஜிஹாத் முடிவுக்கு வந்தது. லைலா பிறந்த இரவிலிருந்து கோலோச்சிய வெவ்வேறு கம்யூனிச அமைப்புகள் தோற்கடிக்கப்பட்டன. மாம்மியின் கதாநாயகர்கள், அஹமத்-நூரின் சகவீரர்கள் வெற்றியடைந்து விட்டார்கள். குடும்பங்களைப் பிரிந்து மலைகளில் வாழச்சென்று, ஆஃப்கானிஸ்தானின்

அரசுரிமைக்காகப் போராடியதில் பத்து வருடங்களைத் தியாகம் செய்த முஜாஹிதீன்கள் ரத்தமும் சதையுமாக, போரினால்-களைத்துப்போன எலும்புகளுமாகக் காபுலுக்குத் திரும்புகிறார்கள்.

மாம்மிக்கு அவர்கள் அத்தனை பேரின் பெயர்களும் தெரியும்.

உஸ்பெக்கின் ஆர்ப்பரிப்புமிக்க தளபதி, தோஸ்தும், ஜுன்பிஷ்-இ-மில்லி உட்பிரிவின் தலைவர், தன்னுடைய கடப்பாடுகளை அடிக்கடி மாற்றிக்கொள்கிறார் என்று பெயர் பெற்றவர். ஹெஸ்ப்-ஏ-இஸ்லாமி பிரிவின் தலைவரான குல்புதீன் ஹெக்மத்தியார், கடும் முரடர், பாஷ்டூன் இனத்தவர், பொறியியல் படித்தவர், மாவோயிஸ்ட் மாணவன் ஒருவனைக் கொன்றவர். தஜிக் தலைவரும், முடியாட்சியின்போது காபுல் பல்கலைக்கழகத்தில் இஸ்லாமியப் பாடங்கள் நடத்தியவருமான ரப்பானி. பக்மானைச் சேர்ந்த பாஷ்டூனரும், பற்றுறுதி மிக்க முஸல்மானும் இத்திஹாத்-ஏ-வஹ்தாத் பிரிவின் தலைவருமான சயஃப். ஹிஸ்ப்-ஏ-வஹ்தாத் பிரிவின் தலைவரும் சக-ஹஜாரக்களின் மத்தியில் பாபா மஸாரி என்றழைக்கப்பட்டவரும், இரானுடன் நெருங்கிய தொடர்புள்ளவருமான அப்துல் அலி மஸாரி.

பிறகு மாம்மியின் நாயகனும் ரப்பானியின் கூட்டாளியுமான, சதா சிந்தனையார்ந்தவராகக் காணப்படும் கவர்ச்சிகரமான தஜிக் தலைவரும், பஞ்ச்ஷிரின் சிங்கமுமான அஹமத் ஷா மசூத். மாம்மி அவருடைய புகைப்படத்தை அவளுடைய அறையில் மாட்டியிருந்தாள். மசூதின் அழகிய, சிந்தனாபூர்வமான முகம், நெறித்த புருவங்களும் அவருக்கே உரிய பாணியில் சற்று சாய்வாக அணியப்பட்டிருந்த பக்கோலுமாகக் காபுலெங்கும் காணக்கிடைத்தது. அவருடைய ஊடுருவும் கண்கள் விளம்பரத்தட்டிகளிலிருந்தும், சுவர்களிலிருந்தும், கடைகளுக்கு முன்பாக இருந்த சன்னல்களிலிருந்தும், கார்களின் ஆன்டெனாக்களில் கட்டப்பட்டிருந்த படங்களிலிருந்தும் பார்வையாளர்களை உற்றுநோக்கின.

மாம்மியைப் பொறுத்தமட்டில் அவள் ஏங்கிக்கொண்டிருந்தது இந்த நாளுக்காகத்தான். அவளுடைய இத்தனை வருடத்தின் காத்திருப்பு கனிந்து விட்டது.

இனி அவள் தன்னுடைய கண்காணிப்புகளைத் தளர்த்திக்கொள்ளலாம், அவளுடைய மகன்கள் இனியாவது நிம்மதியுடன் துயிலச்செல்வார்கள்.

நஜிபுல்லா சரணடைந்ததற்கு மறுநாள் மாம்மி படுக்கையிலிருந்து புதிய மனுஷியாக எழுந்தாள். அஹமதும் நூரும் *ஷஹீதா*கியிருந்த இந்த ஐந்து வருடங்களில் இன்றுதான் அவள் கருப்பில் உடுத்திக்கொள்வதைக் கைவிட்டாள். வெண்ணிறப்புள்ளிகள் இட்ட கருநீல லினன் ஆடையை அணிந்து கொண்டாள். சன்னல்களைக் கழுவினாள், தரையைப் பெருக்கினாள், வீட்டைக் காற்றாடத் திறந்து வைத்தாள். பிறகு நெடுநேரம் குளித்தாள். அவளுடைய குரல் மிதமிஞ்சிய மகிழ்ச்சியில் கிறீச்சிட்டது.

"இனிக் கொண்டாட்ட விருந்துதான்," என்று அறிவித்தாள்.

அக்கம்பக்கத்தினரை அழைக்க லைலாவைப் பணித்தாள். "நாளைக்கு அவர்களுக்காக அருமையான மதிய விருந்து தயார் செய்ய இருக்கிறேன் என்று சொல்!"

கைகளை இடுப்பில் வைத்துக்கொண்டு அடுப்படியில் நின்றவள், சுற்றிலும் பார்த்துவிட்டு, நட்பார்ந்த குரலில், "என் சமையலறையை நீ என்ன செய்துவைத்திருக்கிறாய் லைலா? ஓய்ய். எல்லாமே இடம் மாறியிருக்கிறதே" என்றாள்.

சட்டிப்பானைகளை இடம் மாற்றத்தொடங்கியவள், ஏதோ தன்னுடைய ஆட்சிக்குட்பட்ட இடம் கைமாறி இருந்ததைப் போலவும் மீண்டும் அதில் தன் உரிமையை நிலைநாட்டித் தன் ஆளுகையின் கீழ் கொண்டு வருவது போலவும் மிகவும் நாடகீயமாக அதைச் செய்தாள். வெற்றிக்களிப்பிலும், கோபாவேசத்தில் இருப்பதைப் போலவே மாம்மி பிடிவாதமாக நடந்துகொள்கிறவள் என்பதால், லைலா அவள் வழிக்கே போகவில்லை. அதுதான் எல்லோருக்கும் நல்லது. கட்டுக்கடங்காத உற்சாகத்துடன் மாம்மி சமைக்க ஆரம்பித்தாள்: ராஜ்மாவும் காய்ந்த சதகுப்பையும் சேர்த்த ஆஷ் சூப், *கோஃப்தா*, இவற்றோடு புதுத்தயிரும் புதினாவும் சேர்த்த சூடான *மண்ட்டு*.

அடுப்பு மேடைக்கு அருகிலிருந்த அரிசி மூட்டையைப் பிரித்துக்கொண்டே "நீ உன் புருவங்களைச் சீர் செய்திருக்கிறாயே," என்றாள் மாம்மி.

"கொஞ்சம் தான்"

பெரிய கருநிறச்சட்டி ஒன்றில் இருந்த நீரில், சாக்கிலிருந்த அரிசியை அவள் கொட்டினாள். பிறகு சட்டையின் கைகளை மடித்து விட்டுக்கொண்டு கிளற ஆரம்பித்தாள்.

"தாரிக் எப்படி இருக்கிறான்?"

"அவனுடைய அப்பாவுக்கு உடல்நலமில்லை."

"என்ன வயதிருக்கும் இப்போது?"

"தெரியவில்லை. அறுபதுகளில் இருக்கலாம்."

"நான் தாரிக்கின் வயதைக் கேட்டேன்."

"ஓ. பதினாறு."

"நல்ல பையன் அவன். அப்படித்தானே?"

லைலா தோளைக்குலுக்கினாள்.

"இனியும் அவன் பையன் இல்லை? பதினாறுவயது. கிட்டத்தட்ட வளர்ந்த ஆண்மகன். அப்படித்தானே?"

"நீ என்ன சொல்ல வருகிறாய் மாம்மி?"

"அடடா. அதெல்லாம் ஒன்றுமில்லை. நீ... நான் எதுவும் சொல்லாமல் இருப்பதுதான் நல்லது." என்றாள் அப்பாவிப் புன்னகையோடு.

"இல்லை நீ சொல்ல வேண்டும் என்றுதான் நினைக்கிறாய்." என்றாள் லைலா. சுற்றி வளைத்து, விளையாட்டுத்தனமாகச் சொல்லப்படும் இந்தக் குற்றச்சாட்டு அவளுக்கு எரிச்சலூட்டியது.

"சரி தான்." மாம்மி பானையின் வாயைச் சுற்றித் தன் கைகளை வைத்தாள். அந்த "சரி தான்"-னிலும் உடல்மொழியிலும் செயற்கையான, கிட்டத்தட்ட ஒத்திகை செய்யப்பட்ட தொனியை லைலா உணர்ந்தாள். பெரிய சொற்பொழிவு நிகழப் போகிறது என்று அச்சம் அடைந்தாள்.

"நீங்கள் சிறுகுழந்தைகளாகச் சுற்றித்திரிந்தபோது அது வேறுவிஷயம். அதில் ஒரு தவறும் இல்லை. அது அழகாகவும் இருந்தது. ஆனால். ஆனால் இப்போது. நீ பிரேசியர் அணிந்திருப்பதை நான் கவனிக்கிறேன் லைலா."

லைலா எதிர்பாராத விதத்தில் பிடிபட்டுவிட்டாள்.

"நீ இந்த பிரேசியர் சமாச்சாரத்தை என்னிடம் சொல்லியிருக்கலாம். எனக்குத் தெரியாமல் போயிற்றே. நீ சொல்லவில்லை என்பதில் எனக்கு மனத்தாங்கலாக இருக்கிறது." தன் கை ஓங்கியிருப்பதை உணர்ந்து அவள் இன்னமும் அழுத்தம் கொடுக்கலானாள். "எப்படியோ, இது என்னைப் பற்றியும் பிரேசியரைப் பற்றியதும் அல்ல. இது உன்னையும் தாரிக்கையும் குறித்ததுதான். அவன் ஆண்பிள்ளை இல்லையா? அவனுக்கு அவப்பெயர் உண்டாவது குறித்தெல்லாம் கவலைப்படத்தேவையில்லை. ஆனால் நீ? ஒரு பெண்ணின் நற்பெயர், அதிலும் உன்னைப் போன்ற அழகானவளின் நற்பெயரென்பது மிகநாசுக்கானது. கையிலிருக்கும் ஒரு மைனாவைப் போன்றது. பிடியைக் கொஞ்சம் நழுவவிட்டால் பறந்துவிடும்."

"நீ மட்டும் சுவர் ஏறிக்குதிக்கலாம், பழத்தோட்டத்தில் பாபியோடு அலையலாமா?" அவ்வளவு சீக்கிரம் சுதாரித்துக் கொண்டதற்காகத் தன்னையே மெச்சிக்கொண்டு கேட்டாள் லைலா.

"நாங்கள் உறவினர்கள். திருமணம் செய்து கொண்டோம். இந்தப் பையன் தன்னை மணக்கச் சொல்லி உன்னைக் கேட்டானா?"

"அவன் என் தோழன். ஒரு *ரஃபீக்*. எங்களுக்கிடையில் வேறு ஒன்றும் இல்லை." லைலாவின் பேச்சு மாம்மிக்குப் பதில் கொடுத்துவிடவேண்டுமெனும் தொனியுடன் இருந்ததே ஒழிய நம்பிக்கைக்குரியதாய் தோன்றவில்லை. "அவன் எனக்கு சகோதரன் மாதிரி" என்றும் அவள் யோசிக்காமல் உளறினாள். மாம்மியின் முகம் மாறி, அவளுடைய முகத்தின் கூறுகள் அடர்வண்ணம் கொள்ளும் முன்பே தான் தவறாகப் பேசிவிட்டது அவளுக்கு உறைத்துவிட்டது.

"என்ன உளறுகிறாய்? அந்தத் தச்சனின் ஒற்றைக்-கால் மகனை உன் சகோதரர்களுடன் எப்படி ஒப்பிடுகிறாய்? உன் சகோதரர்களைப் போல *யாருமே* இருக்க முடியாது."

"அவனை அந்த மாதிரி சொல்லவில்லை... நான் அந்த அர்த்தத்தில் சொல்லவில்லை."

மாம்மி பெருமூச்சு விட்டு பற்களைக் கடித்தாள்.

"எப்படியோ," சில நிமிடங்களுக்கு முன்பு வரை இருந்த இனிமையான மனநிலை மாறிவிட்டவளாய் சொன்னாள். "நான்

சொல்ல வருவது இதைத்தான். நீ கவனமாக இல்லையென்றால், ஜனங்கள் பேசத்தொடங்கி விடுவார்கள்."

லைலா எதையோ சொல்ல வாயெடுத்தாள். ஆனால் மாம்மி சொல்வதிலும் உண்மை இருக்கத்தான் செய்கிறது. தாரிக்கும் அவளும், தெருக்களில், சிறுபிள்ளைத்தனமாகக் கவலையில்லாமல் சுற்றித்திரிந்த நாட்கள் எல்லாம் முடிவுக்கு வந்துவிட்டன என்பதை லைலா அறிந்தேயிருக்கிறாள். சமீபகாலமாக அவர்கள் இருவரும் பொதுவெளியில் ஒன்றாக இருக்கும்போது ஒரு விசித்திரமான உணர்வை அவள் அடைகிறாள். அவர்கள் உற்றுக்கவனிக்கப்படும், அவர்கள் குறித்து கிசுகிசுக்கப்படும் உணர்வு அவளுக்கு ஏற்படுகிறது. இப்போதும் அவளுக்கு இதுவெல்லாம் புரியாமலே போயிருக்கக்கூடும்: தாரிக்கிடம் அவள் காதல்வயப்பட்டிருக்கவில்லை என்றால். ஆனால் அவள் கண்மூடித்தனமாகவும் மீளமுடியாதபடியும் காதல் கொண்டுவிட்டாள். அவளருகில் அவன் இருக்கும் நேரங்களில் அவனுடைய மெலிந்த ஆடையற்ற உடல் தன்னுடையதில் பின்னிக்கொண்டிருப்பதைப் பற்றிய வெட்கம்கெட்ட கற்பனைகளை அவளால் தடுக்கவே முடியவில்லை. இரவில் படுக்கையில் கிடந்தபடி, அவன் தன் வயிற்றில் முத்தமிடுவதாகக் கற்பனை செய்தாள், அவனுடைய உதடுகளின் மென்மையை வியந்தாள், அவளுடைய கழுத்தில், மார்பில், முதுகில், இன்னமும் கீழேயும் செல்லும் அவனுடைய கையை உணர்ந்தாள். இப்படியெல்லாம் அவனைப் பற்றி நினைக்கும் போது அவளுக்குக் கடும்குற்றவுணர்வு உண்டாகிற அதேசமயம், அவளது வயிற்றிலிருந்து எழும்பும் கதகதப்பான, விசித்திரமான வேறொரு உணர்வு அவளது முகம் முழுக்க சிவந்து போகுமாறு செய்கிறது.

ஆம். மாம்மி தெரிந்து சொன்னாளோ தெரியாமல் சொன்னாளோ, அவள் சொல்வதில் ஏராளமான உண்மை இருக்கத்தான் செய்கிறது. அக்கம்பக்கத்திலுள்ள எல்லோரும் இல்லையென்றாலும் சிலராவது அவளையும் தாரிக்கையும் பற்றி புறணி பேசுகிறார்கள் என்ற சந்தேகம் அவளுக்கே இருந்தது. அவளும் தாரிக்கும் காதலர்கள் என்று கிசுகிசுக்கப்படுவதையும் அப்போது தென்படும் இளிப்புகளையும் லைலா கவனித்திருக்கிறாள். அன்றொருநாள், அப்படித்தான், அவளும் தாரிக்கும் தெருவில் ஒன்றாகச் சென்ற போது செருப்பு-தயாரிக்கும் ரஷீதையும் அவனைத்தொடர்ந்து போகும் புர்கா-அணிபவளான அவனது மனைவி மரியத்தையும் அவர்கள் பார்த்தார்கள். ரஷீத் அவர்களைக் கடந்து போகும் போது

"அப்படியே லைலாவும் மஜ்னுவும்" என்று விளையாட்டாய்- பனிரெண்டாம் நூற்றாண்டின் பிரபல கவிஞன் நிசாமியின் காதல் கவிதையின் நாயகர்களைக்- குறிப்பிட, அவர்கள் *ரோமியொ ஜூலியட்டின்* ஃபார்ச்சி உருவங்களான, ஈருடல் ஓருயிரான காதலர்கள் என்றும், ஷேக்ஸ்பியருக்கு நான்கு நூற்றாண்டுகள் முன்னரே நிசாமி இந்தத் துயர முடிவடைந்த காதலர்களின் கதையை எழுதிவிட்டார் என்றும் பாபி சொல்லியிருந்ததை அவள் நினைத்துக்கொண்டாள்.

மாம்மி சொன்னது சரிதான்.

லைலாவுக்கு எரிச்சல் ஏற்படுத்தியது என்னவென்றால் அதைச் சொல்வதற்கான உரிமையை உண்டாக்கிக்கொள்ள அவள் எதுவுமே செய்ததில்லை என்பதுதான். பாபி இந்த பிரச்சினையை எழுப்பினார் என்றால் அது வேறுவிஷயம். ஆனால் மாம்மி? இத்தனை வருடங்களாகத் தன்னைத் தனிமைப்படுத்திக்கொண்டு முடங்கியிருந்துவிட்டு, லைலா எங்கு சென்றாள், யாரைப் பார்த்தாள் என்ன நினைக்கிறாள் என்று எதைப் பற்றியும் அக்கறை கொள்ளாமல் இருந்துவிட்டு...இது நியாயமே இல்லையே. அவளும் அந்தச் சட்டிப் பானைகளும் ஒன்றுதான் என்று லைலா நினைத்தாள். அலட்சியப்படுத்திவிட்டு, மனநிலைமாறி விருப்பம் உண்டாகும்போது அவற்றுக்கான உரிமையைக் மீட்டெடுத்துக்கொள்ளலாம் அல்லவா.

ஆனால் இன்று ஒரு நல்லநாள், அவர்கள் எல்லோருக்குமே மிக முக்கியமான ஒரு நாள். அதை இந்த விஷயத்துக்காகப் பாழாக்கக் கூடாது. நன்மையைக் கருத்தில் கொண்டு இதைப் பெரிதுபடுத்தாமல் விட்டுவிட எண்ணினாள் லைலா.

"நீ சொல்வது எனக்குப் புரிகிறது" என்றாள்.

"நல்லது. அப்படியென்றால் பிரச்சினை முடிந்தது. சரி ஹக்கீம் எங்கே? என் சிறிய, இனிமையான கணவர் எங்கே போனார்?

அது மேகங்களற்ற ஒளிமிகுந்த, கொண்டாட்டங்களுக்குப் பொருத்தமான நாள். தோட்டத்தில் ஆட்டங்கண்டுவிட்ட மடக்கு நாற்காலிகளில் ஆண்கள் அமர்ந்திருந்தனர். அவர்கள் தேநீர் அருந்திக்கொண்டும் புகைத்துக்கொண்டும் முஜாஹிதீங்களின் திட்டங்களைப் பற்றி வேடிக்கையாக

உரக்க, பேசிக்கொண்டிருந்தார்கள். பாபியிடமிருந்து அந்தப் பேச்சின் சாரமாக லைலா தெரிந்துகொண்டது இதைத்தான்: ஆஃப்கானிஸ்தான் இப்போது ஆஃப்கானிஸ்தான் இஸ்லாமியக் குடியரசு என்று அழைக்கப்படுகிறது. சிப்கதுல்லா மொஜாதிதியின் தலைமையில் செயல்படும், முஜாஹிதீன்களின் பல உட்பிரிவுகளை ஒருங்கிணைத்த, பெஷாவரில் அமைந்துள்ள இஸ்லாமிய ஜிஹாத் குழு ஒன்றிரண்டு மாதங்களுக்குப் பொறுப்பெடுத்துக்கொள்ளும். அதைத் தொடர்ந்து ரப்பானியின் தலைமையில் அமைக்கப்படும் குழு நான்கு மாதங்களுக்குப் பொறுப்பேற்கும். அந்த ஆறு மாதங்களில் பல தலைவர்களையும் மூத்தவர்களையும் உள்ளடக்கிய லோயா ஜிர்கா, பேரவை ஒன்று அமைக்கப்பட்டு அவர்கள் இரண்டு வருடங்களுக்கு அதிகாரத்தை எடுத்துக்கொள்ளும் இடைக்கால அரசை அமைப்பார்கள், தொடர்ந்து மக்களாட்சித் தேர்தல் நடைபெறும்.

ஆண்களில் ஒருவர், கௌவுகோலில் கோர்க்கப்பட்டு அங்கு அமைக்கப்பட்ட தற்காலிகக் கரியடுப்பில் வறுபட்டுக் கொண்டிருக்கும் ஆட்டிறைச்சி கரிந்துவிடாமல் விசிறிக்கொண்டிருந்தார். அங்கிருந்த ஒரு பெரிய பேரிக்காய் மரத்தின் நிழலில் பாபியும் தாரிக்கின் அப்பாவும் சதுரங்கம் விளையாடிக்கொண்டிருந்தார்கள். தாரிக்கும் அங்கேயே அமர்ந்து அவர்கள் விளையாடுவதைப் பார்த்துக்கொண்டும் அருகிலிருந்து மேசையில் விவாதிக்கப்படும் அரசியல் பேச்சைக் கேட்டுக்கொண்டுமிருந்தான்.

பெண்கள் வரவேற்பறையிலும், கூடத்திலும் அடுப்படியிலும் கூடினர். தங்கள் குழந்தைகளைத் தூக்கி, நிபுணத்துவத்துடன் இடுப்பை லேசாக வெட்டி அதில் அவர்களை அமர்த்திக்கொண்டார்கள். சற்றே பெரிய குழந்தைகள் வீட்டைச் சுற்றி ஒருவரையொருவர் துரத்திக்கொண்டு ஓடினார்கள். இசைநாடாவிலிருந்து உஸ்தாத் சரஹங்கின் கஸல் உரத்து ஒலித்தது.

*டோக்கை போத்தல்களில் நிரப்பிக்கொண்டு கிதியுடன் அடுப்படியில் நின்றிருந்தாள் லைலா. கிதி முன்னைப் போல கூச்ச சுபாவியாக, சிடுசிடுத்தவளாக இல்லை. சதா சுளித்திருக்கும் அவளுடைய நெற்றியும் கூட இப்போது மென்மை அடைந்திருக்கிறது. சமீபமாக அவள் வாய் விட்டுச் சிரிக்க ஆரம்பித்திருக்கிறாள், சொல்லப்போனால் லைலாவுக்கு அது-காதல் வயப்பட்ட ஒருத்தியின் சிரிப்பாகத் தெரிகிறது.

வழக்கமான சலிப்பேற்படுத்தும் குதிரைவால்களைக் கைவிட்டு அவள் இப்போது கூந்தலை நீள வளர்த்து, ஆங்காங்கே சில கற்றைகளுக்குச் சிவப்புச்சாயம் பூசியிருக்கிறாள். சில நாட்கள் கழித்துத்தான் இந்த மாற்றங்களுக்கெல்லாம் தூண்டுகோலாக இருப்பது பதினெட்டு வயதான, அவளை நேசிக்கும் ஒருவன் என்பது லைலாவுக்குத் தெரிய வந்தது. கிதியின் அண்ணனின் கால்பந்தாட்டக்குழுவின் கோல் கீப்பர் சபீர் தான் அது.

"ஆ, அவனுடைய புன்னகை, அது அவ்வளவு அழகு, அதோடு அவனுடைய அந்த அடர்ந்த, கருத்த கேசம்!" என்றாள் கிதி லைலாவிடம். வேறுயாருக்கும் அவர்களுடைய காதல்கதை தெரியாது. நகரின் மறுபக்கத்தில் இருந்த தைமானியில், ஒரு தேநீர்நிலையத்தில், அவனை இரண்டு முறை சந்தித்திருந்தாள் கிதி, ஒவ்வொரு தரமும் அவர்கள் பதினைந்து நிமிடங்கள் சேர்ந்திருந்தார்கள்.

"அவன் என்னைப் பெண் கேட்கப் போகிறான் லைலா! இந்தக் கோடையிலேயேகூட இருக்கலாம். உன்னால் நம்ப முடிகிறதா? சத்தியமாகச் சொல்கிறேன் என்னால் அவனைப் பற்றி யோசிப்பதை நிறுத்தவே முடியவில்லை."

"அப்படியென்றால் பள்ளிப்படிப்பு?" லைலா கேட்டாள். கிதி அவளுடைய தலையைச் சாய்த்து, இதெல்லாம் நம் இரண்டு பேருக்கும் தெரிந்த விஷயம் தானே என்கிறார் போலப் பார்த்தாள்.

நமக்கெல்லாம் இருபது வயதாகும் போது, கிதியும் நானும் நான்கைந்து குழந்தைகளைப் பெற்றுத்தள்ளியிருப்போம். ஆனால் லைலா, நீயோ மட்டிகளான எங்களைப் பெருமை கொள்ளச் செய்வாய். நீ பெரிய ஆளாகி விடுவாய். எனக்கு நிச்சயமாகத் தெரியும். என்றாவது ஒரு நாள், நான் ஒரு செய்தித்தாளை எடுத்து அதில் முதல்பக்கத்தில் உன் புகைப்படம் இருப்பதைப் பார்க்கத்தான் போகிறேன் என்பாள் ஹசீனா.

கிதி இப்போது லைலாவின் பக்கத்தில் நின்று, கனவுலகில் தொலைந்து போனவளாய் வெள்ளரிக்காய்களை வெட்டிக்கொண்டிருந்தாள்.

பக்கத்திலேயே வாஜ்மா மற்றும் தாரிக்கின் அம்மாவுடன் நின்று அவித்த முட்டைகளை உரித்துக்கொண்டிருந்தாள் மாம்மி.

ஆயிரம் சூரியப் பேரொளி ○ 199

“தளபதி மசூதுக்கு அஹமத்-நூரின் புகைப்படத்தை நான் பரிசளிக்கப் போகிறேன்” மாம்மி சொல்லிக்கொண்டிருந்தாள். வாஜ்மா ஆர்வம் கொண்டவளாகவும், கவனமாகவும் தோன்றுவதற்கான முயற்சியில் தலையை ஆட்டிக்கொண்டிருந்தாள்.

“அவர்களுடைய அடக்கத்தை அவர் மேற்பார்வை செய்துள்ளார். புதைகுழியின் அருகில் தொழுகை நடத்தியிருக்கிறார். அவருடைய பெருந்தன்மைக்கு நான் செய்யும் பதில் மரியாதையாக இது இருக்கும்.” மாம்மி இன்னொரு முட்டையின் ஓட்டை உடைத்தாள். “அவர் ஒரு சிந்தனாவதி என்றும் கண்ணியவான் என்றும் கேள்விப்படுகிறேன். அவர் இதை மெச்சிக்கொள்வார்.”

அவர்களைச் சுற்றியும் பெண்கள் அடுப்படியின் உள்ளேயும் வெளியிலும் வேகமாக வந்து போய்க்கொண்டிருந்தார்கள். அவர்கள் *குர்மா* கிண்ணங்களையும், *மஸ்தாவா* தட்டுகளையும் ரொட்டித் துண்டுகளையும் எடுத்துக்கொண்டு போய், கூடத்தின் தரையில் விரிக்கப்பட்டிருந்த பெரிய *சோஃப்ராவில்* வைத்தார்கள். சற்று நேரத்துக்கு ஒரு முறை தாரிக் உள்ளே வந்து போய்க்கொண்டிருந்தான். அதையும் இதையும் எடுத்துக் கொறித்தான்.

“ஆண்களுக்கு அனுமதி இல்லை” என்றாள் கிதி.

“போ, போ, வெளியில் போ” என்றாள் வாஜ்மா.

பெண்கள் எல்லோரும் தன்னை இப்படி விரட்டுவதில் தாரிக் புன்னகைத்துக் கொண்டான். பெண்களின் இந்த ராஜ்ஜியத்துக்குள் தன்னுடைய ஆண்மையின் செருக்கைக் காட்டி, அரைச்-சிரிப்பு சிரித்துக்கொண்டு தொந்தரவு செய்வதில் அவனுக்குத் தனி மகிழ்ச்சி உண்டானது போல தெரிந்தது.

அவனைப் பார்க்கக்கூடாதென்று லைலா இயன்றவரை முயன்றாள், பெண்களின் புறணிப் பேச்சுக்குத் தானே தீனி போட்டுவிடவேண்டாம் என்று முடிவு செய்திருந்தாள். தலையைக் கீழே கவிழ்த்துக்கொண்டு அவனிடம் எதுவும் பேசாமல் இருந்தாளே தவிர, சில நாட்களுக்கு முன் கண்டிருந்த ஒரு கனவை-பச்சை நிற முக்காட்டுத்துணி ஒன்றின் கீழே அவர்கள் இருவரும் ஒரு கண்ணாடியில் தங்களைப் பார்த்துக்கொள்வதை, அவர்கள் தலையிலிருந்து அரிசிமணிகள் விழுவதாகக் கனவுகண்டிருந்தாள்-பற்றி அவளால் நினைக்காமலிருக்க முடியவில்லை.

உருளைக்கிழங்குடன் சேர்த்து சமைக்கப்பட்டிருந்த மாட்டிறைச்சித் துண்டம் ஒன்றை ருசி பார்ப்பதற்காகத் தாரிக் கையை நீட்டினான்.

"ஹோ பச்சா!" கிதி அவனுடைய கையில் அறைந்தாள். துண்டத்தை எடுத்துக்கொண்டு தாரிக் சிரித்தான்.

அவன் லைலாவைவிட எப்படியும் ஓரடி உயரம் கூடியிருந்தான். முகத்தைச் சிரைக்கத் துவங்கியிருந்தான். அவனுடைய முகம் மேலும் மெலிந்தும், கூறுகள் இன்னமும் தீர்க்கமாகவும் தெரிந்தன. அவனுடைய தோள் அகன்றுகொண்டிருந்தது. அவன் மடிப்புகள் வைத்துத் தைத்த காற்சட்டைகளையும் அவனுடைய திரட்சியான- துருப்பிடித்த, பழைய, வன்பிடிக்கருவி ஒன்றைக் கொண்டு அவன் தினமும் தோட்டத்தில் பயிற்சி செய்தான்-மேற்கைகளைக் காட்டும் குட்டைக் கைச்சட்டைகளையும் விரும்பி அணிந்தான். சமீபகாலமாக அவனுடைய முகத்தில், விளையாட்டுச் சச்சரவுகளில் ஆர்வம் காட்டும் பாவனை ஒன்று தோன்றியிருக்கிறது. பேசும் போது வேண்டுமென்றே தலையை இரண்டு பக்கமும் ஆட்டவும், சிரிக்கும் போது ஒரு புருவத்தை உயர்த்திக்கொள்வதையும் பழகியிருக்கிறான். கேசத்தை நீளமாக வளர்த்து, முன்நெற்றி முடியை, தேவையில்லாமல் அடிக்கடி சிலுப்பிக் கொள்கிறான். கள்ளத்தனமான இந்த அரைச்-சிரிப்பும் புதிதாகச் சேர்ந்ததுதான்.

கடைசியாக தாரிக் அடுப்படியிலிருந்து விரட்டப்பட்ட போது லைலா அவனைத் திருட்டுத்தனமாகப் பார்ப்பதை அவனுடைய அம்மா கவனித்துவிட்டார். இதயம் துடிக்க, லைலாவின் விழிகள் குற்றவுணர்வில் படபடத்தன. அவள் வேகவேகமாக, ஜாடியிலிருந்த நீர்மோரில், நறுக்கிய வெள்ளரித்துண்டுகளைப் போட்டாள். ஆனால் தாரிக்கின் அம்மா பார்ப்பதை, அவருடைய எனக்குத் தெரியும் எனும் பாவனையை, ஒப்புதலான அரைப்-புன்னகையை அவள் உணர்ந்தாள்.

ஆண்கள் தங்கள் தட்டுகளை நிரப்பிக்கொண்டு தோட்டத்துக்குப் போனதும் பெண்களும் குழந்தைகளும் தரையில் சோஃப்ராவைச் சுற்றி அமர்ந்து உண்டார்கள்.

சோஃப்ரா சுத்தம் செய்யப்பட்டுத் தட்டுகள் அடுப்படியில் அடுக்கப்பட்டு, தேநீர் தயாரிக்கும் வேலையும், யாருக்கெல்லாம் பச்சைத்தேநீர் தேவை, யார் கருப்புத்தேநீர் குடிப்பார்கள் என்ற பித்துப் பிடிக்க வைக்கும் வேலையும் தொடங்கியதும் தாரிக்

தன் தலையை ஆட்டி சமிக்ஞை செய்துவிட்டு, கதவைத் தாண்டி வெளியேறினான்.

ஐந்து நிமிடங்கள் பொறுத்திருந்துவிட்டு லைலாவும் கிளம்பினாள்.

தெருவில் மூன்று வீடுகளுக்கு அப்பால், அங்கிருந்த குறுகியசந்தை நோக்கி நீண்டிருந்த வீட்டின் சுவரில் சாய்ந்து கொண்டிருந்தான் அவன். உஸ்தாத் அவ்வல் மிர்ரின் பழைய பாடல் ஒன்றைப் பாடிக் கொண்டிருந்தான்:

தா ஸே மா ஸிபா வத்தன்,
தா ஸே மா ததா வத்தன்.
இதுதான் எங்கள் அழகிய நாடு,
இதுவே நாங்கள் நேசிக்கும் பூமி.

அதோடு அவன் புகைத்துக்கொண்டுமிருந்தான், இது இன்னொரு புதிய பழக்கம், அவனுடன் சதா சுற்றித்திரியும் நண்பர்களிடமிருந்து கற்றுக்கொண்ட பழக்கம். தாரிக்கின் இந்த புதிய நண்பர்களை லைலாவால் சகித்துக்கொள்ளவே முடியவில்லை. அவர்கள் எல்லோரும் ஒரே மாதிரி உடுத்தினார்கள்: மடிப்பு வைத்த காற்சட்டைகள், இறுக்கமான, மேற்கைகளையும், மார்பையும் கவ்விக்காட்டும் சட்டைகள். அத்தனை பேரும் அளவுக்கு அதிகமாக கலோன் உபயோகப்படுத்தியதோடு எல்லோருமே புகைக்கவும் செய்தார்கள். அந்தப்பகுதியில் சுற்றித்திரிந்த அவர்கள், உரக்கச் சிரித்துக்கொண்டும், கேலி பேசிக்கொண்டும், சில சமயங்களில் பெண்பிள்ளைகளைச் சீண்டிக்கொண்டும், ஒரே மாதிரியான மடத்தனமான, சுய-திருப்தியை அறிவிக்கும் இளிப்புகளோடு இருந்தார்கள். அவர்களில் தாரிக்கின் நண்பனான ஒருவன் தான் சில்வர்ஸ்டன் ஸ்டாலனைப் போலவே இருப்பதாகவும் தன்னை அத்தனை பேரும் ராம்போ என்று அழைக்க வேண்டும் என்றும் வலியுறுத்தினான்.

அந்தச் சந்துக்குள் நுழைவதற்கு முன் இரு பக்கமும் நோட்டமிட்டுக்கொண்டே, “உன் அம்மாவுக்கு மட்டும் நீ புகைப்பது தெரிந்தால் அவர் உன்னைக் கொன்றே விடுவார்” என்றாள் லைலா.

“ஆனால் அவருக்குத் தெரியாதே” என்ற அவன் நகர்ந்து அவளுக்கு இடம் அளித்தான்.

"தெரியாமலே போய்விடுமா?"

"சொல்லப் போவது யார்? நீயா?"

லைலா தன் பாதத்தைத் தட்டி ஓசையெழுப்பினாள். "காற்றிடம் உன் ரகசியத்தைக் கூறு ஆனால் அது மரங்களிடம் அதைச் சொல்லிவிட்டால் குறை சொல்லாதே."

ஒற்றைப் புருவத்தை உயர்த்தி "இது யாருடைய வரி?" என்றான் தாரிக்.

"கலீல் கிப்ரான்."

"நீ ரொம்ப அலட்டுகிறாய்."

"எனக்கு ஒரு சிகரெட் கொடேன்."

அவன் இல்லையென்பதாய் தலையாட்டிவிட்டு கைகளைக் கட்டிக்கொண்டான். சமீபகாலத்தில் அவன் நிகழ்த்திக்காட்டும் உடற்மொழிச்செயல்பாடுகளில் இது மிகவும் நாடகீயமானது: சுவரில் சாய்ந்தவாறு கைகளைக் கட்டி, வாயின் ஒரு மூலையில் சிகரெட் புகைய, அவனுடைய உண்மைக்காலை சாதாரணமாக மடக்கிக்கொண்டு நிற்பது.

"ஏன் தரமாட்டாயா?"

"இது உடல்நலனுக்குக் கெடுதல் விளைவிக்கும்."

"ஏன் உனக்கு மட்டும் கெடுதல் விளைவிக்காதா?"

"நான் பெண்களுக்காகத்தான் இதைச் செய்கிறேன்."

"பெண்களுக்காகவா. எந்தப் பெண்கள்?"

அவன் கேலிப்புன்னகை புரிந்தான். "இது அவர்களுக்குக் கவர்ச்சியாகத் தோன்றுகிறது."

"அப்படியொன்றும் இல்லையே."

"இல்லையா?"

"நிச்சயம் இல்லை."

“கவர்ச்சியாக இல்லையா?”

“ஒரு கிலாவைப் போல காட்சியளிக்கிறாய், கிறுக்குத்தனமாக.”

“என்னைக் காயப்படுத்திவிட்டாயே.”

“சரி, பெண்கள் என்றாயே? யாரது?”

“உனக்குப் பொறாமையா?”

“ஆர்வமெல்லாம் இல்லை. சும்மா தெரிந்து கொள்ளத்தான்.”

“ஆர்வமில்லையென்றால் ஏன் தெரிந்துகொள்ள வேண்டும்?” அவன் மறுபடி புகையை இழுத்துவிட்டு அதன் ஊடாகப் பார்த்தபடி சொன்னான். “அவர்கள் இப்போது நிச்சயம் நம்மைப் பற்றித்தான் பேசிக்கொண்டிருப்பார்கள்.”

லைலாவின் தலைக்குள் மாம்மியின் குரல் ஒலிக்க, குற்றவுணர்வு பிறாண்ட ஆரம்பித்தது. *உன் கையில் இருக்கும் மைனாவைப் போன்றது. பிடியைக் கொஞ்சம் நெகிழ்த்தினாள் பறந்துவிடும்.* பிறகு லைலா மாம்மியின் வாயை அடைத்தாள். அதேசமயம் தாரிக் *நம்மை* என்று சொன்னதை நினைத்துப் பூரித்துக்கொண்டாள். அவன் இப்படிச் சொன்னது எவ்வளவு ரகசியமான கிளர்ச்சியை ஊட்டுவதாக இருந்தது. இயல்பாக, சாதாரணமாக அவன் சொன்னதைக் கேட்பது எவ்வளவு நம்பிக்கை அளிப்பதாக இருந்தது. *நம்மை*. அது அவர்களுடைய நெருக்கத்தை அங்கீகரித்து உறுதிப்படுத்தியது.

“ஓஹோ, அப்படி என்ன பேசிக்கொண்டிருப்பார்கள்?”

“பாவத்தின் ஆற்றில் நாம் படகோட்டிக் கொண்டிருக்கிறோம் என்று. இறைநம்பிக்கையின்மை எனும் கேக் துண்டத்தை உண்டு கொண்டிருக்கிறோம் என்று.”

“நயவஞ்சகமெனும் ரிக்ஷாவில் பயணம் செய்கிறோம் என்றுமா?”

“தெய்வநிந்தனையை நறுக்கிப் போட்டு *குர்மா* செய்கிறோமென்றும்.”

இருவரும் சிரித்தார்கள். தாரிக் அவளுடைய கூந்தல் நீண்டு கொண்டே இருப்பதாகவும் “அழகாக இருக்கிறது” என்றும் சொன்னான்.

லைலா முகம் சிவந்து போகாமல் காத்துக்கொள்ள முயன்றவாறே "நீ பேச்சை மாற்றுகிறாய்" என்றாள்.

"எதிலிருந்து மாற்றுகிறேன்?"

"நீ கவர்ச்சியாக இருக்கிறாய் என்று நினைக்கும் காலி-மண்டைப் பெண்களில் இருந்து."

"உனக்கே தெரியுமே."

"என்ன தெரியும்?"

"எனக்கு உன்னை மட்டும்தான் பிடிக்கும் என்று."

லைலா உள்ளுக்குள் மயங்கினாள். அவனை ஆழம் பார்ப்பதற்காக முகத்தை ஏறிட்டாள். அதில் புரிந்துகொள்ள முடியாத குறிப்புகளே இருந்தன: மகிழ்ச்சிகரமானதும், நம்பிக்கை கொள்ளுமாறு வேண்டிக்கொள்ளும் பாதிப்புன்னகையும், கண்களில் இறைஞ்சலுமாக, குறிப்புகள் ஒன்றுக்கொன்று போட்டியிட்டன. வேடிக்கைக்கும் நேர்மைக்கும் இடையில் நிற்கும், கவனமாகத் தேர்ந்து வெளிக்காட்டப்படும் புத்திசாலித்தனமான தோரணை.

தாரிக் தன்னுடைய உண்மைக் காலின் பாதத்தினால் சிகரெட்டை நசுக்கித் தேய்த்தான். "இது பற்றியெல்லாம் நீ என்ன நினைக்கிறாய்?"

"இந்த விருந்தைப் பற்றிக் கேட்கிறாயா?"

"இப்போது யார் கிறுக்கு? நான் முஜாஹிதீன்களைப் பற்றிக் கேட்கிறேன். அவர்களுடைய காபுல் வருகை குறித்து."

"ஓ."

பாபி சொன்ன ஒரு விஷயத்தைப் பற்றி அவள் அவனிடம் சொல்ல ஆரம்பித்தாள். துப்பாக்கிகளுக்கும் ஆணவத்துக்கும் நடக்கவிருக்கும் திருமணத்தைப் பற்றி அவர் சொன்னதைச் சொல்லத்துவங்கும் போதே வீட்டுக்குள்ளிருந்து கூச்சல் கேட்க ஆரம்பித்தது. உரத்த குரல்கள். வீறிடல்கள்.

லைலா ஓட ஆரம்பித்தாள். தாரிக் அவளுக்குப் பின்னால் நொண்டியோடினான்.

தோட்டத்தில் ஏதோ கைகலப்பு நடந்துகொண்டிருந்தது. ஆண்கள் இருவர் உறுமிக்கொண்டே தரையில் கிடந்து உருண்டார்கள், அவர்களுக்கிடையில் ஒரு கத்தி கிடந்தது. சற்றுமுன் அரசியல் பேசிக்கொண்டிருந்தவன் தான் அவன் என்று லைலா அடையாளம் கண்டாள். இன்னொருவன் கபாப் பற்றுகோல்களை விசிறிக்கொண்டு இருந்தவன். மற்ற ஆண்கள் அவர்களைப் பிரித்துத் தனித்தனியாக்கப் போராடிக்கொண்டு இருந்தார்கள். அவர்களுக்கிடையில் பாபி இல்லை. அவர் அழுதுகொண்டிருந்த தாரிக்கின் அப்பாவுடன், சுவரில் சாய்ந்துகொண்டு இந்தச் சண்டைகளில் எல்லாம் இருந்து, வெகுதொலைவில், பாதுகாப்பான தூரத்தில் நின்றுகொண்டிருந்தார்.

அவளைச் சுற்றிப் படபடத்துக்கொண்டிருந்த குரல்கள் சொன்ன துண்டுதுண்டான செய்திகளிலிருந்து லைலா இதைத் தெரிந்துகொண்டாள்: அரசியல் பேசிக்கொண்டிருந்த அந்த நபர், அஹமத் ஷா மசூதை துரோகி என்றும், அவர் 1980 இல் சோவித்தாருடன் ஏதோ ஒப்பந்தம் செய்து கொண்டவர் என்றும் சொல்லிவிட்டான். கபாப் நபர் ஒரு தஜிக், அவன் இந்தப் பேச்சில் கோபம் கொண்டு முந்தையவன் சொன்ன வாக்கியத்துக்கு வருத்தம் தெரிவித்தாக வேண்டும் என்று சொல்ல, பாஷ்டூன் மறுத்துவிட்டான். மசூத் மட்டும் இல்லையென்றால் உன் சகோதரி சோவியத்காரன்களுக்குத்தான் இன்னமும் "விரித்துக்காட்டிக் கொண்டிருப்பாள்" என்று அந்த தஜிக் வார்த்தையை விட்டான். அவ்வளவு தான், அடிதடியாகிவிட்டது. அவர்களில் ஒருவன் கத்தியை வெளியில் எடுத்துவிட, அது நானில்லை என்று இருவருமே மறுத்துக்கொண்டிருக்கிறார்கள்.

அந்த அடிதடியினுள் தாரிக் பாய்ந்து புகுந்ததை, அரண்டு போனவளாகப் பார்த்தாள் லைலா. சமாதானம் செய்து கொண்டிருந்தவர்களில் சிலரும் இப்போது அறைவிடத்தொடங்கிவிட்டதையும் பார்த்தாள். இன்னொரு கத்தியைப் பார்த்தது போலவும் அவளுக்கு தோன்றியது.

அன்று மாலை, அந்த அடிதடியில் ஆண்கள் புரண்டு விழுந்ததையும், கூச்சல், கதறல்களுக்கிடையில் குத்துகளும், அறைகளும் பறந்ததையும், எல்லாவற்றுக்கும் நடுவில் கலைந்த தலையோடும், கழன்று போன காலோடும் சிரித்துக்கொண்டே தாரிக் வெளியில் தவழ்ந்து வந்ததையும் அவள் நினைத்துக்கொண்டிருந்தாள்.

★★★

அத்தனை புதிர்களும் எவ்வளவு சீக்கிரத்தில் அவிழ்ந்துவிட்டன என்பதை நினைத்துப் பார்க்கவே முடியவில்லை.

எதிர்பார்த்ததுக்கும் வெகு சீக்கிரத்திலேயே, தலைவர்களின் பேரவை நிறுவப்பட்டது. அவர்கள் ரப்பானியை பிரதமராகத் தேர்ந்தெடுத்தார்கள். இது குருதிச்சலுகை என்று மற்ற உட்கட்சிகள் குற்றஞ்சாட்டின. மசூத், பொறுமையை, சமாதானத்தை விரும்புவதாக அறிக்கை விடுத்தார்.

ஒதுக்கி வைக்கப்பட்ட ஹெக்மத்தியாருக்குத் தூபம் போடப்பட்டது. வெகுகாலமாக புறக்கணிக்கப்பட்டு, ஒடுக்கப்பட்டுக்கொண்டிருக்கும் ஹஜாராக்கள் ஆத்திரத்தில் குமுறினார்கள்.

அவமதிப்புகள் நிகழ்த்தப்பட்டன. விரல்கள் நீண்டன. குற்றச்சாட்டுகள் பறந்தன. கடுஞ்சினத்துடன் கூட்டங்கள் ரத்து செய்யப்பட்டன, கதவுகள் அறைந்து சாத்தப்பட்டன. நகரம் மூச்சைப் பிடித்துக்கொண்டது. மலைகளின் மீது, கலஷ்நிக்கோவ்களுக்குள் ★மாகஸின்கள் திணிக்கப்பட்டன.

முஜாஹிதீன்களிடம் அளவுக்கதிகமாக ஆயுதங்கள் இருந்தன, ஆனால் அவர்களுக்கான பொதுவான எதிரிகள் இல்லாததால் அவர்களுக்குள்ளேயே சண்டைகள் இடத்தொடங்கினர்.

காபுலின் விதியை நிர்ணயிக்கும் நாள் வந்தே விட்டது.

காபுலில் குண்டுமழை பொழிய ஆரம்பித்தது, மக்கள் மறைவிடம் தேடி ஓடினர். மாம்மியும் அதையே செய்தாள். அவள் மறுபடியும் கருப்பு உடுத்தினாள், அறைக்குள் போய்விட்டாள், திரைச்சீலைகளை இழுத்துவிட்டாள், தலைக்கு மேலே போர்வையைப் போர்த்திக்கொண்டாள்.

★ டோக் – தயிரைக் கொண்டு தயாரிக்கப்படும் பானம்

★ மாகஸின் – துப்பாக்கிக் குண்டுக்கோர்வை.

24

“இந்தச் சீழ்க்கையொலி. மற்ற எல்லாவற்றையும் விட இந்த சனியன் பிடித்த சீழ்க்கையொலியைத் தான் நான் அதிகமாக வெறுக்கிறேன்” என்றாள் லைலா.

தெரியும் என்பதாய் தலையாட்டினான் தாரிக்.

சீழ்க்கை ஒலியிலும் அல்ல, அதன் துவக்கத்துக்கும் அதனால் உண்டாகும் விளைவுக்கும் இடைப்பட்ட நொடிகளில் தான் அத்தனையும் இருக்கிறது என்று நினைத்தாள் அவள். முடிவிலியோ என்று அச்சுறுத்தி, அந்தரத்தில் நிற்பதைப் போல உணர வைக்கும் அந்த சில நொடிகள். தெரிந்துகொள்ளமுடியாமையும். அந்தக் காத்திருப்பும். தீர்ப்புக்காகக் காத்திருக்கும் பிரதிவாதியினுடையதைப் போன்றது.

பெரும்பாலும், இரவுணவு உட்கொள்ள அவளும் பாபியும் மேசையிலிருக்கும் போது தான் அது நிகழும். அது ஆரம்பிக்கும் போது அவர்கள் இருவரின் தலையும் நொடித்துக்கொள்ளும். முட்கத்திகள் காற்றிலாட, மென்று முடிக்காத உணவு வாயிலிருக்க, இருவரும் அதைக் கவனிப்பார்கள். சுவர்களில் அவர்களுடைய நிழல் உறைந்திருப்பதையும் கன்னங்கருப்பான சன்னல்களில் அவர்களுடைய பாதி-வெளிச்சம் விழுந்த முகங்கள் பிரதிபலிப்பதையும் லைலா பார்ப்பாள். சீழ்க்கையொலி. தொடர்ந்து அந்த வெடிப்பு, நல்லவேளையாக வேறெங்கோ நிகழ்ந்து, அவர்கள் இப்போதைக்குத் தப்பிவிட்டார்கள் என்பதும், கதறல்களுக்கும் மூச்சுத்திணறும் புகை மேகங்களுக்கிடையேயும் எங்கோ யாரோ தங்கள் கைகளாலேயே தங்கள் சகோதரி அல்லது சகோதரன் அன்றில் பேரக்குழந்தையினுடைய மிச்சபாகங்களை அடித்துப்பிடித்து பறித்துக் கொண்டிருப்பார்கள் என்பதையும் உணர்ந்து இவர்களிடமிருந்து பெருமூச்சு வெடிக்கும்.

ஆனால், தாங்கள் தப்பிவிட்டோம் என்பதன் மறுபக்கத்திலிருப்பது தப்பித்துக்கொள்ளாதது யார் என்ற கேள்வியைத் தொடரும் வேதனை தான். ஒவ்வொரு ஏவுகணைத் தாக்குதலைத் தொடர்ந்தும் ஒரு பிரார்த்தனையை முனகிக்கொண்டு, இந்த முறை, நிச்சயமாக இம்முறை தாரிக்கைத் தான் அந்த இடிபாடுகளுக்கும் புகைக்கும் இடையில் புதைந்திருக்கக் காணப்போகிறோம் என்று அஞ்சிக்கொண்டே தெருவுக்குள் ஓடுவாள் லைலா.

இரவுகளில் படுக்கையில் கிடக்கும் லைலா, திடீரென்று சன்னலில் பிரதிபலிக்கும் வெண்ணொளித் தெறிப்பைப் பார்ப்பாள். தடதடக்கும் தானியங்கித் துப்பாக்கிகளின் ஓசையைக் கேட்டவாறே அவளுடைய தலைக்கு மேலே பறந்து, வீட்டைக் குலுக்கி, கூரையிலிருக்கும் சுண்ணாம்புக்கலைவையை அவள் மீது உதிர்க்கும் ஏவுகணைகளின் எண்ணிக்கையைக் கணக்கிடுவாள். ஏவுகணைகளிலிருந்து வரும் வெளிச்சத்தில் ஒருவர் புத்தகம் வாசித்துவிடலாம் என்னும் அளவுக்கு பளீரென்றிருக்கும் இரவுகளில் அவளுக்கு உறக்கம் வருவதில்லை. அப்படியே வந்தாலும் நெருப்பாலும், பிய்ந்துபோன உடலுறுப்புகளாலும், காயம்பட்டவர்களின் கதறலாலும் நிறைந்தவையாக இருந்தன அவளுடைய கனவுகள்.

காலைவேளைகளும் ஆறுதல் தருவதில்லை. நமாசுக்கான *மோதினாரின் அழைப்பொலி கேட்டதுமே முஜாஹிதீன்கள் தங்கள் துப்பாக்கிகளை கீழே வைத்துவிட்டு மேற்கு நோக்கி தொழுதார்கள். பிறகு விரிப்புகள் மடிக்கப்படும், துப்பாக்கிகளில் குண்டுகள் திணிக்கப்படும், மலைகள் காபுலை நோக்கிச் சுட, காபுல் மலைகளைக் குறிவைத்துச் சுடுவதை, சாண்டியாகோ தன்னுடைய மதிப்புவாய்ந்த மீனை சுறாக்கள் துண்டாடுவதைப் பார்த்திருந்தது போல, லைலாவும் அந்த நகரமும் கையறுநிலையில் பார்ப்பார்கள்.

லைலா, அவள் போகும் இடமெல்லாம் மசூதின் ஆட்களைப் பார்த்தாள். அவர்கள் தெருக்களில் சுற்றித்திரிவதையும் ஒவ்வொரு சில கஜங்களுக்கும் கார்களை நிறுத்தச்செய்து விசாரணை செய்வதையும் பார்த்தாள். சீருடைகளில் மட்டும் இல்லாமல் பொதுமக்கள் அணியும் பக்கோல்களையும் அணிந்துகொண்டு பீரங்கிகளுக்கு மேலே அமர்ந்து அவர்கள் புகைத்தார்கள். சாலைச் சந்திப்புகளில் நிறுத்தப்பட்டிருந்த மணல் மூட்டைகளுக்குப்

பின்னாலிருந்தபடி அந்த வழியாகப் போய் வருவோரை அவர்கள் எட்டிப்பார்த்தார்கள்.

லைலா முன்பு போல அடிக்கடி வெளியில் செல்லுவதில்லை. அப்படியே போனாலும் அவளுக்குத் துணையாக, அந்த சாகசமிக்க கடமையை மிகவும் விரும்பியவனான தாரிக், கூடவே சென்றான்.

"நான் ஒரு துப்பாக்கி வாங்கியிருக்கிறேன்" அவன் சொன்னான். லைலாவின் தோட்டத்திலிருந்த பேரிக்காய் மரத்தின் கீழே அவர்கள் அப்போது அமர்ந்திருந்தார்கள். அவன் அவளிடம் அதைக் காட்டினான். இது ஒரு பகுதி-தானியங்கி, ஒரு பெரட்டா, என்றான். லைலாவுக்கோ அது கருப்பாக, கொடூரமாக மட்டுமே தெரிந்தது.

"எனக்கு இது பிடிக்கவில்லை. துப்பாக்கிகள் என்னை அச்சுறுத்துகின்றன." என்றாள்.

தாரிக் தன் கையிலிருந்த *மாகஸினைப்* புரட்டினான்.

"சென்ற வாரம் கர்தே-சே இல் ஒரு வீட்டில் மூன்று பிணங்களைக் கண்டெடுத்திருக்கிறார்கள். கேள்விப்பட்டாயா? சகோதரிகள் மூவரும் வன்புணரப்பட்டிருக்கிறார்கள். அவர்களுடைய தொண்டைகள் கிழிபட்டிருக்கின்றன. அவர்கள் விரல்களிலிருந்த மோதிரங்களைக் கடித்துத் துண்டாக்கியிருக்கிறார்கள். அவற்றில் பற்குறிகள் இருந்தனவாம், அதைப்பார்த்தால் தெரிந்து விடுமே-"

"எனக்கு இதையெல்லாம் கேட்கப் பிடிக்கவில்லை."

"உன்னை வேதனைப்படுத்த நான் சொல்லவில்லை. ஆனால் இதை வைத்திருந்தால்... கொஞ்சம் நல்லபடியாக உணர்கிறேன்" என்றான் தாரிக்.

ஊர் நடப்பை லைலா அறிந்துகொள்வதற்கு தாரிக்தான் ஒரே நம்பிக்கைக்குரிய வழி. கேள்விப்பட்ட எல்லாச் செய்திகளையும் அவன் அவளுக்குத் தெரியப்படுத்தினான். மலையின் மீது நிறுத்தப்பட்டிருந்த படைவீரர்கள் அவர்களுடைய குறிவைக்கும்திறனை மேம்படுத்திக்கொள்ள- தாங்கள் குறிவைத்ததை வீழ்த்திக்காட்டுவதாக பந்தயமும் வைத்தார்களாம்- கீழே நடந்து போகும் பொதுமக்களான ஆண்கள், பெண்கள், குழந்தைகள் என்று கண்ணில் படும் அத்தனைப் பேரையும் சுட்டுக்கொன்றார்களாம். அவர்கள் கார்களின் மீதும் குண்டெறிந்தார்கள் என்றும் எதற்காகவோ வாடகைக்-கார்களை

விட்டுவைத்தார்கள் என்றும் தாரிக் லைலாவிடம் தெரிவிக்க- மக்கள் தங்கள் கார்களுக்கு திடீரென்று மஞ்சள் சாயம் பூசும் காரணத்தை லைலா புரிந்துகொண்டாள்.

காபுலுக்குள், எல்லைக்கோடுகள் திடீர்திடீரென்று மாறிக்கொண்டே இருப்பதையும் தாரிக் அவளுக்கு விவரித்தான். உதாரணத்துக்கு அந்தச் சாலை அவர்கள் நின்ற இடத்தில் தொடங்கி இடது புறத்தில் இருந்த கருவேல மரம் வரைக்கும் ஒரு தாஜுவத் தளபதியின் கட்டுப்பாட்டில் உள்ளது, அங்கிருந்து இன்னமும் நான்கு முணங்குகள், அதாவது இடிக்கப்பட்டுக்கிடக்கும் மருந்துக்கடைக்கு அருகில் உள்ள அடுமனை வரைக்கும் இன்னொரு தளபதியினுடையது என்பதையும், அந்தத் தெருவைக் கடந்து மேற்கில் அரை மைல் தூரம் நடந்தால் வேறொரு தளபதியின் எல்லைக்குள் மாட்டிக்கொண்டு, மறைந்திருந்து குறிவைக்கும் துப்பாக்கியின் குண்டுக்கு சுலபமான இரையாகி விடுவாள் என்பதையும் அவனிடமிருந்து தான் லைலா அறிந்துகொண்டாள். தளபதி. மாம்மியின் கதாநாயகர்கள் இப்படித்தான் அழைக்கப்பட்டார்கள். டோஃபேங்தார், துப்பாக்கிக்காரர்கள் என்றும் அவர்கள் அழைக்கப்பட்டது லைலாவுக்குத் தெரியும். மற்றவர்கள் இன்னமும் அவர்களை முஜாஹிதீன் என்றே அழைத்தார்கள் ஆனால் அப்படிச் சொல்லும் போதே அவர்கள் முகத்தைக் கோணிக்கொண்டார்கள்- சுளித்துக்கொண்டும் எரிச்சலோடும்- அந்த வார்த்தையே அவர்களுக்குள் இருந்த ஆழமான வெறுப்பையும் இகழ்ச்சியையும் ஒரு அவமதிப்பு கிளறிவிடுவதைப் போலவே கிளறிவிட்டது.

தாரிக் மாகஸினை தன் கைத்துப்பாக்கியின் மீது வைத்தான்.

“உன்னால் ஆகுமா?” லைலா கேட்டாள்.

“எது?”

“இதை உபயோகப்படுத்த? இதைக் கொண்டு கொலை செய்ய?”

தன்னுடைய டெனிம் காற்சட்டைக்குள் அதைச் செருகிக் கொண்டான் தாரிக். பிறகு அவன் மனதுக்கினியதும் அதேநேரம் பயங்கரமானதுமான ஒன்றைச் சொன்னான். “உனக்காக.” “உனக்காக இதைக் கொண்டு நான் கொலை செய்வேன் லைலா”

அவன் அவளோடு இன்னமும் நெருங்கி அமர, ஒரு முறை தொட்டுக்கொண்ட அவர்களுடைய கரங்கள் மீண்டும் தொட்டன. தாரிக்கின் விரல்கள் அவளுடைய விரல்களோடு பின்னிக்கொள்ள தயக்கத்தோடு முயல, அவள் அதை அனுமதித்தாள். பிறகு திடீரென்று அவன் முன்னோக்கிக் குனிந்து அவளுடைய உதடுகளில் தன்னுடையதைப் பதிக்க, அவள் அதையும் அனுமதித்தாள்.

அந்த நிமிடம், நற்பெயர் மற்றும் மைனாக்களைப் பற்றின மாம்மியின் பேச்செல்லாம் லைலாவுக்கு அர்த்தமற்றதாகத் தோன்றியது. அசட்டுத்தனமாகவும். இந்தக் கொலை கொள்ளைகளுக்கு, இந்தக் கீழ்மைகளுக்கெல்லாம் நடுவில், ஒரு மரத்தடியில் அமர்ந்து தாரிக்கை முத்தமிடுவது குற்றமற்றது தான். ஒரு சின்ன விஷயம் மட்டும் தான். சுலபமாக மன்னித்துவிடப்படவேண்டிய ஒரு இன்பத்தோய்வு அது. அதனால் தன்னை முத்தமிடுவதற்கு அவள் அவனை அனுமதித்தாள், சிறிது நேரம் கழித்து அவன் நகர்ந்தபோது, அவளுடைய தொண்டைக்குள் இதயம் புகுந்து துடிக்க, முகம் கொதிக்க, வயிற்றின் மத்தியில் ஒரு ஜுவாலை எரிய, அவளாகவே முன்னோக்கி நகர்ந்து அவனை முத்தமிட்டாள்.

1992 ஜூன் மாதம் மேற்கு காபுலில் தளபதி சயஃப் ஃபின் பாஷ்டூன் படைகளுக்கும் வாஹ்தாத் பிரிவின் ஹஜாரா படைகளுக்கும் இடையே பெருங்கலவரம் மூண்டது. குண்டுவீச்சில் எண்ணிலடங்காத மின் கம்பங்களும் வீடுகளும் கடைகளும் தவிடுபொடியாகின. பாஷ்டூன் படைவீரர்கள் ஹஜாரா குடியிருப்புகளைத் தாக்கி, வீடுகளுக்குள் புகுந்து குடும்பம்குடும்பமாக கொன்று குவித்ததாகவும், குற்றவாளிகளை எதிர்பாராத நேரத்தில் சுட்டுவீழ்த்துவது போல பொதுமக்களிடம் நடந்துகொண்டதாகவும், ஹஜாராக்களும் பழிவாங்கும் முகமாக பாஷ்டூன் மக்களைக் கடத்தியும், பாஷ்டூன் பெண்களை வன்புணர்ந்தும், பாஷ்டூன் குடியிருப்புகளில் குண்டுவீசியும் கண்மூடித்தனமாகக் கொன்று குவித்ததாகவும் லைலா கேள்விப்பட்டாள். ஒவ்வொரு நாளும் மரங்களில் சடலங்கள் கட்டிவைக்கப்பட்டிருந்தன, சில சமயம் அவை அடையாளம் தெரியாத அளவுக்கு எரிக்கப்பட்டிருந்தன. பெரும்பாலான நேரங்களில் அவை தலையில் சுடப்பட்டும், கண்கள் பிடுங்கி எடுக்கப்பட்டும், நாக்கு வெட்டியெறிப்பட்டுமிருந்தன.

காபுலை விட்டு வெளியேறுவதற்கு மாம்மியை ஒப்புக்கொள்ள வைக்க பாபி மீண்டும் முயன்றார்.

"அவர்கள் சரிசெய்துவிடுவார்கள். இந்த போர் தற்காலிகமானது தான். அவர்கள் உட்கார்ந்து பேசி ஏதாவது வழி செய்வார்கள்." என்றாள் மாம்மி.

"ஃபரீபா, இந்த ஜனங்கள் அறிந்ததெல்லாம் போர் மட்டும் தான். அவர்கள் ஒரு கையில் பால் போத்தலும் மற்றொன்றில் துப்பாக்கியுமாக நடக்கப் பழகியவர்கள்."

"அதைச் சொல்ல *நீங்கள்* யார்? நீங்கள் ஜிஹாதுப் போராளியா? சொந்தமான எல்லாவற்றையும் தூக்கியெறிந்துவிட்டு உங்கள் உயிரையும் பணயம் வைத்தவரா? முஜாஹிதீன்கள் மட்டும் இல்லையென்றால் நாம் இன்னமும் சோவியத்தின் வேலைக்காரர்களாகத் தான் இருப்போம் நினைவில் வைத்திருங்கள். இப்போது அவர்களுக்கு துரோகம் செய்யச் சொல்கிறீர்களா!" மாம்மி திருப்பிக் கொடுத்தாள்.

"துரோகம் செய்வது நாம் அல்ல ஃபரீபா."

"அப்படியென்றால் நீங்கள் போங்கள். உங்கள் மகளை அழைத்துக்கொண்டு ஓடுங்கள். எனக்கு ஒரு தபால் அட்டை அனுப்புங்கள். ஆனால் அமைதி வரத்தான் போகிறது, அதற்காக நான் காத்திருக்கத்தான் போகிறேன்."

தெருக்கள் மிக அபாயகரமானவையாக மாறிவிட்டதில் பாபி அவரால் நினைத்தும் பார்க்கமுடியாத ஒன்றைச் செய்தார்: அவர் லைலாவை பள்ளியிலிருந்து நிறுத்திவிட்டார்.

படிப்பிக்கும் கடமைகளை அவரே எடுத்துக்கொண்டார். தினமும் சூரியன் மறைந்தபிறகு லைலா அவருடைய வாசிப்பறைக்குள் போவாள். நகரத்தின் தெற்கு எல்லைக்கு அப்பாலிருந்து ஹெக்மத்தியார் மசூதை நோக்கி தன்னுடைய ஏவுகணைகளைச் செலுத்தும் போது ஹஃபேஸின் *கஸல்*களைப் பற்றியும் ஆஃப்கனின் பிரியத்துக்குரிய கவிஞர் உஸ்தாத் கலீலுல்லாஹ் கலீலியின் கவிதைகள் குறித்தும் அவர்கள் கலந்துரையாடினார்கள். இருபடிச் சமன்பாட்டின் தீர்வை கண்டறியவும், பல்லுறுப்புக்கோவையின் காரணிகளைக் கண்டறியவும், பரவளையத்தை வரையவும் அவர் சொல்லித்தந்தார்.

கற்பிக்கும் போது பாபி ஆளே மாறிவிடுவார். அவருக்குப் பிடித்த துறையான புத்தகங்களுக்கு இடையில், லைலாவுக்கு அவர் இன்னும் உயரமாகத் தோன்றினார். அவருடைய குரல் ஒரு அமைதியான ஆழத்துக்குள் இருந்து எழும்பியது போல இருந்தது, அதோடு மற்றசமயங்களில் போல படிப்பிக்கும் போது அவருடைய கண்கள் படபடப்பதும் இல்லை. ஒரு காலத்தில் அவர் இப்படித்தான், நளினமாகக் கரும்பலகையைத் துடைத்துக்கொண்டு, ஒரு மாணவனின் தோளைத் தாண்டி பார்த்தவாறு, ஒரு தந்தையின் கனிவோடும் கவனத்தோடும் இருந்திருப்பார் என்று லைலா அவரைக் கற்பனை செய்து பார்த்தாள்.

ஆனால் கவனம் குவிப்பது அவ்வளவு எளிதாக இல்லை. லைலாவின் கவனம் அடிக்கடி சிதறியது.

"பிரமிடின் பரப்பளவு என்ன?" பாபி கேட்க, லைலாவின் நினைவில் எழுந்து வருவதோ தாரிக்கின் உதடுகளின் முழுமையும் அவளுடைய உதடுகளில் படும் அவனுடைய மூச்சின் வெம்மையும் அவனுடைய இளம்பழுப்பு விழிகளில் தெரியும் இவளுடைய பிம்பமும் தான். அன்றைக்கு அந்த மரத்தடியில் இருந்து முத்தமிட்டுக்கொண்டதற்குப் பிறகு அவள் அவனை இன்னமும் நீண்ட நேரத்துக்கு, இன்னமும் அதிக ஆசையுடனும், பயிற்சியின் நேர்த்தியுடனும், இன்னமும் இரண்டு முறைகள் முத்தமிட்டுவிட்டாள். மாம்மியின் மதிய விருந்துக்கொண்டாட்ட தினத்தன்று அவன் புகைபிடித்த இருட்டுச் சந்தில் அவனை அவள் இரண்டுமுறையும் ரகசியமாகச் சந்தித்தாள். இரண்டாம் முறை அவளுடைய மார்புகளைத் தொட அவனை அனுமதித்தாள்.

"லைலா?"

"என்ன, பாபி."

"பிரமிட்டின் பரப்பளவு. நீ எங்கிருக்கிறாய்?"

"இல்லை பாபி. நான் வந்து, அது... இதோ சொல்கிறேன். *பிரமிட்*. பிரமிட்டின் அடிப்பரப்பில் மூன்றில் ஒரு பங்குடன் அதன் உயரத்தை பெருக்கிக் கொள்ள வேண்டும்."

பாபி யோசனையாகத் தலையை ஆட்டினார், அவருடைய பார்வை அவள் மீது பதிந்திருந்தது, லைலா தாரிக்கின் கைகளை நினைத்துக்கொண்டாள், அவளுடைய மார்பை அழுத்திய அந்தக்

கைகளை, இருவரும் முத்தமிட்டுக்கொண்ட போது அவளுடைய கழுத்தின் பின்புறமாக கீழே நழுவிய அந்தக் கைகளை.

அதே ஜூன் மாதத்தின் ஒருநாள், கிதி தன்னுடைய வகுப்புத்தோழர்கள் இருவருடன் பள்ளிவிட்டு வீடு திரும்பிக்கொண்டிருந்தாள். கிதியின் வீட்டிற்கு மூன்றே முணங்குத் தூரத்தில் வழிதவறிய ஏவுகணை ஒன்று சிறுமிகளின் மீது விழுந்தது. அந்தக் கொடூரமான நாளின் மாலையில் கிதியின்தாய் நைலா, பைத்தியக்காரியைப் போல ஓலமிட்டுக்கொண்டு கிதி கொல்லப்பட்ட தெருவின் மேலும் கீழும் ஓடியோடி தன் மகளின் உடற்பாகங்களைத் தன் முன்றானையில் சேகரித்துக்கொண்டு அலைந்ததாக லைலா கேள்விப்பட்டாள். கிதியின் அழுகிப்போன வலது கால் அதன் நைலான் காலுறையோடும் ஊதாநிற ஸ்நிக்கர் காலணியோடும் இரண்டு வாரங்கள் கழித்து ஏதோ ஒரு வீட்டுக் கூரையின் மீதிருந்து கிடைத்தது.

கிதி கொல்லப்பட்ட மறுநாள், *ஃபாத்திஹா*வில் அறை முழுவதும் இருந்து அழுது கொண்டிருந்த பெண்களுக்கு மத்தியில் அதிர்ந்து போயிருந்த லைலாவும் இருந்தாள். லைலாவுக்குத் தெரிந்த, அவள் நெருக்கமாக இருந்த, அவள் நேசித்த ஒருவர், இறந்து போயிருந்தது அதுதான் முதல்முறை. கிதி இனி உயிரோடு இல்லை என்ற நம்பவேமுடியாத உண்மையை அவளால் ஏற்றுக்கொள்ள முடியவில்லை. லைலா யாரோடு வகுப்பில் ரகசிய குறிப்புகளை பகிர்ந்து கொண்டாளோ அந்த கிதி, யாருடைய நகங்களுக்கு அவள் சாயம் பூசினாளோ அந்த கிதி, யாருடைய தாடையிலிருந்த முடியை லைலா சிமிட்டாவால் பிடுங்கினாளோ அந்த கிதி, கோல் கீப்பர் சபீரைத் திருமணம் செய்து கொள்ளவிருந்த கிதி. கிதி இறந்துபோனாள். *இறந்துவிட்டாள்.* துண்டுகளாகக் கிழிபட்டாள். இறுதியாக, லைலா தன் தோழிக்காக அழத்தொடங்கினாள். தன்னுடைய சகோதரர்களின் இறுதிச்சடங்கின் போது அவளால் சிந்தமுடியாத கண்ணீரெல்லாம் வெள்ளமாகப் பெருக்கெடுத்து ஊற்றத் தொடங்கியது.

★ மோதினார் – பாங்கொலி எழுப்பி தொழுகைக்கு அழைப்பவர்

25

ஒவ்வொரு மூட்டும் சாந்துக்குழம்பால் இறுகிக்கொண்டதைப் போல லைலாவுக்கு அசையவே முடியவில்லை. ஒரு உரையாடல் நிகழ்ந்து கொண்டிருப்பதும் தான் பதில் பேசவேண்டிய முனையில் இருப்பதும் அவளுக்குத் தெரிந்தே இருந்தாலும் அதிலிருந்து தான் விலக்கப்பட்டுவிட்டதாகவும் வெறுமனே ஒட்டுக்கேட்டுக்கொண்டிருப்பது போலவும் உணர்ந்தாள். தாரிக் பேசிக்கொண்டிருக்க, லைலா தன்னுடைய வாழ்க்கையை, அறுந்து, நைந்து, இழைகள் பிரிந்து உதிரும் கயிறாகக் காட்சிப்படுத்திக் கொண்டிருந்தாள்.

அது 1992 ஆகஸ்டின் புழுக்கமும் வெப்பமுமான ஒரு மதியம். மாம்மிக்கு அன்று முழுக்க வயிற்றுவலி இருந்ததால் தெற்கிலிருந்து ஹெக்மத்தியார் வீசும் எறிகணைகளையும் பொருட்படுத்தாமல் பாபி அவளை அப்போதுதான் மருத்துவரிடம் அழைத்துச் சென்றிருந்தார். இதோ லைலாவின் அருகில் சாய்விருக்கையில் அமர்ந்திருக்கும் தாரிக் தன் கைகளை முழங்கால்களுக்கிடையில் வைத்துக்கொண்டு தரையைப் பார்த்துக்கொண்டிருக்கிறான்.

தான் கிளம்ப இருப்பதாகச் சொல்கிறான்.

சுற்றுவட்டாரத்தில் இருந்தோ காபுலை விட்டோ அல்ல. மொத்தமாக ஆஃப்கானிஸ்தானை விட்டே கிளம்ப இருப்பதாக.

விட்டுப்போதல்.

லைலாவின் மீது பேரிடி விழுந்தது.

"எங்கே? எங்கு போவீர்கள்?"

"முதலில் பாகிஸ்தான். பெஷாவர். பிறகு தெரியவில்லை. ஒருவேளை ஹிந்துஸ்தானுக்கோ இரானுக்கோ போகலாம்."

“எவ்வளவு காலம்?”

“தெரியவில்லை.”

“இந்த விஷயத்தை நீ எத்தனை காலமாக அறிந்திருக்கிறாய்?”

“சிலநாட்களாகத்தான். சத்தியமாகச் சொல்கிறேன் லைலா, உன்னிடம் சொல்லத்தான் நினைத்தேன், எனக்கு தைரியம் வரவில்லை. நீ எவ்வளவு மனமுடைந்து போவாய் என்று எனக்குத் தெரியும்.”

“எப்போது?”

“நாளைக்கு.”

“நாளைக்கா?”

“என்னைப் பார் லைலா.”

“நாளைக்கு.”

“லைலா, என் அப்பா லைலா. அவருடைய இதயத்தால் இதையெல்லாம் தாங்க முடியாது, இவ்வளவு சண்டைகளை, கொலைகளை.”

லைலா தன் முகத்தைக் கைகளுக்குள் புதைத்துக்கொண்டாள், அச்சத்தின் குமிழொன்று அவள் நெஞ்சை அடைத்தது.

இதை அவள் எதிர்பார்த்திருக்க வேண்டுமென்று நினைத்தாள். அவளுக்குத் தெரிந்த ஏறத்தாழ அத்தனைப் பேருமே மூட்டை முடிச்சுகளோடு கிளம்பிவிட்டார்கள். முஜாஹிதீன்களின் உட்கட்சிப் பிரிவுகளுக்குள் சண்டை துவங்கி நான்கே மாதங்களுக்குள் அண்டைஅயலில் தெரிந்த முகங்களே இல்லாமல், தெருவில் பார்க்கும் யாரையுமே லைலாவால் இனம்காண முடியாமல் போய்விட்டது. மே மாதமே ஹசீனாவின் குடும்பம் தெஹ்ரானுக்குப் போய்விட்டது. வாஜ்மாவும் அவளுடைய ஜனங்களும் அதே மாதம் இஸ்லாமாபாதுக்குப் போய்விட்டார்கள். கிதி கொல்லப்பட்ட அதே ஜூனில் கிதியின் பெற்றோரும் அவளது உடன்பிறந்தவர்களும் கிளம்பினார்கள். அவர்கள் போன இடம் லைலாவுக்குத் தெரியவில்லை ஆனால் இரானில் மஷத்துக்குப் போய்விட்டார்கள் என்ற வதந்தியை அவள்

கேள்விப்பட்டாள். ஜனங்கள் கிளம்பியதும் அவர்களுடைய வீடுகள் சில நாட்கள் ஆளில்லாமல் கிடக்கும். பிறகு அங்கே ராணுவத்தினரோ அந்நியர்களோ குடியேறுவார்கள்.

எல்லோரும் போகிறார்கள். இப்போது தாரிக்கும்.

"என் அம்மா இனியும் இளையவரில்லை. அவர்கள் எந்நேரமும் அச்சத்தில் இருக்கிறார்கள்." தாரிக் பேசிக்கொண்டே இருந்தான். "லைலா என்னைப் பாரேன்."

"நீ என்னிடம் சொல்லியிருக்க வேண்டும்."

"தயவு செய்து என்னைப் பாரேன்."

லைலாவுக்குள் இருந்து ஒரு கேவல் எழுந்தது. பிறகு ஒரு கதறல். தொடர்ந்து அவள் அழத்தொடங்க, அவன் அவளது கன்னத்தைத் தன்னுடைய விரலால் துடைக்க முனைந்தபோது அவள் அதைத் தள்ளி விட்டாள். இது சுயநலமாகவும் நியாயமற்றதாகவும் இருந்ததென்றாலும் அவளில் ஒரு பகுதியான தாரிக், அவளுடைய நினைவின் ஒவ்வொரு முனையிலும் எவனுடைய நிழல் இருந்ததோ அவன், தன்னை நிர்கதியாக்கிவிட்டதில் அவள் கொதித்துப் போனாள். அவளைவிட்டு அவனெப்படிப் போகலாம்? அவள் அவனை அறைந்தாள். இன்னொரு முறையும் அறைந்து அவன் மயிரைப் பிடித்திழுத்தாள், அவன் அவளுடைய மணிக்கட்டைப் பிடித்துத் தடுத்து அவளுக்குப் புரியாத எதையோ பேசினான், அவன் மென்மையாகவும் இணக்கமாகவும் ஏதோ பேசியதில் அவர்கள் இருவரின் புருவங்களும் நாசியும் ஒன்றிணைந்ததில் அவனுடைய மூச்சின் வெம்மையை அவள் மீண்டும் தன் உதடுகளில் உணர்ந்தாள்.

பிறகு திடீரென்று அவன் அவள் மீது சாய, அவளும் சாய்ந்தாள்.

அதற்குப் பிறகு வந்த நாட்களிலும் வாரங்களிலும் லைலா பதற்றத்துடன் அந்த முத்தத்துக்குப் பின்னான நிகழ்வின் துணுக்குகளைத் தன் நினைவிலிருத்திக்கொண்டுவிடத் துடித்தாள். பற்றியெரியும் அருங்காட்சியகத்திலிருந்து வெளியேறி ஓடும் ஒரு கலைக்காதலனைப்போல ஒரே ஒரு பார்வை, கிசுகிசுப்பு, ஒரு முனகல் என்று தன்னால் சேகரம் பண்ண முடிந்த ஒவ்வொன்றையும் அழிந்துவிடாமல் பாதுகாத்துக்கொள்ளத் தவித்தாள். ஆனால்

இறுதியில் எல்லா நெருப்புகளிலும் இரக்கமற்ற நெருப்பாகிய காலம் அவளை அத்தனையையும் பாதுகாக்க விடாமல் தடுத்தது. ஆனாலும் அவள் இவற்றையெல்லாம் மீட்டிருந்தாள். அங்கே, கீழே, முதலில் உண்டான கடுமையான வலி. விரிப்பில் சாய்கோணமாய் விழுந்திருந்த கதிரொளி. அவளுடைய குதிகால் அவனுடைய குளிர்ந்து போயிருந்த கட்டைக்காலில் கிடந்ததை, அவனுக்குக் கீழே அது அவசரமாகக் கழற்றப்பட்டு இருந்ததை. அவளுடைய கரங்கள் அவனுடைய முழங்கைகளைச் சுற்றிப் பிடித்திருந்ததை. அவனுடைய காரை எலும்புக்குக் கொஞ்சம் கீழே இருந்த தலைகீழான மாண்டலின் வடிவ மச்சம் சிவந்து ஒளிர்ந்ததை. அவனுடைய முகம் அவளுடை முகத்தின் மேலே நகர்ந்ததை. அவனுடைய கருத்த கேசச்சுருள்கள் அவளுடைய உதடுகளை, முகவாயைச் சீண்டியதை. தாங்கள் மாட்டிக்கொண்டுவிடுவோமென்ற பயத்தை. தங்களுடைய தைரியத்தில், துணிச்சலின் மீதான ஆச்சரியத்தை. வலியோடு கூடிய அந்த விசித்திரமான விவரிக்கயியலாத இன்பத்தை. அந்தப் பார்வையை, கனிவை, வெட்கத்தை, கூச்சத்தை, தயக்கத்தை, அதற்கெல்லாம் மேலாக அந்த அதீத ஆவலை, இப்படிப் பல்வேறு பாவனைகள் காட்டிய அந்தப் *பார்வையை.*

அதற்குப் பிறகு எல்லாம் அவசரகோலத்தில் நடந்தது. வேகமாகப் பூட்டப்பட்ட சட்டைப் பொத்தான்கள், முடுக்கப்பட்ட இடைவார்ப்பூட்டு, சீர் செய்யப்பட்ட கேசம். பிறகு அவர்கள் இருவரும் அருகருகே அமர்ந்து கொண்டனர், ஒருவரின் மணம் மற்றவரில் வீச, முகங்கள் இளஞ்சிவப்பாய்த் தகிக்க, நிகழ்ந்திருந்த பேரனுபவத்தினால், தாங்கள் செய்துவிட்ட காரியத்தினால் அதிர்ந்து, பேச்சற்று அமர்ந்திருந்தனர்.

விரிப்பின் மீது இருந்த மூன்று சொட்டு ரத்தத்தை, அவளுடைய ரத்தத்தைப், பார்த்த லைலா, தாங்கள் செய்துவிட்ட பாவத்தைப் பற்றி எதுவுமே அறிந்திராத தன்னுடைய பெற்றோர், அந்த சாய்விருக்கையில் அமர்ந்திருப்பதாகக் கற்பனை செய்தாள். வெட்கமும் குற்றவுணர்வும் அவள் மீது கவிய, மாடியிலிருந்த கடிகாரத்தின் முள், நீதிபதியின் சுத்தியலைப்போல, லைலாவைக் குற்றஞ்சாட்டும் விதமாக அவளுடைய காதுகளில் நம்ப முடியாத அளவுக்கு உரத்து ஒலித்தது.

பிறகு தாரிக் சொன்னான் "என்னோடு வந்து விடு."

ஒரு நிமிடம், தாரிக்குடனும் அவனுடைய பெற்றோருடனும் கிளம்பிவிடுவது சாத்தியம் தானென்றும், மூட்டைமுடிச்சுகளைக் கட்டிக்கொண்டு பேருந்தில் அவர்களுடன் ஏறி, இந்த வன்முறைகளையெல்லாம் விட்டு ஏதோ ஒரு தேடலில் பயணம் செய்வதும், நன்மையோ, துன்பமோ வருவது எதுவாக இருந்தாலும் அதை எல்லோருமாக ஒன்றாக எதிர்கொள்வதும் சாத்தியம் என்றும் அவள் கிட்டத்தட்ட நம்பிவிட்டாள். அவளுக்காகக் காத்திருக்கும் பிரிவின் இருளை, கொலைகாரத் தனிமையை அவள் எதிர்கொள்ள வேண்டியதில்லை.

அவள் போகலாம். அவர்கள் சேர்ந்திருக்கலாம்.

இதே போன்ற எத்தனையோ மதியங்கள் அவர்களுக்குக் கிடைக்கலாம்.

"நான் உன்னைத் திருமணம் செய்து கொள்ள விரும்புகிறேன் லைலா."

தரையில் கிடந்த அந்த நொடியிலிருந்து அவள் இப்போதுதான் அவனுடைய விழிகளைப் பார்க்க நிமிர்ந்தாள். அவனது முகத்தை ஆராய்ந்தாள். அதில் இம்முறை விளையாட்டுத்தனமில்லை. கபடமற்றதும் உறுதியும் கூடிய தீர்மானமான நேர்மையிருந்தது.

"தாரிக்-"

"உன்னை மணந்து கொள்கிறேன் லைலா. நாம் இன்றே திருமணம் செய்து கொள்ளலாம்."

பள்ளிவாசலுக்குப் போய் யாராவதொரு முல்லாவைக் கண்டுபிடிப்பது, ஒரு ஜோடி சாட்சிகள், அவசர நிக்காஹ், திருமணம் என்று அவன் ஏதேதோ பேசிக்கொண்டிருந்தான்.

ஆனால் லைலா மாம்மியை நினைத்துக்கொண்டிருந்தாள், முஜாஹிதீன்களைப் போலவே பிடிவாதமான, சமரசங்களை ஏற்காத மாம்மியை நினைத்ததுமே அவளுக்குள் கவலையும் மனக்கசப்பும் கவிந்தது, மாம்மிக்கு எதிரில் தோற்றுப்போன, முன்பே சரணாகதியடைந்துவிட்ட, கவலையார்ந்த, பரிதாபமான பாபியைப் பற்றியும் நினைத்தாள்.

சிலசமயங்களில்... எனக்கென்று இருப்பதெல்லாம் நீ மட்டுமே என்று தோன்றுகிறது லைலா.

அவளுடைய வாழ்வின் மாற்ற முடியாத உண்மைகள் இவை, இது அவற்றையெல்லாம் வெளிக்கொணரும் சந்தர்ப்பம்.

"நான் ஹக்கீம் காக்காவிடம் உன்னைப் பெண் கேட்பேன் லைலா. நிச்சயமாக நமக்கு அவருடைய ஆசி உண்டு. எனக்குத் தெரியும்."

அவன் சொல்வது சரிதான். பாபி செய்வார். ஆனால் அது அவரை உடைத்துவிடும்.

தாரிக்கின் முகம் ஒரு நிமிடம் நம்பிக்கையோடும் மறு நிமிடம் துயரார்ந்தும் மாற அவன் கிசுகிசுப்பாகவும், பிறகு உரக்க மன்றாடிக்கொண்டும், தர்க்கம் செய்துகொண்டும் பேசிக்கொண்டே இருந்தான்.

"என்னால் முடியாது" என்றாள் லைலா.

"அப்படிச்சொல்லாதே. நான் உன்னை நேசிக்கிறேன்."

"என்னை மன்னித்துவிடு-"

"நான் உன்னை நேசிக்கிறேன்."

இந்த வார்த்தைகளை அவனிடம் இருந்து கேட்பதற்காக அவள் எவ்வளவு காலமாய்க் காத்திருந்தாள்? அவளுடைய கனவுகளில் இந்த வார்த்தைகள் உச்சரிக்கப்பட்டதை அவள் எத்தனை முறை கேட்டிருக்கிறாள்? இறுதியில், இதோ அவை சொல்லப்பட்டுவிட்டன, ஆனால் அந்தச் சூழலின் முரண் அவளை நொறுக்கியது.

"என்னால் என் அப்பாவைப் பிரிய முடியாது. அவருக்கென்று இருப்பதெல்லாம் நான் மட்டும்தான். அவருடைய இதயமும் இதைத் தாங்காது."

தாரிக் இதை அறிந்தேயிருந்தான். தன்னால் தன்னுடைய கடமைகளை விட்டுக்கொடுக்க முடியாததைப் போலவே அவளாலும் அவற்றைத் துடைத்துவிட முடியாது என்றறிந்திருந்தாலும் அவன் அவளைக் கெஞ்சவும் அவள் மறுக்கவும், அவன் மன்றாடவும் அவள் மன்னிப்புக் கோரவும், அவன் கண்ணீர் விடவும் அவளும் கண்ணீர் சிந்தவுமாக இருந்தார்கள்.

இறுதியில் லைலா அவனைக் கிளம்பச் செய்தாள்.

கதவின் அருகில் சென்றதும் அவளிடம் பிரியாவிடை கேட்காமல் அவன் போய்விடவேண்டுமென்று அவள் அவனை உறுதி தரச் செய்தாள். அவனுடைய முகத்திலடித்தாற்போன்று கதவை மூடினாள். அவனுடைய முஷ்டிக்கு அதிர்ந்த கதவின் மீது முதுகைச் சாய்த்து நின்று ஒரு கையால் வயிற்றையும் மற்றதால் வாயையும் பொத்திக்கொண்டு, அவன் திரும்ப வருவதாக, அவளுக்காக வருவதாகச் செய்த சத்தியத்தைக் கேட்டுக்கொண்டு நின்றாள். மனமுடைந்து, களைத்துப்போகும் வரை அங்கேயே நின்றிருந்த அவனுடைய காலடியோசை, தொலைவில் மலையில் நடந்த துப்பாக்கிச்சூட்டையும் அவளுடைய இதயம் அவளுடைய வயிற்றிலும் கண்களிலும் எலும்புகளிலும் துடிக்கும் ஓசையையும் தவிர அங்கு நிறைந்திருந்த அமைதியில் தேய்ந்து மறைவதைக் கேட்டுக்கொண்டு நின்றாள்.

26

அந்தக் கோடைகாலத்தின் ஆகக் கடுமையான வெப்பநாள் அதுவே. எலும்பைப் பொசுக்கும் அந்த வெப்பத்தை மலைகள் தங்களுக்குள் இழுத்து வைத்திருந்து வெளியிட்டதில், நகரம், புகை எழும்பும் அளவுக்குக் காய்ந்து கொளுத்தியது. நாட்கணக்கில் மின்சாரம் இல்லாமலிருந்தது. காபுலெங்கும் மின்சார விசிறிகள், ஓடாமல் கிட்டத்தட்ட கேலி செய்யும் முகமாக அமைதிகாத்தன.

வரவேற்பறையின் சாய்விருக்கையில் லைலா அசையாமல் படுத்துக்கிடந்தாள், அவளுடைய மேற்சட்டை வியர்த்து நனைந்திருந்தது. வெளியேறும் ஒவ்வொரு மூச்சும் அவளுடைய நாசியின் நுனியை எரித்தது. மாம்மியின் அறையில் அவளுடைய பெற்றோர் பேசிக்கொண்டிருப்பதை அவள் அறிவாள். இரண்டு இரவுகளுக்கு முன்னரும் கடந்த இரவிலும் அவள் விழித்துக்கொண்டு, கீழ்த்தளத்தில் அவர்களுடைய குரல்கள் கேட்பதைக் கவனித்தாள். வாயிற் கதவில் உண்டாகியிருக்கும் அந்தத் துளை விழுந்ததில் இருந்து, அந்தக் குண்டு பாய்ந்தது முதலே, தினமும் அவர்கள் இப்படிப் பேசிக்கொள்கிறார்கள்.

வெளியில், அதீதமாய்ப் பெருகியிருந்த ஆயுதக்குவியல் முதலில் தொலைவில் இருந்து, பிறகு, நெருங்கி வந்தது. துப்பாக்கிச்சூட்டின் தொடர்ஓசை, இடைவிடாமல் கேட்டுக்கொண்டே இருந்தது.

லைலாவுக்குள்ளும் ஒரு போர் நிகழ்ந்து கொண்டிருந்தது: குற்றவுணர்வோடு ஜோடி போட்டுக்கொண்டிருந்த வெட்கம் ஒரு புறமும், அவளும் தாரிக்கும் செய்தது அப்படியொன்றும் பாவகாரியமல்ல, அவர்கள் இருவரும் ஒருவரையொருவர் பார்த்துக்கொள்ள முடியாமலே போகலாம் என்ற வலிமிகுந்த உண்மையால் உந்தப்பட்டு நிகழ்ந்த அது, இயற்கையான, நல்ல, அழகான, ஏன் தவிர்க்க முடியாததும் கூட எனும் திடநம்பிக்கை இன்னொரு புறமுமாக.

லைலா புரண்டு படுத்துக்கொண்டு எதையோ நினைவுகூரத் தலைப்பட்டாள்: அவர்கள் இருவரும் தரையில் கிடந்தபோது ஒரு கட்டத்தில் தாரிக் அவனுடைய நெற்றியை அவளுடைய நெற்றியில் வைத்தான். பிறகு அவன் மூச்சிறைக்க ஏதோ சொன்னான். *நான் உனக்கு வலியேற்படுத்துகிறேனா? அல்லது உனக்கு வலிக்கிறதா?*

அவன் இதில் எதைச் சொன்னான் என்று லைலாவால் ஒரு முடிவுக்கு வர முடியவில்லை.

நான் உனக்கு வலியேற்படுத்துகிறேனா?

உனக்கு வலிக்கிறதா?

அவன் கிளம்பிப்போய் இரண்டு வாரங்கள்தான் ஆகிறது, அதற்குள் இப்படி ஆகிவிட்டது. காலம், நினைவின் கூர் முனைகளை, மழுக்கத் தொடங்கிவிட்டது. லைலா ஆயாசம் அடைந்தாள். அவன் என்ன சொன்னான்? அவளுக்குத் தெரிந்தே ஆகவேண்டும், இப்போது, உடனே தெரியவேண்டும் என்று தோன்றியது.

லைலா கண்களை மூடிக்கொண்டாள். கவனம் குவித்தாள்.

காலம் போகப் போக இந்தப் பயிற்சியால் அவள் களைத்துப்போவாள். இறந்துபோய் நெடுநாளான ஒன்றை, தூசிதட்டியெழுப்பி உயிர்ப்பிப்பது அதீதக் களைப்பேற்படுத்துவதாக மாறலாம். வருடங்கள் கடந்த பின்னர் அவனுடைய இழப்பு அவளுக்குப் பெரிய துன்பமாகத் தெரியாமலும் போகலாம். அல்லது, இப்போது இடைவிடாது இம்சிப்பது போல செய்யாமல் இருக்கலாம். யாரோ ஒரு தாய், தன் குழந்தையைத் தாரிக் என்று அழைப்பதைக் கேட்டு அவளுடைய மனம் அலைபாயாமல் அமைதியாக இருக்க வாய்க்கும் நாளில், அவனுடைய முகக்கூறுகள் அவளுடைய நினைவின் பிடியிலிருந்து மறையலாம். அவனை நினைத்து அவள் இப்போது ஏங்குவதைப் போல-நொடியும் நீங்காமல் உடனிருக்கும் கூட்டாளியைப் போல்-ஏங்காமல் போகலாம், உறுப்பு நீக்கப்பட்டவனின் பெருவலியைப் போல அது அவளைத் துன்புறுத்தாமல் இருக்கலாம்.

லைலா வளர்ந்த பெண்ணாகி ஒரு சட்டையை இஸ்திரி செய்துகொண்டிருக்கும் போதோ, அல்லது ஊஞ்சலில் தன் குழந்தைகளை வைத்து ஆட்டிக்கொண்டிருக்கும் போதோ, மிகச்சிறிய ஏதாவது ஒரு விஷயத்தினால், ஒரு வெக்கை நாளில்

காலுக்குக் கீழே கிடக்கும் விரிப்பின் கதகதப்போ, அந்நியன் ஒருவனின் நெற்றி வளைவிலோ, அன்றைய மதியத்தின் நினைவு அவளுக்குத் திடீரென்று கிளம்பலாம். அது சடாரென்று பாய்ந்து வரலாம். திடீரென்று நிகழ்ந்த அதன் தன்மை, அதிர்ச்சிகரமான அவர்களுடைய அவசரம், அனுபவமின்மையின் தடுமாற்றம், அதனால் உண்டான வலி, அது தந்த இன்பம், அதன் துயரம். பின்னிக்கிடந்த அவர்கள் தேகங்களின் வெப்பம்.

இவையெல்லாம் அவளுக்குள்ளே பொங்கிவழிந்து, அவளை ஸ்தம்பிக்கச் செய்யலாம்.

ஆனாலும் அதுவும் கடந்து போகும். அந்த நொடியும் கடக்கும். ஒரு வெறுமையான அமைதியின்மையோடு அவளை ஒரு தக்கையைப் போல உணரவைத்து அது கடக்கும்.

நான் உனக்கு வலியேற்படுத்துகிறேனா? என்றுதான் அவன் சொன்னானென்று அவள் முடிவுக்கு வந்துவிட்டாள். ஆம். அப்படித்தான். தனக்கு நினைவுவந்துவிட்டது குறித்து லைலா மகிழ்ந்துபோனாள்.

பிறகு பாபி கூடத்திற்குள் வந்தார், மாடிப்படியிலிருந்தே அவளைப் பெயர் சொல்லி அழைத்துக்கொண்டு மாடிக்கு சீக்கிரம் வருமாறு சொன்னார்.

"அவள் சம்மதித்துவிட்டாள்! நாம் கிளம்புகிறோம் லைலா. நாம் மூவரும். நாம் காபுலை விட்டுப் போகிறோம்." அவருடைய குரல் மட்டுறுத்தப்பட்ட கிளர்ச்சியால் நடுங்கியது.

மாம்மியின் அறையில் அவர்கள் மூவரும் படுக்கையில் அமர்ந்திருந்தார்கள். வெளியில் ஹெக்மத்தியாரின் படையும் மசூதின் படையும் நிறுத்தாமல் போர் புரிந்ததில் ஏவுகணைகள் வானத்தைக் கிழித்துப் பறந்துகொண்டிருந்தன. நகரத்தில், எங்கோ யாரோ அப்போது தான் இறந்துபோயிருக்கிறார்கள் என்றும், அப்போதுதான் விழுந்து நொறுங்கி தூள்தூளாகிய ஏதோ ஒரு கட்டடத்தின் மீது ஒரு சவப் போர்வையைப் போல கரும்புகை சூழ்ந்திருக்கும் என்றும் லைலா அறிவாள். காலையில் கால்களில் மிதிபட அங்கே சவங்கள் கிடக்கும். சிலது எடுத்துச்செல்லப்படும். மற்றது இருக்கும். பிறகு, மனிதத்தசையின் சுவைக்குப் பழக்கப்பட்டுவிட்ட காபுலின் நாய்கள் விருந்தாடும்.

ஆனாலும், அதே நேரம் தெருவுக்குள் ஓட வேண்டும் என்பது போல ஓர் ஆவல் லைலாவுக்குள் எழுந்தது. மகிழ்ச்சி கட்டுக்கொள்ளாமல் பெருகியது. ஆனந்தத்தில் கூவிவிடாமல் அடங்கி அமர்ந்திருப்பது அவளுக்கு சிரமமாக இருந்தது. விசாவுக்கு விண்ணப்பிப்பதற்காக முதலில் பாகிஸ்தானுக்குப் போக வேண்டும் என்று பாபி சொன்னார். பாகிஸ்தான், தாரிக் இருக்கும் இடம்! தாரிக் சென்று பதினேழு நாட்கள்தான் ஆகியிருக்கின்றன, லைலா பரபரப்பாக கணக்குப் போட்டாள். மாம்மி மட்டும் பதினேழு நாட்களுக்கு முன்பே மனதை மாற்றிக்கொண்டிருந்தாளானால், அவர்கள் ஒன்றாகவே கிளம்பியிருக்கலாம். ஆனால் அது பரவாயில்லை. அவர்கள் பெஷாவருக்குப் போகிறார்கள்- அவள், மாம்மி மற்றும் பாபி- அங்கே அவர்கள் தாரிக்கையும் அவனுடைய பெற்றோரையும் கண்டுபிடிப்பார்கள். நிச்சயம். அவர்களுடைய விசாக்களை ஒன்றாகவே ஏற்பாடு செய்வார்கள். பிறகு, யாருக்குத்தெரியும்? யார் கண்டது? ஐரோப்பாவோ? அமெரிக்காவோ? ஒருவேளை பாபி சொன்னது போல, எங்காவது கடலுக்கு அருகில் கூட...

மாம்மி படுக்கையில் சாய்ந்து உட்கார்ந்துகொண்டிருந்தாள். அவளுடைய விழிகள் அதைத்துப்போயிருந்தன. அவள் தலையைச் சொரிந்து கொண்டிருந்தாள்.

மூன்று நாட்களுக்கு முன்பு, தூயகாற்றை நாடி, லைலா சற்றே வெளியில் சென்றிருந்தாள். நுழைவுவாயிற் கதவின் மீது சாய்ந்து கொண்டு அவள் நின்ற போது, ஏதோ வெடிக்கும் சப்தம் கேட்க, தொடர்ந்து அவளுடைய வலது காதை ஒட்டினார்போல சீறிச்சென்ற எதுவோ, அவளுடைய கண்களுக்கு முன்னால் சிறிய மரத்துகள்களைப் பறக்கச் செய்தது. கிதியின் மரணத்துக்குப் பிறகு, காபுலில் விழுந்த எண்ணற்ற குண்டுகளுக்குப் பிறகு, லைலா நின்றிருந்த இடத்திலிருந்து, மூன்றே விரற்கடை தூரத்தில் வாயிற்கதவில் ஏற்பட்டுவிட்ட அந்தத் துளை மாம்மியை உலுக்கிவிட்டது. ஒரு போர் தன்னுடைய இரண்டு குழந்தைகளை முன்னரே பலிகொண்டிருக்க, இப்போதைய போர், தனக்கு எஞ்சியிருக்கும் இந்த ஒன்றையும் தன்னிடமிருந்து பிடுங்கிவிடலாம் என்பதை உணரச்செய்துவிட்டது.

அறைச்சுவர்களிலிருந்து அஹமதும் நூரும் சிரித்தார்கள். மாம்மியின் விழிகள் ஒரு புகைப்படத்திலிருந்து மற்றதுக்குக் குற்ற உணர்வோடு தாவியதை லைலா பார்த்தாள். அவர்களுடைய சம்மதத்தையும்

நல்லாசிகளையும் வேண்டுவதைப் போல, அவர்களிடம் மன்னிப்புக்கோருவதைப் போல அவளுடைய பாவனை இருந்தது.

"இங்கே நமக்கென்று எதுவுமே மிஞ்சவில்லை ஃபரீபா. நம்முடைய மகன்கள் இல்லையென்றாலும், நமக்கு இன்னமும் லைலா இருக்கிறாள். நாம் இருவரும் இருக்கிறோம். நாம் புதிய வாழ்க்கை ஒன்றைத் தொடங்கலாம்." என்றார் பாபி.

பாபி படுக்கையின் மறுபக்கம் சென்றார். அவளுடைய கைகளை அவர் பற்றியபோது மாம்மி அதை அனுமதித்தாள். அவளுடைய முகத்தில் சலுகையானதும், பதவிசானதுமான ஒரு பாவனை தெரிந்தது. அவர்கள் ஒருவர் கையை ஒருவர் மென்மையாகப் பற்றிக்கொண்டார்கள், பிறகு அணைத்துக்கொண்டு முன்னும்பின்னுமாக மெல்ல ஆடினார்கள். மாம்மி, பாபியின் கழுத்தில் அவளுடைய முகத்தைப் புதைத்துக்கொண்டாள். அவருடைய சட்டையைக் கொத்தாகக் கையில் பிடித்திருந்தாள்.

அன்றிரவு, பரபரப்பில் வெகுநேரம் வரையில் லைலாவுக்கு உறக்கம் பிடிக்கவில்லை. அவள் படுக்கையிலேயே விழித்துக்கிடந்து, ஆரஞ்சும் மஞ்சளுமாகத் தகதகக்கும் கீழ்வானம் சிவப்பதைப் பார்த்தாள். ஒரு கட்டத்தில் அவ்வளவு கிளர்ச்சியுற்ற நிலையிலும், வெளியில் தொடர்ந்து வெடிக்கும் துப்பாக்கியோசைகளுக்கு மத்தியிலும் அவள் உறங்கிப் போனாள்.

கனவு கண்டாள்.

நாடாவைப் போல நீண்டு கிடக்கும் கடற்கரையில் ஒரு விரிப்பின் மீது அவர்கள் அமர்ந்திருக்கிறார்கள். அது மூட்டமான, குளிரான நாளென்றாலும் அவர்களுடைய தோளுக்கு மேலே போர்த்தப்பட்ட போர்வைக்குள்ளே, தாரிக்கின் அருகில் அமர்ந்திருப்பது கதகதப்பாக இருக்கிறது. காற்றில் அலைக்கழியும் பனைமரங்களின் வரிசைக்குக் கீழே, முன்பு பூசப்பட்டிருந்த வெள்ளைச்சாயம் உரிந்திருக்கும் வேலிக்குள்ளே கார்கள் நிறுத்தப்பட்டிருப்பதை அவளால் பார்க்க முடிகிறது. காற்று அவளுடைய விழிகளைக் கரிக்கச்செய்கிறது, அவர்களுடைய ஜோடுகளை மணலில் புதைக்கிறது, ஒரு மணற்குன்றின் உச்சியிலிருந்து மற்றதுக்குக் காய்ந்த புற்கற்றைகளை வீசுகிறது. தொலைவில், பாய்மரப்படகுகள் மிதப்பதை அவர்கள் பார்க்கிறார்கள். அவர்களைச் சுற்றிக் கடற்பறவைகள் கிறீச்சிட்டுக்கொண்டும், காற்றில் நடுங்கிக்கொண்டும் இருக்கின்றன. காற்றடிக்கும் திசையிலிருக்கும் ஆழமற்ற

சரிவுகளிலிருந்து மணல் விசிறி இறைகிறது. உச்சாடணம் போன்ற ஓர் ஓசை கேட்க, பாடும் மணலைப் பற்றி பாபி அவளுக்குப் பலவருடங்களுக்கு முன் சொல்லித்தந்ததை அவள் அவனுக்குச் சொல்கிறாள்.

அவன் அவளுடைய புருவத்தைத் துடைக்கிறான், அதிலிருந்து மணலை அகற்றுகிறான். அவனுடைய விரலில் இருக்கும் மோதிரம் அவள் கண்ணில் படுகிறது. அது அவளுடையதைப் போலவே, தங்கத்திலானதும், சுற்றியும் குறுக்குநெடுக்காகக் கோடுகள் இடப்பட்டதுமாக இருக்கிறது.

அது உண்மைதான், அவள் அவனிடம் சொல்கிறாள். ஒரு துகளின் மீது இன்னொன்று உராயும் ஓசை அது. கவனி. அவன் கவனிக்கிறான். அவன் முகம் தீவிரமடைகிறது. அவர்கள் காத்திருக்கிறார்கள். அவர்கள் அதை மறுபடியும் கேட்கிறார்கள். காற்று மென்மையாய் வீசும் போது எழும் ஒரு தேம்பலொலி, அது பலமாய் வீசும்போது உச்சஸ்தாயியில் எழும் ஒரு கூட்டுக்கதறல்.

அவர்கள் அதிஅவசியமானவற்றை மட்டும் எடுத்துச்செல்ல வேண்டுமென்றும், மற்றதையெல்லாம் அவர்கள் விற்றுவிடலாமென்றும் பாபி சொன்னார்.

"பெஷாவரில் எனக்கு வேலை கிடைக்கும் வரை அதை வைத்து ஓட்டலாம்."

அடுத்த இரண்டு நாட்கள், அவர்கள் விற்க வேண்டிய பொருட்களைச் சேகரித்தார்கள். அவற்றைப் பெரிய குவியல்களாக்கினார்கள்.

அவளுடைய அறையில், லைலா பழைய சட்டைகள், ஜோடுகள், புத்தகங்கள், பொம்மைகள் எல்லாவற்றையும் எடுத்துவைத்தாள். பள்ளி இடைவேளையில் ஹசீனா ஒருமுறை அவளுக்குத் தந்த சின்னஞ்சிறிய மஞ்சள் நிறக் கண்ணாடிப் பசுவை அவளுடைய படுக்கைக்குக் கீழிருந்து கண்டெடுத்தாள். கிதி பரிசளித்திருந்த, கால்-பந்துச்-சிற்றுரு சாவிக்கொத்து. சக்கரம் வைத்த, சிறிய, மரத்தாலான வரிக்குதிரையொன்று, அவளும் தாரிக்கும் கால்வாயில் கண்டெடுத்த பீங்கான் விண்வெளிவீரன்- அப்போது அவளுக்கு ஆறு வயது, அவனுக்கு எட்டு. அவர்களுக்கிடையில் அதை

முதலில் பார்த்தது யார் என்று ஒரு சிறிய சண்டை வந்ததையும் அவள் ஞாபகம் வைத்திருந்தாள்.

மாம்மியும் அவளுடைய பொருட்களைச் சேகரித்தாள். அவளுடைய செயல்பாடுகளில் ஒரு தயக்கம் இருந்தது, அவளுடைய கண்களில், சோர்ந்த, தன்னை மறந்த பாவனையொன்று இருந்தது. அவளுடைய நல்ல தட்டுகளையும், துடைப்புக்குட்டைகளையும், எல்லா நகைகளையும்-திருமண மோதிரம் தவிர்த்து-கிட்டத்தட்ட எல்லா பழைய உடுப்புகளையும் அவள் விற்க எடுத்து வைத்தாள்.

"இதை விற்றுவிடமாட்டாய் தானே?" மாம்மியின் திருமண உடையைக் காட்டினாள் லைலா. அது அவளுடைய மடியில் கிடந்து விரிந்தது. அதன் கழுத்தைச் சுற்றியிருந்த நாடாவையும், பூத்தையல் இழையையும், கைப்பகுதியில் தைக்கப்பட்டிருந்த விதைவடிவ முத்துக்களையும் அவள் தடவிப் பார்த்தாள்.

மாம்மி தோள்களைக் குலுக்கிவிட்டு அவளிடமிருந்து அதை வாங்கினாள். விருட்டென்று அதைத் துணிக்குவியலுக்குள் வீசினாள். மருந்துப்பட்டை ஒன்றை, ஒரே வீச்சில் பிய்த்து வீசுவதைப் போல, என்று நினைத்தாள் லைலா.

பாபியின் வேலைதான் வலிமிகுந்தது.

அவருடைய வாசிப்பறையில், முகத்தில் துயரார்ந்த பாவத்தோடு நின்றுகொண்டு அவர் அலமாரித்தட்டுகளைப் பார்வையிட்டுக் கொண்டிருந்தார். சான் ஃப்ரான்ஸிஸ்கோவின் சிவப்புப் பாலத்தின் படமிடப்பட்டிருந்த ஒரு மறு-பயன் சட்டையை அவர் அணிந்திருந்தார். அதில், வெண்பனித் தொப்பியணிந்திருந்த ஆற்றுநீரிலிருந்து அடர்ந்த புகையெழும்பி, பாலத்தின் முகடுகளை மூடிற்று.

"உனக்கு அந்தப் பழைய புதிர் விளையாட்டு தெரியுமில்லையா? நீ ஒரு தனித்த தீவில் இருக்கிறாய். ஐந்து புத்தகங்களை மட்டுமே வைத்துக்கொள்ளலாம். நீ எதைத் தேர்வு செய்வாய்? உண்மையிலேயே அதைச் செய்ய வேண்டிவரும் என்று நான் எதிர்பார்க்கவேயில்லை."

"நாம் புதிதாகச் சேர்க்க ஆரம்பிக்கலாம் பாபி."

"ம்ம்." அவர் வருத்தத்தோடு புன்னகைத்தார். "நான் காபுலை விட்டுப்போவதை என்னால் நம்பவே முடியவில்லை.

இங்குதான் நான் பள்ளி சென்றேன், முதல்வேலை கிடைத்ததும், தந்தையானதும் இங்குதான். இன்னொரு நகரத்தின் வானுக்குக் கீழே படுத்து உறங்கப்போவதை நினைத்தால் விசித்திரமாக இருக்கிறது."

"எனக்கும் அப்படித்தான் இருக்கிறது."

"காலையிலிருந்தே காபுலைப்பற்றிய இந்தக் கவிதை என் தலைக்குள் உருண்டபடியே இருக்கிறது. சய்ப்-ஏ-தப்ரிஸி இதைப் பதினேழாவது நூற்றாண்டில் எழுதினார் என்று நினைக்கிறேன். எனக்கு முழுக் கவிதையும் நன்றாகத் தெரியும் ஆனால் இப்போது இந்த இரண்டு வரிகள் மட்டும்தான் நினைவில் தங்கியிருக்கின்றன:

"அவளுடைய கூரைகளின் மீது மினுங்கும் நிலவுகள் எண்ணிலடங்காதவை,

அவளுடைய சுவர்களின் பின்னிருந்து ஒளிரும் சூரியன்களும் எண்ணிக்கையிலடங்காதவை."

லைலா நிமிர்ந்து பார்த்தாள், அவர் அழுதுகொண்டிருந்தார். அவள் அவருடைய இடுப்பைச் சுற்றி ஒரு கரத்தை இட்டாள். "ஓ பாபி. நாம் திரும்ப வருவோம். காபுலுக்கு நாம் திரும்ப வருவோம். இன்ஷால்லாஹ். நீங்கள் வேண்டுமானால் பாருங்கள்."

★★★

மூன்றாம் நாள் காலை, லைலா, பொருட்களின் குவியலைத் தோட்டத்துக்கு எடுத்துச்சென்று நுழைவாயிலின் அருகில் அவற்றைச் சேர்த்தாள். பிறகு அவர்கள் ஒரு வாடகைக் காரை வரவழைத்து அவற்றை அடகுக்கடைக்கு எடுத்துச்செல்வார்கள்.

லைலா வீட்டுக்கும் தோட்டதுக்குமாக, துணிகளையும், பாத்திரங்களையும், பெட்டி பெட்டியாக இருந்த பாபியின் புத்தகங்களையும் சுமந்தவாறு, போய் வந்துகொண்டிருந்தாள். முன்வாயிலின் அருகில் பொருட்களின் குவியல் அவளுடைய இடுப்புயரத்துக்கு வந்ததில் மதியத்துக்குள்ளாகவே அவள் களைத்துப்போயிருக்க வேண்டும். ஆனால் நடையின் வேகம் அதிகரிக்க அதிகரிக்க, அதற்கேற்ற வேகத்தில் அவள் தாரிக்கை நெருங்குகிறாள் என்ற நினைப்பில், நடக்கநடக்க

அவளுடைய கால்கள் சுறுசுறுப்படைந்தன, அவளுடைய கரங்கள் சக்திமிக்கதாகின.

"நமக்கொரு பெரிய வாடகைக்கார் தேவைப்படும்."

லைலா மேலே பார்த்தாள். அவளுடைய மாடியறையிலிருந்து மாம்மி தான் பேசுகிறாள். அவள் சன்னலில் இருந்து எட்டிப்பார்த்துக் கொண்டிருந்தாள், அவளுடைய முழங்கைகளைச் சன்னல் விளிம்பில் ஊன்றியிருந்தாள். நரைத்துக்கொண்டிருக்கும் அவளுடைய கூந்தலில், அவளுடைய நீண்டு மெலிந்த முகத்தில், பளிச்சென்று தகதகத்த சூரியனின் கதிர் விழுந்திருந்தது. நான்கு மாதங்களுக்கு முன்பு மதிய உணவு விருந்தின் போது, அவள் அணிந்திருந்த, இளம்பெண்களுக்கான அதே கருநீல நிற உடையை அவள் அப்போதும் அணிந்திருந்தாள். ஆனால் ஒரு நொடி, லைலாவின் கண்களுக்கு மாம்மி மிக வயதான பெண்ணைப் போலத் தோற்றமளித்தாள். அவளுடைய பழைய திருமண புகைப்படங்களில் இருந்த கொழுத்த, உருண்டைமுகம் கொண்ட, பளீரென்று சிரிக்கும் பெண்ணிலிருந்து, குச்சிக்கைகளும், உட்குழிந்த நெற்றியும், களைப்பின் கருவளையங்கள் வளையமிட்டிருந்த மங்கிய விழிகளுமாக அவள் முற்றிலும் மாறிப்போயிருந்தாள்.

"இரண்டு பெரிய வாடகைக் கார்கள்," என்றாள் லைலா.

கூடத்தில் புத்தகப்பெட்டிகளை ஒன்றன் மீது ஒன்றாக அடுக்கிக்கொண்டிருக்கும் பாபியையும் அவளால் பார்க்க முடிந்தது.

"அதையெல்லாம் முடித்துவிட்டு மேலே வா. நாம் மதிய உணவு உண்ணலாம். அவித்த முட்டைகளும், சுண்டலும்." மாம்மி சொன்னாள்.

"எனக்கு மிகப்பிடித்தமானது," என்றாள் லைலா.

திடீரென்று அவள் தன்னுடைய கனவை நினைத்தாள். அவளும் தாரிக்கும் விரிப்பின் மீது அமர்ந்திருந்தது. அந்தக் கடலும், காற்றும், குன்றுகளும்.

அந்தப் பாடும் மணலின் ராகம் எப்படி இருந்தது என்று யோசித்தாள்.

லைலா நின்றாள். தரையிலிருந்த விரிசலிலிருந்து, சாம்பல் வண்ணப் பல்லி ஒன்று வெளியில் வந்தது. அதன் தலையை இப்படியும் அப்படியுமாக ஆட்டியது. விழித்துப்பார்த்தது. ஒரு பாறைக்குள் சென்று மறைந்தது.

லைலா மறுபடியும் கடற்கரையை மனதில் கொண்டு வந்தாள். ஆனால் அது இப்போது வித்தியாசமாக இருந்தது. இப்போது பாடல் அவளைச் சுற்றியும் கேட்டது, உரக்க எழுந்தது, ஒவ்வொரு விநாடிக்கும் மேலும் உரத்து ஒலித்தது. அவளுடைய செவிகளை நிறைத்தது. சுற்றியிருந்த எல்லாவற்றையும் மூழ்கடித்தது. கடற்பறவைகள் இப்போது சிறகுகள் அணிந்த பாவைகள் மட்டுமே, அவை ஓசையில்லாமல் அவற்றின் வாயைத் திறந்துதிறந்து மூடின. அலைகளும் நுரைத்து எழும்பித் தேய்ந்தனவே தவிர சப்தமெழுப்பவில்லை. மணல் தன் பாடலைப் பாடியது, பிறகு அலறியது. அது எப்படி ஒலித்தது... கிளிங்ங் என்றா?

இல்லையே, கிளிங்ங் என்றில்லை. இல்லை, இது ஒரு சீழ்கையொலி.

லைலா புத்தகங்களைத் தன் பாதங்களின் கீழே போட்டாள். கண்களின் மீது ஒரு கையால் அரண் அமைத்தாள். மேலே நிமிர்ந்து வானத்தைப் பார்த்தாள்.

பிறகு, ஒரு ராட்சத உறுமல் கேட்டது.

அவளுக்குப் பின்னால், வெண்ணொளிச் சிதறல் ஒன்று எழுந்தது.

அவளுடைய பாதங்களுக்குக் கீழே பூமி நழுவியது.

சூடான, சக்திமிக்க எதுவோ ஒன்று, பின்னாலிருந்து பாய்ந்து அவளுக்குள் மோதியது. அவளுடைய செருப்புக்களை, அவளுடைய பாதங்களில் இருந்து அது உதறச்செய்தது. அவளை உயரே தூக்கியது. இதோ அவள் பறக்கிறாள், விண்ணில் சுற்றிச் சுழல்கிறாள், வானத்தைப் பார்க்கிறாள், பிறகு பூமியை, வானத்தை, பிறகு பூமியை. எரிந்துகொண்டிருந்த மரத்துண்டு ஒன்று அவளை உராய்ந்துகொண்டு பறந்தது. ஆயிரக்கணக்கான கண்ணாடிச்சில்லுகளும் அப்படியே பறந்ததில் அவளைச் சுற்றிப்பறந்த ஒவ்வொரு தனிச் சில்லையும் லைலா பார்த்தாள்.

மெல்லச் சுழன்று பறந்த அவற்றின் மீது சூரிய ஒளி பாய்ந்தது. சிறிய அழகான வானவில்கள் ஒளிர்ந்தன.

பிறகு, லைலா சுவரில் மோதினாள், நொறுங்கித்தரையில் வீழ்ந்தாள், அவளுடைய முகத்திலும், கைகளிலும், மண்ணும், கண்ணாடிச்சில்லும், கற்களும் குவிந்தன. கடைசியாக அவள் உணர்ந்தது அவளுக்கு அருகில், மண்ணில், சப்தத்துடன் ஏதோ விழுந்ததை. ரத்தக்களரியான ஏதோ ஒன்று. அதன் மீது, சிவப்பு பாலத்தின் முனை, கனத்த பனிக்குள்ளிருந்து எட்டிப்பார்த்தது தெரிந்தது.

அவளைச்சுற்றி உருவங்கள் நகர்ந்தன. மேற்கூரையிலிருந்து மஞ்சள் விளக்கொன்று எரிகிறது. ஒரு பெண்ணின் முகம் தோன்றுகிறது, அவளிடம் குனிகிறது.

லைலா மீண்டும் இருளுக்குள் கரைந்தாள்.

★★★

இன்னொரு முகம். இந்த முறை ஓர் ஆணின் முகம். அதன் கூறுகள் அகலமாகவும், தொங்கிப் போயும் உள்ளன. அவனுடைய உதடுகள் ஓசையெழுப்பாமல் அசைந்தன. லைலாவுக்குக் கேட்பதெல்லாம் வெறும் கிணுகிணுப்பு மட்டும்தான்.

அந்த மனிதன் அவளுக்கு முன்னால் கைகளை அசைக்கிறான். முகத்தைச் சுளிக்கிறான். அவனுடைய உதடுகள் மீண்டும் அசைந்தன.

ரணம். மூச்சு விட்டாலும் வலி. எங்கும் வேதனை.

ஒரு குவளை நீர். ஓர் இளஞ்சிவப்பு மாத்திரை.

மீண்டும் இருளுக்குள் கரைந்து போதல்.

மீண்டும் அதே பெண். நீண்ட முகம், குறுகலாய் அமைந்திருந்த விழிகள். அவள் ஏதோ சொல்கிறாள். லைலாவுக்குக் கிணுகிணுப்பைத் தவிர வேறெதுவும் கேட்கவில்லை. ஆனால் அவள் அந்த வார்த்தைகளைப் பார்க்கிறாள், அவை அடர்கருப்புநிறத் திரவம் போல அந்தப் பெண்ணின் வாயிலிருந்து வழிகின்றன.

அவளுடைய மார்பு வலித்தது. அவளுடைய கை, கால்கள் வலித்தன.

அவளைச்சுற்றி உருவங்கள் நகர்ந்தன.

தாரிக் எங்கே?

அவன் ஏன் இங்கு இல்லை?

இருள். நட்சத்திரக் கூட்டம்.

பாபியும் அவளும் எங்கோ உயரத்தில் அமர்ந்திருக்கிறார்கள். அவர் ஒரு பார்லி வயலைக் காட்டுகிறார். ஒரு மின்னியற்றி உயிர்க்கிறது.

அந்த நீளமுகப் பெண், அவளுக்கு எதிரில் நின்று அவளைப் பார்க்கிறாள்.

சுவாசமும் வலிமிக்கதாயிருக்கிறது.

எங்கோ ஓர் அக்கார்டியன் இசைத்தது.

மறுபடி இளஞ்சிவப்பு மாத்திரையின் கருணை. பிறகு ஓர் ஆழ்ந்த அமைதி. எல்லாவற்றின் மீதும் ஓர் ஆழ்ந்த அமைதி கவிந்தது.

பகுதி மூன்று

27

மரியம்

"என்னை அடையாளம் தெரிகிறதா?"

சிறுமியின் விழிகள் படபடத்தன.

"என்ன நடந்ததென்று நினைவிருக்கிறதா?"

சிறுமியின் உதடுகள் நடுங்கின. அவள் விழிகளை மூடிக்கொண்டாள். எச்சில் விழுங்கினாள். அவளுடைய கரம் இடது கன்னத்தைத் தடவியது. அவள் ஏதோ முனகினாள்.

மரியம் இன்னமும் அருகில் குனிந்தாள்.

"இந்தக் காது," சிறுமி மூச்சிறைக்கச் சொன்னாள். "இது கேட்கவில்லை."

அந்த முதல் வாரம் முழுக்க சிறுமி உறங்குவதைத் தவிர வேறெதுவும் செய்யவில்லை. மருத்துவமனையிலிருந்து ரஷீத் பணம் கொடுத்து வாங்கி வந்த இளஞ்சிவப்பு நிற மாத்திரைகளின் உதவியால் தொடர்ந்து உறங்கியவள், தொடர்பில்லாமல் உளறவும், முணுமுணுக்கவும், அலறவும் செய்தாள். மரியத்துக்குத் தெரியாத பெயர்களைச் சொல்லிக் கூவினாள். உறக்கத்திலேயே பதறித் துடித்தவள் அழுதாள், போர்வைகளை உதைத்துத் தள்ளினாள், மரியம் அவளைக் கட்டி அணைத்து அமைதிப்படுத்த வேண்டியிருந்தது. மரியம் ஊட்டிவிட்டதையெல்லாம் சிலசமயம், குமட்டிக்குமட்டி வாந்தியெடுத்தாள்.

பதறித்துடிக்காத வேளைகளில் போர்வைக்குள் கிடந்து, துயரார்ந்த விழிகளால் வெறுமே வெறித்துக்கொண்டிருந்தவள் ரஷீத் - மரியத்தின் கேள்விகளுக்கு ஒற்றை வார்த்தையில் பதிலளித்தாள். சிலநாட்கள் மரியமோ ரஷீதோ அவளுக்கு உணவு ஊட்ட முயன்றபோது குழந்தையைப்போல தலையை இடவலமாக ஆட்டி மறுத்தாள். மரியம் கரண்டியுடன் அருகில் வந்தாலே அவள் இறுகிக்கொண்டாள். பிறகு இறுதியில், அவர்களுடைய தொடர்ந்த வற்புறுத்தலை மறுதலிக்கும் அளவுக்குத் தெம்பில்லாததால் பணிந்தாள். ஆனால் அதற்குப் பிறகு தொடர்ந்து கேவினாள்.

அவளுடைய முகத்திலும் கழுத்திலுமிருந்த வெட்டுக்காயங்களிலும், தோளிலும் கை கால்களின் குறுக்காகவும் இடப்பட்டிருந்த தையல்களின் மீதும் மரியத்தை மருந்துக்களிம்புகள் தடவப் பணித்தான் ரஷீத். மீண்டும் உபயோகப்படுத்துவதற்காக கட்டுத்துணிகளை எல்லாம் தானே துவைத்து அவற்றால் காயங்களைக் கட்டினாள் மரியம். சிறுமிக்கு குமட்டலெடுத்து அவள் வாந்தியெடுக்கும்போதெல்லாம் அவளுடைய கூந்தலைப் பின்னால் இழுத்துக்கட்டி உதவினாள்.

"இன்னும் எவ்வளவு நாள் இவள் இங்கிருப்பாள்?" அவள் ரஷீதைக் கேட்டாள்.

"அவள் குணமாகும்வரை. அவளைப் பார். பாவம். வெளியே அனுப்பிவிடும்படியாகவா இருக்கிறாள்?"

ரஷீத்தான் இடிபாடுகளுக்கிடையில் சிக்கிக்கொண்டிருந்தவளைப் பார்த்து அவற்றைத் தோண்டி அவளை வெளியில் எடுத்தது.

சிறுமி படுத்துக்கிடந்த மரியத்தின் படுக்கைக்குப் பின்னால் ஒரு மடக்கு நாற்காலியில் அமர்ந்திருந்த அவன் "அன்று நான் வீட்டிலிருந்தது உன்னுடைய அதிர்ஷ்டம். நானே என் கைகளால் தோண்டி உன்னை வெளியே எடுத்தேன். இவ்வளவு பெரிய உலோகத்துண்டு ஒன்று"- என்று ஆட்காட்டி விரலையும் பெருவிரலையும் விரித்து அவன் காட்ட, இவன் நிச்சயமாக அளவை இருமடங்காகச் சொல்கிறான் என்று மரியம் சந்தேகித்தாள்- "இவ்வளவு பெரியது. உன்னுடைய தோள்பட்டையில் குத்தியிருந்தது. அங்கே அது உண்மையில் புதைந்திருந்தது. இடுக்கியின் உதவியோடு அதைப் பிடுங்க வேண்டியிருக்கும் என்று

அஞ்சினேன், நல்லவேளையாக உனக்கு ஒன்றும் ஆகவில்லை. இன்னும் சிறிதே காலத்தில் நீ நவ் சோச்சா, புத்தம்புதியவளாக மாறிவிடுவாய்."

ஹக்கீமின் சில புத்தகங்களை ரஷீத் காப்பாற்றிக் கொடுத்தான்.

"அதில் பெரும்பான்மை சாம்பலாகிவிட்டது. மீதம் திருடு போய்விட்டது என்று நினைக்கிறேன்."

முதல் வாரம், சிறுமியை கவனித்துக்கொள்வதில் மரியத்துக்கு அவன் உதவினான். ஒரு நாள் வீடு திரும்பும் போது ஒரு புதிய போர்வையையும் தலையணையையும் கொண்டு வந்தவன், இன்னொரு நாள் ஒரு புட்டி நிறைய மாத்திரைகளைக் கொண்டு வந்தான்.

"சத்து மாத்திரைகள்" என்றான்.

லைலாவின் நண்பன் தாரிக்கின் வீட்டிற்கு யாரோ குடிவந்துவிட்டார்கள் என்பதை அவளுக்குத் தெரிவித்ததும் ரஷீதே.

"சயஃப் ஃபின் தளபதிகள் அவர்களுடைய வீரர்கள் மூவருக்குப் பரிசாக அதைத் தந்தார்களாம். பரிசாக!" என்றான்.

அந்த மூன்று ஆண்களும் உண்மையில், வெய்யிலால் கன்றிப்போன, பால்யம் மாறாத முகங்களையுடைய சிறுவர்கள். சீருடை தரித்த அவர்கள் தாரிக்கின் வீட்டின் தோட்டத்தில் குந்தி சீட்டாடிக்கொண்டும், புகைத்துக்கொண்டுமிருப்பதையும், அவர்களுடைய *கலஷ்னிக்கோவ் துப்பாக்கிகள் சுவற்றில் சாய்த்து வைக்கப்பட்டிருப்பதையும் மரியம் அந்த வழியாகச் செல்லும்போது பார்ப்பாள். அகங்காரமும் எரிச்சலும் கொப்பளிக்கும் முகபாவத்தைக் கொண்டிருந்த ஓங்குதாங்கானவனே அவர்களுள் தலைவன். அவர்களில் இளையவன் அமைதியானவனாகவும், தன் நண்பர்களின் குற்றவுணர்வற்ற தன்மையை முழுமனதுடன் ஏற்றுக்கொள்ளத் தயங்குபவன் போலவும் இருந்தான். மரியம் அந்த வழியாகச் செல்லும்போதெல்லாம் அவளைப் பார்த்து புன்னகைக்கவும், தலையைத் தாழ்த்தி சலாம் சொல்லவும் செய்தான். அவ்வாறு அவன் செய்தபோது அந்த முகத்தின் மீது அவன் வலிந்து கொண்டு வந்திருந்த தோரணை மறைந்து இன்னமும் கறைபடாத பணிவான முகம் வெளிப்பட்டது.

பிறகு, ஒரு காலையில் அந்த வீட்டுக்குள் ஏவுகணைகள் விழுந்தன. வஹ்தாதின் ஹஜாராக்கள்தான் அதைச் செய்தது என்று புரளி எழும்பியது. அக்கம்பக்கத்தினர் சில காலம்வரை அந்தச் சிறுவர்களின் உடல் பாகங்களை அவ்வப்போது காண நேர்ந்தது.

"அவர்களுடைய முடிவு வேறெப்படி இருக்க முடியும்?" என்றான் ரஷீத்.

இந்தச்சிறுமி அநியாயத்திற்கு அதிர்ஷ்டக்காரி, அவள் வீட்டுக்குள் புகுந்து அதைப் புகையும் கற்குவியலாக்கிய ராக்கெட்டுக்குத் தப்பி, வெறும் சிறு காயங்களோடு பிழைத்துக்கொண்டு விட்டாளே என்று நினைத்தாள் மரியம். மெல்லமெல்ல சிறுமி நலம் பெற்றாள். கொஞ்சம் அதிகமாக உண்டாள், தன்னுடைய கூந்தலைத் தானே சீராக்கிக் கொண்டாள். உதவியில்லாமல் குளிக்கத் துவங்கினாள். முன்னறையில் ரஷீத் - மரியத்துடன் உணவு உண்ணத் துவங்கினாள்.

ஆனால் திடீரென எழும் சில நினைவுகளால் அங்கே கனத்த மௌனம் நிலவும். சில நேரங்களில் சிடுசிடுப்பாகவும், சட்டென்று அந்நியப்பட்டுப் போவதும் உடைந்து அழுவதுமாக இருப்பாள். வெறித்த பார்வைகள், துர்க்கனவுகள் மற்றும் துயரத்தில் துவளுதலோடு குமட்டலும் இருந்தது.

சில நேரங்களில் அவளிடத்தில் வருத்தம் மிகும்.

"நான் இங்கு இருப்பதில் நியாயமே இல்லை" என்றாள் ஒரு நாள்.

மரியம் விரிப்புகளை மாற்றிக்கொண்டிருந்தாள். சிறுமி தரையிலிருந்தபடி, தன் காயமுற்ற கால்களை மார்பின் அருகில் இழுத்து வைத்துக்கொண்டு பார்த்துக்கொண்டிருந்தாள்.

"அப்பா பெட்டிகளை வெளியே எடுக்க வேண்டுமென்றார். புத்தகப்பெட்டிகளை. என்னால் அவற்றைச் சுமக்க முடியாது என்றார். ஆனால் நான் அவரை விடவில்லை. எனக்கு ஆவலை அடக்க முடியவில்லை. அந்தச் சம்பவம் நிகழ்ந்தபோது நான்தான் வீட்டினுள் இருந்திருக்க வேண்டும்."

மரியம் துவைத்த விரிப்பை உதறி அது மெத்தையில் பொருந்துவதற்காகக் காத்திருந்தாள். சிறுமியின் பொன்னிறக் கேசத்தை, பச்சை விழிகளை, மெல்லிய கழுத்தை, உயர்ந்த கன்னக்

கதுப்புகளை பருத்த உதடுகளைப் பார்த்தாள். பொதுஅடுப்புக்குச் செல்லும் வழியில் தன் தாயின் பின்னால் தொடர்ந்து ஓடும் சின்னஞ்சிறுமியாக, காதில் கற்றையாக முடிவளர்ந்திருந்த அவளுடைய இளைய சகோதரனின் தோளில் சவாரி செய்யும் குழந்தையாக அவளைப் பார்த்ததை நினைத்துக்கொண்டாள். தச்சரின் மகனோடு கோலிகுண்டு விளையாடிக்கொண்டிருந்ததையும் நினைத்தாள்.

மரியம் தனக்கு ஆறுதலாக, ஊக்கப்படுத்தும் விதமாக ஏதாவது உபதேசம் செய்வாள் என்று எதிர்பார்ப்பவளைப்போல சிறுமி அவளைப் பார்த்துக்கொண்டிருந்தாள். ஆனால் அவளுக்குச் சொல்ல மரியத்திடம் என்ன உபதேசம் இருக்க முடியும்? எப்படி ஊக்கமளிக்க முடியும்? நாணாவை அடக்கம் செய்த பிறகு முல்லா ஃபைசுல்லா குரானிலிருந்து உபதேசம் செய்ததையும் அது தனக்கு எந்த ஆறுதலையும் அளிக்காததையும் அவள் நினைத்துக்கொண்டாள். *'ராஜ்ஜியத்தை ஆள்கின்ற அவன் ஆசிர்வதிக்கப்பட்டவன். அவன்தான் சகலத்தின் மீதும் ஆளுமையுள்ளவன். அவனே உங்களைச் சோதிப்பதற்காக வாழ்வையும் மரணத்தையும் உண்டாக்கினான்.'* பிறகு அவளுடைய குற்றவுணர்வு குறித்து அவர், "*இந்த எண்ணங்கள் சரியில்லை மரியம் ஜோ. புரிகிறதா? இது நல்லதேயல்ல. இது உன்னை அழித்துவிடும். அது உன் தவறல்ல, உன்னுடைய தவறு அல்லவேயல்ல*" என்று சொன்னதையும் நினைத்தாள்.

எதைச் சொல்லி இந்தச் சிறுமியின் வேதனையைக் குறைக்க முடியும் அவளால்?

மரியத்திடம் சொல்வதற்கு வார்த்தைகளில்லை. அதைத் தொடர்ந்து சிறுமியின் முகம் கோண, அவள் கை கால்களைத் தரையில் ஊன்றிக்கொண்டு தனக்கு வாந்தி வருவதாகச் சொன்னாள்.

"பொறு! கொஞ்சம் பொறு. நான் பணிக்கத்தை எடுத்து வந்து விடுகிறேன். இப்போது தான் தரையைச் சுத்தம் செய்தேன். வேண்டாம் தரையில் எடுத்துவிடாதே... ஐயோ. *கொதாயா.* கடவுளே!"

சிறுமியின் பெற்றோர் குண்டுவெடிப்பில் கொல்லப்பட்டு ஒரு மாதம் ஆகிவிட்ட நிலையில் ஒரு மனிதன் அவர்களைத் தேடி வந்தான். கதவைத் திறந்த மரியத்திடம் விஷயத்தைச் சொன்னான்.

"உன்னைப் பார்க்க யாரோ ஒருவர் வந்திருக்கிறார்" என்றாள் மரியம்.

சிறுமி தலையணையிலிருந்து தலையை உயர்த்தினாள்.

"அவருடைய பெயர் அப்துல் ஷெரிஃப்" என்கிறார்.

"எனக்கு அப்துல் ஷெரிஃப் என்று யாரையும் தெரியாதே."

"அவர் உன்னைத்தான் பார்க்க வேண்டுமாம். நீயே கீழே வந்து அவரிடம் பேசிக்கொள்."

★ கலஷ்னிக்கோவ் – இயந்திரத்துப்பாக்கி வகை

28

லைலா

கன்னங்களில் இருந்த அம்மைத்தழும்புப் பள்ளங்களைப் போலவே குண்டு மூக்கிலும் அவற்றைக் கொண்டிருந்தவனான, குருவித்தலைக்காரனும் மெலிந்தவனுமாகிய அப்துல் ஷரிஃபுக்கு நேர் எதிரில் லைலா அமர்ந்திருந்தாள். குண்டூசிக்குமிழில் செருகி வைக்கப்பட்ட ஊசிகளைப்போல அவனுடைய குட்டையான பழுப்புக் கேசம் அவன் தலையில் குத்திக்கொண்டு நின்றது.

தன்னுடைய கழுத்துப்பட்டையை சரி செய்தவாறே புருவங்களைக் கைக்குட்டையால் ஒற்றி எடுத்தவன், "தாங்கள் என்னை மன்னிக்க வேண்டும் *ஹம்ஷிரா*. நான் இன்னமும் பூரண நலம் பெற்று விடவில்லை. இன்னும் ஐந்து நாட்களுக்கு இந்த, இவற்றை என்னவென்று சொல்கிறார்கள்... சல்ஃபா மாத்திரைகளை நான் விழுங்கித் தான் ஆகவேண்டும்."

சரியாகக் கேட்கும் தன்னுடைய வலது காது அவனுக்கு அருகில் இருக்குமாறு அமர்ந்து கொண்டாள் லைலா. "நீங்கள் என் பெற்றோரின் நண்பரா?"

"இல்லை இல்லை. நீங்கள் மன்னிக்க வேண்டும்" அவசரமாகச் சொன்னான் அப்துல் ஷெரிஃப். ஒரு விரலை, அவகாசம் கேட்கும் விதமாக உயர்த்திக்காட்டி, மரியம் கொண்டு வந்து வைத்திருந்த தண்ணீரை எடுத்து மடமடவென்று பருகினான்.

"நான் முதலிலிருந்து ஆரம்பிக்க வேண்டும் என்று நினைக்கிறேன்." உதடுகளைத் துடைத்துக்கொண்டவன், மறுபடியும் நெற்றியை ஒற்றி எடுத்தான். "நான் ஒரு வியாபாரி. ஜவுளிக்கடை வைத்திருக்கிறேன், மிகுதியும் ஆண்களுக்கான ஆடைகள். *சப்பான்கள்*, தொப்பிகள்,

தும்பான்கள், கோட்டுகள், கழுத்துப்பட்டிகள் – சகலமும். இங்கே காபுலில் தைமனியிலும், ஷர்-ஏ-நவ்விலும் இருந்த இரண்டு கடைகளை இப்போது விற்று விட்டேனென்றாலும்.. பாகிஸ்தானின் பெஷாவரில் இரண்டு கடைகள் உண்டு. அங்கேதான் என் பண்டகசாலையும் இருக்கிறது. அதனால் நான் நிறையப் பயணம் செய்ய வேண்டி இருக்கிறது. இப்படி அங்கும் இங்கும் அலைவது இப்போதெல்லாம் சாகசம் போலாகிவிட்டது" என்றபடியே தலையை உலுக்கிக்கொண்டு விரக்தியாய்ச் சிரித்தான்.

"சமீபத்தில் பெஷாவருக்கு வியாபார நிமித்தமாக, ஆர்டர்கள் எடுக்க, இருப்புக்கணக்கு பார்க்க வேண்டிய வேலையாகச் சென்றிருந்தேன். அதோடு என் வீட்டுக்கும் போக வேண்டியிருந்தது. எனக்கு மூன்று மகள்கள், *அல்ஹம்துலில்லாஹ்*. முஜாஹிதீன்கள் ஒருவர் கழுத்தை ஒருவர் நெறித்துக்கொள்ள ஆரம்பித்ததுமே என் மனைவி மக்களை நான் பெஷாவருக்கு இடம் மாற்றிவிட்டேன். *ஷஹீத்* ஆனவர்களின் பட்டியலில் அவர்களுடைய பெயர்கள், ஏன் என் பெயரும் கூட இடம்பிடிப்பதில் எனக்குச் சம்மதமில்லை. நான் விரைவில் அவர்களோடு போய்ச் சேர்ந்து கொள்வேன், *இன்ஷா அல்லாஹ்*."

"கடந்த புதனுக்கு முந்தின புதனே நான் காபுலில் இருந்திருக்க வேண்டியது. ஆனால் விதிவசமாக எனக்கு உடல்நலக்குறைவு ஏற்பட்டுவிட்டது. அதைப் பற்றி விலாவாரியாகச் சொல்லி உங்களை சிரமப்படுத்த மாட்டேன் *ஹம்ஷிரா*, நான் சிறுநீர் கழிக்கச் சென்றபோது உடைந்த கண்ணாடிச்சில்லை வெளியேற்றுவதுபோலச் சிரமப்பட்டேன் என்று மட்டும் சொல்லிக் கொள்கிறேன். ஹெக்மத்தியாருக்குக்கூட அதுபோல நடக்கக்கூடாது என்று நான் *துவா*, பிரார்த்தனை செய்கிறேன். என் மனைவி நாதியா ஜான், அல்லாஹ் அவளுக்கு அருள் பாலிக்கட்டும், அவள் என்னை மருத்துவரிடம் போகச் சொல்லிக் கெஞ்சினாள். நான் நிறைய தண்ணீர் அருந்தி, ஆஸ்பிரின் சாப்பிட்டால் சரியாகிவிடும் என்றிருந்தேன். அவள் வலியுறுத்த நான் மறுக்க இப்படியே முன்னும் பின்னுமாகப் போனது. *பிடிவாதக்காரனின் குண்டி தார்க்குச்சிக்குத் தான் பயப்படும்* என்பார்களே. ஆனால் அந்த முறை என் பின்னம்பாகம் ஜெயித்தது அதாவது என் பிடிவாதம் ஜெயித்தது என்று தான் சொல்ல வேண்டும்."

மீதமிருந்த தண்ணீரையும் அருந்திவிட்டு, "உங்களுக்கு *சஹ்மத்* சிரமம் ஏதும் இல்லையென்றால்" என்றிழுத்தவாறு குவளையை மரியத்திடம் நீட்டினான்.

மரியம் குவளையை நிரப்பிக்கொண்டுவரச் சென்றாள்.

"அவள் சொன்னதை நான் செய்திருக்க வேண்டும், எங்களில் அவள்தான் அறிவாளி. இறைவன் அவளுக்கு நீண்ட ஆயுசைக் கொடுக்க வேண்டும். நான் ஒருவழியாக மருத்துவமனைக்குச் சென்றபோது, கடும் காய்ச்சலில் எரிந்துகொண்டிருந்தேன், ஒரு *பெய்த்*, மெல்லிய மரம் காற்றில் ஆடுவதுபோல நடுங்கிக்கொண்டிருந்தேன். என்னால் நிற்கவே முடியவில்லை. என் ரத்தத்தில் தொற்று உண்டாகிவிட்டதென்று மருத்துவர்கள் கூறினார்கள். இரண்டு மூன்று நாட்கள் தாமதித்திருந்தால் என் மனைவி விதவையாகியிருப்பாள் என்றார்கள்.

கடுமையாக நோய்வாய்ப்பட்டவர்களுக்கான விசேஷப்பிரிவில் என்னைச் சேர்த்தார்கள்." "ஓ *டஷகோர்*, நன்றி" என்று சொல்லி மரியத்திடமிருந்து குவளையை வாங்கிக் கொண்டவன், தன் கோட்டுப்பாக்கெட்டிலிருந்து பெரிய வெள்ளை மாத்திரை ஒன்றையெடுத்தான் "ஐயோ இவற்றின் அளவைப் பார்த்தீர்களா."

அவன் மாத்திரையை விழுங்குவதை லைலா பார்த்துக் கொண்டிருந்தாள். அவளுடைய சுவாசம் வேகங்கொள்ளுவதையும், கால்களில் எடைக்கற்கள் சேர்த்துக் கட்டப்பட்டதைப்போல கனக்கத் துவங்கியதையும் உணர்ந்தாள். அவன் இன்னமும் எதுவுமே சொல்லவில்லை, எதையுமே சொல்லி முடிக்கவில்லை என்று தனக்குள்ளாகவே சொல்லிக்கொண்டாள். ஆனால் அவன் சொல்ல வந்த சேதியை எப்போது வேண்டுமானாலும் சொல்லி விடுவான், அதற்குள், அவள் கேட்க விரும்பாத எதையோ அவன் சொல்வதற்குள், அங்கிருந்து எழுந்து போய்விட வேண்டும் என்று துடித்த மனதைக் கட்டுப்படுத்திக்கொண்டாள்.

அப்துல் ஷெரிஃப் குவளையை மேசையின் மீது வைத்தான்.

"அங்கேதான் நான் உங்கள் நண்பர் மொஹமத் தாரிக் வலிஸாயைச் சந்தித்தேன்."

லைலாவின் இதயம் வேகமாய்த் துடித்தது. தாரிக் மருத்துவமனையில் இருக்கிறானா? உடல்நலம் கடுமையாக பாதிக்கப்பட்டவர்களுக்கான விசேஷப் பிரிவிலா?

அவள் எச்சிலைக் கூட்ட முயன்று தோற்றாள். இருக்கையில் அமரமுடியாமல் திணறினாள். தன்னைத் திடப்படுத்திக் கொள்ளவில்லை என்றால் மனநிலை பிறழ்ந்து விடலாம் என்று அஞ்சினாள். மருத்துவமனைகளிலிருந்தும் விசேஷப் பிரிவுகளிலிருந்தும் கவனத்தைத் திசை திருப்பி, பலவருடங்களுக்கு முன் ஒரு பனிக்கால ஃபார்சி வகுப்பில் சேர்ந்த போதிலிருந்து அவனுடைய முழுப்பெயரை யாரும் சொல்லிக் கேட்டு வெகு நாட்களாகிவிட்டதைக் குறித்து எண்ணத் தலைப்பட்டாள். வகுப்பு துவங்குவதற்கான மணி அடித்ததும் ஆசிரியை வருகைப்பதிவிலிருந்து பெயர்களைப் படித்து- மொஹம்மத் தாரிக் வலிஸாய் என்றழைப்பாள். அப்படி அவனுடைய முழுப்பெயரில் அவன் அழைக்கப்படுவது வேண்டுமென்றே அவனை வேடிக்கை செய்வதற்காகத்தான் என்று அவளுக்குத் தோன்றும்.

மாத்திரை உள்ளே போவதற்கு வழிசெய்கிறவனைப் போலத் தன்னுடைய மார்பைக் கரத்தால் தட்டிக்கொண்டே, "அவருக்கு நிகழ்ந்ததைப் பற்றி நான் செவிலிகளிடமிருந்து தெரிந்து கொண்டேன். பெஷாவரில் வெகுகாலம் வசித்ததால் எனக்கு உருது சரளமாக வரும். அது இருக்கட்டும், நான் உங்கள் நண்பரைப் பற்றி தெரிந்து கொண்டது என்னவென்றால், பெஷாவருக்குச் சென்று கொண்டிருந்த லாரி ஒன்றில், இருபத்து மூன்று அகதிகளில் ஒருவராக அவரும் பயணம் செய்தார். எல்லைக்கு அருகில் அவர்கள் ஒரு துப்பாக்கிச் சூட்டில் சிக்கிக் கொண்டார்கள். லாரியை ஒரு ராக்கெட் தாக்கிவிட்டது. ஒருவேளை அது தவறி விழுந்ததாகக்கூட இருக்கலாம், ஆனால் இந்தச் சண்டைக்காரர்களைப் பற்றி நாம் ஒன்றும் சொல்வதற்கில்லை. ஆறே பேர்தான் தப்பினார்கள், அவர்கள் அனைவரும் அதே பிரிவில் அனுமதிக்கப்பட்டார்கள். இருபத்து நான்கு மணிநேரத்துக்குள் மூவர் இறந்துபோயினர். இருவர் சகோதரிகள் என்றறிகிறேன். அவர்கள் பிழைத்துக்கொண்டு வீடு திரும்பினார்கள். உங்கள் நண்பர் திரு. வலிஸாய் கடைசி. நான் அங்கு போய்ச் சேர்ந்த நேரம் அவர் அங்கு அனுமதிக்கப்பட்டு மூன்று வாரங்கள் ஆகியிருந்தது."

அப்படியென்றால் அவன் உயிரோடு இருக்கிறான். லைலா வெறிபிடித்தாற்போல யோசித்தாள். கடுமையாகக்

காயப்பட்டுவிட்டானோ? நிலைமை எவ்வளவு மோசம்? விசேஷப் பிரிவில் அனுமதிக்கப்படும் அளவுக்கு மோசமாகத்தான் இருந்திருக்கிறான் அது தெரிகிறது. லைலா தனக்கு வியர்க்கத் துவங்கிவிட்டதையும் முகம் உஷ்ணமாகிக் கொண்டிருந்ததையும் உணர்ந்தாள். பாபியோடும் தாரிக்கோடும் பாமியானுக்கு புத்தர்களைப் பார்க்கப் போனது போன்ற இனிமையான நிகழ்வுகள் குறித்து நினைத்துப் பார்க்க முயன்றாள். ஆனால் தாரிக்கின் பெற்றோரின் உருவங்கள் தான் முன்னே எழுந்தன: தாரிக்கின் தாயார் லாரிக்குள் நெருப்பில் சிக்கிக்கொண்டு புகையினூடாக தாரிக்கைத் தேடி அலறுகிறார், அவருடைய கரங்களும் மார்பும் நெருப்புப்பற்றிக் கொண்டுவிட, அவருடைய பொய்முடி உருகி அவருடைய தலையில் ஒட்டிக்கொண்டு....

லைலா வேகமாக மூச்சுவிட்டு தன்னை நிலைப்படுத்திக்கொள்ள வேண்டி வந்தது.

“அவர் என்னுடைய படுக்கைக்கு அடுத்த படுக்கையில் இருந்தார். இடையில் சுவர் இல்லை, வெறும் திரைச்சீலை மட்டுமே. அதனால்தான் அவரை என்னால் தெளிவாகப் பார்க்க முடிந்தது.”

அப்துல் ஷரிஃபுக்குத் திடீரென்று அவருடைய திருமண மோதிரத்தைப் பிடித்துத் திருக வேண்டியிருந்தது. அவன் இன்னமும் மெதுவாகப் பேசத் துவங்கினான்.

“உங்கள் நண்பர் அவர் - கடுமையாகக் காயப்பட்டிருந்தார் - மிகக் கடுமையாக, உங்களுக்குப் புரிகிறதில்லையா. அவர் உடலெங்கிலுமிருந்து ரப்பர் குழாய்கள் நீட்டிக்கொண்டிருந்தன. முதலில்...” அவன் தன் தொண்டையைச் செருமினான். “முதலில், அவர் தன் இரு கால்களையும் அந்தத் தாக்குதலில் இழந்துவிட்டார் என்று தான் நினைத்தேன். ஆனால் அங்கிருந்த செவிலி, அவருடைய இடது கால் பழைய காயம் ஒன்றினால் முன்பே போய்விட்டது, வலது கால்தான் இப்போது அடிபட்டது என்றாள். உள்காயங்களும் இருந்தன. ஏற்கெனவே மூன்று முறை அறுவை சிகிச்சைகள் செய்தாகி இருந்தது. குடல்பகுதியை ஏராளமாக நீக்கியிருந்தார்கள். இன்னும் என்னவெல்லாமோ இப்போது நினைவில்லை. அதோடு அவர் தீக்காயம் பட்டிருந்தார். மிக மோசமாக. அதைப்பற்றி இவ்வளவுதான் சொல்ல முடியும். ஏற்கெனவே உங்களுக்கு ஏராளமான கொடுங்கனவுகள் இருக்கும்

என்றறிவேன் *ஹம்ஷிரா*. இன்னமும் அவற்றை அதிகமாக்க நான் விரும்பவில்லை."

கால்களற்றவனாகிவிட்டான் தாரிக். இப்போது அவன் இரண்டு கட்டைக்கால்களையுடைய ஒரு முண்டம். கால்களற்றவன். லைலாவுக்கு மயக்கம் வரும்போலிருந்தது. மிகுந்த சிரமத்தோடு, வெகுவாகப் பிரயத்தனப்பட்டு, தன் மனதின் உணர்கொம்புகளை அந்த அறைக்கு வெளியே, சன்னலுக்கு வெளியே, அந்த மனிதனிடத்திலிருந்து, தெருவைத்தாண்டி, நகரைத்தாண்டி அதன் தட்டைக்கூரை வீடுகளை, கடைதெருக்களைத் தாண்டி நீட்டினாள். குறுக்கும் நெடுக்குமாக இருந்த குறுகிய தெருக்கள் மணற்கோட்டைகளாக மாறின.

"அவரை எப்போதும் மருந்தின் மயக்கத்திலேயே வைத்திருந்தார்கள். வலி, அதற்காகத்தான், புரிகிறதில்லையா உங்களுக்கு. மருந்தின் பிடியிலிருந்து வெளியேறும் கணங்களில் அவர் தெளிவாக இருந்தார். வலியோடிருந்தாலும், தெளிவான சிந்தனையோடு இருப்பார். நான் என் படுக்கையிலிருந்தபடி அவரோடு பேசுவேன். நான் யார் எங்கிருந்து வருகிறேன் என்றெல்லாம் அவரிடம் சொன்னேன். நம்மூர்க்காரர் ஹம்வத்தன் ஒருவர் நமக்கு அருகில் இருக்கிறார் என்பதில் அவர் மகிழ்ந்திருப்பார் என்று நினைக்கிறேன்.

"பெரும்பாலும் நானேதான் பேசுவேன். அவரால் பேச முடியவில்லை. அவர் குரல் கரகரத்திருந்தது, உதடுகளை அசைக்கக்கூடச் சிரமப்பட்டார் என்று நினைக்கிறேன். அதனால் நான் அவருக்கு என் மகள்களைப் பற்றி, பெஷாவரில் இருந்த எங்கள் வீட்டைப் பற்றி, அதற்கு பின்னால் நானும் என் மைத்துனனும் கட்டிக்கொண்டிருந்த முற்றத்தைப் பற்றி, காபுலில் இருந்த என்னுடைய கடைகளை விற்று, அதற்கான பத்திர வேலைகள் முடியவிருந்ததைப் பற்றியெல்லாம் கூறினேன். ரொம்ப பெரிய விஷயங்கள் இல்லையென்றாலும் அவருக்கு பொழுதுபோக்கப் போதுமானவை. குறைந்தபட்சம் நானாவது அப்படி நம்பினேன்.

"எப்போதாவது அவரும் பேசுவார். பாதிநேரம், என்னால் அவர் பேசுவதைப் புரிந்து கொள்ள முடியாது, ஆனால் தோராயமாகக் கண்டுகொள்வேன். அவர் வாழ்ந்த இடம் குறித்து விவரிப்பார். கஃஜ்னியிலிருந்த அவருடைய பெரியப்பாவைப் பற்றிச் சொன்னார்.

அவருடைய தாயாரின் சமையல், தந்தையின் தச்சுவேலை, அவர் அக்கார்டியன் இசைத்தது பற்றியெல்லாமும்.

"ஆனால், *ஹம்ஷிரா* அவர் பெரும்பாலும் உங்களைப் பற்றியே பேசுவார். அவர், நீங்கள் தான் - அதை அவர் எப்படிச் சொன்னாரென்றால்-அவருடைய ஆதிநினைவு என்றார். ஆம், அப்படித்தான் சொன்னார். அவருக்கு உங்கள் மேல் அதீதக் கரிசனம் என்று எனக்குப் புரிந்தது. அது வெளிப்படையாகத் தெரிந்தது. நல்லவேளையாக நீங்கள் அங்கு இல்லை என்பார். அந்தக் கோலத்தில் அவரை நீங்கள் பார்ப்பதை அவர் விரும்பவில்லை."

ரத்தம் முழுவதும் பாதங்களுக்குப் பாய்ந்து அங்கேயே தங்கிவிட்டதைப்போல அவை மறுபடி கனக்கத்துவங்க, தரையோடு நங்கூரமிடப்பட்டவளாய் உணர்ந்தாள் லைலா. ஆனால் அவளுடைய மனம் ஒரு எறிகணையாக எங்கோ தூரத்தில் கட்டுப்பாடற்றுப் பறந்தது. காபுலைத்தாண்டி, பாறைகளாலான அடர்பழுப்பு மலைகளின் மீது, கொத்துக்கொத்தாய்ப் புதர்கள் மண்டிக்கிடக்கும் பாலைவனங்களைத் தாண்டி, செம்பாறைகள் நிரம்பிய பள்ளத்தாக்குகளைத் தாண்டி, பனிமூடிய மலைகளைத் தாண்டி...

"நான் காபுலுக்குப் போகிறேன் என்று சொன்னதும், அவர் உங்களைத் தேடுமாறு என்னைக் கேட்டுக்கொண்டார். அவர் உங்கள் நினைவாக இருப்பதாகவும், உங்களைப் பிரிந்து வாடுவதாகவும் சொல்லச் சொன்னார். அப்படியே செய்வதாக அவருக்கு வாக்களித்தேன். அவரை எனக்கு மிகவும் பிடித்துப்போயிருந்தது. நல்ல பண்பான இளைஞர் அவர் என்று எனக்கு உறுதியாகப்பட்டது."

அப்துல் ஷெரிஃப் நெற்றியைக் கைக்குட்டையால் துடைத்துக்கொண்டான்.

"ஓரிரவு நான் உறக்கத்திலிருந்து விழித்தபோது"-அவனுடைய கவனம் மீண்டும் தன் கையிலிருந்த திருமண மோதிரத்தின் மீது திரும்பிவிட்டது- "அது இரவாகத்தான் இருக்க வேண்டும், அது போன்ற இடங்களிலெல்லாம் வித்தியாசம் காண்பது கடினம். சன்னல்கள் இல்லை. சூரியோதயம், அஸ்தமனம் எதுவும் கண்டுபிடிக்க முடியாது. ஆனால் நான் விழித்தபோது எனக்கு அடுத்த படுக்கையைச் சுற்றி ஒரே களேபரமாக இருந்தது. நானே மருந்துகளின் பிடியில் தான் இருந்தேன் என்பதையும்

மயங்கி மயங்கித் தெளிந்து கொண்டிருந்தேன் என்பதையும், எது கனவு எது நிஜம் என்றறிவதில் சிரமம் இருந்தது என்பதையும் நீங்கள் கவனத்தில் கொள்ள வேண்டும். மருத்துவர்கள் அந்தப் படுக்கையைச் சூழ்ந்திருந்ததையும், அதையும் இதையும் கேட்டு ஏவிக்கொண்டிருந்ததும், ஒலிப்பான்கள் அலறியதும், தரையெங்கும் ஊசிகள் சிதறிக்கிடந்ததும் தான் என் நினைவில் உள்ளன.

"காலையில் படுக்கை காலியாக இருந்தது. ஒரு செவிலியிடம் கேட்டபோது அவர் தீரத்துடன் போராடினார் என்றாள்."

தான் தலையை அசைப்பதை லைலா மந்தமாக உணர்ந்தாள். அவளுக்குத் தெரிந்திருந்தது. அவளுக்கு முன்பே தெரிந்து தான் இருந்தது. இந்த மனிதன் இங்கே ஏன் வந்திருக்கிறான், என்ன செய்தி கொண்டு வந்திருக்கிறான் என்றெல்லாம் அவனுக்கு எதிரில் அவள் அமர்ந்த நொடியிலிருந்தே அவள் அறிந்திருந்தாள்.

"முதலில் உங்கள் இருப்பையே நான் நம்பவில்லை. அவர் உட்கொண்டிருந்த மார்ஃபின் பேசுகிறது என்றிருந்தேன். ஒருவேளை நீங்கள் உயிரோடிருக்கக் கூடாது என்றுகூட நான் விரும்பியிருந்தேனோ என்னவோ. இப்படியான துக்கச் செய்திகளைத் தெரிவிக்க வேண்டியிருப்பதற்கு வெகுவாக அஞ்சினேன். ஆனால் அவருக்கு வாக்களித்திருந்தேன். மேலும் முன்பே சொன்னதுபோல எனக்கு அவரை மிகவும் பிடித்துப் போயிருந்தது. அதனால் இங்கு சில தினங்களுக்கு முன்பு வந்தேன். அக்கம்பக்கத்தில் வசிப்பவர்களிடம் பேசினேன், உங்களைப் பற்றி விசாரித்தேன். அவர்கள் இந்த வீட்டைக் காட்டினார்கள். உங்கள் பெற்றோருக்கு நிகழ்ந்ததையும் எனக்குச் சொன்னார்கள். அதைக் கேட்டதுமே, நான் இங்கிருந்து கிளம்பிவிட்டேன். உங்களிடம் இதையும் சொல்லக்கூடாது என்று முடிவு செய்தேன். உங்களால் இதைத் தாங்க முடியாது. யாராலுமே தாங்க முடியாது என்று நினைத்தேன்."

அப்துல் ஷெரிஃப் மேசைக்கு இப்புறமாகக் கையை நீட்டி, அவள் முட்டியைத் தொட்டான். "ஆனால் நான் திரும்ப வந்தேன். ஏனென்றால், இறுதியில், அவர் உங்களுக்குத் தெரிய வேண்டும் என்று விரும்பியிருப்பார். நான் அப்படித்தான் நம்புகிறேன். நான் மிக வருந்துகிறேன். இப்படி நடந்திருக்கக் கூடாது என்று தான்..."

லைலாவுக்கு எதுவுமே காதில் விழவில்லை. பஞ்ச்ஷிரிலிருந்து வந்த அந்த மனிதன் அஹமத்-நூரின் மரணச் செய்தியைக் கொண்டு

வந்த நாளை நினைத்துக்கொண்டிருந்தாள். வெளிறிப்போன முகத்துடன் பாபி சோபாவில் தொப்பென்று விழுந்ததை, அந்தச் செய்தியை கேட்டதும் மாம்மியின் கரம் பாய்ந்து அவளுடைய வாயைப் பொத்திக்கொண்டதை நினைத்துக்கொண்டாள். மாம்மி அன்றைக்கு நிலைகுலைந்து போனதைப் பார்த்துத் தான் அதிர்ச்சியடைந்ததையும் அதே சமயம் அந்தச் செய்தி தன்னை வெகுவாக துக்கத்தில் ஆழ்த்தவில்லை என்பதையும் நினைத்தாள். தன் தாயின் இழப்பை அவளால் புரிந்துகொள்ள முடியவில்லை. இப்போது வேறொரு அந்நியனின் மூலமாக இன்னொரு மரணச் செய்தி. இப்போது இருக்கையில் அமர்ந்திருப்பவள் இவள். தன் தாயின் பரிதவிப்பைப் புரிந்து கொள்ளாததற்கான தண்டனையா இது?

மாம்மி சடாரென்று தரையில் விழுந்ததை, அலறியதை, தலைமயிரைப் பிடித்து இழுத்துக்கொண்டதை எல்லாம் அவள் நினைவுகூர்ந்தாள். ஆனால் லைலாவுக்கு அப்படியெல்லாம் செய்ய இயலவில்லை. அவளால் அசையவே முடியவில்லை. அவளுடைய ஒரு தசையை நகர்த்தவும் அவளுக்குத் திராணியில்லை.

அதற்குப் பதிலாக அவள் இருக்கையில் அமர்ந்துகொண்டு, துவண்டுகிடந்த கைகளை மடியில் இட்டு, இலக்கில்லாமல் வெறித்துப்பார்த்தபடி மனதை அலைய விட்டாள். அந்த அருமையான, பாதுகாப்பான இடத்தைக் கண்டடையும்வரை அவள் அதைப் பறக்க விட்டாள்: பார்லி வயல்கள் பச்சைப்பசேலென்றிருந்த, ஆற்றுநீர் தெள்ளியதாய் ஓடிய, ஆயிரக்கணக்கான இலவம்பஞ்சு விதைகள் காற்றிலாடிய, கருவேல மரம் ஒன்றின் கீழே பாபி புத்தகம் படித்துக்கொண்டிருந்த, கைகளை மார்பின் குறுக்காகக் கட்டிக்கொண்டு தாரிக் கண்ணுறங்கிய, அவள் தன் பாதங்களை ஆற்றுநீருக்குள் விட்டுக்கொண்டு, புராதனமிக்கதும் வெய்யிலில் கன்றி வெளுத்ததுமான பாறைக் கடவுள்களின் கரிசனப் பார்வையின் கீழே நலமிக்க கனவுகள் கண்டுகொண்டிருந்த அந்த இடத்துக்கு.

29

மரியம்

“மிகவும் வருந்துகிறேன்” என்றான் ரஷீத் சிறுமியிடம். மரியத்தை ஏறிட்டும் பார்க்காமல் அவளிடமிருந்து மஸ்தாவா மற்றும் இறைச்சி உருண்டைகள் கொண்ட பாத்திரத்தை வாங்கிக்கொண்டே, “எனக்குத் தெரியும் நீங்கள் நெருங்கிய... நண்பர்கள்... நீங்கள் இருவரும். குழந்தைகளாக இருந்த போதிருந்தே எப்போதும் ஒன்றாகவே இருப்பீர்கள். ரொம்ப பயங்கரம் இது, இந்த நிகழ்வு. எண்ணற்ற ஆஃப்கன் இளைஞர்கள் இப்படித்தான் இறந்து போகிறார்கள்.”

சிறுமியைப்பார்த்தபடியே அவன் மரியத்துக்கு பொறுமையிழந்த தோரணையுடன் சமிக்ஞை செய்ய, மரியம் துவாலையை எடுத்துத் தந்தாள்.

நெற்றிப்பொட்டின் தசைகள் அசைய, ஒரு கை கைக்கடக்கமான சோற்றுருண்டைகளை உருட்டிக்கொண்டும் மறு கை, பிசுக்கையும், வாயினோரங்களில் ஒட்டியுள்ள அதிகப்படியான பருக்கைகளைத் துடைத்தபடியும் அவன் உண்பதை மரியம் வருடக்கணக்கில் பார்த்திருக்கிறாள். இத்தனை வருடங்களில் அவன் அவளை நிமிர்ந்து கூடப் பார்க்காமல் உண்டிருக்கிறான், அவனுடைய மௌனம் ஒரு கண்டனம் போல, அப்போதுதான் ஏதோ தீர்ப்பு வழங்கப்பட்டிருந்ததைப் போல, குற்றச்சாட்டு தொனிக்குமோர் உறுமலில் மட்டும் கலைக்கப்படுவதாக, நாவைக்கொட்டும் ஒலி அங்கீகாரத்தை மறுக்கும் சமிக்ஞையாக ஒலிக்க, ரொட்டி மற்றும் நீருக்கான ஒற்றை வார்த்தை ஏவல்களோடு உண்பான்.

ஆனால் இப்போது அவன் கரண்டியால் உண்கிறான். துவாலை உபயோகிக்கிறான். தண்ணீர் கேட்கும் போது லோட்ஃபன்

தயவுசெய்து என்கிறான். அதோடு, பேசுகிறான். இடைவிடாமலும் உற்சாகமாகவும் பேசுகிறான்.

“என்னைக் கேட்டால் அமெரிக்காக்காரன் ஹெக்மத்தியாரிடம் ஆயுதங்களைக் கொடுத்தது மிகத்தவறான முடிவு என்று தான் சொல்வேன். எண்பதுகளில் சோவித்துக்கு எதிராகப் போரிட *CIA* அவனுக்கு எண்ணிலடங்காத துப்பாக்கிகளை அல்லவா கொடுத்திருந்தது. சோவியத் போய்விட்டாலும் துப்பாக்கிகள் அவனிடம் தானே உள்ளன. இப்போது அவன் அவற்றை உன் பெற்றோரைப் போன்ற அப்பாவிகளுக்கு எதிராகத் திருப்புகிறான். இதை ஜிஹாத் என்று வேறு சொல்கிறான். என்ன ஒரு ஏமாற்று வேலை. குழந்தைகளையும் பெண்களையும் கொல்வதா ஜிஹாத்? *CIA* கமாண்டர் மசூதிடம் அந்த ஆயுதங்களை ஒப்படைத்திருக்க வேண்டும்.”

மரியத்தின் புருவங்கள் தானாக உயர்ந்தன. படைத்தளபதி மசூத்? அவனொரு துரோகி, கம்யூனிஸ்ட் என்றெல்லாம் ரஷீத் மசூதுக்கு எதிராக வசைமாரி பொழிந்ததையெல்லாம் அவள் நினைத்துப்பார்த்தாள்.

என்னயிருந்தாலும் லைலாவைப் போல மசூதும் ஒரு தஜிக் ஆயிற்றே.

“அவர் தான் நியாயவான். மரியாதைக்குரிய ஆஃப்கன். அமைதிப் பேச்சுவார்த்தைகளில் உண்மையிலேயே விருப்பம் கொண்ட மனிதன்.”

தோளைக் குலுக்கி, பெருமூச்சு விட்டான்.

“அமெரிக்கர்களுக்கு இதெல்லாம் ஒரு விஷயமேயில்லை, ஆமாம். பாஷ்டூன்களும், ஹஜாராக்களும், தஜிக்குகளும், உஸ்பெக்குகளும் ஒருவரையொருவர் கொன்றுகுவிப்பதைப் பற்றியெல்லாம் அவர்களுக்கு என்ன கவலை. எத்தனை அமெரிக்கர்களுக்கு இவர்களைச் சரியாக இனங்காணத் தெரியும்? அவர்களிடமிருந்து எந்த உதவியையும் எதிர்பார்க்கவே கூடாது என்கிறேன். இப்போது சோவியத் வீழ்ந்து விட்டதால் நம்மால் அவர்களுக்கு ஒரு பிரயோசனமும் இல்லை. நம்மிடம் அவர்களுக்கு இருந்த தேவை தீர்ந்துவிட்டது. அவர்களுக்கு நாம் வெறும் *கெனாரப்*, மலக்குழி தான். இப்படிப் பேசுவதற்காக மன்னிக்க வேண்டும், ஆனால் அது தான் உண்மை. நீ என்ன சொல்கிறாய் லைலா ஜான்?”

சிறுமி, சன்னமாக, புரிபடாத எதையோ முணுமுணுத்துவிட்டு தன் கிண்ணத்திலிருந்த இறைச்சி உருண்டையை உருட்டினாள்.

அவள் அதி புத்திசாலித்தனமான எதையோ சொல்லிவிட்டது போல, ரஷீத் சிந்தனையார்ந்த முகத்துடன் தலையை ஆட்டினான். மரியம் தன் பார்வையை திருப்பிக்கொள்ள வேண்டிவந்தது.

"உனக்குத்தெரியுமா? உன் தந்தை- அவருக்கு இறைவன் சாந்தியைக் கொடுக்கட்டும், அவரும் நானும் இதே போல உரையாடியிருக்கிறோம். ஆனால் அதெல்லாம் நீ பிறப்பதற்கு முன்பு தான். அரசியல் பேசினால் பேசிக்கொண்டே இருப்போம். புத்தகங்கள் குறித்தும்தான். அப்படித்தானே மரியம் உனக்கு நினைவிருக்கிறதல்லவா?"

மரியம் தண்ணீர் அருந்த வேண்டியதாயிற்று.

"இப்படியெல்லாம் அரசியல் பேசி உன்னை சலிப்புறச் செய்து விடவில்லையென்று நம்புகிறேன்."

பிறகு, மரியம் அடுப்படியில் பாத்திரங்களை சோப்பு நீரில் ஊறவைத்துக்கொண்டிருந்த போது அவள் வயிற்றுக்குள் இறுக்கமான முடிச்சு ஒன்றை உணர்ந்தாள்.

அவனுடைய பேச்சிலோ, அந்தப் பச்சைப் பொய்களிலோ, வலிந்து காட்டிய பச்சாதாபத்திலோ, சிறுமியை கற்குவியலுக்குள்ளிருந்து தூக்கி வந்த நாள் முதலாய் அவளுக்காக மரியத்துக்கு உதவியாக ஒரு விரலைக்கூட அவன் நீட்டியதில்லை என்பதிலுமோ கூட எதுவுமில்லை.

அவனுடைய நாடகீயமான நடத்தையில் சிறுமியைக் கவர்வதற்காக, கபடத்தன்மையுடன், இரக்கத்தைக் கோரும் விதமாக ஒரு நிகழ்த்திக்காட்டல் போல அவன் செய்த முயற்சியில் தான் ஏதோ இருந்தது.

சடாரென்று தன்னுடைய சந்தேகம் சரிதானென்று மரியத்துக்கு விளங்கியது. மண்டையிலடித்தாற் போல அவளுக்குப் புரிந்துபோனது. அவள் பார்த்துக்கொண்டிருப்பது வேறொன்றையுமல்ல சந்தேகமில்லாமல் ஒரு காதலாட்டத்தைத் தான்.

மிகவும் சிரமப்பட்டு தைரியத்தை வரவழைத்துக்கொண்ட பிறகு, மரியம் அவனுடைய அறைக்குச் சென்றாள்.

சிகரெட் ஒன்றைப் பற்றவைத்துக்கொண்டே "ஏன் கூடாது" என்றான் ரஷீத்.

அந்த நிமிடமே தான் தோற்றுப் போனதை மரியம் உணர்ந்துகொண்டாள். அவன் தன்னுடைய குற்றச்சாட்டை மறுப்பான், ஆச்சரியப்படுவான், ஒருவேளை கோபம் கொள்ளவும் செய்வான் என்று சிறிதேனும் நம்பிக்கை கொண்டிருந்தாள் அவள். அப்படியாகியிருந்தால் அவளுடைய கை ஓங்கியிருக்கும். அவனைக் கேவலப்படுத்தி, அவள் வெற்றியடைந்திருப்பாள். ஆனால் அவனுடைய அமைதியான ஒப்புதலும், உண்மைதான்- அதற்கென்ன- இப்போது என்பது போன்ற அவனுடைய தொனியும் அவளுடைய உறுதியைக் குலைத்து ஆட்டம் காண வைத்தன.

"உட்கார்" என்றான் அவன். முதுகைச் சுவரில் சாய்த்து, தன் நீண்டு அகன்ற கால்களை படுக்கையில் விரித்தபடி, அவன் கட்டில் கிடந்தான். "மயங்கி விழுந்து மண்டையை உடைத்துக்கொள்ளுமுன் உட்கார்ந்துவிடு."

அவனுடைய கட்டிலுக்கு அருகிலிருந்த மடக்கு நாற்காலியில் தன்னை அறியாமலேயே விழுவதை உணர்ந்தாள் மரியம்.

"அந்த சாம்பல் கிண்ணத்தை எடு" என்றான்.

பணிவுடன் சொன்னதைச் செய்தாள் அவள்.

ரஷீதின் வயது அறுபதோ அதற்கு மேலேயோ இருக்கலாம்- மரியத்துக்கு சரியாகத் தெரியாது. சொல்லப்போனால் ரஷீதுக்கே தன்னுடைய சரியான வயது தெரியாது. அவனுடைய கேசம் வெளுத்திருந்தாலும் எப்போதும் போலவே அடர்த்தியாகவும் கோரையாகவும் இருந்தது. அவனுடைய கண்ணிமைகள் தளர்ந்துவிட்டன, கழுத்துச் சருமம் சுருக்கங்களோடு மிருகத்தின் தோல் போல இருந்தது. கன்னங்கள் முன்பைவிட அதிகமாகத் தொங்கின. காலைவேளைகளில் அவன் இன்னும் கொஞ்சம் கூனினான். ஆனால் இப்போதும்கூட அகன்ற தோள்களும், முரட்டு உடலும், அவன் நுழையுமுன்பே அறைக்குள் நுழைந்து விடும் பெருத்த தொப்பையுமாகத் தான் இருந்தான்.

மொத்தத்தில் தன்னோடு பார்க்க, அவன் நல்லபடியாகவே மூப்படைந்திருக்கிறான் என்று நினைத்தாள் மரியம்.

"நிலமையை நாம் சட்டரீதியாக சரிசெய்து கொண்டாகவேண்டும்," வயிற்றின் மீதிருந்த சாம்பல் கிண்ணம் தடுமாறாமல் சமாளித்துக்கொண்டு சொன்னான். அவனுடைய உதடுகள் உல்லாசமாகக் குவிந்தன. "ஜனங்கள் பேசத்துவங்குவார்கள். பார்க்கிறவர்களுக்கு ஒரு திருமணமாகாத இளம்பெண் இங்கு இருப்பது கேவலமானதாகத் தோன்றும். அது என்னுடைய நற்பெயருக்கும் அவளுடையதற்கும் களங்கம் உண்டாக்கும். ஏன் உனக்குமே கூட அது அசிங்கம் தான் என்று நான் சொல்லியாக வேண்டும்."

"பதினெட்டு வருடங்கள். உங்களிடம் நான் எதுவுமே கேட்டதில்லை. எதையுமே. இப்போது கேட்கிறேன்" என்றாள் மரியம்.

அவன் மெதுவாக புகையை இழுத்து வெளியே விட்டான். "சும்மா அவளை இங்கே தங்க வைத்துக்கொள்ள முடியாது. அதைத்தான் நீ விரும்புகிறாய் என்று நினைக்கிறேன். அவளுக்கு உணவு, உடுப்பு, இருப்பிடம் எல்லாம் கொடுத்து இங்கே தங்க வைத்துக்கொள்ள நான் ஒன்றும் செஞ்சிலுவைச் சங்கம் இல்லை மரியம்."

"ஆனால் இது?"

"ஏன் இதற்கென்ன? என்ன? அவள் மிகவும் இளைவள் என்று நீ நினைக்கிறாயா? அவளுக்குப் பதினாலு வயதாகிறது. அவள் ஒன்றும் குழந்தையல்ல. உனக்கு அப்போது பதினைந்து தான் நினைவிருக்கிறதா? நான் பிறந்தபோது என் தாய்க்கு பதினாலு வயது தான். அவளுக்கு திருமணமான போது பதின்மூன்று."

"இல்லை... எனக்கு இதில் விருப்பமில்லை." வெறுப்பினாலும் நிராதரவான நிலையாலும் மரத்துப் போயிருந்தாள் மரியம்.

"இது நீ செய்யும் முடிவல்ல. இது என்னுடையதும் அவளுடையதும்."

"எனக்கு ரொம்ப வயதாகிவிட்டது."

"அவள் ரொம்ப இளையவள். உனக்கு ரொம்ப வயதாகிவிட்டது. என்ன உளறிக்கொண்டிருக்கிறாய்."

"எனக்கு ரொம்ப வயதாகி விட்டது. இப்படி நீங்கள் எனக்குச் செய்யக்கூடாத அளவுக்கு வயதாகிவிட்டது." நடுங்கும் கரங்களால் தன் ஆடையைக் கொத்தாகப் பிடித்துக்கொண்டு பேசினாள் மரியம். "இத்தனை வருடங்களுக்குப் பிறகு நீங்கள் என்னை ஒரு அம்பாக் சக்களத்தியாக்கக் கூடாத அளவுக்கு."

"சும்மா வசனம் பேசாதே. இது மிகவும் சகஜம் என்று உனக்கும் எனக்கும் தெரியும். என் நண்பர்கள் பலருக்கும் இரண்டு, மூன்று, நான்கு மனைவியர் உள்ளார்கள். உன் அப்பாவுக்கே மூன்று மனைவியர் இருந்தார்கள். அதுவுமில்லாமல் இப்போது நான் செய்வதை இன்னொரு ஆணாயிருந்தால் எப்போதோ செய்திருப்பான். அது உண்மை என்று உனக்குத் தெரியும்."

"இதை நான் அனுமதிக்கவே மாட்டேன்."

இதைக் கேட்டதும் ரஷீத் பரிதாபம் காட்டிப் புன்னகைத்தான்.

காய்த்துப்போயிருந்த ஒரு பாதத்தை இன்னொன்றால் தேய்த்தபடி "அப்படியென்றால் இன்னொரு வழியிருக்கிறது. அவள் இங்கிருந்து போய்விடலாம். அவள் வழியில் நான் குறுக்கிடமாட்டேன். ஆனால் உணவில்லாமல், நீரில்லாமல், ஜேபியில் பத்து பைசா இல்லாமல் சுற்றிலும் குண்டுகளும் ராக்கெட்டுகளும் பறக்கும் போது அவள் வெகுதூரம் சென்றுவிட முடியாது. கடத்தப்பட்டோ, கற்பழிக்கப்பட்டோ, தொண்டை கிழிக்கப்பட்டோ சாலையோர சாக்கடையில் அவள் எறியப்பட எத்தனை நாட்களாகிவிடும்? இல்லை அந்த மூன்றுமே அவளுக்கு மொத்தமாக நடக்கவும் தான், சொல்லு?" என்றான்.

இருமியவன், முதுகுக்குப் பின்னாலிருந்த தலையணையைச் சீராக்கிக் கொண்டான்.

"தெருக்கள் ஆபத்தானவை மரியம், நான் சொல்வதைக் கேள். ரத்தவெறி பிடித்தவன்களும், கொள்ளையர்களும் ஒவ்வொரு தெருமுனையிலும் நிற்கிறார்கள். தப்பிக்க வாய்ப்பேயில்லை, அவளுக்கு இதெல்லாம் தேவை தானா. ஆனாலும் ஏதோ அதிசயம் நிகழ்ந்து அவள் பெஷாவர் வரைக்கும் போய் விடுகிறாள் என்றே வைத்துக்கொள்ளேன். அதற்குப் பிறகு? அங்கிருக்கும் முகாம்களைப் பற்றியெல்லாம் உனக்கு ஏதாவது தெரியுமா என்ன?"

ஒரு புகைச் சுழலுக்குப் பின்னாலிருந்தபடி அவளைப் பார்த்தான் அவன்.

"வெறும் அட்டைத்தட்டிகளுக்குக் கீழே மக்கள் வாழ்கிறார்கள். எலும்புருக்கி, வயிற்றுப்போக்கு, பஞ்சம், குற்றங்கள். அதுவும் பனிக்காலத்துக்கு முன்பு வரைதான். தொடர்வது உறைபனிக்காலமும் ஜன்னியும். மனிதர்கள் பனிக்கட்டிகளாக உறைய வேண்டியது தான். அந்த முகாம்கள் உறைந்த சுடுகாடுகளாகிவிடும்."

"ஆனால் ஒன்று. பெஷாவரின் விபச்சாரவிடுதிகளில் ஒன்றில் அவள் கதகதப்பாக இருக்கலாம். அங்கெல்லாம் எக்கச்சக்கமாக தொழில் நடக்கிறதாம். கேள்விப்பட்டேன். இவளைப் போன்ற அழகிக்கு அதிர்ஷ்டம் தான், என்ன சொல்கிறாய்?" உல்லாசமாக கையைச் சுழற்றி, ஆட்டி, பேசினான்.

சாம்பல் கிண்ணத்தை எடுத்து கட்டிலுக்கு அருகிலிருந்து சிறிய மேசையில் வைத்துவிட்டு, கட்டிலின் ஒரு புறமாக கால்களைத் தொங்க விட்டுக்கொண்டான்.

பிறகு ஒரு வெற்றியாளனுக்குரிய முடிவான தொனியோடு சொன்னான். "இங்கே பார். இதை நீ சரியாகப் புரிந்துகொள்ள மாட்டாய் என்று நான் அறிந்திருந்தேன். நான் உன்னைக் குறை சொல்லவில்லை. ஆனால் இது நிச்சயம் நன்மைக்குத்தான். நீயே புரிந்துகொள்வாய். இப்படி யோசித்துப் பார் மரியம். நான் தருவது வீட்டு வேலைகளில் கை கொடுக்க உனக்கு ஒரு ஆளை, அவளுக்கு அடைக்கலமும், ஒரு கணவனும் வீடும். இப்போது காலம் கிடக்கும் கிடப்பில் ஒரு பெண்ணுக்கு கணவன் என்பவன் கட்டாயம் வேண்டும். தெருக்களில் உறங்கும் விதவைகளை நீ பார்த்ததில்லையா? இப்படி ஒரு வாய்ப்புக்காக அவர்கள் கொலை கூட செய்வார்கள். சரியாகப் பார்த்தால் .. ம்ம்.. இது நான் செய்யும் ஒரு பெருந்தன்மையான காரியம் என்றே சொல்ல வேண்டும்."

அவன் புன்னகை புரிந்தான்.

"எனக்குத் தெரிந்தவரை இதற்காக எனக்கு ஒரு பதக்கம் அளிக்கப்பட வேண்டும்."

வெகுநேரம் கழித்து, இருளில், மரியம் சிறுமியிடம் பேசினாள்.

சிறுமி நெடுநேரம் மௌனமாகயிருந்தாள்.

"காலையில் அவருக்கு ஒரு பதில் வேண்டுமாம்" என்றாள் மரியம்.

"இப்போதே அவருக்கு என் பதிலைச் சொல்லிவிடுகிறேன். சம்மதம்" என்றாள் சிறுமி.

★ CIA – CENTRAL INTELLIGENCE AGENCY – நடுவண் ஒற்று முகமை

30

லைலா

மறுநாள் காலை, லைலா படுக்கையிலேயே கிடந்தாள். அவள் இன்னமும் கம்பளிக்குள்ளேயே இருந்தபோதும் ரஷீத் அறைக்குள் தலையை நீட்டி அவன் சவரம் செய்துகொள்ளப் போவதாக அறிவித்தான். மதியம் அவன் வீடுதிரும்பி, தன் புதிய தலையலங்காரத்தையும், நீலத்தில் ஊசிக்கோடுகளிடப்பட்ட, உபயோகிக்கப்பட்டதென்றாலும் புதிய கோட்டையும், அவளுக்காக அவன் வாங்கியிருந்த திருமண மோதிரத்தையும் காட்டிய போதும் அவள் படுக்கையிலேயே கிடந்தாள்.

அவளுக்கு அருகில் படுக்கையில் அமர்ந்துகொண்டு நாடாவை மெல்லப் பிரித்து, மெதுவாகப் பெட்டியைத்திறந்து, மிக மென்மையாக மோதிரத்தை வெளியிலெடுத்து, ஆர்ப்பாட்டம் பண்ணினான் ரஷீத். மரியத்தின் திருமண மோதிரத்தைக் கொடுத்துவிட்டு புதியதை வாங்கியதாகவும் சொன்னான்.

"அவளுக்கு ஒரு பிரச்சினையும் இல்லை. என்னை நம்பு. அவள் கண்டுகொள்ளக்கூட மாட்டாள்."

லைலா படுக்கையின் மறுகோடிக்கு நகர்ந்தாள். மரியம் கீழே இருந்ததும் அவளுடைய இஸ்திரிப்பெட்டி உஸ்ஸென்று ஒலியெழுப்பியதும் அவளுக்குக் கேட்டது.

"எப்படியும் அவள் இதை அணிந்ததே இல்லை" என்றான் ரஷீத்.

"இல்லை இது எனக்கு வேண்டாம். இப்படி வேண்டாம். இதை நீங்கள் எடுத்துச்சென்று விடுங்கள்" என்றாள் லைலா பலவீனமாக.

“திருப்பி எடுத்துச்செல்வதா?” பொறுமை நீங்கிய பாவம் ஒன்று அவன் முகத்தில் தோன்றி மறைந்தது. அவன் புன்னகைத்தான். “அதற்கு மேலே நான் நிறைய பணமும் கொடுக்க வேண்டி வந்தது-உண்மையில் ஏராளமான பணம். இது அதைவிட உசத்தியானது. இருபத்தியிரண்டு கேரட் தங்கம். பார் எவ்வளவு கனமாயிருக்கிறது. தொட்டுப்பாரேன் இதை. மாட்டாயா?” அவன் பெட்டியை மூடினான். “உனக்கு மலர்கள் பிடிக்குமா? உனக்கு ரொம்பப் பிடித்த பூ எது? டெய்சி? துலிப்? லைலக்? பூக்களும் பிடிக்காதா? சரிதான். அவற்றினால் என்ன பிரயோசனம் இருக்கிறது? நான் என்ன யோசிக்கிறேன் என்றால்... தே-மசங்கில் ஒரு தையல்காரர் இருக்கிறார். உனக்கு பொருத்தமான உடை தைக்கக் கொடுப்பதற்காக உன்னை அங்கே அழைத்துச்செல்லலாம் என்று நினைக்கிறேன்.”

லைலா தலையை ஆட்டினாள்.

ரஷீதின் புருவங்கள் உயர்ந்தன.

“நான் அது தயாரானதும்-” லைலா ஆரம்பித்தாள்.

அவன் அவளுடைய கழுத்தில் கையை வைத்தான். லைலா துடித்துச் சுருண்டாள். அவன் தொட்டபோது' உள்ளாடையில்லாத வெற்று மேனியின் மீது சொரசொரப்பான பழைய கம்பளிச் சட்டையை அணிந்தார் போல இருந்தது.

“சொல்லேன்?”

“அது தயாரானதும் நானும் தயாராகிவிடுவேன்.”

ரஷீதின் வாயை அகலத் திறந்து பழுப்பு நிறப் பற்களைக்காட்டி இளித்தான். “ஆவலாயிருக்கிறேன்” என்றான்.

அப்துல் ஷெரிஃபின் வருகைக்கு முன்பு லைலா பாகிஸ்தான் சென்று விடத்தான் எண்ணியிருந்தாள். அப்துல் ஷெரிஃப் அந்தச் செய்தியைக் கொண்டுவந்து சொல்லிச் சென்ற பிறகும் அவள் போயிருக்க வேண்டியவள் என்றே இப்போதும் நினைக்கிறாள். இங்கிருந்து எங்காவது தொலைவாக சென்றுவிட்டிருக்க வேண்டியவள். ஒவ்வொரு தெருமுக்கிலும் ஏதாவது ஒரு பொறியையும் ஒவ்வொரு சந்திலும் பூச்சாண்டி காட்டி குதிக்கும்

ஒரு பிசாசையும் வைத்திருக்கும் இந்த நகரத்தை விட்டு எங்காவது சென்றிருக்க வேண்டியவள்தான். அவள் எந்த ஆபத்தையும் எதிர்கொள்ளத் தயாராக இருந்தவள்தான்.

ஆனால் அங்கிருந்து செல்வதை நினைத்துப்பார்க்கவே முடியாத நிலைமை திடீரென்று உண்டாகிவிட்டது.

தினந்தோறும் ஏற்படும் இந்தக் குமட்டல்.

மார்பகங்களில் புதிதாய் வளரும் இந்த கனம்.

அதோடு, இவ்வளவு பயங்கரங்களுக்கு இடையிலும் அந்த மாதத்தின் விலக்கு தவறிப்போனதை அவள் அறிந்துகொண்டு விட்டது.

வெட்டவெளியில் உறைகுளிர்காற்றில், தற்காலிகமாக அமைக்கப்பட்ட தாங்கிகளில் ஆயிரக்கணக்கான படபடக்கும் ப்ளாஸ்டிக் விரிப்புகள் சேர்த்து கட்டப்பட்ட ஓர் அகதிமுகாமில் தான் இருப்பதை லைலா கற்பனை செய்து பார்த்தாள். அப்படியொரு முகாமில் அவளுடைய குழந்தை, தாரிக்கின் குழந்தை, நெற்றி சுருங்கி, தாடை தளர்ந்து, சருமத்தில் கருநீலப் புள்ளிகளோடு கிடப்பதைக் கற்பனை செய்தாள். அந்நியர்கள் அந்தப் பிஞ்சு உடலைக் கழுவி, பழுப்பு நிற சவப்போர்வையில் சுற்றி, பார்த்துக்கொண்டிருந்த பருந்துகள் ஏமாற்றமடையுமாறு, காற்று அலைக்கழிக்கும் அந்த நிலத்தின் ஒரு குழிக்குள் இறக்குவதைக் கற்பனை செய்து பார்த்தாள்.

இப்போது அவளால் எங்கே ஓட முடியும்?

லைலா தன்னுடைய வாழ்க்கையில் இருந்த மனிதர்களையெல்லாம் வேதனையோடு பட்டியலிட்டாள். அஹமதும் நூரும், இறந்து போனார்கள். ஹசீனா கிளம்பிவிட்டாள். கிதி இறந்துபோனாள். அம்மா செத்துப்போனாள். அப்பாவும் இறந்துவிட்டார். இப்போது தாரிக்கும்...

ஆனால், அதிர்ஷ்டவசமாக, அவள் ஒரேயடியாகத் தனித்துப் போவதற்கு முன், அவளுடைய கடந்த காலத்தின் ஒரு பகுதி, அவளோடு இருந்த ஓர் உயிரின் கடைசிக் கண்ணி உயிர்த்திருக்கிறது. தாரிக்கின் ஒரு பகுதி அவளுள் உயிரோடு இருக்கிறது. பிஞ்சுக்கைகள் முளைத்து மெல்லிய கரங்களாக வளரக் காத்திருக்கிறது. அவளுடைய கடந்தகால வாழ்க்கையின் மிச்சமாக,

அவனுடையது என்று அவளுக்கு எஞ்சியிருக்கும் இந்த ஒரே விஷயத்துக்கு அவளால் எப்படித் தீங்கிழைக்க முடியும்?

அவள் வேகமாக முடிவெடுத்தாள். தாரிக்கோடு அவள் சேர்ந்து ஆறு வார காலம் ஓடிவிட்டது. இன்னமும் தாமதித்தால் ரஷீதுக்கு சந்தேகம் உண்டாகிவிடும்.

தான் செய்வது மிகக் கேவலமான ஒரு செயல் என்று அவள் உணர்ந்தேயிருந்தாள். அது ஓர் அவமானகரமான, வெட்கங்கெட்ட, ஏமாற்றுவேலை என்றும், மரியத்துக்கு அவள் செய்யும் மாபெரும் துரோகம் என்பதும் அவளுக்குத் தெரிந்தது. ஆனாலும் தன்னுள் இருக்கும் அந்தக் குழந்தை வெறும் ஒரு மல்பெரியின் அளவினதாக மட்டுமே இப்போது இருந்தபோதிலும் தான் செய்தாகவேண்டிய தியாகங்களை அவள் புரிந்துகொண்டாள். பெயரைக் காப்பாற்றிக் கொள்வது அதில் முதலாவது மட்டும் தான்.

தன் வயிற்றின் மீது கையை வைத்துக்கொண்டவள், விழிகளை மூடிக்கொண்டாள்.

லைலாவின் நினைவில், ஓசைகள் மட்டுறுத்தப்பட்ட அன்றைய சடங்கு துண்டு துண்டாகத்தான் பதிந்திருந்தது. ரஷீதின் உடையின் இளமஞ்சள் வண்ண ஊசிக்கோடுகள். அவனுடைய சிகைத்தெளிப்பு திரவத்தின் கூர்மணம். அவனுடைய தொண்டைக்குழிக்குக் கொஞ்சம் மேலே இருந்த சிறிய சவரக்காயம். அவளுக்கு மோதிரம் அணிவித்த போது புகையிலைக் கறைபடிந்த அவனுடைய விரல்களின் சொரசொரப்பு. பேனா எழுத மறுத்ததையும் இன்னொரு பேனாவைத் தேடியதையும். ஒப்பந்தத்தை. அவன் உறுதியான கரங்களுடன் கையெழுத்திட்டதை, அவளுடைய கரங்கள் நடுங்கியதை. பிரார்த்தனையை. கண்ணாடியில், அவன் தன் புருவங்களைச் சீராக்கியிருந்ததைப் பார்த்ததை.

மேலும் அறையின் ஏதோ ஒரு மூலையிலிருந்தபடி மரியம் பார்த்துக்கொண்டிருந்ததை. அவளுடைய ஒப்புதலின்மையில் காற்று கனம் கொண்டதை.

மூத்தவளின் பார்வையைச் சந்திக்க லைலாவுக்கு இறுதிவரை தைரியம் வரவில்லை.

குளிர்ந்துபோயிருந்த அவனுடைய போர்வைக்கு அடியில் கிடந்தபடி, அவன் திரைச்சீலைகளை இழுத்துவிடுவதைப் பார்த்துக் கொண்டிருந்தாள் அவள். அவளுடைய சட்டையின் பொத்தான்களில் அவனுடைய விரல்கள் பட்டதுமே, காற்சட்டையின் நாடாவைக் கழற்றுவதற்கு முன்பே அவள் நடுங்கத்தொடங்கிவிட்டாள். அவன் கடும் பதற்றத்திலிருந்தான். அவனுடைய விரல்கள் அவன் சட்டையின் பொத்தான்களையும், இடுப்பின் வாரைக் கழற்றவும் வெகுநேரமாய் போராடிக்கொண்டிருந்தன. அவனுடைய தளர்ந்த மார்புகளை, முன்னே துருத்திக்கொண்டிருந்த நாபியை, அதன் நடுவிலிருந்த நீலநிற நரம்பை, மார்பிலிருந்த வெண்மயிர்க்கற்றைகளை, தோள்களை, மேற்கரத்தை எல்லாம் அவளால் தெளிவாகப் பார்க்க முடிந்தது. அவனுடைய விழிகள் அவள்மீது ஊர்ந்ததையும் அவள் உணர்ந்தாள்.

"கடவுள் என்னைக் காக்க வேண்டும். நான் உன்னைக் காதலிக்கிறேனென்று நினைக்கிறேன்," என்றான்.

பற்கள் நடுங்க, அவள் அவனை விளக்கை அணைக்குமாறு கேட்டுக்கொண்டாள்.

பிறகு, அவன் உறங்கிவிட்டானென்பது அவளுக்கு நிச்சயமாகத் தெரிந்ததும், மெத்தைக்கு அடியில் முன்னரே ஒளித்து வைத்திருந்த கத்தியை வெளியிலெடுத்தாள் லைலா. தன் ஆட்காட்டி விரலின் நுனியில் அதைக்கொண்டு ஒரு கீறலிட்டாள். போர்வையை நீக்கி, தாங்கள் இருவரும் ஒன்றாய்க் கிடந்த இடத்தில் தன் விரலின் ரத்தத்தைக் கசியவிட்டாள்.

31

மரியம்

பகற்பொழுதுகளின்போது அந்தச் சிறுமி கட்டில் சுருளின் ஒரு கிறீச்சிடலாகவும், பாதங்கள் எழுப்பும் ஓசையாகவும் இருந்தாள். குளியலறையில் தண்ணீரின் தெறிப்பாகவும், மாடிப் படுக்கையறையில் கண்ணாடிப்பாத்திரத்தில் மோதி ஓசையெழுப்பும் ஒரு கரண்டியாகவும் இருந்தாள். அரிதாக மரியத்தின் கண்களில், காற்றில் பறக்கும் ஆடையின் மங்கலொளியாக, மாடிப்படிகளில் விரைந்து ஏறும் காலடிகளாக, மார்புக்குக் குறுக்காகக் கட்டப்பட்ட கரங்களுடன் செருப்புகள் மோதும் குதிகால்களாகத் தெரிந்தாள்.

ஆனால் அவர்கள் நேருக்கு நேர் பார்த்துக்கொள்ளவதைத் தவிர்க்கவே முடியவில்லை. மாடிப்படிகளிலும், வரவேற்பறைக்குச் செல்லும் குறுகிய பாதையிலும், பின்கட்டிலிருந்து அவள் உள்ளே வரும்போது கதவின் அருகிலும் மரியம் அவளைப் பார்க்க வேண்டிவந்தது. அவர்கள் இப்படிச் சந்தித்த போதெல்லாம் ஓர் அவஸ்தையான பதற்றம் இருவருக்குமிடையில் சடாரெனப் புகுந்தது. சிறுமி தன் பாவாடையைப் பற்றிக்கொண்டு புரியாத ஒன்றிரண்டு மன்னிப்புக்கோரும் வார்த்தைகளை உதிர்த்துவிட்டு விரைய, பக்கவாட்டுப்பார்வையில் அவள் முகம் சிவந்துபோவதை மரியம் காண்பாள். சிலவேளைகளில் ரஷீதின் மணத்தை அவள்மீது உணர்வாள். அவனுடைய புகையிலையை, அவன் வியர்வையை, அவள் மீதான அவனது ஆசையின் மணத்தை மரியம் உணர்ந்தாள். நல்லவேளையாக உடலுறவு என்பது அவளைப் பொறுத்தவரையில் முடிந்து போன அத்தியாயமாகிவிட்டது. அது நடந்து வெகுகாலமாகி விட்டதென்றாலும்கூட ரஷீதுக்குக் கீழே கிடக்க வேண்டிவரும் அந்த அவதிமிக்க கணங்களை நினைத்தால் இப்போதும் மரியத்துக்கு வயிற்றைப் புரட்டத்தான் செய்கிறது.

மரியமும் சிறுமியும் ஒருவரையொருவர் தவிர்த்துக்கொள்ளும் அவர்கள் இருவருமே முனைந்து செய்யும் அந்த நிகழ்த்திக்காட்டலை, இரவு நேரங்களில் அவர்களால் செயல்படுத்த இயலாமல் போயிற்று. அவர்கள் மூவரும் குடும்ப உறுப்பினர்கள் என்று சொல்லிவந்த ரஷீத் குடும்ப உறுப்பினர்கள் ஒன்றாகத்தான் உணவருந்த வேண்டும் என்று வலியுறுத்தினான்.

“என்ன இது?” என்றான் அவன், அவனுடைய விரல்கள் எலும்பிலிருந்து இறைச்சியைப் பிய்த்துக்கொண்டிருந்தன-கரண்டி-முள்கரண்டி பம்மாத்தெல்லாம் சிறுமியைத் திருமணம் செய்துகொண்ட ஒரே வாரத்தில் ஓய்ந்துவிட்டது. “ஒரு ஜோடி சிலைகளையா நான் திருமணம் செய்துகொண்டிருக்கிறேன்? மரியம் நீயாவது *கப்* பேஸன், அவளிடம் ஏதாவது பேசு. கொஞ்சம்கூட இங்கிதமில்லாமல் நடந்து கொள்கிறாயே?”

முட்டிக்காலை உறிஞ்சிக்கொண்டே அவன் சிறுமியிடம் சொன்னான், “ஆனால் அவளைக் குற்றம் சொல்லக் கூடாது. அவள் அமைதியானவள். உண்மையில் அவள் ஓர் அருட்கொடை ஏனென்றால், *வல்லாஹ்* அதிகமாகப் பேச வேண்டியதில்லையென்றால் அவள் வார்த்தைகளை உபயோகிப்பதில் கஞ்சத்தனமே செய்வாள். நாம் நகரவாசிகள், நீயும் நானும், அவள் *தேஹாதி*. கிராமத்துப்பெண். இல்லை கிராமத்துப்பெண்கூட இல்லை. கிராமத்துக்கு வெளியே மண்ணால் கட்டப்பட்ட ஒரு *கொல்பா*வில் வளர்ந்தவள் அவள். அவளுடைய தந்தை அவளை அங்கே வளரவிட்டிருந்தார். நீ ஒரு *ஹராமி* என்பதை அவளிடம் சொல்லியிருக்கிறாயா மரியம்? ஆம் அவள் அப்படித்தான். ஆனால் யோசித்துப்பார்த்தால் அவளிடம் நற்பண்புகள் இல்லாமலில்லை. நீயே பார்ப்பாய் லைலா ஜோ. அவள் உறுதியானவள், முக்கியமாக, நல்ல வேலைக்காரி, நடிக்க மாட்டாள். இப்படிச்சொல்லலாம்: அவள் ஒரு காராக இருந்தால், வோல்காவாக இருப்பாள்.”

மரியம் இப்போது முப்பத்து-மூன்று-வயதான- பெண். ஆனால் இப்போதும் *ஹராமி* எனும் வார்த்தை அவளைச் சுடத்தான் செய்கிறது. அதைக் கேட்கும்போது தானொரு பூச்சி, கரப்பான் பூச்சி என்று அவளுக்குத் தோன்றியது. நாணா அவளுடைய மணிக்கட்டைப் பிடித்து இழுத்தது அவளுக்கு நினைவு வந்தது. *நீ எதற்கும் லாயக்கற்ற ஒரு ஹராமி. நான் பட்டபாட்டுக்கெல்லாம் எனக்குக் கிடைத்த பரிசு இது தான். குல உடைமையை உடைக்கும், துப்புக்கெட்ட ஒரு ஹராமி.*

"நீ. நீயோ ஒரு பென்ஸ் கார். புத்தம்-புதிய, முதல்-தரமான, பளபளக்கும் பென்ஸ். வாஹ் வாஹ். ஆனால். ஆனால்." பிசுக்கடைந்திருந்த தன் ஆட்காட்டி விரலை அவன் உயர்த்தினான். "பென்ஸ் காருக்கெல்லாம் தகுந்த... கவனம்... கொடுக்கவேண்டும். அதனுடைய அழகு, செய்நேர்த்திக்கு மரியாதை கொடுக்க வேண்டுமே. நீ நினைப்பாய் இவனுக்கு திவானா - கிறுக்குப் பிடித்துவிட்டது, சம்பந்தமில்லாமல் கார்களைப் பற்றி பேசுகிறான் என்று. ஆனால் உன்னை நான் கார் என்று சொல்லவில்லை. ஒரு குறிப்பை உணர்த்துகிறேன் அவ்வளவுதான்." சிறுமியிடம் சொன்னான் அவன்.

அடுத்து பேசுவதற்காக ரஷீத் தன் கையில் உருட்டி வைத்திருந்த சோற்றுருண்டையை மீண்டும் தட்டிலேயே போட்டான். கையை தட்டின்மீது படாமல் வைத்துக்கொண்டு நிதானமான, சிந்தனாபூர்வமான பாவத்தோடு குனிந்து பார்த்தான்.

"இறந்துபோனவர்களைப் பற்றித் தவறாகப் பேசக்கூடாது, அதிலும் ஷஹீதுகளைப் பற்றி கூடவே கூடாது. அவர்களை மதிப்புக்குறைவாகப் பேசும் எண்ணம் எனக்குத் துளியும் இல்லை என்பதை உனக்குச் சொல்லிக்கொள்கிறேன், என்றாலும் எனக்கு உன்னுடைய பெற்றோர்-அல்லாஹ் அவர்கள் பாவங்களை மன்னித்து சொர்க்கத்தில் நற்பதவியைக் கொடுக்கட்டும்-அவர்கள் உன் வளர்ப்பில் காட்டிய அதீதக் கனிவான போக்கில் எனக்கு விமர்சனங்கள் உண்டு. என்னை மன்னித்துவிடு."

எரிச்சலும் வெறுப்புமாக சிறுமி அவனை முறைத்ததை மரியம் கவனித்துவிட்டாள், ஆனால் தலையைக் குனிந்து கொண்டிருந்த ரஷீதின் பார்வையில் அது படவில்லை.

"பரவாயில்லை. நான் சொல்லவருவது என்னவென்றால், இப்போது உன்னுடைய கண்ணியத்தை மட்டுமல்ல நம்முடையதை, ஆம் நம் நாங் நமூஸை பாதுகாக்க வேண்டிய பொறுப்பு என்னுடையது. அது ஒரு கணவனுக்கான சுமை. அது குறித்து பொறுப்பெடுத்துக்கொள்ள தயவுசெய்து எனக்கு அனுமதி கொடுத்துவிடு. இங்கே நீ தான் ராணி, மலிக்கா. இந்த வீடு உன்னுடைய அரண்மனை. உனக்கு என்ன வேண்டுமென்றாலும் நீ மரியத்தைக் கேள், அவள் உடனே செய்து தருவாள். என்ன மரியம் சரிதானே? உனக்கு ஏதாவது ஆசையென்றால் நான் அதை உடனே நிறைவேற்றுவேன். நான் அப்பேர்பட்ட கணவன் தான்.

இதற்கெல்லாம் பதிலாக நான் கேட்பது ஒரு எளிய விஷயத்தைத்தான். என் துணையில்லாமல் இந்த வீட்டிலிருந்து

வெளியில் போவதை நீ தவிர்க்க வேண்டும் என்று நான் கேட்டுக்கொள்கிறேன். அவ்வளவே தான். சின்ன விஷயம் தானே? ஒருவேளை நான் வெளியிலிருக்கும் போது உனக்கு அவசரமாக ஏதும் தேவைப்பட்டால், அதாவது கண்டிப்பாகத் தேவைப்பட்டால் மட்டும், நீ மரியத்தை அனுப்பலாம், அவள் வெளியில் போய் உனக்காக அதை வாங்கி வருவாள். நீ ஒரு முரண்பாட்டை கவனித்துவிட்டாய் அப்படித்தானே? சரிதான், வோல்காவையும் பென்சையும் ஒரே போல ஓட்ட முடியாது இல்லையா? அது முட்டாள்தனமாக இருக்கும் இல்லையா? ஓ, நாம் இருவருமாக வெளியில் செல்லும்போது நீ புர்கா அணிந்து வர வேண்டுமென்றும் கேட்டுக் கொள்கிறேன். அதுவும் நிச்சயமாக உன்னுடைய பாதுகாப்புக்காகத்தான். அதுதான் சிறந்தது. இங்கே நகரில் பெண்பித்துப் பிடித்து அலைகிறவன்களின் எண்ணிக்கை அதிகம். திருமணமான பெண்களைக்கூட இழிவுபடுத்திவிடும் துஷ்ட எண்ணம் கொண்டவர்கள். அதற்காகத்தான்."

அவன் செருமிக்கொண்டான்.

"நான் இல்லாதபோது, மரியம் என்னுடைய கண்களாகவும் காதுகளாகவும் இருப்பாள் என்பதையும் சொல்லிக்கொள்கிறேன்." சொல்லிவிட்டு அவன் மரியத்தை அவளுடைய நெற்றிப்பொட்டில் இரும்புக்-கால்களால் உதைப்பதைப் போன்ற கடுமையுடன் ஒரு பார்வை பார்த்தான். நான் உன்னை நம்பவில்லை என்பதல்ல. அதற்கு நேர்மாறாகத்தான் யோசிக்கிறேன். உண்மையில் உன் வயதுக்கு மீறின முதிர்ச்சியுடையவள் நீ. ஆனால் நீ இன்னமும் இளம்பெண் தான் லைலா ஜோ. தொக்தர் ஏ ஜவான், உன்னைப் போன்ற இளம்பெண்கள் துரதிர்ஷ்டவசமாக தவறான முடிவெடுத்துவிடலாம். விஷமத்தனத்துக்கும் அவர்கள் ஆளாகிவிடக்கூடும். எப்படியும், எல்லாவற்றுக்கும் மரியம்தான் பொறுப்பு. ஏதாவது பிரச்சினை என்று மட்டும் வந்தாலோ..."

அவன் மேலும் மேலும் பேசிக்கொண்டே இருந்தான். காபுலின் மீது விழும் குண்டுகளைப் போல, ரஷீத் தன்னுடைய கட்டளைகளை, எதிர்பார்ப்புகளைப் பேசிக்கொண்டே இருக்க, மரியம் ஓரக்கண்ணால் சிறுமியைப் பார்த்துக்கொண்டே அமர்ந்திருந்தாள்.

ஒருநாள், வீட்டின் முன்னறையில், தோட்டத்தின் துணியுலர்த்தும்-கொடியிலிருந்து கொண்டு வந்திருந்த ரஷீதின் சட்டைகளை மரியம் மடித்துக்கொண்டிருந்தாள். ஒரு சட்டையை எடுத்துக்கொண்டு அவள் திரும்பியபோது, வாயிலில், கைகளில்

ஒரு கோப்பை நிறைய தேநீரை வைத்துக்கொண்டு சிறுமி நின்றுகொண்டிருந்த தோரணை, அவள் எவ்வளவு நேரமாக இப்படி நின்றுகொண்டிருக்கிறாளோ என்று எண்ண வைத்தது.

"நான் உன்னைத் துணுக்குறச் செய்துவிட்டேன் மன்னிக்க வேண்டும்" என்றாள் சிறுமி.

மரியம் வெறுமனே அவளை ஏறிட்டுப் பார்த்தாள்.

சூரியக்கிரணமொன்று சிறுமியின் முகத்தில், அந்த அகன்ற பச்சை விழிகளின் மீது, மிருதுவான நெற்றியின் மீது, மேடிட்டிருந்த கன்னக்கதுப்புகளில், மரியத்தின் மெல்லிய திருத்தமற்ற முகக்கூறுகள் போலல்லாமல், அடர்ந்திருந்த அழகிய புருவங்களின் மீது விழுந்தது. அன்று வாரப்படாதிருந்த அவளுடைய மஞ்சள் நிறக்கூந்தல் நடுவகிடு எடுக்கப்பட்டிருந்தது.

கோப்பையை இறுகப் பற்றியிருந்ததையும், தோள்களை இறுக்கிக் கொண்டிருந்ததையும் பார்த்து, சிறுமி பதற்றமாக இருப்பது மரியத்துக்குப் புரிந்தது. படுக்கையில் அமர்ந்து கொண்டு இந்த நிமிடத்துக்காக சிறுமி ஒத்திகை பார்த்திருப்பாள் என்று மரியம் நினைத்தாள்.

"இலைகள் கொட்டத்துவங்கிவிட்டன, பார்த்தாயா" என்றாள் சிறுமி, குரலில் தோழமையோடு. "இலையுதிர்காலம் எனக்கு மிகப் பிடித்தமானது. மக்கள் தங்கள் தோட்டங்களில் இலைகளை எரிக்கும் மணம் எனக்கு ரொம்பப் பிரியம். அம்மாவுக்கு வசந்தம்தான் பிடிக்கும். உனக்கு என் அம்மாவைத் தெரியுமா?"

"இல்லை அதிகம் தெரியாது."

காதுக்குப் பின்னால் கரத்தைக் குவித்து, "மன்னிக்க வேண்டும். எனக்குக் கேட்கவில்லை" என்றாள் சிறுமி.

மரியம் குரலை உயர்த்தி, "இல்லை எனக்கு உன் அம்மாவைத் தெரியாது என்றேன்", என்றாள்.

"ஓ"

"உனக்கு என்ன வேண்டும் இப்போது?"

"மரியம்ஜான், நான் அது வந்து… நேற்றிரவு அவர் பேசியது குறித்து உன்னிடம் –"

“நானும் அது குறித்து உன்னிடம் பேச வேண்டும் என்றுதான் நினைத்தேன்” என்றாள் மரியம்.

ஆர்வத்துடனும், கிட்டத்தட்ட ஆவலாகவும், “பேசலாம்” என்ற சிறுமி முன்னே ஓர் அடி எடுத்து வைத்தாள். அவள் சிறிது ஆசுவாசமடைந்ததாகவும் தெரிந்தது.

வெளியில் மாங்குயில் பாடுவது கேட்டது. யாரோ வண்டி ஒன்றை இழுத்துச் செல்வதும், அதன் அச்சாணி கீச்சிடுவதும், இரும்புச் சக்கரங்கள் உருண்டு சடசடக்கும் ஓசையும் கேட்டது. எங்கோ தொலைவில் ஒரு துப்பாக்கி வெடியோசையைத் தொடர்ந்து, இன்னமும் மூன்றுமுறை வெடியோசை கேட்டது. அதற்குப் பிறகு அமைதி மட்டுமே.

“நான் உனக்கு வேலைக்காரியாக இருக்க மாட்டேன். ஒருபோதும்”, என்றாள் மரியம்.

சிறுமி பதறினாள் “அப்படி இல்லை. ஒருபோதும் இல்லை.” என்றாள்.

“நீ அரண்மனையின் *மலிக்கா*வாகவும் நான் *தேஹாத்தி*யாகவும் இருக்கலாம். ஆனால் நான் உன்னுடைய கட்டளைகளை ஏற்கமாட்டேன். நீ அவரிடம் புகார் சொல்லலாம். அவர் என் தொண்டையைக் கிழிக்கலாம், என்னவானாலும் நான் செய்ய மாட்டேன். உனக்குக் கேட்கிறதா? நான் உன்னுடைய வேலைக்காரியாக ஆக மாட்டேன்.”

“இல்லை! நான் அப்படியெல்லாம் எதிர்பார்க்க –”

“மேலும் உன் அழகைப் பயன்படுத்தி என்னை வெளியே விரட்டிவிடலாம் என்று நினைத்தாயென்றால் அது தவறான எண்ணம். இங்கே முதலில் வந்தவள் நான். என்னை வெளியில் விரட்ட முடியாது. நீ என்னை வெளியில் தள்ள நான் விடமாட்டேன்.”

“நான் அதை விரும்பவுமில்லை” சிறுமி சன்னமான குரலில் சொன்னாள்.

“உன்னுடைய காயங்கள் நன்றாக ஆறிவிட்டன. அதனால் இனி நீ வீட்டு வேலைகளில் உன் பங்கைச் செய்தாக வேண்டும் –”

கோப்பையிலிருந்த நேநீர் சிந்தியதைக் கூட கவனிக்காமல் சிறுமி வேகமாகத் தலையசைத்தாள். “நான் உன்னைப் பார்க்க வந்ததற்கு

இன்னொரு காரணம் என்னை கவனித்துக்கொண்டதற்கு நன்றி சொல்வதும் தான் -"

"நான் அதைச் செய்திருக்கவே மாட்டேன். நீ என் கணவனைத் திருடிக்கொள்வாய் என்று தெரிந்திருந்தால் உனக்கு உணவூட்டி, குளிப்பாட்டி, காயங்களுக்கு மருந்திட்டிருக்கவே மாட்டேன்."

"திருட்டா -"

"நான் சமைப்பேன், பாத்திரங்களைக் கழுவுவேன். நீ துணிகளைத் துவைத்து வீட்டைப் பெருக்கு. மற்றதையெல்லாம் முறை வைத்துச் செய்துகொள்ளலாம். இன்னொரு விஷயம். உன்னுடைய நட்பால் ஒரு பிரயோசனமும் இல்லை. எனக்கு அது வேண்டாம். நான் தனியாக இருப்பதைத்தான் விரும்புகிறேன். என்னைத் தனிமையில் விடு, அதே உதவியை நான் உனக்குத் திருப்பிச் செய்வேன். இப்படித்தான் நாம் சமாளித்தாக வேண்டும். இவையெல்லாம் தான் விதிகள்."

சொல்லி முடித்ததும் மரியத்தின் இதயம் படபடவெனத் துடித்தது, அவளுடைய வாய் உலர்ந்து போய்விட்டது. அவள் இந்த மாதிரி இதற்கு முன்பு ஒருபோதும் பேசியதில்லை, தன்னுடைய தீர்மானங்களை இவ்வளவு அழுத்தந்திருத்தமாகச் சொன்னதுமில்லை. உண்மையில் அது அவளுக்கு மகிழ்வூட்டியிருக்க வேண்டும், ஆனால் சிறுமியின் விழிகளில் நீர் கோர்த்துக்கொண்டதையும் அவளுடைய முகம் துவண்டு போனதையும் பார்த்து அவளுக்கே அவளுடைய ஆத்திரம் ஈனத்தனமாகவும் அநியாயமாகவும் பட்டது.

சட்டையைச் சிறுமியிடம் நீட்டினாள் மரியம்.

"இதையெல்லாம் அல்மாரியில் வை, துணியடுக்கில் அல்ல. வெள்ளுடுப்புகள் முதல் இழுப்பறையிலும் மற்றவை காலுறைகளுடன் நடுவில் இருந்தால் தான் அவருக்குப் பிடிக்கும்."

சிறுமி கோப்பையை கீழே வைத்துவிட்டு சட்டையை வாங்கிக்கொள்ள உள்ளங்கைகளை மேல் நோக்கித் திருப்பி, கரங்களை நீட்டினாள். "நடந்துபோன சம்பவங்களுக்காக நான் மிகவும் வருந்துகிறேன்" என்று குரல் உடையச் சொன்னாள்.

"நீ வருந்தவேண்டும். வருந்தித்தான் ஆக வேண்டும்" என்றாள் மரியம்.

32

லைலா

பல வருடங்களுக்கு முன், மாம்மியின் நல்ல தினங்களில் ஒன்றில், அவர்கள் வீட்டில் நிகழ்ந்த பெண்கள் சந்திப்பு ஒன்று லைலாவுக்கு நினைவுக்கு வந்தது. வாஜ்மா தன் தோட்டதிலிருந்த மரத்திலிருந்து பறித்துக்கொண்டு வந்திருந்த மல்பெரிப் பழங்களை பெண்கள் எல்லோரும் தோட்டத்தில் அமர்ந்தபடி ஒரு தட்டிலிருந்து எடுத்து தின்று கொண்டிருந்தார்கள். நன்றாக உருண்டிருந்த அந்தப் பழங்கள் வெண்ணிறமாகவும் இளஞ்சிவப்பாகவும் இருந்தன. சில பழங்கள் வாஜ்மாவின் மூக்கின் மீது காணப்பட்ட அடர்நீல நரம்புகளை ஒத்த நிறத்திலிருந்தன.

"அவனுடைய மகன் எப்படி இறந்தான் தெரியுமா?" உற்சாகமாக இன்னொரு பிடி பழங்களையள்ளி தன்னுடைய உள்ளடங்கிய வாய்க்குள் போட்டுக்கொண்டாள் வாஜ்மா.

"அவன் மூழ்கிப்போனான் இல்லையா? கார்கா ஏரியில் மூழ்கித்தானே இறந்தான்?" என்றாள் கிதியின் அம்மா நைலா.

"ஆனால், உங்களுக்கெல்லாம் ஒரு விஷயம் தெரியுமா ரஷீத் ..." என்றபடி தன் ஒரு விரலை உயர்த்தி, தலையை அசைத்து மெல்ல பழத்தை மென்று கொண்டே எல்லோரையும் அவள் விழுங்குமட்டும் காக்க வைத்த வாஜ்மா "உங்களுக்கெல்லாம் தெரியுமா? அவன் அப்போது *ஷராப் குடிப்பானென்று? அன்றைக்கு அவன் அளவுக்கதிகமாக குடித்திருந்தான். உண்மையாக சொல்கிறேன். மொடாக்குடி என்று நான் கேள்விப்பட்டேன். அதுவும் காலையிலேயே. மதியமானதுமே அவன் அங்கிருந்த ஒரு சாய்வுநாற்காலியில் கட்டையாகச் சாய்ந்துவிட்டான்.

அவனுடைய காதுகளுக்குப் பக்கத்தில் ஒரு பீரங்கியை வெடிக்கச் செய்திருந்தாலும் கூட அவன் இமைக்காமல் கிடந்திருப்பான்."

வாயை மூடிக்கொண்டு வாஜ்மா ஏப்பமிட்டதும், அவளுடைய வாயில் மீதமிருந்த பற்களுக்கிடையில் அவள் நாக்கு சென்று துழாவியதுமெல்லாம் லைலாவுக்கு நினைவிருந்தது.

"மற்றதையெல்லாம் நீங்களே கற்பனை செய்துகொள்ளலாம். சிறுவன் நீருக்குள் விழுந்ததை யாருமே கவனிக்கவில்லை. அவன் குப்புற மிதந்த பிறகே யாரோ பார்த்திருக்கிறார்கள். உதவுவதற்காக ஓடியவர்களில் பாதிப் பேர் சிறுவனை எழுப்பவும், பாதி பேர் அப்பனை எழுப்பவும் முயன்றிருக்கிறார்கள். யாரோ சிறுவனின் முகத்தினருகில் குனிந்து, அந்த... வாயோடு-வாய்வைத்து செய்ய வேண்டியதைச் செய்திருக்கிறார்கள். ஆனால் அதிலெல்லாம் பிரயோசனமில்லை. பையன் போய்விட்டான் என்பது கண்கூடாகத் தெரிந்தது."

ஒரு விரலை உயர்த்தி, இறையச்சத்தால் நடுங்கும் குரலில் வாஜ்மா சொன்னதும் லைலாவுக்கு நினைவிருந்தது. "அதனால் தான் திருக்குரான் ஷராபைத் தடை செய்திருக்கிறது. ஏனென்றால் பாவிகளின் குடிக்கு அப்பாவிகள் தான் பலியாகிறார்கள். அப்படித்தான் எப்போதும் நடக்கிறது."

குழந்தை உண்டாகியிருக்கும் விஷயத்தை ரஷீதிடம் சொன்னதிலிருந்து லைலாவின் தலைக்குள் இந்தக் கதை தான் சுற்றிக்கொண்டிருந்தது. செய்தி அறிந்ததுமே அவன் தன்னுடைய மிதிவண்டியில் தாவியேறி, பள்ளிவாசலுக்குச் சென்று ஆண் குழந்தை வேண்டி பிரார்த்தனை செய்யப் போய்விட்டான்.

அன்றிரவு, உணவுவேளை முழுவதும், மரியம் தன் தட்டிலிருந்த ஒரு துண்டு இறைச்சியையே இங்குமங்குமாகத் தள்ளிக்கொண்டிருந்ததை லைலா கவனித்தாள். அந்த செய்தியை மிகுந்த நாடகீயமாக, ரஷீத், மரியத்திடம் சொன்ன போது லைலாவும் அங்கு தானிருந்தாள். இவ்வளவு குரூரமான மகிழ்ச்சி வெளிப்பாட்டை அவள் இதற்கு முன் கண்டதேயில்லை. செய்தியைக் கேட்டதும் மரியத்தின் இமைகள் படபடத்தன, அவளுடைய முகத்தின் நிறம் மாறியது. அவள் சோர்ந்து போனவளாக, தன்னந்தனியளாகத் தோன்றினாள்.

ரஷீத், வானொலியைத் தேடி மாடிக்குச் சென்ற பிறகு சோஃப்ராவைச் சுத்தம் செய்ய, லைலா மரியத்துக்கு உதவினாள்.

“பென்ஸாக இருந்த நீ இப்போது என்னவாய் இருக்கிறாய் என்று கற்பனை செய்ய முடியவில்லை,” சோற்றுப்பருக்கைகளையும் ரொட்டித்துண்டங்களையும் பொறுக்கிக் கொண்டே மரியம் சொன்னாள்.

உரையாடலின் போக்கை விளையாட்டாக மாற்றிவிட முயன்ற லைலா, “ரயில் அல்லது ஒரு பெரிய ஜம்போ ஜெட் என்று வேண்டுமானால் சொல்லலாம்.” என்றாள்.

மரியம் இறுக்கமானாள். “இதைச் சாக்காக வைத்துக்கொண்டு வேலைகளிலிருந்து தப்பித்துக்கொள்ள எண்ணமிட்டிருக்க மாட்டாய் என்று நம்புகிறேன்.”

பதில் சொல்ல வாயைத்திறந்த லைலா, நிதானப்படுத்திக் கொண்டாள். அவளுடைய இந்த ஏற்பாட்டில் மரியம் மட்டுமே அப்பாவி என்பதை நினைவுபடுத்திக்கொண்டாள். ஆம், மரியமும் குழந்தையும் அப்பாவிகள்.

சிறிது நேரம் கழித்து படுக்கைக்குச் சென்ற அவள், உடைந்து அழுதாள்.

விஷயம் என்னவென்று அறிந்துகொள்ள ரஷீத் துடித்தான். அவளுடைய தாடையைத் தொட்டுஉயர்த்தி, அவள் நலமாக இருக்கிறாளா என்றும், குழந்தை நலமாக இருக்கிறதா என்றும் கேட்டு பரபரத்தான்.

ஒரு வேளை மரியம் அவளுக்கு சிரமம் கொடுக்கிறாளோ?

“அப்படித்தானே? அவள் தானா?”

“இல்லை.”

“*வல்லாஹ் ஓ பில்லாஹ்*, இனி பொறுத்துக்கொள்ள மாட்டேன். நான் போய் அவளுக்கு நல்ல பாடம் கற்பிக்கிறேன். அந்த *ஹராமி* என்ன நினைத்துக்கொண்டிருக்கிறாள், உன்னை இப்படி நடத்துவதற்கு-”

“அதெல்லாம் இல்லை!”

அவன் அதற்குள் எழுந்துவிட்டான், அவள் அவனுடைய கையைப் பிடித்திழுத்து அமர வைக்க வேண்டியதாயிற்று.

“இல்லை! வேண்டாம்! அவள் என்னிடம் நல்லபடியாகத்தான் நடந்துகொள்கிறாள். ஆசுவாசப்படுத்திக்கொள்ள எனக்குக் கொஞ்சம் அவகாசம் வேண்டும், அவ்வளவு தான். சரியாகிவிடுவேன்.”

அவன் அவளருகில் அமர்ந்துகொண்டு அவளுடைய கழுத்தைத் தடவிவிட்டுக்கொண்டு ஏதோ முணுமுணுத்துத்தான். அவனுடைய கரம் அவளுடைய முதுகின் மேலும் கீழும் ஏறி இறங்கியது. அவளுடைய முகத்திற்கு அருகில் குனிந்து, அத்தனைப் பற்களையும் காட்டி இளித்தான்.

“என்னால் உனக்கு கொஞ்சம் இதமளிக்க முடிகிறதா என்று பார்க்கலாம்” என்று கொஞ்சினான்.

முதலில்- விறகுக்காக வெட்டப்படுவதிலிருந்து தப்பிய- புள்ளியிட்ட,மஞ்சள்-பழுப்பு இலைகளைக் கொண்ட மரங்கள் அவற்றை உதிர்த்தன. அடுத்து, கடுங்குளிர் காற்று, இரக்கமேயில்லாமல் நகரத்தினூடாக வீசி அதை உறைய வைத்தது. மரங்களில் ஒட்டிக்கொண்டிருந்த கடைசி இலைகளையும் பிய்த்தெறிந்து, மலைகளின் அடர்பழுப்பு வண்ணப்பின்னனியில், மரங்களைப் பிசாசுகள் போலத் தோன்றச் செய்தது. பருவத்தின் முதல் பனிப்பொழிவு மிதமானதாகயிருந்தது. தரையில் விழுந்த நொடியிலேயே அது இளகியும் போனது. சில நாட்களிலேயே சாலைகள் பனியில் உறைய, கூரைகளின் மீது பனி குவியத்துவங்கி சன்னல்களைப் பாதிவரை இறுகச்செய்தது. பனியோடு கூடவே காற்றாடிக் காலமும் வந்தது. ஒரு காலத்தில், காபுலின் பனிக்கால வானத்தை ஆண்டுகொண்டிருந்த காற்றாடிகள், இப்போது சீறிப்பாயும் ஏவுகணைகள் மற்றும் போர் விமானங்களுக்கிடையில், பயந்த வழிப்போக்கர்களைப் போல மாறின.

வீடு திரும்பும் போதெல்லாம் போர் குறித்த செய்திகளோடு வந்தான் ரஷீத். அதீத முனைப்போடு அவன் பேசிய செய்திகள் லைலாவை தடதடக்கச் செய்தன. சய்ஃப் ஹஜாராக்களை எதிர்க்க, ஹஜாராக்கள் மசூதை எதிர்க்கிறார்கள் என்றான் அவன்.

“அவரோ, ஹெக்மத்தியாரை எதிர்க்கிறார், உண்மைதான், ஹெக்மத்தியாருக்கு பாக்கிஸ்தானிகளின் ஆதரவு உண்டு. மசூதும் ஹெக்மத்தியாரும் ஜென்ம விரோதிகள். சய்ஃப் மசூதின்

பக்கமிருக்கிருக்கிறார். ஹெக்மத்தியாரோ இப்போதைக்கு ஹஜாராக்களுக்கு ஆதரவாக இருக்கிறார்."

உஸ்பெக் தளபதி தோஸ்துமைப் பற்றி யாரும் ஒரு முடிவுக்கும் வர முடியாது. அவர் இன்னது செய்வார் என்று யூகிப்பது கடினம். 1980 இல் தோஸ்தும், முஜாஹிதீன்களோடிருந்து சோவித்தை எதிர்த்தார், ஆனால் சோவித்தினர் அங்கிருந்து கிளம்பிய பிறகு அவர்களுடைய கைப்பாவையான நஜிபுல்லாவோடு சேர்ந்து கொண்டார். நஜிபுல்லாவிடமிருந்து ஒரு பதக்கத்தையும் பரிசாக வாங்கி அணிந்துகொண்டபின், மறுபடியும் முஜாஹிதீன்களின் பக்கம் சேர்ந்து கொண்டார். இப்போதைக்கு, தோஸ்தும் மசூதுக்கு ஆதரவாகவே இருக்கிறார் என்றான் ரஷீத்.

காபுலில், குறிப்பாக, மேற்கு காபுலில், குண்டுகள் வெடித்தன, பனி மூடிய கட்டிடங்களுக்கு மேலே கரும்புகை அப்பியது. தூதரகங்கள், இழுத்து மூடப்பட்டன. பள்ளிகள் செயல்படவில்லை. காயம்பட்டவர்கள், ரத்தப்பெருக்கால் இறந்து கொண்டிருந்தார்கள் என்றான் ரஷீத். மருத்துவமனைகளில் மயக்க மருந்துகளின் இன்மையால், அவை செலுத்தப்படாமலேயே உறுப்புகள் நீக்கப்பட்டன.

"நீ பயப்படாதே. என்னிடத்தில் நீ பாதுகாப்பாயிருக்கிறாய் என் குல், மலரே. உன்னை யாராவது தொந்தரவு செய்தால், அவர்களுடைய ஈரலைக்கிழித்து அதை அவர்களையே நான் உண்ணச் செய்வேன்" என்றான் ரஷீத்.

அந்தப் பனிக்காலத்தில், லைலா திரும்பிய பக்கமெல்லாம் சுவர்கள் அவளைத் தடுத்தன. பாபியோடு *புஷ்கேஷி* பந்தயங்களைப் பார்க்கச் சென்றதும், மாம்மியோடு மண்டாய் கடைத்தெருக்களில் சுற்றியதும், சிறுவர்களைப் பற்றி வம்பு பேசிக்கொண்டு, ஹசீனாவோடும் கிதியோடும் தெருக்களில் சுதந்திரமாகச் சுற்றித்திரிந்த நாட்களின் நினைவிலும் அவள் ஏங்கினாள். தன்னுடைய குழந்தைப் பிராயத்தின் விரிந்த வானங்களையும், நதிக்கரையின் புல்படுகையின் மீதமர்ந்தபடி, தாரிக்குடன், விடுகதைகளையும் இனிப்புகளையும் பகிர்ந்துகொண்டு, சூரிய அஸ்தமனங்களைப் பார்த்த பொழுதுகளையும் நினைத்து அவள் ஏங்கினாள்.

ஆனால் தாரிக்கின் நினைவே அவளுக்குத் தாங்க இயலாததாக இருந்தது. அவனை நினைத்த நொடியே, வீட்டிலிருந்து

வெகுதொலைவில், உடலெங்கும் குழாய்கள் துளைத்தபடி, அவன் படுக்கையில் கிடக்கும் காட்சி அவளுடைய விழிகளின் முன் விரிந்தது, சமீபமாக அவளுடைய தொண்டையை இடைவிடாமல் எரித்துக்கொண்டிருக்கும் பித்தத்தைப் போல, அவனை நினைத்ததுமே, அவளை முடங்கச்செய்யும் துன்பம் ஒன்று அவளுடைய இதயத்திலிருந்து எழுந்தது, அவளுடைய கால்கள் திரவத்தாலானவை போல நடுங்கின, அவளுக்கு எதையாவது பிடித்துக்கொள்ள வேண்டியதாகிற்று.

1992 இன் குளிர்காலத்தை, லைலா வீட்டைப் பெருக்கியும், ரஷீதோடு அவள் பகிர்ந்து கொண்ட படுக்கையறையின் பூசணி வண்ண சுவர்களைச் சுத்தம் செய்தும், தோட்டத்திலிருந்த பெரிய செம்பு லகூன், அண்டாவில் துணிகளை முக்கித் துவைத்தபடியும் கழித்தாள். தன்னுடைய சட்டையின் கைகளைச் சுருட்டிவிட்டுக்கொண்டு, ரஷீதின் உள்ளாடைகளைப் பிழிந்து, லகூனின் விளிம்பில் அந்த சோப்பு நீரை வடித்துக்கொண்டிருப்பதை, அவளுடைய உடலுக்கு மேலே பறந்த வண்ணம் அவளே பார்ப்பது போலொரு பிரமையில் லைலா அவ்வப்போது ஆழ்ந்தாள். அது போன்ற சமயங்களில், மூழ்கிய கப்பலிலிருந்து உயிர்பிழைத்துவிட்ட பிரயாணி, கண்ணுக்கெட்டிய தூரம் வரைக்கும் தண்ணீரைத்தவிர வேறெதுவும் இல்லாததைக் கண்டு மிரள்வதைப் போல மிரண்டு தன்னந்தனியளாக உணர்ந்தாள்.

வெளியில் எட்டிப்பார்க்க முடியாத அளவுக்குக் குளிர் கவிந்த போது வீட்டினுள்ளேயே அவள் மெல்ல உலவினாள். முகத்தைக் கழுவாமல், கூந்தலைச் சீவாமல், சுவற்றில் தன் நகத்தால் கோடிழுத்தபடி கூடத்துக்கும்-அறைக்கும், மாடிப்படிகளின் மேலும் கீழும், மரியத்தின் பார்வையைச் சந்திக்கும் வரை நடந்தாள். உணர்ச்சியற்ற வெற்றுப் பார்வை ஒன்றை அவளை நோக்கிவீசும் மரியம், குடைமிளகாயைக் கீறவோ, இறைச்சியிலிருந்து கொழுப்பைப் பிரிக்கவோ மீண்டும் திரும்பிக்கொள்வாள். கனத்த மௌனம் அறையை நிரப்ப, கொதிக்கும் தாரிலிருந்து கிளம்பும் வெப்பத்தையொத்த, வார்த்தைகளற்றவெறுப்பு, மரியத்திடமிருந்து கிளம்புவதை லைலா நன்றாக உணர்வாள். பிறகு மீண்டும் தன்னுடைய அறைக்கே செல்லும் லைலா, படுக்கையிலமர்ந்தவாறு பனி கொட்டிக்கொண்டிருப்பதைப் பார்ப்பாள்.

ரஷீத் ஒருநாள், அவளைத் தன் செருப்புக்கடைக்கு அழைத்துச் சென்றான்.

அவர்கள் இருவரும் வெளியில் இறங்கியதும் அவளுடைய முழங்கையைப் பற்றிக்கொண்டு அவள் அருகிலேயே நடந்தான் அவன். லைலாவுக்கோ தெருவில் நடப்பதென்பது தனக்குக் காயமுண்டாக்கிக் கொள்ளாமல் பாதுகாத்துக்கொள்ள வேண்டிய ஒரு பயிற்சியாக மட்டுமே இருந்தது. புர்காவின் வரையறுக்கப்பட்ட சல்லடைக்கண்கள் அவளுக்கு அனுமதித்த பார்வையை அனுசரித்து, அதன் விளிம்புகளில் தடுக்கிக் கொண்டு விழுந்து விடாமல் நடப்பது பெரிய சவாலாக இருந்தது. சாலையின் குண்டுகுழிகளில் நிலைதடுமாறி விழுந்து கணுக்காலை முறித்துக்கொண்டிருக்க வேண்டியிருக்குமோ என்ற பயத்துடனேயே அவள் நடந்தாள். ஆனாலும், புர்காவிற்குள் கிடைத்த அநாமதேய உணர்வு அவளுக்கு ஆறுதல் அளிக்காமலும் இல்லை. பழக்கப்பட்ட யாருக்கும் இனி அவளை அடையாளம் தெரியாது. அவளுடைய உயரிய லட்சியங்கள் வீழ்ந்து போனதைப் பார்த்து அவர்களுடைய விழிகளில் உண்டாகக் கூடிய ஆச்சர்யத்தையோ, துயரத்தையோ, எக்களிப்பையோ அவள் கண்ணுற வேண்டிவராது.

லைலா நினைத்திருந்ததை விடவும் ரஷீதின் கடை பெரியதாகவும், வெளிச்சமாகவும் இருந்தது. காலணிகளின் அடிப்பகுதிகளும், பதனிட்ட தோலின் மிச்சம் மீதித் துண்டுகளுமாகக் குப்பையாகக் கிடந்த பணிமேசைக்குப் பின்னால் அவளை அவன் அமரச்செய்தான். அவளுக்கு அவனுடைய சுத்தியல்களையும், உப்புத்தாள் சுற்றும் சக்கரம் எப்படி வேலை செய்யும் என்பதையும் காட்டினான். அப்போது அவனுடைய குரல் உயர்ந்தும் பெருமையாகவும் ஒலித்தது.

அவளுடைய சட்டைக்கு உள்ளே கையை விட்டு, விரிந்துகொடுத்திருந்த அவளுடைய வயிற்றுச் சருமத்தின் மீது அவனுடைய குளிர்ந்த, முரட்டுக்கரங்கள் படுமாறு தடவினான். தாரிக்கின் மென்மையான, உறுதியான கரங்களையும், அவற்றின் பின்புறத்திலிருந்த, அவளை எப்போதும் கவர்ந்த, அழகிய ஆண்மைமிக்க இறுகிய நரம்புகளையும் லைலா நினைத்துக்கொண்டாள்.

“எவ்வளவு வேகமாகப் பெரிதாகிக்கொண்டிருக்கிறது. நிச்சயமாக இது ஒரு ஆண்குழந்தை தான். என்னுடைய மகன் ஒரு மாவீரனாவான். அவனுடைய தந்தையைப் போல” என்றான்.

லைலா சட்டையை இழுத்துவிட்டுக்கொண்டாள். அவன் இப்படிப் பேசும்போது அவளுக்கு அளவுகடந்த அச்சம் உண்டாகிவிடும்.

“உனக்கும் மரியத்துக்கும் ஒத்துப்போகிறதா?”

எல்லாம் சுமுகமாக இருக்கிறதென்றாள் அவள்.

“நல்லது. நல்லது.”

அவர்களுக்கிடையில் ஒரு பெரிய சண்டை வந்ததை, அவள் அவனிடம் சொல்லவில்லை.

சில தினங்களுக்கு முன்பு தான் அது நடந்தது. லைலா அடுப்படிக்குள் நுழைந்த போது, மரியம் இழுப்பறைகளைத் திறப்பதும், அவற்றை அறைந்து சாத்துவதுமாக இருந்ததைப் பார்த்தாள். சோறு கிண்டுவதற்காக தான் வைத்திருந்த பெரிய மரக்கரண்டியைத் தேடிக்கொண்டிருப்பதாக மரியம் சொன்னாள்.

“அதை நீ எங்கே வைத்தாய்?” லைலாவின் முகத்தைப் பார்க்கத் திரும்பியவாறே மரியம் கேட்டாள்.

“நானா? நான் அதை எடுக்கவில்லையே. நான் இங்கு வருவதேயில்லையே.”

“நான் கவனித்துக்கொண்டு தானே இருக்கிறேன்.”

“நீ என்னைக் குற்றம்சாட்டுகிறாயா? சமையலைக் கவனித்துக்கொள்வதாக நீ தான் சொன்னாய். அப்படித்தானே நீ விரும்பினாய், ஞாபகமில்லையா? இப்போதும் ஒன்றுமில்லை நான் வேண்டுமானால் –”

“ஓ, அது சிறிய கால்கள் முளைத்து *டீப் டீப் டீப்* என்று ஓசையெழுப்பிக்கொண்டு நடந்துபோய்விட்டது என்கிறாய் நீ! அப்படித்தானே, *தேகே?*”

“என்னைப் பேசவிடு...” லைலா தன்னைக் கட்டுப்படுத்திக்கொள்ள முயன்றாள். வழக்கமாக மரியத்தின் ஏளனங்களை, குற்றச்சாட்டுகளை, அவள் கோபப்படாமல் பொறுத்துக்கொள்வாள்.

ஆனால் இப்போதோ, அவளுடைய கணுக்கால் வீங்கியிருந்தது, தலை வலித்தது, நெஞ்செரிச்சல் அதிகமாக இருந்தது. "நீ அதைத் தவறுதலாக வேறெங்கும் வைத்திருக்கலாம் என்று தான் சொல்ல வருகிறேன்."

"வேறெங்குமா?" மரியம் ஒரு இழுப்பறையை இழுத்தாள். அதனுள்ளே இருந்த கரண்டிகளும், கத்திகளும் ஓசையெழுப்பின. "நீ இங்கு வந்து எத்தனை மாதங்களாகிறது? உன்னுடைய உள்ளாடைகளிலேயே நீ பேண்டு கொண்டிருந்தபோதிலிருந்து, பத்தொன்பது வருடங்களாக நான் இங்கு தான் வாழ்ந்து கொண்டிருக்கிறேன் தொக்தர் ஜோ. அந்தக் கரண்டியை நான் இதே இழுப்பறையில் தான் வைத்துக்கொண்டிருக்கிறேன்."

பற்களைக் கடித்துக்கொண்டு, மிகப் பொறுமையாக பதிலளித்தாள் லைலா. "ஆனாலும், என்னைக் குற்றம் சொல்வதற்காக நீ அதை வேறெங்காவது வைத்துவிட்டு மறந்திருக்கலாம்."

"எனக்கு எரிச்சலூட்டுவதற்காக நீயும் அதை வேறெங்காவது ஒளித்துவைத்திருக்கலாமே."

"உன்னைப் போன்ற துயரம் பீடித்த, மகாமோசமான பெண்ணை நான் பார்த்ததேயில்லை" என்றாள் லைலா.

திடுக்கிட்ட மரியம் பிறகு சுதாரித்துக்கொண்டாள். பற்களைக் கடித்துக்கொண்டு. "நீ ஒரு தேவடியா. தேவடியாளும், திருடியும். நீ ஒரு திருட்டுத் தேவடியாள்" என்றாள்.

பிறகு அங்கு கூச்சல் எழும்பியது. எறிவதற்காக தூக்கப்பட்ட சட்டிகள் எப்படியோ தப்பின. அவர்கள் ஒருவரையொருவர் ஏசிக் கொண்டார்கள். லைலா மறுபடியும் நினைத்துப் பார்த்த போது அவமானத்தால் அவளை சிவக்கச் செய்த ஏச்சுகள் அவை. அன்றிலிருந்து அவர்கள் பேசிக்கொள்ளவில்லை. தான் அப்படி கூச்சமற்று பேசியதைப் பற்றி லைலாவுக்கு அதிர்ச்சியென்றாலும், அவளின் ஒரு பகுதிக்கு, தான் மரியத்தைப் பார்த்து சீறியதும், சபித்ததும், தனக்குள்ளாக குமுறிக்கொண்டிருந்த துக்கத்துக்கும், கோபத்துக்கும் அவளை ஒரு வடிகாலாக்கிக் கொண்டதும் மிகவும் பிடித்திருந்தது.

மரியத்துக்கும் அதே போலத்தான் இருந்திருக்கும் என்று லைலாவின் உள்ளுணர்வு சொன்னது.

பிறகு அவள் மாடிக்கு தாவியோடிச் சென்று ரஷீதின் படுக்கையில் போய் விழுந்தாள். கீழே மரியம் இன்னமும் கத்திக்கொண்டிருந்தாள். "உன் தலையில் மண் விழட்டும். உன் தலையில் மண் விழட்டும்." லைலா, தலையணையில் முகத்தைப் புதைத்துக்கொண்டு குமுறி அழுதாள். அந்த பயங்கர குண்டு வெடிப்பு நிகழ்ந்த தினத்தைத் தொடர்ந்த நாட்களில் இருந்தது போன்ற அதே தீவிரத்தோடு தன் தாய் தந்தையை நினைத்து ஏங்கினாள். படுக்கைவிரிப்பைக் கையால் இறுக்கிக்கொண்டு படுத்துக்கிடந்தவள், திடீரென்று மூச்சைப் பிடித்துக்கொண்டாள். எழுந்து அமர்ந்து தன் வயிற்றைக் கைகளால் பற்றினாள்.

குழந்தை, அவளை முதன்முறையாக உதைத்திருந்தது.

★ ஷராப் – மது

33

மரியம்

1993 இன் ஒரு வசந்தத்தின் விடியலில், ரஷீத் சிறுமியை வீட்டுக்கு வெளியில் கைத்தாங்கலாக அழைத்துச்செல்வதைக் கூடத்தின் சன்னல் அருகில் நின்றிருந்த மரியம் பார்த்தாள். சிறுமி முன்னோக்கிச் சரிந்திருந்தாள், அவளுடைய இடுப்பு வளைந்திருந்தது, பெருத்திருந்த வயிற்றைச் சுற்றி பாதுகாப்பாக ஒரு கையால் அணைத்திருந்தாள், அணிந்திருந்த புர்காவினூடாகவும் வயிற்றின் வடிவம் வெளிப்படையாகத் தெரிந்தது. ரஷீத் பதற்றமுற்றவனாக அளவுக்கு அதிகமான அக்கறையோடு அவளுடைய முழங்கையைப் பற்றிக்கொண்டு அவளை அழைத்துச் சென்றான். வேகமாக முன் வாசலுக்கு வந்தவன், ஒரு போக்குவரத்துக் காவலனைப் போல, *அப்படியே நில்* என்பதாக சமிக்ஞை செய்தான், பிறகு கதவைத்திறந்து வைத்துவிட்டு அவளை வரச்சொல்லி சைகை காட்டினான். அவள் நெருங்கியதும் அவள் கையைப்பற்றி வாயிலுக்குள் செல்ல உதவினான். "*பார்த்து, கவனமாக அடியெடுத்து வை என் குல், மலரே*" என்று அவன் சொன்னது மரியத்தின் காதில் விழுந்தது.

மறுநாள் மாலை அவர்கள் திரும்பி வந்தார்கள்.

வாயிலுக்குள் முதலில் ரஷீத் நுழைந்ததை மரியம் பார்த்தாள். அவன் கதவைத் திறந்த வேகத்தில் அது சிறுமியின் முகத்தில் அடித்துவிடுவது போலச் சென்று மீண்டது. வேகமாக அடியெடுத்து வைத்து அவன் தோட்டத்தைத் தாண்டிவிட்டான். அந்தியின் செந்நிறத்தை மீறி அவனுடைய முகத்தில் கவிந்திருந்த இருளின் நிழலை மரியம் கண்டுகொண்டாள். வீட்டுக்குள் நுழைந்ததும் தன் மேல்கோட்டைக் கழற்றியவன் அதை சாய்விருக்கையின் மீது எறிந்தான். மரியத்தின் மீது மோதிக்கொள்வது போலச்

சென்று "பசிக்கிறது. சாப்பாடு தயார் செய்" என்று வெடுக்கென்று சொன்னான்.

வீட்டின் வாயிற்கதவு திறக்கப்பட்டது. இடக்கையின் வளைவில் கட்டப்பட்டிருந்த தூளிச்சுமையோடு சிறுமி நின்றுகொண்டிருந்ததை கூடத்தில் நின்றிருந்த மரியம் பார்த்தாள். கதவு அனிச்சையாய் மூடிக்கொண்டு விடக்கூடாதென்பதற்காக ஒரு காலை உள்ளேயும் இன்னொரு காலைக் கதவின் மீதும் அவள் வைத்துக்கொண்டிருந்தாள். கதவைத் திறப்பதற்காகக் கீழே வைத்துவிட்டிருந்த, தன் முன்னாலிருந்த காகிதப்பையிலிருந்த பொருட்களை எடுப்பதற்காக முனகியவாறே குனிந்தாள். சிரமம் தாளாமல் அவளுடைய முகம் கோணிக்கொண்டிருந்தது. அவள் நிமிர்ந்து மரியத்தைப் பார்த்தாள்.

மரியம் சட்டென்று திரும்பி ரஷீதின் உணவைச் சூடு பண்ணுவதற்காக அடுப்படிக்குள் சென்றாள்.

"என் காதுகளுக்குள் யாரோ திருப்புளியை வைத்துத் திருகுவதைப் போலிருக்கிறது," கண்களைத் தேய்த்துக்கொண்டே சொன்னான் ரஷீத். ஒரு சுருக்கு முடிச்சால் முடியப்பட்ட *தும்பானை மட்டும் அணிந்துகொண்டு வீங்கிய-விழிகளோடு அவன் மரியத்தின் அறையில் நின்றிருந்தான். அவனுடைய நரைத்த கேசம் முள்ளைப் போல எல்லாத் திசைகளிலும் நீட்டிக்கொண்டு நின்றது. "இந்த அழுகை. இதை என்னால் சகித்துக் கொள்ள முடியவில்லை."

கீழே, குழந்தையைத் தூக்கிக் கொண்டு உலாத்திக்கொண்டிருந்த சிறுமி, பாட்டுப்பாடி அதைச் சமாதானம் செய்ய முயன்றுகொண்டிருந்தாள்.

"இந்த இரண்டு மாதங்களில் ஓரிரவு கூட நான் ஒழுங்காய் உறங்கவில்லை. அறையே சாக்கடைபோல் நாறுகிறது. எங்கு பார்த்தாலும் பீத்துணி இறைந்துகிடக்கிறது. நேற்றிரவு அவற்றில் ஒன்றில் நான் காலை வைத்துத் தொலைத்துவிட்டேன்" என்றான் ரஷீத்.

மரியம் குரூர திருப்தியுடன் உள்ளுக்குள் சிரித்துக்கொண்டாள்.

"வெளியில் தூக்கிக்கொண்டு போ. அவளை வெளியில் தூக்கிச்செல்ல முடியாதா உனக்கு?" தோளைத்திருப்பி இரைந்தான் அவன்.

பாடல் தற்காலிகமாக நின்றது. "அவளுக்கு ஜன்னி கண்டுவிடும்."

"இது வெய்யில் காலம் தானே?"

"என்ன?"

ரஷீத் பற்களைக் கடித்துக்கொண்டு குரலை உயர்த்தினான். "வெளியில் உஷ்ணமாகத்தான் இருக்கிறது என்றேன்."

"நான் அவளை வெளியில் தூக்கிச்செல்வதாயில்லை."

பாடல் தொடர்ந்தது.

"சத்தியமாகச் சொல்கிறேன், சில சமயங்களில் எனக்கு அதை குழந்தை மோஸஸைப் போல ஒரு பெட்டியிலிட்டு காபுல் ஆற்றில் இறக்கி விட்டுவிடலாம் என்று தோன்றுகிறது."

சிறுமி குழந்தைக்கு இட்ட பெயரான பேணுதலுக்குரியவள் எனும் அர்த்தம் பொருந்திய அஸீஸா என்று அவன் தன் மகளை அழைத்து மரியம் கேட்டதேயில்லை. எப்போதுமே அது, அந்தக் குழந்தை தான். கடும் எரிச்சலில் இருந்தானென்றால் வெறும், அது.

சில இரவுகளில் அவர்களிடையே நடக்கும் வாக்குவாதங்கள் அவளுக்குக் கேட்கும். ஒலியெழுப்பாமல் பாதங்களை ஊன்றி, கதவுக்கு அருகில் சென்று, அவன் குழந்தையைப் பற்றி-எப்போதும் குழந்தையைப் பற்றியே-புகார்பாடுவதை அவள் கேட்டாள். அதன் இடைவிடாத அழுகை, அந்த மணம், அவனைத் தடுக்கிவிழச்செய்த பொம்மைகள், அவனில் இருந்து லைலாவின் கவனத்தை மடைமாற்றி, பசியாற்ற, ஏப்பமெடுக்கச் செய்ய, உடைமாற்ற, தூக்கிக் கொள்ள, சுமந்துகொண்டு நடக்கவென்று அதனுடைய தேவைகளுக்காகத் திருப்பிக்கொண்டதைப் பற்றின புகார்கள். சிறுமியும் அவள் பங்குக்கு அறையிலேயே அவன் புகைப்பிடிப்பது குறித்தும் குழந்தையைத் தங்களோடு உறங்க அனுமதிக்காதது பற்றியும் புகார்களை அடுக்குவாள்.

இன்னும் சில வாக்குவாதங்கள், அடங்கிய குரலில் ஒலித்தன.

"மருத்துவர் ஆறு வாரங்கள் என்றார்."

"இல்லை ரஷீத், முடியாது. இங்கே பார். வேண்டாம். என்னைவிடு."

"இரண்டு மாதங்களாகிவிட்டன."

"ஷ்ஷ்ஷ்.. இரு. குழந்தையை எழுப்பிவிட்டாய். இப்போது மகிழ்ச்சியா உனக்கு. "கோஷ் ஷோடி, மகிழ்ச்சி தானா உனக்கு?"

மரியம் சப்தமில்லாமல் அறைக்குத் திரும்புவாள்.

"நீ கொஞ்சம் உதவக்கூடாதா?" என்றான் ரஷீத். "நீ ஏதாவது செய்யலாமே."

"எனக்கென்ன தெரியும் குழந்தைகளைப் பற்றி?" என்றாள் மரியம்.

"ரஷீத்! அந்த பால்போத்தலை எடுத்துவருகிறாயா? அல்மாரியில் இருக்கிறது பார். இவள் என்னிடம் அருந்த மாட்டேனென்கிறாள். மறுபடி போத்தலைக் கொடுத்துப் பார்க்க வேண்டியதுதான்."

கசாப்புக்கத்தி இறைச்சியில் விழுந்து எழுவது போல குழந்தை வீறிட்டு அழுத சப்தம் எழுந்தது.

ரஷீத் கண்களை மூடிக்கொண்டான். "இது ஒரு ராணுவ அதிகாரி. நான் சொல்கிறேன் பார். லைலா பெற்றிருப்பது குல்புதீன் ஹெக்மெத்தியாரையே தான்."

★★★

பாலருந்தக் கொடுப்பதும், குலுக்கி ஆட்டுவதும், துள்ளியாட்டுவதும், தூக்கிக் கொண்டு நடப்பதுமாகச் சிறுமியின் நாட்கள் கழிவதை மரியம் பார்த்துக்கொண்டிருந்தாள். குழந்தை உறங்கும்போதோ அழுக்கான அரையாடைகளைத் துவைத்து, ரஷீதை வற்புறுத்தி வாங்கச்செய்த கிருமிநாசினி சேர்த்த வாளிநீரில் ஊறவைக்க வேண்டியிருந்தது. நகங்களை உப்புத்தாளால் மழுங்கச்செய்யவும், முழு உடலையும் மறைக்கும் கவரால் உடைகள் மற்றும் பைஜாமாக்களை துவைத்து காயவைக்க வேண்டியிருந்தது. இந்த ஆடைகளும் மற்ற விஷயங்களைப் போல சச்சரவுகளுக்குக் காரணமாக இருந்தன.

"ஏன் இந்த ஆடைகளுக்கென்ன?" என்றான் ரஷீத்.

"இவை ஆண் குழந்தைகளுக்கான ஆடைகள். பச்சாக்களுக்கானவை."

"அவளுக்கு இந்த வித்தியாசமெல்லாம் தெரியும் என்றா நினைக்கிறாய்? நான் இந்த உடைகளுக்காக ஏகப்பட்ட பணம்

செலவழித்திருக்கிறேன். அப்புறம் இன்னொன்று, இப்படிக் குரலை உயர்த்திப் பேசுவதெல்லாம் எனக்குப் பிடிக்காது. எச்சரிக்கிறேன்.”

வாரம் தவறாமல் சிறுமி ஒரு இரும்புக் கரண்டியைச் சூடாக்கி சீமையழவன விதைகளை அதில் தூவி அந்த எஸ்பாண்டிப் புகையை குழந்தைக்குக் காட்டி திருஷ்டி கழித்தாள்.

சிறுமியின் அதீத ஆர்வத்தைப் பார்ப்பது மரியத்துக்கு ஆயாசமாக இருந்தாலும் உள்ளுக்குள் கொஞ்சம் ஆச்சரியமாகவும் இருந்தது. இரவெல்லாம் குழந்தையைத் தூக்கி நடைபயின்றிருந்தாலும் காலையில் களைத்துக்காணப்படும் அவளுடைய முகத்தில் விழிகள் மட்டும் பெருங்காதலில் ஜொலித்தன. குழந்தைக்குக் காற்று பிரிந்தால் கூட அவள் புரண்டு சிரித்தாள். குழந்தையில் தெரிந்த சின்னஞ்சிறு மாற்றங்கள் கூட அவளைப் பெரிதாய் வசீகரித்தன. குழந்தை செய்த ஒவ்வொன்றையும் ஒரு சாகசம் போல அறிவித்தாள்.

“இதைப் பார்! கிலுகிலுப்பையைப் பிடித்துவிட்டாள். எவ்வளவு பெரிய புத்திசாலி இவள்.”

“சரிதான், செய்தித்தாளில் அறிவிக்கச் சொல்லலாம்” என்பான் ரஷீத்.

ஒவ்வோர் இரவும் சாகசக் காட்சிகள் நிகழ்ந்தன. அவனைப் பார்க்கச் சொல்லி சிறுமி வற்புறுத்தும் போது, ரஷீத் முகவாயை உயர்த்தி, ஓரக்கண்ணால், நீலநரம்போடும் தன் கொக்கி மூக்கின் வழியாகப் பொறுமையற்ற ஒரு பார்வையைப் பார்ப்பான்.

“பாரேன். என் விரல்களைச் சொடுக்கும்போது அவள் சிரிப்பதை. பார்த்தாயா? பார்த்தாயா?”

ரஷீத் உறுமிவிட்டு தன் தட்டின் புறம் திரும்புவான். அந்தச் சிறுமியின் இருப்பு அவனைப் பரவசப்படுத்திய காலத்தை மரியம் நினைத்துப் பார்த்தாள். அவள் சொல்லும் எதுவும் அவனை மகிழ்ச்சியுறச் செய்யும், ஆவலுண்டாக்கும். தட்டிலிருந்து பார்வையைத் திருப்பி அங்கீகரிக்கும் விதமாய் அவளைப் பார்த்து அவன் தலையை ஆட்டுவான்.

சிறுமி முன்னம் இருந்த உயர்ந்த பீடத்திலிருந்து சறுக்கியிருந்தது மரியத்துக்கு மகிழ்ச்சியைக் கொடுத்து, வெற்றிப் பெருமிதத்தைத் தந்திருக்க வேண்டும் ஆனால் விசித்திரமாக மரியம் அப்படி உணரவில்லை. அப்படி இல்லைவேயில்லை. சிறுமியைப் பார்த்துத்

தான் பரிதாபப்படுவதை நினைத்து அவளுக்கே ஆச்சரியமாக இருந்தது.

இரவுணவுக்குப் பிறகு, சிறுமி, கவலைகளின் முடிவற்ற பட்டியலை வாசிக்க ஆரம்பிப்பாள். அதில் முதலாவதாக இடம்பிடிப்பது ஜன்னிக்காய்ச்சல், குழந்தையின் ஒரு சிறிய இருமல் அதை உறுதிப்படுத்தப் போதுமானதாக இருந்தது. லேசான கழிச்சல் சீதபேதியாக்கப்பட்டது, சின்ன தடிப்பு, சின்னம்மையாக அல்லது மணல்வாரியாகக் கற்பனை செய்யப்பட்டது.

“நீ அளவுக்கதிகமாகப் பாசம் வைக்கக்கூடாது” ரஷீத் ஓரிரவு இப்படிச் சொன்னான்.

“என்ன சொல்கிறாய்?”

“அன்றைக்கு வானொலியில் வாய்ஸ் ஆஃப் அமெரிக்கா கேட்டுக்கொண்டிருந்தேன். அதிலே சுவாரஸ்யமான புள்ளிவிவரம் ஒன்றைச் சொன்னார்கள். ஆஃப்கன் குழந்தைகளில் நான்கில் ஒன்று ஐந்து வயதாவதற்கு முன்பே இறந்து போகுமாம். அப்படித்தான் சொன்னார்கள். என்ன? இப்போது என்ன சொல்லிவிட்டேன்? எங்கே போகிறாய் நீ? இங்கே வா. உடனே வா இங்கே.”

அவன் திகைத்துப் போன பாவனையுடன் மரியத்தைப் பார்த்தான். “என்னவாம் அவளுக்கு?”

அன்றிரவு மரியம் படுக்கையில் கிடந்தபோது அந்தப் பூசல் மறுபடியும் துவங்கியது. அது காபுலின் சரட்டன் மாதத்தின் வழக்கமான, காந்தலான, வறண்ட, கோடையிரவு. சன்னலைத் திறந்து வைத்த மரியம் சூட்டைத்தணிக்க தென்றல் வராமல் கொசுக்கள் வந்ததில் மீண்டும் அதை மூடினாள். வெளியில் பூமியிலிருந்து கிளம்பும் சூடு, தோட்டத்தின் கருவி-வைப்பறையின் கோதுமைப் பழுப்பு நிற பலகைகளின் வழியாக அவளுடைய அறையின் சுவர்களில் பட்டு உள்ளே நுழைவதை உணர்ந்தாள்.

வழக்கமாக இந்தப் பூசல்கள் சில நிமிடங்கள் மட்டுமே நீடிக்கும் ஆனால் இன்றைக்கு அரை மணி நேரமாகியும் தணியாததோடு இன்னமும் அதிகமாகிக் கொண்டே போனது. இதோ ரஷீத் இரைவது மரியத்துக்குக் கேட்கிறது. அவனுடைய குரலால் அமுங்கிய சிறுமியின் குரல் இறைஞ்சலாய் கீச்சிட்டுக் கேட்டது. பிறகு குழந்தை ஓலமிட்டது.

தொடர்ந்து அவர்களுடைய அறைக்கதவு ஆங்காரமாய்த் திறக்கப்படும் ஓசை. காலையில் கதவுப்பிடியின் சுருள்வடிவப்பதிவை அவள் கூடத்தின் சுவரில் காணக்கூடும். அவள் படுக்கையில் எழுந்து அமரவும் ரஷீத் அவளுடைய அறையின் கதவை முரட்டுத்தனமாகத் திறந்து நுழையவும் சரியாக இருந்தது.

அவன் வெண்ணிற காற்சட்டையும் வியர்வையால் மஞ்சள் கறை படிந்த உள்சட்டையும் அணிந்திருந்தான். அவனுடைய ஒரு காலில் மட்டும் வீட்டில் அணியும் செருப்பு அணிந்திருந்தான். சிறுமியோடு அவனுக்கு நடந்த நிக்காஹ்வுக்காக அவன் வாங்கியிருந்த அடர்பழுப்பு நிற மிருகத்தோல் இடைவாரின் துளைகள் உள்ளமுனை அவனுடைய முஷ்டியில் சுற்றப்பட்டிருந்தது.

"இதெல்லாம் உன் வேலை தானே. எனக்குத் தெரியும்." உறுமிக்கொண்டே அவன் அவளை நெருங்கினான்.

மரியம் படுக்கையிலிருந்து எழுந்து பின்னோக்கி நடக்கலானாள். அவன் எப்போதும் முதலில் தாக்கும் அவளது மார்பகங்களின் மீது கரங்களை அனிச்சையாய்க் கட்டிக்கொண்டாள்.

"என்ன சொல்கிறாய்?" மரியம் குழறினாள்.

"என்னை மறுக்கச் சொல்லி அவளுக்குக் கற்றுக்கொடுத்தது நீ தானே?"

காலத்தின் போக்கில் மரியம், அவனுடைய வெறுப்பு, நிந்தனை, எகத்தாளம், கண்டிப்புகளுக்கு எதிராகத் தன்னைக் கடினப்படுத்திக் கொள்வதில் தேர்ச்சியடைந்திருந்தாள். ஆனால் இந்த அச்சம் மட்டும் அவளுடைய கட்டுப்பாட்டில் இல்லை. இத்தனை வருடங்களுக்குப் பிறகும் ரத்தநிறத்தில் பளபளக்கும் அந்த விழிகளுக்கு, முஷ்டியைச் சுற்றி இறுகும் அந்த இடைவாரால் அடிக்கும் போது உண்டாகும் அந்த மிருகத்தோலின் கிரீச்சொலிக்கு அவள் அஞ்சி நடுநடுங்கத்தான் செய்தாள். உறுமியவாறு குனிந்து தன் கைகளைப் பார்த்துக்கொள்ளும் புலியைக் கண்டு, அதன் கூண்டுக்குள் விடப்பட்ட ஆடு கொள்ளும் அச்சம் அது.

இதோ, கண்களை விரிய விழித்துக்கொண்டு, அச்சத்தில் கோணிய முகத்துடன் சிறுமியும் அறைக்குள் வந்துவிட்டாள்.

"நீ அவளைக் கெடுத்து விடுவாய் என்பதை நான் யூகித்திருக்க வேண்டும்" ரஷீத் மரியத்தின் முகத்தில் துப்பினான். இடைவாரைத்

தன் துடையின் மீதே வீசி பரீட்சித்தான், அதன் பூட்டு உரத்து ஓசையெழுப்பியது.

"நிறுத்து. *பஸ்!* வேண்டாம் ரஷீத் இப்படிச் செய்யாதே" சிறுமி அலறினாள்.

"நீ அறைக்குத் திரும்பிப் போ."

மரியம் மறுபடியும் பின்புறமாக நகர்ந்தாள்.

"வேண்டாம். இப்படிச் செய்யாதே."

"கிளம்பு!"

ரஷீத் மறுபடி இடைவாரை வீசினான் இப்போது அதன் இலக்கான மரியத்தின் மீது அது விழுந்தது.

பிறகு பிரமிப்பூட்டும் சம்பவம் ஒன்று நிகழ்ந்தது: சிறுமி அவன் மீது பாய்ந்தாள். அவள் அவனுடைய கைகளைப் பிடித்துக்கொண்டு அவனைக் கீழே இழுக்க முயன்றாலும் அவளால் இயன்றதென்னவோ அவனில் இருந்து தொங்குவது மட்டும்தான். ஆனாலும் மரியத்தை நெருங்கவிடாமல் அவனைத் தடுத்துவிட்டாள்.

"விடு என்னை." ரஷீத் உறுமினான்.

"நீ வென்றாய். நீயே வென்றாய். இப்படிச்செய்யாதே. தயவு செய் ரஷீத். அடிக்காதே. தயவு செய்து அடிக்காதே."

அவர்கள் இதே போலப் போராடினார்கள். சிறுமி அவனில் இருந்து தொங்கிக்கொண்டே இறைஞ்சினாள், ரஷீத், அதிர்ச்சியில் விறைத்துப்போயிருந்த மரியத்தை முறைத்துக்கொண்டே சிறுமியை உதற முயற்சி செய்துகொண்டிருந்தான்.

இறுதியில், குறைந்தபட்சம் அன்றிரவு அடிவிழாது என்பது மரியத்துக்கு உறுதியாகிற்று. அவன் தான் நினைத்ததை நடத்திக் காட்டினான். கையை உயர்த்தியபடி, மார்பு ஏறி இறங்க, நெற்றியில் வியர்வை பொங்க, அப்படியே அவன் சிறிதுநேரம் நின்றான். பிறகு மெல்ல கையை இறக்கினான். சிறுமியின் கைகள் தரையைத் தொட்டன. ஆனாலும் அவனிடம் நம்பிக்கை ஏற்படாதது போல அப்போதும் அவள் அவனிடமிருந்து பிடியை நீக்கிக் கொள்ளவில்லை. தன்னுடைய கரத்தை உதறி அவன் அவளுடைய பிடியை நீக்கிக்கொள்ள வேண்டியதாகிற்று.

“உன்னுடைய நடவடிக்கைகளை நான் கவனித்துக் கொண்டிருக்கிறேன்,” பேசிக்கொண்டே இடைவாரைத் தன் தோளில் இட்டுக்கொண்டான். “உங்கள் இருவரின் நடவடிக்கைகளையும் நான் கவனித்துக்கொண்டிருக்கிறேன். என்னுடைய வீட்டில் என்னையே *அஹ்மக்*, முட்டாளாக்கப் பார்க்கிறீர்களா?”

கடைசியாக, மரியத்தைக் கொல்வது போல ஒருமுறை பார்த்துவிட்டு, சிறுமியின் புறங்கழுத்தில் கையை வைத்து அறையை விட்டு அவளை வெளியே தள்ளினான்.

அவர்கள் அறையின் கதவு மூடப்படும் ஓசை கேட்டதும் மரியம் படுக்கைக்குச் சென்று முகத்தைத் தலையணைக்குள் புதைத்துக் கொண்டாள். நடுக்கம் நிற்பதற்காகக் காத்திருந்தாள்.

★★★

அன்றிரவு மரியம் உறக்கத்திலிருந்து மூன்று முறை விழித்தாள். முதன் முறை விழித்தது மேற்கில் கர்தே-சர்ரிலிருந்து எழுந்த ஏவுகணைகளின் தொடர் ஓசையால். இரண்டாவது தடவை, கீழ்த்தளத்தில் குழந்தையின் அழுகுரலும் அமைதிப்படுத்தும் சிறுமியின் குரலும் கேட்டு, மேலும் பால் போத்தலைக் கரண்டியால் கலக்கும் ஓசையாலும். மூன்றாவது முறை தாகம் அவளைப் படுக்கையிலிருந்து எழுப்பியது.

சன்னல் வழியாக உள்ளே சிதறிக்கொண்டிருந்த நிலாத்துண்டின் வெளிச்சம் தவிர கீழ்த்தளம், முற்றிலுமாக இருண்டிருந்தது. எங்கோ ஒரு ஈ ரீங்கரிக்கும் ஓசையைக் கேட்ட மரியத்துக்கு ஒரு மூலையில் இருந்த வார்ப்பு இரும்படுப்பின் உருவரையையும் அதன் குழாய் மேல்நோக்கி நீண்டு கூரைக்குச் சற்று கீழே ஒரு கூரிய கோணத்தில் வளைந்திருந்ததையும் பார்க்க முடிந்தது.

அடுப்படிக்குப் போகும் வழியில் மரியம் எதன்மீதோ காலைத் தடுக்கிக்கொண்டு விழத்தெரிந்தாள். பிறகுதான் அவளுடைய காலடியில் ஏதோ உருவம் இருந்தது துலங்கியது. அந்த உருவம் போர்வையின் மீது உறங்கிக் கிடந்த சிறுமியும் குழந்தையும் என்பதை, கண்கள் இருட்டுக்குப் பழகியதில் அவள் கண்டு கொண்டாள்.

சிறுமி பக்கவாட்டில் சாய்ந்து குறட்டையொலியோடு உறங்கினாள். குழந்தை விழித்திருந்தது. மேசையின் மீதிருந்த மண்ணெண்ணெய் விளக்கைப் பொருத்தி அதைக் கீழே இறக்கினாள் மரியம். விளக்கொளியில் குழந்தையை முதல்முறையாக அப்போதுதான்

அவள் பார்த்தாள். மண்டிக்கிடந்த அதன் கருங்கேசத்தை, அடர்ந்த இமைகளோடான அதன் பழுப்பு விழிகளை, இளஞ்சிவப்புக் கன்னங்களை, பழுத்த மாதுளையின் நிறத்திலிருந்த அந்த உதடுகளைப் பார்த்தாள்.

குழந்தையும் தன்னை ஆராய்ந்து கொண்டிருப்பதாக மரியத்துக்குப் பட்டது. அது மல்லாந்து கிடந்து தலையை ஒரு பக்கமாய்ச் சரித்து, ஆச்சரியம், குழப்பம் மேலும் சந்தேகம் என்ற பலதரப்பட்ட தீவிரமான பாவனைகளோடு மரியத்தைப் பார்த்துக்கொண்டிருந்தது. தன்னுடைய முகத்தைப் பார்த்து குழந்தை பயங்கொள்ளுமோ என்று மரியம் யோசித்துக்கொண்டிருந்த போதே அது மகிழ்ச்சியாய்க் கீச்சிட்டதில், தன் மீது சாதகமான தீர்ப்பெழுதப்பட்டதை மரியம் தெரிந்து கொண்டாள்.

"ஷ்ஷ்ஷ்" மரியம் கிசுகிசுத்தாள். "உன் அம்மா பாதி செவிடு தான் என்றாலும் நீ இப்படிக் கூவி அவளை எழுப்பிவிடுவாய் போலவே?"

குழந்தை கையைப் உருட்டிப் பந்தாக்கியது. எழுந்து விழுந்த பந்து, தடுமாறிக்கொண்டே வாய்க்குப் போகும் பாதையைக் கண்டுகொண்டது. தன்னுடைய கையாலேயே வாயை அடைத்துக்கொண்ட குழந்தை மரியத்தைப் பார்த்துக் குதூகலித்துச் சிரிக்க, சிறிய எச்சில் முட்டைகள் உதடுகளில் மின்னின.

"ஐயோ நீ எவ்வளவு பரிதாபமாக ஆண் பிள்ளையைப் போல உடுத்திக் கொண்டிருக்கிறாய் தெரியுமா? இந்த வெக்கையில் உன்னை இப்படியா சுற்றி வைப்பது. அதனால்தான் உனக்கு உறக்கம் வரவில்லை."

குழந்தையைச் சுற்றியிருந்த போர்வையை அகற்றிய மரியம் அதனடியில் இன்னொன்று இருப்பதைப் பார்த்து அதிர்ந்து அதையும் எடுத்து விட்டாள். குழந்தை ஆசுவாசமாகக் குதூகலித்து, தன்னுடைய கைகளை ஒரு பறவையின் சிறகுகள் படபடப்பதைப் போல அடித்துக்கொண்டது.

"இப்போது பரவாயில்லை தானே?"

மரியம் எழ எத்தனித்த போதே குழந்தை அவளுடைய சிறுவிரலைப் பிடித்தது. அந்தச் சின்னஞ்சிறு விரல்கள் அவளுடைய சிறுவிரலைச் சுற்றி இறுகப் பற்றிக்கொண்டன. அவை கதகதப்பாக, மென்மையாக, எச்சிலால் ஈரமாக இருந்தன.

"குனுஹ்" என்றது குழந்தை.

"சரி சரி *பஸ்*, என்னை விடு"

குழந்தை விரலைப் பிடித்துக்கொண்டே கால்களை மறுபடி உதைத்தது.

மரியம் தன் விரலை விடுவித்துக்கொண்டாள். குழந்தை புன்னகை செய்தபடி கெக்கலியோசை எழுப்பியது.

"நீ எதற்காக இவ்வளவு மகிழ்ச்சியடைகிறாய்? சொல்லேன்? எதைப் பார்த்துச் சிரிக்கிறாய்? நீ ஒன்றும் உன் அம்மா சொல்வது போல அவ்வளவு புத்திசாலியெல்லாம் இல்லை. உன்னுடைய அப்பன் ஒரு மாக்கான், உன் அம்மா ஒரு முட்டாள். இதெல்லாம் தெரிந்தால் நீ இப்படி சிரிக்க மாட்டாய். ஆமாம் சிரிக்கவே மாட்டாய். சரி தான் இப்போது உறங்கு. தூங்கு போ."

மரியம் எழுந்து சில அடிகள் எடுத்து வைக்கும் முன்பே குழந்தை *எஹ், எஹ், எஹ்* என்று ஒலி எழுப்பி பெரிய அழுகை ஒன்றைத் துவக்க இருப்பதற்கான ஆயத்தங்களைக் காட்டியது. மரியம் எடுத்து வைத்த சுவடுகளிலேயே திரும்ப வந்தாள்.

"என்ன விஷயம்? என்ன வேண்டும் உனக்கு?"

குழந்தை பொக்கை வாயைக் காட்டிச் சிரித்தது.

மரியம் பெருமூச்செரிந்தாள். அமர்ந்து, பிடித்துக்கொள்ளச் சொல்லி தன் விரலைத் தந்தாள், குழந்தையின் கீச்சிடலை, தன் குண்டுக் கால்களை இடுப்பிலிருந்து உயர்த்தி அது காற்றில் உதைத்ததைப் பார்த்தாள். குழந்தை ஆடுவதை நிறுத்தி மெல்லிய குறட்டையோடு உறங்கத்தொடங்கும் வரை மரியம் அங்கேயே அமர்ந்து பார்த்துக்கொண்டிருந்தாள்.

வெளியில், களிப்பாடல்கள் பாடிக்கொண்டிருந்த பறவைகள் எழும்பி பறக்கும்போது அவற்றின் சிறகுகள் மேகங்களினிடையே மின்னிய நிலவொளியின் நீலக்கதிர்களைப் பிரதிபலிப்பதை மரியம் கண்டாள். அவளுடைய தொண்டை தாகத்தால் வறண்டிருந்தாலும், பாதங்கள் மரத்து சூடேறியிருந்த போதும், குழந்தையிடமிருந்து தன் விரலை விடுவித்துக்கொண்டு மரியம் எழுந்து கொள்ள வெகுநேரம் ஆயிற்று.

★ தும்பான் – காற்சட்டை

34

லைலா

உலகத்து இன்பங்கள் அத்தனையிலும் லைலாவுக்கு ஆகப்பிரியமானது, தன் குழந்தையின் முகத்துக்கு வெகுஅணுக்கமாகப் படுத்துக்கொண்டு அவளுடைய கருவிழிகள் சுருங்கி விரிவதைப் பார்த்தபடி இருப்பதுதான். அஸீஸாவின் இனிமையான, மெத்தென்ற சருமத்தை, குழிந்த விரல் மூட்டுகளை, அவளது முழங்கைகளின் கொழுத்த மடிப்புகளைத் தடவிக் கொண்டிருக்க அவள் மிகவும் விரும்பினாள். அவளைத் தன் மார்பில் கிடத்திக்கொண்டு மென்மையான அவளுடைய உச்சந்தலைக்குள், அஸீஸாவுக்கு நிரந்தரமாக அந்நியனாகிவிட்ட, யாருடைய முகத்தை அவள் எப்போதுமே பார்க்கப் போவதில்லையோ அந்தத் தாரிக்கைப் பற்றி, அவளுடைய தந்தையைப் பற்றி லைலா பேசிக்கொண்டிருப்பாள். புதிர்களை அவிழ்ப்பதில் அவனுக்கிருந்த ஆர்வம், அவனுடைய தந்திரங்கள், சேட்டைகள், சட்டென்று சிரிக்கும் அவனுடைய சுபாவம் எல்லாவற்றையும் சொல்லுவாள்.

"அவனுக்கு மிக அழகான இமைகள், உன்னுடையவற்றைப் போலவே அவையும் அடர்ந்தவை. நல்ல முகவாய், அருமையான நாசி, வட்டமான நெற்றி. ஆ, உன் தந்தை அழகன், அஸீஸா. அவன் பூரணன். உன்னைப் போலவே."

ஆனால் ஒருபோதும், அவள் அவனுடைய பெயரைச் சொல்லிவிடாமல் எச்சரிக்கையாக இருந்தாள்.

சிலசமயம் ரஷீத் அஸீஸாவை விசித்திரமாக வெறித்துப் பார்ப்பதை அவள் கவனித்திருக்கிறாள். ஓரிரவு படுக்கையறைத் தரையில் அமர்ந்து தன் பாதத்திலிருந்த ஆணியைப்

பெயர்த்துக்கொண்டிருந்தவன் மிக சாவதானமாக "உங்கள் இருவருக்குமிடையில் இருந்தது, என்ன?" என்றான்.

புரியாதது போல லைலா அவனைப் புதிர்ப்பார்வை பார்த்தாள்.

"லைலாவும் மஜ்னுவுமாக இருந்தீர்களே? உனக்கும் அந்த யக்லேங்கா, நொண்டிக்கும் இடையில் என்னதான் இருந்தது?"

தொனியில் ஏதும் மாற்றம் தெரிந்துவிடாத கவனத்துடன், "அவன் என் நண்பன்" என்றாள் லைலா. போத்தலில் பாலை நிரப்புவதில் தீவிரம் காட்டி "உனக்கே தெரியுமே" என்றாள்.

காலில் இருந்து சுரண்டியதை சன்னல் விளிம்பில் கொட்டிவிட்டு படுக்கையில் சரிந்த ரஷீத், "எனக்கு என்ன தெரியுமென்பதே எனக்குத் தெரியவில்லை" என்றான். கட்டிலின் சுருள் கம்பிகள் மறுப்பாய் கிரீச்சிட்டன. கால்களை அகட்டி கவட்டைச் சொறிந்து கொண்டே "சரி, நண்பர்களாக... எப்போதாவது அப்படி இப்படி ஏதும் செய்தீர்களா?"

"அப்படி இப்படியா?"

ரஷீத் விளையாட்டாய் சிரிப்பது போலத் தெரிந்தாலும் அவனுடைய பார்வை உறைந்து, தீவிரமடைந்திருந்ததை லைலா உணர்ந்தாள். "சரி நானே சொல்கிறேனே. எப்போதாவது அவன் உன்னை முத்தமிட்டிருக்கிறானா? இல்லை, வைக்கக் கூடாத இடத்தில் கை வைத்திருக்கிறானா?"

கோபமும் வெறுப்புமாக முறைக்க முயன்றாள் லைலா. அவளுடைய இதயம் தொண்டைக்குள் வந்து விழுந்து துடிப்பதை உணர்ந்தாள். "அவன் என்னுடைய சகோதரனைப் போன்றவன்."

"நண்பனா சகோதரனா?"

"இரண்டும்தான். அவன்-"

"ஏதாவது ஒன்று சொல்?"

"அவன் இரண்டுமாக இருந்தான்."

"இந்த அண்ணன் தங்கைகளே கிறுக்குப் பிடித்த ஜென்மங்கள். சில சமயங்களில் ஓர் அண்ணன் தன் தங்கையிடம் தன்னுடைய சாமானைக் காட்டுவதுண்டு, தங்கையும் அதே போல-"

“சீ நீயும் உன் கேவலமான புத்தியும்.”

“அப்படியென்றால், ஒன்றுமேயில்லை என்கிறாய்.”

“இதைப் பற்றி இனியும் பேச நான் தயாராக இல்லை.”

ரஷீத் தலையைச் சாய்த்து, உதடுகளை இறுக்கி, மண்டையை ஆட்டினான். “ஜனங்கள் புறணி பேசினார்கள் தெரியுமா? எனக்கு நினைவிருக்கிறது. உங்கள் இருவரையும் பற்றி என்னவெல்லாமோ சொன்னார்கள். ஆனால் நீ என்னவோ ஒன்றுமே இல்லையென்கிறாய்.”

அவள் துணிச்சலை வரவழைத்துக்கொண்டு அவனை முறைத்தாள்.

அவனும் அவளுடைய கண்களை மிக நீண்ட நேரம் வெறித்ததில் போத்தலைச் சுற்றியிருந்த லைலாவின் விரல்கணுக்கள் வெளிறிப்போயின. தடுமாற்றத்தைக் காட்டிக்கொள்ளாமல் இருக்க அவள் போராட வேண்டிவந்தது.

அவனிடமிருந்து அவள் திருடிக்கொண்டிருப்பதை அறிய நேர்ந்தால் அவன் என்ன செய்வான் என்று நினைக்கும் போதே அவள் நடுங்கினாள். அஸீஸா பிறந்ததிலிருந்தே ஒவ்வொரு வாரமும் அவன் உறங்கும்போதோ, கழிவறையில் இருக்கும் போதோ அவள் அவனுடைய பணப்பையைத் திறந்து ஒரு தாளை எடுத்துக்கொள்வாள். சமயங்களில் பையில் பணம் நிறைய இல்லாத போது வெறும் ஐந்து ஆஃப்கன் ரூபாய்களை மட்டும் எடுப்பாள் அல்லது அவன் கண்டுகொள்வான் என்ற அச்சம் இருந்தால் ஒன்றுமே எடுக்காமல் விட்டுவிடுவாள். பை கனமாக இருக்கும் வேளைகளில் பத்து இருபது என்று எடுத்துவிடத் துணிவாள், ஒரு முறை இரண்டு இருபதுகளை எடுத்துக்கொண்டாள். அவளுடைய கோடுபோட்ட கம்பளிச்சட்டையின் உட்புறம் அவள் தைத்திருந்த சிறு பையில் பணத்தைப் பத்திரப்படுத்தினாள்.

அடுத்த வசந்தத்தில், இல்லாவிட்டால் கோடையிலாவது அங்கிருந்து தப்பித்துவிட அவள் திட்டம் தீட்டியிருந்ததை அறிய நேர்ந்தால் அவன் என்ன செய்வான் என்று யோசித்தாள். ஆயிரம் ஆஃப்கன் தாள்களைக் கையாடிவிட லைலா முடிவு செய்திருந்தாள். காபுலில் இருந்து பெஷாவருக்கான பேருந்துப் பயணக்கட்டணத்துக்கு அதில் பாதிப் பணம் செலவாகிவிடும். அவளுடைய திருமண மோதிரத்தையும் அவள் இந்த மாளிகையின்

மலிக்காவாக இருந்தபோது ரஷீத் அவளுக்குத் தந்திருந்த மற்ற நகைகளையும் சமயம் வரும் போது அவள் அடகு வைப்பாள்.

“எப்படியோ, என்னைக் குற்றம் சொல்லக்கூடாது. நான் உன் கணவன். இதெல்லாம் கணவன்மார்கள் யோசிக்கும் விஷயம்தான். ஆனால் அவன் அப்படிச் செத்தவரைக்கும் அது அவனுடைய அதிர்ஷ்டம். ஏனென்றால் அவன் இப்போது இங்கே இருந்தானென்றால், அவனை நான்...” அவன் ஆங்காரப்பெருமூச்சு விட்டு தலையை ஆட்டிக்கொண்டான்.

“இறந்துபோனவர்களைப் பற்றி மோசமாகப் பேசக்கூடாது என்று நீ சொல்வாயே?”

“சிலபேரெல்லாம் போதுமான அளவு சாவதில்லை என்றுதான் எனக்குத் தோன்றுகிறது.”

இரண்டு நாட்களுக்குப் பிறகு, ஒரு காலையில் அவளுடைய படுக்கையறையின் வாசலில், குழந்தைகளுக்கான உடைகளின் ஓர் வரிசை அழகாக மடித்து வைக்கப்பட்டிருந்ததை லைலா கண்டாள். மார்பைச் சுற்றி சிறிய பூத்தையல் மீன்கள் இருந்த இளஞ்சிவப்பு அடுக்கு கவுன் ஒன்று, பொருத்தமான கை மற்றும் காலுறைகளோடு பூப்போட்ட நீலநிறக் கம்பளி ஆடை ஒன்று, மஞ்சளில் கேரட் நிற பொட்டுக்கள் பாவிய பைஜாமாவும் அதோடு மடிப்பில் ஃபிரில் வைத்த பச்சைப் பருத்திக் காற்சட்டையும்.

“புரளி கிளம்பியிருக்கிறது” இரவுணவின் போது நாக்கைச் சப்புக்கொட்டிக்கொண்டே சொன்னான் ரஷீத், அஸீஸாவையோ அவளுக்கு லைலா அணிவித்திருந்த பைஜாமாவையோ கவனிக்காமல் பேசினான். “தோஸ்தும் கட்சி மாறி ஹெக்மத்தியாரோடு சேர்ந்து விடப்போகிறாராம். மசூதின் நிலைமை மோசம்தான். இரண்டு பேரிடமும் அவர் போராட வேண்டும். ஹஜாராக்களையும் நாம் மறந்துவிட முடியாது.” மரியம் கோடையின் போது இட்டிருந்த கத்திரிக்காய் ஊறுகாயிலிருந்து கொஞ்சம் எடுத்துக்கொண்டவன், “இது வெறும் புரளியாகவே இருக்கும் என்று நம்புவோம், ஏனென்றால் இந்தப் போர் மட்டும் ஆரம்பித்தால் நிலைமை, *பக்மானின் வெள்ளிக்கிழமை சந்தை போலாகிவிடும்.” எண்ணெய்க் கையை உதறிக்கொண்டே அவன் சொன்னான்.

சிறிதுநேரம் கழித்து, கணுக்கால் வரைக்கும் தன்னுடைய தும்பானை இறக்கிவிட்டுக்கொண்டு, மற்றபடி முழுக்க உடுத்தியிருந்தவனாகவே லைலாவின் மீது கவிழ்ந்து இச்சையைத் தணித்துக்கொண்டான் அவன். வெறித்தனமாக இயங்கி முடித்ததும் அவளில் இருந்து உருண்டு அப்படியே உறங்கியும் போனான்.

படுக்கையறையிலிருந்து வெளியில் வந்த லைலா, அடுப்படியில் குத்த வைத்துக்கொண்டு மரியம் மீன் கழுவிக் கொண்டிருப்பதைப் பார்த்தாள். அவளுக்குப் பக்கத்தில் ஏற்கெனவே ஊற வைக்கப்பட்ட ஒரு பானை அரிசி இருந்தது. அடுப்படியே புகையும், சீரகமும், வறுபட்ட வெங்காயமும், மீனுமாய் மணத்தது.

ஓர் ஓரத்தில் அமர்ந்த லைலா தன் முழங்கால்களை, ஆடையின் முனையால் மூடிக்கொண்டாள்.

“நன்றி” என்றாள்.

மரியம் அவளைக் கண்டுகொள்ளவே இல்லை. முதல் மீனை நறுக்கி முடித்த அவள், அடுத்ததை எடுத்தாள். ரம்பக் கத்தியொன்றால் அதன் இறக்கைகளை வெட்டி, அதன் வயிறு மேற்புறம் வருமாறு அதைப் புரட்டிப் போட்டு, அதன் வாலிலிருந்து செவுள் வரையில் பிசிறில்லாமல் வெட்டினாள். அதன் வாயில் தன் பெருவிரலை வைத்துக் கீழுதட்டின் மீது கையை அழுத்தித்திணித்து ஒரே இழுப்பாய் இழுத்து அதன் செவுளையும் குடலையும் நீக்கினாள்.

“உடைகள் மிகவும் அழகாக இருக்கின்றன.”

“எனக்கு அவற்றால் பிரயோசனமில்லை.” மரியம் முணுமுணுத்தாள். ஒரு செய்தித்தாளின் மீது, மீனை அதன் வழுவழுப்பான சாம்பல் வண்ண திரவத்தோடு போட்டு, அதன் தலையை வெட்டினாள். “அந்துப்பூச்சிகளா உன் மகளா என்று யோசித்தேன்.”

“இப்படி மீன் கழுவ எங்கே கற்றுக்கொண்டாய்?”

“நான் சிறுமியாக இருந்த போது ஓர் ஓடையினருகில் வாழ்ந்தேன். அப்போது நானே மீன் பிடிப்பேன்.”

“நான் மீன் பிடித்ததே இல்லை.”

"அதில் பெரிதாய் ஒன்றுமில்லை. பெரும்பாலான நேரம் காத்திருப்புதான்."

குடல் நீக்கப்பட்ட மீனை அவள் மூன்று துண்டங்களாக்குவதை லைலா பார்த்தாள். "நீயே அந்த ஆடைகளைத் தைத்தாயா?"

மரியம் தலையசைத்தாள்.

"எப்போது?"

மீன் துண்டங்களைக் கிண்ணத்திலிருந்த நீரில் அலசிய மரியம், "நான் முதன்முறை கர்ப்பமாக இருந்த போதோ இரண்டாம் முறையோ. பதினெட்டு பத்தொன்பது வருடங்களுக்கு முன்பு. வெகுகாலத்துக்கு முந்தையது. நான்தான் சொன்னேனே எனக்கு அவற்றால் உபயோகமில்லை."

"நீ உண்மையிலேயே அருமையான கயாத். எனக்கும் கூட நீ கற்றுக்கொடுக்கலாம்."

அலசிய மீன் துண்டங்களை மரியம் வேறொரு கிண்ணத்தில் போட்டாள். விரல்நுனிகளில் இருந்து நீர் சொட்ட, அவள் தலையை உயர்த்தி ஏதோ முதல்முறையாகப் பார்ப்பது போல லைலாவைப் பார்த்தாள்.

"அன்றிரவு அவன் அப்படிச் செய்த போது... இதற்குமுன் எனக்காக யாருமே ஏவம் கேட்டதில்லை."

லைலா மரியத்தின் தொங்கிப்போன கன்னங்களை, களைப்பின் மடிப்புகளில் புதைந்திருந்த கண் இமைகளை, அவளுடைய வாயைச் சுற்றியிருந்த ஆழமான கோடுகளை- தானும் அவளை முதல்முறை பார்ப்பதைப் போலப் பார்த்தாள். ஆனால் முதல்முறையாக அது ஒரு எதிராளியின் முகமாக அல்லாமல், பேசப்படாத துயரங்களை, எதிர்ப்பில்லாமல் ஏற்கப்பட்ட சுமைகளை, ஒப்புக்கொள்ளப்பட்ட மற்றும் பொறுத்துக்கொள்ளப்பட்ட விதியைத் தாங்கும் முகமாய்த் தெரிந்தது. லைலாவும் இங்கே நெடுநாள் இருந்தால், இன்றிலிருந்து இருபது வருடங்களில் மரியத்தின் முகமே அவளுடையதாகவும் ஆகிவிடுமோ?

"என்னால் அவனை அப்படிச் செய்ய விடமுடியவில்லை. அப்படிப்பட்ட வீட்டில் நான் வளரவில்லை" என்றாள் லைலா.

"இனி இதுதான் உன்னுடைய வீடு. இதற்கெல்லாம் நீ பழகித்தான் ஆக வேண்டும்."

"அது முடியாது. என்னால் ஆகாது."

"சீக்கிரமே அவன் உன் மீதும் அதே போலத் திரும்புவான். நீயோ இருந்திருந்து அவனுக்கு ஒரு மகளைப் பெற்றுவிட்டாய். அதனால் என்னுடைய பாவங்களை விட உன்னுடையவை இன்னமும் அதிகம்." கைகளைத் துடைத்துக்கொண்டே மரியம் சொன்னாள்.

லைலா எழுந்தாள். "வெளியில் குளிராய் இருக்கிறது தான். ஆனால் பாவிகளான நாம் இருவரும் தோட்டத்தில் ஒரு கோப்பை *சாய்* அருந்தினால் என்ன?"

மரியத்தின் முகத்தில் ஆச்சரியம் தெரிந்தது. "என்னால் முடியாது. நான் இன்னமும் பீன்ஸ் நறுக்க வேண்டியிருக்கிறது."

"காலையில் நான் உனக்கு உதவி செய்வேன்."

"ஆனால் நான் இதைச் சுத்தம் செய்ய வேண்டுமே."

"நாம் இருவருமாகச் செய்வோம். அல்வா இன்னமும் மிச்சம் இருக்கிறது என்று நினைக்கிறேன். *சாயோடு* சேர்த்து உண்ண அருமையாக இருக்குமே."

துடைக்கும் துணியை மரியம் அடுப்பு மேடையில் போட்டாள். அவள் தன்னுடைய சட்டையின் கைகளைச் சுருட்டியதில், ஹிஜாபையும், தலைக்குட்டையையும் சரி செய்துகொண்டதில், முடிச்சுருளை பின்னுக்குத் தள்ளியதில் படபடப்பு தெரிந்ததை லைலா கவனித்தாள்.

"சீனர்கள் என்ன சொல்கிறார்கள் தெரியுமா? மூன்று நாட்கள் உணவில்லாமல் இருப்பதைவிட ஒருநாள் தேநீரில்லாமல் இருப்பது மோசமாம்."

மரியம் அரைப்புன்னகை புரிந்தாள். "நன்றாகத்தான் சொல்லியிருக்கிறார்கள்."

"ஆமாம்."

"ஆனால் என்னால் நெடுநேரம் அமர்ந்திருக்க முடியாது."

"ஒரே ஒரு கோப்பை."

அவர்கள் வெளியில், மடக்கு நாற்காலிகளில் அமர்ந்து ஒரே கிண்ணத்திலிருந்து அல்வாவை விரல்களால் வழித்து உண்டார்கள். இன்னொரு கோப்பையும் அருந்திய பிறகு மூன்றாவது வேண்டுமா என்று லைலா கேட்க மரியம் ஆமோதித்தாள். மலைகளிலிருந்து துப்பாக்கிகள் வெடிக்கும் ஓசை கேட்டது, மேகங்கள் நிலவின் மீது நழுவிச்செல்வதையும் அந்தப் பருவத்தின் கடைசி மின்மினிகள் இருளில் பளிச்சென்ற மஞ்சள் நிற வளைவுகளை இடுவதையும் அவர்கள் பார்த்தார்கள். அஸீஸா வீறிட்டுக்கொண்டு விழித்ததும், அவளை வாயை மூடச்சொல்லி ரஷீத் கத்தியதைக் கேட்டதில், லைலாவுக்கும் மரியத்துக்கும் இடையில் ஒரு பார்வைப் பரிமாற்றம் நடந்தேறியது. புரிந்துணர்வுடன் கூடிய ரகசியப் பார்வை அது. அந்த நொடிப்பொழுதின் மௌனப் பரிமாற்றம், தாங்கள் இனிமேல் ஒருவருக்கொருவர் எதிரிகள் அல்ல என்பதை லைலாவுக்கும் மரியத்துக்கும் உணர்த்தியது.

★ பக்மான் – காபுலின் மலைப் பிரதேசங்களில் ஒன்று

35

மரியம்

அந்த இரவில் தொடங்கி, மரியமும் லைலாவும் வீட்டு வேலைகளைப் பகிர்ந்துகொண்டார்கள். இருவருமாய் அடுப்படியில் அமர்ந்து மாவை உருட்டி, பச்சை வெங்காயம் வெட்டி, பூண்டு நறுக்கினார்கள். கரண்டிகளை அடித்து ஓசையெழுப்பியும், கேரெட்டுகளை வைத்துக்கொண்டும், விளையாடும் அஸீஸாவுக்கு, வெள்ளரித் துண்டங்களைக் கொடுத்தார்கள். அடுக்கடுக்காய் உடுத்திவிடப்பட்ட ஆடைகளும், கழுத்தைச் சுற்றி கதகதப்பான கம்பளி மஃப்ளரும் போர்த்தியிருந்த அஸீஸா, ஒரு பிரம்புக் கூடைக்குள் கிடக்க, மரியமும் லைலாவும் அவளை ஒரு கண் பார்த்துக்கொண்டே தோட்டத்தில் துணிகளைத் துவைத்தார்கள். மரியத்தின் விரல்மூட்டுகள் லைலாவினதோடு இடிக்கும்படியாக அவர்கள் இருவரும் சட்டைகள், காற்சட்டைகள் மற்றும் அரையாடைகளைச் சுத்தம் செய்தார்கள்.

தற்காலிகமானதோ என்று முதலில் தோன்றிய இந்த இனிமையான தோழமைக்கு மரியம் மெல்ல பழகிக்கொண்டாள். இரவு நேரத்துச் சடங்காகவே ஆகிவிட்ட, அவளும் லைலாவும் தோட்டத்தில் பகிர்ந்துகொண்ட அந்த மூன்று கோப்பை சாய்க்காக அவள் ஆவலாகக் காத்திருந்தாள். விடியலில், காலை உணவுக்காகக் கீழே இறங்கிவரும் லைலாவின் செருப்பு மாடிப்படிகளில் அறையும் ஒலிக்காகவும், அஸீஸாவின் சிரிப்பின் கீச்சொலிக்காகவும், அவளுடைய சின்னஞ்சிறிய எட்டு பற்களைப் பார்க்கவும், அவளுடைய சருமத்தின் பால் மணத்துக்காகவும் மரியம் ஏங்கினாள். லைலாவும் அஸீஸாவும் வரத் தாமதமானால் மரியம் படபடப்போடு காத்திருந்தாள். சுத்தமான பாத்திரங்களை மறுபடி கழுவினாள். வரவேற்பறையின் திண்டுகளை மீண்டும்

அடுக்கினாள், சன்னல் விளிம்புகளைச் சுத்தப்படுத்தினாள். அஸீஸாவை இடுப்பில் வைத்துக்கொண்டு லைலா அடுப்படிக்குள் நுழையும் வரை அவள் தன்னைத்தானே வேலைகளில் மும்முரமாக்கிக்கொண்டாள்.

காலையில் மரியத்தை முதலில் பார்த்ததும் அஸீஸாவின் விழிகள் விரியத் திறக்கும், அவள் சிணுங்கிக்கொண்டு தன் தாயின் பிடியிலிருந்து திமிறுவாள். முகத்தில் பெருவிருப்பமும் படபடப்பும் தெரிய தன்னுடைய சிறிய கைகளை மூடிமூடித் திறந்து, கரங்களை மரியத்தை நோக்கி நீட்டி, தூக்கிக்கொள்ளச் சொல்லிப் பணிப்பாள்.

"என்ன அட்டகாசம் செய்கிறாய் நீ" என்றபடியே மரியத்தை நோக்கி அவளைத் தவழவிடுவாள் லைலா. "என்ன கலாட்டா! பொறுமையாக இரு. உன்னுடைய பெரியம்மா, காலா மரியம் எங்கேயும் போய்விட மாட்டாள். இதோ உன் பெரியம்மா. ஓடு, போ போ" என்பாள்.

மரியத்தின் கைகளுக்குள் சென்றதுமே, அஸீஸா பெருவிரலை வாய்க்குள் நுழைத்துக்கொண்டு தன் முகத்தை அவளுடைய கழுத்தில் புதைத்துக்கொள்வாள்.

பாதி-பிரமிப்பும், பாதி-நன்றிப்புன்னகையுமாக மரியம் அவளை மென்மையாகக் குலுக்குவாள். மரியத்தை யாருமே இப்படி உணரவைத்ததில்லை. இப்படி வெளிப்படையாக, வஞ்சனையில்லாமல் அவளிடம் யாருமே நேசம் பாராட்டியதில்லை.

அஸீஸா மரியத்தை ஆனந்தத்தில் அழவைத்தாள்.

"என்னைப் போன்ற ஒரு கிழட்டுக் குரூபியிடம் நீ என்னத்தைக் கண்டாய்? ம்ம்? நான் யார் தெரியுமா? நான் ஒரு தேஹாத்தி, பட்டிக்காடு. உனக்குக் கொடுக்க என்னிடம் எதுவுமே இல்லையே" என்பாள் மரியம்.

அஸீஸாவோ இன்னமும் மனம்நிறைந்து, மேலும் ஆழமாக, தன் முகத்தை அவளுக்குள் பதித்துக்கொள்வாள். அவள் அப்படிச் செய்யும்போது மரியம் கிறங்கிப்போனாள். அவளுடைய கண்கள் பனிக்க, இதயம் பறக்கும். அன்புக்கான தேடலில் இத்தனை வருடங்கள் அல்லாடி, பழுதான, தோல்வியுற்ற உறவுகளுக்கு

ஆளான பின் இந்தச் சின்னஞ்சிறு ஜீவனில் தான் உண்மையான ஓர் பந்தத்தைக் கண்டுகொண்டதை எண்ணி அவள் வியந்துபோனாள்.

அடுத்த வருடத்தின் துவக்கத்தில், ஜனவரி 1994 இல் தோஸ்தும் கட்சி மாறவே செய்தார். அவர் குல்புதின் ஹெக்மத்தியாருடன் சேர்ந்து கோஹ்-ஏ-ஷிர்தவாஜா மலைகளிலிருந்து நகரத்திற்கு அரணாக எழும்பியிருந்த பலா ஹிஸாருக்கு அருகில் நிலைகொண்டார். இருவருமாகப் பாதுகாப்பு அமைச்சகம் மற்றும் பிரதமரின் அரண்மனையை நோக்கி, மசூத் மற்றும் ரப்பானியின் படைகளின் மீது துப்பாக்கித் தாக்குதல் நடத்தினார்கள். காபுல் ஆற்றின் இருபுறங்களில் இருந்தும் அவர்கள் பீரங்கித் தாக்குதலைத் தொடர்ந்து நிகழ்த்தினார்கள். தெருக்கள் முழுக்க சடலங்கள், கண்ணாடிச்சில் மற்றும் நசுங்கிப்போன உலோகத்துண்டுகள் காணப்பட்டன. கொலை, கொள்ளைகளோடு பொதுமக்களை அச்சுறுத்தவும், படைவீரர்களுக்கு வெகுமதியாகவும், அதிகமதிகமாய் வன்புணர்வுகளும் நிகழ்த்தப்பட்டன. வன்புணர்வுக்கு ஆளாகிவிடக்கூடும் என்ற பீதியில் தற்கொலை செய்துகொள்ளும் பெண்களைப் பற்றியும், படைவீரர்களால் வன்புணர்வுக்குள்ளான தம் மனைவிமாரையும், மகள்களையும், கண்ணியத்தைக் காக்கிறோம் என்ற பெயரில் கொன்றுவிடும் ஆண்கள் குறித்தும் மரியம் கேள்விப்பட்டாள்.

பீரங்கிகளின் தடதடப்பில் அஸீஸா துள்ளி அழுவாள். அவளுடைய கவனத்தைத் திசைதிருப்புவதற்காக, சேவல், நட்சத்திரம் மற்றும் வீடுகளின் அமைப்பில் அரிசியைத் தரையில் பரப்பி அதை அவளைக் கலைக்கவிட்டாள் மரியம். பேனாவின் முனையை தாளிலிருந்து எடுக்காமலேயே, ஒரே கோட்டில், ஜலீல் அவளுக்கு யானை வரைந்துகாட்டியதுபோல அவளும் அஸீஸாவுக்கு வரைந்துகாட்டினாள்.

கொத்துக்கொத்தாக அப்பாவிப் பொதுமக்கள் தினந்தோறும் கொல்லப்படுவதாக ரஷீத் தெரிவித்தான். மருந்துப்பொருட்கள் வைத்திருக்கும் மருத்துவமனைகள் மற்றும் கடைகளின் மீதும் குண்டுகள் எறியப்பட்டன. அவசர உதவிக்காக உணவுப்பொருட்கள் கொண்டுவரும் வண்டிகள் நகரத்துக்குள் நுழையவிடாமல் தடுக்கப்பட்டன என்றும் அவையும் சூறையாடப்பட்டதுடன் தகர்க்கவும்பட்டன என்றான். ஹெராத்திலும் இதேபோல சண்டை நடந்துகொண்டிருந்தால், முல்லா ஃபைசுல்லா உயிரோடிருந்தால்

அவர் எப்படி சமாளிக்கிறாரோ, பீபிஜோ, அவளுடைய மக்கள், மருமக்கள், பேரப்பிள்ளைகளோடு என்ன செய்கிறாளோ? அப்பறம் ஜலீலும்தான். தன்னைப் போலவே அவனும் தலைமறைவாக இருப்பானோ? அல்லது மனைவி மக்களை அழைத்துக்கொண்டு நாட்டைவிட்டே ஓடியிருப்பானா? ஜலீல் எங்காவது உயிரோடு இருக்க வேண்டும் என்றும், அவன் இந்த வன்முறைகளில் இருந்து தப்பி தூரமாகப் போய்விடவேண்டும் என்றும் மரியம் விரும்பினாள்.

இந்தச் சண்டையின் காரணமாக ரஷீதும் ஒரு வாரகாலம் வீட்டில் அடைந்துகிடக்க வேண்டியதாயிற்று. அவன் நுழைவாயிற் கதவு தொடங்கி கடைசி கதவுவரைக்கும் எல்லாவற்றையும் பூட்டி, தோட்டத்தில் ஆங்காங்கே பொறிவெடிகளை வைத்து, முன்கதவுக்கு சாய்விருக்கையைக் கொண்டு அண்டைகொடுத்தான். வீட்டிற்குள்ளே நடையாய் நடந்தான், புகைத்தான், சன்னலின் வழியாக எட்டிப்பார்த்தான், தன்னுடைய துப்பாக்கியில் ரவையை நிரப்பி மீண்டும் மீண்டும் சரிபார்த்தான். சுவரில் யாரோ ஏறுவதைப் பார்த்ததாகச் சொல்லி, தன் துப்பாக்கியைக் கொண்டு தெருவில் இரண்டு முறை சுட்டான்.

“இந்த முஜாஹிதீன்கள் பட்டப்பகலில் துப்பாக்கி முனையில், இளைஞர்களை அவர்களோடு இணைந்துகொள்ளச்சொல்லி கட்டாயப்படுத்துகிறார்கள். சிறுவர்களைத் தெருவில் இழுத்துச்செல்கிறார்கள். எதிரிப்படையின் வீரர்கள் இந்தச் சிறுவர்களை சிறைப்படுத்தி சித்ரவதைப்படுத்துகிறார்களாம். அவர்களை மின்சாரத்தாக்குதலுக்கு ஆளாக்குகிறார்கள் என்றும்-அவர்களுடைய விரைப்பைகளைக் கொரடுகளைக் கொண்டு சிதைக்கிறார்கள் என்றும்-நான் கேள்விப்பட்டேன். பிறகு, அந்தச் சிறுவர்களை அவர்களுடைய வீடுகளுக்குள் முதலில் போகச்செய்து, பிறகு இவர்கள் நுழைந்து, தகப்பன்மார்களைக் கொல்லவும் சகோதரிகளையும் தாய்மாரையும் வன்புணரவும் செய்கிறார்களாம்” என்றான்.

அவன் தன் தலையைச் சுற்றி தன் துப்பாக்கியைச் சுழற்றினான். “பார்ப்போம் அவர்கள் என் வீட்டுக்குள் எப்படி நுழைகிறார்கள் என்று. நான் அவர்களுடைய விரைகளைச் சிதைப்பேன். அவர்களுடைய தலையை வெட்டி வீசுவேன். ஷைத்தானுக்குக்கூட பயப்படாத ஒரு மனிதனை அடைந்திருக்கும் நீங்கள் இருவரும் எவ்வளவு பாக்கியசாலிகள் தெரியுமா?”

கீழே குனிந்து அவன் காலடியில் அஸீஸா இருப்பதைப் பார்த்தவன், "சீ என் காலை விட்டு அப்பால் போ" என்று தன் துப்பாக்கியை நீட்டி அவளை விரட்டும் பாவனையைச் செய்தான். "என்னைத் தொடர்ந்துவருவதை நிறுத்து. உன் மணிக்கட்டை அப்படி உருட்டிக்காட்டுவதையும் நிறுத்திக்கொள்ளலாம். நான் உன்னைத் தூக்கப்போவதேயில்லை. போ போ. என் காலில் மிதிபடுவதற்குள் ஓடிப் போ" என்றான்.

அஸீஸா பயந்து பின்வாங்கினாள். அவள் குழப்பத்துடனும் அஞ்சியவளாகவும் மரியத்திடமே மறுபடி தவழ்ந்தாள். மரியத்தின் மடியிலமர்ந்து சுண்டிய முகத்துடன் விரலைச் சூப்பியபடி, ஆறுதலை வேண்டி, வருத்தத்தோய்ந்தவளாய், ரஷீதைப் பார்த்தபடியிருந்தாள். அவ்வப்போது தன்னை அவள் நிமிர்ந்துபார்ப்பது ஆறுதலை எதிர்பார்த்தே என்று மரியம் நினைத்தாள்.

ஆனால், தந்தைமார்களைப் பொறுத்தமட்டில், அவர்கள் குறித்து எந்த உறுதியையும் தர மரியத்தால் இயலாது.

மரியம் ஆசுவாசம் அடைந்தாள். சண்டை குறைந்துவிட்டது என்பதைவிட இனியும் ரஷீதோடு அவர்கள் ஒன்றாக அடைபட்டுக்கிடக்க வேண்டிவராது என்பதில்தான் அவளுக்கு மிகுந்த மகிழ்ச்சி. அவனுடைய சிடுமூஞ்சித்தனம் வீட்டையே தொற்றிக்கொண்டுவிட்டது. அஸீஸாவை நோக்கி துப்பாக்கியை ஆட்டிக்காண்பித்து அவளை அவன் வெகுவாக அச்சுறுத்தியிருந்தான்.

அந்தப் பனிக்காலத்தின் ஒருநாள் லைலா மரியத்தின் தலையைத் தான் பின்னலிடுவதாகச் சொன்னாள்.

கவனத்தைக் குவித்து, தீவிரமான பாவனை கொண்ட முகத்துடன் லைலா அவளுடைய மெல்லிய விரல்களால் தன்னுடைய பின்னலை இறுக்கிக் கட்டிக்கொண்டிருந்ததை, அசையாமல் அமர்ந்திருந்த மரியம், கண்ணாடிக்குள் பார்த்தாள். அஸீஸா தரையில் சுருண்டு உறங்கிக்கொண்டிருந்தாள். அவளுடைய ஒரு கையின் அடியில் மரியம் அவளுக்காகத் தைத்திருந்த பொம்மை இருந்தது. பயிறுகளால் அதை நிரப்பி, தேநீர் சாயமிட்ட துணியில்

உடை தைத்து, காலி நூல் அட்டைகளை ஒரு கயிற்றில் கோர்த்து அதற்கு மாலை தைத்திருந்தாள் மரியம்.

பிறகு, அஸீஸாவுக்கு உறக்கத்தில் காற்று பிரிந்தது. லைலா சிரிக்கத் துவங்க, மரியமும் சேர்ந்துகொண்டாள். கண்ணாடியில் பிரதிபலித்த அவர்களுடைய முகங்களைப் பார்த்துக்கொண்டே இருவரும் கண்களில் நீர் திரளச் சிரித்த அந்த நொடி அவ்வளவு இயற்கையாகவும் இயல்பாகவும் இருந்ததில், மரியம் திடீரென்று, ஜலீல், நாணா மற்றும் *ஜின்னின்* கதையைச் சொல்ல ஆரம்பித்தாள். கைகள் மரியத்தின் தோள்களின் மீதிருக்க, லைலா பேச்சிழந்து, கண்ணாடியில் தெரிந்த மரியத்தின் விழிகளைப் பார்த்தபடியிருந்தாள். நரம்பிலிருந்து பாயும் குருதியினதைப் போன்ற வேகத்துடன் வார்த்தைகள் வெளியேறின. பீபிஜோ, முல்லா ஃபைசுல்லா, ஜலீலின் வீட்டுக்குப்போன அந்த அவமானகரமான பயணம், அதோடு நாணாவின் தற்கொலை பற்றியெல்லாமும் மரியம் சொன்னாள். ஜலீலின் மனைவியர், ரஷீதுடனான அவசரமான *நிக்காஹ்*, காபுல் பயணம், கர்ப்பங்கள், நம்பிக்கை மற்றும் மனமுடைதலின் முடிவற்ற சுழற்சி, அதோடு ரஷீத் அவளிடம் முரட்டுத்தனமாக நடந்துகொள்ளத் துவங்கியது என்று, எல்லாம் சொல்லப்பட்டது.

சிறிது நேரம் கழித்து, மரியம் அமர்ந்திருந்த நாற்காலியின் கீழே லைலா அமர்ந்திருந்தாள். ஏதோ சிந்தனையோடு, அஸீஸாவின் தலையில் மாட்டியிருந்த நூலின் பிரியொன்றை மெல்ல எடுத்து வெளியில் போட்டாள் லைலா. மௌனம் நீடித்தது.

"எனக்கும் உன்னிடம் சொல்ல வேண்டிய விஷயங்கள் இருக்கின்றன" என்றாள் லைலா.

அன்றிரவு முழுக்க மரியம் உறங்கவில்லை. ஓசையற்றுப் பொழியும் பனியைப் பார்த்தபடி படுக்கையில் அவள் அமர்ந்திருந்தாள்.

எத்தனையோ பருவகாலங்கள் மாறிவிட்டன, காபுலுக்கு பிரதமர்கள் வரவேற்கப்பட்டு பிறகு கொலை செய்யப்பட்டார்கள்; ஒரு ராஜ்ஜியம் தோற்கடிக்கப்பட்டது: பழைய போர்கள் முடிந்து புதியவை துவங்கின. ஆனால், இது எதையும் மரியம் கவனிக்கவில்லை, பொருட்படுத்தவில்லை. இத்தனை வருடங்களையும், விருப்பங்களுக்கும் ஆதங்கங்களுக்கும்

கனவுகளுக்கும் ஏமாற்றங்களுக்கும் அப்பாற்பட்ட, மனதின் ஏதோ ஒரு மூலையில் இருந்த ஒரு வறண்ட மலட்டு நிலத்தில் அவள் கடத்திக்கொண்டிருந்தாள். அங்கே எதிர்காலம் ஒரு பொருட்டல்ல. கடந்த காலம் இந்த ஒரு ஞானத்தைத்தான் அவளுக்குப் போதித்திருந்தது; அன்பு துயரத்தை உண்டாக்கும் ஒரு பிழை, அதன் கூட்டாளியான நம்பிக்கையோ ஏமாற்றம் விளைவிக்கும் மாயத்தோற்றம். எப்போதெல்லாம் இந்த இரட்டை விஷ மலர்கள் அந்த வறண்ட நிலத்தில் முளைக்கத் துவங்கினவோ, அப்போதெல்லாம் உடனுக்குடன் மரியம் அவற்றை வேரோடு பிடுக்கினாள். அவை நிலைகொண்டுவிடும் முன்னரே அவற்றை வேரோடு பிடுங்கி தூர எறிந்தாள்.

இவளைப் போலவே *ஹராமியாகிவிட்ட* அஸீஸாவும், லைலாவும் எப்படியோ இந்தச் சில மாதங்களுக்குள் அவளுடைய ஒரு பகுதியாகவே மாறிப்போனார்கள். அதிலும் இவ்வளவு காலமாய் பொறுத்துக்கொண்டிருந்த இந்த வாழ்க்கை, அவர்கள் இல்லாமல் போனால் சகித்துக்கொள்ளவே முடியாததாக மாறியிருக்கிறது.

நாங்கள் இந்த வசந்தத்தில் கிளம்பிவிடுவோம். அஸீஸாவும் நானும். எங்களோடு வந்துவிடு மரியம்.

காலம் அவளிடம் கனிவாக இருந்ததில்லை. ஒருவேளை கனிவான காலம் இனிமேல்தான் வரக் காத்திருக்கிறதோ என்னவோ. அவளைப் போன்ற ஒரு *ஹராமிக்கு* ஒருநாளும் கிட்டாது என்று நாணா சொல்லியிருந்த ஆசிகள், அவளுக்குக் கிட்டக்கூடிய புதிய வாழ்க்கையொன்று ஒருவேளை இனிமேல் வரலாம். இரண்டு புதிய மலர்கள் அவளுடைய வாழ்க்கையில் எதிர்பாராத விதமாக முளைத்திருக்கின்றனவே. பனிப்பொழிவைப் பார்த்துக்கொண்டிருந்த மரியத்துக்கு முல்லா ஃபைசுல்லா தன் *தஸ்பீஹ்* மணியை உருட்டும் காட்சி கண்களில் விரிந்தது, அவர் குனிந்து, மெல்லிய, நடுங்கும் குரலில், அவளிடம் கிசுகிசுக்கிறார்; *ஆனால் மரியம் ஜோ, அவற்றை விதைத்தவன் இறைவன். அவற்றைப் போஷிக்கும் பொறுப்பை உன்னிடம் கொடுத்ததும் அவன்தான். இது அவனுடைய விருப்பம் மகளே.*

36

லைலா

1994 இன் வசந்தத்தின் அந்தப்பகலொளி வானிலிருந்த இரவின் இருளைத் துலக்கத் தொடங்கியதுமே, விஷயம் ரஷீதுக்குத் தெரிந்திருக்கும் என்று லைலாவுக்கு உறுதியாகிற்று. இனி எந்த நிமிடமும் அவன் அவளைப் படுக்கையிலிருந்து இழுத்து, இதைக் கண்டுபிடிக்க முடியாத அளவுக்கு அவன் அப்படியொரு *கர்ர்*, கழுதை ஆகிவிட்டானா என்று கேட்கப்போகிறான். ஆனால், *அதான்* ஒலித்தது, காலைச் சூரியன் கூரைகளின் மீது விழுந்தது, சேவல்கள் கூவின, அசாதாரணமாக எதுவும் நிகழ்ந்துவிடவில்லை.

அவன் குளியலறையில் இருப்பதை, சவரக்கத்தியை கழுவுதொட்டியின் ஓரத்தில் தட்டுவதை அவள் கேட்டாள். பிறகு கீழ்த்தளத்துக்கு இறங்குவதை, திரிவதை, தேநீரைச் சூடாக்குவதை. சாவிகளின் கிணுகிணுப்பையும். இதோ அவன் தோட்டத்தைக் கடந்து மிதிவண்டியைத் தள்ளிச் செல்கிறான்.

அவன் வண்டியை மிதித்துச் செல்வதை, சிறிய மிதிவண்டியில் செல்லும் அந்தப் பாரிய மனிதனை, காலைச் சூரியன் அந்த மிதிவண்டியின் கைப்பிடிகளில் பட்டு ஒளிர்வதை, லைலா வரவேற்பறைத் திரைச்சீலையிலிருந்த ஒரு நீம்பலினூடாகப் பார்த்தாள்.

"லைலா?"

மரியம் வாசலில் நின்றிருந்தாள். அவளும் தூங்கியிருக்கவில்லை என்பது லைலாவுக்குத் தெரிந்தது. நன்னிலை அடையப்போகும் அதீதமான மனநிலை தந்த உளைச்சலில், தொண்டையை

வரளச்செய்யும் பீதியில், மரியமும் இரவெல்லாம் கிடந்திருப்பாளோ என்று எண்ணினாள்.

"நாம் இன்னும் அரை மணிநேரத்தில் கிளம்பலாம்" என்றாள் லைலா.

வாடகைக்காரின் பின்னிருக்கையில் அமர்ந்திருந்த அவர்கள் இருவரும் பேசிக்கொள்ளவில்லை. தன்னுடைய பொம்மையைப் பற்றிக்கொண்டு, மரியத்தின் மடியில் அமர்ந்திருந்த அஸீஸா, பரபரத்து ஓடும் நகரத்தை, விழிகள்-விரிய ஆச்சர்யமாகப் பார்த்தாள்.

"ஓனா!" சிறுமியர் குழு ஒன்று கயிறு தாண்டி விளையாடுவதைக் காட்டினாள். "மய்யம்! ஓனா"

பார்க்குமிடமெல்லாம் லைலா ரஷீதைக் கண்டாள். கரித்தூள் நிற சன்னல்கள் இருந்த சவரக்கடைகளிலிருந்து அவன் வெளியில் வந்தான், மரக்கட்டைகள் விற்கும் சின்னஞ்சிறிய பெட்டிக்கடைகளிலிருந்தும், தகர்ந்துபோய் முன்பக்கம்-திறந்திருந்த, தரையிலிருந்து கூரை வரை பழைய டயர்களை அடுக்கிவைத்திருந்த, கடைகளிலிருந்தும் அவன் வருவதைப் பார்த்தாள்.

அவள் இருக்கையில் இன்னும் அழுந்தி அமர்ந்தாள்.

அவளுக்குப் பக்கத்தில் மரியம் ஏதோ பிரார்த்தனையை ஓதிக்கொண்டிருந்தாள். அவளுடைய முகத்தைப் பார்க்க முடிந்தால் கொஞ்சம் நன்றாக இருக்கும் என்று நினைத்தாள் லைலா, ஆனால் அவள் புர்கா அணிந்திருந்தாள், இருவருமே தான்-அதனால் சல்லடைத்துணிக்குள்ளே மின்னும் விழிகளை மட்டும் தான் அவளால் பார்க்க முடிந்தது.

அடுக்கடைக்குப் போய் வந்ததைத் தவிர்த்து, லைலா வெளியில் வந்து பலவாரங்களாகிவிட்டது. அங்கே தான் ஒரு கண்ணாடி மேசையில் அவளுடைய திருமண மோதிரத்தை அவள் தள்ளிவிட்டாள், அங்கிருந்துதான், விடியப் போகிறதென்ற சிலிர்ப்புடனும், இனி திரும்பிப் போவதைப் பற்றி யோசிக்க வேண்டியதில்லை என்ற மகிழ்ச்சியுடனும் அவள் வெளியில் வந்தாள்.

அவளைச் சுற்றியும் சமீபத்திய சண்டைகளின்-வீட்டுக்குள்ளிருந்தபடி அவள் கேட்டிருந்த சப்தங்கள் உண்டாக்கியிருந்த-விளைவுகளைப் பார்த்தாள். உடைந்த செங்கற்களுக்குள் கிடக்கும் பாழடைந்த, கூரைகளற்றவீடுகள், சிதைந்து கிடந்த கட்டிடங்களிலிருந்த துளைகளினூடாக வெளியில் நீட்டிக் கொண்டிருந்த தூண்கள், எரிந்து போயிருந்த கார்களின் வெளிப்புறக்கூடுகள்-அவற்றில் சில கவிழ்ந்தும், சில ஒன்றன் மீது ஒன்றாகவும் கிடந்தன. இயன்ற அத்தனை அளவுகளிலும் துளைகளிடப்பட்ட சுவர்கள், சிதறிக்கிடந்த கண்ணாடிச்சில்லுகள். பள்ளிவாசலை நோக்கிப் போய்கொண்டிருந்த ஒரு இறுதி ஊர்வலத்தையும், கருப்பு உடுத்தியிருந்த வயோதிகப் பெண்ணொருத்தி தன் தலைமயிரைப் பிடித்து இழுத்துக்கொள்வதையும் அவள் பார்த்தாள். பாறைக்குவியல்களால் அமைந்திருந்த கல்லறைகள் இருந்த கல்லறைத்தோட்டம் ஒன்றையும், கிழிந்து, காற்றில் படபடத்த, ஷஹீத் கொடிகளையும் கடந்து அவர்கள் சென்றார்கள்.

பெட்டியைத்தாண்டி கையை நீட்டிய லைலா, தன் மகளுடைய கரத்தின் மென்மையைச் சுற்றி தன் கையைக் கோர்த்தாள்.

லாஹூர் கேட் பேருந்து நிலையத்தில், கிழக்குக் காபுலின் *போல் மஹ்மூத் கானுக்கு அருகில், பேருந்துகள், சாலையோரமாக வரிசையாக நின்றிருந்தன. தலைப்பாகை அணிந்திருந்த ஆண்கள் சிலர் பேருந்துகளின் மீது கூடைகளைக் கொண்டு சேர்க்கவும், கயிறுகளால் அவற்றை அங்கே வைத்துக்கட்டவுமாக இருந்தார்கள். பேருந்து நிலையத்துக்குள் பயணச்சீட்டுச்சாவடிகளின் எதிரில் ஆண்கள் நீண்ட வரிசைகளில் நின்றார்கள். புர்கா அணிந்திருந்த பெண்கள், குழுக்களாக நின்று பேசிக்கொண்டிருந்தார்கள், அவர்களுடைய காலடியில் அவர்களுடைய பொருட்கள் இருந்தன. குழந்தைகள் தூக்கி வைத்துக் கொள்ளப்பட்டன, சிறுவர்கள் விளையாடிக்கொண்டே வெகுதூரம் சென்றுவிடுவதற்காக ஏசப்பட்டார்கள்.

முஜாஹிதீன் படைவீரர்கள் நிலையத்தைச் சுற்றியும், சாலையோரங்களிலும், ரோந்து சுற்றி, ஆங்காங்கே நின்று, கடுகடுப்புடன் ஆணைகளிட்டார்கள். அவர்கள் தூசி படிந்திருந்த சீருடைகளும், நீள்ஜோடுகளும், பக்கோல்களும் அணிந்திருந்தார்கள். அத்தனைப் பேரும் கலஷ்நிக்கோவ்களை வைத்திருந்தார்கள்.

லைலா கவனிக்கப்படுவதாக உணர்ந்தாள். அவள் யார் முகத்தையும் பார்க்கவில்லையென்றாலும், அங்கிருக்கும் அத்தனைப் பேரும் அவர்களை அறிந்திருக்கிறார்கள் என்றும், தானும் மரியமும் செய்யும் காரியத்துக்கு அவர்கள் கண்டனம் தெரிவிக்கிறார்கள் என்பது போலவுமெல்லாம் அவளுக்குத் தோன்றியது.

"யாரையாவது பார்த்தாயா என்ன?" லைலா கேட்டாள்.

மரியம் அஸீஸாவை கை மாற்றி வைத்துக்கொண்டாள். "கவனித்துக்கொண்டு இருக்கிறேன்"

அவர்களுடைய குடும்ப உறுப்பினராக காட்டிக்கொள்ள வேண்டியிருக்கும் ஒரு ஆணைத் தேர்வு செய்வதுதான் அபாயகரமான முதல் காரியம் என்பதை லைலா அறிந்திருந்தாள். 1978 இலிருந்து 1992 வரை பெண்கள் அனுபவித்துவந்த சுதந்திரமும் வாய்ப்புகளும் இப்போது மறந்து போன விஷயங்களாகிவிட்டன- ஆஃப்கானிஸ்தானின் பெண்களுக்கு இது ஒரு நல்ல காலம் லைலா என்று அந்த காலகட்டத்தின் கம்யூனிஸ ஆட்சி குறித்து பாபி சொன்னது அவளுக்கு நினைவு வந்தது. 1992 ஏப்ரலில், முஜாஹிதீன்களின் கைகளுக்கு ஆட்சி மாறியது முதல், ஆஃப்கானிஸ்தான், ஆஃப்கானிஸ்தான் இஸ்லாமியக் குடியரசு என்று வழங்கப்பட்டது. ரப்பானியின் கீழே இருந்த உச்சநீதிமன்றம் கடும்போக்காளர்களான முல்லாக்களால் நிரம்பியிருந்தது, அவர்கள் கம்யூனிஸ்ட் ஆட்சிகாலத்தின் விதிகளையெல்லாம் தூக்கியெறிந்துவிட்டு, பெண்களை, முழுவதுமாக மூடிக்கொள்ளச் சொல்லும், உறவினரான ஒரு ஆணின் துணையில்லாமல் அவர்கள் பயணம் செய்வதைத் தடுக்கும், முறையற்ற தொடர்புகளுக்கு கல்லால் அடித்துக்கொலை செய்யும் தண்டனையை அளிக்கும், ஷரியத் மற்றும் கண்டிப்பான இஸ்லாமியச் சட்டங்களை இயற்றத்துவங்கினார்கள். இந்தச் சட்டங்களை நடைமுறைப்படுத்துவதில் அவர்கள் அப்போதைக்கு, பொதுபோக்காகத் தான் இருந்தார்கள் என்றாலும், அவர்கள் ஒருவரை ஒருவரும் நம்மையும் கொன்று குவிப்பதில் இவ்வளவு முனைப்பாக இல்லாதிருந்தால், இவற்றை நம் மீது கட்டாயமாகவும் இன்னமும் தீவிரமாகவும் நடைமுறைப்படுத்துவார்கள் என்று லைலா மரியத்திடம் சொல்லுவாள்.

இந்தப் பயணத்தின் இரண்டாவது அபாய கட்டம், அவர்கள் பாகிஸ்தானுக்குச் சென்று சேர்ந்ததும் எதிர்கொள்ள வேண்டியிருப்பது. ஏற்கெனவே அங்கு போயிருந்த இரண்டு மில்லியன் அகதிகளின் சுமை தாங்காமல் அவதியுறும் பாகிஸ்தான், அந்த வருடத்தின் ஜனவரியோடு ஆஃப்கன்களுக்கு தன்னுடைய எல்லைகளை மூடிவிட்டது. விசா உள்ளவர்கள் மட்டுமே உள்ளே அனுமதிக்கப்படுகிறார்கள் என்று லைலா கேள்விப்பட்டிருந்தாள். ஆனால் எல்லைகள் துளைகளை உடையவை-அது எப்போதுமே அப்படித்தான்-லஞ்சம் கொடுத்தோ, இரக்கத்தைக் கோரும் விதமாக நடந்து கொண்டோ-வாடகைக்கு எப்போதுமே கடத்தல்காரர்கள் கிடைத்தார்கள்-ஆயிரக்கணக்கான ஆஃப்கன்கள் இன்னமும் பாகிஸ்தானுக்குள் நுழைந்துகொண்டுதானிருக்கிறார்கள் என்பதை லைலா அறிவாள். *அங்கு போனதும் நாம் ஒரு வழி கண்டுபிடிப்போம்* என்று மரியத்திடம் சொன்னாள் லைலா.

"அவன் சரிவருவானா?" முகத்தை ஒருவனை நோக்கித் திருப்பி சாடை காட்டினாள்.

"நம்பிக்கைக்குரியவனாகத் தெரியவில்லை."

"இவன்?"

"ரொம்ப வயதானவன். அதோடு இன்னமும் இரண்டு ஆண்களுடன் பயணம் செய்கிறான்."

இறுதியில் லைலா, பூங்காவுக்கு வெளியில், நீளிருக்கை ஒன்றில் அமர்ந்திருந்த அவனைப் பார்த்தாள். அவன் உயரமாக, மெலிந்தவனாக, தாடியுடனும், திறந்த கழுத்துப்பட்டையுடன் கூடிய சட்டையும், சில பொத்தான்களையிழந்த சாதாரணமான கோட்டும் அணிந்திருந்தான். அவனுக்குப் பக்கத்தில் முக்காடு அணிந்த பெண்ணொருத்தி இருந்தாள், அவனுடைய மடியில் அஸீஸாவின் வயதேயான சின்னஞ்சிறுவன் ஒருவன் குதித்துக்கொண்டிருந்தான்.

"இங்கேயே இரு வருகிறேன்" அவள் மரியத்திடம் சொன்னாள். நடக்க ஆரம்பித்ததும், மரியம் எதையோ ஓதத் துவங்குவதைக் கேட்டாள்.

லைலா அந்த இளைஞனை நெருங்கியதும், அவன் வெய்யிலுக்குத் தடுப்பாக தன் கையால் கண்ணுக்கு அரண் அமைத்துக்கொண்டு அவளை ஏறிட்டான்.

"சகோதரர் மன்னிக்க வேண்டும். தாங்களும் பெஷாவருக்குத்தான் போகிறீர்களா?"

"ஆமாம்" என்றான் அவன் கண்களைச் சுருக்கிக் கொண்டு.

"உங்களால் எங்களுக்கு ஒரு உதவி ஆக வேண்டும்? உதவுவீர்களா?"

அவன் சிறுவனை மனைவியிடம் கொடுத்தான். லைலாவோடு சற்று நகர்ந்து நின்றான்.

"என்ன விஷயம் சொல்லுங்கள் *ஹம்ஷிரா?*"

அவனுடைய மென்மையான விழிகளையும் கருணையான முகத்தையும் பார்த்து லைலா ஊக்கம் அடைந்தாள்.

அவளும் மரியமும் தயார் செய்திருந்த ஒரு கதையை அவனுக்குச் சொன்னாள். தான் ஒரு *பிவா,* விதவை என்றாள். தனக்கும் தன் தாய்க்கும், மகளுக்கும் காபுலில் யாருமே இல்லை என்றாள். அவர்கள் பெஷாவரில் இருக்கும் அவளுடைய மாமாவுடன் வசிப்பதற்காக அங்கே போகிறார்கள்.

"நீங்கள் என் குடும்பத்துடன் வர விரும்புகிறீர்கள்?" இளைஞன் கேட்டான்.

"இது உங்களுக்கு *ஸஹ்மத்,* தொந்திரவு என்பதை அறிவேன் ஆனாலும் நீங்கள் கண்ணியவானாகத் தெரிகிறீர்கள் அதோடு-"

"கவலைப்படாதீர்கள் *ஹம்ஷிரா.* எனக்குப் புரிகிறது. இதில் ஒரு தொந்திரவும் இல்லை. நான் போய் உங்களுடைய பயணச்சீட்டுகளை வாங்கிவருகிறேன்."

"நன்றி சகோதரா. இது ஒரு *சவாப்,* நன்மையான காரியம். அல்லாஹ் நினைவில் வைத்திருப்பான்."

புர்காவுக்குள் இருந்த ஜேபியிலிருந்து அந்த காகிதவுறையை எடுத்து அவனிடம் கொடுத்தாள். அதில் அவள் கடந்த வருடம் முழுவதும் சேமித்ததும், மோதிரத்தை விற்றதில் வந்ததுமானதில் பாதித் தொகையான ஆயிரத்து நூறு ஆஃப்கன் பணம் இருந்தது. அதை அவன் தன் காற்சட்டைப்பையில் வைத்தான்.

"இங்கேயே காத்திருங்கள்."

அவன் பேருந்துநிலையத்தினுள் செல்வதை அவள் பார்த்தாள். அவன் அரை மணி நேரம் கழித்து வந்தான்.

"நானே உங்கள் பயணச்சீட்டுகளை வைத்திருக்கிறேன். அதுதான் நல்லது" என்றான். "பேருந்து இன்னும் ஒரு மணி நேரத்தில், பதினோரு மணிக்குக் கிளம்பும். நாம் எல்லோரும் ஒன்றாகவே ஏறுவோம். என் பெயர் வக்கீல். அவர்கள் கேட்டால்- கேட்க மாட்டார்கள் -நான் உங்களுடைய ஒன்றுவிட்ட சகோதரன் என்று சொல்வேன்."

லைலா அவனிடம் தங்கள் பெயர்களைச் சொன்னாள். அவன் தான் நினைவு வைத்துக்கொள்வதாக உறுதியளித்தான்.

"இங்கே அருகிலேயே இருங்கள்" என்றான்.

வக்கீலின் குடும்பம் அமர்ந்திருந்த நீளிருக்கைக்குப் பக்கத்திலேயே அவர்கள் அமர்ந்தார்கள். அது ஒரு பிரகாசமான, கதகதப்பான தினம், தூரத்தில் மலைகளின் மீது கவிந்திருந்த ஒரு சில மேகங்களை மட்டும் தான் காண முடிந்தது. மரியம் அந்த அவசரத்திலும் நினைவாகக் கொண்டு வந்திருந்த பிஸ்கெட்டுகளை அஸீஸாவுக்கு உண்ணக் கொடுத்துக்கொண்டிருந்தாள். அவள் லைலாவுக்கும் ஒன்று கொடுத்தாள்.

"எனக்கு வாந்தி வந்து விடும். நான் ரொம்பவும் பரபரப்பாக இருக்கிறேன்." லைலா சிரித்தாள்.

"நானும் தான்."

"நன்றி, மரியம்."

"எதற்காக?"

"இதற்காகத்தான். எங்களோடு வருவதற்காக. தனியாக இதை என்னால் செய்திருக்கவே முடியாது."

"நீ தனியாகச் செய்ய வேண்டியிருந்திருக்காது."

"போகும் இடத்தில் நாம் நன்றாக இருப்போம் இல்லையா மரியம்."

மரியத்தின் கரம் இருக்கையின் மீது நீண்டு அவளுடைய கரத்தைப் பற்றிக்கொண்டது. "அல்லாஹ் கிழக்கிலும் மேற்கிலும்

இருக்கிறான், அதனால் நீ எந்தப்பக்கம் திரும்பினாலும் அல்லாஹ் அமைத்த காரணம் இருக்கிறது" என்று குரான் சொல்கிறது.

"*பவ்!*" அஸீஸா குரலெழுப்பினாள். பேருந்தைக்காட்டி, "மய்யம், *பவ்!*" என்றாள்.

"ஆமாம் அஸீஸா ஜோ. ஆமாம் *பவ்*. சீக்கிரம் நாம் எல்லோரும் பவ்வில் பயணம் போகிறோம். நீ இந்த உலகத்தைப் பார்க்கப்போகிறாய்." என்றாள் மரியம்.

லைலா புன்னகைத்தாள். சாலையின் எதிர்புறத்தில் ஒரு தச்சன் அவனுடைய கடையில் நின்று மரம் அறுத்துக் கொண்டிருப்பதையும், மரத்தூள் பறப்பதையும் பார்த்தாள். விரையும் கார்களையும், கரித்தூளாலும் பிசுக்காலும் மூடப்பட்டிருக்கும் அவற்றின் சன்னல்களையும் பார்த்தாள். சோதனைச்சாவடியில் நிறுத்தப்படும் பேருந்துகள் சோம்பலாய் உறுமுவதையும், அவற்றின் மீது தீட்டப்பட்டிருந்த மயில், சிங்கம், உதயசூரியன் மற்றும் பளபளக்கும் வாள்களையும் பார்த்தாள்.

காலைச்சூரியனின் கதகதப்பில் லைலா லேசாக மயக்கமாகவும் அதே சமயம் தைரியமாகவும் உணர்ந்தாள். மஞ்சள் விழிகளுடன் அவளருகில் ஒரு தெரு நாய் நொண்டிக்கொண்டே வந்த போது மகிழ்ச்சிப்பெருக்கின் கிறுகிறுப்பில் அதைத் தொட்டுத் தடவவும் செய்தாள்.

பதினோரு மணியாக சில நிமிடங்கள் இருந்த போது ஒலிபெருக்கியை வைத்துக்கொண்டிருந்த ஒரு நபர் பெஷாவருக்குப் போகும் பயணிகளை அழைத்தான். ஹிஸ்ஸ் என்ற பேரிரைச்சலோடு பேருந்தின் கதவுகள் திறந்துகொண்டன. ஒருவரையொருவர் மிதித்துக்கொண்டும், கூட்டத்துக்குள் தங்களைத் திணித்துக்கொண்டும், பயணிகள் பட்டாளம் விரைந்தது.

வக்கீல் தன் மகனைத் தூக்கிக்கொண்டு லைலாவுக்கு சைகை காட்டினான்.

"கிளம்பிவிட்டோம்" என்றாள் லைலா.

வக்கீல் முன்னே நடந்தான். கண்ணாடியில் மூக்குகளையும் உள்ளங்கைகளையும் வைத்து அழுத்திக்கொண்டிருந்த முகங்கள் சன்னலில் தோன்றுவதை, பேருந்தை நெருங்கியதும் பார்த்தாள்

லைலா. அவர்களைச் சுற்றியும் பிரியாவிடை முகமன்கள் கூவப்பட்டன.

இளம் ராணுவ வீரன் ஒருவன், பேருந்துக் கதவின் அருகில் நின்றுகொண்டு பயணச்சீட்டுகளை பரிசோதித்துக்கொண்டிருந்தான்.

"பவ்!" அஸீஸா கூவினாள்.

வக்கீல் பயணச்சீட்டுகளை வீரனிடம் கொடுக்க, அவற்றைப் பாதியாய்க் கிழித்து அவனிடம் திருப்பித்தந்தான் அவன். வக்கீல் தன் மனைவியை முதலில் ஏறவிட்டான். வக்கீலுக்கும் ராணுவ வீரனுக்கும் இடையில் ஒரு பார்வை பரிமாற்றம் நிகழ்ந்ததை லைலா கவனித்தாள். பேருந்தின் முதல் படியில் ஏறியதும் வக்கீல் குனிந்து அவனிடம் ஏதோ சொல்ல, ராணுவ வீரன் தலையசைத்தான்.

லைலாவின் இதயம் தாறுமாறாகத் துடித்தது.

"குழந்தையோடு நிற்கும் நீங்கள் இருவரும் தள்ளி நில்லுங்கள்" என்றான் வீரன்.

அவன் சொன்னது காதில் கேட்காதது போல படிகளில் ஏறச்சென்ற லைலாவின் தோளைப் பிடித்திழுத்து, வரிசையிலிருந்து விலக்கி நிறுத்திய அவன், "நீயும் தான். சீக்கிரம்! வழியை மறித்துக்கொண்டிருக்கிறாய்" என்றான் மரியத்திடம்.

"என்ன பிரச்சினை சகோதரா? எங்களிடம் பயணச்சீட்டுகள் இருக்கின்றன. என்னுடைய சித்தப்பா மகன் உங்களிடம் அவற்றைக் கொடுக்கவில்லையா?"

அவன் ஒரு விரலை வாயில் வைத்து, *ஷ்ஷ்ஷ்* என்று ஓசையெழுப்பி இன்னொரு காவலாளியிடம் மெல்லிய குரலில் ஏதோ பேசினான். அந்த இரண்டாவது காவலாளி, குண்டாக, கன்னத்தில் தழும்போடு இருந்தவன், தலையை ஆட்டினான்.

"என் பின்னால் வா" என்றான் அவன் லைலாவிடம்.

"நாங்கள் இந்தப் பேருந்தில் ஏறவேண்டும். எங்களிடம் பயணச்சீட்டு இருக்கிறது. ஏன் இப்படிச்செய்கிறீர்கள்." லைலா குரல் நடுங்கக் கதறினாள்.

"நீ இந்தப் பேருந்தில் ஏறப்போவதில்லை. அதை ஒத்துக்கொள்வது தான் உனக்கு நல்லது. நீயாக என்னைத் தொடர்ந்து வந்துவிடு. நீ இழுத்துச் செல்லப்படுவதை உன்னுடைய சிறிய மகள் பார்க்க வேண்டுமா?"

அவர்கள் அந்த ட்ரக்குக்கு அழைத்துச் செல்லப்பட்டபோது, லைலா தன் தோளுக்குப் பின்னால் திரும்பிப் பார்த்தாள், வக்கீலின் மகன் பேருந்தின் கடைசியில் அமர்ந்திருப்பதைக் கண்டாள். அவனும் அவளைப் பார்த்துவிட்டு மகிழ்ச்சியாய் கையசைத்தான்.

தொரபாஸ்கான்சாலை காவல்நிலையத்தில், நீண்ட நெரிசலான கூடம் ஒன்றின் எதிர்புறங்களில், தனித்தனியாக அமரவைக்கப்பட்ட அவர்கள் இருவருக்குமிடையில் இருந்த மேசை ஒன்றின் பின்னே, தொடர்ந்து புகைபிடித்துக்கொண்டும், மேசையிலிருந்த தட்டச்சுப்பொறியில் எப்போதாவது ஒன்றிரெண்டு வார்த்தைகளைத் தட்டிக்கொண்டிருந்தவனுமாகிய ஒருவன் இருந்தான். அஸீஸா லைலாவிடமிருந்து மரியத்துக்கும் பிறகு மீண்டும் லைலாவிடமும் தவழ்ந்து கொண்டிருந்தாள். மேசையின் பின்னே அமர்ந்திருந்தவன் கொடுத்த காகிதக்கிளிப்பை வைத்து சிறிது நேரம் விளையாடினாள். பிஸ்கெட்டுகளைத் தின்றாள். பிறகு மரியத்தின் மடியில் கிடந்து உறங்கிப்போனாள். மூன்று மணிநேரங்கள் இப்படியே கழிந்தன.

மூன்று மணி அளவில், லைலா, நேர்காணல் அறைக்கு அழைத்துச்செல்லப்பட்டாள். அஸீஸாவுடன் மரியம் அந்தக் கூடத்திலேயே காத்திருந்தாள்.

மேசையின் மறுபுறம் அமர்ந்திருந்த மனிதனின் வயது முப்பதுகளில் இருக்கும், சீருடை தரிக்காமல், கருப்பு சூட், டை, ஜோடுகள் அணிந்திருந்தான். திருத்தம் செய்யப்பட்ட தாடியும், குட்டை முடியும், பிணைந்த புருவங்களுமாய் இருந்தான். பென்சில் ஒன்றின் அழிப்பான் இருந்த பக்கத்தால் மேசையில் குத்திக்கொண்டிருந்த அவன் லைலாவை முறைத்துப்பார்த்தான்.

"எங்களுக்குத் தெரியும் *ஹம்ஷிரா* நீ சொன்னது பொய்யென்று. பேருந்து நிலையத்தில் இருந்த அந்த இளைஞன் உன் ஒன்று விட்ட சகோதரன் அல்ல. அவனே அதை எங்களிடம் சொல்லிவிட்டான். என்னுடைய கேள்வி என்னவென்றால் நீ இன்னமும் எத்தனைப் பொய்கள் சொல்லப் போகிறாய் என்பது தான். தொடர்ந்து பொய்

சொல்ல வேண்டாம் என்பது தான் என்னுடைய தனிப்பட்ட அறிவுரை."

"நாங்கள் என் மாமாவுடன் தங்குவதற்காக சென்றோம் என்பது தான் உண்மை."

காவலதிகாரி தலையை ஆட்டினான். "கூடத்தில் இருக்கும் அந்த ஹம்ஷிரா உன் தாயா?"

"ஆமாம்."

"அவள் ஹெராத்தியைப் போலப் பேசுகிறாளே. நீ வேறு மாதிரி பேசுகிறாய்."

"அவள் ஹெராத்தில் வளர்ந்தவள், நான் இங்கே காபுலில் பிறந்தேன்."

"அது சரி. நீ விதவையா? அப்படித்தானே நீ சொன்னாய். என் அனுதாபங்கள். சரி இந்தக் காக்கா, மாமா அவர் எங்கே வசிக்கிறார்?"

"பெஷாவரில்."

"அதைத்தான் நீ முன்பே சொன்னாயே." அவன் பென்சிலின் நுனியை நக்கி, வெற்றுக்காகிதம் ஒன்றின் மீது அதை வைத்தான். "ஆனால் பெஷாவரில் எங்கே? எந்த இடத்தில்? சாலையின் பெயர், அந்த தொகுதி எண் எல்லாம் சொல்ல முடியுமா?"

நெஞ்சுக்குள் ஏறி வந்த பீதியின் குமிழை பின்னுக்குத்தள்ள முயற்சி செய்தாள் லைலா. பெஷாவரில் அவளுக்குத் தெரிந்த ஒரே தெருப் பெயரை சொன்னாள்—முஜாஹிதீன்கள் காபுலுக்கு முதல்முறையாக வந்திருந்த போது மாம்மி நண்பர்களுக்குக் கொடுத்த விருந்தில் இந்த பெயரைக் கேள்விப்பட்டிருந்தாள்- "ஜம்ருத் ரோட்."

"ஓ சரி தான். பேர்ல் கான்டினென்ட்டல் ஹோட்டல் இருக்கும் அதே தெரு தானே. அவரும் சொல்லியிருப்பாரே."

சந்தர்ப்பத்தை நழுவவிட்டுவிடாமல் "ஆமாம், அதே தெரு தான்" என்றாள்.

"ஆனால் அந்த ஹோட்டல் கிபர் சாலையில் அல்லவா இருக்கிறது."

கூடத்தில் அஸீஸா அழுவது லைலாவுக்குக் கேட்டது. "என் மகள் பயந்துபோயிருக்கிறாள். நான் அவளை தூக்கிக் கொண்டுவரட்டுமா சகோதரா."

"ஆஃபிசர் என்று அழைக்கப்படுவதைத் தான் நான் விரும்புவேன். அவளைத் தூக்கிக்கொண்டு உடனே வந்தாக வேண்டும். உன் மாமாவின் தொலைபேசி எண் இருக்கிறதா?"

"இருக்கிறது. இருந்தது. நான்..." புர்காவினுள் இருந்தாலும் கூட அவனுடைய துளைக்கும் கண்களின் கூர்மையை லைலா உணர்ந்தாள். "நான் மிகவும் பயந்துபோயிருக்கிறேன். எனக்கு மறந்துவிட்டது."

அவன் பெருமூச்சு விட்டான். அந்த மாமாவின் பெயர், மாமாவின் மனைவியின் பெயர், அவர்களுக்கு எத்தனைப் பிள்ளைகள், அவர்களுடைய பெயர்கள் என்ன? அவர் எங்கே வேலை செய்கிறார்? அவருடைய வயதென்ன? இத்தனைக் கேள்விகளில் லைலா பதைபதைத்துப் போனாள்.

அவன் பென்சிலைக் கீழே வைத்துவிட்டு விரல்களைக் கோர்த்துக்கொண்டான், அடம்பிடிக்கும் குழந்தைகளிடம் பேச முனையும் பெற்றோரைப் போன்ற தோரணையுடன் குனிந்தான். "ஹம்ஷிரா பெண்கள் இப்படி ஓடிப்போவது ஒரு குற்றச்செயல் என்பதை நீ உணர்கிறாய் அல்லவா? கணவன் இறந்து போய்விட்டான் என்று சொல்லி பெண்கள் தனியே பயணம் செய்வது நிறைய நடக்கிறது. சில சமயங்களில் அவர்கள் சொல்வது உண்மையாக இருக்கிறது, சில சமயம் அப்படியில்லை. ஓடிப்போக முயன்றதற்காக நீ சிறையில் அடைக்கப்படலாம் என்பது உனக்குத் தெரியும் என்று தான் நினைக்கிறேன், அப்படித்தானே?"

"எங்களைப் போக விடுங்கள் ஆஃபிசர்..." என்றவள், குனிந்து அவனுடைய சிட்டையில் இருந்த பெயரை வாசித்தாள். "ஆஃபிசர் ரஹ்மான். உங்கள் பெயருக்கான அர்த்தத்தை மதித்து கருணை காட்டுங்கள். எங்களைப் போன்ற இரண்டு பெண்களை விட்டுவிடுவது உங்களுக்குப் பெரிய விஷயமா? எங்களை விடுதலை செய்வதில் என்ன தவறு? நாங்கள் குற்றவாளிகள் அல்லவே."

"என்னால் முடியாது."

"உங்களை மன்றாடிக் கேட்டுக்கொள்கிறேன்."

"இது *கானூன்,* சட்டத்தைப் பற்றிய விஷயம் *ஹம்ஷிரா."* அவனுடைய குரலில் தான் ஒரு அதிமுக்கியமான நபர் எனும் தொனி இருந்தது. "சட்டம், ஒழுங்கைக் காப்பது என்னுடைய கடமை."

அவ்வளவு மோசமான நிலைமையிலும் லைலாவுக்கு சிரிப்பு வந்தது. முஜாஹிதீன்களின் உட்கட்சிப் பூசல்களினால், இவ்வளவு கொலைகளும், கொள்ளைகளும், கற்பழிப்புகளும், சித்ரவதைகளும், படுகொலைகளும், வெடிகுண்டுத்தாக்குதல்களும், அநியாயமாகப் பாதிக்கப்படும் அப்பாவிப் பொதுமக்களைப் பற்றிய கவலையில்லாமல் ஒருவர் மீது ஒருவர் அவர்கள் ஆயிரக்கணக்கான எறிகணைகளை வீசிக்கொள்வதுமாக இருக்கும் போது, அவன் சட்டம் ஒழுங்கு என்று பேசுவதைக் கேட்டு அவள் ஸ்தம்பித்துவிட்டாள். தன்னைக் கட்டுப்படுத்திக்கொள்ள நாக்கைக் கடித்துக்கொண்டாள்.

"நீங்கள் எங்களைத் திருப்பி அனுப்பினால், அவரால் எங்களுக்கு எதுவும் நேரலாம்" என்று மெல்லிய முரலில் சொன்னாள்.

தன்னுடைய தோரணை மாறாமல் காத்துக்கொள்ள அவன் பெருமுயற்சி செய்வது அவளுக்குத் தெரிந்தது. "ஒரு மனிதன் அவன் வீட்டில் என்ன செய்கிறான் என்பது அவனுடைய தனிப்பட்ட விஷயம்."

"அந்த நேரத்தின் சட்டம் ஒழுங்கைப் பற்றி உங்களுக்குக் கவலை இல்லையா ஆஃபிசர் ரஹ்மான்? அங்கே நீங்கள் வந்து சட்டம் ஒழுங்கைக் காப்பீர்களா?" ஆத்திரத்தில் பொங்கிய கண்ணீர் அவளுடைய விழிகளைச் சுட்டது.

"தனிப்பட்ட, குடும்ப விவகாரங்களில் நாங்கள் தலையிடக்கூடாதென்பது எங்கள் கொள்கை *ஹம்ஷிரா."*

"ஆம்! அது ஒரு ஆணுக்கு சாதகமாக இருக்கும் போது, நீங்கள் தலையிட முடியாது தான். நாங்கள் போக நினைப்பது மட்டும் தனிப்பட்ட குடும்ப விவகாரம் இல்லையா? சொல்லுங்கள்?"

அவன் நாற்காலியிலிருந்து எழுந்து நின்றான், தன்னுடைய மேலங்கியைச் சீராக்கிக் கொண்டான். "இந்த நேர்காணல் முடிந்துவிட்டது *ஹம்ஷிரா.* நீ மிகமோசமாக தோல்வி

அடைந்திருக்கிறாய். ஆக மோசமாக. நீ வெளியில் காத்திரு நான் உன்... அவர் யாராக இருந்தாலும், அவருடன் சில வார்த்தைகள் பேசியாக வேண்டும்."

லைலா மறுப்புத்தெரிவித்தாள், கத்த ஆரம்பித்தாள், அவன் இன்னும் இரண்டு ஆண்களை அழைத்து அவளை இழுத்துச்செல்லப் பணித்தான்.

மரியத்தின் விசாரணை சில நிமிடங்கள் மட்டும் நீடித்தது. அவள் வெளியில் வந்த போது நடுங்கிக்கொண்டிருந்தாள்.

"அவன் ஏகப்பட்ட கேள்விகள் கேட்டான். மன்னித்துவிடு லைலா ஜோ. நான் உன்னைப் போல புத்திசாலி இல்லை. அவன் நிறைய கேள்விகள் கேட்டான், என்னிடம் பதில் இல்லை. மன்னித்துவிடு."

"உன்னுடைய தவறில்லை மரியம். என்னுடைய தவறு தான். எல்லாமே என்னுடைய தவறுதான்."

★★★

வீட்டின் முன்னால், காவல்துறை வண்டி போய் நின்றபோது, ஆறு மணிக்கு மேலாகியிருந்தது. பின்னிருக்கையில் லைலாவையும் மரியத்தையும் காத்திருக்கச் சொல்லி அவர்களுக்குக் காவலாக முஜாஹிதீன் வீரன் ஒருவனையும் நிறுத்திவிட்டு, வண்டியோட்டி காரை விட்டு இறங்கி, கதவைத் தட்டி, ரஷீதிடம் பேசினான். அவனே இருவரையும் வரச்சொல்லி சைகை காட்டினான்.

"வருக வருக." சிகரெட் ஒன்றைப் பற்ற வைத்துக்கொண்டே சொன்னான் அவன்.

"நீ" அவன் மரியத்திடம் சொன்னான். "நீ இங்கேயே இரு."

மரியம் அமைதியாக இருக்கையில் அமர்ந்தாள்.

"நீங்கள் இருவரும், மாடிக்கு."

ரஷீத் லைலாவின் முழங்கையைப் பற்றி படிகளில் ஏறச்சொல்லி தள்ளினான். கடைக்கு அணிந்து சென்றிருந்த ஜோடுகளை அவன் இன்னமும் உடுத்தியிருந்தான், வீட்டுச்செருப்புக்கு அவன் மாறியிருக்கவில்லை, கைகடிகாரத்தைக் கழற்றியிருக்கவில்லை, அவனுடைய மேலங்கியையும் அணிந்திருந்தான். ஒரு மணி நேரமோ

சில நிமிடங்கள் முன்போ அவன் ஒவ்வொரு அறையாகச் சென்று கதவுகளைத் திறந்துஅறைந்து, ஆத்திரத்துடனும் நம்பயியலாமலும், சபித்துக்கொண்டு நின்றிருப்பான் என்பதைக் கற்பனை செய்து பார்த்தாள் லைலா.

உச்சிப்படியில் ஏறிநின்று திரும்பிப் பார்த்தாள் அவள்.

“அவள் வரவிரும்பவில்லை. நான் தான் அவளை வற்புறுத்தினேன். அவள் போக விரும்பவில்லை-”

லைலா அந்தத் தாக்குதலை எதிர்பார்க்கவில்லை. முதல் நொடியில் பேசிக்கொண்டிருந்தவள், அடுத்த நொடி, விரியத் திறந்த விழிகளுடனும், ரத்தச்சிவப்பான முகத்துடனும், மூச்சுத்திணறிக்கொண்டு கீழே கிடந்தாள். நெஞ்செலும்புக்கும் தொப்புளுக்கும் இடையிலான அந்த மென்மையான இடத்தில் அவளை முழு வேகத்துடன் ஒரு கார் மோதிவிட்டதைப் போல இருந்தது. அவள் அஸீஸாவை கீழே போட்டுவிட்டதையும், அஸீஸா அலறிக்கொண்டிருப்பதையும் அப்போது தான் உணர்ந்தாள். அவள் மறுபடியும் மூச்சு விட முயற்சி செய்ய, மெல்லிய, நெறிக்கப்பட்ட ஓசை ஒன்று தான் அவளிடம் இருந்து வெளிப்பட்டது. அவளுடைய வாயிலிருந்து எச்சில் ஒழுகிற்று.

பிறகு அவள் தலைமயிரைப் பிடித்து இழுத்துச்செல்லப்பட்டாள். அஸீஸா தூக்கப்படுவதை, அவளுடைய செருப்புகள் கீழே விழுவதை, அவளுடைய சின்னஞ்சிறு பாதங்கள் உதைத்துக்கொள்வதை லைலா பார்த்தாள். தலையிலிருந்து அவளுடைய கூந்தல் கொத்தாகப்பிடுங்கப்பட்டதில் லைலாவின் கண்களிலிருந்து வலி தாங்காமல் கண்ணீர் பெருகி வழிந்தது. அவனுடைய கால் மரியத்தின் அறையை உதைத்துத் திறப்பதை, படுக்கையில் அஸீஸா எறியப்படுவதைப் பார்த்தாள். அவன் லைலாவின் கூந்தலில் இருந்த தன் பிடியை விட்டான், அவனுடைய ஜோடின் முகப்பு லைலாவின் இடது பிருஷ்ட்டத்தை உதைத்தது. அவன் கதவை அறைந்து சாற்றினான், லைலா வலியில் கதறினாள். பூட்டில் சாவியைத் திருகும் ஓசை கேட்டது.

அஸீஸா இன்னமும் வீறிட்டுக்கொண்டிருந்தாள். லைலா மூச்சுத்திணறிக்கொண்டு தரையில் சுருண்டிருந்தாள். கைகளை தரையில் தேய்த்துக்கொண்டே அஸீஸா கிடக்கும் படுக்கைக்கு அருகில் நகர்ந்தாள் லைலா. எட்டி, தன் மகளைத் தூக்கினாள்.

கீழ்த்தளத்தில் அடி விழ ஆரம்பித்திருந்தது. லைலாவைப் பொருத்தவரை, அந்த ஓசைகள் ஓர் ஒழுங்கிலான, பரிச்சயமான சப்தங்கள் தான். அங்கே சபித்தலோ, அலறலோ, கெஞ்சலோ, அதிர்ச்சிக் கூவல்களோ எதுவுமே இல்லை, பழக்கத்தில் ஊறின செய்கையான அடித்தல், அடிபடுதல் இதுவே நிகழ்ந்தது. கனமான எதுவோ தடார் தடாரென்றும், தொடர்ந்த இடைவெளிகளிலும், மனிதச்சதையின் மீது நிகழ்த்தும் தாக்குதல், எதுவோ, யாரோ பெருஞ்சப்தத்துடன் சுவரில் மோதிக்கொள்ளுதல், துணி கிழிபடும் ஓசை. அவ்வப்போது, ஓடும்பாதங்களின் ஓசை, வார்த்தைகளற்ற ஒரு துரத்தல், அறைகலன்கள் உருளும் சப்தம், கண்ணாடி உடைதல், பிறகு மறுபடி தடார் எனும் ஓசை.

அஸீஸாவைத் தூக்கிக் கொண்ட லைலாவின் ஆடையில் ஒரு வெம்மை பரவியது. அஸீஸா சிறுநீர் கழித்திருந்தாள்.

கீழ்த்தளத்தில் ஓடுவதும், துரத்தலும் ஒருவழியாக நின்றது. இப்போது ஒரு மரத்தடியால் மாட்டிறைச்சியை அடிப்பது போன்ற சப்தம்.

அந்த சப்தம் ஓயும் வரைக்கும் லைலா அஸீஸாவைத் தன் கைகளில் வைத்து ஆட்டினாள், பிறகு வாசலின் கம்பிக்கதவு கிறீச்சிட்டுத் திறந்து, படாரென மூடப்படும் ஓசையைக் கேட்டு அவள் அஸீஸாவை கீழே கிடத்திவிட்டு சன்னலின் வழியாக எட்டிப்பார்த்தாள். தோட்டத்திற்குள் ரஷீத் மரியத்தின் கழுத்தைப் பிடித்துத் தள்ளிக்கொண்டு போவதைப் பார்த்தாள். மரியம் வெறுங்கால்களோடு, பாதி உடம்பாய் மடங்கியிருந்தாள். அவனுடைய கைகளிலும், மரியத்தின் முகத்திலும், கூந்தலிலும், அவளுடைய கழுத்திலும், முதுகிலும், எல்லா இடங்களிலும் ரத்தம் சொட்டியது. அவளுடைய சட்டையின் முன்பாகம் கிழிந்து தொங்கியது.

“என்னை மன்னித்துவிடு மரியம்.” லைலா கண்ணாடியின் ஊடாகக் கூவினாள்.

அவன் மரியத்தை கருவி-வைப்பறைக்குள் தள்ளியதைப் பார்த்தாள். உள்ளே சென்று கையில் ஒரு சுத்தியல் மற்றும் பலகைத்துண்டுகளோடு வெளியில் வந்தவன், அறையின் இரட்டைக் கதவுகளை மூடி, சட்டைப் பையிலிருந்து ஒரு சாவியை எடுத்து கொண்டிப்பூட்டையிட்டுப் பூட்டினான். மறுபடியும்

கதவைச் சரி பார்த்தவன், சுற்றிப் போய் ஒரு ஏணியை எடுத்து வந்தான்.

சில நிமிடங்களில் அவனுடைய முகம் லைலாவின் சன்னலில் இருந்தது, அவன் வாயின் ஓரத்தில் சில ஆணிகளைக் கவ்விக்கொண்டு இருந்தான். அவனுடைய தலை பரட்டையாக இருந்தது. நெற்றியில் பட்டையாய் ரத்தம் இருந்தது. அவனைப் பார்த்ததில் அஸீஸா வீறிட்டு அலறி லைலாவின் அக்குளுக்குள் முகத்தைப் புதைத்துக்கொண்டாள்.

ரஷீத் சன்னலின் குறுக்கிலும் நெடுக்கிலும் பலகைகளை வைத்து ஆணிகளால் அறைந்தான்.

இருள் முழுமையாகவும், துளைக்க முடியாததாகவும், நிரந்தரமானதாகவும், அடுக்குகளோ, இழைகளோ அற்றதாகவும் இருந்தது. பலகைகளுக்கு இடையிலும் ரஷீத் எதையோ வைத்து நிரப்பியிருந்தான், கதவை ஒட்டி-அதனடியிலிருந்தும் வெளிச்சம் வராத வண்ணம்-மிகப்பெரிய, அசைக்க முடியாத எதையோ நிறுத்தியிருந்தான். சாவித்துவாரத்திலும் எதுவோ திணிக்கப்பட்டிருந்தது.

நேரத்தைக் கணக்கிட லைலாவின் கண்களால் இயலவில்லையென்பதால் அவள் அதற்குத் தன் கேட்கும்காதை உபயோகித்துக்கொண்டாள். அதானும், சேவல்களின் கூவலும், விடியலைச் சொல்லின. கீழே அடுப்படியில் தட்டுகள் உராயும் ஓசையில், வானொலியின் சப்தத்தில், மாலையைத் தெரிந்துகொண்டாள்.

முதல்நாள், இருவரும் ஒருவரையொருவர் தேடி, இருளில் தட்டுத்தடுமாறினர். லைலாவால் அஸீஸா அழுவதையோ அவள் தவழ்வதையோ பார்க்க முடியவில்லை.

"ஆயிஷீ", அஸீஸா முனகினாள் "ஆயிஷீ."

"இதோ." லைலா மகளை முத்தமிட்டாள், அவளுடைய நெற்றியில் முத்துவதாய் நினைத்து அவளுடைய உச்சந்தலையில் முத்தமிட்டாள். "நாம் சீக்கிரமே பால் குடிக்கலாம். நீ கொஞ்சம் பொறுமையாக இரு. மாம்மிக்காக நீ நல்ல, பொறுமையான,

குட்டிப்பெண்ணாக இரு, நான் உனக்கு *ஆயிஷீ* கொண்டு வருவேன்."

லைலா அவளுக்காக சில பாடல்களைப் பாடினாள்.

இரண்டாவது முறையாக *அதான்* ஒலித்த பிறகும், அவர்களுக்கு ரஷீத் உணவு கொடுக்கவில்லை, தண்ணீரும் தரவில்லை. அவர்கள் மீது, அடர்ந்த, மூச்சைத்திணறச்செய்யும் வெப்பம் ஒன்று அன்று கவிந்தது. அந்த அறையே ஒரு நீராவிக்கலன் போல ஆகிற்று. வெளியில் இருந்த கிணற்றை, அதன் குளுமையான புதிய தண்ணீரை நினைத்த லைலா, தன் வரண்டிருந்த நாக்கால் உதட்டைத் தடவிக்கொண்டாள். அஸீஸா அழுதுகொண்டே இருந்தாள், அவளுடைய கன்னங்களில் கண்ணீர் வழியவில்லை என்பதைத் துடைக்க நீண்ட கரங்கள் உணர்த்தியதில் லைலா திடுக்கிட்டாள். அவள் அஸீஸாவின் உடைகளைக் கழற்றி, அவளுக்கு விசிறி விட ஏதாவது கிடைக்குமா என்று தேடி, தானே ஊதிவிடத்துவங்கி, தொடந்து ஊதியதில் அவளுக்கு மயக்கம் வரும் வரையில் அதைச் செய்தாள். சீக்கிரமே தவழ்வதை நிறுத்திக்கொண்ட அஸீஸா, உறக்க மயக்கத்தில் ஆழ்வதும் தெளிவதுமாக இருந்தாள்.

லைலா அன்று முழுக்க சுவரில் கைகளால் மோதி உதவி கேட்டுக்கதறினாள், அக்கம்பக்கத்தில் யாருக்காவது கேட்கும் என்று நம்பினாள். ஆனால் யாரும் வரவில்லை என்பதோடு இவளுடைய இந்தக் கூக்குரல், அஸீஸாவை அச்சுறுத்தி, மறுபடியும் பரிதாபமான, மெல்லிய குரலில் அழச்செய்தது. லைலா துவண்டு தரையில் கிடந்தாள். மரியம் அடித்து உதைக்கப்பட்டு, ரத்தக்களரியாக, கருவி- வைக்கும் அறையில், அவ்வளவு வெக்கையில் கிடப்பதை நினைத்து குற்ற உணர்வு கொண்டாள்.

தாங்க முடியாத வெப்பத்தில் உடல் வேக, லைலா ஒரு கட்டத்தில் உறங்கிப்போனாள். அவளும் அஸீஸாவும் தாரிக்கைப் பார்ப்பதாக ஒரு கனவு கண்டாள். நெரிசலான ஒரு சாலையில், அவர்களுக்கு எதிர்புறத்தில் இருந்த ஒரு தையல் கடையின் பந்தலுக்குக் கீழே அவன் நின்றுகொண்டிருந்தான். அங்கிருந்த அடிக்கல்லின் மீது அமர்ந்து அவன் ஒரு கூடையிலிருந்த அத்திப்பழங்களை சுவை பார்த்துக்கொண்டிருந்தான். *அவன் தான் உன் அப்பா. அங்கிருக்கிறானே தெரிகிறதா? அவன் தான் உன்னுடைய உண்மையான பாபா.* லைலா அவனுடைய பெயரைச் சொல்லிக்

கூவினாள், ஆனால் கடைத்தெரிவின் இரைச்சலில் தாரிக்குக்கு அது கேட்கவில்லை.

தலைக்கு மேலே பறக்கும் ராக்கெட்டுகளின் சீழ்க்கையொலி கேட்டு அவள் எழுந்தாள். அவளால் பார்க்க முடியாத வானத்தில், எங்கேயோ, நீண்ட, வெறித்தனமான, இயந்திரத்-துப்பாக்கியின் தொடர் வேட்டுகள் வெடித்தன. லைலா கண்களை மூடிக்கொண்டாள். மீண்டும், ரஷீதின் பாதவொலிகளைக் கேட்டு அவள் கண்விழித்தாள். தன்னை இழுத்துக்கொண்டு கதவின் அருகில் சென்றவள், அதில் தன் கைகளால் அறைந்தாள்.

"ஒரே ஒரு குவளை ரஷீத். எனக்காக இல்லை. அவளுக்காகச் செய். உன்னுடைய கைகளை அவளுடைய ரத்தத்தால் கறையாக்கிக் கொள்ளாதே."

அவன் நடந்து கடந்தான்.

அவள் அவனிடம் மன்றாடினாள். மன்னிக்குமாறு கெஞ்சினாள், சத்தியங்கள் செய்தாள். அவனை சபித்தாள்.

அவனுடைய கதவு மூடப்பட்டது. வானொலி முடுக்கப்பட்டது.

மோதினார் மூன்றாவது அதானை ஓதினார். மறுபடியும் அந்த வெப்பம். அஸீஸாவிடம் துடிப்பில்லை. அவள் அழுவதை நிறுத்திக்கொண்டாள், அசைவதை நிறுத்திக்கொண்டாள்.

லைலா அஸீஸாவின் வாயின் மீது காதை வைத்துக்கேட்டாள், ஒவ்வொரு முறை அப்படிக்கேட்கும் போதும் அவள் அந்த மெல்லிய மூச்சின் ஊஷ் ஒலி நின்று போயிருக்குமோ என்று பதைபதைத்தாள். தலையைத்தூக்கும் முயற்சியிலேயே அவளுக்கு மயக்கம் வந்தது. அவள் உறங்கிப்போனாள், நினைவில் நிற்காத கனவுகளைக் கண்டாள். அவள் விழிக்கும் போதெல்லாம் அஸீஸாவின் காய்ந்து வெடித்த உதடுகளைத் தடவினாள், கழுத்தின் மெல்லிய துடிப்பிருக்கிறதாவென்று தேடினாள். மீண்டும் உறங்கிப் போனாள். அவர்கள் இங்கே கிடந்து இறக்கப்போகிறார்கள் அது அவளுக்கு நிச்சயமாகிவிட்டதென்றாலும், நொய்ந்தநூலாகிப் போயிருக்கும் அஸீஸாவின் உயிர் போன பிறகு தன்னுயிர் போகாமல் இருக்குமோ என்று நினைத்து பயந்தாள். அஸீஸாவால் இன்னும் எவ்வளவு நேரம் தாக்குப் பிடிக்க முடியும்? இந்த வெப்பத்தில் அஸீஸா நிச்சயம் இறந்துவிடுவாள், பிறகு லைலா

இறுகிக் கொண்டிருக்கும் அந்தச் சின்னஞ்சிறு உடலுக்கு அருகில் கிடந்து தன்னுடைய மரணத்துக்காகக் காத்திருக்க நேரும். அவள் மறுபடி உறக்கத்திலாழ்ந்தாள். கண் விழித்தாள். விழிப்புக்கும் கனவுக்கும் இடையிலிருந்த கோடு அழிந்துகொண்டிருந்தது.

அதானோ சேவல்களின் கூவலோ அவளை எழுப்பவில்லை, மிகக் கனமான ஏதோ ஒன்று இழுபடும் ஓசையில் அவள் விழித்தாள். ஒரு தடதடப்பொலி கேட்டது. திடீரென்று அறையில் ஒளி வெள்ளம் பாய்ந்தது. அவளுடைய விழிகள் எதிர்ப்புணர்வோடு கூசின. லைலா தலையைத் தூக்கி, முகத்தைச் சுளித்து, கையை கண்களுக்கு அரணாகக் கொடுத்தாள். மங்கலான நிழலுருவம் ஒன்று நீள்சதுர வடிவ வெளிச்சத்தினுள் நின்றிருந்ததை, அவளுடைய விரல்களின் இடுக்குகளூடாகப் பார்த்தாள். நிழலுருவம் அசைந்தது. அவளுக்கு அருகில் இப்போது ஒரு உருவம் குத்துக்காலிட்டு அமர்ந்தது, அவள் முகத்துக்கு மேலே தோன்றி அச்சுறுத்தியது, அவள் ஒரு குரலைக் கேட்டாள்.

"நீ மறுபடியும் இதை முயற்சி செய்தால் எப்படியும் நான் கண்டுபிடித்துவிடுவேன். ★ரசூலின் மீது ஆணையிட்டுச் சொல்கிறேன், நான் உன்னைப் பிடித்துவிடுவேன். அப்படிப் பிடித்த பிறகு நான் செய்யப்போகும் காரியத்துக்காக என்னைக் குற்றவாளியாக்க இந்த இழவெடுத்த நாட்டில் எந்த நீதிமன்றத்துக்கும் அதிகாரமில்லை. நான் முதலில் அதை மரியத்துக்குச் செய்வேன், பிறகு இவளுக்கு, கடைசியாகத் தான் உனக்கு. நீ அதையெல்லாம் பார்ப்பாய். உனக்கு புரிகிறதா? அதையெல்லாம் உன்னைப் பார்க்கச் செய்வேன்."

அதைத் தொடர்ந்து அவன் அறையை விட்டு நீங்கினான். ஆனால் அதற்கு முன் லைலாவின் வயிற்றில் அவன் ஓங்கி விட்ட உதையில், அவள் பலநாட்களுக்கு சிறுநீரோடு ரத்தத்தையும் சேர்த்துக் கழித்தாள்.

★ போல் மஹ்மூத் கான் – கிழக்குக் காபுலின் ஒரு மாவட்டம்

★ ரசூல் – முகம்மது நபி

37

மரியம்
செப்டெம்பர் 1996

இரண்டரை வருடங்களுக்குப் பிறகு, செப்டெம்பர் 27 ஆம் தேதி கூச்சல், சீழ்க்கையொலி, பட்டாசுகள் வெடிக்கும் ஓசை மற்றும் இசை இவற்றின் கலவையான சப்தத்தில் மரியம் விழித்தெழுந்தாள். வரவேற்பறைக்கு ஓடிய அவள், அஸீஸாவைத் தோளில் வைத்துக்கொண்டு சன்னல் வழியாக எட்டிப்பார்த்துக்கொண்டு லைலா அங்கே நிற்பதைப் பார்த்தாள். லைலா திரும்பிப்பார்த்து புன்னகைத்தாள்.

"தாலிபன்கள் வந்துவிட்டார்கள்" என்றாள் அவள்.

மரியம் முதன்முறையாக தாலிபன்களைப் பற்றிக் கேள்விப்பட்டது, கந்தஹாரின் படைத்தளபதிகளைத் தூக்கியெறிந்துவிட்டு அந்த நகரத்தை அவர்கள் கைப்பற்றிவிட்டார்கள் என்ற செய்தியோடு அக்டோபர் 1994 இல் ரஷீத் வீடு வந்தபோதுதான். சோவியத்துக்கு எதிரான போரின்போது பாகிஸ்தானுக்குத் தப்பியோடிய குடும்பங்களைச் சேர்ந்த பாஷ்டூன் இன இளைஞர்களால் ஆன கொரில்லாப் படை அது என்றான் அவன். அவர்களில் பெரும்பாலானோர் பாகிஸ்தானின் எல்லைப்புற அகதிமுகாம்களிலும்-சிலர் அங்கேயே பிறந்தவர்கள் - பாகிஸ்தானின் மதரஸாக்களிலும் வளர்ந்தவர்கள். அங்கேயே அவர்களுக்கு முல்லாக்களால் ஷரியத்தின் சட்டங்கள் புகட்டப்பட்டன. அவர்களுடைய தலைவன், மர்மமான, படிப்பறிவற்ற, ஒற்றைக்கண் துறவியும், அமீர்-அல்-முமுனீன், நம்பிக்கையாளர்களின் தலைவன் என்று தன்னைத்தானே

அழைத்துக்கொண்டவனுமாகிய முல்லா ஓமர் என்று அது ஏதோ வேடிக்கை செய்தி என்பது போல சிரித்துக்கொண்டு சொல்லியிருந்தான் ரஷீத்.

"இந்த இளைஞர்கள் *ரிஷா*, வேர்களற்றவர்கள் என்று சொல்லப்படுவது உண்மைதான்" என்ற ரஷீத் அதை மரியத்தைப் பார்த்தோ லைலாவிடமோ சொல்லவில்லை. தோல்வியில் முடிந்த அந்த தப்பியோடும் முயற்சி நிகழ்ந்த பிறகான இந்த இரண்டரை வருடங்களில் அவனுக்கு மரியமும் லைலாவும் ஒரே மாதிரியான ஜென்மங்கள் ஆகிவிட்டதை மரியம் உணர்ந்தாள், அவனைப் பொறுத்தமட்டில் அவர்கள் இருவருமே சரிசமமான அவமரியாதைக்கும், அவநம்பிக்கைக்கும், புறக்கணிப்புக்கும் தகுதியான அதிர்ஷ்டங்கெட்டவர்கள்தான். இப்போதெல்லாம் அவன் ஒன்று தனக்குத்தானே பேசிக்கொள்வதாகவோ அல்லது அறையிலிருந்த, கண்களுக்குப் புலப்படாத, ஆனால் அவனுடைய அபிப்பிராயங்களைக் கேட்டுக்கொள்ள லைலாவையும் மரியத்தையும்விட தகுதியுடைய யாரிடமோ பேசுவதுபோல மரியத்துக்குத் தோன்றியது.

"அவர்களுக்கென்று வரலாறு எதுவும் இல்லாமல் இருக்கலாம்", கூரையைப் பார்த்துக்கொண்டே புகைத்தவாறு அவன் பேசினான். "அவர்களுக்கு உலக அறிவோ, இந்த நாட்டின் வரலாறோ தெரியாமலிருக்கலாம். ஆம், அவர்களோடு ஒப்பிட்டால் மரியம் ஒரு பல்கலைக்கழகத்தின் பேராசியராகத் தகுதி உள்ளவள். ஆ! உண்மையைச் சொல்கிறேன். ஆனால், உன்னைச் சுற்றிப் பார்த்தால் என்ன இருக்கிறது? ஊழல் மிகுந்த முஜாஹிதீன் படைத்தலைவர்கள், உடம்பெல்லாம் ஆயுதம் சுமந்துகொண்டு போதைப்பொருளுக்கு அடிமையாகி, ஒருவருக்கொருவர் ஜிஹாத் போர்களை அறிவித்துக்கொண்டு, இடைப்பட்ட எல்லோரையும் கொன்றுகுவித்து-அதுதானே நடக்கிறது? இந்த தாலிபன்கள் ஊழலுக்கு ஆளாகாதவர்களாகவும் பரிசுத்தமாகவும் இருக்கிறார்களே. *வல்லாஹ்*, அவர்கள் வந்து இந்த ஊரைச் சுத்தமாக்கிவிடுவார்கள். அமைதியையும் ஒழுங்கையும் நிலைநாட்டுவார்கள். வெளியே பால் வாங்குவதற்காகச் செல்லும் மக்கள் இனிமேல் கொல்லப்பட மாட்டார்கள். இனி எப்போதும் எறிகணைகள் விழாது! இதைத்தான் நினைவில்கொள்ள வேண்டும்."

இரண்டு வருடங்களாக, தாலிபன் படையினர் காபுலை நோக்கி நகர்ந்துகொண்டிருந்தார்கள். முஜாஹிதீன்களிடமிருந்து

நகரங்களைக் கைப்பற்றிக்கொண்டு அவர்கள் தங்குமிடமெல்லாம் உட்கட்சிப்பூசல்களை முடிவுக்குக் கொண்டுவந்தார்கள். ஹஜாரா படைத்தலைவர் அப்துல் அலி மசாரியைப் பிடித்து, அவரைக் கொன்றார்கள். காபுலின் தெற்கில் நகர்ப்புற எல்லைகளில் குவிந்து அஹமத் ஷா மசூதுடன் எறிகணைத் தாக்குதல் நடத்தி, நகரத்தில் குண்டெறிந்தார்கள். 1996 செப்டெம்பரில் அவர்கள் ஜலாலாபாத் மற்றும் சரோபி நகரங்களைக் கைப்பற்றினார்கள்.

முஜாஹிதீன்களிடம் இல்லாத ஒன்று தாலிபன்களிடம் இருப்பதாக ரஷீத் சொன்னான். அவர்களிடம் ஒற்றுமை இருக்கிறது.

“வரட்டும் அவர்கள். நிச்சயமாக நான் ஒருவனாவது அவர்களை ரோஜா இதழ்களைத் தூவி வரவேற்பேன்” என்றான் அவன்.

★★★

அவர்கள் நால்வரும் அன்றைக்கு உலாவச்சென்றார்கள், ரஷீத் அவர்களுக்கு வழிகாட்டியாக, அவர்களுடைய புதிய உலகத்தை அவர்களுக்குக் காட்ட, புதிய தலைவர்களுக்கு முகமன் சொல்ல, ஒரு பேருந்திலிருந்து இன்னொன்றுக்கு நடந்தான். நிலைகுலைக்கப்பட்ட குடியிருப்புப் பகுதிகளில் இருக்கும் மக்கள் இடிபாடுகளுக்கு மத்தியில் இருந்தெல்லாமும் வெளியில் வருவதை மரியம் பார்த்தாள். வயதான பெண்ணொருத்தி கை நிறைய அரிசியைக் கொண்டுவந்து வழிப்போக்கர்களின் மீது விசிறி வீணாக்குவதையும் அவளுடைய பொக்கைவாய்ச் சிரிப்பையும் பார்த்தாள். சிதிலமடைந்திருந்த ஒரு கட்டிடத்தின் அருகில் நின்றபடி இரண்டு ஆண்கள் கட்டி அணைத்துக்கொண்டார்கள். அவர்களுடைய தலைக்கு மேலே, அக்கம்பக்கத்து வீடுகளின் கூரைகளின் மீது சிறுவர்கள் பொருத்திய பட்டாசுகள் சீழ்க்கையடித்துக்கொண்டே வெடித்துச் சிதறின. கார்களின் ஒலிப்பான்களுக்குப் போட்டியாக ஒலிநாடாக்களில் தேசியகீதம் ஒலித்தது.

“*மய்யம், அதோ!*” என்று சிறுவர் குழு ஒன்று *ஜாடே மைவாண்டில் ஓடுவதைக் காட்டினாள் அஸீஸா. அந்தரத்தில் தங்கள் முஷ்டிகளை உயர்த்திக் குத்தியவாறு, கயிறால் கட்டியிருந்த தகர டப்பாக்களை இழுத்துக்கொண்டு அவர்கள் ஓடினார்கள். மசூதும் ரப்பானியும் காபுலிலிருந்து போய் விட்டார்கள் என்று கத்திக்கொண்டே அவர்கள் ஓடினார்கள்.

எல்லாத் திசைகளிலும் *அல்லாஹு-அக்பர்!* ஒலித்துக் கொண்டிருந்தது.

ஜாடே மைவாண்டின் சன்னல் ஒன்றிலிருந்து தொங்கிக்கொண்டிருந்த ஒரு விரிப்பை மரியம் பார்த்தாள். அதில் யாரோ இந்த வார்த்தைகளைப் பெரிய கருப்பு எழுத்துகளில் தீட்டியிருந்தார்கள்: **தாலிபன் வாழ்க, தாலிபன் ஜிந்தாபாத்.**

சாலையில் நடக்கும்போது மரியம் அதேபோன்ற அடையாளக்குறிகள் - சன்னல்களில் தீட்டப்பட்டிருப்பதை, கதவுகளில் ஆணியால் அறையப்பட்டிருப்பதை, கார்களின் ஆன்டெனாக்களில் ஒட்டப்பட்டிருப்பதைப் பார்த்தாள்.

மரியம் அன்றைக்குத்தான் முதல்முறையாக ஒரு தாலிபனைப் பார்த்தாள். ரஷீத், லைலா மற்றும் அஸீஸாவோடு, பாஷ்டூனிஸ்டான் சதுக்கத்தில் கூடியிருந்த ஏராளமான மக்களோடு அவளும் நின்றிருந்தாள்.

மக்கள் கழுத்தை நீட்டி எட்டிப்பார்த்துக் கொண்டிருப்பதை, சதுக்கத்தின் நடுவிலிருந்த நீலநிற அருவியைச் சுற்றி கூடியிருப்பதை, அதன் காய்ந்த படுகையில் அமர்ந்து கொண்டிருப்பதை, பழைய கிபர் உணவகத்தின் அருகிலிருந்த, அந்தச் சதுக்கம் முடியும் இடத்தைப் பார்க்க முயன்று கொண்டிருப்பதை, மரியம் பார்த்தாள்.

ரஷீத் தன்னுடைய பெருத்த உருவத்தால், அங்கு கூடியிருந்தவர்களை முட்டி நகர்த்தி, தன்னோடு தன் குடும்பத்தையும் ஒலிப்பெருக்கியில் யாரோ பேசிக்கொண்டிருந்த இடத்துக்குத் தள்ளிக்கொண்டுசென்றான்.

அஸீஸா அங்கே அதைப் பார்த்த மாத்திரத்தில் அலறிக்கொண்டு மரியத்தின் புர்காவில் முகத்தைப் புதைத்துக்கொண்டாள்.

ஒலிப்பெருக்கியில் பேசிக்கொண்டிருந்தது மெலிந்த, தாடி வைத்திருந்த, கருப்புத் தலைப்பாகை அணிந்திருந்த ஒரு இளைஞன். தற்காலிக மேடை ஒன்றின் மீது நின்று அவன் பேசினான். அவனுடைய இன்னொரு கையில் ஏவுகணை செலுத்தும் துப்பாக்கி ஒன்றை வைத்திருந்தான். அவனுக்குப் பக்கத்தில் போக்குவரத்து சமிக்ஞை விளக்குக் கம்பத்திலிருந்து

இரண்டு ஆண்கள் கயிறு கட்டி தொங்கவிடப்பட்டிருந்தார்கள். அவர்கள் ரத்தக்களரியாக இருந்தார்கள். அவர்களுடைய ஆடைகள் தாறுமாறாகக் கிழிந்திருந்தன. வீங்கிப்போயிருந்த அவர்களுடைய முகங்கள் கருநீல நிறத்திலிருந்தன.

"இடதுபுறத்தில் இருப்பவனை எனக்குத் தெரியும்" என்றாள் மரியம்.

அவர்களுக்கு முன்னால் நின்றுகொண்டிருந்த இளம்பெண்ணொருத்தி பின்னுக்குத் திரும்பி, அது நஜிபுல்லா என்றாள். இன்னொரு மனிதன் அவருடைய சகோதரன். நஜிபுல்லாவின் கொழுத்த, மீசை வைத்த முகம், சோவியத் போரின்போது, கடைகளுக்கு முன்னால் வைக்கப்பட்டிருந்த விளம்பரப் பலகைகளிலிருந்து சிரித்ததை மரியம் நினைவுகூர்ந்தாள்.

தாருலமாண் அரண்மனையின் அருகில் இருந்த ஐநா தலைமைச் செயலகத்தில், அவருடைய புகலிடத்திலிருந்து தாலிபன்கள் அவரை வெளியில் இழுத்துவந்ததாகவும், மணிக்கணக்காக சித்திரவதை செய்த பின்னர், அவருடைய கால்களைப் பாரவண்டி ஒன்றோடு சேர்த்துக்கட்டி, உயிரற்ற அவருடைய உடலைத் தெருத்தெருவாக இழுத்துச்சென்றதாகவும் மரியம் பிற்பாடு கேள்விப்பட்டாள்.

"இவன் ஏராளமான, எண்ணற்ற முஸ்லிம்களைக் கொன்றான்" என்று ஒலிப்பெருக்கியில் அலறினான் அந்த இளம் தாலிப். அவன் ஃபார்சியை பாஷ்டோ உச்சரிப்பில் பேசினான், பிறகு பாஷ்டோவிலேயே பேசத் துவங்கினான். ஒவ்வொரு வாக்கியத்துக்கும் அந்தப் பிணங்களை நோக்கி தன் ஆயுதத்தைத் திருப்பி நிறுத்தற்குறிகளை வைத்தான். "இவனுடைய குற்றங்கள் எல்லோருக்கும் தெரிந்ததுதான். அவன் ஒரு கம்யூனிஸ்ட் மற்றும் **காஃபிர்*. இஸ்லாத்துக்கு எதிரான குற்றச்செயல்களில் ஈடுபடுவோருக்கு நாங்கள் கொடுக்கும் தண்டனை இதுதான்!" என்றான்.

ரஷீத் இளித்துக்கொண்டிருந்தான்.

மரியத்தின் கரங்களில் இருந்த அஸீஸா அழத் தொடங்கினாள்.

மறுநாள், காபுலெங்கும் பாரவண்டிகள் ஓடிய மயமாக இருந்தது. கைர் கானா, ஷர்-ஏ-நௌ, கர்தே-பர்வான், வசீர் அக்பர்

கான் மற்றும் தைமானி எங்கும், சிவப்புநிற டொயாட்டா வண்டிகள் குறுக்கும்நெடுக்குமாக அலைந்தன. ஆயுதம் தாங்கிய, கருப்புத் தலைப்பாகையும் தாடியும் வைத்திருந்த மனிதர்கள் அவற்றில் அமர்ந்திருந்தனர். ஒவ்வொரு வண்டியிலிருந்தும் ஒலிபெருக்கிகள் அலறின, முதலில் ஃபார்சியிலும் பிறகு பாஷ்டோவிலும் அறிவிப்புகள் செய்யப்பட்டன. பள்ளிவாசல்களின் கூரைகளிலிருந்த ஒலிப்பெருக்களில் இருந்தும் அதே அறிவிப்புகள் ஒலித்தன, வானொலியிலும் இப்போது ஷரியத்தின் குரல் என்ற நிகழ்ச்சியில் அதுவே ஒலிபரப்பப்பட்டது. துண்டுப்பிரசுரங்களிலும் அதுவே அச்சிடப்பட்டு அவை எல்லா இடங்களிலும் விநியோகிக்கப்பட்டன. அவற்றில் ஒன்றை மரியம் தோட்டத்தில் கண்டெடுத்தாள்.

நமது தாயகம் இனி ஆஃப்கானிஸ்தான் இஸ்லாமியக் குடியரசு என்று அழைக்கப்படும். நீங்கள் கீழ்ப்படிந்து நடக்க வேண்டிய சட்டங்கள் என்று நாங்கள் வலியுறுத்துபவை பின்வருமாறு:

குடிமக்கள் அனைவரும் தினமும் ஐந்து வேளைத் தொழுகையைக் கடைபிடிக்க வேண்டும். தொழுகை நேரத்தில் நீங்கள் வேறு வேலைகள் செய்து பிடிபட்டால் அடித்து உதைக்கப்படுவீர்கள்.

எல்லா ஆண்களும் தாடி வளர்க்க வேண்டும். முகவாய்க்குக் கீழே ஒரு இறுகின முஷ்டியின் பிடியளவே சரியான அளவு. கீழ்ப்படியாதவர்கள் உதைக்கப்படுவார்கள்.

எல்லாச் சிறுவர்களும் தலைப்பாகை அணிய வேண்டும். ஒன்றாம் வகுப்பிலிருந்து ஆறாம் வகுப்புவரையிலான சிறுவர்கள் கருப்பு நிறத்திலும் அதற்கு மேலே வெள்ளை நிறத்திலும் அணிய வேண்டும். எல்லாச் சிறுவர்களும் இஸ்லாமிய ஆடைகளையே அணிய வேண்டும். சட்டையின் கழுத்துப்பட்டையின் பொத்தான்கள் பூட்டப்பட வேண்டும்.

பாடுவது தடைசெய்யப்படுகிறது.

ஆடுவது தடைசெய்யப்படுகிறது.

சீட்டு விளையாட்டு, சதுரங்க விளையாட்டு, சூதாட்டம், பட்டம் விடுதல் எல்லாம் தடைசெய்யப்படுகிறது.

புத்தகம் எழுதுவது, திரைப்படம் பார்ப்பது, படங்கள் வரைவது தடைசெய்யப்படுகிறது.

கிளி வளர்த்தால் அடிக்கப்படுவீர்கள். உங்கள் பறவைகள் கொல்லப்படும்.

திருடினால் மணிக்கட்டோடு கைகள் வெட்டப்படும். மறுமுறை பாதங்கள் வெட்டப்படும்.

நீங்கள் இஸ்லாமியரல்லவென்றால் இஸ்லாமியர்கள் பார்வையில் படுமாறு வழிபடக் கூடாது. அப்படிச் செய்பவர்கள் உதைக்கப்பட்டு சிறையில் அடைக்கப்படுவீர்கள். இஸ்லாமியரை வேற்று மதங்களுக்கு மதம் மாற்ற முயன்றால் கொல்லப்படுவீர்கள்.

பெண்களுக்கான எச்சரிக்கை:

நீங்கள் எப்போதும் உங்கள் வீடுகளிலேயே இருக்க வேண்டும். பெண்கள் தெருக்களில் இலக்கற்றுத் திரிவது சரியல்ல. அப்படி வெளியில் சென்றால் உங்களுக்குத் துணையாக ஒரு மஹ்ரம், ஒரு ஆண் உறவினர் வர வேண்டும். தனியாக சாலையில் திரிந்தால் அடித்து உதைக்கப்பட்டு வீட்டுக்கு அனுப்பப்படுவீர்கள்.

எந்த சந்தர்ப்பத்திலும் நீங்கள் உங்கள் முகத்தை வெளியில் காட்டக் கூடாது. வெளியில் வரும்போது புர்காவால் முழுவதுமாக மூடிக்கொண்டிருக்க வேண்டும். அப்படிச் செய்யவில்லையென்றால் கடுமையாக உதைபடுவீர்கள்.

ஒப்பனைப் பொருட்கள் தடைசெய்யப்படுகின்றன.

நகைகள் தடைசெய்யப்படுகின்றன.

கவர்ச்சியான ஆடைகள் அணியக் கூடாது.

உங்களிடம் யாராவது பேசினாலே தவிர நீங்களாக யாரிடமும் பேசக் கூடாது.

ஆண்களோடு பார்வைப் பரிமாற்றம் கூடாது.

பொதுவெளியில் சிரிக்கக் கூடாது. மீறினால் உதைபடுவீர்கள்.

நகங்களுக்கு வர்ணம் பூசக் கூடாது. பூசினால் விரலை இழக்க வேண்டியிருக்கும்.

சிறுமிகள் பள்ளிக்குச் செல்வது தடைசெய்யப்படுகிறது. பெண்களுக்கான பள்ளிகள் அத்தனையும் உடனடியாக மூடப்படும்.

பெண்கள் பணிக்குச் செல்வது தடைசெய்யப்படுகிறது.

சோரம்போனது நிரூபிக்கப்பட்டால் சாகும்வரைக்கும் கல்லால் அடிக்கப்படுவீர்கள்.

கவனியுங்கள். நன்றாகக் கவனியுங்கள். கீழ்ப்படியுங்கள். அல்லா-ஹு-அக்பர்.

ரஷீத் வானொலியை அணைத்தான். நஜிபுல்லாவின் சடலம் கயிற்றில் தொங்கவிடப்பட்டதைப் பார்த்த நாளிலிருந்து ஒரு வாரமாகியிருந்தது. அவர்கள் வரவேற்பறைத் தரையிலமர்ந்து இரவுணவு உண்டு கொண்டிருந்தார்கள்.

"மக்கட்தொகையில் பாதியை வீட்டில் அமர்த்தி ஒன்றும் செய்ய விடாமல் தடுக்க முடியாது" என்றாள் லைலா.

"ஏன் முடியாது?" என்றான் ரஷீத். மரியம் அவன் சொன்ன இந்த ஒரு விஷயத்தை மட்டும் மறுப்பின்றி ஒத்துக்கொண்டாள். அவனே அதை அவளிடமும் லைலாவிடம் நடத்திக்காட்டியிருக்கும்போது ஒப்புக்கொள்ளாமலிருக்க முடியுமா? லைலாவும் இதை அறிவாளே.

"இது ஒன்றும் கிராமம் இல்லை. இது *காபுல்*. இங்கே பெண்கள் மருத்துவமும் சட்டமும் பழகியிருக்கிறார்கள். அரசு அலுவலகப் பணிகளில் இருந்திருக்கிறார்கள்."

ரஷீத் பல்லைக் காட்டினான். "கவிதை-வாசிக்கும் பல்கலைக்கழகத்து ஆளின் திமிர் பிடித்த மகளாய், நகர்ப்புறத்தைச் சேர்ந்த தஜிக்காய் பேசுகிறாய். இதென்ன தாலிபன்கள் அறிமுகப்படுத்திவிட்ட புதிய விஷயம் என்று நினைத்துவிட்டாயா? காபுலில், உன்னுடைய அருமையான சிறிய வீட்டிற்கு வெளியில் வந்து எப்போதாவது வாழ்ந்திருக்கிறாயா என்னுடைய *குல்?* என்றைக்காவது உண்மையான ஆஃப்கானிஸ்தானின் பக்கம், அதன் தெற்கு, கிழக்கு பகுதிகளுக்குப் போனதுண்டா அல்லது பாகிஸ்தான் நாடோடிகளின் எல்லைகளின் புறமாகப் பார்த்ததுண்டா? இல்லையல்லவா? ஆனால், நான் பார்த்திருக்கிறேன். எனக்குத் தெரியும். கேட்டுக்கொள், இந்த நாட்டின் பல பகுதிகளில் மக்கள் இதேபோல, கிட்டத்தட்ட இதுபோலதான் எப்போதுமே வாழ்ந்துவந்திருக்கிறார்கள். உனக்குத் தெரியாவிட்டால் அப்படியல்ல என்றாகிவிடாது."

"நான் நம்ப மாட்டேன். அவர்கள் தீவிரமாக இருப்பதாக எனக்குத் தெரியவில்லை."

"தாலிபன் நஜிபுல்லாவுக்குச் செய்தது தீவிரமானது என்றுதான் எனக்குத் தோன்றுகிறது. என்ன சொல்கிறாய்?"

"அவர் ஒரு கம்யூனிஸ்ட். ரகசிய காவலர்களின் தலைவராக இருந்தவர்."

ரஷீத் சிரித்தான்.

அந்தச் சிரிப்பில் மரியம் கேட்டது: தாலிபனைப் பொறுத்தமட்டில், கம்யூனிஸ்ட்டாகவும் பயங்கரமான KHAD-யின் தலைவராகவும் இருந்தவரான நஜிபுல்லாவின் குற்றத்தின் அளவு, ஒரு பெண்ணாக இருப்பதன் குற்றத்தைவிட, *சற்று கூடுதலானது மட்டுமே.*

★ ஜாடே மைவாண்ட் – காபுலின் முக்கிய கடைவீதி

★ காஃபிர் – முஸ்லிம் அல்லாதவர்

38

லைலா

தாலிபன்கள் அவர்களுடைய வேலையைக் காட்டத் துவங்கியதைப் பார்க்க பாபி இல்லாமல்போனது நல்லதுதான் என்று லைலா நினைத்தாள். அது அவரை முடக்கியிருக்கும்.

கைகளில் கோடரியுடன் காபுல் அருங்காட்சியகத்தை முற்றுகையிட்டவர்கள், முஜாஹிதீன்களின் சூறையாடலுக்குத் தப்பியிருந்த, இஸ்லாத்தின் வருகைக்கு முன்னர் நிர்மாணிக்கப்பட்ட சிலைகளையெல்லாம் உடைத்து நொறுக்கினார்கள். பல்கலைக்கழகம் மூடப்பட்டு, மாணவர்கள் வீட்டுக்கு அனுப்பப்பட்டனர். சுவர்களில் இருந்த ஓவியங்கள் கத்தியால் கிழிக்கப்பட்டுக் கந்தலாக்கப்பட்டன. தொலைக்காட்சித் திரைகள் உதைபட்டன. குரானைத் தவிர மற்ற புத்தகங்கள் குவியலாக எரிக்கப்பட்டன, அவற்றை விற்பனைசெய்த கடைகள் மூடப்பட்டன. கலீலி, பஜ்வாக், அன்சாரி, ஹாஜி தெஹ்ரகான், அஷ்ரக்கி, பேதாப், ஹஃபேஸ், ஜாமி, நிஜாமி, கய்யாம், பேதெல் ஆகியோரின் கவிதைகளும் இன்னமும் பலருடையதும் தீக்கிரையாகின.

நமாஸ், தொழுகையைத் தவற விட்டதாகக் குற்றஞ்சாட்டப்பட்ட ஆண்கள், தெருவில் இழுத்துவரப்பட்டு பள்ளிவாசல்களுக்குள் எறியப்படுவதாக லைலா கேள்விப்பட்டாள். சிக்கன் ஸ்ட்ரீட்டின் அருகிலிருக்கும் மார்கோ போலோ உணவகம் விசாரணை அலுவலகமாக மாற்றப்பட்டிருப்பதாக அவள் அறிந்தாள். கருப்புச் சாயம் பூசப்பட்ட அதன் சன்னல்களின் பின்னாலிருந்து சமயங்களில் அலறல்கள் கேட்டதாம். மழுங்க-மழித்திருந்த முகங்களைப் பிடித்து ரத்தக்களரியாக்குவதற்காகத்

தாலிபான் கண்காணிப்புப்படைகள் டொயோட்டா வண்டிகளில் எல்லா இடங்களிலும் ரோந்துசென்றனர்.

திரையரங்குகளையும், சினிமா பார்க்கையும், அரியனா, அர்யுப் எல்லாவற்றையும் மூடிவிட்டார்கள். ஒளிபரப்பு அறைகள் சூறையாடப்பட்டுப் படச்சுருள்கள் தீக்கிரையாக்கப்பட்டன. அவளும் தாரிக்கும் அந்தத் திரையரங்குகளில் பார்த்த ஹிந்தி திரைப்படங்களையும், அவற்றின் நாடகீயமான காதலர்களையும், அவர்கள் விதிவசத்தால் பிரிவதையும், அதிலொருவர் எங்கோ அயல்தேசத்தில் இருக்க மற்றவருக்கு பலவந்தமாகத் திருமணம் செய்துவைக்கப்படுவதையும், அந்த அழுகையையும், சாமந்தித் தோட்டங்களில் பாடப்படும் பாடல்களையும், மீண்டும் சேர்வதற்கான ஏக்கத்தையும், எல்லாவற்றையும் நினைவுகூர்ந்தாள் லைலா. அவள் அதையெல்லாம் பார்த்து அழுவதைக் கண்டு தாரிக் சிரித்ததும் அவளுக்கு நினைவிருந்தது.

"என் அப்பாவின் திரையரங்கை என்ன செய்தார்களோ தெரியவில்லை. ஒருவேளை அது இன்னமும் இருந்து, அவருக்குச் சொந்தமாகவும் இருந்தால்" என்றாள் மரியம்.

காபுலின் பழம்பெரும் இசைக்குழுவின் வாய் அடைக்கப்பட்டது. இசைக்கலைஞர்கள் உதைக்கப்பட்டு சிறையிலடைக்கப்பட்டார்கள், அவர்களுடைய *ரூபப், தம்பூரா* மற்றும் ஹார்மோனியம்கள் மிதித்து நசுக்கப்பட்டன. தாரிக்கின் பிரிய பாடகன் அஹமத் சாஹிரின் கல்லறைக்குச் சென்ற தாலிபன்கள் அவருடைய புதைகுழிக்குள் துப்பாக்கியால் சுட்டனர்.

"அவர் இறந்துபோய் இருபது வருடங்களாகிவிட்டன. ஒருமுறை செத்தால் போறாதா?" என்றாள் லைலா மரியத்திடம்.

தாலிபன்கள் குறித்து ரஷீத் பெரிதாக அலட்டிக்கொள்ளவில்லை. அவன் செய்ய வேண்டியிருந்ததெல்லாம் தாடி வளர்ப்பது - அதை அவன் முன்னமே வைத்திருந்தான், பள்ளிவாசலுக்குப் போவது - அதையும் அவன் செய்துவந்தான். கிறுக்குப்பிடித்த ஒன்றுவிட்ட சகோதரன் ஒருவனின், எதிர்பாராத, பைத்தியக்காரத்தனமான செயல்களை, ஊழல்களை, எதிர்கொள்வதுபோல அவன் தாலிபனை ஆச்சரியம் கொண்ட மனநிலையோடும் மன்னித்துவிடும் எண்ணத்தோடும்தான் கவனித்தான்.

ஒவ்வொரு புதனன்றும் *ஷரியாவின் குரலில் தண்டனைக் குற்றவாளிகளாக அறிவிக்கப்படும் பெயர்களைக் கவனமாகக் கேட்பான். பிறகு, வெள்ளிக்கிழமைகளில் காஃஜி அரங்கத்துக்கு பெப்சி போத்தல் ஒன்றை வாங்கிக்கொண்டு சென்று வேடிக்கைபார்ப்பான். படுக்கையில் படுத்துக்கொண்டு, விசித்திரமான வெற்றிப் பெருமிதத்துடன், அவன் பார்த்த கசையடிகளை, வெட்டுகளை, தூக்கில் இடப்பட்டவற்றை, துண்டிக்கப்பட்டவற்றைப் பற்றியெல்லாம் லைலாவிடம் விவரிப்பான்.

ஓரிரவு, சுருள்சுருளாகப் புகைவிட்டுக்கொண்டிருந்த ரஷீத், "இன்றைக்கு ஒருவன் தன் சகோதரனைக் கொன்றவனின் கழுத்தை வெட்டியதைப் பார்த்தேன்" என்றான்.

"காட்டுமிராண்டிகள்" என்றாள் லைலா.

"அப்படியா சொல்கிறாய்? எதனோடு ஒப்பிட்டுச்சொல்கிறாய்? சோவியத், பல்லாயிரம் மக்களைக் கொன்றது. காபுலில் மட்டும் இந்த நான்கு வருடங்களில் முஜாஹிதீன்கள் கொன்ற நபர்களின் எண்ணிக்கை தெரியுமா உனக்கு? ஐம்பதாயிரம். ஐம்பதாயிரம்! அதோடு ஒப்பிட்டுப்பார்த்தால் ஒருசில திருடர்களின் கரத்தை வெட்டுவது முட்டாள்தனமா? கண்ணுக்கு கண், பல்லுக்குப் பல். இது குரானில் இருக்கிறது. அதிருக்கட்டும், இதற்குப் பதில் சொல், அஸீஸாவை யாரோ கொன்றுவிடுகிறார்கள் என்று வை. நீ அவர்களைப் பழிவாங்க நினைக்க மாட்டாயா?"

லைலா அவனைக் கடும்வெறுப்போடு பார்த்தாள்.

"நான் உனக்குப் புரியவைக்க முயல்கிறேன்" என்றான் அவன்.

"நீயும் அவர்களைப் போன்றவன்தான்."

"அஸீஸாவுடைய விழிகளின் நிறம் ரொம்ப சுவாரஸ்யமானது. அந்த நிறம் எனக்குமில்லை உனக்குமில்லை. இல்லையா?"

ரஷீத் உருண்டு, அவளைப் பார்க்கத் திரும்பினான். அவளுடைய தொடையில் தன் ஆள்காட்டிவிரலின் கோணல் நகத்தால் சுரண்டினான்.

"விளக்கமாகச் சொல்கிறேன் கேள். எனக்குத் தோன்றினால் - அப்படிச் செய்வேன் என்று சொல்லவில்லை, ஆனால் செய்யலாம் -

நான் தாலிபனிடம் சென்று எனக்கு உன்மீது சந்தேகம் இருப்பதாகச் சொல்லலாம் தெரியுமா? அவ்வளவுதான். அவர்கள் யார் பேச்சை நம்புவார்கள் என்று நினைக்கிறாய்? உன்னை என்ன செய்வார்கள் தெரியுமா?"

"லைலா தன் தொடையை அவனிடமிருந்து இழுத்துக்கொண்டாள்."

"நான் அப்படியெல்லாம் செய்ய மாட்டேன். செய்யவே மாட்டேன். சே சே. உனக்கு என்னைப் பற்றித் தெரியாதா என்ன?"

"நீ கீழ்த்தரமானவன்."

"அது ரொம்ப பெரிய வார்த்தை. இதுதான் உன்னிடம் எனக்கு எப்போதுமே பிடிக்காத விஷயம். நீ சிறியவளாக, அந்த நொண்டியுடன், உன்னுடைய புத்தகங்கள், கவிதைகள் என்று சுற்றிக்கொண்டிருந்தபோதும் உன்னை நீயே பெரிய புத்திசாலியென்று நினைத்துக்கொண்டுதான் இருந்தாய். இப்போது உன்னுடைய அறிவால் உனக்கு என்ன பயன்? உன்னைத் தெருவில் இறங்கி பிச்சையெடுக்கவிடாமல் காப்பது நானா? உன் புத்திசாலித்தனமா? நான் கீழ்த்தரமானவனா? இந்த நாட்டின் பாதிப் பெண்கள் என்னைப் போன்ற ஒரு கணவன் கிடைப்பதற்காகக் கொலைகூட செய்வார்கள். நிச்சயமாகக் கொல்லத் தயங்க மாட்டார்கள்."

அவன் புரண்டு கூரையை நோக்கி புகையை விட்டான்.

"உனக்குப் பெரிய வார்த்தைகள்தானே பிடிக்கும். சரி இந்தா ஒரு பெரிய வார்த்தை: சிந்தனை. நான் இங்கே செய்வது அதைத்தான் லைலா. உன்னுடைய சிந்தனைத்திறனை நீ தொலைத்துவிடாமல் நான் பாதுகாக்கிறேன். "

ரஷீத் சொன்ன ஒவ்வொரு வார்த்தையும் உண்மை என்பதையுணர்ந்து லைலாவின் வயிறு அன்றிரவு முழுக்கக் கலங்கியது.

ஆனால் காலையிலும் அதற்குப் பிறகு வந்த ஏராளமான காலை வேளைகளிலும் அந்த வயிற்றுப் பிரட்டல் அப்படியே இருந்தது. பிறகு மோசமானது, பின்னர் விருப்பமற்ற முறையிலென்றாலும், அது பழகிப்போனது.

மேகமூட்டமான, குளிரான ஒரு மதியத்தில், லைலா தன் படுக்கையறைத் தரையில் மல்லாந்திருந்தாள், மரியம் அவளுடைய அறையில் அஸீஸாவுடன் உறங்கிக்கொண்டிருந்தாள்.

கைவிடப்பட்ட மிதிவண்டியின் சக்கரத்திலிருந்து குறடினால் பிடுங்கி எடுக்கப்பட்ட கம்பியொன்று லைலாவின் கைகளில் இருந்தது. பல வருடங்களுக்கு முன்பு தாரிக்கும் அவளும் முத்தமிட்டுக்கொண்ட அந்த குறுக்குச்சந்தில் அவள் அதைக் கண்டெடுத்தாள். கால்களை அகல விரித்து வைத்துக்கொண்டு வாயால் மூச்சை இழுத்துக்கொண்டு அவள் நெடுநேரம் அப்படியே தரையில் கிடந்தாள்.

கருவில் அஸீஸா இருக்கிறாளோ என்று சந்தேகித்த நொடி முதலே லைலா அவளை ஆராதித்திருந்தாள். அப்போது இந்த நிச்சயமின்மையும் சந்தேகமும் துளியளவேனும் இருக்கவில்லை. தன்னுடைய குழந்தையைத் தன்னால் நேசிக்க முடியுமா என்று ஒரு தாயே சந்தேகப்படுவது எவ்வளவு கொடுமையானது. இயற்கைக்கு முரணானதல்லவா அது. ஆனாலும், வியர்வை பிசுபிசுத்த அவளுடைய கையில், உள்ளே நுழைக்கத் தோதாக அந்தக் கம்பியை வைத்துக்கொண்டு, தரையில் கிடந்தவாறு அவள் யோசித்தாள்: தாரிக்கின் குழந்தையை நேசித்ததுபோல ரஷீதின் குழந்தையைத் தன்னால் நேசிக்க முடியுமா?

இறுதியில், லைலாவால் அதைச் செய்ய முடியவில்லை.

ரத்தப்போக்கினால் தான் சாக நேரலாம் என்பதோ அந்தக் காரியம் கடுங்குற்றம் என்பதோ - அது குறித்து அவளுக்கு மாற்றுக்கருத்துகள் இருந்தன - காரணமல்ல. அவள் அந்தக் கம்பியைத் தூர எறிந்ததற்குக் காரணம், முஜாஹிதீன்கள் மிகச் சாதாரணமாகச் சொல்லும் ஒரு விஷயத்தை அவள் ஏற்றுக்கொள்ள மறுத்தாள் என்பதுதான்: போரில் சிலசமயங்களில் அப்பாவி உயிர்களும் பலியாகத்தான் செய்யும் என்பதுதான் அது. அவளுடைய போர் ரஷீதுக்கு எதிரானது. குழந்தை குற்றமற்றது. மேலும், முன்னமே அங்கு படுகொலைகளுக்குப் பஞ்சமில்லாமல் இருந்தது. எதிரிகள் ஒருவரையொருவர் தாக்கிக்கொள்ளும்போது நடுவில் மாட்டிக்கொள்ளும் அப்பாவி உயிர்கள் பலியாவதை அவள் நிறையவே பார்த்துவிட்டாள்.

★ ஷரியாவின் குரல் – இஸ்லாமிய, வானொலி நிகழ்ச்சி

39

மரியம்
செப்டெம்பர் 1997

"இந்த மருத்துவமனையில் இனி பெண்களுக்கு மருத்துவம் செய்யப்பட மாட்டாது" காவலாளி வெடுக்கென்று குரைத்தான். மலாலாய் மருத்துவமனையின் உச்சிப்படியில் நின்றுகொண்டு, முகப்பில் கூடியிருந்த கூட்டத்தை அவன் எரிச்சலோடு பார்த்துக்கொண்டிருந்தான்.

கூட்டத்திலிருந்து ஏங்கொலியொன்று உரக்க எழும்பியது.

"ஆனால், இது பெண்களுக்கான மருத்துவமனை அல்லவா?" மரியத்தின் பின்னால் நின்றிருந்த பெண்ணொருத்தி குரல் கொடுத்தாள். ஆமோதிக்கும் குரல்கள் எழும்பின.

ஒரு கையிலிருந்த அஸீஸாவை அடுத்த கைக்கு மாற்றிக்கொண்ட மரியம், ரஷீதின் கழுத்தைச் சுற்றிப்பிடித்துக்கொண்டு, முனகிக்கொண்டிருந்த லைலாவைத் தாங்கிக்கொண்டாள்.

"இனிமேல் அப்படியல்ல" பதில் சொன்னான் தாலிப்.

"என் மனைவிக்கு பிரசவவலி கண்டிருக்கிறது. அவள் இங்கே தெருவிலேயே பிள்ளையைப் பெற்றாக வேண்டுமா சகோதரா?" தடித்த மனிதனொருவன் கத்தினான்.

அந்த வருடத்தின் ஜனவரியிலேயே அறிவிப்பைக் கேட்டிருந்தாள் மரியம். ஆண்களுக்கும் பெண்களுக்கும் இனி தனித்தனி மருத்துவமனைகளில் மருத்துவம் செய்யப்படுமென்றும், காபுலின் மருத்துவமனைகளில் பணிபுரியும் அத்தனைப் பெண்களும் இனி

மைய மருத்துவமனையொன்றில் பணியமர்த்தப்படுவார்கள் என்றும் அவர்கள் அப்போது சொன்னதை யாரும் நம்பவில்லை. நிகழ்வு நாளது வரைக்கும் தாலிபன் அந்தக் கொள்கையை நடைமுறைப்படுத்தவில்லை.

“அப்படியென்றால், அலிஅபத் மருத்துவமனை?” இன்னொருவன் கேட்டான்.

காவலாளி தலையசைத்தான்.

“வசீர் அக்பர் கான்?”

“ஆண்களுக்கானது.”

“இப்போது நாங்கள் என்ன செய்வது?”

“ராபியா பல்கிக்குச் செல்லுங்கள்.”

இளம் பெண்ணொருத்தி கிளம்பத் தலைப்பட்டாள். அதற்கு முன்பே அங்கு வந்திருப்பதாகச் சொன்ன அவள், “இங்கே சுத்தமான நீரில்லை, பிராணவாயு இல்லை, மருந்து, மின்சாரம் இல்லை. எதுவுமேயில்லை” என்றாள்.

“அங்கேதான் நீங்கள் போக வேண்டும்” காவலாளி இரைந்தான்.

இப்போது இன்னமும் அதிகமாக முனகல்களும், ஏங்கொலியும், கதறல்களும், வசவுகளும் கேட்டன. யாரோ கல்லெறிந்தார்கள்.

அந்த தாலிப் தன்னுடைய கலஷ்நிகோவை உயர்த்தி காற்றில் சுட்டான். இன்னொருவன் சாட்டையை வீசிக்காட்டினான்.

கூட்டம் வேகமாக இடத்தைக் காலிசெய்தது.

ராபியா பல்கியின் காத்திருப்பு அறை புர்கா அணிந்த பெண்களாலும் அவர்களது குழந்தைகளாலும் நிரம்பிவழிந்தது. குளிக்காத தேகங்களின் வாடையோடு, பாதங்களின் நாற்றமும், வியர்வையும், சிகரெட்டுப்புகையும், சிறுநீர் மற்றும் கிருமிநாசினியின் நெடியும் காற்றில் கலந்திருந்தது. ஓடாத அந்த மின்விசிறிக்குக் கீழே குழந்தைகள் ஒருவரையொருவர் துரத்திக்கொண்டும், உறங்கிக்கொண்டிருந்த அவர்களுடைய தகப்பன்மாரின் கால்களைத் தாண்டிக் குதித்துக்கொண்டும் இருந்தனர்.

அயல்தேச வரைபடங்களின் வடிவங்களில், காரை உரிந்திருந்த சுவரில் சாய்ந்தமர லைலாவுக்கு மரியம் உதவினாள். லைலா தன் கைகளால் வயிற்றை அமுக்கிப் பிடித்துக்கொண்டு முன்னும் பின்னுமாக ஆடினாள்.

"உறுதியளிக்கிறேன் லைலா ஜோ, அவர்கள் உன்னை முதலில் கவனித்துவிட ஏற்பாடு செய்கிறேன்" என்றாள் மரியம்.

"சீக்கிரம் செய்" என்றான் ரஷீத்.

பெயர்ப்பதிவு செய்யுமிடத்தில் திரண்டிருந்த பெண்கள் ஒருவரையொருவர் உரசிக்கொண்டும் தள்ளிக்கொண்டும் இருந்தார்கள். சிலருடைய கைகளில் குழந்தைகள் இருந்தன. சிலர் கும்பலிலிருந்து வெளியேறி சிகிச்சை நடக்கும் அறைக்குச் செல்லும் இரட்டைக் கதவுகளை நோக்கிச் சென்றார்கள். ஆயுதமேந்திய தாலிப் ஒருவன் அவர்களின் வழியை மறித்துத் திருப்பி அனுப்பிக்கொண்டிருந்தான்.

மரியம் கூட்டத்தினுள்ளே புகுந்தாள். பாதங்களின் முற்பகுதியை உயர்த்திக்கொண்டு அந்நியர்களின் முழங்கைகள், இடுப்புகள், தோள்பட்டைகளின் ஊடாக முன்னேறினாள். யாருடைய கையோ அவள் முகத்தை ஆவேசமாகப் பற்றியது. அவள் அதைச் சட்டென்று தள்ளிவிட்டாள். முந்திச்செல்வதற்காக அவளுடைய நகங்களால் கழுத்துகளை, கைகளைக் கீறினாள், மயிரைப் பிடித்திழுத்தாள், அருகில் இருந்த பெண்ணொருத்தி சீறியபோது இவளும் பதிலுக்குச் சீறினாள்.

ஒரு தாய் செய்ய வேண்டியிருக்கும் தியாகங்களை எண்ணிப்பார்த்தாள் மரியம். நாகரிகமாக நடந்துகொள்ள இயலாமல்போவதும் அதிலொன்று. நாணாவையும் அவள் செய்த தியாகங்களையும் மரியம் வேதனையுடன் நினைத்துப்பார்த்தாள். அவளை யாருக்காவது கொடுத்திருக்கக்கூடிய, அல்லது எங்காவது சாக்கடையில் எறிந்திருக்கக்கூடிய, ஆனால் அப்படிச் செய்துவிடாத நாணா. ஒரு *ஹராமியைச்* சுமந்த, அவளைச் சுற்றி தன் வாழ்க்கையை அமைத்துக்கொண்ட, அவளை வளர்க்கும் அவமானத்தை ஏற்றுக்கொண்டு தன்னால் இயன்றவரையில் அவளை நேசிக்கவும் செய்த நாணா. ஆனால், இறுதியில் நாணாவா ஜலீலா என்று வந்தபோது அவள் ஜலீலை அல்லவா தேர்ந்தெடுத்துவிட்டாள்? கைகலப்பு நடந்துகொண்டிருந்த அந்தக் கூட்டத்தில், முன்னேறிப் போய்விடுவதற்காக அடாவடித்தனம் செய்துகொண்டிருந்த அந்த சமயத்திலும், நாணாவுக்கு தானொரு நல்ல மகளாக

நடந்துகொண்டிருக்கலாம் என்று நினைத்து ஏங்கிக்கொண்டிருந்தாள் மரியம். தாய்மையைப் பற்றி அவள் இவ்வளவு தாமதமாகப் புரிந்துகொண்டிருப்பதை முன்னரே புரிந்துகொண்டிருந்தால் நன்றாக இருந்திருக்கும் என்று நினைத்தாள்.

அழுக்கான, சாம்பல் நிற புர்கா அணிந்திருந்த செவிலி ஒருத்தியின் முகத்துக்கு நேரே போய் நின்றுகொண்டாள் மரியம். அவளோ, புர்காவின் தலைத்துணியில் ரத்தம் தோய்ந்திருந்த இளம் பெண்ணொருத்தியிடம் பேசிக்கொண்டிருந்தாள்.

"என் மகளுக்குப் பனிக்குடம் உடைந்துவிட்டது. ஆனால் பிரசவவலி எடுக்கவில்லை" மரியம் கூவினாள்.

"நான் அவளிடம் பேசிக்கொண்டிருக்கிறேன் அல்லவா. உன் முறை வரும்வரை காத்திரு." அந்த இளம்பெண் இரைந்தாள்.

கொல்பாவைச் சுற்றி காற்றிலாடும் நாணல்புற்களைப் போல மொத்தக் கூட்டமும் இப்படியும் அப்படியுமாக அசைந்தது. மரியத்தின் பின்னால் நின்றிருந்த பெண்ணொருத்தி தன்னுடைய மகள் மரத்திலிருந்து விழுந்து கையை முறித்துக்கொண்டிருப்பதாக ஓலமிட்டாள். இன்னொருத்தி தனக்கு பேதியாகிக் கொண்டிருக்கிறதென்று கதறினாள்.

"அவளுக்கு ஜுரமடிக்கிறதா" என்று கேட்டாள் செவிலி. தன்னிடம்தான் அவள் கேட்கிறாள் என்பதே சற்று தாமதமாகத் மரியத்துக்குப் புரிந்தது.

"இல்லை" என்றாள் மரியம்.

"ரத்தப்போக்கு?"

"இல்லை."

"அவள் எங்கே இருக்கிறாள்?"

ரஷீதின் அருகில் அமர்ந்திருந்த லைலாவை மூடாக்கிட்டிருந்த தலைகளுக்கு மேலாகச் சுட்டிக்காண்பித்தாள் மரியம்.

"அவளை நாங்களே வந்து பார்ப்போம்."

"எப்போது?" மரியம் இரைந்தாள். யாரோ அவளது தோளைப்பற்றி பின்னுக்கு இழுத்தார்கள்.

"தெரியவில்லை" என்றாள் செவிலி. அங்கு இரண்டு மருத்துவர்கள் மட்டுமே இருப்பதாகவும் இருவருமே அறுவை சிகிச்சை செய்துகொண்டிருப்பதாகவும் அவள் சொன்னாள்.

"அவள் வலியால் துடிக்கிறாள்" என்றாள் மரியம்.

"நானும்தான். உன்னுடைய முறை வரும்வரை காத்திரு." தலையில் ரத்தக்காயத்துடன் இருந்தவள் அலறினாள்.

மரியம் பின்னுக்கு இழுக்கப்பட்டாள். செவிலியைப் பார்க்க முடியாமல் அவள் பார்வையைத் தோள்களும் தலைகளின் பின்புறங்களும் மறைத்தன. ஏதோ ஒரு குழந்தையின் பால்கவிச்சி ஏப்பம் காற்றில் வீசியது.

"அவளை நடக்கவை" செவிலி இரைந்தாள். "காத்திரு."

இருட்டிய பிறகுதான் செவிலி அவர்களை உள்ளே அழைத்துச்சென்றாள். பிரசவ அறையில் இருந்த எட்டு கட்டில்களின் மீதும் பெண்கள் முக்கிக்கொண்டு கிடந்தார்கள். உடல் முழுவதையும் மூடிக்கொண்டிருந்த செவிலிகள் அவர்களைக் கவனித்துக்கொண்டிருந்தார்கள். அவர்களில் இருவர் பிரசவித்துக்கொண்டிருந்தார்கள். படுக்கைகளுக்கு இடையில் திரைகள் ஏதுமில்லை. சமீபத்தில்தான் யாரோ கருப்பு வர்ணம் தீட்டியிருந்த சன்னலுக்குக் கீழே, அறையின் மூலையில், லைலாவுக்குப் படுக்கை கிடைத்தது. அருகில் காய்ந்து காரைபெயர்ந்துபோயிருந்த ஒரு கழுவுத் தொட்டியும் அதற்கு மேலாக இருந்த கொடியில் கறைகளோடிருந்த, அறுவை சிகிச்சைக் கையுறைகளும் தொங்கின. அறையின் நடுவில் ஒரு அலுமினிய மேசை கிடந்ததை மரியம் பார்த்தாள். அதன் மேல்தட்டில் அடுப்புக்கரியின் நிறத்தில் கம்பளி ஒன்று கிடந்தது: கீழ் அடுக்கு காலியாக இருந்தது.

மரியம் கவனிப்பதைப் பார்த்த அங்கிருந்த பெண்களுள் ஒருத்தி, "பிழைத்துக்கொண்டவற்றை மேல்தட்டில் போடுவோம்" என்றாள் களைப்பாக.

கருநீல புர்கா அணிந்திருந்த அந்த மருத்துவர் சிறிய உருவமும் ஒரு பறவையைப் போன்ற அவசரச் செயல்பாடுகளும் கொண்ட பெண்ணாகவும் இருந்தார். அவர் பேசிய வார்த்தைகள் ஒவ்வொன்றும் பொறுமையற்றும் அவசரமாகவும் ஒலித்தது.

“முதல் குழந்தை” அதைக் கேள்வியாக அல்லாமல் வாசகமாகச் சொன்னார்.

“இரண்டாவது” என்றாள் மரியம்.

லைலா பக்கவாட்டில் உருண்டு ஓலமிட்டாள். அவளுடைய விரல்கள் மரியத்தின் விரல்களை இறுக்கின.

“முதல் பிரசவத்தில் பிரச்சினைகள் ஏதும்?”

“இல்லை.”

“நீ அம்மாவா?”

“ஆம்.”

தன்னுடைய புர்காவின் வயிற்றுப் பகுதியை உயர்த்தி, கூம்பு வடிவ உலோகக்கருவி ஒன்றை எடுத்த மருத்துவர் லைலாவின் புர்காவை உயர்த்தி கருவியின் அகலமான பகுதியை அவளுடைய வயிற்றிலும் குறுகிய பகுதியைத் தன் காதிலும் வைத்தார். அவர் கிட்டத்தட்ட ஒரு நிமிடம்போல கவனித்துக் கேட்டார், வெவ்வேறு பகுதிகளில் அதை வைத்து மறுபடியும் மறுபடியும் கவனித்தார்.

“ஹம்ஷிரா நான் குழந்தையைத் தொட்டுப்பார்க்க வேண்டும்.”

கழுவுதொட்டிக்கு மேலே இருந்த கொடியிலிருந்து எடுத்த கையுறையை மாட்டிக்கொண்டார். லைலாவின் வயிற்றில் ஒரு கையை வைத்து அழுத்தி இன்னொன்றை உள்ளே நுழைத்தார். லைலா துடித்தாள். முடிந்ததும் மருத்துவர் கையுறைகளைத் தாதியிடம் கொடுக்க அவள் அதை அலசி மறுபடியும் கொடியில் போட்டாள்.

“உன் மகளுக்கு சிசேரியன் செய்ய வேண்டும். அப்படியென்றால் என்ன தெரியுமா? அவளுடைய கருப்பையைத் திறந்து குழந்தையை வெளியில் எடுப்பது, ஏனென்றால் குழந்தை குறுக்கில் கிடக்கிறது.”

“எனக்குப் புரியவில்லை.”

குழந்தை சரியான வாட்டத்தில் இல்லையென்றும், அதனால் தானாக வெளியில் வர இயலாதென்றும் விளக்கியவர், அதோடு ஏற்கெனவே நிறைய நேரம் விரயமாகிவிட்டதால் உடனடியாக அறுவை சிகிச்சை அரங்குக்குச் சென்றாக வேண்டுமென்றும் சொன்னார்.

துயரார்ந்த முகத்துடன் ஆடிய லைலாவின் தலை ஒரு பக்கமாய்ச் சரிந்தது.

"உன்னிடம் ஒன்று சொல்லியாக வேண்டும்" என்றார் மருத்துவர். அவர் மரியத்தின் அருகில் சென்று இன்னமும் குனிந்து மெல்லிய ரகசியக் குரலில் பேசினார். மன்னிப்புகோரும் தொனி ஒன்று அவருடைய குரலில் இருந்தது.

"என்ன பேசிக்கொள்கிறீர்கள்?" லைலா முனகினாள். "குழந்தைக்கு ஒன்றுமில்லையே?"

"ஆனால், அவளால் அதை எப்படித் தாங்கிக்கொள்ள முடியும்?" என்றாள் மரியம்.

அந்தக் குரலில் இருந்த குற்றச்சாட்டை, அவளுடைய தொனியின் மாற்றத்தில் கண்டுகொண்டார் மருத்துவர்.

"எனக்கென்ன அப்படிச் செய்ய ஆசையா? நான் என்ன செய்ய வேண்டுமென்று நினைக்கிறீர்கள்? தேவையானதை அவர்கள் கொடுப்பதில்லையே. இங்கே எக்ஸ்-ரே கருவி இல்லை, உறிஞ்சுகருவி, பிராணவாயு, சாதாரண ஆன்டிபயாடிக்குகள் எதுவுமே இல்லை. அரசு-சாரா நிறுவனங்கள் பணம் கொடுக்க வந்தால் தாலிபன்கள் அவர்களை விரட்டிவிடுகிறார்கள். அப்படியும் இல்லையென்றால் ஆண்களுக்கு சிகிச்சையளிக்கும் இடத்துக்குத் திருப்பிவிட்டுவிடுகிறார்கள்."

"டாக்டர் சாஹிப், இவளுக்குக் கொடுக்க உங்களிடம் கொஞ்சம் கூட இல்லையா?"

"என்ன நடக்கிறது?" லைலா முனகினாள்.

"நீ வேண்டுமானால் மருந்து வாங்கித்தரலாம் ஆனால்..."

"நீங்கள் அதன் பெயரை எழுதித்தாருங்கள். நான் சென்று அதை வாங்கிவருவேன்."

புர்காவினுள்ளிருந்து அவர் தலையை அசைத்தார் "அதற்கெல்லாம் நேரமில்லை. முதலில் அருகில் இருக்கும் எந்த மருந்துக்கடையிலும் அது இல்லை. அதனால், இந்தப் போக்குவரத்து நெரிசலினூடே ஒவ்வொரு இடமாக இந்த நகரையே நீ சுற்ற வேண்டிவரலாம், அப்படியும் மருந்து

கிடைக்கும் என்று உத்திரவாதமில்லை. இப்போதே மணி எட்டரை ஆகிவிட்டது. அதனால், நீ ஊரடங்குச் சட்டத்தை மீறியதற்காகக் கைதுசெய்யப்படலாம். அப்படியே மருந்து கிடைத்தாலும் அதற்கான விலையை உன்னால் கொடுக்க முடியாமல்போகலாம். இப்படி ஒருத்தி அல்லாடிக்கொண்டிருக்கும்போது நீ வேறெங்கோ போராடிக்கொண்டிருப்பாய். அதற்கெல்லாம் நேரமில்லை. குழந்தையை வெளியில் எடுத்தே ஆக வேண்டும்."

"என்ன நடக்கிறதென்று சொல்லுங்கள்." லைலா முழங்கையை ஊன்றி எழும்ப முயன்றாள்.

மருத்துவர் ஒரு நிமிடம் யோசித்துவிட்டு "மருத்துவமனையில் மயக்கமருந்து இல்லை" என்றார்.

"ஆனால், தாமதப்படுத்தினால் குழந்தையை இழக்க வேண்டியதுதான்."

"அப்படியென்றால் என்னைக் கிழியுங்கள்." அவள் மீண்டும் படுக்கையில் விழுந்து முழங்கால்களை உயர்த்தினாள். "என்னைக் கிழித்து என் குழந்தையை வெளியில் எடுத்துக்கொடுங்கள்."

★ ★ ★

பழைய, இருள் கவிந்த, அந்த அறுவை சிகிச்சையரங்கில், மருத்துவர் தன் கைகளைக் கழுவுதொட்டியில் சுரண்டிக் கழுவிக்கொண்டிருக்க, லைலா, சக்கரங்கள் பொருத்திய படுக்கையில் கிடந்து நடுங்கிக்கொண்டிருந்தாள். தாதி அவளுடைய வயிற்றை ஒரு பழுப்புநிற திரவத்தில் தோய்ந்த பஞ்சால் துடைத்தபோதெல்லாம் அவள் வாயால் மூச்சிழுத்தாள். இன்னொரு தாதி கதவுக்கு அருகில் நின்று சற்றைக்கொரு முறை கதவை லேசாகத் திறந்து வெளியில் எட்டிப்பார்த்தாள்.

புர்காவைக் கழற்றியிருந்த மருத்துவர் வெள்ளிநிறக் கூந்தலும், அடர்ந்த இமைகளோடான விழிகளும், வாயோரத்தில் களைப்பின் வீக்கமுமாக இருப்பதை மரியம் பார்த்தாள்.

"நாங்கள் புர்காவோடே ஆப்பரேஷன் செய்ய வேண்டுமாம். அதோ அவளுடைய வேலை கண்காணிப்பதுதான். அவர்கள் வருவதை அவள் பார்த்துவிட்டால் நான் என்னை மூடிக்கொள்வேன்" வாயிலருகே நின்றிருந்த தாதியைக் காட்டி மருத்துவர் சொன்னார்.

அலட்சியமான, சகஜமான பாவனையோடு அவர் சொன்னதைக் கேட்டதும் சினங்கொள்வதையெல்லாம் இவள் மறந்துவிட்டிருக்கிறாள் என்று புரிந்துகொண்டாள் மரியம். இதோ இந்தப் பெண், அவள் பணிபுரிய அனுமதிக்கப்பட்டிருப்பதே பெரிய விஷயம் என்றும், தன்னிடமிருந்து அதையும், வேறெதையுமேகூட அவர்கள் நினைத்தால் பிடுங்கிக்கொள்ள முடியும் என்பதையும் உணர்ந்திருக்கிறாள் என்றும் புரிந்துகொண்டாள்.

லைலாவின் தோள்களின் இருபுறமும், நெட்டுவாக்கில் இரண்டு உலோகக்கோல்கள் இருந்தன. லைலாவின் சருமத்தை சுத்தப்படுத்திய தாதி, அவற்றில் ஒரு விரிப்பைக் கட்டி அதை இணைகொக்கிகளால் இணைத்தாள். மருத்துவருக்கும் லைலாவுக்கும் இடையில் அது ஒரு திரையானது.

மரியம் லைலாவின் தலைக்குப் பின்னால் இருந்தாள். அவளுடைய முகத்தை லைலாவின் முகத்தின் மீது வைத்து, அவர்களுடைய கன்னங்கள் ஒட்டிக்கிடக்குமாறு கவிழ்ந்தாள் மரியம். லைலாவின் பற்கள் கிடுகிடுத்ததை அவள் உணர்ந்தாள். அவர்களுடைய கைகள் பின்னிக்கொண்டன.

திரையினூடாக மருத்துவரின் நிழல் லைலாவின் இடதுபுறம் போவதையும் தாதியினுடையது வலதுபுறம் இருப்பதையும் மரியம் பார்த்தாள். லைலாவின் உதடுகள் இழுத்துக்கொண்டன. கிட்டித்துக்கொண்டிருந்த பற்களினூடாக எச்சிற்குமிழ்கள் கிளம்பின. அவள் வேகவேகமாக, மெல்லிய, சீறல்களை எழுப்பினாள்.

மருத்துவர் "தைரியமாக இரு, சகோதரி" என்றார்.

பிறகு, லைலாவை நோக்கி குனிந்தார்.

லைலாவின் விழிகள் படபடத்துத் திறந்தன. அவளுடைய வாய் பிளந்தது. அவள் நடுங்கிக்கொண்டே மூச்சை இழுத்து நிறுத்தினாள், பிறகு, அதே நிலையில் நெடுநேரம் இருந்தாள், கழுத்து நரம்புகள் புடைக்க, முகத்திலிருந்து வியர்வை பெருக தன்னுடைய விரல்களால் மரியத்தின் விரல்களை நொறுக்கினாள்.

பிறகு, அவள் வெகுநேரம் கழித்துத்தான் அலறினாள் என்பதை நினைத்து நினைத்து மரியம் எப்போதுமே அதிசயித்துப்போவாள்.

40

லைலா

1999 இலையுதிர்காலம்

பள்ளம் பறிக்கலாம் எனும் யோசனையை மரியம்தான் தந்தாள். கருவி வைப்பறைக்குப் பின்னால் இருந்த ஒரு மணல் திட்டைக் காட்டி "இது சரியான இடம், இங்கேயே வெட்டலாம்" என்றாள்.

அவர்கள் முறைவைத்துக்கொண்டு மண்வெட்டியால் வெட்டி, மண்ணை வெளியில் எடுத்துக் கொட்டினார்கள். அவர்களுக்குப் பெரியதாகவோ, ஆழமாகவோ பள்ளத்தை வெட்டிவிடும் எண்ணம் இல்லை. அதனால், அது அவ்வளவு கடினமான வேலையாக இருந்திருக்கக் கூடாது. ஆனால், 1998இல் ஆரம்பித்த வறட்சி அடுத்த வருடமும் தொடர்ந்து எங்கும் பெரிய நாசத்தை விளைவித்திருந்தது. கடந்த பனிக்காலத்தில் பனிப்பொழிவு என்பதே கொஞ்சமும் இல்லை, அந்த வசந்தத்தில் மழையும் இல்லை. நாடெங்கும் விவசாயிகள் தங்கள் வறண்ட பூமிகளை விட்டு, தங்கள் பொருட்களை விற்றுவிட்டு, தண்ணீரைத்தேடி, கிராமம் கிராமமாக அலைந்தார்கள். அவர்கள் பாகிஸ்தானுக்கோ, ஈரானுக்கோ, சென்றார்கள். சிலர் காபுலில் தங்கவிடத் தலைப்பட்டார்கள். நகரத்திலும் நிலத்தடி நீர் மட்டம் குறைவாக இருந்தது, அதிக ஆழமற்ற கிணறுகள் வற்றியிருந்தன. ஆழ்கிணறுகளில் தண்ணீருக்காகக் காத்திருந்தவர்களின் வரிசை நெடியதாகயிருந்ததால் மரியமும் லைலாவும் தங்கள் முறை வருவதற்காக மணிக்கணக்கில் காத்திருந்தார்கள். காபுல் ஆறு வசந்தகாலத்தின் வெள்ளம் வராமல் காய்ந்து தூர்ந்தது. இப்போது அது ஒரு பொதுக்கழிப்பிடமாகிவிட்டது, மனிதக்கழிவும் கட்டடக்கூளங்களும் மட்டுமே அதில் இருந்தன.

ஆகவே, அவர்கள் மண்வெட்டியைக் கொண்டு கொத்தவும் வெட்டவுமாய் இருந்தார்கள். ஆனால், வெய்யிலில் காய்ந்துபோயிருந்த நிலம் பாறையைப் போல கெட்டித்தட்டிவிட்டது, இறுகிப்போன மணல் இளகாமல் ஏறக்குறைய கல்லாகியிருந்தது.

மரியத்துக்கு நாற்பது வயதாகிவிட்டது. மேல்நோக்கிச் சுருட்டிவாரப்பட்டிருந்த அவளுடைய கூந்தலில் சில கற்றைகள் வெளுத்திருந்தன. அடர்பழுப்பு வண்ண, பிறைபோன்ற பைகள் அவள் விழிகளின் கீழே தொங்கின. முன்பற்கள் இரண்டை அவள் இழந்திருந்தாள். ஒன்று தானாய் விழுந்தது, இன்னொன்றை, அவள் ஸல்மாயை கைதவறி கீழே போட்டுவிட்டதற்காக ரஷீத் உடைத்துவிட்டான். தோட்டத்தில், வெய்யில்காயும் நேரத்தில் எப்போதும் அமர்ந்திருந்ததில் கருத்துப்போயிருந்த அவளுடைய சருமம் கரடுமுரடாகிவிட்டது. அவர்கள் அவ்வாறு அமர்ந்து ஸல்மாய் அஸீஸாவைத் துரத்துவதைப் பார்த்துக்கொண்டிருப்பார்கள்.

பள்ளம் வெட்டி, வேலை முடிந்ததும் அவர்கள் அதைக் குனிந்து பார்த்தார்கள்.

“இந்த அளவு போதுமென்று நினைக்கிறேன்” என்றாள் மரியம்.

ஸல்மாய்க்கு இப்போது இரண்டு வயது. அவன் கொழுத்த, சுருண்ட கேசமுடைய சிறுவன். அவனுக்கு சிறிய அடர்பழுப்புக் கண்களும், ரஷீதின் கன்னங்களைப் போலவே எல்லாப் பருவநிலைகளிலும் ரோஜா நிறமாக இருந்த கன்னங்களும் இருந்தன. அவனுடைய அப்பாவினதைப் போன்றே அவனுக்கும் அடர்த்தியான, பிறைநிலவு போன்ற, கிட்டத்தட்ட புருவத்தைத் தொட்டுவிடும் மயிர்வரை இருந்தது.

லைலாவோடு தனித்திருக்கும்போது ஸல்மாய் இனிமையான, நன்னடத்தை கொண்ட, விளையாட்டுச் சிறுவனாகயிருந்தான். அவன் லைலாவின் தோள்மீது ஏறவும், கொல்லையில் அஸீஸாவுடன் ஒளிந்து விளையாடவும் விரும்பினான். சமயங்களில் அமைதியான மனநிலையில் இருக்கும்போது அவன் லைலாவின் மடியிலமர்ந்து அவள் பாடுவதைக் கேட்டான். அவனுக்கு மிகப் பிரியமான பாடல் “முல்லா முஹம்மது ஜான்.” அவனுடைய சுருள் கேசத்தைக் கோதியபடி அவள் பாடும்போது தன் கரகரத்த குரலில் அவனால் இயன்ற அளவு அவளோடு சேர்ந்து அவனும் பாடினான்.

மஸாருக்குப் போகலாம் முல்லா முகம்மது ஜான்,

துலிப் வயல்களைக் காணலாம் என் பிரிய சிநேகிதனே.

ஸல்மாய் அவளுடைய கன்னத்தில் பதித்த ஈர முத்தங்களையும், அவனுடைய குழிந்த முழங்கையையும், சிறிய குண்டுகுண்டு கால் விரல்களையும் லைலா நேசித்தாள். அவனுக்குக் கிச்சுக்கிச்சு மூட்டவும், திண்டு தலையணைகளைக் கொண்டு அவன் ஊர்ந்துசெல்ல சுரங்கம் அமைத்துத்தரவும், அவளுடைய ஒரு காதைப் பிடித்தவாறே அவளுடைய கரங்களில் அவன் உறங்கிப்போவதையும் அவள் மிகவும் விரும்பினாள். கால்களுக்கு இடையில் மிதிவண்டிச் சக்கரத்தின் கம்பியை வைத்துக்கொண்டு தரையில் கிடந்த அந்த மதியத்தை நினைக்கும் போது அவளுடைய வயிறு கலங்கும். அவள் கிட்டத்தட்ட அதைச் செய்தேவிட்டாளே! அப்படியொரு எண்ணத்தைத் தான் எப்படி வளர்த்துக்கொண்டோமென்று அவள் ஆச்சரியப்பட்டாள். அவளுடைய மகன் அவளுக்குக் கிடைத்த ஒரு அருட்கொடையாக இருக்கிறான், அதோடு அவள் பயந்ததுபோல அல்லாமல் அஸீஸாவுக்கு இணையாக அவனை உயிராக நேசிக்க முடிந்ததில் அவள் நிம்மதியடைந்தாள்.

ஆனால், ஸல்மாய் அவனுடைய தந்தையை மிகவும் ஆராதித்ததால் ரஷீத் அவனருகிலிருந்து செல்லம் கொடுத்த சமயங்களில் முழுக்க வேறுமாதிரி இருந்தான். அப்படிப்பட்ட சமயங்களில் அவன் அதிகப்பிரசங்கித்தனமான இளிப்புடனும், மூர்க்கமான கொக்கரிப்புடனும் இருந்தான். தந்தையின் அண்மையில் அவன் சுலபமாக மனத்தாங்கல் கொண்டான். விரோதம் பாராட்டினான். லைலா கண்டித்தாலும் அசராமல் தன் தந்தை இல்லாத நேரங்களில் செய்யத் துணியாத விஷமங்களைச் செய்தான்.

அவை எல்லாவற்றையும் ரஷீத் அங்கீகரித்தான். "இதெல்லாம் புத்திசாலித்தனத்தின் அடையாளம்" என்றான். அவனுடைய முரட்டுத்தனமான நடவடிக்கைகளைப் பற்றியும் - ஸல்மாய் கோலிகுண்டுகளை விழுங்கி, அவற்றை மலத்தில் கழித்தான், தீக்குச்சிகளைக் கொளுத்தினான், ரஷீதின் சிகரெட்டுகளை மென்றான் - அவன் அதையேதான் சொன்னான்.

ஸல்மாய் பிறந்ததும், அவனை, தானும் லைலாவும் பகிர்ந்துகொண்ட படுக்கைக்குக் கொண்டுவந்துவிட்டான் ரஷீத். சிங்கம், சிறுத்தையின் படங்கள் தீட்டப்பட்ட பக்கப்பலகைகளைக் கொண்ட புதிய தொட்டிலை வாங்கிவந்தான். அஸீஸாவுக்காக

உபயோகப்படுத்திய பொருட்கள் நல்ல நிலைமையில் இருந்தாலும்கூட புதிய உடைகள், கிலுகிலுப்பைகள், போத்தல்கள், டயப்பர்கள் எல்லாவற்றையும் காசு கொடுத்து வாங்கிவந்தான். ஒருநாள், பாட்டரியால் இயங்கும் விளையாட்டுப் பொருள் ஒன்றை வாங்கிவந்து சல்மாயின் தொட்டிலுக்கு மேலே தொங்கவிட்டான். அந்த சூரியகாந்திப்பூவிலிருந்து சிறிய மஞ்சள்-கருப்பு தேனீக்கள் தொங்கிக்கொண்டிருந்தன, அவற்றை அமுக்கினால் அவை சுருங்கி சப்தமெழுப்பின. இயக்கினால் அதிலிருந்து ராகம் ஒன்றும் பாடியது.

“வியாபாரம் சுமாராக இருப்பதாக அல்லவா நீ சொன்னாய்?” லைலா கேட்டாள்.

“நான் கடன் கேட்டால் தருவதற்கு நண்பர்கள் இருக்கிறார்கள்” அவன் வெடுக்கென்று பதில் சொன்னான்.

“அவர்களுக்கு எப்படி திருப்பித்தருவாய்?”

“நிலைமை சரியாகும். எப்போதும் அப்படித்தானே. பார், அவனுக்குப் பிடித்திருக்கிறது. பார்த்தாயா?”

பெரும்பாலான நாட்கள் லைலாவின் மகன் அவளிடத்தில் கொடுக்கப்படவில்லை. ரஷீத் அவனைக் கடைக்குத் தூக்கிச்சென்று, குப்பையாய்க்கிடக்கும் தன் பணிமேடைக்குக் கீழே அவனைத் தவழவிட்டான், காலணிகளின் பழைய ரப்பர் அடிப்பாகங்களையும், தோலின் துண்டுகளையும் எடுத்து விளையாடவிட்டான். உப்புத்தாள் சக்கரத்தைச் சுழலவிட்டு, இரும்பு ஆணிகளை அறைந்தவாறே அவன்மீதும் ஒரு கண் வைத்துக்கொண்டான். செருப்பு அடுக்குகளை அவன் தள்ளிவிட்டால், ரஷீத் ஓர் இளம்புன்னகையுடன் அவனை மென்மையாகக் கண்டித்தான். அவன் அதை மறுபடியும் செய்தால், தன் சுத்தியலைக் கீழே வைத்துவிட்டு, மேசையின் மீது அவனை அமரச் செய்து அவனிடம் மென்மையாகப் பேசினான்.

ஸல்மாயிடம் அவன் காட்டிய பொறுமையும் ஆழமும் என்றும் வற்றாத தன்மையும் கொண்ட ஒரு கிணறாக இருந்தது.

ஸல்மாயின் தலை ரஷீதின் தோளின் மீது ஆட, பசையும் மிருகத்தோலின் மணமும் இருவர்மீதும் வீச, அவர்கள் இருவரும் மாலையில் ஒன்றாக வீடு திரும்பினார்கள். அவர்கள் இளித்துக்கொள்வதைப் பார்த்தால், நாள் முழுவதும், செருப்பு தைக்காமல், கள்ளத்திட்டம் எதையோ தீட்டிக்கொண்டிருந்தவர்கள்

அதைப் பற்றி ரகசியமாகச் சிரித்துக்கொள்வதைப் போல இருந்தது. லைலா, மரியம், அஸீஸா மூவரும் சோஃப்ராவில் தட்டுகளை எடுத்துவைக்கும்போது ஸல்மாய் அவன் அப்பாவுக்கு அருகில் அமர்ந்துகொண்டு அவனோடு விளையாடிக்கொண்டிருப்பதையே விரும்பினான். இருவரும் ஒருவர் மார்பில் ஒருவர் கிச்சுக்கிச்சு மூட்டிக்கொண்டு, ரொட்டித்துண்டுகளை எறிந்துகொண்டு, மற்றவர்களுக்குக் கேட்காதவண்ணம் கிசுகிசுத்துக்கொண்டு, சிரித்துக்கொள்வார்கள். லைலா அவர்களிடம் பேசினால், ரஷீத் அந்தக் குறுக்கீட்டை விரும்பாதவனாக வெறுப்போடு நிமிர்ந்துபார்ப்பான். அவள் ஸல்மாயைத் தூக்கிக்கொள்ள விரும்பினால் எரிச்சலுறும் ரஷீத், ஸல்மாய் அவளிடம் தாவினால் கடுங்கோபம் கொண்டு அவளை முறைப்பான்.

லைலா காயம்பட்டவளாய் திரும்புவாள்.

ஓரிரவு, ஸல்மாய்க்கு இரண்டு வயதாகி இரண்டு வாரங்கள் முடிந்திருந்த சமயம், ரஷீத் ஒரு தொலைக்காட்சிப் பெட்டியும் விசிஆரும் வாங்கிவந்தான். அன்றைய பகல் கதகதப்பானதாக, இதமானதாக இருந்தது, மாலை சில்லென்றிருந்து, நட்சத்திரங்களற்ற கடுங்குளிர் இரவாக மாறியது.

அவன் அதை வரவேற்பறையின் மேசைமீது வைத்தான். கள்ள மார்க்கெட்டில் வாங்கியதாகச் சொன்னான்.

"இன்னொரு கடனா" என்றாள் லைலா.

"இது ஒரு மாக்னவாக்ஸ் டிவி."

அறைக்குள் வந்த அஸீஸா, டிவியைப் பார்த்ததும் அதை நெருங்க ஓடினாள்.

"பத்திரம் அஸீஸா ஜோ, அதைத் தொடாதே" என்றாள் லைலா.

அஸீஸாவின் கூந்தல் லைலாவினதைப் போலவே பொன்னிறமாக மாறியிருந்தது. தன்னுடைய கன்னக்குழிகளையும் அவளது முகத்தில் கண்டாள் லைலா. அஸீஸா அமைதியான, சிந்தனாபூர்வமான சிறுமியாகியிருந்தாள், சில சமயங்களில் அவளுடைய நன்னடத்தை சிறுமியின் ஆறு வயதைத் தாண்டியதாக இருக்கிறதென்று லைலா நினைத்தாள். லைலா தன் மகள் பேசும் விதத்திலும் தொனியிலும் இனிமையிலும் அதன் கவனமான ஏற்ற இறக்கத்திலும் கம்பீரத்திலும் அந்தக் குரலுக்குரிய இளந்தேகத்துக்குச் சற்றும்

பொருந்தாமல் இருப்பதிலும் வியந்துபோனாள். அஸீஸா தானாகவே அன்புரிமையுடன் ஸல்மாயைத் தினந்தோறும் துயிலெழுப்பும், உடை உடுத்திவிடும், காலை உணவூட்டும், தலைவாரிவிடும் கடமைகளையெல்லாம் எடுத்துக்கொண்டாள். அவனை உறங்கவைப்பதும் அவளே, அந்த கட்டைக் குரலோனுக்குச் சமாதானம் செய்யும் நடுநிலையான சுபாவமுடையவளாகவும் அஸீஸா இருந்தாள். அவனுடைய அண்மையில் பெரிய மனிதத் தோரணையுடன்கூடிய இதமான, விசித்திரமான தலையசைப்பொன்றைச் செய்யவும் அவள் பழகியிருந்தாள்.

அஸீஸா டிவியின் பொத்தானை அமுக்கினாள். ரஷீத் கடுகடுப்போடு சீறி அவளுடைய கையை வேகமாகப் பற்றியிழுத்து மேசையில் வைத்தான்.

“அது ஸல்மாயின் டிவி” என்றான்.

அஸீஸா மரியத்திடம் சென்று அவள் மடியில் அமர்ந்துகொண்டாள். அவர்கள் இருவரும் இணைபிரியாதவர்களாகி விட்டார்கள். லைலாவின் ஆசியுடன் அஸீஸா மரியத்திடம் குரான் ஓதிக்கொள்ள ஆரம்பித்திருக்கிறாள். சூரா இக்லாஸ், சூரா ஃபாத்திஹா மற்றும் காலைத் தொழுகையின் நான்கு ரக்கத்துக்கள் எல்லாம் அஸீஸாவுக்கு மனப்பாடமாகத் தெரியும்.

இதுதான் என்னால் அவளுக்குத் தர முடிந்தது, இந்த ஞானம், இந்த தொழுகைகள். இதெல்லாம்தான் என்னுடைய உண்மையான சொத்து, மரியம் லைலாவிடம் சொன்னாள்.

இப்போது ஸல்மாய் அறைக்குள் வந்துவிட்டான். தெருவில் வித்தைகாட்டுபவர்களை ஆவலாய் வேடிக்கைபார்க்கும் ஜனங்களைப் போல ரஷீத் ஆர்வமாகப் பார்க்க, ஸல்மாய் டிவியின் மின்கம்பியைப் பிடித்திழுத்தான், வெற்றுத் திரையில் தன் உள்ளங்கையைப் பதித்தான். அவன் கைகளை எடுத்ததும் திரையிலிருந்து அந்தக் கைப்பதிவு மெல்ல மறைந்ததைப் பார்த்துவிட்டு மீண்டும் மீண்டும் ஸல்மாய் கைகளைப் பதிப்பதும் எடுப்பதுமாய் இருந்ததை ரஷீத் பெருமையுடன் ரசித்துக்கொண்டிருந்தான்.

தாலிபன்கள் தொலைக்காட்சிப் பெட்டிகளைத் தடைசெய்திருந்தார்கள். மக்கள் கூட்டத்தில், காணொளி நாடாக்களை உடைத்து, அவற்றை வேலிகளில் தொங்க

விட்டார்கள். சாட்டிலைட் டிஷ்கள் விளக்குக் கம்பங்களில் தொங்கவிடப்பட்டன. ஆனால், தடைசெய்யப்பட்டவை என்பதால் மட்டும் அந்தப் பொருட்கள் கிடைக்காதென்று அர்த்தமில்லை என்றான் ரஷீத்.

"நாளைக்கு பொம்மைப்படக் காணொளிகள் கிடக்குமாவென்று தேடிப்பார்க்கிறேன். கள்ளச்சந்தைகளில் எல்லாமே கிடைக்கும். அதிலொன்றும் சிரமமிருக்காது" என்றான்.

"அப்படியென்றால் எங்களுக்கு ஒரு புது கிணறு வாங்கித்தாயேன்" என்ற லைலா அவனுடைய வெறுப்பான பார்வையைப் பதிலாகப் பெற்றுக்கொண்டாள்.

இரவுணவாக வெறும் வெள்ளைச்சோற்றை உண்டுவிட்டு, வறட்சியைக் காரணம்காட்டி அன்றைக்கும் தேநீர் இல்லாமல் ஆகி, ஒரு சிகெரெட்டைப் புகைத்த பிறகுதான் ரஷீத் தன்னுடைய முடிவை லைலாவுக்குச் சொன்னான்.

"முடியாது" என்றாள் லைலா.

"நான் உன்னுடைய கருத்தைக் கேட்கவேயில்லையே" என்றான் அவன்.

"நீ கேட்டாலும் கேட்காவிட்டாலும் இதுதான்" என்றாள் அவள்.

"என்னை முழுதாகப் பேசவிட்டால்தானே தெரியும்."

நண்பர்களிடமிருந்து ஏராளமாகக் கடன் வாங்கிவிட்டதாகவும், கடையிலிருந்து வரும் வருமானம் அவர்கள் ஐவரின் தேவைகளுக்கும் போதுமானதாக இல்லையெனவும், இதையெல்லாம் முன்னாலேயே சொல்லி அவளைக் கவலைகொள்ளச் செய்ய விரும்பவில்லை எனவும் சொன்னான் அவன்.

"அதுவுமில்லாமல் இதனால் என்னவெல்லாம் ஆதாயம் என்று தெரிந்தால் நீ ஆச்சரியப்படுவாய்" என்றான்.

லைலா மறுபடியும் முடியாது என்றாள். அவர்கள் கூடத்தில் இருக்க, மரியமும் குழந்தைகளும் அடுப்படியில் இருந்தார்கள். பாத்திரங்கள் உருளும் ஓசையும், ஸல்மாயின் உச்சஸ்தாயி சிரிப்பும், அஸீஸா, மென்மையான சீரான குரலில் மரியத்திடம் எதையோ சொல்வதையும் லைலா கேட்டுக்கொண்டிருந்தாள்.

“அவளைப் போல, ஏன் இன்னமும் இளையவர்கள்கூட அங்கே இருப்பார்கள்” என்றான் ரஷீத். “காபுலில் எல்லோரும் இப்படித்தான் செய்கிறார்கள்.”

மற்றவர்கள் தங்கள் குழந்தைகளுக்கு என்ன செய்கிறார்கள் என்பது பற்றி தனக்கு அக்கறையில்லை என்றாள் லைலா.

“நான் அவளைக் கவனமாகப் பார்த்துக்கொள்வேன். அங்கே தெருமுனையில் பள்ளிவாசல் ஒன்றிருக்கிறது. ,மிகவும் பாதுகாப்பான இடம்தான்” என்றான் ரஷீத்.

“என் மகளை நீ ஒரு பிச்சைக்காரியாக்குவதை நான் ஒருபோதும் அனுமதிக்க மாட்டேன்” உரக்கக் கத்தினாள் லைலா.

அவனுடைய தடித்த-விரல்களைக் கொண்ட உள்ளங்கை அவள் கன்னத்தசையில் படிந்து மீண்டெழுந்த ஓசை பளாரென்று கேட்டது. அது அவள் தலையைச் சுழலச்செய்தது. அது அடுப்படியின் ஓசைகளை நிறுத்தியது. ஒரு நிமிடம் வீடே பூரண அமைதியிலாழ்ந்தது. பிறகு, பரபரத்த காலடியோசைகளுடன் மரியமும் குழந்தைகளும் கூடத்திற்கு வந்தானதும் அவர்களின் பார்வை அவள் மீதிருந்து ரஷீதுக்கு மாறியதும் பிறகு மீண்டதும் நடந்தேறியது.

பிறகு, லைலா அவனைக் குத்தினாள்.

தாரிக்கும் அவளும் விளையாட்டாகப் பரிமாறிக்கொண்ட குத்துகளைத் தவிர்த்து அவள் உண்மையான கோபத்தோடு ஒருவரை அடித்தது இது தான் முதன்முறை. தாரிக்கும் அவளும் குத்திக்கொண்ட குத்துக்கள், விரிந்த கைகளோடும், குத்தாக இல்லாமல் தட்டிக்கொடுப்பதாகவும், இலகுவான பாவனையோடு அவர்கள் இருவரின் கிளர்ச்சியையும் படபடப்பையும் வெளிக்காட்டுபவையாகவும் மட்டுமே இருக்கும். தாரிக் ஒரு தொழிற்நெறியாளரின் பாவனையில், டெல்டாய்ட் என்றழைத்த, தோள்நிமிர்த்தசையைக் குறிவைத்துத்தான் அந்த குத்துகள் விழும்.

லைலா தன் இறுகிய முஷ்டி காற்றைக் கிழித்துக்கொண்டு போவதையும், மடங்கிய விரல்களின் அடியில் ரஷீதின் கட்டை போன்ற முரட்டுத்தோல் சுருங்குவதையும் பார்த்தாள். ஒரு அரிசி மூட்டையைக் கீழே போட்டது போன்ற சப்தம் எழும்பியது. லைலா அவனைப் பலமாகத் தாக்கிவிட்டாள். அடி விழுந்ததில் அவன் இரண்டடிகள் பின்னே நகர்ந்துவிட்டான்.

அறையின் மறுபுறத்திலிருந்து ஒரு அதிர்ச்சிப் பெருமூச்சும் அலறலும் கிரீச்சிடலும் எழுந்தது. யார் எந்த ஓசையை எழுப்பினார்கள் என்பதை லைலா அறியவில்லை. அந்த நிமிடம், அவள் தன்னுடைய கை செய்துவிட்ட காரியத்தை எண்ணி அதீத அதிர்ச்சியில் இருந்தாள், வேறெதையும் கவனிக்கவோ கவலைப்படவோ அவளால் இயலவில்லை. அதிர்ச்சி மாறியதும் அவள் புன்னகை புரிந்திருக்கக்கூடும். அவள் பிரமித்துப்போய் நிற்க ரஷீத் அறையை விட்டு வெளியேறியதில் அவள் சிரித்திருக்கவும் கூடும்.

திடீரென்று, அவளுடைய, அஸீஸாவினுடைய, மரியம் மற்றும் ஸல்மாயின் வாழ்க்கையின் கூட்டுத்துயரமெல்லாம் தொலைக்காட்சிப்பெட்டியிலிருந்து ஆவியாகிப்போன ஸல்மாயின் கைரேகையைப் போல மறைந்துபோனதாக அவளுக்குத் தோன்றியது. முட்டாள்தனமாகப் பட்டாலும்கூட அவமானங்களுக்கெதிரான எதிர்ப்புணர்வின் இந்த ஒரு நொடி வெற்றிக்கு அவர்கள் அத்தனைப் பேரின் பொறுமையும் நிகராகிவிட்டதாகக்கூட அவளுக்குத் தோன்றியது.

ரஷீத் அறைக்குள் நுழைந்ததை லைலா கவனிக்கவில்லை, ரஷீதின் கரம் அவள் கழுத்தைச் சுற்றி நெரிக்கும் வரையில், அவன் அவளை அப்படியே தூக்கி சுவரில் வைத்து அறையும் வரையில் அவள் கவனிக்கவில்லை.

அதிநெருக்கத்தில், அவனுடைய ஏளன பாவனையுடன் கூடிய முகம் நம்ப முடியாத அளவுக்குப் பெரிதாகயிருந்தது. மூப்பின் காரணமாக அது எவ்வளவு வீங்கியிருந்தது என்பதையும், உடைந்த ரத்த நாளங்கள் அவனுடைய மூக்கில் எத்தனை கோடுகள் வரைந்திருந்தன என்பதையும் அவள் அப்போதுதான் கவனித்தாள். ரஷீத் எதுவுமே பேசவில்லை. மனைவியின் வாய்க்குள் தன் துப்பாக்கியின் முனையைத் திணித்துக்கொண்டிருக்கும் கணவன் எதையும் பேச வேண்டிய தேவையில்லையே?

திடீர் சோதனைகள் நிகழ்த்தப்படுவதுதான் அவர்கள் தோட்டத்தில் குழிபறித்துக்கொண்டிருந்ததற்கான காரணம். சில வேளைகளில் மாதந்தோறும், சில சமயம் வாராந்திரச் சோதனைகள். சமீப காலமாகத் தினந்தோறும் ரோந்துகள் நிகழ்ந்தன. பெரும்பாலான நேரத்தில் தாலிபன்கள் பொருட்களைப் பறிமுதல் செய்தார்கள், ஒன்றிரண்டு பேரின் பின்மண்டையில் அடித்தார்கள். சில

நேரங்களில் பொதுமக்கள் மத்தியில் வைத்து உள்ளங்கை, கால்களில் அடிக்கவும், சாட்டையால் விளாறவும்கூட செய்தார்கள்.

"மெதுவாக" என்றாள் மரியம். அவளுடைய முட்டி இப்போது பள்ளத்தின் ஓரத்தில் இருந்தது. அவர்கள் இருவருமாக தொலைக்காட்சிப்பெட்டியைச் சுற்றி மூடியிருந்த ப்ளாஸ்டிக் உறையின் இருபக்கங்களையும் பிடித்துக்கொண்டு அதைப் பள்ளத்தினுள்ளே இறக்கினார்கள்.

"அவ்வளவுதான். முடிந்தது" என்றாள் மரியம்.

வேலை முடிந்ததும், அவர்கள் மண்ணைத் தள்ளி குழியை மூடினார்கள். சுற்றிலும் மண்ணை நிரவிவிட்டு சந்தேகப்படும்படியாகத் தோன்றாதவாறு செய்தார்கள்.

"சரிதான்" என்ற மரியம் தன்னுடைய உடையில் கைகளைத் துடைத்துக்கொண்டாள்.

நல்லகாலம் வந்ததும், தாலிபன்கள் தங்கள் சோதனைகளை ஒரு மாதத்திலோ இரண்டிலோ அல்லது இன்னமும் சில மாதங்களிலோ முடித்துக்கொள்ளும்போது அவர்கள் அந்த டிவியைத் தோண்டி வெளியிலெடுத்துக்கொள்ளலாம் என்ற முடிவில் இருந்தார்கள்.

லைலாவின் கனவில் அவளும் மரியமும் கருவி-வைப்பறையின் பின்னால் மறுபடியும் குழி வெட்டிக்கொண்டிருக்கிறார்கள். ஆனால், இம்முறை அவர்கள் அஸீஸாவைக் குழிக்குள் இறக்குகிறார்கள். அஸீஸாவைச் சுற்றி மூடியிருக்கும் உறையில் அவளுடைய மூச்சு புகைபோல படர்வதை, அஸீஸாவின் பதட்டத்தை, அவளுடைய வெளுத்த உள்ளங்கைகளை, அவை அந்த உறையை அறைவதை எல்லாம் லைலா பார்க்கிறாள். அஸீஸா கெஞ்சுகிறாள். லைலாவால் அவளுடைய கதறலைக் கேட்க இயலவில்லை. கொஞ்ச நேரத்துக்குத்தான், சிறிது காலத்துக்குத்தான் என்கிறாள் லைலா. சோதனைகள் முடிந்தவுடன் மாம்மியும் காலா மரியமும் உன்னைத் தோண்டி வெளியிலெடுப்போம். நான் உறுதியளிக்கிறேன் என் அன்பே. பிறகு, நாம் விளையாடலாம், உனக்குப் பிரியமான அத்தனை விளையாட்டையும். அவள் மண்வெட்டியை மண்ணால் நிறைக்கிறாள். லைலா விழித்தெழுந்தாள், அவளுக்கு மூச்சுத்திணறியது, அவளுடைய நாவில் மண்ணின் ருசியிருந்தது, பிளாஸ்டிக் உறையில் விழுந்த மண் அவளுடைய வாயிலும் விழுந்திருந்தது.

41

மரியம்

2000-த்தின் கோடையில், வறட்சி அதன் மூன்றாவதும் மோசமானதுமான வருடத்தை அடைந்தது.

ஹெல்மண்ட், ஜபோல், கந்தஹர் கிராமவாசிகள் நாடோடி இனங்களாக மாறிவிட்டார்கள். தங்கள் கால்நடைகளுக்காக, தண்ணீரையும் பசும் நிலப்பகுதிகளையும் தேடி அவர்கள் சதா அலைந்து திரிந்தார்கள். ஒன்றையும் காணாமல் அவர்களுடைய ஆடு மாடுகளும் செம்மறிகளும் மரித்ததும் அவர்கள் காபுலுக்கு வந்தார்கள். கரே-அரியானா மலைப்பிரதேசத்தில் தற்காலிகமாக அமைத்துக்கொண்ட சேரிகளில் குடிசைகள் இட்டுக்கொண்டு ஒரு குடிசையில் பதினைந்து இருபது நபர்களாக வசித்தார்கள்.

அதே கோடை தான் டைட்டானிக்கின் கோடையாகவும் இருந்தது. அஸீஸாவும் மரியமும் கட்டிப்புரண்டு உருண்டபடி குதூகலித்துச் சிரித்தார்கள். அஸீஸா அவள்தான் ஜாக் என்று பிடிவாதமாக இருந்தாள்.

"மெல்லப் பேசு அஸீஸா ஜோ."

"ஜாக்! என் பெயரைச் சொல் காலா மரியம். சொல். ஜாக்!"

"உன் அப்பாவை எழுப்பிவிட்டாயென்றால் அவர் கோபித்துக்கொள்வார்."

"நான் ஜாக் ! நீ தான் ரோஸ்."

மரியம் மல்லாந்து விழுந்து ரோஸ் ஆக ஒப்புக்கொள்ளும் வரை அவள் விட மாட்டாள். "சரி தான் நீயே ஜாக் ஆக இருந்துகொள். நீ இளமையில் செத்துப் போ. நான் வெகுநாட்களுக்கு வாழ்கிறேன்."

“ஆமாம் ஆனால் நான் கதாநாயகனாக அல்லவா சாகிறேன்” என்பாள் அஸீஸா. “ஆனால் ரோஸ் நீயோ காலம் முழுக்க எனக்காக ஏங்கிக்கொண்டிருக்க வேண்டும்.” பிறகு மரியத்தின் மார்பின் மீது அமர்ந்து கால்களை விரித்துவைத்துக்கொண்டு, “இப்போது நாம் முத்தமிட்டுக்கொள்ள வேண்டும்” என்பாள். மரியம் தன் முகத்தை இப்படியும் அப்படியுமாக ஆட்ட, அஸீஸா தன்னுடைய இந்த அட்டகாசத்தில் தானே மகிழ்ந்தவளாக உதடுகளைக் குவித்து வைத்துக்கொண்டே கெக்கலிப்பாள்.

சமயங்களில் ஸல்மாயும் வந்து அசட்டையான பாவத்தோடு இந்த விளையாட்டைப் பார்த்துக்கொண்டு நிற்பான். *நான் யாராக இருப்பது* என்பான்.

“நீ பனிப்பாறையாக இரேன்” என்பாள் அஸீஸா.

அந்தக் கோடையில் காபுலை *டைட்டானிக் ஜுரம்* பற்றிக்கொண்டது. மக்கள் அந்தத் திரைப்படத்தின் கள்ள சிடிக்களை பாகிஸ்தானில் இருந்து – சில சமயங்களில் தங்கள் உள்ளாடைகளில் மறைத்துக்கொண்டும்- கடத்தி வந்தார்கள். ஊரடங்கு முடிந்த பிறகு, எல்லோரும் கதவுகளை தாழிட்டுக்கொண்டு விளக்குகளை அணைத்துவிட்டு சப்தத்தைக் குறைத்துவைத்து ஜாக், ரோஸ் மற்றும் துரதிர்ஷ்டம் பிடித்த அந்தக் கப்பலின் பயணியருக்காக கண்ணீர் வடித்தார்கள். மின்வரத்திருக்கும் போது மரியமும் லைலாவும் குழந்தைகளும் அதைப் பார்த்தார்கள். பத்து பன்னிரெண்டு முறைகளாவது அவர்கள் கருவி வைப்பறையிலிருந்து தொலைக்காட்சிப்பெட்டியை எடுத்து பின்னிரவில் விளக்குகளை எல்லாம் அணைத்துவிட்டு சன்னல்களின் மீது போர்வைகளைப் போர்த்திவைத்துக்கொண்டு பார்த்தார்கள்.

வறண்டிருந்த காபுல் ஆற்றின் கரையில் சிறுவணிகர்கள் குழுமினார்கள். சீக்கிரமே வெய்யிலால் காய்ந்திருந்த ஆற்றின் பள்ளங்களிலிருந்து *டைட்டானிக்* விரிப்புகளை, *டைட்டானிக்* துணிகளை தள்ளுவண்டிகளின் மீது அமைத்திருந்த உருளைகளின் மீதிருந்து வாங்க முடிந்தது. *டைட்டானிக்* மணநீக்கி, *டைட்டானிக்* பற்பசை, *டைட்டானிக்* வாசனைத்திரவியம், *டைட்டானிக்* பக்கோடா அவ்வளவு ஏன் *டைட்டானிக்* புர்கா கூட கிடைத்தது. ஒரு குறிப்பிட்ட பிச்சைக்காரன் விடாப்பிடியாகத் தன்னை “*டைட்டானிக்* பிச்சைக்காரன்” என்றே அழைத்துக்கொண்டான்.

‘*டைட்டானிக்* நகரம்’ உருவானது.

மக்கள் எல்லாமே அந்தப் பாடல் தான் என்றார்கள்.

இல்லை அந்தக் கடல். அந்த சொகுசு. அந்தக் கப்பல்.

அந்த உடலுறவுக்காட்சிகள் என்றும் மெல்லிய குரலில் பேசிக்கொண்டார்கள்.

லியோ என்றாள் அஸீஸா வெட்கத்துடன். லியோ தான் கவர்ச்சியே.

"எல்லோருக்கும் ஜாக் வேண்டும். அதுதான் விஷயம். துன்பங்களிலிருந்து தங்களைக் காக்க ஒரு ஜாக் வேண்டும் எல்லோருக்கும். ஆனால் ஜாக் தான் இல்லை. ஜாக் திரும்பி வரப்போவதில்லை. ஜாக் இறந்துவிட்டான்." லைலா மரியத்திடம் சொன்னாள்.

அதே கோடையில் ஒரு நாள், ஒரு துணி வியாபாரி தன்னுடைய சிகரெட்டை அணைக்க மறந்து அப்படியே உறங்கிப்போனான். பற்றிக்கொண்ட நெருப்பில் அவன் உயிர்பிழைத்துக்கொண்டாலும் அவனுடைய கடை பிழைக்கவில்லை. அந்த நெருப்பு அருகிலிருந்த இன்னொரு துணிக்கடை, பயன்படுத்தப்பட்ட துணிகள் விற்கும் கடை ஒன்று, ஒரு சிறிய அறைக்கலன் கடை, அடுமனை இவை எல்லாவற்றையும் எரித்தது.

காற்று மட்டும் மேற்கில் வீசாமல் கிழக்கு நோக்கி வீசியிருந்தால் அந்த கடைத்தொகுப்பின் முனைக்கடையான அவனுடையதும் எரிந்து போகாமல் காப்பாற்றப்பட்டிருக்கும் என்று எல்லோரும் ரஷீதிடம் சொன்னார்கள்.

அவர்கள் எல்லாவற்றையும் விற்றார்கள்.

முதலில் போனவை மரியத்தின் பொருட்கள், பின்னர் லைலாவினுடையவை. அஸீஸா குழந்தையாக இருந்தபோது உடுத்திய ஆடைகள், அவளுக்காக ரஷீதிடம் போராடி லைலா வாங்கிய ஒன்றிரண்டு பொம்மைகள் எல்லாம் போயின. நடப்பதையெல்லாம் அஸீஸா அமைதியாகப் பார்த்துக்கொண்டிருந்தாள். ரஷீதின் கடிகாரமும் விற்கப்பபட்டது, அவனுடைய பழைய ட்ரான்ஸிஸ்டர் வானொலி, ஒரு ஜோடி கழுத்துப்பட்டிகள், காலணிகள், அவனுடைய திருமண மோதிரம்

எல்லாமும். சோஃபா, மேசை, தரைவிரிப்பு அவற்றோடு நாற்காலிகளும் போயின. ரஷீத் தொலைக்காட்சிப்பெட்டியை விற்ற போது ஸல்மாய் கடுமையாக சண்டித்தனம் செய்தான்.

தீ விபத்துக்குப் பிறகு கிட்டத்தட்ட தினமும் ரஷீத் வீட்டிலேயே இருந்தான். அவன் அஸீஸாவை அறைந்தான். மரியத்தை எத்தினான். பொருட்களை விட்டெறிந்தான். அவன் சதா லைலாவைக் குறை சொன்னான், அவளுடைய உடல் மணத்தை, அவள் உடுத்தும் விதத்தை, அவள் கூந்தலைப் பின்னியிருப்பதை, மஞ்சளாகிக் கொண்டிருக்கும் அவளுடைய பற்களை எல்லாவற்றையும்.

"என்னவாயிற்று உனக்கு? நான் மணந்து கொண்டது ஒரு *பரி*, தேவதையை, மாரடித்துக் கொண்டிருப்பது ஒரு கிழட்டுக்குரூபியுடன். நீ மரியமாக மாறிக்கொண்டிருக்கிறாய்" என்றான்.

ஹாஜி யாகோப் ஸ்கொயரின் அருகிலிருந்த, அவன் வேலை பார்த்துக்கொண்டிருந்த கெபாப் கடையிலிருந்து, வாடிக்கையாளர் ஒருவருடன் கைகலப்பில் ஈடுபட்டதற்காக அவன் பணிநீக்கம் செய்யப்பட்டான். அவன் மரியாதையில்லாமல் ரொட்டியை மேசையில் விட்டெறிந்ததாக வாடிக்கையாளர் புகார் செய்திருந்தார். வார்த்தைகள் தடித்தன. ரஷீத், வாடிக்கையாளரை குரங்கு-மூஞ்சி உஸ்பெக் என்று திட்டிவிட்டான். ஒரு துப்பாக்கி நீட்டப்பட்டுவிட்டது. பதிலுக்கு ஒரு கௌவுகோல் காட்டப்பட்டது. தான் கௌவுகோலைத்தான் நீட்டியதாக ரஷீத் சொன்னான். ஆனால் மரியத்துக்கு அதில் சந்தேகம் உண்டு.

தைமானியிலிருந்த உணவுவிடுதியிலிருந்தும் அவன் நீக்கப்பட, இம்முறை வாடிக்கையாளர்களை நீண்ட நேரம் காக்க வைத்ததாக எழுந்த புகாருக்கு சமையல்காரன் சோம்பேறி என்றும், மெதுவாக சமைத்தான் என்றும், ரஷீத் பதிலளித்தான்.

"நீ பின்னாடி போய் குட்டித்தூக்கம் போட்டிருப்பாய்" என்றாள் லைலா.

"அவனைச் சீண்டாதே லைலா ஜோ" என்றாள் மரியம்.

"உன்னை எச்சரிக்கிறேன் பெண்ணே" என்றான் அவன்.

"ஒன்று அது அல்லது புகைத்துக்கொண்டிருந்திருப்பாய்."

“நான் கடவுள் மீது ஆணையிடுகிறேன்.”

“உன்னால் உன்னை எப்படி மாற்றிக்கொள்ள முடியும்.”

அவ்வளவுதான், அவன் லைலாவின் மார்பில்குத்தி, வயிற்றில் இடித்தி, அவளது மயிரைப்பிடித்திழுத்து அவளைச் சுவற்றில் வீசினான். அஸீஸா கிரீச்சிட்டலறிக்கொண்டு அவனுடைய சட்டையைப் பிடித்திழுக்க, ஸல்மாய் தன் தாயிடமிருந்து அவனை இழுக்க முயன்றான். ரஷீத் குழந்தைகளை இழுத்துத் தள்ளி, லைலாவைத் தரையில்சாய்த்து, உதைக்க ஆரம்பித்தான். மரியம் லைலாவின் மீது பாய்ந்தாள். தொடர்ந்து உதைத்தவன், வாயிலிருந்து எச்சில்தெறிக்க, கண்களில் கொலைவெறியோடு, அவனாலேயே முடியாத நிலைவரும்வரை, மரியத்தை உதைத்தான்.

“சத்தியம் செய்கிறேன் நான் உன்னைக் கொல்லப்போகிறேன். அதையும் நீயேதான் என்னைச் செய்யவைப்பாய்” என்று மூச்சிரைக்க சொல்லிவிட்டு அவன் வீட்டை விட்டு வெளியில் மறைந்தான்.

காசெல்லாம் கரைந்ததும் பசி அவர்கள் வாழ்வை சகிக்க முடியாததாக மாற்றியது. வாழ்க்கையின் முக்கியக் குறிக்கோளே பசியைத்தணிப்பதாக இவ்வளவுசீக்கிரத்தில், ஆகிப்போனதில், மரியம் ஸ்தம்பித்துப்போனாள்.

குழம்போ, இறைச்சியோ இல்லாத, வெறும், வடித்த வெள்ளையரிசி ஒரு அபூர்வ விருந்தாகிவிட்டது. அதிர்ச்சியளிக்கும் வேகத்தில் தொடர்ந்து அவர்கள் பட்டினி கிடந்தார்கள். சமயங்களில் ரஷீத், டின்னில் அடைத்த மீனும், காய்ந்து வறண்டுபோய் மரத்தூள் போலச் சுவைத்த ரொட்டியும் வாங்கிவந்தான். சில சமயங்களில் தன் கையை வெட்டுக்கொடுக்கும் அபாயத்தையும் தாண்டி ஒரு பை ஆப்பிள்களைத் திருடி வந்தான். பலசரக்குக் கடையில் அவன் மிகக் கவனமாக *ராவியோலி டப்பாவை எடுத்து ஜேபிக்குள் போட்டுக்கொண்டான். அதை அவர்கள் ஐந்தாகப் பிரித்து பெரும்பங்கை ஸல்மாய்க்குக் கொடுத்தார்கள். உப்புத்தூவிய சீமை முள்ளங்கிகளை அவர்கள் பச்சையாக உண்டார்கள். வாடிப்போன லெட்டூஸையும் கருத்துப் போயிருந்த வாழைப்பழங்களையும் இரவுணவாகக் கொண்டார்கள்.

திடீரென்று, பட்டினிச்சாவென்பது சாத்தியமான ஒன்று தான் என்பது தெளிவாகிற்று. சிலர் அதற்காகக் காத்திருக்க வேண்டாமென முடிவு செய்து கொண்டார்கள். அந்தப் பகுதியில் வாழ்ந்துவந்த விதவை ஒருத்தி, காய்ந்த ரொட்டிகளை அரைத்து எலிப்பாஷாணத்தை அதில் கலந்து தன் ஏழு குழந்தைகளுக்கும் அதைத் தின்னக் கொடுத்து, அதில் பெரும்பகுதியைத் தானும் தின்றதாக மரியம் கேள்விப்பட்டாள்.

அஸீஸாவின் விலா எலும்புகள் அவருடைய தோலுக்கு வெளியில் துருத்த ஆரம்பித்தன, அவளுடைய கன்னச்சதையிலிருந்த கொழுப்பெல்லாம் கரைந்தது. அவளுடைய கெண்டைக்கால்கள் மெலிந்தன, அவளுடைய சருமம் அடர்த்தி குறைவான தேநீரின் நிறத்துக்கு மாறியது. அவளை மரியம் தூக்கும் போது இறுகிய தோலினூடாக இடுப்பெலும்பு குத்தியது. ஸல்மாய் மங்கிப்போன விழிகளை பாதி மூடியவனாக தரையிலோ அவனுடைய தந்தையின் மடியின் மீதோ துவண்ட துணியாகக் கிடந்தான். அவனுக்குக் கொஞ்சம் தெம்பிருந்தால் அழுதவாறே தூங்கினான் ஆனால் அவனால் ஆழ்ந்து, நீண்ட நேரம் உறங்கவும் முடியவில்லை. மரியம் எழ முயன்ற போதெல்லாம் அவளுடைய விழிகளின் முன் வெண் புள்ளிகள் பறந்தன. அவளுக்கு தலைசுற்றியது, காதில் சதா ஏதோ ஓசை எழுந்தது. ரமதான் துவங்கும் போது முல்லா ஃபைசுல்லா சொன்னது அவளுக்கு நினைவு வந்தது: பாம்பு கடித்தவனுக்குக் கூட உறக்கம் வந்துவிடும், பசித்திருப்பவனால் உறங்கவே முடியாது.

"என் கண் முன்னேயே என் குழந்தைகள் இறக்கப் போகிறார்கள்" என்றாள் லைலா.

"இல்லை. அப்படி ஆக நான் விட மாட்டேன். எல்லாம் சரியாகும் லைலா ஜோ. என்ன செய்ய வேண்டுமென்று எனக்குத் தெரியும்" என்றாள் மரியம்.

வெய்யில் காந்திக்கொளுத்திய ஒரு நாளில் மரியம் தன்னுடைய புர்காவை அணிந்து கொண்டு ரஷீதுடன் தி இன்டெர்கான்டினென்டல் ஹோட்டலுக்கு நடந்தே சென்றாள். பேருந்துக்கட்டணம் அவர்களால் இப்போது செய்ய முடியாத ஒரு செலவென்பதால் அந்த செங்குத்தான மலையின் உச்சியை அவர்கள் அடைந்த போது அவள் களைத்துப் போயிருந்தாள். சரிவில் ஏறும்

போது அவளுக்கு மயக்கம் சுற்றியதால் அவள் இரண்டு முறை நிதானித்து அதைக் கடக்க வேண்டியிருந்தது.

ஹோட்டலின் வாயிலில் அடர்சிகப்பு சூட்டும் விளிம்புள்ள தொப்பியும் அணிந்த ஒரு காவலாளி ரஷீதைக் கட்டியணைத்து வரவேற்றான். அவர்களுக்குள் நட்பார்ந்த உரையாடல் நடந்தது போலத் தெரிந்தது. ரஷீத் தன்னுடைய கையை காவலாளியின் முழங்கையில் வைத்துக்கொண்டே பேசினான். ஒரு நேரத்தில் ரஷீத் மரியத்தைக் காட்டி எதோ பேச, இருவரும் அவளை ஒரு நொடி பார்த்தார்கள். அந்தக் காவலாளியை எங்கோ பார்த்தது போலத் தோன்றுவதாக மரியம் நினைத்தாள். அவன் உள்ளே செல்ல, மரியமும் ரஷீதும் காத்திருந்தார்கள். அவள் நின்றிருந்த இடத்திலிருந்து, மரியத்துக்கு, பாலிடெக்னிக் கல்லூரியும், அதற்குப் பின்னால் பழைய கைர்கானா மாவட்டமும் மசாருக்குப் போகும் சாலையும் பார்க்கக் கிடைத்தன. தெற்கில், வெகுகாலம் முன்னரே புறக்கணிக்கப்பட்ட ரொட்டியாலை சிலோ, அதன் மஞ்சள் முகப்பு முழுக்க வாயைப்பிளந்துகொண்டிருந்த, குண்டுதுளைத்த ஓட்டைகளுடன் நின்றதைப் பார்த்தாள். தெற்கில், இன்னமும் தூரத்தில் தாருலமான் அரண்மனை இருந்த இடம் சிதிலமடைந்து, பாழடைந்து கிடந்ததைப் பார்த்தாள். பலவருடங்களுக்கு முன் ரஷீத் அவளை அங்கே ஒரு இன்பச் சுற்றுலாவுக்காக அழைத்துச்சென்றிருந்தான். கடந்தகாலத்தின் அந்த ஒரு நினைவு அவளுடையதே அல்ல என்பது போல அவளுக்குத் தோன்றியது.

தன்னைக் கட்டுப்படுத்திக்கொள்ள இந்த நிலக்குறிகளிகளில் கவனம் செலுத்தாவிட்டால் மனம் சிதைந்து போகக் கூடுமென்று அவள் அஞ்சினாள்.

விடுதியின் நுழைவாயிலுக்கு, சிலநொடிகளுக்கொருமுறை, ஜீப்புகளும் வாடகைக்கார்களும் வந்தன. இயல்பாகவே அச்சுறுத்தும் தோரணைகொண்டவர்களாகத் தோன்றிய, அவற்றிலிருந்து இறங்கிய அத்தனை ஆண்களும், தலைப்பாகை அணிந்தவர்களாக, ஆயுதம் தாங்கியவர்களாக, தாடிக்காரர்களாக இருந்தார்கள். காவலாளிகள், அவர்களை வரவேற்க ஓடினார்கள். பேசிகொண்டே அவர்கள் விடுதியின் கதவுகளுக்குள் நுழையும் போது மரியத்தால் அதைக் கேட்க முடிந்தது. அவர்கள் பாஷ்டோவிலும் ஃபார்சியிலும் மட்டுமல்லாமல் உருது மற்றும் அரபியிலும் பேசிக்கொண்டார்கள்.

"நம்முடைய உண்மையான தலைவர்களைப் பார்த்துக்கொள்." ரஷீத் அடங்கிய குரலில் சொன்னான். "பாகிஸ்தான் மற்றும் அரபியாவைச் சேர்ந்த இஸ்லாமியப் பற்றுறுதியாளர்கள். தாலிபன்கள் எல்லாம் கைப்பாவைகள் மட்டுமே. இவர்கள்தான் உண்மையான விளையாட்டு வீரர்கள், ஆஃப்கானிஸ்தான் அவர்களுடைய விளையாட்டு-மைதானம்."

நாடு முழுவதும் இவர்கள் முகாம்களை அமைக்க தாலிபன்கள் உதவி செய்கிறார்கள் என்றும், அங்கே, இளைஞர்களை ஜிஹாதுப் போராளிகளாகவும் தற்கொலைப்படை வீரர்களாகவும் மாற்ற, பயிற்சி கொடுப்பதாக வதந்திகள் இருப்பதாகவும் ரஷீத் சொன்னான்.

"இவனை ஏன் இவ்வளவு நேரம் காணவில்லை" என்றாள் மரியம்.

ரஷீத் தரையில் துப்பி, அந்த இடத்தில் மண்ணைத் தள்ளி மூடினான்.

ஒரு மணிநேரம் கழித்து மரியமும் ரஷீதும் அந்த காவலாளியைப் பின்தொடர்ந்து உள்ளே சென்றிருந்தார்கள். பாவோடு வேயப்பட்ட அந்த தரைகளில், இனிமையாகக் குளிர்ந்திருந்த அந்த வரவேற்பறையைத் தாண்டி நடந்த போது அவர்களுடைய பாதங்கள் ஒலியெழுப்பின. அங்கேயிருந்த தோல்சோஃபாவில் துப்பாக்கிகளோடு அமர்ந்திருந்த இரண்டு ஆண்கள், அவர்களுக்கு முன்னால் இருந்த காஃபி மேசையிலிருந்த கருப்புத் தேநீரை அருந்திக்கொண்டு, தட்டிலிருந்த சக்கரை தூவிய ஜலேபிகளை சுவைத்துக்கொண்டுமிருந்தனர். அவள் அஸீஸாவை நினைத்துக்கொண்டாள், ஜலேபி என்றால் அவளுக்கு மிகவும் பிரியம், பிறகு பார்வையைத் திருப்பிக்கொண்டாள்.

வாயிற்காவலன் அவர்களை, வெளியில், ஒரு பலகணிக்கு அழைத்துச் சென்றான். அவனுடைய ஜேபியிலிருந்து தந்தியில்லா தொலைபேசி ஒன்றையும் எண் ஒன்று கிறுக்கப்பட்டிருந்த துண்டு காகிதத்தையும் வெளியில் எடுத்தான்.

"உங்களுக்கு ஐந்து நிமிடங்கள் தருகிறேன். அதற்கு மேலே இல்லை" என்றான்.

"டஷகோர். நான் இதை மறக்கவே மாட்டேன்" என்றான் ரஷீத்.

வாயிகாவலன் நகர்ந்தான், ரஷீத் எண்களை அழுத்தி மரியத்திடம் தொலைபேசியைக் கொடுத்தான்.

அந்தச் சுரண்டொலியை கேட்டுக்கொண்டிருந்த மரியத்தின் மனம் அலைபாய்ந்தது. 1987 இன் வசந்தத்தின்போது பதின்மூன்று வருடங்களுக்கு முன் ஜலீலைக் கடைசியாகப் பார்த்ததை அவள் நினைத்துக்கொண்டாள். அவன் அவளுடைய வீட்டுக்கு எதிரில், தெருவில், நின்றுகொண்டிருந்தான், ஒரு ஊன்றுகோலைப் பிடித்துக்கொண்டு, ஹெராத்தின் லைசன்ஸுப் பட்டையிருந்த, கூரையை, நடுப்பகுதியை, முகப்பை, ஒரு வெள்ளைப்பட்டை பிரித்திருந்த நீலக்காரின் பக்கமாய் நின்றிருந்தான். அவன் அங்கே மணிக்கணக்காக நின்றிருந்தான், அவளுக்காகக் காத்துக்கொண்டு, அவளுடைய பெயரைச் சொல்லி அவ்வப்போது அழைத்துக்கொண்டு, அவள் அவனை அழைத்துக்கொண்டு அவன் வீட்டின் வாசலில் நின்றிருந்ததைப் போலவே நின்றிருந்தான். அவள் ஒரே நிமிடம் தான் பார்த்தாளென்றாலும் அவனுடைய கேசம் முற்றிலுமாக நரைத்துவிட்டதையும் அவனுக்கு கூன் விழுந்திருந்ததையும் கவனிக்கும் அளவுக்கு அவள் பார்த்துவிட்டாள். அவன் கண்ணாடி அணிந்திருந்தான், கழுத்தில் வழக்கம் போல சிவப்புப்பட்டி, மார்பின் அருகிலிருந்த ஜேபியில் அதே வெள்ளைக் கைக்குட்டை. அவன் மெலிந்திருந்ததை, அவனுடைய அடர் பழுப்பு சூட்டின் மேலங்கி தோள்களின் மீது துவளும் அளவுக்கும் காற்சட்டைகள் கணுக்காலில் தொளதொளக்கும் அளவுக்கு அதீதமாக அவன் மெலிந்திருந்ததை அவள் பார்த்தாள்.

ஜலீலும் அவளைப் பார்த்தான், ஒரே நோடியொன்றாலும் அவர்களுடைய விழிகள், திரையினூடாகத் தெரிந்த நீம்பலின் வழியாக, பல வருடங்களுக்கு முன் சந்தித்துக்கொண்டதைப் போலவே சந்தித்துக்கொண்டன. மரியம் உடனடியாக திரைகளை இழுத்து மூடிவிட்டாள். அவள் தன்னுடைய கட்டிலில் அமர்ந்து கொண்டு அவன் கிளம்புவதற்காக காத்திருந்தாள்.

ஜலீல், வாசலில், அவளுக்காக விட்டுச்சென்றிருந்த கடிதத்தை இப்போது நினைத்துப்பார்த்தாள். அவள் அதைப் பலநாட்களுக்கு தன்னுடைய தலையணையின் அடியிலேயே வைத்திருந்தாள், அவ்வப்போது அதை எடுத்துப் பார்த்துக்கொண்டிருந்தவள் கடைசியில் அதைப் படிக்காமலேயே கிழித்துப் போட்டிருந்தாள்.

இத்தனை வருடங்களுக்குப் பிறகோ இங்கே நின்று அவனை அழைத்துக்கொண்டிருக்கிறாள்.

தன்னுடைய முட்டாள்தனமான் இளமைத்திமிரை நினைத்து அவள் மிக வருந்தினாள். அவனை வீட்டுக்குள் அழைத்திருக்கலாம் என்று இப்போது நினைக்கிறாள். அவனை உள்ளே அனுமதித்து, அவனோடு அமர்ந்து, அவன் பேச வந்ததைக் கேட்டிருந்திருக்கலாம். அதில் என்ன சிரமம் இருந்திருக்கும்? அவன் அவளுடைய தகப்பனாயிற்றே. அவன் ஒரு நல்ல அப்பாவாக இல்லையென்றாலும், ரஷீதின் கொடுமைகளோடு பார்க்க, மனிதர்கள் ஒருவருக்கொருவர் இழைத்துக்கொள்ளும் வன்முறைகளோடு, காட்டுமிராண்டித்தனங்களோடு பார்க்க, அவனுடைய தவறுகள் மன்னித்துவிடக்கூடியவைகளாகவும் சாதாரணமானவைகளாகவும் தான் தெரிகிறது.

அந்தக் கடிதத்தைக் கிழித்துப்போட்டிருக்கக் கூடாதென்று நினைத்தாள்.

ஒரு மனிதனின் அமர்த்தலான குரல் அவள் ஹெராத்தின் மேயர் அலுவலகத்தை அழைத்திருக்கிறாள் என்றது.

மரியம் தொண்டையைச் செருமிக் கொண்டாள், "*சலாம்* சகோதரரே, நான் ஹெராத்தில் வசிக்கும் ஒருவரைத் தேடிக்கொண்டிருக்கிறேன். அவருடைய பெயர் ஜலீல் கான். அவர் ஷர் ஏ நவ்வில் இருந்தார். ஒரு திரையரங்கின் உரிமையாளர். உங்களுக்கு அவரைப் பற்றி ஏதாவது தெரியுமா?"

அந்த மனிதனின் குரலில் எரிச்சல் அப்பட்டமாகத் தெரிந்தது. "இதற்காகத் தான் நீங்கள் மேயரின் அலுவலகத்துக்கு அழைத்தீர்களா?"

மரியம் தனக்கு வேறு யாரை அழைப்பதென்று தெரியவில்லை என்றாள். "என்னை மன்னிக்க வேண்டும். உங்களுக்கு முக்கியமான அலுவல்கள் இருக்குமென்று அறிவேன். ஆனால் இது வாழ்வா சாவா என்ற பிரச்சினை."

"அந்தத் திரையரங்கம் மூடப்பட்டு பல வருடங்கள் ஆகிவிட்டது. அவரை எனக்குத் தெரியாது."

"ஒருவேளை அவரைத்தெரிந்தவர் யாரும் அங்கிருக்கலாம். யாராவது –"

“அப்படி யாரும் இல்லை.”

மரியம் கண்களை மூடிக்கொண்டாள். “தயவு செய்யுங்கள் சகோதரா. சிறிய குழந்தைகள் இதை நம்பி இருக்கிறார்கள். மிகச் சிறிய குழந்தைகள்.”

ஒரு நீண்ட பெருமூச்சு.

“அங்கே யாருக்காவது –”

“இங்கே ஒரு வேலையாள் இருக்கிறார். அவர் இங்கேயே பிறந்து வளர்ந்தவர்.”

“தயவு செய்து அவரைக் கேளுங்கள்.”

“நாளைக்கு அழையுங்கள்.”

தனக்கு அது இயலாது என்றாள் மரியம். “இந்தத் தொலைபேசி எனக்கு ஐந்து நிமிடங்களுக்கு மட்டும் தரப்பட்டது. என்னால் –”

மறுபக்கம் க்ளிக் என்ற ஓசை கேட்டது. மரியம் அவர் அழைப்பைத் துண்டித்துவிட்டார் என்று நினைத்தாள். ஆனால் அவளுக்கு காலடி ஓசைகளும், குரல்களும், தூரத்தில் ஒலிக்கும் காரின் ஒலிப்பான் ஓசையும், ஒரு மின்சார விசிறி சுற்றுவதும் கேட்டது. அவள் தொலைபேசியை அடுத்த காதுக்கு மாற்றினாள், கண்களை மூடிக்கொண்டாள்.

ஜலீல் சிரித்துக்கொண்டே அவனுடைய ஜேபியினுள் கைகளை விடுவதை கற்பனை செய்தாள்.

சரி, அப்படியென்றால் இன்னமும் தாமதம் செய்யாமல் இதோ...

இலை வடிவத்திலொரு பதக்கம், நிலாவும் நட்சத்திரங்களும் பொறிக்கப்பட்ட சிறிய காசுகள் அதிலிருந்து தொங்கின.

அணிந்து பார் மரியம் ஜோ.

எப்படி இருக்கிறது?

நீ ராணி மாதிரி இருக்கிறாய்.

சில நிமிடங்கள் கழிந்தன. காலடியோசை கேட்டது, ஒரு கிரீச்சிடலும் பிறகு ஒரு க்ளிக் சப்தமும். "அவருக்குத் தெரிந்திருந்தது."

"அப்படியா?"

"அப்படித்தான் சொல்கிறார்."

"அவரெங்கே? அவருக்கு ஜலீல் கானைத் தெரியுமா?"

ஒரு நொடி மௌனத்துக்குப் பிறகு அவர் சொன்னார், "அவர் பலவருடங்களுக்கு முன்பே 1987 லேயே இறந்துவிட்டாராம்."

மரியம் உடைந்து போனாள். இதற்கான வாய்ப்பிருந்ததை அவள் அறிவாள். ஜலீல் உயிரோடு இருந்தால் இந்நேரம் அவனுக்கு 80 ஐத் தொடும் வயதாகியிருக்கும். ஆனால்...

1987.

அப்போது அவன் இறந்துகொண்டிருந்திருக்கிறான். ஹெராத்திலிருந்து அவ்வளவு தொலைவு பயணம் செய்து இவளிடம் பிரியாவிடை பெற வந்திருக்கிறான்.

அவள் அந்த பலகணியின் ஓரத்துக்குச் சென்றாள். அந்த விடுதியின், ஒரு காலத்தில் புகழ் பெற்ற நீச்சல் குளத்தை அவளால் பார்க்க முடிந்தது, இப்போது அது காலியாகவும், அழுக்காகவும், துப்பாக்கி குண்டுகளால் துளைக்கப்பட்டும் இருந்தது. பாவோடுகள் சிதிலமடைந்திருந்தன. அருகிலேயே டென்னிஸ் மைதானம் இருந்தது, நடுவிலிருந்த வலை, பாம்பு உரித்துப்போட்ட சட்டையைப் போல பரிதாபமாகத் தொய்ந்து கிடந்தது.

"சரி தொடர்பை துண்டிக்கிறேன்" என்றது மறுபக்கத்திலிருந்த குரல்.

"உங்களைத் தொந்திரவு செய்ததற்கு மன்னிக்கவும்," ஓசையில்லாமல் அழுது கொண்டே சொன்னாள் மரியம். ஒரு கல்லிலிருந்து இன்னொன்றுக்கு தாவியவாறே ஓடையைக் கடந்து கொண்டிருக்கும், சட்டைப் பையில் இவளுக்கான பரிசுகளை வைத்திருக்கும் ஜலீல், அவளைப் பார்த்துக் கையை அசைப்பதைப் பார்த்தாள் மரியம். அவனுக்காகவே உயிரை வைத்துக்கொண்டிருந்த, அவனோடு கழிப்பதற்காக இன்னமும் அதிக நேரம் வேண்டுமென்று பிரார்த்தனை செய்து கொண்டிருந்த

காலத்தை நினைத்துப்பார்த்தாள் மரியம். "நன்றி" என்று அவள் சொல்லி முடிப்பதற்குள் எதிர்முனை தொலைபேசியை வைத்துவிட்டிருந்தது.

ரஷீத் அவளைப் பார்த்துக்கொண்டிருந்தான். மரியம் தலையை அசைத்தாள்.

"உதவாக்கரைகள்" அவள் கையிலிருந்த தொலைபேசியைப் பிடுங்கினான் ரஷீத், "மகளைப் போலவே அப்பனும்" என்றான்.

ஆளரவமற்றிருந்த வரவேற்பறை வழியாக வெளியில் நடக்கும்போது, அங்கிருந்த காபிமேசைக்குச் சென்ற ரஷீத், அதிலிருந்த கடைசி ஜலேபியை எடுத்துத் தன் ஜேபியில் போட்டுக்கொண்டான். வீட்டுக்குப் போய், அவன் அதை ஸல்மாயிடம் கொடுத்தான்.

★ ராவியோலி – நூடுல்ஸ், பாஸ்தா வகை மாப்பண்டம்

42

லைலா

ஒரு காகிதப்பையில் அஸீஸா தன்னுடைய பொருட்களைச் சேகரித்துக்கொண்டாள், அவளுடைய பூப்போட்ட சட்டை, ஒரே ஜோடி காலுறை, வெவ்வேறு ஜோடியிலிருந்து வந்த மென்மயிர் கையுறைகள், பழைய, பூசணிவண்ண, நட்சத்திரங்களும் வால் நட்சத்திரங்களும் அச்சிட்ட போர்வை, ஒரு உடைந்த ப்ளாஸ்டிக் கோப்பை, ஒரு வாழைப்பழம் மற்றும் அவளுடைய சதுரங்கக் காய்கள்.

அது 2001 ஏப்ரலின் ஒரு குளிர்காலக் காலை. லைலாவின் இருபத்தி மூன்றாவது பிறந்தநாள் நெருங்கிக்கொண்டிருந்த சமயம். வானம் அடர் சாம்பல் நிறமாய் இருக்க, பிசுபிசுத்த ஈரக்காற்று, திரைச்சீலைகளை படபடக்கச் செய்துகொண்டிருந்தது.

அஹமத் ஷா மசூத் ஃப்ரான்ஸுக்குப் போய் ஐரோப்பிய பாராளுமன்றத்தில் பேசியதாக லைலா கேள்விப்பட்ட சில நாட்களில் நடந்தது இது. மசூத் தன்னுடைய பூர்விகமான வடக்கில், தலிபன்களை இன்னமும் எதிர்த்துக்கொண்டிருக்கும் வடக்குக் கூட்டிணைவுப் படைக்குத் தலைமை தாங்கிநிற்கிறார். ஐரோப்பாவில் ஆஃப்கானிஸ்தானிலுள்ள தீவிரவாத முகாம்களைப் பற்றி மேற்கத்தியர்களை எச்சரித்த மசூத், தாலிபனை எதிர்த்துப் போரிட தனக்கு உதவ வேண்டுமென அமெரிக்காவைக் கேட்டுக்கொண்டார்.

"பிரதமர் புஷ் உதவவில்லையென்றால் இந்தத் தீவிரவாதிகள் அமெரிக்காவையும் ஐரோப்பாவையும் கூடிய விரைவில் சேதப்படுத்துவார்கள்" என்றிருந்தார்.

அதற்கு ஒரு மாதத்துக்கு முன்புதான் பாமியனின் மிகப்பெரிய புத்தர் சிலைகளை சிலைவணக்கம் மற்றும் பாவச்செயல்களின் வடிவம் என்று அவற்றை அழைத்து அவற்றின் மடிப்புகளுக்குள், தாலிபன், TNT எனப்படும் சக்தி வாய்ந்த குண்டுகளைப் பொருத்தி அவற்றை சுக்குநூறாக்கியதாக லைலா கேள்விப்பட்டாள். அமெரிக்காவிலிருந்து சீனா வரைக்கும் இதற்கான கண்டனக்குரல்கள் எழுந்தன. உலகெங்கிலுமிருந்த அரசுகளும், வரலாற்றாசிரியர்களும், அகழ்வாராய்ச்சி நிபுணர்களும், ஆஃப்கானிஸ்தானின் சிறப்பு மிகுந்த வரலாற்றுக் கலைச்செல்வங்களை அழித்துவிட வேண்டாமெனக் கேட்டுக்கொண்டு கடிதெமெழுதினார்கள். ஆனால் இரண்டாயிரம் வருடப்புராதணமிக்க அந்த புத்தர்களுக்குள் தாங்கள் பொருத்தியிருந்த வெடிகுண்டுகளை தாலிபன்கள் வெடிக்கச்செய்தனர். ஒவ்வொரு முறை குண்டு வெடித்த போதும் அவர்கள் அல்லாஹு அக்பர் என்று கோஷமெழுப்பினர், அந்த சிலைகளின் கையோ காலோ புழுதிமேகங்களுக்கிடையில் சிதறியபோது அவர்கள் ஆரவாரம் செய்தனர். 1987 இல் இரண்டு புத்தர் சிலைகளில் மிகப்பெரியதன் மீது, பாபி மற்றும் தாரிக்கோடு நின்றிருந்ததையும், வெய்யிலில் ஒளிர்ந்த தங்கள் முகங்களின் மீது தென்றல் வருடியதையும், கீழே பரந்துவிரிந்திருந்த பள்ளத்தாக்கின் மீது ஒரு பருந்து சுற்றிச்சுற்றி வட்டமிட்டதைப் பார்த்ததையும் நினைவு கூர்ந்தாள் லைலா. அந்த சிலைகள் அழிக்கப்பட்ட செய்தி லைலாவை பாதித்துவிடவில்லை. அவளுக்கு அது சம்பந்தமான உணர்வு மரத்துப்போயிருந்தது. அவளுடைய வாழ்க்கை இடிந்து பொடிப்பொடியாகிக்கொண்டிருக்கும் போது அவள் அந்த சிலைகளைப் பற்றி கவலைகொள்ள இயலாதே.

கிளம்பவேண்டிய நேரமாகிவிட்டதென்று ரஷீத் சொல்லும் வரையில் லைலா வரவேற்பறையின் ஒரு மூலையில், பேசாமல், முகத்தின் மீது கூந்தலின் கற்றைகள் தொங்க, ஒரு சிலைபோல அமர்ந்திருந்தாள். எவ்வளவு ஆழமாக மூச்சிழுத்தாலும் அவளுடைய நுரையீரலுக்குத் தேவையான காற்றால் அதை நிரப்ப லைலாவுக்கு இயலவில்லை.

கர்தே-சே க்குப் போகும் வழியில் ஸல்மாய் ரஷீதின் கரங்களில் துள்ளிக்கொண்டிருந்தான், அஸீஸா மரியத்தின் கையைப் பிடித்துக்கொண்டு அவளுக்குப் பக்கவாட்டில் வேகமாக நடந்தாள். அஸீஸாவின் தாடையின் அடியில் கட்டப்பட்டிருந்த

அழுக்குத்துண்டில் காற்று வீசி, அதை படபடக்க வைத்ததோடு அவளுடைய ஆடையின் ஓரங்களையும் அது புரட்டியது. எடுத்துவைக்கும் ஒவ்வொரு அடியிலும் அஸீஸா தான் ஏமாற்றப்படுவதை அதிகமாகப் புரிந்துகொண்டதைப் போல, அவள் தீவிரமான பாவத்துடன் அமைதிகாத்தாள். அஸீஸாவிடம் உண்மையைச் சொல்ல லைலாவுக்கு தைரியம் வரவில்லை. அஸீஸா ஒரு பள்ளியில், குழந்தைகள் பாடங்களுக்குப் பிறகு வீட்டுக்குப் போகாமல் அங்கேயே உண்டு உறங்கும் பள்ளியில், சேர இருக்கிறாள் என்று தான் லைலா சொல்லியிருந்தாள். இப்போது அஸீஸா, அவள் நாட்கணக்காகக் கேட்டுக்கொண்டிருந்த கேள்விகளை மீண்டும் கேட்க ஆரம்பித்தாள். மாணவர்கள் எல்லோரும் வெவ்வேறு அறைகளில் உறங்குவார்களா அல்லது ஒரே பெரிய அறையிலா? அவளுக்கு நண்பர்கள் கிடைப்பார்களா? ஆசிரியர்கள் இனிமையானவர்கள் தான் என்று லைலாவுக்கு நன்றாகத் தெரியுமா?

மேலும் அவள் மீண்டும் மீண்டும் கேட்டது, *நான் எத்தனை நாட்கள் தங்க வேண்டியிருக்கும்?*

அவர்கள் பண்டகசாலையைப் போல இருந்த கட்டிடத்திலிருந்து இரண்டு முக்கங்களுக்கு முன்னேயே நின்றார்கள்.

“நானும் ஸல்மாயும் இங்கேயே காத்திருக்கிறோம்” என்ற ரஷீத் “ஓ மறந்தே போயிருப்பேன்...”

தன்னுடைய ஜேபியிலிருந்து சிக்லெட் பட்டி ஒன்றை எடுத்து பிரிவுப்பரிசாக, இறுக்கமான, பெருந்தன்மையான தோரணையுடன், அஸீஸாவிடம் நீட்டினான். அஸீஸா அதை வாங்கிக்கொண்டு மெல்லிய குரலில் நன்றி சொன்னாள். அஸீஸாவின் இனிமையான சுபாவத்திலும், மன்னித்துவிடும் மனப்பாங்கிலும் அதிசயித்த லைலாவின் கண்களில் நீர் பெருகியது. இன்று மதியம் அஸீஸா தன்னருகில் படுத்து உறங்கமாட்டாள், அஸீஸாவின் மெலிந்த கரத்தின் எடையை தன் நெஞ்சில் இன்று உணர்ப்போவதில்லை, அஸீஸாவின் தலையின்வளைவு, தன் நெஞ்சுக்கூட்டில் பதியாது, அவளுடைய சூடான மூச்சு தன் கழுத்தில் படாது, அவளுடைய குதிகால்கள் தன் வயிற்றில் குத்தாது என்பதையெல்லாம் எண்ணி லைலாவின் நெஞ்சு வேதனையில் விம்மியது.

அஸீஸா அழைத்துச்செல்லப்பட்டதும், ஸல்மாய், ஸீஸா ஸீஸா என்று ஓலமிட்டு அழத்துவங்கினான். அவன் தன் தந்தையின்

கைகளில் முறுக்கிக்கொண்டும் எத்திக்கொண்டும் தன் அக்காளை அழைத்துக்கதறினான். தெருவில் சென்ற ஒரு கழைக்கூத்தாடியின் குரங்கைக் காண்பிக்கும் வரை அவன் சமாதானம் அடையவில்லை.

அந்த இரண்டு முக்கமும் மரியம், லைலா மற்றும் அஸீஸா மட்டும் நடந்தார்கள். கட்டிடத்தை நெருங்க நெருங்க அதன் சிதிலமடைந்த முகப்பு, தொய்ந்து போயிருந்த கூரை, சன்னல்கள் இருந்த இடத்தில் சட்டங்களின் குறுக்கில் ஆணி கொண்டு அறையப்பட்டிருந்த மரப்பலகைகள், ஊஞ்சல் ஒன்றின் மேற்பகுதி வைக்கப்பட்டிருந்த பழுதடைந்த சுவர் எல்லாவற்றையும் லைலாவால் பார்க்க முடிந்தது.

அவர்கள் வாசலிலேயே நின்றுகொண்டதும் லைலா தான் அஸீஸாவிடம் முன்னரே சொல்லியிருந்ததை மீண்டும் சொன்னாள்.

“உன்னுடைய அப்பாவைப் பற்றி கேட்டால் நீ என்ன சொல்லுவாய்?”

சட்டென்று சுதாரித்துக்கொண்டு அஸீஸா பதில் சொன்னாள், “அவரை முஜாஹிதீன்கள் கொன்றுவிட்டார்கள்.”

“ஆம் அதே தான். அஸீஸா உனக்குப் புரிகிறது தானே?”

“ஆம், ஏனென்றால் இது ஒரு விசேஷ பள்ளி” என்றாள் அஸீஸா. பேச்சாய் இருந்தது உண்மையாகி, அந்த கட்டிடத்தில் தாங்கள் நிஜமாகவே நின்று கொண்டிருந்ததில் அவள் நடுக்கத்துடன் காணப்பட்டாள். அவளுடைய கீழுதடு நடுங்கிக்கொண்டிருக்க, அவளுடைய விழிகள் எந்நேரமும் பொங்குவதற்கான அறிகுறி தென்பட்டது, தைரியசாலியாய் காட்டிக்கொள்ள அவள் போராடிக்கொண்டிருந்ததை லைலா உணர்ந்தாள். “நாம் உண்மையைச் சொன்னால், அவர்கள் என்னை சேர்த்துக்கொள்ள மாட்டார்கள். இது ஒரு விசேஷ பள்ளி. நாம் வீட்டுக்குப் போய்விடலாம்.”

“நான் எந்நேரமும் வந்து போவேன். உறுதியளிக்கிறேன்.” லைலா சமாளித்துக்கொண்டு எப்படியோ பதில் சொன்னாள்.

“நானும்” என்றாள் மரியம். “நாங்கள் வந்து உன்னைப் பார்ப்போம் அஸீஸா, நாம் எல்லோரும் எப்போதும் போல விளையாடலாம். உன்னுடைய அப்பாவுக்கு ஒரு வேலை கிடைக்கும் வரை தான் இதெல்லாம்.”

"இங்கே உணவு கிடைக்கும்" நடுங்கும் குரலில் சொன்னாள் லைலா. தான் உள்ளுக்குள் உடைந்துகொண்டிருப்பதை அஸீஸா தெரிந்து கொள்ளாதபடி நல்லவேளையாக புர்கா அணிந்துகொண்டிருக்கிறோம் என்று அவள் நினைத்துக்கொண்டாள். "இங்கே சோறு, ரொட்டி, தண்ணீர், சமயங்களில் பழம் கூட, எல்லாம் கிடைக்கும். நீ பட்டினிகிடக்க வேண்டியதில்லை."

"ஆனால் இங்கே நீ இருக்க மாட்டாய். காலா மரியம் என்னோடு இருக்க மாட்டாள்."

"நான் வந்து உன்னைப் பார்ப்பேன். அடிக்கடி வருவேன். என்னைப் பார் அஸீஸா. நான் வந்து உன்னைப் பார்ப்பேன். நான் உன் அம்மா. என்னைத் தடுக்க சாவே வந்தாலும் நான் வந்து உன்னைப் பார்ப்பேன்."

அநாதை இல்லத்தின் நிர்வாகி ஒடுங்கின மார்பும், கூன்முதுகும், சுருக்கம் விழுந்த இனிமையான முகமும் கொண்டவர். தலை வழுக்கையாகிக் கொண்டிருந்த அவருக்கு தாடி மண்டிக்கிடந்தது, விழிகள் பட்டாணிகள் போல இருந்தன. அவருடைய பெயர் ஸமான். தலைக்கவிகைத் தொப்பி அணிந்திருந்தார். அவருடைய மூக்குக்கண்ணாடியின் இடப்புற வில்லை உடைந்திருந்தது.

தன்னுடைய அலுவலறைக்கு அவர்களை அழைத்துச்செல்லும் போதே அவர் லைலா மற்றும் மரியத்தின் பெயர்களையும் அஸீஸாவின் பெயரோடு வயதையும் கேட்டுத் தெரிந்து கொண்டார். அவர்கள் அரைகுறையான வெளிச்சம் இருந்த, வெறுங்கால் குழந்தைகள் நகர்ந்து கொண்டு அவர்களைப் பார்த்த கூடத்தின் வழியாகச் சென்றார்கள். அவர்களுடைய தலை ஒன்று பரட்டையாக இருந்தது அல்லது மொட்டையடிக்கப்பட்டிருந்து. அவர்களுடைய கணப்பாடைகளின் கைகள் கிழிந்திருந்தன, அணிந்திருந்த காற்சட்டைகளின் மூட்டுகள் கிழிந்து நூலாகத்தொங்கின, அவர்களுடைய அங்கிகள் நாடாவால் ஒட்டுபோடப்பட்டிருந்தன. லைலாவுக்கு சோப்பு, முகப்பவுடர், அமோனியா, சிறுநீர், தேம்பத் தொடங்கியிருந்த அஸீஸாவிலிருந்து எழும் பீதியின் மணம் இப்படி எல்லா வாடையும் அடித்தது.

லைலா தோட்டத்தை ஒரு நிமிடம் பார்த்தாள்: களைகள் மண்டி, கலகலத்துப் போயிருந்த ஊஞ்சல்களோடு, பழைய

டயர்களும் காற்றுப் போன ஒரு கூடைப்பந்தும் அங்கே இருந்தது. அவர்கள் கடந்து சென்ற அறைகள் காலியாக இருந்தன, சன்னல்கள் பிளாஸ்டிக் ஷீட்டுகளால் மூடப்பட்டிருந்தன. அங்கிருந்த அறைகளில் ஒன்றிலிருந்து வந்த சிறுவன் லைலாவின் முழங்கையைப் பற்றி, அவளுடைய கையில் ஏற முயன்றான். சிறுநீரைப்போல சிந்திக்கிடந்த எதையோ துடைத்துக்கொண்டிருந்த வேலையாளொருவன், துடைப்பானைப் போட்டுவிட்டு அந்தச் சிறுவனை விரட்டினான்.

அந்த அநாதைச் சிறுவர்களிடம் ஸமான் மிகவும் மென்மையாக நடந்து கொண்டாடர். அவர் போகும் வழியிலிருந்த குழந்தைகளின் தலையைத்தடவினார், ஒன்றிரெண்டு இனிமையான வார்த்தைகளைச் சொன்னார். குழந்தைகள் அவருடைய தொடுகையை நேசித்தார்கள். அவர்கள் எல்லோரும் அவருடைய அங்கீகாரத்துக்காக அவரைப் பார்த்துக்கொண்டிருக்கிறார்கள் என்று லைலாவுக்குத் தோன்றியது.

அவர் அவர்களை தன்னுடைய அலுவலறைக்கு அழைத்துச் சென்றார், அங்கே மூன்று நாற்காலிகளும் காகிதங்கள் குவிந்து கிடந்த ஒரு மேசையும் மட்டும் இருந்தன.

"நீங்கள் ஹெராத்தைத் சேர்ந்தவர் அப்படித்தானே. எனக்கு உங்கள் பேச்சிலிருந்தே தெரிகிறது" என்றார் அவர் மரியத்திடம்.

நாற்காலியில் சாய்ந்து அமர்ந்துகொண்டு, தன்னுடைய கைகளை வயிற்றில் வைத்துக்கொண்டு, தன்னுடைய மைத்துனர் ஒருவர் ஹெராத்திலிருந்ததாகச் சொன்னார். சாதாரணமான செயல்பாடுகளுக்கும் அவர் அதீதமாக மெனக்கெட வேண்டியிருப்பதையும் அவர் புன்னகை பூத்த முகத்தோடு இருந்தாலும் அவர் கவலையுற்றிருப்பதும் அவருடைய நகைச்சுவை உணர்வுக்கு அடியில் காயம்பட்ட மனமொன்று இருப்பதும் அவளுக்குத் தெரிந்தது.

"அவர் கண்ணாடி செய்பவர். அழகான பச்சைநிற அன்னங்களைச் செய்வார். அவற்றை சூரிய ஒளி படுமாறு வைத்துப் பார்த்தால், கண்ணாடிக்குள்ளே அழகான நகைகள் இருப்பது போல அவை பளபளக்கும். நீங்கள் அங்கே மறுபடி எப்போது சென்றீர்கள்" என்றார் மரியத்தைப் பார்த்து.

மறுபடி அங்கே போகவே இல்லை என்றாள் மரியம்.

“நான் கந்தஹாரைச் சேர்ந்தவன். நீங்கள் கந்தஹார் போயிருக்கிறீர்களா *ஹம்ஷிரா?* இல்லையா? அது அழகான ஊர். எப்படிப்பட்ட தோட்டங்கள் அங்கே உள்ளவை! என்ன மாதிரியான திராட்சைகள்! ஆ அந்த திராட்சைகள். அவை மயக்கும் சுவைகொண்டவை.”

அதற்குள் கதவுக்கு அருகில் சில குழந்தைகள் வந்து நின்றுவிட்டார்கள். ஸமான் அவர்களை மென்மையாக. பாஷ்டூனில் விரட்டினார்.

“எனக்கு ஹெராத்தையும் ரொம்ப பிடிக்கும். கலைஞர்களின், எழுத்தாளர்களின், சூஃபி மற்றும் ஞானியரின் நகரம். அந்த பழைய துணுக்கு ஒன்று உங்களுக்குத் தெரிந்திருக்கும். ஹெராத்தில் நீங்கள் காலை நீட்டினால் அது ஒரு கவிஞனின் பின்னம்பாகத்தில் தான் போய் இடிக்கும் என்பது.”

லைலாவுக்கு அருகில் நின்றிருந்த அஸீஸா சிரித்துவிட்டாள்.

ஸமான் மூச்சைப் பிடித்துக்கொள்வது போல பாசாங்கு செய்து, “ஆஹா *ஹம்ஷிரா* நான் உங்களைச் சிரிக்க வைத்துவிட்டேனா? அது தானே மிகக் கடினமானது. நான் கொஞ்ச நேரம் கவலைப் பட்டுக்கொண்டிருந்தேன். கோழிக்குஞ்சைப் போல கொக்கரித்தோ, கழுதையைப் போல கத்தியோ தான் உங்களை சிரிக்க வைக்க வேண்டியிருக்குமோ என்று. ஆனால் இதோ நீங்கள் சிரித்துவிட்டீர்கள். நீங்கள் தான் எவ்வளவு அழகாக இருக்கிறீர்கள்” என்றான்.

வேலையாள் ஒருவரை அழைத்து, சிறிது நேரம் அஸீஸாவைப் பார்த்துக்கொள்ளச் சொன்னான். அஸீஸா பாய்ந்து மரியத்தின் மடியில் அமர்ந்து கொண்டு அவளைக் கட்டிக்கொண்டாள்.

“நாங்கள் கொஞ்சம் பேச வேண்டும் அன்பே. நான் இங்கேயே தான் இருப்பேன். சரிதானா? இங்கேயே இருப்பேன்” என்றாள் லைலா.

“நாம் இருவரும் சிறிது நேரம் வெளியில் இருக்கலாமா அஸீஸா ஜோ. உன்னுடைய அம்மா காக்கா ஸமானிடம் பேச வேண்டியிருக்கிறது. கொஞ்சம் நேரத்துக்குத்தான். வா நாம் போகலாம்” என்றாள் மரியம்.

அவர்கள் மட்டுமாக இருந்த நேரத்தில் ஸமான் அஸீஸா பிறந்த தேதி, உடல்நலம் மற்றும் ஒவ்வாமைகள் குறித்தெல்லாம் கேட்டான். அவர் அஸீஸாவின் அப்பாவைப் பற்றி கேட்ட போது லைலா உண்மையான பொய் ஒன்றைச் சொல்ல வேண்டிய விநோத அனுபவத்துக்கு ஆளானாள். ஸமானின் முகக்குறிப்பில் நம்பியதாகவோ, நம்பிக்கையின்மையோ எதுவும் தெரியவில்லை. அவர் அந்த அநாதைவிடுதியை கண்ணியத்தின் பெயரால் நடத்தியதாகச் சொன்னார். ஒரு *ஹம்ஷிரா* அவளுடைய கணவர் இறந்துவிட்டதாகவும் அவளால் அவளுடைய குழந்தையை வளர்க்க முடியவில்லை என்றும் சொன்னால், தான் அதைக் கேள்வி கேட்பதில்லை என்றார்.

லைலா அழத்தொடங்கினாள்.

ஸமான் பேனாவைக் கீழே வைத்தார்.

"எனக்கு அவமானமாக இருக்கிறது," வாயைக் கைகளால் பொத்தி, குரல் உடையச் சொன்னாள் லைலா.

"என்னைப் பாருங்கள் *ஹம்ஷிரா*."

"தன்னுடைய குழந்தையைக் கைவிடும் தாயும் ஒரு தாயா?"

"என்னைப் பாருங்கள்."

லைலா பார்வையை உயர்த்தினாள்.

"இது உங்களுடைய குற்றம் இல்லை. புரிகிறதா? உங்களுடையதில்லை. இது அந்த *காட்டுமிராண்டிகளின்* குற்றம், அந்த *வஷீஸின்* குற்றம். அவர்களால், ஒரு பாஷ்டூனாக நான் வெட்கப்படுகிறேன். எங்கள் இனத்தின் பெயரை அவர்கள் களங்கப்படுத்திவிட்டார்கள். நீங்கள் மட்டும் இல்லை *ஹம்ஷிரா*. உங்களைப் போன்ற தாய்மாரை நான் எப்போதும் பார்க்கிறேன்-எப்போதும்- தாலிபன் அவர்களை வேலைக்குச் செல்ல அனுமதிக்காததால், தங்களுடைய பிள்ளைகளுக்கு உணவளிக்க இயலாத தாய்மார். உங்களை நீங்களே குற்றம் சொல்லிக்கொள்ளாதீர்கள். யாரும் உங்களைக் குறை சொல்ல முடியாது. எனக்குப் புரிகிறது *ஹம்ஷிரா*." அவர் இன்னமும் முன்னால் குனிந்து சொன்னார். "எனக்குப் புரிகிறது."

லைலா தன்னுடைய புர்கா துணியால் கண்களைத் துடைத்துக்கொண்டாள்.

“இந்த இடம், உங்களுக்கே தெரிந்திருக்கும். இதுவும் மோசமான நிலைமையில்தான் இருக்கிறது. நாங்கள் எப்போதுமே நிதிப்பற்றாக்குறையில், தத்தளித்துக்கொண்டு, மேம்படுத்திக்கொண்டே தான் இருக்கிறோம். தாலிபன்களிடமிருந்து எங்களுக்கு பெரிதாக ஒரு உதவியும் கிடைப்பதில்லை. ஆனாலும் நாங்கள் சமாளிக்கிறோம், உங்களைப் போலத்தான். நாங்கள் செய்ய வேண்டியதைச் செய்கிறோம். அல்லாஹ் இரக்கமுள்ளவன், அவனே போஷிக்கிறான், அவன் கொடுக்கும்வரை, அஸீஸாவுக்கு உணவும் உடுப்பும் என்னால் வழங்க முடியும். இவ்வளவுக்கு என்னால் உறுதி கொடுக்க முடியும்.”

லைலா தலையை ஆட்டினாள்.

“சரி தானா?”

அவர் நட்புணர்வோடு புன்னகை புரிந்தார். “ஆனால் அழாதீர்கள் *ஹம்ஷிரா*. நீங்கள் அழுவதை அவள் பார்க்க வேண்டாம்.”

லைலா அவளுடைய விழிகளைத் துடைத்துக்கொண்டாள். “இறைவன் உங்களுக்கு நற்கிருபை செய்யட்டும். இறைவன் உங்களுக்கு கிருபை செய்யட்டும் சகோதரா” என்றாள்.

ஆனால் விடைபெற வேண்டிய நேரம் வந்ததும் லைலா பயந்தது போலவே எல்லாம் நடந்தது.

அஸீஸா நடுங்கிப்போயிருந்தாள்.

வீட்டுக்குத் திரும்பும் வழியெல்லாம், மரியத்தின் மீது சாய்ந்துகொண்டிருந்த லைலாவுக்கு அஸீஸாவின் கதறல் கேட்டுக்கொண்டே இருந்தது. ஸமானின் பெரிய, காய்த்துப் போன கைகள் அஸீஸாவின் கரங்களைச் சுற்றிப் பிடித்திருப்பதை, மென்மையாக அவற்றைப் பற்றி இழுப்பதை, பிறகு வலிமையைப் பிரயோகித்து அவளிடமிருந்து அஸீஸாவை விலக்குவதற்காக இழுப்பதை லைலா தன்னுடைய மனதின் கண்களில் பார்த்தாள். ஸமானின் கைகளுக்குள் அஸீஸா உதைத்துக்கொள்வதை, அவர் அவளை இன்னொரு அறைக்கு அழைத்துச்செல்லும்

வழியில் திரும்பும்போது, அவள் இந்த உலகத்தை விட்டே மறைந்துவிடுகிறவள் போல வீறிடுவதையும் பார்த்தாள். அந்த கூடத்திலிருந்து தலையைக் குனிந்துகொண்டே, தொண்டைக்குள் எழுந்து வந்த கேவலை அடக்கிக்கொண்டு தான் வெளியில் ஓடியதையும் அவள் நினைத்துப்பார்த்தாள்.

"எனக்கு அவள் வாசம் வருகிறது" என்றாள் அவள் மரியத்திடம். அவளுடைய விழிகள் கனவிலாழ்ந்தவை போல மரியத்தின் தோளைத்தாண்டி, தோட்டத்தையும், சுவர்களையும் தாண்டி, புகைபிடிப்பவனின் எச்சிலைப் போல அடர்பழுப்பு நிறமாக இருந்த மலைகளைத் தாண்டி சென்றன. "எனக்கு அவளுடைய உறக்கத்தின் மணம் வருகிறது. உனக்கு? உனக்கும் வருகிறதா?"

"ஓ, லைலா ஜோ. வேண்டாம். இது நல்லதுக்கில்லை. அமைதியாக இரு" என்றாள் மரியம்.

ஆரம்பத்தில் ரஷீத் லைலாவின் மனம்போல நடந்துகொள்பவனாக அவர்களோடு-லைலா, மரியம், ஸல்மாயோடு-அநாதைவிடுதிக்கு சென்றாலும் நடக்கும்போது, அவனை அவள் எவ்வளவு சிரமப்படுத்துகிறாள் என்று புலம்பி, அவனுடைய கால்களும், முதுகும், பாதங்களும் விடுதிக்கு நடந்து போய் வருவதால் எவ்வளவு வலிக்கிறதென்றும் அவள் அறியுமாறு செய்தான். அவன் எவ்வளவு சிரமப்படுகிறான் என்பதை அவளுக்குத் தெரியப்படுத்திவிடத் துடித்தான்.

"நான் ஒன்றும் இளைஞனில்லை. நீ உடனே என்னைப் பற்றி கவலைப்படுவாய் என்றெல்லாம் நான் நினைக்கவில்லை. விட்டால் நீ என்னைத் தரையோடு தரையாய் தேய்ப்பாய் என்று நான் அறிவேன். ஆனால் உன்னுடைய விருப்பம் செல்லாது. நீ நினைப்பது நடக்காது" என்பான்.

அநாதை விடுதியிருக்கும் தெருவுக்கு இரண்டு முணங்குகளுக்கு முன்பே நின்றுவிடுகிறவன், அவர்களுக்கு பதினைந்து நிமிடங்களுக்கு மேல் ஒரு நொடியும் அனுமதிக்க மாட்டான். ஒரு நிமிடம் தாமதித்தாலும் நான் நடக்க ஆரம்பித்துவிடுவேன். சொன்னதைச் செய்வேன் என்பான்.

அஸீஸாவின் பிரிவால் தாங்கவொண்ணா துயரம் அடைந்திருந்தாலும், வழக்கம்போல, அதைத் தனக்குள்ளேயே

வைத்துக்கொண்டிருக்கும் மரியத்துக்காகவும், தனக்காகவும், தன்னுடைய அக்காவைத் தேடி தினமும் அழுது அடம் பண்ணி, சில சமயங்களில் பிடிவாதமாகத் தொடர்ந்து அழும் ஸல்மாயிற்காகவும் லைலா அவனை வற்புறுத்தி, கெஞ்சி, அஸீஸாவுடன் இருக்கக் கிடைக்கும் நேரத்தை நீட்டிக்க போராடுவாள்.

சில சமயங்களில் அநாதை விடுதிக்குப் போகும் வழியிலேயே தன்னுடைய கால் மரத்துப் போய்விட்டதென்று சொல்லி ரஷீத் நின்று விடுவான். பிறகு திரும்பி, நல்ல நீளநடைபோட்டு, கொஞ்சம் கூடத் தடுமாறாமல் வீட்டை நோக்கி நடப்பான். அல்லது நாவினால் கொட்டொலி எழுப்பி, "என்னுடைய நுரையீரல் லைலா." "என்னால் மூச்சு விடவே முடியவில்லை. நாளையோ அதற்கு மறுநாளோ நான் நலம் பெற்றதற்குப் பிறகு பார்க்கலாம்" என்பான். ஆனால் பாசாங்காகக் கூட, தடுமாற்றமான ஒரு மூச்சையும் அவன் விட்டதில்லை. அதிலும் வீட்டுக்குத் திரும்பும் வழியில் புகைத்துக்கொண்டே நடப்பான். வழியில்லாமல், வேதனையிலும், கையாலாகாத ஆத்திரத்திலும் நடுங்கிக்கொண்டு அவனைப் பின் தொடர்வாள் லைலா.

பிறகு ஒரு நாள் அவன் லைலாவிடம் இனிமேல் அவளை அநாதைவிடுதிக்கு அழைத்துச்செல்ல முடியாதென்று சொல்லிவிட்டான். "அந்தச் சாலையில் நாள் முழுக்க வேலை தேடி நடந்து நான் களைத்துப் போய்விட்டேன்" என்றான்.

"அப்படியென்றால் நான் தனியாகப் போய்க்கொள்வேன். உன்னால் என்னைத்தடுக்க முடியாது. புரிகிறதா? நீ என்னை எவ்வளவு வேண்டுமானாலும் அடிக்கலாம் ஆனாலும் நான் போவேன்" என்றாள் லைலா.

"நீ என்னவேண்டுமானாலும் செய். ஆனால் தாலிபன்களை மீறி உன்னால் ஒன்றும் செய்ய முடியாது. நான் உன்னை எச்சரிக்கவில்லை என்று குறை சொல்லாதே" என்றான்.

"நான் உன்னுடன் வருகிறேன்" என்றாள் மரியம்.

லைலா அதற்கு ஒத்துக்கொள்ளவில்லை. "நீ வீட்டில் ஸல்மாயுடன் இரு. நாம் வழியில் மறிக்கப்பட்டால்... அதையெல்லாம் ஸல்மாய் பார்ப்பதை நான் விரும்பவில்லை" என்றாள்.

அதனால் திடீரென்று லைலாவின் வாழ்க்கை அஸீஸாவைப் பார்க்கப் போவதற்கான வழிகளைக் கண்டுபிடிப்பதைச் சுற்றியே நகர்ந்தது. பாதி சமயம் அவள் அநாதைவிடுதிக்குப் போகாமலேயே திரும்பினாள். தெருவைக் கடக்கும் போதே தாலிபன்கள் அவளை நிறுத்தி கேள்விகளால் - *உன் பெயரென்ன? எங்கே போகிறாய்? நீ ஏன் தனியாகச் செல்கிறாய்? உன்னுடைய மஹரம் எங்கே?-* என்று வீட்டுக்கு அனுப்பப்படுவதற்கு முன் துளைத்தார்கள். அவளுக்கு அதிர்ஷ்டம் இருந்தால் அன்றைக்கு அவள் வெறும் திட்டுவாங்கிக்கொண்டோ, பின்னம்பாகத்தில் ஒரு அடியோடோ, முதுகில் எத்தப்பட்டு மட்டுமோ, தப்பினாள். மற்ற நேரங்களில் விதவிதமான மரத்துண்டங்கள், மரங்களில் இருந்து ஒடிக்கப்பட்ட கிளைகள், சிறிய சாட்டைகள், அறைகள், பெரும்பாலும் குத்துக்களைச் சந்தித்தாள்.

ஒரு நாள் இளம் தாலிப் ஒருவன் அவளை ஒரு ரேடியோ ஆன்டெனாவால் அடித்தான். அடித்து முடித்த பிறகு இறுதியாக அவளுடைய கழுத்தில் ஒரு அறை கொடுத்துவிட்டு, “இனிமேல் உன்னைப் பார்த்தால், உன் தாயிடம் நீ குடித்த பால் உன் எலும்புகளிலிருந்து வெளியேறும் அளவுக்கு உன்னை அடிப்பேன்” என்றான்.

அந்த முறை லைலா வீட்டுக்குத் திரும்பிச் சென்று, கேவலமான, பரிதாபத்துக்குரிய ஒரு மிருகத்தைப் போல உணர்ந்தவாறு குப்புறக்கிடந்தாள். ரத்தவிளாராய் இருந்த அவளுடைய முதுகில் மரியம் ஈரத் துணிகளைக் கொண்டு பத்துப் போட, இஸ்ஸ்ஸென்று ஒலியெழுப்பினாள். ஆனால் லைலா பொதுவாக தோல்வியை ஒப்புக்கொள்வதில்லை. அவள் வீடு திரும்புவது போல போக்குக் காட்டிவிட்டு வேறு பாதைகளுக்குத் திரும்பினாள். சில நேரங்களில் அவள் இரண்டு, மூன்று, நான்கு முறைகள் கூட மாட்டிக்கொண்டு வசைபட்டிருக்கிறாள். பிறகு சாட்டைகள் வீசப்பட்டன, ஆன்டெனாக்கள் பாய்ந்தன, அவள் அஸீஸாவை கண்ணால் பார்க்க கூட முடியாமல், ரத்தக்களரியாக வீடு திரும்பினாள். ஆனால் சீக்கிரமே லைலா அவளுடைய புர்காவுக்குக் கீழே பல அடுக்கு ஆடைகள் அணிய ஆரம்பித்தாள், அந்த வெக்கையிலும் இரண்டு மூன்று கம்பளிச்சட்டைகளை அணிந்து அடியைத்தாங்குவதற்காக திணித்துக்கொண்டாள்.

தாலிபன்களையும் அவ்வளவு இன்னலையும் தாண்டிவிட்டால் கிடைக்கும் பரிசு லைலாவுக்கு அத்தனைக்கும் தகுதியானதாக

இருந்தது. அஸீஸாவுடன் எவ்வளவு நேரமென்றாலும்-சில சமயங்களில் மணிக்கணக்கில்-உடன் இருக்க முடிந்தது. முற்றத்தில் ஊஞ்சல் கம்பிகளுக்கு அருகில் அமர்ந்துகொண்டு அவர்கள், வந்திருக்கும் மற்ற தாய்மாரைப் பார்த்தார்கள், அஸீஸா அந்த வாரம் படித்ததைப் பற்றி விவாதித்தார்கள்.

ஒவ்வொரு நாளும் அவர்களுக்கு ஏதாவது சொல்லித்தந்து விடவேண்டும் என்பதில் காக்கா ஸ்மான் உறுதியாக இருப்பதாக அஸீஸா சொன்னாள். பெரும்பாலான நாட்களில் எழுதப்படிக்க சொல்லித்தந்தார், சில நாட்கள் புவியியல், வரலாறு அல்லது அறிவியல், மிருகங்களைப் பற்றியும் செடிகளைப் பற்றியும் கூட.

"ஆனால் தாலிபன்கள் பார்த்துவிடாமல் இருப்பதற்காக நாங்கள் திரைச்சீலைகளை இழுத்துவிட்டுக்கொள்ள வேண்டியிருக்கிறது. காக்கா ஸமான் பின்னல் ஊசிகளையும் நூல் பந்துகளையும் எப்போதும் தயாராக வைத்திருந்தார், ஒருவேளை சோதனை செய்வதற்காக தாலிபன்கள் வந்தால் நாங்கள் புத்தகங்களை தூர வைத்துவிட்டு ஆடைகள் பின்னுவதாக பாசாங்கு செய்வோம்."

ஒருநாள் அஸீஸாவைப் பார்க்க போயிருந்த போது, தன்னுடைய மூன்று மகன்கள் மற்றும் ஒரு மகளைப் பார்ப்பதற்காக வந்திருந்த, புர்கா அணிந்திருந்த பெண்ணை லைலா பார்த்தாள். அவளுடைய நரைத்த கூந்தலையும் உள்ளொடுங்கியிருந்த வாயையும் அடையாளம் தெரியாவிட்டாலும், அந்த அடர்ந்த புருவங்களை, கூர்மையான முகத்தை, லைலா அடையாளம் கண்டுகொண்டாள். அந்த ஷால்களை, கருப்புப் பாவாடைகளை அந்த வெடுக்கெனும் குரலை லைலா நினைவு கூர்ந்தாள், அவள் தன்னுடைய கன்னங்கரிய கேசத்தை கொண்டையாக இறுக்கி முடிந்துகொண்டதில், பிடரியின் கருத்தமயிர்சிலும்பல்கள் குத்திட்டு நின்றதையும் அவள் நினைத்துப்பார்த்தாள். ஒரு காலத்தில் அந்த பெண்மணி, அவளுடைய மாணவிகள் தங்களை முழுவதுமாக மூடிக்கொள்வதை எதிர்த்ததையும், ஆண்களும் பெண்களும் சமம் என்பதால், ஆண்கள் மூடிக்கொள்ளாதபோது பெண்கள் மூட வேண்டிய அவசியமே இல்லையென்று சொன்னதையும் அவள் நினைவு கூர்ந்தாள்.

ஒரு கட்டத்தில் காலா ரங்மால் நிமிர்ந்து லைலாவைப் பார்த்தாள், ஆனால் அவளுடைய பழைய ஆசிரியையின் விழிகளில் அடையாளம் தெரிந்துகொண்டதற்கான அறிகுறி எதையும் லைலா காணவில்லை.

“இந்தப் புவி ஓட்டின் எல்லா இடங்களிலும் விரிசல்கள் இருக்கின்றன, அவற்றை ஃபால்ட் என்று சொல்கிறோம்” என்றாள் அஸீஸா.

2001 இன் ஜூன் மாதத்தின் ஒரு வெள்ளிக்கிழமையின் வெதுவெதுப்பான மதியம் அது. அஸீஸா, லைலா, மரியம் மற்றும் ஸல்மாய் நால்வரும், அநாதைவிடுதியின் கொல்லைப்புறத்தில் அமர்ந்திருந்தார்கள். ரஷீத் இம்முறை மனமிரங்கி-அரிதாக அவன் இதைச் செய்தான்-அவர்களோடு வர ஒப்புக்கொண்டிருந்தான். பேருந்து நிலையத்தின் அருகில் அவன் அவர்களுக்காகக் காத்திருந்தான்.

குழந்தைகள் வெறுங்கால்களோடு அவர்களைச் சுற்றியும் திரிந்தார்கள். காற்றுபோயிருந்த கால்பந்தொன்றை உதைத்துக்கொண்டு அதை சுவாரஸ்யமில்லாமல் விரட்டினார்கள்.

“இந்த ஃபால்ட்களின் இருபுறமும் பாறை அடுக்குகள் இருக்கின்றன, அவையே புவியின் மேல் ஓட்டை நிர்மாணிக்கின்றன.”

அஸீஸாவின் கூந்தலை, யாரோ இழுத்துக்கட்டி, பின்னலாக்கி, அதை அவளுடைய தலையின் மீது அழகான கொண்டையாக அமைத்திருந்தார்கள். அவளுடைய மகளுக்குப் பின்னால் அமர்ந்து அவளை அசையாமல் இருக்கச் சொல்லிவிட்டு, கூந்தல் கற்றைகளை ஒன்றன் மீது ஒன்றாக வைத்துப் பின்னிய அந்த நபரை நினைத்து லைலா பொறாமைப்பட்டாள்.

அஸீஸா அவளுடைய கைகளை விரித்து, உள்ளங்கைகளை ஒன்றன்மீது ஒன்றாக வைத்துத் தேய்த்து, நிகழ்த்திக்காட்டிக் கொண்டிருந்தாள். ஸல்மாய் மிகுந்த ஆர்வத்துடன் அதைக் கவனித்துகொண்டிருந்தான்.

கெக்டானிக் ப்ளேட்டா?

“டெக்டானிக்” என்றாள் லைலா. அவளுடைய தாடை இன்னமும் புண்ணாக இருந்தது, முதுகும் கழுத்தும் வலித்தது. அவளால் பேச முடியவில்லை. அவளுடைய உதடு வீங்கி, ரஷீத் இரண்டு நாட்களுக்கு முன் உடைத்திருந்த அவளுடைய கீழ்ப்பல் இருந்த இடத்தில் அவளுடைய நாக்கு அனிச்சையாகத் தடவிக்கொண்டே இருந்தது. மாம்மியும் பாபியும் இறந்து, அவளுடைய வாழ்க்கை

இப்படி தலைகீழாக மாறுவதற்கு முன்பாக இருந்தால், ஒரு மனித உடல் இவ்வளவு அடி உதைகளைத்தாங்கும் என்றும், இப்படித் தொடர்ந்து அடிபட்டாலும் கூட அது இயங்கிக்கொண்டே இருக்கும் என்பதையும் அவள் நம்பியிருக்க மாட்டாள்.

"ஆம், அவை ஒன்றின்மீது ஒன்று உராயும் போது, அவை விலகி- இதைப் பார் மாம்மி-சக்தியை உண்டாக்கும். அது பூமியின் மேற்தளத்துக்குப் பயணமாகி, அதை நடுங்கச் செய்யும்."

"நீ ரொம்ப புத்திசாலி ஆகிக்கொண்டிருக்கிறாய். உன்னுடைய மக்கு *காலாவை* விட அதீத புத்திசாலியாகிறாய்."

அஸீஸாவின் முகம் பூரித்து, பளிச்சிட்டது. "நீ ஒன்றும் மக்கு இல்லை காலா மரியம். சில சமயங்களில் பாறைகள் இப்படி நகர்வது பூமிக்குக் கீழே மிகவும் ஆழத்தில் நிகழ்வதால், அது என்னதான் சக்திவாய்ந்ததாக பயங்கரமாக இருந்தாலும், பூமியின் மேற்தளத்தில் நாம் உணர்வதெல்லாம் வெறும் லேசாக நடுக்கங்களைத்தான்" என்கிறார் காக்கா ஸமான்.

இதற்கு முந்தின முறை அவர்கள் வருகையின் போது, வளிமண்டலத்திலிருக்கும் ஆக்சிஜன் அணுக்கள், சூரியனிலிருந்து வரும் நீல வெளிச்சத்தை சிதறச்செய்வது பற்றி பேசினாள். *பூமிக்கு மட்டும் வளிமண்டலம் என்று ஒன்று இல்லையென்றால், வானம் நீலமாக இல்லாமல், கன்னங்கரிய பெருங்கடல் போல இருக்கும், சூரியன் இருளில் ஒளிரும் நட்சத்திரமாக இருந்திருக்கும்* என்றாள்.

"இந்த முறை அஸீஸா நம்முடன் வீட்டுக்கு வந்துவிடுவாளா?" ஸல்மாய் கேட்டான்.

"சீக்கிரம் வருவாள் அன்பே" என்றாள் லைலா, "சீக்கிரமே."

பெருவிரல்களை உள்நோக்கி வளைத்து, முன்பக்கமாக கூனியவாறு அவனுடைய அப்பாவைப் போலவே அவன் நடப்பதை அவள் பார்த்தாள். ஊஞ்சல் இருக்கையைப் பிடித்து ஆட்டிவிட்டு, சிமெண்ட் தளத்திலிருந்த வெடிப்பிலிருந்து முளைத்திருந்த களைச்செடிகளின் மீது அவன் அமர்ந்து கொண்டான்.

இலைகளிலிருக்கும் தண்ணீர் ஆவியாகிறது- உனக்குத் தெரியுமா மாம்மி?-கொடியில் தொங்கும் துணிகளிலிருந்து ஆவியாவதைப் போலவே தான். அதனால், நிலத்திலிருந்து வேர்களின் மூலமாக,

மரத்தின் தண்டுவழியாக, கிளைகளுக்கும் பிறகு இலைகளுக்கும், தண்ணீர் பாய்கிறது. இதற்குப் பெயர் நீராவிப் போக்கு என்பது.

காக்கா ஸமான் இப்படி திருட்டுத்தனமாக பாடம் நடத்துவது தெரிய வந்தால் தாலிபன்கள் என்ன செய்வார்கள் என்று லைலா அடிக்கடி கவலைப்பட்டாள்.

சந்திப்புகளின் போது அஸீஸா மௌனத்துக்கான இடைவெளியே விடுவதில்லை. எல்லா நேரமும் அவள் உச்சஸ்தாயியில் படபடவென்று பொரிந்து தள்ளினாள். அவள் பேசும் தலைப்புகளைப் பற்றி எவ்வளவு முடியுமோ அவ்வளவு அறிதல் அவளுக்கிருந்தது. கைகளை வேகமாக ஆட்டிக்கொண்டு, அவளுடைய சுபாவத்தில் சிறிதும் சேராத பரபரப்போடு அவள் பேசினாள். அவளுடைய சிரிப்பும் புதிதாக இருந்தது. அது உண்மையில் ஒரு சிரிப்பே அல்ல, பல நேரம், அது, வாக்கியங்களுக்கான நிறுத்தற்குறியாக, நம்பிக்கையளிப்பதற்கான ஒரு முயற்சியாக இருந்தது என்று லைலாவுக்குத் தோன்றியது.

மற்ற பல மாற்றங்களும் இருந்தன. அஸீஸாவின் நகங்களில் இருந்த அழுக்கை லைலா பார்த்தாள், அவள் பார்ப்பதை கவனித்துவிடும் அஸீஸா உடனே கைகளை தொடைகளுக்கு அடியில் மறைத்துக்கொள்வாள். குழந்தைகள் யாராவது அழுதாலோ, யாருடைய மூக்கிலிருந்தாவது சளி வழிந்தாலோ, காற்சட்டை அணியாமல் குழந்தைகள் திரிந்தாலோ, கூந்தலில் அழுக்கு கற்றையாக அப்பியிருந்தாலோ, அஸீஸாவின் விழிகள் படபடக்கும், அவள் வேகவேகமாக அதற்கான காரணங்களைச் சொல்ல முனைந்தாள். தன்னுடைய வீட்டின் இழிநிலை குறித்து தன் குழந்தைகள் அழுக்காக இருப்பது பற்றி அவமானப்படும் வீட்டுத்தலைவியைப் போல அவள் இருந்தாள்.

அங்கே அவளால் ஒத்துப்போக முடிகிறதா என்பது குறித்தான கேள்விகளுக்கு தெளிவற்ற ஆனால் மகிழ்ச்சிகரமான பதில்களை அவள் அளித்தாள்.

நான் நன்றாக இருக்கிறேன் காலா. நன்றாக இருக்கிறேன்.

குழந்தைகள் உன்னிடம் சண்டைக்கு வருகிறார்களா?

இல்லை மாம்மி. எல்லோரும் அருமையானவர்கள்.

நீ சரியாக சாப்பிடுகிறாயா? நன்றாகத் தூங்குகிறாயா?

சாப்பிடுகிறேன். தூங்குகிறேன். நாங்கள் நேற்றிரவு கூட ஆட்டுக்கறி சாப்பிட்டோம். இல்லை, அது போனவாரம் என்று நினைக்கிறேன்.

அஸீஸா இப்படிப் பேசும் போது லைலா அவளிடம் மரியத்தைப் பார்த்தாள்.

அஸீஸா இப்போது திக்கத் துவங்கியிருக்கிறாள். மரியம் தான் அதை முதலில் கவனித்தது. அது மெல்லியதாக இருந்தாலும் அவர்களால் அதைக் கண்டுகொள்ள முடிந்தது. ட என்று துவங்கும் வார்த்தைகளை உச்சரிக்கும் போது நிகழ்ந்தது. லைலா ஸமானிடம் அதைப் பற்றி கேட்க அவர் அவளுக்கு முதலில் இருந்தே இப்படித்தான் என்று நான் நினைத்தேன் என்றார்.

அந்த வெள்ளியன்று, பேருந்து நிலையத்தில் அவர்களுக்காக காத்துக்கொண்டிருந்த ரஷீதுடன் உலவச்செல்வதற்காக அவர்கள் அஸீஸாவை அழைத்துக்கொண்டு அநாதை விடுதியிலிருந்து சென்றார்கள். ஸல்மாய் அவனுடைய அப்பாவைப் பார்த்ததும் மகிழ்ச்சியில் பொங்கி வீறிட்டவாறு லைலாவின் கரங்களில் இருந்து நெளிந்து குதித்தான். அஸீஸா ரஷீதைப் பார்த்ததும் சொன்ன முகமனில் விலக்கம் இருந்தது ஆனால் வெறுப்பில்லை.

வேகமாகப் போக வேண்டுமென்றும், அவன் இன்னும் இரண்டு மணி நேரத்திற்குள் பணிக்கு திரும்ப வேண்டுமென்றும் ரஷீத் அவசரப்படுத்தினான். இன்டெர்கான்டினென்டலில் அவன் வாயிற்காப்பாளனாக பணிக்குச் சேர்ந்து ஒரு வாரம் தான் ஆகிறது. மதியத்திலிருந்து எட்டு மணி வரைக்கும் ரஷீத் கார் கதவுகளைத் திறந்துவிட்டான், பயணப்பைகளைச் சுமந்து சென்றான், தரையில் சிந்துவதை எப்போதாவது துடைக்கவும் வேண்டியிருந்தது. இரவு நேரத்தில் எடுத்தூண்-வகை விருந்துகளில் மீதமானவற்றை ரஷீத் வீட்டுக்கு எடுத்துச்செல்ல அங்கிருந்த சமையற்காரன் -அவன் ரகசியம் காக்க வேண்டும் என்ற உறுதியின் பேரில்- அனுமதித்தான். எண்ணெயில் மிதக்கும் ஆறிப்போன இறைச்சி உருண்டைகள், மேற்தோல் காய்ந்தும் இறுகியுமிருந்த பொரித்த கோழி இறக்கைகள், சரியாக வேகாத மாச்சேவைகள் இவற்றோடு குழைந்து போன சோறும்.

ரஷீத் சீருடை தரித்திருந்தான். கருஞ்சிவப்பு வண்ண பாலியெஸ்டர் சூட்டும், வெள்ளைச் சட்டையும், டையும், நரைத்த கேசத்தில் அழுந்தியிருந்த தொப்பியுமாக அவனுடைய தோற்றமே மாறியிருந்தது. அவன் பரிதாபமானவனாகவும், பலவீனனாகவும்,

கிட்டத்தட்ட தீங்கற்றவனாகவே தோன்றினான். வாழ்க்கை அவனுக்கென்று வகுத்திருந்த துயரங்களையும் அவமானங்களையும் எதிர்ப்பில்லாமல் ஒப்புக்கொண்டவனாகவும் காட்சியளித்தான். அவனுடைய பணிவுமிக்க தோற்றம் பரிதாபமாகவும் அதே நேரம் மதிப்புவாய்ந்ததாகவும் பார்க்கிறவர்களுக்கு தோன்றியது.

டைட்டானிக் சிட்டிக்குப் போகும் பேருந்தில் அவர்கள் ஏறினார்கள். வரண்ட கரையில் இருந்த தாற்காலிக கடைகளின் ஓரமாக அவர்கள் நடந்தார்கள். பாலத்தின் அருகில் பளுதூக்கி இயந்திரம் ஒன்றிலிருந்து, காதுகள் வெட்டப்பட்ட மனிதன் ஒருவனின் சடலம் தொங்கியது, அவனுடைய கழுத்து கயிறின் முனையில் வளைந்திருந்தது. ஆற்றுப்படுகையில் திரிந்து கொண்டிருந்தவர்களுடன் இவர்களும் சேர்ந்து கொண்டார்கள், சலிப்படைந்திருந்த அரசு சாரா நிறுவனங்களைச் சார்ந்த நபர்கள் மற்றும் நாணய மாற்றுக்காரர்களுடன் அங்கே சிகரெட் கடைக்காரர்கள் இருந்தார்கள். பொய்யான மருந்துத்தாள்களை மக்கள் கைகளில் திணித்து பணம் தரச்சொல்லி வற்புறுத்திய, முக்காட்டுப் பெண்கள். முக்காடு அணிந்திராத முகங்களை, வகைதொகையற்ற சிரிப்புகளைத் தேடிக்கொண்டு கையில் சாட்டையோடு, நஸ்வர் புகையிலை மென்று கொண்டிருக்கும் தாலிபன்கள் ரோந்து சுற்றினர்.

பொம்மைக்கடை ஒன்றில், ஒரு பூஸ்டீன் அங்கி விற்பனையாளனுக்கும் ஒரு செயற்கை மலர் தாங்கிக்கும் இடையிலிருந்து ஸல்மாய் மஞ்சளில் நீலக் கோடுகளிட்ட ஒரு ரப்பர் கூடைப்பந்தை எடுத்தான்.

"நீ ஏதாவது எடு" என்றான் ரஷீத் அஸீஸாவிடம்.

வெட்கத்தால் இறுகிப் போன அஸீஸா தயக்கத்துடன் நின்றாள்.

"சீக்கிரம். நான் இன்னும் ஒரு மணி நேரத்துக்குள் பணிக்குத் திரும்பியாக வேண்டும்."

சிவிங்க மிட்டாயைக் குண்டாகச் செலுத்தி பிறகு அதையே மிட்டாயாக மாற்றும் துப்பாக்கி ஒன்றைத்தேர்ந்தெடுத்தாள் அஸீஸா.

அதற்கான விலையைக் கேட்டதும் ரஷீதின் கண்கள் உருண்டு மேலே போயின. பேரம் நடந்ததன் முடிவில் ஏதோ அஸீஸா தான் அவனிடம் அதை வற்புறுத்தி கேட்டது போல, "அதைத் திருப்பிக்

கொடுத்துவிடு, இரண்டையும் வாங்க என்னிடம் பணம் இல்லை" என்றான்.

திரும்பும் வழியில், அநாதைவிடுதியை நெருங்க நெருங்க உற்சாகமாக இருப்பதைப் போல அஸீஸா காட்டிக்கொண்டிருந்த முகபாவம் வெளுத்துப் போனது. பேசும் போது படபடவென்று அடித்துக்கொண்டிருந்த கரங்கள் நிலைகொண்டன. முகம் தொங்கிற்று. ஒவ்வொரு முறையும் இதே போல இருந்தது. இப்போது விடாமல் பேசுவதும், சிரிப்பதும், துயரமான அந்தச் சூழலின் வெற்றிடத்தை மூச்சுவிடாமல் பேசி நிரப்புவதும் லைலா மற்றும் மரியத்தின் முறையாகிற்று.

ரஷீத் அவர்களை விட்டுவிட்டு அவனுடைய வேலைக்குச் செல்ல இன்னொரு பேருந்தில் ஏறிப்போன பிறகு, அஸீஸா விடைபெற்றுக்கொண்டு அநாதைவிடுதியின் பின்புறமாக இருந்த சுவருக்குள் சென்று மறைந்ததைப் பார்த்தாள் லைலா. அஸீஸா திக்குவதைப் பற்றியும் பூமியின் முறிவுகள் குறித்தும் ஆழத்தில் நிகழும் மோதல்கள் பற்றியும் மேற்தளத்தில் நமக்குக் காணக்கிடைப்பதெல்லாம் மெல்லிய நடுக்கங்கள் தான் என்றும் அவள் சொன்னதையும் லைலா நினைத்துக்கொண்டாள்.

"**போ** இங்கிருந்து!" ஸல்மாய் கூச்சலிட்டான்.

"ஷ்ஷ்ஷ் .. யாரைப் பார்த்து கத்துகிறாய் நீ?" மரியம் கேட்டாள்.

"அதோ அந்த மனிதனைப் பார்த்துத்தான்" அவன் காட்டினான்.

லைலாவின் பார்வை அவன் விரலைத் தொடர்ந்தது. வீட்டுவாயிலில், ஒரு மனிதன் சாய்ந்தபடி நின்றிருந்தான். அவர்கள் வீட்டை நெருங்குவதை உணர்ந்து அவனுடைய தலை திரும்பியது. கட்டிக்கொண்டிருந்த கைகளைக் கீழே விட்டான் அவன். அவர்களை நோக்கி சில அடிகள் நொண்டி நடந்தான்.

லைலா நடப்பதை நிறுத்தினாள்.

அவளுக்குள்ளிருந்து தொண்டையை அடைக்கும் கேவலொன்று எழுந்தது. அவளுடைய முழங்கால்கள் வலுவிழந்தன. மரியத்தின் கையை, தோளை, மணிகட்டை, எதையாவது பிடித்துக்கொள்ள வேண்டுமென, அவள் மீது சாய்ந்து கொள்ள வேண்டுமென்று

அவளுக்கு திடீரென்று தேவையெழுந்தது. ஆனால் அவள் செய்யவில்லை. செய்யத்துணியவில்லை. அவள் ஒரு அங்குலத்தைக் கூட அசைக்க அச்சம் கொண்டாள். மூச்சுவிடவும், இமைகளைக் கொட்டவும் கூட அவள் பயந்தாள். ஏதோ தூரத்தில் மின்னும் கானல் தோற்றமாக, சிறிய அசைவில் மறைந்துவிடக்கூடிய மாய உருவமாக அவன் மறைந்துவிடுவானோ என்று அஞ்சினாள். தன்னுடைய மார்பு மூச்சுக்காக இறைஞ்சும் வரையில் இமைகள் மூடச்சொல்லி எரியும் வரையில் லைலா அசைவற்று தாரிகைப் பார்த்துக்கொண்டே நின்றாள். ஆனால் எப்படியோ அவள் இமைகளை மூடித்திறந்த பின்னும், அவள் மூச்சு விட்டபிறகும் கூட, அவன் அங்கேயேதான் நின்று கொண்டிருந்தான். தாரிக் அங்கே நின்று கொண்டிருந்தான்.

லைலா அவனை நோக்கி ஒரு எட்டு எடுத்து வைத்தாள், பிறகு இன்னொன்று. மேலும் ஒன்றும். அதற்குப் பிறகு அவள் ஓடினாள்.

43

மரியம்

மாடியில், மரியத்தின் அறையில், ஸல்மாய் அமைதியற்றிருந்தான். சிறிதுநேரத்துக்குத் தன்னுடைய ரப்பர் கூடைப்பந்தை சுவரிலும் தரையிலும் எறிந்தான். அப்படிச்செய்ய வேண்டாமென்று மரியம் சொல்லிக்கொண்டிருந்த போதும் அதற்கெல்லாம் அவளுக்கு எந்த அதிகாரமும் இல்லையென்பதை அறிந்திருந்த அவன் அவளை முறைத்துக்கொண்டே தொடர்ந்து பந்தை எறிந்தவாறிருந்தான். சிறிது நேரத்துக்கு அவர்கள் இருவரும் அவனுடைய பொம்மைக் காரையும், அடர் சிவப்பு வண்ண எழுத்துகள் தீட்டப்பட்டிருந்த ஆம்புலன்ஸையும் பிடித்துத்தள்ளி, அறையின் குறுக்கிலும் நெடுக்கிலும் ஓட்டிக்கொண்டிருந்தார்கள்.

சற்று நேரத்துக்கு முன், வாசலில் அவர்கள் தாரிக்கைப் பார்த்தபோது, ஸல்மாய் தன்னுடைய கூடைப்பந்தை மார்போடு சேர்த்து அணைத்துக்கொண்டு பெருவிரலை வாயில் நுழைத்துக்கொண்டான்- அச்சமுண்டாகும் சமயங்களில் தவிர அவன் இப்படிச்செய்வதில்லை.

"யார் அந்த மனிதன்? அவனை எனக்குப் பிடிக்கவில்லை" என்றான்.

மரியம் அவனுக்கு விளக்க முனைந்தாள், லைலாவும் அவனும் ஒன்றாக வளர்ந்தவர்கள் என்று அவள் சொல்லத்துவங்குமுன் ஸல்மாய் அவளைத் தடுத்து, ஆம்புலன்ஸைத் திரும்பச் செய்து, அதன் முன்பாகத்தில் இருந்த கம்பிக்கதவு அவனைப் பார்க்கும்படி நிறுத்தச் சொன்னான், அவன் சொன்னதை அவள் செய்ததும் மறுபடியும் அவனுடைய கூடைப்பந்து வேண்டுமென்றான்.

“எங்கே அது. என் பாபா ஜான் எனக்கு வாங்கிக்கொடுத்த பந்து. அதெங்கே போயிற்று. எனக்கு அது வேண்டும். வேண்டும்!” ஒவ்வொரு வார்த்தையைச் சொல்லும் போதும் அவனுடைய குரல் மேலும் உயர்ந்தும் கிறீச்சீட்டும் ஒலித்தது.

“இங்கேதான் இருந்தது” என்றாள் மரியம். “இல்லை, அது தொலைந்து போய்விட்டது. எனக்குத் தெரியும். எனக்கு நன்றாகத் தெரியும் அது தொலைந்து விட்டது. அதெங்கே? எங்கே போய்விட்டது அது?”

“இந்தா,” அது உருண்டு போயிருந்த அலமாரிக்குள்ளிருந்து கொண்டு வந்து அவனிடம் கொடுத்தாள் மரியம். ஆனால் அதற்குள் ஸல்மாய் கைகளை உதறிக்கொண்டு பெருங்குரலெடுத்து கத்தத் துவங்கிவிட்டான். அது அதே பந்தல்ல என்றும் அவனுடைய பந்து தொலைந்து விட்டதென்றும், இது வேறு பந்து என்றும் ஓலமிட்டான். நிஜ பந்து எங்கே? எங்கே அது?

அவனுடைய செவிகளுக்குள் அவளுடைய நாவால் செல்லமாய் ஓசையெழுப்பி, அவனுடைய அடர்ந்த கருத்த சுருள் கேசத்துக்குள் தன் விரல்களால் அளைந்து, ஈரமாக இருந்த அவனுடைய கன்னங்களைத் துடைத்துவிட லைலா மாடிக்கு ஏறிவரும் வரை அவன் வீறிட்டான்.

மரியம் அறைக்கு வெளியில் காத்திருந்தாள். மாடிப்படிகளின் மேலேயிருந்து, அவளால் தாரிக்கின் நீண்ட கால்களை மட்டுமே பார்க்க முடிந்தது. விரிப்புகளற்ற அந்தக் கூடத்தின் தரையில் அவனுடைய நிஜக்காலையும், செயற்கைக் காலையும் காக்கிக் காற்சட்டையோடு அவன் நீட்டியிருந்ததைத் தான் அவளால் பார்க்க முடிந்தது. அவளும் ரஷீதும் ஜலீலுக்குத் தொலைபேசுவதற்காகப் போயிருந்தபோது கான்டினென்டல் விடுதியின் நுழைவாயிலில் பார்த்த காவலாளியை, முன்பு எப்போதோ பார்த்திருப்பதாகத் தோன்றியது ஏனென்று அவளுக்கு இப்போதுதான் புரிந்தது. அன்றைக்கு அவன் தொப்பியும் கருப்புக்கண்ணாடியும் அணிந்திருந்ததால் அவளுக்கு சட்டென்று அடையாளம் தெரியவில்லை. ஆனால் ஒன்பது வருடங்களுக்கு முன்னர், கூடத்தில் அமர்ந்துகொண்டு, தன் நெற்றியைக் கைக்குட்டையால் துடைத்தவாறு அருந்துவதற்கு தண்ணீர் கேட்ட ஒருவனின் முகம் மரியத்துக்கு இப்போது நினைவுவந்தது. எல்லா வகையான கேள்விகளும் அவள் மனதில் எழுந்தன:

அந்த சல்ஃபா மாத்திரைகளும் அந்த சூழ்ச்சியின் ஒரு பகுதியா? அவர்கள் இருவரில், அந்தப் பொய் நாடகத்தை அவ்வளவு நம்பகத்தன்மையோடு யார் தீட்டியிருக்கக் கூடும்? அந்த அப்துல் ஷெரிஃபுக்கு- அதுவே அவனுடைய உண்மையான பெயராயிருந்தால்- லைலாவிடம் தாரிக் இறந்துவிட்டானென்று பொய்கதையை சொல்லி அவள் மனதை நொறுக்க ரஷீத் எவ்வளவு பணம் கொடுத்திருப்பான்?

44

லைலா

தன்னுடன் சிறையறையைப் பகிர்ந்து கொண்டவனின் உறவுக்கார இளைஞன் ஒருவன் செந்நாரைகளை வரைந்ததற்காகப் பொதுவெளியில் சவுக்கடி பெற்றவன் என்றான் தாரிக். அந்த உறவுக்காரனோ செந்நாரைகளின் மீது மாறாத விருப்பம் கொண்டவனாம்.

"ஒரு வரைதாள் ஏடு முழுக்க, டஜன் கணக்கில் அவற்றின் வண்ணப் படங்கள். ஏரிகளில் நிற்கும், சதுப்பு நிலங்களில் வெய்யிலில் காயும், ஏன் மறையும் சூரியனுக்குள் பறக்கும் செந்நாரைகளின் படங்கள் கூட" என்றான் தாரிக்.

"செந்நாரைகளா?" லைலா கேட்டாள். சுவரில் சாய்ந்துகொண்டு நிஜக்காலை மடக்கி அமர்ந்திருந்த அவனைப் பார்த்தாள் அவள். நுழைவாயிலில் அவனைப் பார்த்துவிட்டு அவனிடம் ஓடோடிச்சென்றதைப் போல அவனை மறுபடியும் தொடவேண்டுமெனும் பெருவிருப்பம் அவளுள் எழுந்தது. அவனுடைய கழுத்தைச் சுற்றிக் கைகளை இட்டு அவன் மார்பில் முகத்தைப் புதைத்து அழுததையும் கனத்த குரலில் குழறிக்கொண்டு அவன் பெயரை மீண்டும் மீண்டும் சொன்னதையும் இப்போது நினைக்கும்போது அவளுக்கு வெட்கமாக இருந்தது. கட்டுப்பாட்டை இழந்து, அதீதமாய் ஆர்வம் காட்டிவிட்டோமோ என்று அவள் குழம்பினாள். இருக்கலாம். ஆனால் அவள் அப்போது அவளுடைய வசத்தில் இல்லையே. அதோடு அவன் உண்மையிலேயே அங்கே இருக்கிறான் என்றும் அது ஒரு கனவில்லை, அது ஒரு மாய உருவில்லை என்று தனக்குத்தானே நிரூபித்துக்கொள்ள அவள் அவனை மறுபடியும் தொட்டுப்பார்க்க விரும்பினாள்.

"அதேதான், செந்நாரைகள்" என்றான் அவன்.

தாலிபன் அந்தப் படங்களைப் பார்த்ததும் அந்தப் பறவைகளின் நீண்ட, மூடப்படாத கால்களைக் கண்டு எரிச்சலடைந்து விட்டார்கள். அந்த உறவுக்கார இளைஞனின் பாதங்களைக் கட்டிப்போட்டு உள்ளங்கால்களில் சாட்டையால் அடித்து ரத்தவிளாராக்கிய பிறகு அவர்கள் அவனுக்கு இரண்டு தேர்வுகளை அளித்தார்கள்: ஒன்று அந்த ஓவியங்களை அழித்தாகவேண்டும் அல்லது அவற்றைக் கண்ணியப்படுத்த வேண்டும். ஆகவே அந்த இளைஞன் தன்னுடைய தூரிகையை எடுத்து எல்லா நாரைகளுக்கும் காற்சட்டைகளை வரைந்தான்.

"அவ்வளவுதான். இப்போது அவை இஸ்லாமிய செந்நாரைகள்." என்றான் தாரிக்.

பொங்கி வந்த சிரிப்பை லைலா அடக்கிக் கொண்டாள். பழுப்பேறிக்கொண்டிருக்கும் தன் பற்களை, மாயமாகிவிட்ட வெட்டுப்பல்லை, மங்கிப்போய்விட்ட தன் அழகை, வீங்கியிருக்கும் தன் உதடுகளை நினைத்து வெட்கப்பட்டாள். முகத்தைக் கழுவித் தலையை ஒதுக்கிக் கொள்ளவாவது அவகாசம் கிடைத்திருக்கலாமென்று ஏங்கினாள்.

"ஆனால் ஜெயித்தது அவன், அந்த உறவுக்கார இளைஞன்," என்றான் தாரிக். அவன் அந்தக் காற்சட்டைகளை நீர்வண்ணங்களால் தீட்டியிருந்தான். தாலிபன்கள் போனவுடன் அவன் அவற்றை அப்படியே கழுவிவிட்டான்" என்று சிரித்தான்- அவனுடைய ஒரு பல்லும் காணாமல் போயிருந்ததை- அவன் குனிந்து தன் கைகளைப் பார்த்துக்கொண்டதை லைலா பார்த்தாள். "அதேதான்."

அவன் தலையில் ஒரு பக்கோலை தரித்திருந்தான், மலையேற்ற ஜோடுகளை அணிந்துகொண்டு, தன்னுடைய கருப்புக் கம்பளிச்சட்டையை காக்கி காற்சட்டைக்குள் திணித்திருந்தான். அவன் லேசாகச் சிரித்துக்கொண்டு தலையை மெல்ல ஆட்டினான். இந்த வார்த்தையை "அதேதான்" என்பதை அவன் சொல்லி அவள் இதற்குமுன் கேட்டதில்லை. சிந்தனையிலாழ்ந்த இந்தத் தோரணை, மடியில் விரல்களை அவன் இப்படிக் கோர்த்து வைத்திருப்பது, இந்தத் தலையசைப்பு எல்லாமே புதிதாக இருக்கிறது. முதிர்ச்சியின் வார்த்தைகள், முதிர்ந்த தோரணை. ஆனால் இவை ஏன் இப்படி அதிர்ச்சியளிக்கின்றன? அவன், தாரிக், நிதானமான அசைவுகளும், புன்னகையில் தெரியும் களைப்புமாக இப்போது வளர்ந்த

ஆண்மகன் தானே, இருபத்து-ஐந்து வயதானவன். உயரமாய், தாடி வைத்துக்கொண்டு, அவளுடைய கனவுகளில் அவள் அவனைப் பார்த்ததை விட நேரில் மெலிந்தவனாக ஆனால் உறுதியான, உழைப்பாளியின் கரங்களுடனும் அவற்றிலிருந்த வளைந்து நெளிந்த முழுமையான நரம்புகளுடனும் இருந்தான். அவனுடைய முகம் மெலிந்தும் அழகாகவும் இருந்தாலும் அதன் நிறம் முன்பிருந்ததைப் போல வெளுப்பாய் இல்லை; அவனுடைய நெற்றியும் அவனுடைய கழுத்தைப் போலவே வெய்யிலில் கன்றிப் போய், நீண்டதும் களைப்பேற்படுத்துவதுமான ஒரு பிரயாணத்தின் முடிவில் இருக்கும் ஒரு பிரயாணியுடைதைப் போல இருந்தது. அவனுடைய பக்கோல் தலையின் உச்சியில் இருந்ததால் அவனுடைய நெற்றியின் மயிர்வரை ஏறிக்கொண்டிருப்பதை அவளால் காண முடிந்தது. அவனுடைய கண்களின் அடர்பழுப்பு நிறம் வெளிறிவிட்டதாய் அவள் நினைத்தாள், அல்லது அந்த அறையின் வெளிச்சம் காரணமாய் அது மங்கித்தெரிந்திருந்திருக்கலாம்.

லைலா, தாரிக்கின் தாயை, அவருடைய நிதானமான செயல்பாடுகளை, அறிவார்ந்த புன்னகையை, ஊதா நிற ஒட்டுமுடியை நினைத்துக்கொண்டாள். அவனுடைய தந்தையையும் அவர் விழிகளைச் சுருக்கிப் பார்க்கும் பார்வையையும், நகைச்சுவை உணர்வையும் நினைத்தாள். சற்றுமுன் வாயிலில் அவனைப் பார்த்ததும் அவள் அழுதுகொண்டே, அவனும் அவனுடைய பெற்றோரும் இறந்துவிட்டார்களென்று நினைத்துக் கொண்டிருந்ததாகச் சொன்னபோது அவன் தன் தலையை ஆட்டிக்கொண்டான். அதனால் அவள் மறுபடியும் அவனுடைய பெற்றோரைப் பற்றி விசாரித்தாள். அவன் ஏதோ நினைவாக, கீழே பார்த்துக்கொண்டே, "அவர்கள் இறந்துவிட்டார்கள்" என்று சொன்னதும், அப்படிக் கேட்டதற்காக அவள் தன்னையே நொந்துகொண்டாள்.

"நான் மிக வருந்துகிறேன்."

"ஆம். நானும்தான். இந்தா", என்று தன் சட்டைப் பையிலிருந்து ஒரு காகிதவுறையை எடுத்து அவளிடம் நீட்டினான். "மிக்க அன்புடன் அல்யோனா" என்றான். அதனுள்ளே ப்ளாஸ்டிக் தாளில் பொதிந்திருந்த பாலாடைக்கட்டி ஒன்று இருந்தது.

"அல்யோனா. அழகான பெயர்" என்ற லைலா அடுத்த கேள்வியை நடுங்காமல் கேட்டுவிடவேண்டுமென்று முனைந்து. "உன் மனைவியா?" என்றாள்.

“என் ஆடு” என்று சிரித்துக்கொண்டே பதில் சொன்னவன், அவளிடமிருந்து எதையோ, ஏதோ ஒரு நினைவை அது மீட்டிருக்க வேண்டுமே என்று எதிர்பார்த்தவனைப் போல தலையைச் சாய்த்தான்.

லைலாவுக்கு நினைவு வந்துவிட்டது. அந்த சோவியத் திரைப்படம். அந்தக் கப்பல் தலைவனின் மகள், துணைத்தளபதியைக் காதலித்த அவள்தான் அல்யோனா. அன்றுதான் அவளும் தாரிக்கும், ஹசீனாவும், சோவியத் பீரங்கிகளும், ஜீப்புகளும் காபுலை விட்டுப் போவதைப் பார்த்த நாள், தாரிக் அந்த வேடிக்கையான ரஷ்யன் கம்பளித்தொப்பியை அணிந்து வந்திருந்த நாள்.

“தரையில் ஒரு முளையை அடித்து அதில் அவளைக் கட்ட வேண்டியதாயிற்று. ஓநாய்களுக்குப் பயந்து ஒரு வேலியும் அமைத்தேன். நான் வசிக்கும் மலைச்சரிவுக்கு அருகிலேயே கால் மைல் தொலைவில் ஒரு காட்டுப்பகுதி இருக்கிறது. அங்கே நிறைய பைன் மரங்கள் இருக்கின்றன, ஃபிர் மற்றும் தேவதாரு மரங்களும் உண்டு. ஓநாய்கள் பெரும்பாலான நேரம் காட்டில்தான் இருக்குமென்றாலும் உரக்க ஓசையெழுப்பிக்கொண்டே ஊர் சுற்றுவதில் விருப்பம் உள்ள ஓர் ஆடு அவற்றைக் கவரலாம். அதற்காகத்தான்அந்த முளை, வேலி எல்லாம்.” அவன் சொல்லிக்கொண்டிருந்தான்.

லைலா “அது எந்த மலைச்சரிவு” என்று கேட்டாள்.

“பாகிஸ்தானின் பிர் பஞ்சால்.” என்றான் அவன். “நான் வாழுமிடத்தின் பெயர் முர்ரே; அது ஒரு கோடை வாசஸ்தலம், இஸ்லாமாபாதிலிருந்து ஒரு மணிநேர பிரயாண தூரத்தில் இருக்கிறது. பசுமையான மலைப்பிரதேசம். ஏராளமான மரங்களுடன், கடல்மட்டத்திலிருந்து மிகுந்த உயரத்தில் இருப்பது. அதனால் கோடைக்கு ஏற்ற இடம். சுற்றுலா போகிறவர்களுக்கு மிகப்பொருத்தமானது.”

பிரிட்டிஷ்காரர்கள் ராவல்பிண்டியிலிருந்த தங்கள் தலைமை அலுவலகத்துக்கு அருகில், அவர்களுடைய ஜனங்கள் வெப்பத்திலிருந்து தப்பித்துக்கொள்வதற்காக, அதை ஒரு மலைவாசஸ்தலமாக உருவாக்கினார்கள். காலனியாட்சியின் எச்சங்களை ஆங்காங்கே இருக்கும் சில தேநீர்-அறைகள், காட்டேஜ் என்று அழைக்கப்படும் தகரக்கூரை இட்ட பங்களாக்கள் போன்றவற்றில் இன்னமும் காணமுடியும். அந்த நகரமே

சிறியதாகவும் மனதுக்கு இனியதாகவும் இருந்தது. மால் என்று அழைக்கப்படும் முக்கியவீதியில் ஒரு தபால் அலுவலகமும், கடைவீதியும், சில உணவுவிடுதிகளும், கண்ணாடி ஓவியங்களையும் தரைவிரிப்புகளையும் சுற்றுலாப் பயணிகளுக்கு அதீத விலை வைத்து விற்கும் கடைகளும் இருந்தன. விநோதமாக, அந்த மாலின் ஒருவழிப்போக்குவரத்து ஒரு வாரம் ஒரு திசையிலும் மறுவாரம் அதற்கு எதிர்த்திசையிலுமாக மாற்றிவிடப்படுகிறது.

"உள்ளூர்வாசிகள் அயர்லாந்தின் சில இடங்களிலும் போக்குவரத்து அப்படித்தான் வடிவமைக்கப்பட்டிருக்கிறது என்று சொல்கிறார்கள். அதெல்லாம் எனக்குத் தெரியாது. ஆனால் அது நன்றாகவே இருக்கிறது. சாதாரணமான வாழ்க்கை என்றாலும் எனக்குப் பிடித்திருக்கிறது. அங்கே வாழ எனக்குப் பிடித்திருக்கிறது."

"உன்னுடைய ஆட்டுடன். உன் அல்யோனாவுடன்."

லைலா இதை வேடிக்கைக்காக அல்லாமல் ஒரு கேள்வியாகக் கேட்டாள், அதாவது ஆட்டை ஓநாய்கள் தின்றுவிடக்கூடுமோ என்று அவனுடன் சேர்ந்து கவலைப்படுவதற்கு அங்கே வேறு யாரும் இருக்கிறார்களா என்ற தொனியில் கேட்டாள். ஆனால் தாரிக் புரியாமல் தலையை மட்டும் ஆட்டிக்கொண்டான்.

"உன்னுடைய பெற்றோரை நினைத்து மிகவும் வருந்துகிறேன்." என்றான்.

"நீ கேள்விப்பட்டாயா?"

"அக்கம்பக்கத்தில் சிலரிடம் நான் பேசினேன்." அந்த அக்கம்பக்கத்துக்காரர்கள் வேறு எதையெல்லாம் சொல்லியிருப்பார்கள் என்று லைலா ஒரு நிமிடம் யோசித்தாள். "எனக்கு யாரையும் அடையாளம் தெரியவில்லை. முன்பு இருந்த யாரையும் காணவில்லையே."

"எல்லோரும் போய்விட்டார்கள். நமக்குத் தெரிந்த யாரும் இல்லை."

"எனக்குக் காபுலை அடையாளமே தெரியவில்லை."

"எனக்கும்தான். ஆனால் நான் எங்குமே போகவில்லை" என்றாள் லைலா.

"மாம்மிக்கு ஒரு புது நட்பு கிடைத்திருக்கிறது." தாரிக் கிளம்பிய பிறகு அன்று இரவு உணவுக்குப்பின் ஸல்மாய் சொன்னான். "அது ஓர் ஆண்"

ரஷீத் நிமிர்ந்து பார்த்தான். "அப்படியா? இப்போதா?"

★★★

புகைபிடித்துக்கொள்ள தாரிக் அனுமதி கேட்டான்.

ஒரு சிறிய தட்டில் சாம்பலைத் தட்டிய தாரிக், பெஷாவருக்கு அருகிலிருக்கும் நசிர் பாக் அகதி முகாமில் அவர்கள் சிறிதுகாலம் தங்கியிருந்ததாகச் சொன்னான். அவனும் அவனுடைய பெற்றோரும் அங்கு போனபோது ஏற்கெனவே அங்கே அறுபதாயிரம் ஆஃப்கன்கள் வாழ்ந்து கொண்டிருந்தார்கள்.

"இறைவன் காப்பாற்றினான், ஜலோஸாய் அகதி முகாம் அளவுக்கு அது அவ்வளவு மோசமாக இல்லை. சொல்லப்போனால் பனிப்போர் சமயத்தில் அது ஒரு மாதிரிஅகதிமுகாமாகக் கூட இருந்தது. மேற்கத்தியர்கள், அவர்கள் ஆஃப்கானிஸ்தானுக்குள் ஆயுதங்களை மட்டும் அனுப்பவில்லை என்று இந்த முகாமைக் காட்டி உலகத்துக்குச் சொல்லிக்கொள்ளக் கூடிய அளவில் அது இருந்தது."

ஆனால் அது சோவியத்துடனான போரின்போது, ஜிஹாதின் போது, உலகளாவிய கவனமும் நிதியுதவியும் குவிந்த நேரம், மார்கரெட் தாட்சர் போன்றவர்களின் வருகைகள் நிகழ்ந்த நேரம்.

"அதற்குபிறகு நடந்ததெல்லாம் உனக்கு தெரியுமே லைலா. போருக்குப் பிறகு சோவியத் உடைந்து விழுந்தது, மேற்கு நகர்ந்தது. அதற்குப் பிறகு ஆஃப்கானிஸ்தானில் அவர்களுக்கு எதுவுமே இல்லை, நிதியும் வறண்டு விட்டது. இப்போது நசிர் பாக் வெறும் கொட்டகைகளும், அழுக்கும், திறந்த சாக்கடைகளும் மட்டுமாக இருந்தது. நாங்கள் அங்கு போனபோது அவர்கள் எங்களுக்கு ஒரு குச்சியையும் கித்தான் துணியையும் கொடுத்து எங்கள் கூடாரத்தைக் கட்டிக்கொள்ளச் சொன்னார்கள்."

சுமார் ஒரு வருடகாலம் அவர்கள் தங்கியிருந்த நசிர் பாகைப் பற்றி அவனுடைய மனதில் அழுத்தமாகப் பதிந்துவிட்ட நினைவு அந்த அடர் பழுப்பு நிறம் மட்டுமே என்றான் அவன். "அடர்பழுப்பில்

கூடாரங்கள், அடர்பழுப்பு நிற மனிதர்கள், அதே நிறத்திலான நாய்கள் மற்றும் அடர்பழுப்பு நிறக் கூழ்."

அங்கிருந்த மொட்டை மரம் ஒன்றின்மீது தினமும் ஏறிக்கொண்ட அவன் அதன் ஒரு கிளையின் மீது காலைப்பரப்பி அமர்ந்து கொண்டு, கீழே அவர்களுடைய புண்களும் காயங்களும் வெளியில் தெரியுமாறு வெய்யிலில் படுத்துக்கிடக்கும் அகதிகளைப் பார்ப்பான். வற்றிஉலர்ந்துபோன சிறுவர்கள் பிடிவைத்த தகரக்குவளைகளில் நீர் அள்ளிச்செல்வதையும், நெருப்பெரிப்பதற்காக நாய்ப்பீயைப் பொறுக்கிச் செல்வதையும், மழுங்கின கத்திகளை வைத்து மரத்துண்டுகளில் ஏகே-47 ரக துப்பாக்கிகளைச் செதுக்குவதையும், ரொட்டி செய்ய லாயக்கற்ற கோதுமை மாவுச்சாக்குகளை சுமந்து செல்வதையும் அவன் பார்த்தான். அந்த அகதிகளின் நகரமெங்கும், காற்று, கூடாரங்களைப் படபடக்க வைத்தது. களைச் செடிக் கற்றைகளைச் சுழற்றியடித்து அது எல்லா இடங்களிலும் வீசியது, மண் குடிசைகளின் மீதிருந்து பட்டங்களைப் பறந்து போகச் செய்தது.

"ஏராளமான குழந்தைகள் இறந்தார்கள். வயிற்றுப் போக்கு, டிபி, பசி-என்னென்ன வியாதிகள் உண்டோ அத்தனையும். பெரும்பான்மை, வயிற்றுப்போக்கினால் தான். கடவுளே, லைலா. நான் அத்தனை குழந்தைகள் புதைக்கப்பட்டதைப் பார்த்தேன். ஒரு மனிதன் பார்க்கவே கூடாத மோசமான காட்சிகள் அவை.

அவன் கால்களை மடக்கினான். அவர்களுக்குள் மீண்டும் மௌனம் நுழைந்தது.

"என்னுடைய அப்பா அந்த முதல் பனிக்காலத்துக்கே தாக்குப்பிடிக்கவில்லை. அவர் உறக்கத்திலேயே இறந்து போனார். வலியில்லாமல் போய்விட்டார் என்றுதான் நினைக்கிறேன்."

அதே பனிக்காலத்தில் அவனுடைய அம்மாவுக்கும் ஜன்னி கண்டதில் அவர் சாவின் விளிம்புக்கே சென்றுவிட்டார், ஒரு பெரிய சரக்குவண்டியை நடமாடும் மருத்துவமனையாக்கி சேவை செய்த அந்த முகாமின்மருத்துவர் மட்டும் இல்லையென்றால் நிச்சயம் இறந்திருப்பார். அவர் இரவெல்லாம் ஜுரத்துடன் இருமிக்கொண்டு, துரு-நிறத்துச் சளியைத்துப்பிக்கொண்டு விழித்திருப்பார். மருத்துவரைப் பார்க்கக் காத்திருந்த வரிசையும் மிக நீண்டதாக இருந்தது என்றான் தாரிக். வரிசையில் நிற்கும் அத்தனை பேருமே நடுங்கிக் கொண்டும், முனகிக் கொண்டும்,

இருமிக்கொண்டும், சிலர் கால்களில் பேதி வழியவும் நின்று கொண்டிருந்தார்கள். மற்றவர்கள் பசியாலோ, களைப்பாலோ, சுகவீனத்தாலோ பேசக்கூட திராணியில்லாமல் நிற்பார்கள்.

"அந்த மருத்துவர் மிகக்கண்ணியமான மனிதர். அவர் என் அம்மாவைப் பரிசோதனை செய்து மாத்திரைகள் கொடுத்தார், அந்தப் பனிக்காலத்துக்கு அம்மா உயிர்பிழைத்துக்கொண்டார்."

அதே குளிர்காலத்தில், தாரிக் ஒரு சிறுவனை அரட்டியிருந்தான்.

"அவனுக்குப் பன்னிரண்டு அல்லது பதிமூன்று வயதிருக்கலாம். நான் உடைந்த கண்ணாடித்துண்டு ஒன்றை அவனுடைய கழுத்தில் வைத்து மிரட்டி அவனுடைய போர்வையை அவனிடமிருந்து பிடுங்கினேன். அதை என் அம்மாவிடம் கொடுத்தேன்." உணர்ச்சியற்ற குரலில் சொன்னான் தாரிக்.

அவனுடைய தாய்க்கு ஏற்பட்ட சுகவீனத்துக்குப் பிறகு இன்னொரு பனிக்காலத்தை இந்த முகாமில் கழிக்கக் கூடாதென்று அவன் தனக்குத்தானே உறுதி எடுத்துக்கொண்டதாகச் சொன்னான். அவன் வேலை செய்து சேமித்து, பெஷாவரில், கணப்பு வசதியும் சுத்தமான குடிநீரும் கிடைக்கும் ஒரு குடியிருப்பில் வீடு தேடிக்கொள்வான். வசந்தம் வந்ததும் அவன் வேலை தேடத்துவங்கினான். அவ்வப்போது முகாமுக்கு வந்த பாரவண்டியொன்று விடியற்காலையில் பத்து பன்னிரண்டு சிறுவர்களோடு அங்கிருந்து கிளம்பும், வயல்களில் பாறைகளை நகர்த்துவதற்கோ, பழத்தோட்டங்களில் ஆப்பிள் பறிப்பதற்கோ அவர்களை அழைத்துச் செல்லும். அதற்குக் கூலியாக கொஞ்சம் பணம், சிலசமயங்களில் ஒரு போர்வை, அல்லது ஒரு ஜோடி ஜோடுகள் கிடைக்கும். ஆனால் யாருக்குமே தாரிக்கை வேண்டியிருக்கவில்லை.

"என் காலைப் பார்ப்பார்கள், உடனே நகர்ந்துவிடுவார்கள்."

மற்ற வேலைகளும் இருந்தன. சாக்கடை வெட்டுவது, குடிசை கட்டுவது, தண்ணீர் சுமப்பது, கழிவறைகளிலிருந்து மலத்தை அள்ளி வெளியில் போடுவது இப்படியான வேலைகள். ஆனால் இந்த வேலைகளுக்கும் இளைஞர்களுக்குள் போட்டி கடுமையாக இருந்ததால் தாரிக்குக்கு ஒரு வாய்ப்பும் கிடைக்கவில்லை.

பிறகு 1993 இன் இலையுதிர்காலத்தில் ஒரு கடைக்காரனை அவன் சந்தித்தான்.

"லாஹூருக்கு ஒரு தோல் அங்கியை எடுத்துச்செல்வதற்கு அவன் எனக்குப் பணம் தருவதாகச் சொன்னான். மிகப் பெரிய தொகை இல்லையென்றாலும் ஒரு வீட்டுக்கு ஒன்று அல்லது இரண்டு மாதங்களின் வாடகைக்கு ஆகும் பணம் அது."

அந்த கடைக்காரன் அவனுக்கு ஒரு பயணச்சீட்டைக் கொடுத்து, லாஹூர் ரயில்நிலையத்தின் அருகிலிருந்த ஒரு தெருவின் முகவரியையும் கொடுத்தான், அங்கு, அவன் கடைக்காரனின் நண்பன் ஒருவனிடம் அந்த அங்கியைக் கொடுக்க வேண்டும்.

"எனக்குத் தெரிந்திருந்தது. ஆம், நான் அறிந்தேயிருந்தேன்" என்றான் தாரிக். "ஒரு வேளை நான் பிடிபட்டால் நானாகத்தான் அதைச் செய்தேன் என்று சொல்ல வேண்டும் என்றும் என் தாய் எங்கு இருக்கிறார் என்பது அவனுக்குத் தெரியும் என்றும் அவன் சொன்னான். ஆனால் அந்தப் பணத்தை மறுக்க எனக்கு மனமில்லை. விரைவில் பனிக்காலம் வர இருந்தது."

"எவ்வளவு தூரம் போனாய்?"

"ரொம்பத் தொலைவு போகவில்லை" என்று மன்னிப்புக்கேட்கும் விதமாகவும், வெட்கத்தோடும் சிரித்தான் அவன். "நான் அந்தப் பேருந்தில் கூட ஏறவில்லை. ஆனால் என்னையெல்லாம் சந்தேகப்படமாட்டார்கள் என்றும் நான் பிடிபட மாட்டேன் என்றும் நம்பிவிட்டேன். ஏதோ அங்கே இதையெல்லாம் இதற்கென்று இருக்கும் கணக்காளன் ஒருவன், காதோரத்தில் பென்சிலை வைத்துக்கொண்டு என்னைப் பார்த்துவிட்டு, 'சரி சரி இவன் இதை எடுத்துச்செல்லலாம், இதற்கு இவன் பணம் செலுத்திவிட்டான், இவன் போகட்டும்' என்று சொல்லிவிடுவான் என்பது போல நம்பியிருந்தேன்.

அந்த கஞ்சா, அங்கியின் விளிம்புகளில் இருந்தது, காவல்படை அதிகாரி ஒருவன் அங்கியைக் கத்தியால் கிழித்த போது அது தெருவெங்கும் கொட்டியது.

இதைச் சொல்லும்போது தாரிக் விழுந்துவிழுந்து சிரித்தான், நடுக்கத்துடனான ஒரு சிரிப்பு அது, லைலாவுக்கு நினைவிருந்தது, அவர்கள் சிறுவர்களாக இருந்தபோது, வெட்கப்படும்படியான, முட்டாள்தனமான எதையாவது செய்துவிட்டால் அதனால் ஏற்படும் தடுமாற்றத்தை மறைத்துக் கொள்வதற்காக அவன் இப்படித்தான் சிரிப்பான்.

"அவனுக்கு நொண்டிக்கால்," என்றான் ஸல்மாய்.

"ஓ அப்படியென்றால் அது அவனே தானா?"

"அவன் சும்மா பார்த்துவிட்டுப் போக வந்தான்" என்றாள் மரியம்.

"வாயை மூடு நீ" என்று ஒரு விரலை உயர்த்தி, இடைமறித்தான் ரஷீத். அவன் மறுபடியும் லைலாவிடம் திரும்பினான். "ஓ அப்படியா விஷயம்? லைலாவும் மஜ்னுவும் ஒன்று சேர்ந்துவிட்டார்களா. முன்பு போலவே?" அவனுடைய முகம் இறுகியது. "அவனை நீ உள்ளே விட்டிருக்கிறாய். இங்கே. என் வீட்டுக்குள். நீ அனுமதித்திருக்கிறாய். அவன் இங்கே, என் மகனுடன் இருந்திருக்கிறான்."

"நீ என்னை ஏமாற்றினாய். நீ என்னிடம் பொய் சொன்னாய்" பற்களைக் கடித்துக்கொண்டு ஓலமிட்டாள் லைலா. "இங்கே என் எதிரிலேயே ஒரு மனிதனை அமர வைத்து... அவன் உயிரோடு இருப்பது தெரிந்தால் நான் இங்கிருந்து போயிடுவேனென்று நீ அப்படிச் செய்தாய்."

"நீ என்னை ஏமாற்றவில்லையா, பொய் சொல்லவில்லையா? உன்னுடைய ஹராமியைப் பற்றி எனக்குத் தெரியாது என்று நினைத்தாயா? வேசி! நீ என்னை முட்டாள் என்று நினைத்தாயா?"

தாரிக் பேசப்பேச, லைலா அவன் பேச்சை நிறுத்தப் போகும் நிமிடத்தை நினைத்து பயந்தாள். அதைத் தொடர்ந்து இவள் கணக்குக் கொடுக்க வேண்டிய நேரம் வந்துவிடும், அவன் அறிந்திருக்கும் விஷயத்தை அதிகாரப்பூர்வமாக்கவும், ஏன், எப்படி, எப்போது என்றெல்லாம் அதற்கான காரணங்களை அவள் சொல்ல வேண்டியிருக்கும் என்றும் அஞ்சினாள். பேசிக்கொண்டிருக்கும்போது அவன் கொஞ்சம் நிறுத்தினாலும் இவளுக்கு வயிற்றைப் புரட்டியது. அவள் அவனுடைய கண்களைச் சந்திப்பதைத் தவிர்த்தாள், அவனுடைய கைகளையே கவனித்தாள். அவற்றில் இந்த இடைப்பட்ட காலத்தில் முளைத்திருந்த அடர்ந்த, கரிய மயிரைப் பார்த்தாள்.

அவன் சிறையில் இருந்த நாட்களைப்பற்றி, அங்கே அவன் உருது பேசக்கற்றுக்கொண்டான் என்பதைத் தவிர அவன் அதிகமாக ஒன்றும் சொல்லவில்லை. லைலா அது குறித்து கேட்டபோதும்

அவன் பொறுமையற்ற தலையசைப்பு ஒன்றை நிகழ்த்தினான். அந்த உடல்மொழியில் லைலா துருப்பிடித்த கம்பிகளையும், குளிக்காத உடல்களையும், வன்முறையாளர்களையும், நெரிசலான கூடங்களையும், உதிர்ந்து கொட்டும் கூரைகளில் மண்டியிருந்த பூஞ்சைக்காளானையும் பார்த்தாள்.

அவன் கைதான பிறகு அவனைப் பார்க்க அவனுடைய தாய் மூன்று முறை வந்ததாக அவன் சொன்னான்.

"அவர் மூன்று முறை வந்தார். ஆனால் என்னால் அவரைப் பார்க்கவே முடியவில்லை" என்றான்.

அவன் அவருக்கு கடிதமும் எழுதியிருந்தான். பல கடிதங்கள் எழுதியிருந்தான். அவை அவரிடம் போய்ச் சேருமா என்ற சந்தேகத்தினிடையிலும் அவன் எழுதினான்.

"நான் உனக்கும் எழுதினேன்."

"என்ன அப்படியா?"

"ஆமாம்... பக்கம் பக்கமாக. என்னுடைய தயாரிப்பைப் பார்த்திருந்தால், உன்னுடைய நண்பர் ரூமியே பொறாமைப்பட்டிருப்பார்" அவன் மறுபடி உரக்கச் சிரித்தான், இந்த முறை, தன்னுடைய தைரியத்தில் அதிர்ந்தவனாகவும், தான் சொல்லிவிட்ட விஷயம் எப்படிப்பட்டது என்பதை திடீரென்று உணர்ந்ததில் கூச்சப்பட்டவனாகவும் சிரித்தான்.

மாடியில் ஸல்மாய் உரத்துக் கூச்சலிட ஆரம்பித்தான்.

★★★

"அப்படியே பழைய நாட்களில் போல, இல்லையா? நீயும் அவனும். நீ அவனை உன் முகத்தைப் பார்க்க அனுமதித்திருப்பாய் என்று நினைக்கிறேன்" என்றான் ரஷீத்.

"ஆமாம் அவள் அனுமதித்தாள். நீ அனுமதித்தாய் மாம்மி. நான் பார்த்தேன்" என்றான் ஸல்மாய் லைலாவிடம்.

"உன்னுடைய மகனுக்கு என்னைப் பிடிக்கவில்லை" என்றான் தாரிக் லைலா கீழே வந்ததும்.

“மன்னித்துக்கொள், அப்படியல்ல. அவன் சும்மா... அவனைப் பெரிதாய் எடுத்துக்கொள்ளாதே.” அவள் துரிதமாகப் பேச்சை மாற்றினாள். ஸல்மாயைப் பற்றி அப்படி நினைப்பது தவறென்ற குற்றவுணர்வு அவளுள் எழுந்தது. தன் தகப்பனை நேசிக்கும் சிறிய குழந்தையான அவனுக்கு ஓர் அந்நியனின் மீது ஏற்பட்ட உள்ளுணர்வுப் பூர்வமான வெறுப்பு புரிந்துக்கொள்ளக் கூடியதாகவும், நியாயமாகவும் அவளுக்குப் பட்டது.

நான் உனக்குக் கடிதம் எழுதினேன்.

பக்கம் பக்கமாக.

பக்கம் பக்கமாக.

“நீ எவ்வளவு காலமாக முர்ரேயில் இருக்கிறாய்?”

“ஒரு வருடத்துக்கும் குறைவான காலம்தான்.”

சிறையில் அவன், பாகிஸ்தானியும், முன்னாள் ஹாக்கி வீரனும், அடிக்கடி சிறைக்கு வந்து போய்க்கொண்டிருக்கிறவனும், ஒரு ரகசியப் போலீசைக் குத்திவிட்டதற்காகப் பத்து வருட சிறைதண்டனையை அனுபவித்துக் கொண்டிருந்தவனுமாகிய சலீம் என்னும் வயதான மனிதன் ஒருவனை நண்பனாக்கிக் கொண்டிருந்ததாகச் சொன்னான். ஒவ்வொரு சிறையிலும் சலீமைப் போன்ற ஆட்கள் இருக்கிறார்கள் என்றான் தாரிக். வஞ்சகமும் நிறைய தொடர்புகளும் கொண்டிருந்த, எல்லாவற்றையும் சரி செய்யக்கூடிய, கண்டுபிடிக்கக் கூடிய மற்றும் அவர்களைச் சூழ்ந்திருக்கும் காற்றிலும் கூட எப்போதும் வாய்ப்புகளையும் ஆபத்தையும் கொண்டிருந்த ஆட்கள் அவர்கள். தாரிக்கின் தாயைப் பற்றி விசாரிக்க ஆட்களை ஏற்பாடு செய்ததும், அவனை உட்கார வைத்து ஒரு தந்தையின் குரலில் அவனுடைய தாய் பனியில் வெட்டவெளியில் கிடந்ததால் இறந்துவிட்டதையும் அவனுக்குத் தெரிவித்தவன் சலீம்தான் என்றான் தாரிக்.

தாரிக் பாகிஸ்தான் சிறையில் ஏழு வருடங்கள் இருந்தான். “என் வேலை சுலபமாக முடிந்தது. எனக்கு அதிர்ஷ்டம் தான். எனக்கு வந்த நீதிபதியின் சகோதரன் ஓர் ஆஃப்கன் பெண்ணை மணந்துகொண்டவனாம். ஒருவேளை அதனால் அவன் கருணை காட்டியிருக்கலாம். எனக்குத் தெரியவில்லை.”

தாரிக்கின் தண்டனைக்காலம் முடிந்ததும் 2000 த்தின் குளிர்காலத்தில் சலீம் தாரிக்கிடம் அவனுடைய சகோதரரின் முகவரியைக் கொடுத்தார். அவருடைய பெயர் சயீத்.

சயீதுக்கு, முர்ரேயில், இருபது அறைகளும் ஒரு வரவேற்பறையும் கொண்ட, சுற்றுலாப்பயணிகளின் தேவைகளுக்கான ஒரு சிறிய விடுதி இருந்ததாக அவர் சொன்னார். "அவனிடம், நான் உன்னை அனுப்பியதாகச் சொல்" என்றார்.

பேருந்திலிருந்து இறங்கியதுமே தாரிக்குக்கு முர்ரே பிடித்துப் போய்விட்டது: பனி மூடிய அந்தப் பைன் மரங்கள், இதமாய்க் குளிர்ந்த அதன் காற்று, அங்கிருந்த மர சிற்றில்கள், புகைக் கூண்டுகளில் இருந்து சுருண்டுவந்த புகை.

சயீதின் கதவைத் தட்டியபோது தாரிக் நினைத்தான், அவன் அறிந்திருந்த துயரங்களிலெல்லாம் இருந்து விலகி இருக்கும் ஓரிடம் இது. வேதனை, இன்னல்கள் போன்ற வார்த்தைகளை எல்லாம் அர்த்தமற்றதாக, கற்பனைக்கு எட்டாததாகச் செய்யும் ஓரிடம்.

"எனக்கு நானே சொல்லிக்கொண்டேன் ஒரு மனிதன் தன்னைத்தானே தேற்றிக்கொள்வதற்கான ஓரிடம் இதோ இருக்கிறது என்று."

தாரிக் வாயிற்காப்பாளனாகவும், பழுதுநீக்கும் வேலையாளாகவும் நியமனம் செய்யப்பட்டான். பாதி சம்பளத்தில், சலுகைக்காலமாக அவனுக்கு அனுமதிக்கப்பட்ட ஒரு மாதத்தில் அவன் நல்லபடியாக வேலை செய்து காட்டினான். தாரிக் பேசிக்கொண்டிருக்கும் போதே லைலா சயீதைக் கற்பனையில் கண்டாள், குண்டு-முகமும், ஒடுங்கிய-கண்களுமாக வரவேற்பறையின் சன்னலில் இருந்து தாரிக் விறகு வெட்டுவதை, வண்டிகள் செல்லும் பாதையிலிருந்து பனியை அள்ளிப் போடுவதைப் பார்க்கும் சயீத். ஒழுகும் குழாயைச் சரி செய்வதற்காக கழுவுதொட்டியின் கீழே படுத்துக்கிடக்கும் தாரிக்கின் கால்களுக்கு நேராக நின்று கொண்டிருக்கும் சயீதை அவள் தன்னுடைய மனதின் கண்களால் கண்டாள்.

சமையற்காரப் பெண்ணின் சிறிய பங்களாவுக்குப் பின்னால் இருந்தது தாரிக்கின் குடில். சமையற்காரப் பெண் ஒரு தாய்மை குணமிக்க, வயதான, விதவை. அவருடைய பெயர் அதீபா. இருவரின் குடியிருப்புமே விடுதியிலிருந்து பிரிந்துதனியாக

இருந்தன. முக்கிய கட்டடத்திலிருந்து அவற்றை, பாதாம் மரக்கூட்டம் ஒன்றும், ஒரு பூங்காப் பலகையிருக்கையும், கூம்பு வடிவத்திலிருந்த, கோடைக்காலங்களில் நாள் முழுவதும் நீரைப் பொழிந்து கொண்டிருக்கும் செயற்கை அருவி ஒன்றும் பிரித்தன. தாரிக் தன் குடிலின் படுக்கையில் அமர்ந்து, அதன் சன்னல் வழியாக, வெளியிலிருக்கும் பசேலென்ற உலகத்தைப் பார்ப்பதை லைலா கற்பனை செய்தாள்.

சலுகைக்காலம் முடிந்ததும் சயீத் தாரிக்கின் சம்பளத்தை உயர்த்தினான், அவன் மதிய உணவை இலவசமாக உண்டு கொள்ளலாம் என்று சொல்லி, அவனுக்கு ஒரு கம்பளி அங்கியையும் தந்தான், அதோடு அவனுக்கு ஒரு புதிய செயற்கைக் காலையும் ஏற்பாடு செய்தான். அந்த மனிதனின் கருணையில் கலங்கி, தான் அழுததாகச் சொன்னான் தாரிக்.

அவனுடைய முதல்மாதத்தின் முழுச் சம்பளத்தையும் சட்டைப்பையில் வைத்துக்கொண்டு தாரிக் நகரத்துக்குச் சென்று அல்யோனாவை வாங்கினான்.

"அவளுடைய மென்மயிர் தூய வெண்ணிறமானது. இரவெல்லாம் பனிப்பொழிவு இருக்கும்போது, மறுநாள் காலையில் சன்னலுக்கு வெளியில் எட்டிப்பார்த்தால், உனக்குக் காணக்கிடைப்பதெல்லாம் அவளுடைய இரண்டு கண்களும் அந்த வாயும் மட்டும் தான்." தாரிக் புன்னகைத்தான்.

லைலா தலையை ஆட்டினாள். மறுபடியும் அங்கே மௌனம் அடர்ந்தது. மாடியில் ஸல்மாய் சுவரில் தன்னுடைய பந்தை எறிந்து விளையாடத் துவங்கியிருந்தான்.

"நீ இறந்து போய்விட்டாய் என்று நினைத்துவிட்டேன்."

"தெரியும். நீ சொன்னாயே."

லைலாவின் குரல் உடைந்தது. அவள் தொண்டையைச் செருமி தன்னை நிலைப்படுத்திக்கொண்டாள். "அந்தச் செய்தியைச் சொல்ல வந்த நபர் நம்பத்தகுந்தவராய் இருந்தார். நான் அவரை நம்பிவிட்டேன். நம்பியிருக்கக் கூடாது. ஆனால் அப்படி ஆகிவிட்டது. பிறகு நான் தன்னந்தனியளாக உணர்ந்தேன், பயந்து போயிருந்தேன். இல்லாவிட்டால் நான் ரஷீதை மணந்து கொள்ள சம்மதித்திருக்க மாட்டேன். நான் அப்படி..."

"விடு லைலா, நீ இவ்வளவு சொல்ல வேண்டியதில்லை" தாரிக் அவளுடைய கண்களைச் சந்திப்பதைத் தவிர்த்துக்கொண்டு மென்மையாகச் சொன்னான். அவன் சொன்ன விதத்தில் மறைவாகக் கூட பழியோ, குற்றச்சாட்டோ இல்லவேயில்லை. குறைகாணும் எண்ணமே அதில் இல்லை.

"ஆனால் நான் சொல்லியாக வேண்டும். நான் அவரை மணந்துகொண்டதற்கு மிகப்பெரிய காரணம் இருக்கிறது. உனக்குத் தெரியாத ஒரு விஷயம் இருக்கிறது தாரிக். ஒரு நபர். நான் சொல்லியே ஆக வேண்டும்."

"நீயும் அங்கே அமர்ந்து அவனோடு பேசினாயா?" ரஷீத் ஸல்மாயைக் கேட்டான்.

ஸல்மாய் பதில் சொல்லவில்லை. அவனுடைய விழிகளில் தயக்கமும் தெளிவின்மையும் இருந்தது, தான் சொல்லியிருப்பது அப்படி ஒன்றும் சிறிய விஷயம் இல்லை என்கிற புரிதல் அவனுக்கு வந்துவிட்டது.

"நான் உன்னை ஒரு கேள்வி கேட்டேனே பையா?"

ஸல்மாய் எச்சில் விழுங்கினான். அவனுடைய பார்வை தடுமாறியது. "நான் மாடியில் மரியத்துடன் விளையாடிக் கொண்டிருந்தேன்."

"உன் அம்மா?"

ஸல்மாய் மன்னிப்பு கோரும் விதமாக லைலாவைப் பார்த்தான், அவனுடைய விழிகளில் நீர் அரும்பியது.

"பரவாயில்லை ஸல்மாய், உண்மையைச் சொல்" என்றாள் லைலா.

"அம்மா... அவள் கீழே அந்த மனிதனுடன் பேசிக்கொண்டிருந்தாள்."

"சரி தான்," என்றான் ரஷீத், "கூட்டுக்களவாணித்தனம்."

கிளம்பும்போது தாரிக் சொன்னான். "நான் அவளைச் சந்திக்க வேண்டும். நான் அவளைப் பார்த்தாக வேண்டும்."

“நான் ஏற்பாடு செய்கிறேன்” என்றாள் லைலா.

“அஸீஸா. அஸீஸா.” தாரிக் அந்த வார்த்தையைச் சுவைத்து மகிழ்ந்தான். ரஷீத் அவளுடைய மகளின் பெயரைச் சொல்லும் ஒவ்வொரு முறையும் அது அரைகுறையாக வெளிப்படுவதாக லைலாவுக்குத் தோன்றும், சில வேளைகளில் நயமற்றதாகவும். “அஸீஸா மிகவும் அழகாக இருக்கிறது.”

“அவளும் அப்படித்தான். நீதான் பார்க்கப் போகிறாயே.”

“நான் நிமிடங்களை எண்ணிக்கொண்டிருப்பேன்.”

அவர்கள் ஒருவரையொருவர் பார்த்துக்கொண்டு பத்து வருடங்களாகிவிட்டன. அந்தக் குறுகிய சந்தில் அவர்கள் சந்தித்துக்கொண்டதும் முத்தமிட்டுக்கொண்டதுமெல்லாம் லைலாவின் மனதில் எழுந்தது. இப்போது அவள் அவனுடைய கண்களுக்கு எப்படித் தெரிகிறாள் என்று அவள் கவலைகொண்டாள். இன்னமும் அவள் அழகாக இருப்பதாக அவன் நினைக்கிறானா? அல்லது அவள் வற்றிவீணாகிப் போன, பரிதாபத்துக்குரிய, வயதான பயந்த பெண்ணைப் போல காட்சியளிக்கிறாளா? ஏறக்குறைய பத்து வருடங்கள். ஆனால் அந்த வெய்யிலொளியில் தாரிக்குடன் அப்படி நின்றிருந்த போது நடுவில் அத்தனை வருடங்கள் நிகழாததைப் போலவே இருந்தது. அவளுடைய பெற்றோர் இறந்தது, ரஷீதுடனான அவளுடைய திருமணம், அத்தனை சாவுகள், அடிஉதை, எறிகணைகள், தாலிபன், தாக்குதல்கள், அந்தப் பட்டினி, ஏன் அவளுடைய குழந்தைகளுமே கூட, எல்லாமே ஒரு கனவு என்பதாகத் தோற்றம் தந்தது, ஏதோ வழிதப்பிச்சென்று விட்ட பயணம் முடிவுக்கு வந்துவிட்டதைப் போல, அவர்கள் ஒன்றாய்க் கழித்த அந்த மதியத்துக்கும் இந்த நிமிடத்துக்கும் இடையில் ஏற்பட்டுவிட்டது ஒரு சிறிய இடைவேளை மட்டுமே என்பது போலத் தோன்றியது.

தொடர்ந்து, தாரிக்கின் முகபாவனை மாறியது, அது கடுமையாகியது. இந்த பாவனையை அவள் அறிவாள். அவர்கள் இருவரும் சிறுவர்களாக இருந்தபோது, அவன் தன்னுடைய காலைக் கழற்றி எடுத்துக்கொண்டு காதிமை நோக்கிச் சென்றபோது இருந்த பாவனை இது. அவன் ஒரு கையை நீட்டி அவளுடைய கீழுதட்டின் முனையைத் தொட்டான்.

“அவன் தான் இப்படிச் செய்ததா?” என்றான் சினத்துடன்.

அந்த ஒரு தொடுகையில் அஸீஸாவை அவர்கள் உண்டாக்கிய அந்த மதியத்தின் பித்துநிலை லைலாவுக்கு நினைவு வந்தது; அவளுடைய கழுத்தில் பட்ட அவனுடைய மூச்சு, அவனுடைய இடுப்புத்தசை நெளிந்தது, அவனுடைய மார்பு இவளுடையதில் அழுத்தியது, பிணைந்திருந்த அவர்களுடைய கைகள்.

"நான் உன்னை என்னோடு அழைத்துச் சென்றிருக்கலாம்" தாரிக் கிசுகிசுத்தான்.

லைலா பார்வையைத் தாழ்த்திக்கொண்டு அழாதிருக்க முயற்சி செய்தாள்.

"நீ ஒரு திருமணமான பெண்ணென்பதும் தாயென்பதும் எனக்குத் தெரிகிறது. இதோ நான் இத்தனை வருடங்களுக்குப் பிறகு, நடந்து போன அத்தனைக்கும் பிறகு, உன் வீட்டு வாசலில் வந்து நிற்கிறேன். ஒருவேளை நான் சொல்வது தவறாகவும், அநியாயமாகவும் கூட இருக்கலாம், ஆனால் நான் உன்னைப் பார்ப்பதற்காகத் தான் இவ்வளவு தொலைவு வந்திருக்கிறேன்... ஆ! லைலா, நான் உன்னை விட்டுப் போயிருக்கவே கூடாது."

"இல்லை" லைலா தேம்பினாள்.

"நான் இன்னமும் முயற்சி செய்திருக்கலாம். வாய்ப்புக் கிடைத்தபோதே உன்னை நான் மணம் புரிந்துகொண்டிருக்க வேண்டும். எல்லாமே மாறியிருக்கும்."

"தயவு செய்து, இப்படியெல்லாம் பேசாதே. வேதனையாக இருக்கிறது."

அவன் தலையை ஆட்டிவிட்டு, அவளை நோக்கி ஓர் அடி எடுத்து வைத்தான், பிறகு தன்னைக் கட்டுப்படுத்திக்கொண்டு நின்றான். "நானாக எதையும் கற்பனை செய்துகொள்ள விரும்பவில்லை. திடீரென்று எங்கிருந்தோ வந்துவிட்டு உன் வாழ்க்கையைத் தலைகீழாக மாற்றிவிட முடியும் என்றும் நான் நினைக்கவில்லை. நான் போய்விட வேண்டுமென்று, பாகிஸ்தானுக்குப் போய்விட வேண்டுமென்று நீ நினைத்தால் அதைச் சொல்லிவிடு லைலா. நான் உண்மையாகக் கேட்கிறேன். நீ ஒரு வார்த்தை சொன்னால் நான் போய்விடுகிறேன். நான் உன்னை மறுபடியும் தொந்தரவு செய்யவே மாட்டேன். நான்..."

“வேண்டாம்!” லைலா அதைத் தான் சொல்லவிரும்பியதற்கும் மேலான அழுத்ததோடு சொன்னாள். அவள் அவனுடைய கையை நாடி, அதை இறுக்கிப் பிடித்திருப்பதையும் பிறகுதான் உணர்ந்தாள். பிடியை விட்டுவிட்டு, “இல்லை. தாரிக் போகாதே. வேண்டாம். தயவு செய்து இரு.”

தாரிக் தலையை அசைத்தான்.

“அவர் நண்பகலிலிருந்து எட்டு மணி வரை பணியிலிருப்பார். நாளை மதியம் நீ மறுபடி வா. நான் உன்னை அஸீஸாவிடம் அழைத்துச்செல்கிறேன்.”

“நான் அவனுக்குப் பயப்படுகிறவனில்லை, உனக்குத் தெரியும் அல்லவா?”

“எனக்குத் தெரியும். நீ நாளை மதியம் வா.”

“பிறகு?”

“அது எனக்குத் தெரியவில்லை. நான் யோசிக்க வேண்டும். இது ..”

“எனக்குப் புரிகிறது. இது உனக்குச் சிரமம். நான் வருந்துகிறேன். நிகழ்ந்த பல விஷயங்களுக்காக வருந்துகிறேன்.”

“தேவையில்லை. நீ வருவதாய் வாக்களித்திருந்தாய். வந்துவிட்டாய்.”

அவனுடைய கண்களில் நீர் நிரம்பியது. “உன்னை மறுபடியும் பார்த்ததில் மகிழ்கிறேன் லைலா.”

அவன் போவதை அவள் அசையாமல், நடுங்கிக்கொண்டே பார்த்தாள். பக்கம்பக்கமாய், துயரார்ந்ததும் பறிகொடுத்துவிட்டதன் விளைவுமான மின்னோட்டம் ஒன்றும் அதே சமயம் ஆவலும் மிதமிஞ்சிய நம்பிக்கையின் மின்னோட்டம் ஒன்றுமாய் அவளுக்குள் திடுக்கத்தின் அலையொன்று பாய்ந்தது.

45

மரியம்

"நான் மாடியில் மரியத்துடன் விளையாடிக்கொண்டு இருந்தேன்" என்றான் ஸல்மாய்.

"உன் அம்மா?"

"அவள் கீழே அந்த மனிதனுடன் பேசிக்கொண்டிருந்தாள்."

"சரிதான், கூட்டுக்களவாணித்தனம்" என்றான் ரஷீத்.

அவனுடைய முகம் தளர்ந்து, இலகுவானதை மரியம் பார்த்தாள். சுருக்கிக் கொண்டிருந்த நெற்றியையும் தளரச்செய்தான். சந்தேகமும் அவநம்பிக்கையும் அவன் விழிகளில் தெறித்தன. நிமிர்ந்து அமர்ந்த அவன் சில நிமிடங்கள் ஆழ்ந்த யோசனையில் இருப்பவனைப் போல, நடக்க இருக்கும் கலகத்தைத் தடுக்க, உடனடியாக நடவடிக்கை எடுக்கவேண்டிய கப்பற்தலைவனைப் போல காணப்பட்டான்.

அவன் நிமிர்ந்து பார்த்தான்.

ஏதோ சொல்ல ஆரம்பித்த மரியத்தைக் கையைக் காட்டி அமர்த்தியவன் "காலம் கடந்து விட்டது மரியம்" என்றான்.

ஸல்மாயிடம் சலனமற்ற குரலில், "நீ மாடிக்குப் போ பையா" என்றான்.

ஸல்மாயின் முகத்தில் பீதி தெரிவதை மரியம் கண்டாள். அவன் அச்சத்துடன், சுற்றியிருந்த மூவரையும் பார்த்தான். தான் சொன்ன கதை ஏதோ பயங்கரமான – பெரியவர்களின் – சமாச்சாரத்தைக்

கிளப்பிவிட்டது என்று உணர்ந்தான். குற்ற உணர்வில் ஏங்கின பார்வையுடன் மரியத்தைப் பார்த்தவன் பிறகு அவனுடைய தாயைப் பார்த்தான்.

ரஷீத் குரலை உயர்த்தி "போகிறாயா இல்லையா" என்றான்.

அவன் ஸல்மாயின் முழங்கையைப் பிடித்தான். பயந்து போன ஸல்மாய், அவன் தன்னை மாடிக்கு இழுத்துச் செல்வதை அனுமதித்தான்.

தன்னை ஏறிட்டுக் கூட பார்க்காத ஜனங்களின் பைகளை சுமந்து, அவர்களுக்காக அவன் கதவுகளைத் திறந்துவிட்டுக்கொண்டிருந்த போது தன்னுடைய வீட்டில் தன் அருமை மகனின் கண்களுக்கு எதிரிலேயே தனக்கெதிரான, ஒரு கீழ்த்தரமான, ரகசியத்திட்டம் செயலாகிக் கொண்டிருந்தது என்று நினைக்கும் ரஷீதின் எண்ணம் தாங்கள் ஒருவரையொருவர் பார்த்துக்கொண்டிருந்தால் உறுதிப்பட்டுவிடும் என்பது போல லைலாவும் மரியமும் தரையைப் பார்த்தவண்ணம் உறைந்து போய் நின்றார்கள். இருவரும் ஒரு வார்த்தை கூட பேசவில்லை. மாடிக்கூடத்திலிருந்து, அச்சம் கொண்ட சிறுமிருகம் ஒன்றின் காலடிச் சப்தத்தைப் போல தடதடத்து ஒலித்த ஓசையையும், தீமையை முன்னறிவித்த கனத்த காலடியோசைகளையும் அவர்கள் கேட்டுக்கொண்டு நின்றார்கள். சப்தம் மட்டுறுத்தப்பட்ட உரையாடல் ஒன்று அங்கு நிகழ்ந்ததையும்: ஓர் இறைஞ்சலை, கடுமையான ஒரு மறுதலிப்பை, ஒரு கதவு மூடப்பட்டதை, சாவியைத் திருகும் போது எழுந்த இரைச்சலை. பிறகு திரும்பி வரும் ஒரு ஜோடிக்கால்களின் ஓசையை, அதிலிருந்த பொறுமையின்மையை அவர்கள் கேட்டார்கள்.

அவனுடைய பாதங்கள் படிகளை நொறுக்கிவிடுவது போல இறங்கிவந்ததை மரியம் பார்த்தாள். சாவியை ஜேபியில் போட்டுக்கொண்டு அவனுடைய விரல்மூட்டுகளைச் சுற்றித் தன்னுடைய இடைவாரின் புள்ளிகள் இருந்த முனையை அவன் இறுக்கியதைப் பார்த்தாள். அதன் மறுமுனையிலிருந்த கொழுவி படிகளில் பட்டு தடதடத்தது.

அவள் அவனைத்தடுக்கச் சென்றாள். ஆனால் அவன் அவளைப் பின்னுக்குத்தள்ளிப் பாய்ந்தான். ஒரு வார்த்தையும் பேசாமல் லைலாவைக் குறிவைத்து இடைவாரை விசிறினான். அவ்வளவு வேகமாக அவன் அதைச் செய்ததில் அவளுக்கு விலகவோ,

416 ○ காலித் ஹுசைனி

குனியவோ, ஒரு கரத்தால் அதைத் தடுக்கவோ கூட அவகாசமற்றுப் போயிற்று. லைலா தன்னுடைய நெற்றியை விரல்களால் தொட்டு அதில் ஒட்டிய ரத்தத்தைப் பார்த்தாள், அதிர்ச்சியோடு ரஷீதை ஏறிட்டாள். ஒன்றிரண்டு நொடிகள் மட்டுமே அவளது பார்வையில் நீடித்த அதிர்ச்சியை வெறுப்பாக மாற்றும் விஷயமும் நடந்தது.

ரஷீத் இடைவாரை மறுபடி வீசினான்.

இம்முறை லைலா தன் கரத்தால் தன்னைப் பாதுகாத்துக்கொண்டதோடு இடைவாரைப் பற்றிக்கொண்டாள். பிடிகொஞ்சம் நழுவ, ரஷீத் மறுபடி ஓங்கினான். சட்டென்று அவள் மீண்டும் பற்றிக்கொள்ள அவன் உருவிக்கொண்டு மறுபடி விளாசினான். பிறகு லைலா அறையினுள்ளே சுற்றி ஓட, மரியத்தின் வார்த்தைகள் லைலாவை விரட்டிக்கொண்டு, அவள் வழியை மறித்து, இடைவாரை அவள்மீது விளாசும் ரஷீதை மன்றாடியவாறே அவளோடு ஓடின. ஒரு கணம் லைலா சுதாரித்துக்கொண்டு அவனுடைய செவியில் ஒரு குத்து விட்டாள். அது அவனுக்கு இன்னமும் வெறியேற்றி அவளைச் சபித்துக்கொண்டே விரட்டச் செய்தது. அவன் அவளைப் பிடித்து சுவரில் வீசி மீண்டும் மீண்டும் இடைவாரால் விளாச, வார்ப்பூட்டு லைலாவின் மார்பு, தோள், உயர்த்திய கரம், அவளுடைய விரல்கள் எங்கும் பாய்ந்து ரத்தம் வழியச்செய்தது.

இடைவார் எத்தனை முறை விளாசப்பட்டது, அவள் எத்தனை இறைஞ்சும் வார்த்தைகளால் ரஷீதிடம் மன்றாடினாள், இடைவாருக்கும் அவளுடைய பற்களுக்கும் கைகளுக்குமான அந்தப் போராட்டத்தில் சிக்கிக்கொண்டு அவள் எத்தனைத் தரம் உருண்டாள் என்பதையெல்லாம் மரியம் கணக்கில் கொள்ளும் முன்பே ரஷீதின் முகத்தைப் பிறாண்டும் விரல்களை, அவனுடைய தாடையில் பதிந்து பிடுங்கி, அவனுடைய தலைமயிரைப் பற்றி இழுத்து, நெற்றியில் கீறும் உடைந்த நகங்களை அவள் பார்த்தாள். அளவில்லாத திருப்தியோடும் அதே நேரம் அதிர்ச்சியோடும் அந்த விரல்கள் தன்னுடையவை தான் என்பதைத் தெரிந்துகொண்டாள்.

அவன் லைலாவை விட்டுவிட்டு அவளை நோக்கித்திரும்பினான். முதலில் அவளைப் பார்க்கும் எண்ணமே இல்லாமல் வெறுமனே ஏறிட்ட அவன், பிறகு கண்களைச் சுருக்கி ஆங்காரமாகவும் இளக்காரமாகவும் பார்த்தான். அந்தக் கண்களில் இருந்த நம்பயியலாமை மாறி அதிர்ச்சியானது, பிறகு கண்டனமாகி, ஏமாற்றத்தில் நிறைந்து, ஒரு நிமிடம் ஸ்தம்பித்தது.

அவனுடைய விழிகளை அவள் முதன்முறை பார்த்ததை, நிக்காஹ் முக்காட்டின் கீழே, ஒரு கண்ணாடியில், ஜலீலின் முன்னிலையில் அவர்களுடைய பார்வைகள் மோதிச் சந்தித்துக்கொண்டதை, அவனுடைய விழிகள் அலட்சியபாவத்துடனும், அவளுடையவை பணிவாக இணக்கத்துடன், ஏறக்குறைய ஒரு மன்றாட்டத்துடன் பார்த்ததை அவள் நினைத்தாள்.

மன்றாட்டம்.

மரியம் இப்போது அதே கண்களில் அவள் எத்தகைய ஒரு முட்டாளாக இருந்திருக்கிறாள் என்பதைப் பார்த்தாள்.

சூழ்ச்சிமிக்கவளான, ஒழுக்கக்கேடான, அவப்பெயரைத் தேடித்தருகிற, கீழ்மையான மனைவியாக அவள் இருந்திருக்கிறாளா? அவள் மீது அவன் இவ்வளவு வன்மம் கக்கும் அளவுக்கு, தொடர்ந்து அவளைத் தாக்கும் அளவுக்கு, அவளைச் சித்திரவதை செய்து அதில் அவன் இன்பம் காணும் அளவுக்கு அவள் அப்படி என்ன குற்றத்தை உளமாரச் செய்தாள்? அவனுக்கு உடல்நலமில்லாத போது அவள் பணிவிடை செய்யவில்லையா? அவனுக்கும் அவன் நண்பர்களுக்கும் சமைத்துப் போடவில்லையா? கடமையாக ஏற்றுக்கொண்டு அந்த வீட்டைத் துப்புறவு செய்யவில்லையா?

இந்த மனிதனுக்கு அவள் தன்னுடைய இளமையை அர்ப்பணிக்கவில்லையா?

இவ்வளவு குரூரத்தை ஏற்றுகொள்ள வேண்டிய அளவுக்கு அவள் அப்படி என்ன செய்துவிட்டாள்?

அவன் அவளை நோக்கிப் பாய, அவன் தரையில் தூக்கி எறிந்த இடைவார் படாரென்று ஓசை எழுப்பியது. சில வேலைகளைக் கையால்தான் செய்ய வேண்டும் என்று சொன்னது அந்தப் படார்.

ஆனால் அவன் அவளைப் பிடிக்க வரும் போதே லைலா குனிந்து தரையிலிருந்து எதையோ எடுப்பதை மரியம் பார்த்தாள். லைலாவின் கரம் தலைக்கு மேலாக உயர்ந்து நின்று பிறகு அவனுடைய முகத்தின் ஒரு பக்கத்தின் மீது பாய்ந்தது. கண்ணாடி நொறுங்கியது. உடைந்த தண்ணீர் குவளையின் எஞ்சிய பகுதி தரையில் சிதறியது. லைலாவின் கையில் வழிந்த, ரஷீதின் கன்னத்திலிருந்த திறந்த காயத்திலிருந்து பெருகிய ரத்தம்

அவனுடைய கழுத்திலும் சட்டையிலும் ஊற்றியது. அவன் பற்களை நெறித்துக்கொண்டு கொழுந்துவிட்டு எரியும் கண்களோடு திரும்பினான்.

லைலாவும் ரஷீதும் தரையில் மோதிச்சரிந்தார்கள். அவனுடைய கைகள் லைலாவின் கழுத்தைச்சுற்றியிருக்க அவன் அவள் மீது கவிழ்ந்தான்.

மரியம் அவனைப் பிறாண்டினாள். அவனுடைய மார்பில் தாக்கினாள். ஓடிச்சென்று அவன் மீது விழுந்தாள். லைலாவின் கழுத்தைப் பற்றிக்கொண்டிருந்த அவனுடைய கரங்களைப் பிரித்துவிடப் போராடினாள். அவற்றைக் கடித்தாள். ஆனால் அவை லைலாவின் மூச்சுக்குழலைச் சுற்றி இறுகப் பற்றியிருந்தன, அதோடு அவன் தொடரும் எண்ணம் கொண்டுவிட்டான் என்பதை மரியம் புரிந்துகொண்டாள்.

அவன் அவளுடைய மூச்சை நிறுத்த முயன்று கொண்டிருந்தான், மற்ற இருவராலும் அதைத் தடுக்க ஒன்றும் செய்ய முடியவில்லை.

மரியம் அறையிலிருந்து வெளியேறினாள். மாடியிலிருந்து படபடவென்று ஓசையெழும்புவதை, சின்னஞ்சிறு கரங்கள் தாழிடப்பட்டிருந்த கதவைத் தட்டுவதை அவள் கேட்டாள். அவள் கூடத்தின் வழியாக ஓடிப்பாய்ந்து முன்கதவை திறந்து தோட்டத்தைக் கடந்து ஓடினாள்.

கருவி-வைப்பறைக்குப் போய் மண்வெட்டியை எடுத்தாள்.

அவள் அறைக்குத் திரும்பியதை ரஷீத் கவனிக்கவில்லை. கண்கள் வெறியோடு அகலத்திறந்திருக்க அவனுடைய கைகள் லைலாவின் கழுத்தைச் சுற்றி நெரிக்க அவன் அவள் மீது கிடந்தான். லைலாவின் கருவிழி உள்ளே புதைந்திருக்க அவளுடைய முகம் நீலம் பாரிக்கத்துவங்கியது. அவள் எதிர்ப்பதைக் கைவிட்டிருப்பதை மரியம் கண்டாள். அவன் அவளைக் கொல்லப்போகிறான். அவன் அதைச் செய்யத்துணிந்துவிட்டான். அப்படி நடப்பதை மரியம் அனுமதிக்க மாட்டாள், அவளால் அது முடியாது. இந்த இருபத்தியேழு வருட திருமண வாழ்க்கையில் அவன் அவளிடமிருந்து எவ்வளவோ பிடுங்கிவிட்டான். லைலாவையும் பிடுங்கிக்கொள்ள அவள் அனுமதிக்க மாட்டாள்.

மரியம் கால்களை நிலைப்படுத்திக்கொண்டு மண்வெட்டியின் பிடியில் தன்னுடைய கைகளை இறுக்கினாள். அதை உயர்த்தினாள். அவனுடைய பெயரைச் சொன்னாள். அவன் பார்க்கட்டும் என்று நினைத்தாள்.

"ரஷீத்"

அவன் ஏறிட்டான்.

மரியம் வீசினாள்.

அவள் அவனுடைய நெற்றிப்பொட்டில் தாக்கினாள். அந்த அடி அவனை லைலாவின் மீதிருந்து அகற்றியது.

ரஷீத் தன்னுடைய உள்ளங்கையால் தலையைத்தொட்டான். தன் விரல் நுனிகளில் இருந்த ரத்தத்தைப் பார்த்துவிட்டு மரியத்தைப் பார்த்தான். அவனுடைய முகத்தில் இளக்கம் தோன்றுவதாக மரியம் நினைத்தாள். அவர்கள் இருவருக்கிடையில் ஏதோ செய்திப் பரிமாற்றம் நிகழ்ந்ததாகத் தோன்றியது. ஒருவேளை அவனுடைய மண்டைக்குக் தான் கொஞ்சமாவது எதையோ விளங்க வைத்திருக்கலாம் என்று மரியம் எண்ணினாள். ஒருவேளை தன்னுடைய முகமும் அவனுக்கு எதையாவது உணர்த்தி அவனை நிலைக்குக் கொண்டுவரலாம் என்று நினைத்தாள். அவன் தொடர்ந்து செய்த கீழ்மைப்படுத்தலுக்கும் அந்தத் தொடர் வன்முறைக்கும், குற்றஞ்சாட்டலுக்கும், குரூரத்துக்கும் ஆளாகிக்கொண்டே அவனோடு இத்தனை வருடங்கள் வாழ அவள் செய்த சுயமறுப்பு, தியாகம், மற்றும் கடும்பிரயத்தனத்தின் ஒரு சாயலையாவது அவன் அவளுடைய முகத்தில் கண்டிருக்க மாட்டானா? இதோ அவன் முகத்தில் இப்போது தெரிவதென்ன மரியாதையா குற்ற உணர்வா?

ஆனால் அவனுடைய மேலுதடு பழிவாங்கும் ஆத்திரத்துடன் உள்ளொடுங்கியதில், அவள் துவக்கிய காரியத்தை முடிக்காமல் விட்டுவிடுவது எவ்வளவு பயனற்ற, பொறுப்பற்ற செயலாகப்போய்விடும் என்பதை மரியம் புரிந்துகொண்டாள். அவனை இனியும் அவள் எழ அனுமதித்தால், ஸல்மாயை அடைத்துவைத்திருக்கும் மாடியறைக்குச் சென்று தன் ஜேபியிலிருக்கும் சாவியை எடுத்து அதைத்திறந்து உள்ளே இருக்கும் துப்பாக்கியை எடுக்க அவனுக்கு எவ்வளவு நேரமாகிவிடப்போகிறது? தன்னை மட்டும் சுட்டுவிட்டு

லைலாவை அவன் விட்டுவிடுவானென்று தெரிந்தால் கூட மரியம் மண்வெட்டியை கீழே போட்டிருப்பாள். ஆனால் அவனுடைய விழிகளில் அவர்கள் இருவரையும் கொலை செய்யும் வெறி இருப்பதை அவள் பார்த்துவிட்டாள்.

ஆகவே, மரியம் மண்வெட்டியை உயர்த்தினாள், தனக்கு எவ்வளவு சாத்தியமோ அவ்வளவு உயரத்துக்கு அதைக் கொண்டு போனாள், முதுகின் புறமாக அதை வளைத்தாள். அதன் கூரிய முனை நெட்டுக்குத்தாக இருக்கும்படி செய்தவள் தன் வாழ்க்கையின் போக்கை முதன்முறையாகத் தானே முடிவு செய்வதை உணர்ந்துகொண்டாள்.

பிறகு மண்வெட்டியை அவளுடைய பலம் கொள்ளுமட்டும் வீசி கீழே இறக்கினாள்.

46

லைலா

தன் மீது கிடந்த அந்த முகத்தை, புகையிலைக் கறை படிந்த பற்களை, தீமையை முன்னறிவித்த கண்களை லைலா அறிந்தேயிருந்தாள். அந்த முகத்தைத் தாண்டிய ஓர் இருப்பையும், கீழ்நோக்கிப் பாய்ந்துவந்த மரியத்தின் கைகளையும் அவளால் மங்கலாய் உணர முடிந்தது. அவர்களுக்கு மேலே கூரை இருந்தது, அந்தக்கூரையில் தான் லைலாவின் ஓர்மை பாய்ந்தது, ஆடையில் படிந்துபோன மைக்கறை போல அதன் மீது படந்திருந்த பூஞ்சையில், அறையின் எந்த மூலையிலிருந்து பார்க்கிறோம் என்பதைப் பொறுத்து உணர்வற்ற புன்னகையாகவோ முகச்சுளிப்பாகவோ தட்டுப்படும், சுண்ணாம்புக் காரையிலிருந்த அந்த வெடிப்பில் அவளது ஓர்மை பாய்ந்தது. துடைப்பத்தின் நுனியில் பழந்துணியைக் கட்டிக்கொண்டு அதே கூரையிலிருந்த ஒட்டடையை தான் துடைத்ததையெல்லாம் லைலா நினைத்துப்பார்த்தாள். மரியமும் அவளுமாக அங்கே மூன்றுமுறை வெள்ளைச்சாயம் பூசியதை நினைத்தாள். பார்த்துக்கொண்டிருக்கும் போதே அந்த வெடிப்பு, புன்னகையாகத் தெரிந்ததுமாறி, ஏளன இளிப்பாகத் தெரியத் தொடங்கிற்று. அதோடு அது மறையவும் துவங்கியது. கூரை சுருங்கி, மேலே உயர எழுந்து, அவளில் இருந்து தொலைவில், எங்கோ மூட்டமான இருளில் மறையலாகிற்று. ஒரு தபால்தலையின் அளவாக அது சுருங்கி அதைச்சுற்றிய எல்லாம் உலர்ந்து, வெறும் இருள் மட்டும் கவியும் தொலைவுக்கு அது உயர எழும்பியது. இருளில், ரஷீதின் முகம், சூரியனில் தோன்றும் கரும்புள்ளி போலத் தெரிந்தது.

குருடாக்கும் வெளிச்சச் சிதறல்களும், வெள்ளி விண்மீன்களும் அவள் விழிகளின் முன்னே வெடித்தன. கற்பனைக்கெட்டாத

உருவங்கள் புழுக்களாய், முட்டை வடிவபொருட்களாய், மேலும் கீழும், பக்கவாட்டிலும், ஒன்றில் ஒன்று கரைந்து, உடைந்து, வேறொன்றாக மாறிக்கரைந்து, வெறும் இருளாகக் கவியத் துவங்கின.

எங்கோ வெகுதொலைவில் குழம்பின குரல்கள் கேட்டன.

மூடியிருந்த இமைகளுக்குள் அவளுடைய குழந்தைகளின் முகங்கள் பிரகாசமாகத் தோன்றி மறைந்தன. அஸீஸாவின் விழிப்பான, எல்லாம் அறிந்த, ரகசியத்துயரார்ந்த முகம். ஸல்மாயினது தாளமுடியாத ஆர்வத்துடன் தன் தந்தையின் முகத்தைப் பார்க்கும் முகம்.

இப்படித்தான் முடியப்போகிறது. எவ்வளவு பரிதாபமான முடிவு. லைலா நினைத்தாள்.

ஆனால் இதோ இருள் விலகத்தொடங்கியது. எழுப்பப்படுவதாக, எழுவதாக அவள் உணரத்தொடங்கினாள். கூரை மெதுவாக விரியத்தொடங்கியது, அந்த விரிசல் இப்போது மறுபடி அதே பழைய மங்கல் புன்னகையானது.

அவள் உலுக்கப்பட்டாள். சொல் உனக்கு ஒன்றுமில்லையே? நலமாக இருக்கிறாயா? பதில் சொல். கீறல்களாலும், கவலையால் கனத்தும் இருந்த மரியத்தின் முகம் அவளுடைய முகத்துக்கு மேலாகத் தெரிந்தது.

லைலா மூச்சுவிட முயன்றாள். அது அவளுடைய தொண்டையை எரித்தது. அவள் மறுபடி முயன்றாள். இப்போது அவளுடைய நெஞ்சும் சேர்ந்து எரிந்தது. அவள் இருமினாள், மூச்சிரைத்தாள், தடுமாறினாள் ஆனாலும் அவள் மூச்சுவிட்டாள். அவளுடைய கேட்கும்காது கிணுகிணுத்தது.

அவள் எழுந்ததும் முதலில் பார்த்தது ரஷீதைத்தான். அவன் வாயைப் பிளந்துகொண்டு, இமைக்காமல், சூன்யத்தை வெறித்துக்கொண்டு மல்லாந்து கிடந்தான். அவன் வாயிலிருந்து, இளஞ்சிவப்புவண்ண நுரை அவனுடைய கன்னத்தில் வழிந்துகொண்டிருந்தது. அவனுடைய காற்சட்டையின் முன்பக்கம் ஈரமாகயிருந்தது. அவள் அவனுடைய நெற்றியைப் பார்த்தாள்.

பிறகு மண்வெட்டியைப் பார்த்தாள்.

பிறகு அவளிடமிருந்து ஒரு அலறல் எழுந்தது. "ஓ", அவள் நடுங்கினாள். அவளால் ஓசையெழுப்ப முடியவில்லை. "ஓ, மரியம்."

லைலா கைகளைத் தட்டிக்கொண்டும், புலம்பிக் கொண்டும், முன்னும்பின்னுமாக நடந்தாள். மரியம் தன் கைகளை மடியிலிருத்தி, அமைதியாக, அசையாமல் ரஷீதின் அருகில் அமர்ந்திருந்தாள். வெகு நேரத்துக்கு மரியம் எதுவுமே பேசவில்லை.

லைலாவின் வாய் உலர்ந்திருந்தது, அவள் உடலெங்கும் நடுக்கம் கண்டிருந்தது. அவள் பேச முடியாமல் திக்கினாள். ரஷீதின் வாய்ப்பிளவை, அவனுடைய திறந்திருந்த கண்களை, குழிந்திருந்த காறையெலும்பில் தேங்கி உறையத்துவங்கியிருந்த ரத்தத்தை, இது எதையும் பார்க்காமலிருக்க அவள் கடும்பிரயத்தனம் செய்தாள்.

வெளியில் வெளிச்சம் மங்கத்துவங்கியது, நிழல்கள் நீளத்துவங்கின. மரியத்தின் முகம் அந்த ஒளியில் நீண்டும் மங்கியும் தெரிந்தது. ஆனால் அவள் பதட்டமாகவோ அச்சமுற்றோ தோன்றவில்லை. சிந்தனையிலாழ்ந்து, புறக்காட்சிகளில் நாட்டமற்றவளாய், தனக்குள்ளாகவே அமிழ்ந்து போயிருந்தவளுக்கு அவளது தாடையில் ஒரு ஈ வந்து அமர்ந்தது கூடத் தெரியவில்லை. யோசனையிலிருக்கும் போது வழக்கமாய் செய்வது போல தன்னுடைய கீழுதட்டைப் பிதுக்கிக் கொண்டு அப்படியே அமர்ந்திருந்தாள்.

கடைசியில், "உட்கார் லைலா ஜோ" என்றாள்.

லைலா, கீழ்ப்படிந்தாள்.

"நாம் இவனை அப்புறப்படுத்த வேண்டும். ஸல்மாய் இதைப் பார்த்துவிடக் கூடாது."

அவனை ஒரு படுக்கைவிரிப்பில் சுற்றுவதற்கு முன் ரஷீதின் ஜேபியிலிருந்து படுக்கையறையின் சாவியை மரியம் தேடியெடுத்தாள். லைலா அவன் முழங்காலுக்குக் கீழே பிடித்துக்கொள்ள, மரியம் அவனுடைய கைகளுக்கு அடியில்

பிடித்துத் தூக்கினாள். அவனைத்தூக்க முயற்சி செய்தவர்கள், பிறகு பாரம் தாங்காமல் இழுத்துக்கொண்டு செல்ல வேண்டியதாகிற்று. முன்வாசல் வழியாக தோட்டத்துக்குப் போகும் வழியில் கதவின்நிலையில் அவனுடைய கால் மாட்டிக்கொண்டு பக்கவாட்டில் வளைந்தது. அவர்கள் பின்னுக்கு நகர்ந்து மறுபடியும் முயற்சிசெய்ய வேண்டியாததிற்று, அதே வேளை மாடியில் ஏதோ ஓசை எழும்பியதில் லைலாவின் கால் ஒத்துழைக்க மறுத்தது. அவள் ரஷீதைக் கீழே போட்டுவிட்டாள். பொத்தென்று தரையில் விழுந்து நடுங்கியவாறே தேம்பினாள். அவளுக்கு எதிரில், மரியம் கைகளை இடுப்பில் வைத்தவாறுநின்று, மனதை திடப்படுத்திக்கொள்ளச் சொல்லிப் பணித்தாள். நடந்தது நடந்து விட்டது.

சிறிது நேரம் கழித்து லைலா முகத்தைத் துடைத்துக்கொண்டு எழுந்தாள், இம்முறை இலகுவாக அவர்கள் ரஷீதை தோட்டத்துக்குக் கொண்டு சென்றுவிட்டார்கள். கருவி-வைப்பறைக்குள் அவனைக் கிடத்தினார்கள். அவனுடைய ரம்பம், உளி, ஆணிகள், சுத்தியல் அதோடு அவன் ஸல்மாய்க்கு ஏதோ செய்து கொடுப்பதற்காக வைத்திருந்து, செய்யாமலே விட்ட மர உருளை; இவை எல்லாம் இருந்த பணிமேசைக்குப் பின்னால் அவனைக் கிடத்தினார்கள்.

பிறகு அவர்கள் மறுபடி உள்ளே சென்றார்கள். மரியம் தன் கைகளைக் கழுவி தலைமுடியைக் கோதினாள், ஆழ ஒரு மூச்சு எடுத்து, பின்பு அதை வெளியேற்றினாள். "இப்போது, உன்னுடைய காயங்களைக் கவனிக்கலாம் லைலா ஜோ. உன் உடலெங்கும் புண்ணாகியிருக்கிறது."

மரியம், தன்னுடைய எண்ணங்களை ஒருங்கிணைத்து, ஒரு திட்டத்தைத் தீட்டிவிட அன்றிரவு முழுக்க ஆகும் என்றாள்.

"ஒரு வழி இருக்கும். நான் அதைக் கண்டுபிடிக்க வேண்டும் அவ்வளவு தான்" என்றாள்.

"நாம் போயாக வேண்டும். இங்கிருக்க முடியாது" உடைந்து, கம்மிய குரலில் சொன்னாள் லைலா. ரஷீதின் தலையில் மண்வெட்டி இடித்தபோது உண்டாகியிருக்கக்கூடிய ஓசையை அவள் திடீரென்று நினைத்துவிட்டாள். அவளுடைய உடல் குலுங்கி, முன்புறமாய் குனிந்தது. பித்தம் நெஞ்சுக்கு ஏறியது.

லைலா சிறிது சுதாரித்துக்கொள்ளும் வரை மரியம் பொறுமையாகக் காத்திருந்தாள். பிறகு லைலாவை தன் மடியில் படுக்க வைத்து அவள் தலையைக் கோதிக்கொண்டே கவலைப் பட வேண்டாமென்றும் எல்லாம் சரியாகும் என்றும் சொன்னாள். அவளும் லைலாவும், குழந்தைகளோடும் தாரிக்கோடும், அங்கிருந்து போய்விடலாம் என்றாள். இந்த வீட்டை விட்டு, இந்த இரக்கமற்ற நகரத்தை விட்டு, போய்விடலாம். யாரும் கண்டுபிடிக்கமுடியாத, கண்காணாத, பாதுகாப்பான அடைக்கலம் தருமிடத்துக்கு, இந்த வீட்டைவிட்டு, இந்த சனியன்பிடித்த நாட்டிலேயே கடந்தகாலத்தை உதிர்த்துவிட்டு ஒரேயடியாகப் போய்விடலாமென்று லைலாவின் தலையைக் கோதிக்கொண்டே சொன்னாள்.

"மரங்கள் அடர்ந்த எங்காவது, ஆமாம் நிறைய மரங்கள் இருக்கும் இடத்துக்கு" என்றாள்.

இதுவரை கேள்விப்பட்டிராத ஏதாவதொரு சிற்றூரின் புறவெளியில், ஒரு சிறிய வீட்டில் வசிக்கலாம். அல்லது குறுகிய, சாலை பாவியிருக்காத தெருக்களில், எல்லா விதமான செடிகொடிகளும் இருக்கும் ஒரு கிராமத்தில் வாழலாம். அங்கே குழந்தைகள் விளையாடத் தோதான ஒரு புல்வெளிக்கு இட்டுச்செல்லும் பாதை இருக்கும், அல்லது, சிறுகற்கள் பாவிய சாலை ஒன்று அவர்களை ட்ரவுட் மீன்கள் நீந்தும், மேற்தளத்தினூடாக நாணல் புற்கள் எட்டிப்பார்க்கும் ஒரு தெள்ளிய நீல ஏரிக்கு அழைத்துச்செல்லும். அவர்கள் ஆடுகளும் கோழியும் வளர்க்கலாம், இருவருமாக ரொட்டி செய்யலாம், குழந்தைகளுக்கு படிப்பு சொல்லித்தரலாம். அவர்கள் அடையும் எளிய வளங்களுக்கும், மகிழ்ச்சிக்கும், அவர்களை அருகதையுடையவர்களாக்கும், அவர்கள் பட்ட பாட்டின் கனத்தையெல்லாம் அவர்களில் இருந்து துடைத்தழிக்கும் அந்த இடத்தில் அவர்கள் தங்களுக்காக அமைதியான ஏகாந்தமான வாழ்க்கையை அமைத்துக்கொள்ளலாம்.

உற்சாகமளிக்கும் விதமாக லைலா முணுமுணுத்தாள். ஏராளமான சிரமங்களைக் கொண்டதாக இருக்கக் கூடிய வாழ்க்கை தான், ஆனால் இன்பமான சிரமங்களாக, தங்கள் குலஉடமையைப் பற்றி பெருமை கொள்வது போல, பெருமைபடக்கூடிய கஷ்டங்களாக அவை இருக்கும். மரியத்தின் தாய்மை நிரம்பின குரல் அவளுக்கு ஓரளவுக்கு ஆறுதலைக் கொடுத்தது. ஒரு வழி இருக்கிறது, என்ன செய்யலாம் என்று மரியம் காலையில்

சொல்வாள், அவர்கள் அதன்படியே செய்வார்கள். ஒருவேளை நாளை இந்த நேரம் அவர்கள் புதிய வாய்ப்புகளின் உல்லாசமான மகிழ்ச்சியும், வரவேற்கத்தக்க சிரமங்களும் நிரம்பிய அந்தப் புது வாழ்க்கையைத் தேடிப் போய்க்கொண்டிருக்கலாம். மரியம் பொறுப்பேற்றுக்கொண்ட விதத்தில், குழப்பமில்லாமல் அமைதியாக அவள் இருந்ததில், அவர்கள் இருவருமாக இந்தச் சிக்கலை சமாளித்துவிடுவார்கள் என்று லைலா நம்பிக்கை கொண்டாள். அவளுடைய மனமோ கடுமையாகக் குழம்பித் தத்தளித்துக்கொண்டு இருந்தது.

மரியம் எழுந்தாள். "இப்போது நீ போய் உன் மகனை கவனி." அவளுடைய முகத்தில் லைலா இதுவரை மனிதர்கள் எவர் முகத்திலும் பார்த்திராத துயரம் தோய்ந்து இருந்தது.

லைலா அவனை இருளுக்குள் பார்த்தாள், படுக்கையில் ரஷீத் படுக்கும் பக்கமாக, அவன் சுருண்டு கிடந்தான். விரிப்புக்குள் நுழைந்து அவர்கள் இருவருக்கும் மேலே அவள் போர்வையை இழுத்தாள்.

"உறங்கிவிட்டாயா?"

அவளிருந்த பக்கத்துக்கு முகத்தைத் திருப்பாமலேயே "உறங்க முடியவில்லை. இன்னமும் பாபா ஜான் வந்து என்னோடு பபாலூ துவா ஓதவில்லையே."

"இன்றிரவு நான் வேண்டுமானால் பபாலூ துவா ஓதட்டுமா?"

"அவரைப் போல உன்னால் ஓத முடியாது."

அவள் அவனுடைய சின்னஞ்சிறு தோளை அழுத்தி, அவன் கழுத்தில் முத்தமிட்டாள். "நான் முயற்சி செய்கிறேன்."

"பாபா ஜான் எங்கே?"

"பாபா ஜான் வெளியில் போய்விட்டார்," லைலாவுக்கு மறுபடியும் தொண்டையடைத்தது.

இதோ, முதல்முறையாக அந்த பயங்கரமான பொய் சொல்லப்பட்டு விட்டது. இனி எத்தனை முறை இதையே சொல்ல வேண்டியிருக்குமோ என்று லைலா வேதனைப்பட்டாள். இனி

எத்தனை முறை ஸல்மாயை ஏமாற்ற வேண்டியிருக்கும்? ரஷீத் வீடு திரும்பும் வேளைகளில் ஸல்மாய் ஓட்டமாய் ஓடி அவனை வரவேற்பதை, ரஷீத் அவனுடைய முழங்கையைப் பிடித்துத் தூக்கி அவனுடைய கால்கள் இரண்டும் நேர்கோட்டில் நீளும் வரைக்கும் தட்டாமாலை சுற்றியதை, அதற்குப் பிறகு அவர்கள் குதூகலித்துச் சிரித்ததை, ஸல்மாய் குடிகாரனைப் போலத் தள்ளாடியதையெல்லாம் நினைத்துப் பார்த்தாள். அவர்களுடைய காட்டுத்தனமான விளையாட்டுகளை, உரத்த சிரிப்புகளை, ரகசியப் பார்வைப் பரிமாற்றங்களையெல்லாம் நினைத்துக்கொண்டாள்.

குற்ற உணர்வும், மகனை நினைத்துத் தாங்கொணாத் துயரமும் அவள் மீது ஒரு சவப்போர்வை போல கவிந்தது.

“அவர் எங்கே போனார்?”

“எனக்குத் தெரியவில்லை அன்பே.”

அவர் எப்போது திரும்பி வருவார்? பாபா ஜான் திரும்பி வரும்போது அவனுக்காகப் பரிசுகள் கொண்டு வருவாரா?

அவள் ஸல்மாயுடன் பபாலூ துவா ஓதினாள். *பிஸ்மில்லாஹ்-இர்-ரஹ்மான்-இர்ரஹீம்* என்று ஏழு விரல்களின் ஒவ்வொரு மூட்டுக்கும் ஒவ்வொரு முறை அவர்கள் சொன்னார்கள். அவன் தன்னுடைய முகத்துக்கு நேராக கரங்களைக் குவித்து அதற்குள் ஊதிவிட்டு, பிறகு புறங்கையைத் தன் நெற்றியில் வைத்துக்கொண்டு விரட்டிவிடும் சைகையைச் செய்தான், *பபாலூ போய்விடு, ஸல்மாயிடம் வராதே, அவனிடம் நீ வரவே கூடாது.* பிறகு நிறைவு செய்வதற்காக அவர்கள் மும்முறை அல்லா-ஹு-அக்பர் சொன்னார்கள். பிறகு வெகுநேரம் சென்றபின், நள்ளிரவில் லைலா ஒரு மெல்லிய குரல் முணுமுணுத்ததில் திடுக்கிட்டுப்போனாள்: *என்னால் தான் பாபா ஜான் போய்விட்டாரா? நான் உன்னையும் கீழ்த்தளத்தில் இருந்த அந்த மனிதனையும் பற்றி சொன்னதால் தானா?*

அவள் அவனை நெருங்கினாள், அவனுக்கு ஆறுதல் சொல்லி, *அதற்கும் உனக்கும் ஒரு சம்பந்தமும் இல்லை ஸல்மாய். அது உன்னுடைய தவறே அல்ல* என்று சொல்வதற்காக. ஆனால், அவனுடைய சிறிய நெஞ்சு மெல்ல எழும்பித்தாழ, அவன் உறங்கிப் போயிருந்தான்.

லைலா உறங்கச்சென்றபோது அவளுடைய மனம் குழம்பிப் போயிருந்தது, பகுத்தறிந்து யோசிக்க இயலாமல் அது கலக்கமுற்றிருந்தது. ஆனால் காலைத்தொழுகைக்கான மோதினாரின் அழைப்பு கேட்டு அவள் எழுந்த போது அவள் மனதிலிருந்த கனம் குறைந்திருந்தது.

அவள் எழுந்தமர்ந்து ஸல்மாய் உறங்குவதை, அவனுடைய முஷ்டி பந்து போலச் சுருண்டு அவனுடைய தாடைக்கு அடியில் இருந்ததை, சற்று நேரம் பார்த்தாள். இரவினூடாக அவளும் ஸல்மாயும் உறங்குவதைக் காண மரியம் வந்திருப்பாள். என்ன செய்ய வேண்டுமென்று அவள் யோசித்து வைத்திருப்பாள்.

லைலா படுக்கையிலிருந்து எழுந்தாள். அவள் நிற்கவே கடுமையாக முயற்சி செய்ய வேண்டியிருந்தது. தேகமெங்கும் புண்ணாய் வலித்தது. அவளுடைய கழுத்து, தோள், முதுகு, கைகள், தொடை எங்கும் அவனுடைய இடுப்புவாரினால் அடிவாங்கிய வெட்டுக்காயங்கள் இருந்தன. ஓசையெழுப்பாமல் முனகிக்கொண்டே அவள் படுக்கையறையை விட்டு வெளியேறினாள்.

மரியத்தின் அறையில் வெளிச்சம் அடர் சாம்பல் வண்ணமாயிருந்தது, இம்மாதிரியான வெளிச்சம் லைலாவுக்கு எப்போதும் சேவல்களின் கூவலையும், புல்நுனியிலிருந்து உருண்டோடும் பனியின் துளிகளையும் நினைவுபடுத்தும். மரியம், அறையின் மூலையில், தொழுகைப் பாயில் அமர்ந்திருந்தாள். லைலா மரியத்துக்கு நேரெதிரில் தரையில் மெல்ல அமர்ந்தாள்.

"விடிந்ததும் நீ போய் அஸீஸாவைப் பார்" என்றாள் மரியம்.

"நீ என்ன சொல்ல வருகிறாய் என்று புரிகிறது."

"நடந்து போகாதே. பேருந்தில் போனால் ஆளோடு ஆளாகத் தனியாகத் தெரிய மாட்டாய். வாடகைக் காரில் செல்வது ஆபத்து. தனியாக எங்கே செல்கிறாய் என்று கேட்டு, பிடிப்பார்கள்."

"கடந்த இரவு நீ வாக்குறுதிகள் கொடுத்தாயே."

லைலாவால் சொல்லி முடிக்கமுடியவில்லை. அந்த மரங்கள், ஏரி, பெயரில்லாத அந்த கிராமம். எல்லாமே மாயை. அழுது கொண்டிருக்கும் குழந்தையை ஆற்றுப்படுத்தச் சொன்ன அழகான பொய்கள்.

"நான் உண்மையைத்தான் சொன்னேன் லைலா ஜோ. அவை உனக்கான உண்மைகள்."

"நீ இல்லாமல் அதில் எதுவுமே எனக்கு வேண்டாம்." லைலா குளறினாள்.

மரியம் சோகையாய் புன்னகைத்தாள்.

"நீ சொன்ன மாதிரியே, நான், நீ, குழந்தைகள், எல்லோருமாய் போய்விடலாம் மரியம். தாரிக்குக்கு பாகிஸ்தானில் ஒரு இடம் இருக்கிறது. அங்கே சிலகாலம் மறைந்திருக்கலாம் எல்லாம் சரியாகும் வரை காத்திருக்கலாம் -"

"அது சாத்தியமில்லை" தவறான தகவலுடன் பேசும் குழந்தைக்கு விளக்குவதைப் போல பொறுமையாக சொன்னாள் மரியம்.

"நாம் ஒருவரையொருவர் கவனித்துக்கொள்ளலாம்," தொண்டையடைத்து கண்ணீர் மல்க சொன்னாள் லைலா. "நீ சொன்னது போல். இல்லை. இனிமேலாவது நான் உன்னைப் பார்த்துக்கொள்கிறேனே."

"லைலா ஜோ."

லைலா திக்கித்தடுமாறி புலம்பினாள். ஏதேதோ வாக்குறுதிகள் கொடுத்தாள். பேரங்கள் பேசினாள். தானே சமையல், சுத்தம் என்று எல்லா வேலைகளையும் செய்துவிடுவதாகச் சொன்னாள். "நீ ஒரு வேலையும் செய்ய வேண்டாம். இனி எப்போதுமே செய்ய வேண்டாம். நீ உறங்கி ஓய்வெடு. தோட்டம் போடு. உனக்கு என்ன வேண்டுமென்றாலும் என்னிடம் சொல் நான் செய்வேன். என்னை விட்டுப்போய் விடாதே. அஸீஸாவின் மனதை முறித்துவிடாதே."

"இங்கே, ரொட்டி திருடியவனின் கைகளை வெட்டுகிறார்கள். இறந்து கிடக்கும் கணவனையும் காணாமல் போன இரண்டு மனைவியரையும் சும்மா விட்டுவிடுவார்களா?"

"யாருக்கும் தெரியாது. யாரும் நம்மைக் கண்டுபிடிக்க மாட்டார்கள்." லைலா பெருமூச்செறிந்தாள்.

"இல்லை. இவர்கள் ரத்த வெறியெடுத்த வேட்டை நாய்கள். உடனேயோ அல்லது சிறிது காலம் கழித்தோ கண்டுபிடித்துவிடுவார்கள்" என்றாள் மரியம், எச்சரிக்கையான

மெல்லிய குரலில். அவள் சொன்ன விதத்தில் லைலாவின் உறுதிமொழிகள் கேலிக்குரியனவாக, கனவுத்தன்மை கொண்டனவாகத் தோன்றின.

"மரியம் தயவு செய் ..."

"அவர்கள் கண்டுபிடித்ததும் உன்னையும் என்னைப் போலவே குற்றவாளியாக்கி விடுவார்கள். தாரிக்கையும் கூட. நீங்கள் இருவரும் கொலைகாரர்களைப் போல ஓடித்திரிவதை என்னால் அனுமதிக்க முடியாது. நீங்களிருவரும் பிடிபட்டால் குழந்தைகள் கதி என்ன ஆவது?"

லைலாவின் விழிகளில் நீர் நிரம்பி முள்ளாய்க்குத்தியது.

"அவர்களை யார் பார்த்துக்கொள்வது? தாலிபனா? ஒரு தாயாக யோசித்துப் பார் லைலா ஜோ. நான் அப்படித்தான் யோசிக்கிறேன்."

"என்னால் முடியாது."

"செய்துதான் ஆகவேண்டும்."

"இது நியாயமில்லை."

"இது தான் நியாயம். இங்கே வா. வந்து என் மடியில் படு."

லைலா ஊர்ந்து போய் மறுபடியும் மரியத்தின் மடியில் தலையைச் சாய்த்தாள். அவர்கள் ஒருவருக்கொருவர் தலைவாரிக்கொண்டதை, லைலா பேசும் சாதாரணமான கதைகளை, அவள் நினைப்பதையெல்லாம் மரியம் ஏதோ மிகப்பெரிய மரியாதை தனக்களிக்கப்பட்டுவிட்டது போல ஆர்வமாக கேட்டுக்கொண்டிருந்த பகல்களையெல்லாம் அவள் நினைத்தாள்.

"இது நியாயம் தான். நான் நம் கணவனைக் கொன்றுவிட்டேன். உன் மகனுக்கு தகப்பனில்லாமல் செய்துவிட்டேன். நான் ஓடி ஒளிவது சரியல்ல. என்னால் முடியவும் முடியாது. அவர்கள் நம்மை கண்டுபிடிக்கவில்லை என்றாலும் கூட நான் ஒருபோதும்... அவள் உதடுகள் நடுங்கின. "உன் மகனின் துயரம் என்னைச் சும்மா விடாது. அவனை நான் எப்படிப் பார்ப்பேன். என்னால் அவன் விழிகளைப் பார்த்துப் பேச முடியுமா லைலா ஜோ?"

லைலாவின் முடிக்கற்றை ஒன்றைச் சுருட்டி, சுருண்டிருந்த ஒரு கற்றையை நேராக்கினாள் மரியம்.

“எனக்கு, இத்தோடு எல்லாம் முடிந்தது. எனக்கு வேறெதுவுமே தேவையில்லை. நான் சிறுமியாக இருந்தபோது ஆசைப்பட்ட எல்லாவற்றையும் நீ எனக்குக் கொடுத்துவிட்டாய். நீயும் உன் குழந்தைகளும் எனக்கு மிகுந்த மகிழ்ச்சியளித்தீர்கள். பரவாயில்லை லைலா ஜோ. எல்லாம் நன்றாகத்தான் இருக்கிறது. இதில் துயரம் கொள்ள ஒன்றுமில்லை.”

மரியம் சொன்ன எதற்குமே பதில் சொல்ல லைலாவுக்குத் தெளிவில்லை. நடப்படுவதற்காகக் காத்துக்கொண்டிருந்த மரங்களைப் பற்றி, வளர்க்க வேண்டிய கோழிகளைப் பற்றியெல்லாம் அவள் குழந்தைத்தனமாக ஏதேதோ உளறினாள். பெயரறியாத கிராமங்களின் சிறிய குடிசைகள் குறித்து, நாணல் புல் வளரும் ஏரிகள் குறித்து பேசினாள். இறுதியில் வார்த்தைகள் தீர்ந்து, கண்ணீர் இன்னமும் வற்றாத நிலையில், வயதில் மூத்தவளின் வெல்ல முடியாத விவேகத்தின் முன்னால் அவள் சரணடைந்து ஒரு குழந்தையெனக் கதறினாள். அவளால் செய்ய முடிந்ததெல்லாம் தன்னை முழுவதுமாகச் சுருட்டிக்கொண்டு மரியத்தின் கதகதப்பான மடியில் இன்னொரு முறை தன்னைப் புதைத்துக்கொள்வது மட்டும் தான்.

விடிந்து வெகுநேரமாகிவிட்ட பிறகு மரியம், ஸல்மாயின் மதிய உணவுக்காக ரொட்டியும், பழங்களும் கட்டித்தந்தாள். அஸீஸாவுக்கும் காய்ந்த அத்திப்பழங்களும் மிருக வடிவ பொம்மை பிஸ்கட்டுகளும் கட்டினாள். எல்லாவற்றையும் ஒரு காகிதப் பையிலிட்டு லைலாவிடம் கொடுத்தாள்.

“எனக்காக அஸீஸாவுக்கு முத்தம் கொடு. அவள் தான் என் விழிகளின் *நூர்* ஒளியென்றும் என் இதயத்தின் ராணி என்றும் சொல்வாயா? எனக்காக அதைச் செய் லைலா.”

லைலா உதடுகளை இறுக மூடிக்கொண்டு தலையசைத்தாள்.

“நான் சொன்னது போல, பேருந்திலேயே செல். தலையைத் தாழ்த்திக்கொள்.”

“நான் உன்னை மறுபடி எப்போது பார்ப்பேன் மரியம்? சாட்சி சொல்வதற்கு முன் நான் உன்னைப் பார்க்க வேண்டும். அது எப்படி நடந்ததென்று நான் அவர்களுக்குச் சொல்வேன். அது உன் குற்றமல்ல என்று நான் விளக்குவேன். அதை நீ செய்தே ஆக வேண்டியிருந்ததை அவர்கள் புரிந்து கொள்வார்கள் இல்லையா மரியம்? அவர்கள் புரிந்துகொள்வார்கள்.”

மரியம் அவளைக் கனிவாகப் பார்த்தாள்.

ஸல்மாயின் விழிகளைப் பார்க்கக் குனிந்தாள். அவன் முரட்டு காக்கி காற்சட்டையும், சிகப்பு சட்டையும், மண்டாயிலிருந்து ரஷீத் அவனுக்காக வாங்கிவந்திருந்த கௌபாய் ஜோடுகளையும் அணிந்திருந்தான். புதிய கூடைப்பந்து ஒன்றை இரண்டு கைகளாலும் பற்றியிருந்தான். மரியம் அவனுடைய கன்னத்தில் முத்தமிட்டாள்.

“நீ பலசாலியாக, நல்ல பையனாக இரு. உன் அம்மாவிடம் அழகாக நடந்துகொள்” என்றவள் அவன் முகத்தைக் கையிலேந்தினாள். தன்னை விடுவித்துக்கொள்ள முயன்றவனை இழுத்து வைத்துக்கொண்டாள். “என்னை மன்னித்துவிடு ஸல்மாய் ஜோ. உன்னுடைய துயரத்துக்காக, வேதனைகளுக்காக நான் மிகவும் வருந்துகிறேன் என்னை நம்பு” என்றாள்.

அந்தத் தெருவை இருவருமாகக் கடந்து செல்லும்போது, லைலா, ஸல்மாயின் கரத்தைப் பற்றியிருந்தாள். தெருமுனையில் நின்ற லைலா, திரும்பி, மரியம் வாசலில் நிற்பதைப் பார்த்தாள். நீல நிற கம்பளிச் சட்டையையும், வெண்ணிற காற்சட்டையும், தலைக்கு மேல் வெண்ணிற குட்டையும் அணிந்திருந்தாள் மரியம். நரைமயிர்க்கற்றையொன்று அவளுடைய நெற்றியின் மீது கிடந்தது. சூரியஒளிக்கற்றைகள் அவள் முகத்தின் மீதும் தோளின் மீதும் விழுந்தன. மரியம் இனிமையாகக் கையசைத்தாள்.

அவர்கள் வீதியின் முனையில் திரும்பினார்கள். லைலா அதற்குப் பிறகு மரியத்தை பார்க்கவேயில்லை.

47

மரியம்

இத்தனை வருடங்களுக்குப் பிறகு மறுபடியும் கொல்பாவுக்கே திரும்பிவிட்டது போலிருக்கிறது.

வலாயத் பெண்கள்சிறைச்சாலை சிக்கன் ஸ்ட்ரீட்டுக்கு அருகில் ஷேர்-ஏ-நவ்- இல் இருக்கும் ஓர் அலுப்பூட்டும் சதுரவடிவக்கட்டிடம். ஆண்கள் சிறைவைக்கப்பட்டிருக்கும் ஒரு பெரிய வளாகத்தின் நடுவில் இது இருந்தது. சுற்றிலும் ஆண்கள் இருக்க, ஒரு பெரிய கொண்டிப்பூட்டு, மரியத்தையும் மற்ற பெண்களையும் பிரித்து அவர்களிடமிருந்து விலக்கிவைத்திருந்தது. ஐந்து அறைகளில் ஆட்கள் இருந்ததை மரியம் கணக்கிட்டாள். சுண்ணாம்பு உரிந்து தொங்கும் அழுக்கான சுவர்களுடன் முற்றத்தைப் பார்க்கும் சன்னல்களைக் கொண்ட, அறைகலன்கள் எதுவுமில்லாத அறைகள் அவை. அறைக்கதவுகள் திறந்தேயிருந்தன, அதிலிருந்த பெண்கள் அவர்கள் விருப்பப்படி முற்றத்துக்கு வந்து போக முடியும், ஆனாலும் சன்னல்கள் அடைக்கப்பட்டே இருந்தன. சன்னல்களில் கண்ணாடியும் இல்லை, திரைச்சீலைகளும் இல்லயென்பதால் முற்றத்தில் சுற்றிக்கொண்டிருக்கும் காவல்கார தாலிபன்கள் அறைக்குள் நன்றாகப் பார்க்க முடியும். சன்னலுக்கு வெளியே அவர்கள் சதா புகைப்பதாகவும், உள்ளே, கெட்ட எண்ணத்துடனும், காமநோக்கம் கொண்ட ஓநாய்க் கண்களோடும் எட்டிப்பார்ப்பதாகவும், அந்தப் பெண்களைப் பற்றிக் கீழ்த்தரமாகப் பேசிச் சிரித்துக்கொள்வதாகவும் சிறையிலிருந்த சில பெண்கள் புகார் சொன்னார்கள். இதன் காரணமாய் பெரும்பாலான பெண்கள் நாள்முழுக்க புர்கா அணிந்தேயிருந்து, பிரதானகதவு மூடப்பட்டு காவலாளிகள் தங்கள் இடத்துக்குப் போனபிறகே அதை அவிழ்த்தார்கள்.

ஐந்து பெண்களோடும் அவர்களுடைய குழந்தைகளோடும் மரியம் பகிர்ந்து கொண்டிருந்த அறை இரவில் இருட்டாகயிருந்தது. மின்சாரம் இருந்த இரவுகளில், குட்டையாகவும், தட்டை மார்பும், சுருட்டை முடியுமாக இருந்த நக்மா என்ற பெண்ணை, கூரையிலிருந்து மேற்படலம் நீக்கப்பட்டகம்பி தொங்கிக்கொண்டிருக்கும் இடத்திற்கு அவர்கள் தூக்குவார்கள். மின்சாரம் பாய்ந்து கொண்டிருக்கும் மின்கம்பியை அங்கிருந்த குண்டுபல்பில் இணைத்து நக்மா அதை எரியச்செய்வாள்.

அலமாரி அளவே இருந்த கழிவறைகளின் சிமெண்ட் தளம் விரிசல் கண்டிருந்தது. அங்கேயிருந்த நீள்சதுரமான குழியில், மலம் குவியலாய்க் கிடந்தது. குழிக்குள்ளும் வெளியிலும் ஈக்கள் மொய்த்தவாறிருந்தன.

சிறையின் நடுவே, வெட்டவெளியில் இருந்த நீள் சதுர முற்றத்தின் நடுவில் ஒரு கிணறு இருந்தது. வடிகால் இல்லாததால் முற்றத்தில் எப்போதும் நீர்தேங்கி குட்டை போல கிடந்தது, தண்ணீர் அழுகல் சுவையோடு இருந்தது. கைகளால் துவைக்கப்பட்ட காலுறைகள், குழந்தைகளின் அணையாடைகள் ஆகியவற்றின் கனத்தோடு தொங்கும் அங்கிருந்த துணியுலர்த்தும் கொடிகள், குறுக்கும் மறுக்குமாக கட்டப்பட்டிருந்தன. அங்கேயேதான் சிறைவாசிகள் தங்கள் உறவினர்களைச் சந்தித்தார்கள், அவர்கள் கொண்டு தந்த அரிசியைப் பொங்கினார்கள்-சிறையில் உணவு வழங்கப்படவில்லை. அந்த முற்றம் குழந்தைகளின் விளையாட்டுத்திடலாகவும் இருந்தது- அங்கிருந்த பெரும்பாலான குழந்தைகள் வலாயத்திலேயே பிறந்தவர்கள் என்றும் வெளி உலகத்தைப் பார்த்தறியாதவர்கள் என்றும் மரியம் தெரிந்து கொண்டாள். வெறுங்கால்களோடு அவர்கள் ஒருவரையொருவர் துரத்தியோடுவதையும் அவர்களுடைய பாதங்கள் சேற்றை எத்துவதையும் மரியம் பார்த்தாள். அந்தக் குழந்தைகள் நாள்முழுக்க அதே இடத்தில் சுற்றி ஓடினாலும், புதிய விளையாட்டுகளைக் கண்டு பிடித்துக்கொண்டார்கள். வலாயத்திலும் அவர்கள் மேனியிலிருந்தும் வீசிய, மல-மூத்திர நாற்றத்தை அவர்கள் உணர்ந்துகொள்ளாததைப் போலவே, அங்கிருந்த தாலிபன் காவலாளிகள் அவர்களை அடிக்கும்போது தவிர அவர்களைக் குறித்தும் குழந்தைகள் கவலை கொள்ளாதிருந்தார்கள்.

மரியத்தைப் பார்க்க ஒருவரும் வரவில்லை. அவள் அங்கே வந்ததும் தாலிபன் அதிகாரிகளைக் கேட்டுக்கொண்ட முதலாவதும் ஒரே விஷயமும் அதுதான். பார்வையாளர்களை அனுமதிக்க வேண்டாம் என்பது.

மரியத்தின் அறையிலிருந்த பெண்களில் யாருமே கொடுங்குற்றவாளிகள் இல்லை - அவர்கள் அங்கிருந்ததற்கான ஒரே காரணம் அவர்கள் "வீட்டை விட்டு ஓட முயன்றார்கள்" என்பதுதான். அதனால் அவர்கள் மத்தியில் மரியத்துக்குத் தனி கவனிப்பு கிடைத்தது, அவள் ஒரு பிரமுகரைப் போலாகிவிட்டாள். அவர்கள் அவளை மதிப்பார்வத்தோடும் பயபக்தியோடும் பார்த்தார்கள். அவளுக்குத் தங்களுடைய போர்வையை மனதாரக் கொடுத்தார்கள். உணவை அவளோடு பகிர்ந்துகொள்ள போட்டி போட்டார்கள்.

அவர்களுள் அதீத ஆர்வம் காட்டியவள் நக்மாதான், மரியம் எங்கு போனாலும் அவளுடைய முழங்கையைப் பற்றிக்கொண்டு அவள் பின்னாலேயே போவாள். தன்னுடையதோ மற்றவர்களுக்கானதோ துரதிர்ஷ்டவசமான செய்திகளைச் சொல்லிக்கொண்டு திரிவதில் குதூகலம் அடையும் சுபாவத்தினள் நக்மா. அவளை விட கிட்டத்தட்ட முப்பது வருடங்கள் மூத்த ஒரு தையல்காரனுக்கு அவளைத் தருவதாக அவளுடைய அப்பா வாக்களித்திருந்தாராம்.

"அவன் மீது கோஹ், பீ நாற்றம் அடித்தது, அதோடு அவனுடைய விரல்களின் எண்ணிக்கையைப் பார்க்கிலும் பற்களின் எண்ணிக்கை குறைவு" என்றாள் அந்த தையல்காரனைப் பற்றி.

உள்ளூர் முல்லா ஒருவரின் மகனிடம் காதல் வயப்பட்டிருந்த நக்மா, அந்த இளைஞனுடன் கார்தேஜுக்கு ஓடிப்போக முயன்றாள். ஆனால், காபுலைத் தாண்டுவதற்கு முன்பே அவர்கள் பிடிபட்டார்கள், முல்லாவின் மகனுக்குக் கசையடி கொடுக்கப்பட, நக்மா பெண்மையின் அழகைக் காட்டி மயக்கி தனக்குச் சூனியம் வைத்துவிட்டதாகச் சொன்ன அவன், இனி குரான் ஓதுவதற்காகவே மீண்டும் தன் வாழ்க்கையை அர்ப்பணம் செய்து கொள்ள இருப்பதாகவும் உறுதி கொடுத்தான். முல்லாவின் மகன் விடுதலை செய்யப்பட்டான். நக்மாவுக்கு ஐந்தாண்டு சிறை தண்டனை அளிக்கப்பட்டது.

சிறையில் இருப்பது எவ்வளவோ பரவாயில்லை என்றாள் நக்மா. அவள் விடுதலையாகும் அதே நாளில் அவளைக் கத்தியால் குத்திக்கொல்வேன் என்று அவளுடைய அப்பா சூளுரைத்திருந்தார்.

நக்மா சொன்னதைக் கேட்டபோது, நெடுங்காலத்துக்கு முன்பு, சஃபேத்-கோஹ் மலைகளின் மீது நட்சத்திரங்கள் மங்கலாய் மினுங்கிக் கொண்டிருந்த, மேகங்கள் இளஞ்சிவப்புக் கயிறாய் மின்னிய அந்த நாளையும், அப்போது நாணா அவளிடம் சொன்ன வாசகத்தையும் மரியம் நினைத்துக்கொண்டாள்: *திசைகாட்டியின் முள் வடக்குநோக்கியே நீள்வதுபோல ஆணின் குற்றஞ்சாட்டும் விரல் எப்போதும் பெண்ணை நோக்கியே நீளும். எப்போதும். இதை நீ நினைவில் வைத்திரு மரியம்.*

மரியத்தின் வழக்கு விசாரணை முடிந்து ஒரு வாரமாகிவிட்டது. அங்கே சட்ட அறிவுரைக்குழு எதுவும் இல்லை, பகிரங்க விசாரணையோ, சாட்சிகளைக் குறுக்கு விசாரணை செய்தலோ, மேல் முறையீடோ எதுவுமே நடக்கவில்லை. சாட்சிகளை அழைத்துக்கொள்ளும் தன்னுடைய உரிமையை மரியம் மறுதலித்தாள். எல்லாமே பதினைந்து நிமிடங்களுக்குள்ளேயே நடந்து முடிந்துவிட்டது.

ஒடிந்து-விழுந்துவிடுவார் போலத் தோற்றமளித்த, நடுவில் அமர்ந்திருந்த தாலிப் தான் தலைமை நீதிபதி. அவர் அதீத ஒடிசலாக, மஞ்சள் நிறமான முதிர்ந்த சருமத்தோடும், சுருண்ட சிவப்புதாடியோடும் இருந்தார். அவர் அணிந்திருந்த கண்ணாடி அவருடைய விழிகளைப் பெரிதாக்கி அவற்றின் வெண்படலம் எவ்வளவு மஞ்சளேறிக்கிடந்தது என்பதைக் காட்டியது. அவர் சிரத்தையாகக் கட்டியிருந்த தலைப்பாகையின் சுமையைத் தாங்க இயலாதது போல அவருடைய கழுத்து மெலிந்திருந்தது.

"நீ செய்ததை ஒப்புக்கொள்கிறாயா *ஹம்ஷிரா?*" களைத்திருந்த குரலில் அவர் மறுபடி கேட்டார்.

"ஆம்" என்றாள் மரியம்.

அவர் தலையசைத்தார், அல்லது அசைக்காமலும் இருந்திருக்கலாம். முல்லா ஃபைசுல்லாவின் நடுக்கத்தை மரியத்துக்கு நினைவுபடுத்துவது போல அவருடைய கரங்களிலும் நடுக்கம் வெளிப்படையாகத் தெரிந்ததால் உறுதியாகச்

சொல்லமுடியவில்லை. தேநீர் அருந்தும் போதும் அவர் கோப்பையைக் கேட்டுக் கையை நீட்டவில்லை. இடப்புறத்தில் நின்றிருந்த அகன்ற தோள் மனிதனுக்கு அவர் சமிக்ஞை செய்ய, அவன் மிகப்பணிவுடன் அதை அவருடைய உதட்டுக்கு அருகில் கொண்டு வந்தான். பிறகு, அந்தத் தாலிப் மௌனமாகவும் அழகாகவும் நன்றியைக் காட்டும் விதமாக தன் இமைகளை மெல்ல மூடினார்.

அவரிடம் விரும்பத்தக்க ஏதோ ஒன்றிருப்பதாக மரியத்துக்குத் தோன்றியது. அவருடைய பேச்சு மென்மையாகவும் கனிவாகவும் இருந்தது. புன்னகையில் பொறுமையிருந்தது. அவர் மரியத்தை இளக்காரமாகப் பார்க்கவில்லை. குற்றஞ்சாட்டும் தொனியோ வெறுப்போ இல்லாமல் அவர் அவளிடம் மரியாதையாகப் பேசினார்.

"நீ பேசுவதை முழுக்க புரிந்துதான் பேசுகிறாயா?" நீதிபதியின் வலப் பக்கமிருந்து ஒடுங்கிப்போன முகத்தையுடைய- தேநீர் கொடுத்தவனல்ல- தாலிப் கேட்டான். அங்கிருந்த மூவருள் அவனே இளையவன். அவன் வேகமாகவும், அழுத்தந்திருத்தமாகவும், அதிகார உறுதியோடும் பேசினான். மரியத்துக்கு பஷ்டோ பேசவராததில் அவன் எரிச்சல் அடைந்திருந்தான். எல்லாவற்றிலும் குற்றம்காணும், தனக்கிருக்கும் அதிகாரத்தில் இன்பமடையும், தீர்ப்பெழுதுவது தன்னுடைய பிறப்புரிமை என்றெண்ணும் சண்டைக்கார இளைஞனாக அவன் மரியத்துக்குத் தோன்றினான்.

"புரிந்துதான் சொல்கிறேன்" என்றாள் மரியம்.

"ஆச்சரியமாக இருக்கிறது. இறைவன் ஆண்களையும் பெண்களையும் வித்தியாசமாகப் படைத்துவிட்டான். நமது மூளைகளில் வித்தியாசம் இருக்கிறது. நாங்கள் யோசிப்பது போல உங்களால் யோசிக்க முடியாது. மேற்கின் மருத்துவர்களும் அவர்களுடைய விஞ்ஞானமும் இதை நிரூபித்துவிட்டது. அதனால்தான் நமக்கு ஒரு ஆண் சாட்சியின் இடத்தில் இரண்டு பெண்களின் சாட்சி தேவைப்படுகிறது" என்றான் இளைய தலிப்.

"நான் செய்ததை ஒப்புக்கொள்கிறேன் சகோதரரே. ஆனால் நான் அதைச் செய்யத்தவறியிருந்தால் அவர் அவளைக் கொன்றிருப்பார். அவர் அவளுடைய கழுத்தை நெறித்துக்கொண்டிருந்தார்" என்றாள் மரியம்.

"அப்படி நடந்ததாக நீ சொல்கிறாய். பெண்கள் எல்லாவற்றின் மீதும், எப்போதும் சத்தியம் செய்பவர்கள்தான்."
"நான் உண்மையைத்தான் சொல்கிறேன்."

"உனக்குச் சாட்சிகள் யாரும் உண்டா? உன்னுடைய அம்பாக், சக்களத்தியைத் தவிர?"

"இல்லை."

"அது சரி" அவன் கைகளை நீட்டிக் கெக்கலித்தான்.

அடுத்து உடல்நலமில்லாத தாலிப் பேசினார்.

"என்னுடைய மருத்துவர் பெஷாவரில் இருக்கிறார். அருமையான பாகிஸ்தானி இளைஞர் அவர். அவரை ஒரு மாதத்துக்கு முன்பும் மறுபடி சென்ற வாரமும் சந்தித்தேன். அவரிடம், உண்மையைச் சொல் நண்பா என்றேன், அதற்கு அவர் மூன்று மாதங்கள் முல்லா சாஹிப் அல்லது மிஞ்சிப்போனால் ஆறு மாதங்கள் என்றார்- அதுவும் இறைவனின் நாட்டப்படி என்றார்."

பிறகு, அகன்ற-தோள் நபரைப் பார்த்து அவர் தலையசைத்தார், அவன் அளித்த தேநீரை ஒரு வாய் பருகினார். நடுங்கிக்கொண்டிருந்த தன் புறங்கையில் வாயைத் துடைத்துக்கொண்டவர் "ஐந்து வருடங்களுக்கு முன்பு, என் ஒரே மகன், என்னைப் பிரிந்துசென்றுவிட்ட இந்த வாழ்க்கையை, இதற்குமேல் முடியாது என்ற நிலை வந்த பிறகும் நம்மீது துன்பத்துக்கு மேல் துன்பத்தைச் சுமத்தி அழுத்தும் இந்த வாழ்க்கையை விட்டு நீங்குவது எனக்கு அச்சம் உண்டாக்கவில்லை. உண்மையில் எனக்கான நேரம் வந்ததும் நான் மகிழ்ச்சியாக விடை பெறுவேன் என்று தான் நினைக்கிறேன்.

"ஆனால் *ஹம்ஷிரா*, இறைவன் என்னை அவனுக்கு முன்னால் அழைத்து, முல்லா, நான் கட்டளையிட்டது போல நீயேன் நடந்துகொள்ளவில்லை? என்னுடைய ஆணைகளுக்கு நீயேன் கட்டுப்படவில்லை? என்று கேட்கவிருக்கும் நாளை எண்ணித்தான் நான் அஞ்சுகிறேன். நான் அவனுக்கு எப்படி விளக்கம் சொல்வேன்? அவனுடைய கட்டளைகளை நான் பின்பற்றாமல் விட்டதற்கு என்ன சமாதானம் சொல்வேன்? என்னால் செய்ய முடிந்ததெல்லாம், நம் அனைவராலும் செய்ய முடிந்ததெல்லாம், நமக்குக் கொடுக்கப்பட்ட காலத்தில், அவன் நமக்காக

வகுத்திருக்கும் சட்டங்களுக்குப் பணிந்து நடப்பது ஒன்றுதான் ஹம்ஷிரா. என்னுடைய இறுதிநாள் எனக்குத் தெளிவாகத் தெரியும் போது, கேள்விக்கணக்கு நாள் என்னை நெருங்கி வரும்போது, அவனுடைய வாக்கை நிறைவேற்றிவிட வேண்டும் என்பதில்தான் நான் மிகுந்த உறுதி கொள்கிறேன் ஹம்ஷிரா, அது எவ்வளவு வலிதருவதாக இருந்தாலும் சரிதான்."

அவர் தன்னுடைய இருக்கையின் மீது வேதனையோடு நெளிந்தார்.

"உன்னுடைய கணவர் கடுங்கோபக்காரராக இருந்தார் என்று நீ சொல்வதை நான் நம்புகிறேன்" என்றவர், தன்னுடைய மூக்குக்கண்ணாடியினூடாக மரியத்தை உற்று அதேசமயம் கனிவாகப் பார்த்தார். "ஆனால் நீ செய்த காரியத்தின் கொடூரம் என்னை வேதனைக்குள்ளாக்குகிறது ஹம்ஷிரா. நீ செய்ததை எண்ணி, அதை நீ செய்தபோது அவருடைய சிறிய மகன் மாடியிலிருந்தபடி அவருக்காக அழுதுகொண்டிருந்ததை எண்ணி என் மனம் வேதனைப்படுகிறது.

"நான் களைத்துப்போயிருக்கிறேன், இறந்துகொண்டிருக்கிறேன் அதோடு இரக்கமுள்ளவனாக இருக்கவும் விரும்புகிறேன். உன்னை மன்னித்துவிட விரும்புகிறேன். ஆனால் இறைவன் என்னை அழைத்து, மன்னிப்பு வழங்க வேண்டியவன் நீயல்லவே முல்லா என்று கேட்கும்போது அவனுக்கு நான் என்ன சொல்வேன்?"

அவருடைய தோழர்கள் தலையசைத்து, அவரைப் பெருமதிப்போடு பார்த்தார்கள்.

"ஏனோ எனக்கு உன்னைப் பார்த்தால் கொடூரமான பெண்ணாகத் தோன்றவில்லை ஹம்ஷிரா. ஆனால் நீ செய்த காரியம் கொடூரமானது. அதற்கான கூலியை நீ பெற்றுத்தான் ஆக வேண்டும். ஷரியா இதில் மிகத்தெளிவாக இருக்கிறது. நான் கூடிய விரைவில் எங்கு போக இருக்கிறேனோ அங்கே உன்னை அனுப்பி வைக்க வேண்டும் என்று அது சொல்கிறது.

"நான் சொல்வது புரிகிறதா ஹம்ஷிரா?"

மரியம் குனிந்து தன் கைகளைப் பார்த்தாள். "புரிகிறது" என்றாள்.

"அல்லாஹ் உன்னை மன்னிப்பானாக."

அங்கிருந்து அவளை அழைத்துச் செல்வதற்கு முன், அவளிடம் ஒரு பத்திரம் கொடுக்கப்பட்டது, அதில் அவளுடைய வாக்குமூலத்தின் கீழேயும் முல்லாவின் தீர்ப்புக்குக் கீழும் அவளைக் கையொப்பம் இடச்சொன்னார்கள். அந்த மூன்று தாலிபனும் பார்த்துக்கொண்டிருக்க, மரியம் அதில் தன் பெயரை எழுதினாள்-*மீம், ரே, யாஹ், மீம்*-இருபத்தியேழு வருடங்களுக்கு முன், ஜலீலுடைய வீட்டின் மேசையில் இன்னொரு முல்லாவின் கண்களுக்கெதிரில் தான் கையெழுத்திட்ட பத்திரத்தை அவள் அப்போது நினைத்துப்பார்த்தாள்.

மரியம் பத்து நாட்களை சிறையில் கழித்தாள். அறையின் சன்னலருகில் அமர்ந்து அந்தக் கூடத்தில் நிகழும் சிறைவாழ்க்கையைப் பார்த்தாள். காகிதத்துண்டுகள், கோடைக்காற்றின் அலையில் வெறித்தனமாக திருகிக்கொண்டு இங்கும் அங்குமாய்ச் சுழன்று, சிறைச்சுவர்களின் மீது மோதுவதைப் பார்த்தாள். தூசிக்குள் புகும் காற்று அதை அதிவேகச்சுருள்களாய்க் கிளப்பி, கூடமெங்கும் சுற்ற வைத்தது. காவலாளிகள், சிறைவாசிகள், குழந்தைகள், மரியம் அத்தனை பேரும் தங்கள் முழங்கை மடிப்புகளுக்குள் முகத்தைப் புதைத்துக்கொண்டாலும் தூசியைத் தவிர்க்க முடியவில்லை. அது அவர்களுடைய காதுகளுக்குள், மூக்கினுள், கண்ணிமைகளில், சரும மடிப்புகளில், பற்களின் இடைவெளிகளுக்குள், சென்று தங்கியது. அந்தியில்தான் காற்றின் வேகம் தணிந்தது. இரவில் எப்போதாவது தென்றல் வீசினாலோ, அது பகலில் தன்னுடைய உடன்பிறப்பு செய்துவிட்ட சாகசத்தை சமன் செய்வதைப் போல மிக மென்மையாக நடந்துகொண்டது.

வலாயத்தில் மரியத்தின் இறுதி நாளன்று, நக்மா அவளுக்கு ஓர் ஆரஞ்சுப் பழத்தைக் கொடுத்தாள். அவள் அதை மரியத்தின் உள்ளங்கையில் வைத்து அதைச் சுற்றி மரியத்தின் விரல்களை மூடிவிட்டாள். பிறகு அவள் உடைந்து அழுதாள்.

“என் வாழ்க்கையில் எனக்கு கிடைத்த மிக நெருக்கமான சிநேகிதி நீ தான்” என்றாள்.

மரியம் அந்த நாளின் மிச்சத்தைக் கம்பியிட்ட அந்தச் சன்னலருகில் அமர்ந்து அதன் கீழே தெரிந்த சிறைவாசிகளைப் பார்த்தபடி கழித்தாள். யாரோ சமைத்துக்கொண்டிருக்க, சீரகத்தின் மணத்துடன்,

புகையும், சூடான காற்றும், சன்னலுக்குள் நுழைந்தது. இரண்டு சிறுமிகள் மரியத்துக்குத் தன்னுடைய இளமைக்காலத்தை நினைவூட்டிய, அவளும் ஜலீலும் ஓடையில் மீன் பிடிக்கும்போது பாறையில் அமர்ந்தவாறு பாடிய ஒரு மழலையர் பாடலைப் பாடிக்கொண்டிருந்தார்கள்.

லில்லிப் பூக்கள் பூத்திருக்கும் பறவைக்குளம்,
புழுதிக்காட்டில் இருக்கிறதே,
சின்னஞ்சிறு மைனா நீரருந்த வந்து,
வழுக்கிவிழுந்து நீருக்குள் மூழ்கியதே.

கடந்த இரவில் மரியம் தொடர்பறுந்த கனவுகளைக் கண்டிருந்தாள். நெட்டுவரிசையில் அடுக்கி வைக்கப்பட்டிருந்த பதினொரு கூழாங்கற்களைக் கண்டாள். தன்னுடைய பளபளப்பான-கருப்பு-புயிக் ரோட்மாஸ்டரில், இளமையான, ஆளைவெல்லும் புன்னகையுடனும் குழிவிழும் கன்னங்களுடனும், ஆங்காங்கே வியர்வைத் திட்டுக்களுடனிருந்த தோளைச்சுற்றியிட்ட அங்கி பறக்க, தன்னுடைய மகளைச் சவாரி அழைத்துச் செல்ல ஜலீல் வந்தேவிட்டான். முல்லா ஃபைசுல்லா தன்னுடைய தஸ்பீஹ் மணிகளை உருட்டிக்கொண்டு, ஓடையினருகில் அவளோடு நடக்கிறார், அவர்கள் இருவரின் நிழலும், தண்ணீரிலும், கிராம்புகளைப் போல அந்தக் கனவில் மணம் எழுப்பிய, நீல-லாவண்டர் காட்டு ஐரிஸ்கள் பூத்திருந்த கரையிலும் வீழ்ந்தது. எறும்புகள் மொய்க்கும், வண்டுகள் திரியும், அத்தனை வகையான பச்சை நிறத்திலும் செடிகள் அடர்ந்திருந்த அந்தப் புல்வெளியில் விளையாடிக்கொண்டிருந்த மரியத்தை இரவுணவு உண்பதற்காக கொல்பாவின் வாசலில் நின்று கொண்டிருக்கும் நாணா அழைக்கிறாள். புழுதிச்சாலையின் மீது ஒரு தள்ளு வண்டி கிரீச்சிடும் ஓசை கேட்கிறது. மாடுகளின் கழுத்துமணிகள் கிணுகிணுக்கின்றன. மலைச்சரிவுகளில் ஆடுகள் கத்துகின்றன.

காஜி அரங்கத்துக்குப் போகும் வழி குண்டும் குழியுமாக இருந்ததில் ட்ரக்கின் இருக்கையில் அமர்ந்திருந்த மரியம் தடுமாறினாள். வண்டியின் சக்கரத்தினடியில் சிறுகற்கள் நொறுங்க, இருக்கை அதிகமாய்க் குலுங்கியதால் மரியத்தின் முதுகெலும்பில் வலியெடுத்தது. ஆயுதமேந்திய இளம் தாலிப் ஒருவன் அவளுக்கு எதிரில் அமர்ந்து அவளைப் பார்த்துக்கொண்டிருந்தான்.

உள்ளொடுங்கிய-பளிச்சிடும் விழிகளையும், சற்றே கூர்மையான முகத்தையும் கொண்டிருப்பவனும், கருத்த- நகத்தையுடைய சுட்டுவிரலால் வண்டியின் பக்கவாட்டில் தாளமிட்டுக் கொண்டிருப்பவனும், மனதுக்கினியவனாகத் தோன்றியவனுமான, இந்த இளைஞனாக இருக்கலாமோ, மரியம் யோசித்தாள்.

"உங்களுக்கு பசிக்கிறதா அம்மா?" அவன் கேட்டான்.

மரியம் தலையை ஆட்டினாள்.

"என்னிடம் ஒரு பிஸ்கட் இருக்கிறது. அருமையானது. உங்களுக்குப் பசியாக இருந்தால் நீங்கள் அதைச் சாப்பிடலாம். எனக்கு ஒன்றும் பிரச்சினையில்லை."

"வேண்டாம். டஷகோர், சகோதரா."

அவன் அவளைக் கனிவாய் பார்த்துத் தலையாட்டினான். "நீங்கள் பயப்படுகிறீர்களா அம்மா?"

மரியத்துக்கு தொண்டை அடைத்தது. நடுங்கும் குரலில் மரியம் உண்மையைச் சொன்னாள். "ஆம். எனக்கு மிகவும் பயமாக இருக்கிறது."

"என்னிடம் என் அப்பாவின் புகைப்படம் ஒன்றிருக்கிறது. அவரை எனக்கு நினைவில்லை. அவர் மிதிவண்டிகளின் பழுதுநீக்குபவர் என்பது மட்டும் தெரியும் எனக்கு. அவர் எப்படி நடப்பார், சிரிப்பார், பேசுவார், அவருடைய சிரிப்பொலி எப்படி இருக்கும் என்று எதுவுமே எனக்குத் தெரியாது." அவன் வேறெங்கோ பார்த்திருந்துவிட்டு மீண்டும் மரியத்தைப் பார்த்தான். "என் அம்மா சொல்லுவாள், அவள் அறிந்த ஆண்களிலேயே பெரிய தைரியசாலி அவர் தானென்று. ஒரு சிங்கம் மாதிரி, என்பாள் அவள். ஆனால் அவரைக் கம்யூனிஸ்ட்டுகள் பிடித்துச் சென்ற அன்று, அவர் ஒரு குழந்தையைப் போல அழுதார் என்று அம்மா சொல்லியிருக்கிறாள். நான் இதை உங்களிடம் சொல்லக் காரணம் பயப்படுவது இயல்பானதுதான் என்பதை நீங்கள் தெரிந்துகொள்வதற்காகத்தான். அதில் வெட்கப்பட ஒன்றுமில்லை தாயே."

அந்த நாளில், முதன்முறையாக, மரியம் கொஞ்சம் அழுதாள்.

ஆயிரக்கணக்கான கண்கள் அவளை மொய்த்தன. நெரிசலாகயிருந்த அந்தப் பலகை இருக்கைகளின் மேலிருந்து, தெளிவான காட்சிக்காக, கழுத்துகள் வளைந்திருந்தன. நாவுகள் உச்சுக் கொட்டின. வண்டியிலிருந்து மரியம் இறக்கப்பட்டதும் அந்த மைதானமெங்கும் முணுமுணுப்புகளின் அலையடித்தது. ஒலிபெருக்கியில் அவளுடைய குற்றம் அறிவிக்கப்பட்ட போது நிகழ்ந்த தலையசைப்புகளை மரியம் கற்பனை செய்துகொண்டாள். ஆனால் அவை அசைந்தது நிராகரிப்பிலா, இரக்கத்தினாலா, நிந்தனையோடா, பரிதாபத்திலா என்று தெரிந்துகொள்ள அவள் நிமிர்ந்து பார்க்கவில்லை. அவளுக்கு அதையெல்லாம் பார்க்க ஒப்பவில்லை.

கெஞ்சியழும் காட்சிப்பொருளாகி, தன்னைத்தானே ஒரு முட்டாளாக்கிக் கொண்டு விடுவோமோ என்றும், அந்த இறுதி நிமிடங்களில், மிருகத்தனமான உயிராசை காரணமாக பயத்தில் அலறியோ, வாந்தியெடுத்தோ, ஆடைகளை ஈரப்படுத்திக்கொண்டோ தன் உடலைத் தானே அவமானத்திற்கு ஆட்படுத்திவிடுவோமோ என்றும் அன்று அதிகாலையில் அவள் கவலைகொண்டிருந்தாள். ஆனால் வண்டியிலிருந்து இறக்கப்பட்டபோது அவளுடைய கால்கள் தடுமாறவில்லை. அவள் கைகள் நடுங்கவில்லை. அவளை அவர்கள் இழுத்துச்செல்ல வேண்டியிருக்கவில்லை. நடை கொஞ்சம் இடறுவதாக அவளுக்கே தோன்றிய சமயத்தில் அவள் ஸல்மாயை நினைத்துக்கொண்டாள், உயிருக்குயிரான அவனுடைய நேசத்தை அவள் அவனிடமிருந்து பிடுங்கிவிட்டதை நினைத்துக்கொண்டாள், அவனுடைய வாழ்க்கை, இனி அவன் தந்தையின் இன்மையின் துயரோடே வடிவமைக்கப்பட இருப்பதை நினைத்தாள். உடனே மரியத்தின் நடை சீரானது அவள் தயக்கமின்றி முன்னேறினாள்.

ஆயுதமேந்திய மனிதன் ஒருவன் அவளை நெருங்கி, தெற்கிலிருந்த இலக்குக் கம்பத்தின் அருகில் செல்லுமாறு பணித்தான். நிகழவிருப்பதையெண்ணி, கூட்டத்தில் இறுக்கம் அதிகரிப்பதை மரியம் உணர்ந்தாள். அவள் நிமிர்ந்து பார்க்கவில்லை. விழிகளை, நிலத்தின் மீது, தன் நிழலின் மீது, தன்னைக் கொல்லயிருப்பவனின் நிழலின் மீது அவள் குவித்தாள்.

சில அழகிய தருணங்களைக் கொண்டதாக இருந்தாலும் வாழ்வின் பெரும்பகுதி தன்னிடம் இரக்கமற்று நடந்துகொண்டதை அவள் அறிந்தேயிருந்தாள். ஆனாலும் கடைசி இருபது அடிகளை நடக்கும்

போது இன்னமும் வாழவேண்டும் என்ற விருப்பம் பெருகுவதை அவளால் தவிர்க்க இயலவில்லை. லைலாவை மறுபடி பார்க்க வேண்டும், கிணுகிணுக்கும் அவளுடைய சிரிப்பொலியைக் கேட்க வேண்டும் என்று அவள் ஆவல் கொண்டாள், நட்சத்திரங்களின் ஒளியேறிய வானத்தின் கீழே அமர்ந்து அவளோடு சாய் அருந்தவும் மீதமிருந்த அல்வாவை உண்ணவும் அவள் ஏங்கினாள். அஸீஸா வளர்வதைத் தான் பார்க்கவே போவதில்லை என்பதில் அவள் துக்கம் கொண்டாள், அவள் எவ்வளவு அழகான இளம்பெண்ணாக வளர்வாள் என்பதை, அவளுடைய கைகளில் தான் மருதாணிக்கோலம் எழுதப்போவதில்லை என்பதை, அவளுடைய திருமணத்தின்போது தான் நொகுல் மிட்டாய்களை வீசப்போவதில்லை என்பதையெல்லாம் எண்ணி ஏங்கினாள். அவள் அஸீஸாவின் குழந்தைகளோடு ஒருநாளும் விளையாடப்போவதில்லை. மூப்படைந்து, அஸீஸாவின் குழந்தைகளோடு விளையாட வாய்த்திருந்தால் அவள் அதை மிகவும் ரசித்திருந்திருப்பாள்.

அவளுக்குப் பின்னால் வந்த மனிதன், இலக்குக் கம்பத்தின் அருகில் அவளை நிற்கச் சொன்னான். மரியம் நின்றாள். புர்காவின் சல்லடைத்துணியின் ஊடாக அவனுடைய நிழல் அவனுடைய கலஷ்னிகோவின் நிழலைத் தூக்குவதை அவள் கண்டாள்.

அந்த இறுதி நொடிகளில் மரியம் எவ்வளவெல்லாமோ ஆசைப்பட்டாள். ஆனால் அவள் விழிகளை மூடிக்கொண்ட நொடியிலிருந்து நிராசை என்பதே இல்லாமல் எல்லையற்ற அமைதி அவளுள் பரவியது. நிலைதாழ்ந்த ஒரு கிராமவாசியின் ஹராமி மகளாக, வெறுப்புக்குரியவளாக, பரிதாபத்துக்குரிய, வருந்தற்குரிய ஒரு விபத்தாக, ஒரு களைச்செடியாக, தான் இந்த உலகத்திற்கு வந்த விதத்தை அவள் எண்ணிப்பார்த்தாள். ஆனால் இந்த உலகை விட்டு நீங்கும்போது அவள் ஒரு தோழியாக, ஒரு துணையாக, ஒரு பாதுகாவலராக, ஒரு தாயாக அல்லவா போகிறாள். இறுதியில் மதிப்புக்குரிய ஒரு நபராகச் செல்கிறாள். இது அவ்வளவு மோசமில்லை. இப்படிச் சாவது ஒன்றும் அவ்வளவு மோசமில்லை என்று நினைத்தாள் மரியம். மோசமேயில்லை. முறையற்ற ஒரு துவக்கத்தின் முறையான ஒரு முடிவு இது.

மரியம் தனக்குள்ளாக முணுமுணுத்துக்கொண்ட, குரானின் வசனங்களே மரியத்தின் இறுதி நினைவுகள்.

உண்மையைக் கொண்டு அவனே உலகத்தையும் சுவனத்தையும் படைத்திருக்கிறான்; பகலை இரவு மூடவும் இரவைப் பகல் மூடவும் செய்பவன் அவனே. சந்திரனையும் சூரியனையும் ஒன்றுக்கொன்று துணையாய்ப் படைத்தவன் அவனே, அவை தத்தமக்கு விதிக்கப்பட்ட வழிகளில் சுற்றச் செய்பவனும் அவனே. அவனே எல்லாம் வல்லவன். அவனே மிகமன்னிப்போன்.

"முழங்காலிடு" என்றான் தலிப்.

ஓ படைத்தவனே! என்னிடம் இரக்கம் கொண்டு மன்னித்துவிடு, நீயே மன்னிப்போரில் எல்லாம் மிகச் சிறந்தவனாக இருக்கிறாய்.

"இங்கே முழங்காலிடு, ஹம்ஷிரா. குனிந்து கீழே பார்."

இறுதியாக ஒரு முறை, மரியம் தனக்குச் சொல்லப்பட்டதைச் செய்தாள்.

பகுதி நான்கு

48

சமீபமாக தாரிக் அடிக்கடி தலைவலியால் அவதியுறுகிறான்.

சில இரவுகளில் லைலாவுக்கு விழிப்பு வந்துவிடும்போது அவன் தன் உள்சட்டையை தலையின் மீது இழுத்துவிட்டுக்கொண்டு கட்டிலின் விளிம்பிலமர்ந்து முன்னும்பின்னுமாக ஆடிக்கொண்டிருப்பதைக் காண்கிறாள். நசீர் பாகிலேயே தொடங்கிவிட்ட அந்த தலைவலி சிறையில் இன்னமும் மோசமாகிவிட்டது என்கிறான் அவன். அந்தத் தலைவலியால் சிலசமயங்களில் அவன் வாந்தி எடுத்தான், சில நேரத்தில் அவனுடைய ஒரு கண்ணின் பார்வையை அது மறைத்தது. கசாப்புக்காரனின் கத்தி ஒரு பக்கத்தின் நெற்றிப்பொட்டினுள் நுழைந்து மெல்ல மூளைக்குள் திருகிச்சென்று மறுபக்கத்தினூடாக வெளியே வருவது போல அது இருப்பதாக அவன் சொல்கிறான்.

"அது துவங்கும் போது அதன் உலோகருசியைக் கூட நான் உணர்வேன்."

சிலவேளைகளில் லைலா ஒரு ஈரத்துணியை அவன் நெற்றியில் வைக்கிறாள், அது வலியைக் கொஞ்சம் குறைக்கும். சயீதின் மருத்துவர் தந்த சிறிய வெள்ளை மாத்திரைகளும் உதவின. ஆனால் சில இரவுகளில் தாரிக் தலையைப் பிடித்துக்கொண்டு முனகும் போது, அவனுடைய கண்கள் ரத்தம்போல் சிவந்திருக்கும் மூக்கு ஒழுகும். அதன் பிடியில் அவன் இருக்கும் நேரங்களில் லைலா அவன் கழுத்தைத் தடவி, அவனுடைய திருமண மோதிரத்தின் குளிர்ச்சி தன் உள்ளங்கையில் படும்வண்ணம் அவனோடு அமர்ந்திருப்பாள்.

அவர்கள் முர்ரே வந்து சேர்ந்த அன்றே மணம் புரிந்து கொண்டார்கள். அவர்கள் மணம்புரிந்து கொள்வதாகச் சொன்னதில் சயீத் ஆசுவாசம் அடைந்தது தெரிந்தது. திருமணமாகாத ஜோடி தன் விடுதியில் இருப்பது குறித்த சங்கடமான உரையாடலை

அவன் தாரிக்குடன் நடத்த வேண்டியிருக்காது. லைலா கற்பனை செய்திருந்ததுபோல சயீத், குண்டு-முகமும் பட்டாணிக்-கண்களுமாக இல்லை. அவனுடைய கருப்பும் வெளுப்புமான மீசையின் முனையை அவன் மேல்நோக்கி சுருட்டிவிட்டிருந்தான் தோள் வரையில் நீண்டிருந்த அவனுடைய வெளுத்த கேசத்தை நெற்றியிலிருந்து பின்னுக்கு இழுத்து வாரியிருந்தான். மென்மையாக, அளந்து பேசிய அவன் கண்ணியமானவனாக, நளினமான நடத்தை கொண்டவனாக இருக்கிறான்.

நிக்காவுக்காக முல்லா ஒருவரையும் இன்னொரு நண்பரையும் சயீத் வரவழைத்தான், தாரிக்கைத் தனியே இழுத்து பணம் கொடுத்தவனும் அவனே. தாரிக் மறுத்தாலும் சயீத் வற்புறுத்திக் கொடுத்தான். பிறகு தாரிக் கடைக்குச் சென்று இரண்டு மெல்லிய திருமண மோதிரங்களை வாங்கி வந்தான். அன்றிரவு குழந்தைகள் படுக்கைக்குச் சென்ற பிறகு அவர்கள் மணம் புரிந்துகொண்டார்கள்.

முல்லா அவர்கள் தலைகளுக்கு மேலே அணிவித்த பச்சை முக்காட்டின் கீழே, கண்ணாடியில் லைலாவின் விழிகள் தாரிக்கினுடையதை பார்த்தன. அங்கே கண்ணீர் இல்லை, மண-நாள் புன்னகைகள் இல்லை, காலத்திற்கும் நிலைக்கவிருக்கும் காதலைப் பற்றின உறுதி மொழிகள் முணுமுணுக்கப்படவில்லை. வயதுக்கு மீறி முதிர்ந்துவிட்ட தங்கள் முகங்களையும், ஒரு காலத்தில் பளபளப்பான இளமைபொங்க இருந்த அவற்றின் கோடுகளையும் வீக்கங்களையும் லைலா மௌனமாகப் பார்த்தாள். தாரிக் ஏதோ சொல்ல வாயைத்திறந்த போது யாரோ முக்காட்டை விலக்கிவிட அவன் என்ன சொல்ல வந்தான் என்பதை லைலா கேட்க முடியாமல் போனது.

அன்றிரவு அவர்கள் கணவன் மனைவியாக கட்டிலில் கிடக்க, குழந்தைகள் கட்டிலுக்குக் கீழே உறக்கப் பாய்களில் குறட்டைவிட்டு உறங்கினார்கள். அவளும் தாரிக்கும் இளையவர்களாக இருந்தபோது, அவர்களுக்கு இடையில் வெற்றிடமே இல்லாமல் வார்த்தைகளால் அதை அவர்கள் நிரப்பிக்கொண்டதை, கட்டுப்பாடில்லாமல் உளறியதை, தொடர்ச்சியாகப் பேச இயன்றதை, ஒருவர் பேச்சை மற்றவர் மறித்ததை, தான் சொல்ல விரும்பிய விஷயத்தின் முக்கியத்துவத்தை அடுத்தவருக்கு உணர்த்த சட்டையின் பட்டையைப் பிடித்து இழுத்துக்கொண்டதை, சட்டென்று சிரிக்க இயன்றதை, ஒருவரையொருவர் மகிழ்விக்கக் காட்டிய

ஆர்வத்தை, எல்லாவற்றையும் நினைவு கூர்ந்தாள் லைலா. அந்தப் பிராயத்திற்குப் பிறகு என்னவெல்லாமோ நிகழ்ந்துபோய்விட்டது, பேச வேண்டியதும் ஏராளம் இருந்தது. ஆனால் அந்த நிகழ்வுகளின் பயங்கரம், அந்த முதலிரவில் அவளைப் பேச விடாமல் செய்துவிட்டது. அந்த இரவில், அவனருகில் படுத்திருப்பதே மிகப்பெரிய அதிர்ஷ்டம் என்றும் அவன் அங்கே இருக்கிறான் என்பதே, அவளருகில் இருக்கும் அவனுடைய கதகதப்பு அவளுக்கு உணரக்கிடைத்ததே, அவர்களுடைய தலைகள் ஒட்டியும், அவனுடைய வலது கரம் அவளுடைய இடது கரத்தில் பின்ன, அவனோடு படுத்துக்கிடப்பதே பெரிய வரம் தானென்றும் அவள் நினைத்தாள்.

அந்த இரவின் மத்தியில், அவள் தாகத்தினால் எழுந்தபோது, பலூனைத்தவற விட்டுவிடக்கூடாதென்னும் பதைபதைப்போடு, குழந்தைகள் அவற்றின் நூலைப் பிடித்துக்கொண்டிருப்பதைப் போல அவர்களுடைய கரங்கள் விரல்மூட்டுக்கள் வெளிறுமாறு அழுத்திப் பின்னிக்கொண்டிருப்பதைக் கண்டாள்.

முர்ரேயின் குளிரான பனி படர்ந்த காலைகளையும், ஒளிரும் அந்திகளையும், இரவுகளில் இருளில் மின்னும் வானத்தையும், பைன் மரங்களின் அடர் பச்சையையும், அகன்ற அடிமரங்களில் ஓடிவிளையாடும் அணில்களின் இளம் பழுப்பையும், மாலில் பொருட்கள் வாங்க வந்திருப்பவர்களை பந்தல்களைத் தேடி ஓட வைக்கும் திடீர் மழையையும் லைலாவுக்கு மிகவும் பிடித்திருக்கிறது. நினைவுப்பரிசுகள் விற்கும் கடைகளை, சுற்றுலாப்பயணிகள் தங்கும் விடுதிகளை, பெருகிக் கொண்டிருக்கும் உட்கட்டமைப்பு வசதிகள் முர்ரேயின் அழகைச் சூறையாடிக்கொண்டிருப்பதாக, உள்ளூர் மக்களை எப்போதும் புலம்ப வைக்கும், புதிதாக நிர்மாணிக்கப்பட்டுக் கொண்டிருக்கும் கட்டிடங்களை அவள் மிக விரும்பினாள். கட்டிடங்கள் கட்டப்படுவதை மக்கள் விரும்பவில்லை என்பது லைலாவுக்கு விநோதமாகப் பட்டது. காபுலில் மட்டும் இப்படி நடந்தால் மக்கள் மகிழ்ச்சியாக வரவேற்பார்கள் என்று நினைத்தாள்.

அவர்களுக்கென்று ஒரு குளியலறை இருப்பதில்-புழக்கடையில் வெறும் கழிப்பறையாக இல்லாமல்-அதில் ஒரு பாய்நீர் கழிப்பிடம் இருப்பதில், பீச்சுக்குழாய் ஒன்றும், கைகளால் லேசாகத்திருகினாலே, தண்ணீரை- சுடுநீரோ, குளிர்நீரோ-விருப்பம்

போலத் தரும் இரட்டைக் குழாய்களுள்ள கழுவுநீர்த்தொட்டி இருப்பதில் அவள் மகிழ்ச்சியடைந்தாள்.

தாரிக் உறங்குவதையும், அவளுடைய குழந்தைகள் உறக்கத்தில் முணுமுணுத்துக்கொண்டே புரண்டு படுப்பதையும் பார்க்கும் வேளைகளில் திரளும் நன்றியுணர்வில், அவளுடைய தொண்டை அடைத்து கண்கள் கசியும்.

காலையில் ஒவ்வொரு அறையாகப் போகும் தாரிக்கை பின்தொடர்ந்து லைலாவும் போகிறாள். இடுப்பில் கோர்க்கப்பட்ட வளையத்திலிருந்து சாவிகள் குலுங்க, இடுப்புவார்ப்பட்டியின் கொக்கியிலிருந்து சன்னல்துடைக்கும் திரவத்தைப் பீய்ச்சும்குடுவை தொங்க, அவன் நடக்கிறான். கந்தைத் துணிகள் அடங்கிய வாளி, கிருமிநாசினி, கழிப்பறை கழுவும் பிரஷ், அலமாரிகளை மினுக்கச் செய்யும் மெழுகு இவற்றை லைலா வைத்திருக்கிறாள். ஒரு கையில் துடைப்பானோடும் மறு கையில் மரியம் அவளுக்காக செய்து தந்திருந்த பொம்மையோடும் அஸீஸாவும் அவர்களோடே போகிறாள். ஆர்வமில்லாமலும் எரிச்சலோடும் அவர்கள் பின்னால் போகும் ஸல்மாய், சில அடிகள் பின்னே நின்று நின்று தொடர்கிறான்.

லைலா, அறைகளை தூசி உறிஞ்சானால் சுத்தம் செய்து, படுக்கைகளைத் தட்டி போடுவாள். தாரிக் குளியலறைகளையும், கழுவுதொட்டிகளையும், குளியல்தொட்டிகளையும் கழுவுவான், பிறகு கழிவறைகளை தேய்த்துவிட்டு, லினோலியம் தரைகளைத் துடைப்பான். பலகைத் தட்டுகளில் சுத்தமான துவாலைகளை அடுக்கி, சிறிய ஷாம்பூ போத்தல்களையும், பாதாம்வாசனைச் சோப்புகளையும் அடுக்குவான். சன்னல்களின் மீது சுத்தம் செய்யும் திரவத்தைப் பீய்ச்சி, அவற்றைத் துடைக்கும் வேலையை அஸீஸா அவளாகவே எடுத்துக்கொண்டாள். அந்த பொம்மை அஸீஸாவின் அருகிலேயே எப்போதும் இருக்கிறது.

நிக்காஹ் நடந்து சில நாட்களுக்குப் பிறகு, அஸீஸாவிடம் தாரிக்கைப் பற்றி சொன்னாள் லைலா.

அஸீஸாவுக்கும் தாரிக்குக்கும் இடையிலிருந்த அந்த புரிதலைப்பார்த்து லைலா மிகவும் ஆச்சரியம் அடைகிறாள். அஸீஸா துவங்கும் வாக்கியங்களைத் தாரிக்கும் தாரிக் ஆரம்பிப்பதை அஸீஸாவும் முடித்துவைக்கிறார்கள். அவன் கேட்கும் முன்பே தேவைப்படும் பொருட்களை அஸீஸா

அவனிடம் தருகிறாள். உணவு மேசையின் எதிர்புறங்களில் அமரும் அவர்களுக்கிடையே தாங்கள் அந்நியர்கள் இல்லை, வெகு நாட்களுக்குப் பிறகு ஒன்று சேர்ந்திருக்கும் கூட்டாளிகள் தான் என்பது போல ரகசிய பார்வைப் பரிமாற்றங்கள் நடக்கின்றன.

லைலா பேசியபோது அஸீஸா குனிந்து, சிந்தனையிலாழ்ந்து, தன்னுடைய கைகளைப் பார்த்துக்கொண்டிருந்தாள்.

"எனக்கு அவரைப் பிடித்திருக்கிறது" என்றாள், நீண்ட ஒரு மௌனத்துக்குப் பிறகு.

"அவர் உன்னை நேசிக்கிறார்."

"அவர் சொன்னாரா?"

"அவர் சொல்லவேண்டியதில்லை அஸீஸா."

"எனக்கு மீதிக்கதையையும் சொல் மாம்மி, நான் தெரிந்து கொள்கிறேன்."

லைலா சொன்னாள்.

"உன்னுடைய அப்பா நல்ல மனிதன். நான் அறிந்த ஆண்களிலேயே மிகச்சிறந்தவர் அவர் தான்."

"அவர் நம்மைவிட்டுப் போய்விட்டால்?"

"அவர் ஒரு போதும் போக மாட்டார். என்னைப் பார் அஸீஸா. உன்னுடைய அப்பா, ஒருபோதும் உன்னை நோகச் செய்ய மாட்டார், நம்மை விட்டுப் போக மாட்டார்."

அஸீஸாவின் முகத்தில் தெரிந்த நிம்மதி, லைலாவின் மனதைக் கசியச்செய்தது.

தாரிக், ஸல்மாய்க்கு ஒரு ஆடும் குதிரையை வாங்கித்தந்தான், அவனுக்காக ஒரு வண்டியும் செய்து தந்தான். சிறையில் அவனோடு இருந்த ஒருவனிடமிருந்து அவன் காகித மிருகங்களைச் செய்யப் பழகியிருந்ததால், அவன் ஸல்மாய்க்காக ஏராளமான காகிதங்களை மடித்து, வெட்டி, செருகி, சிங்கங்கள், கங்காருக்கள், குதிரைகள், மற்றும் பளீர் வண்ண சிறகுகள் கொண்ட பறவைகளைச் செய்தான். ஆனால் இப்படியான நேசத்தொடர்பு முயற்சிகளையெல்லாம்

ஸல்மாய் முரட்டுத்தனமாகவும், சமயங்களில் மிகுந்த வன்மத்துடனும் நிராகரித்தான்.

"நீ ஒரு கழுதை. எனக்கு உன்னுடைய பொம்மைகள் வேண்டாம்!" என்று அழுதான்.

"ஸல்மாய்!" லைலா அதிர்ச்சியிலாழ்வாள்.

"பரவாயில்லை லைலா, அதனால் என்ன. அவனை விடு" என்பான் தாரிக்.

"நீ என்னுடைய பாபா ஜான் இல்லை! என்னுடைய நிஜ பாபா ஜான் பயணம் போயிருக்கிறார். திரும்பி வந்ததும் அவர் உன்னை அடிப்பார்! ஆனால் நீ ஓட முடியாது, ஏனென்றால் அவருக்கு இரண்டு கால்கள் உண்டு உனக்கு ஒரு கால் தான் இருக்கிறது!"

இரவுகளில், அவனைத் தன் மார்பின் மீது சாய்த்துக்கொண்டு லைலா அவனோடு *பபாலூ* துவாவை ஓதுவாள். அவன் கேட்கும் போது அவனிடம் அதே பொய்யைச் சொல்வாள், அவனுடைய பாபா ஜான் எங்கேயோ போய்விட்டாரென்றும் எப்போது திரும்பி வருவாரென்று அவளுக்குத் தெரியாது என்றும் சொல்லுவாள். இந்தக் காரியத்தை அவள் அடியோடு வெறுத்தாள், ஒரு குழந்தையிடம் இப்படிப் பொய் சொல்லுவதற்காக அவள் தன்னையே வெறுத்தாள்.

இந்த அவமானகரமான பொய்யை திரும்பத்திரும்ப சொல்ல வேண்டியிருக்கும் என்பதை லைலா அறிவாள். ஊஞ்சலில் இருந்து இறங்கும் போதும், மதிய உறக்கத்திலிருந்து விழித்த உடனேயும் ஸல்மாய் அதைக் கேட்டுக்கொண்டே இருக்கிறான். அவனுடைய ஜோடுகளின் நாடாவை தானாகவே கட்டிக்கொள்ளும் அளவுக்கு அவன் வளர்ந்தானதும், பள்ளிக்கு அவனாகவே நடந்து போகும் வயதிலும் கூட இதே பொய்யை அவள் சொல்ல வேண்டியிருக்கும்.

ஒரு கட்டத்தில் கேள்விகள் காணாமல் போகும். தன்னுடைய அப்பா ஏன் தன்னை தனியே விட்டுச்சென்றார் என்று யோசிக்க ஸல்மாய் கொஞ்சம் கொஞ்சமாக மறந்து போவான். போக்குவரத்து சமிக்ஞை விளக்குகளின் அருகிலும், தெருவில் நடக்கும் கூன் விழுந்த கிழவர்களிலும், சமோசா கடைகளுக்கு வெளியில் நின்று தேநீர் அருந்திக்கொண்டு இருப்பவர்களிலும் அவன் இனி தன் தந்தையைத் தேட மாட்டான். பிறகு என்றாவதொரு

நாள், நெளிந்தோடும் ஒரு ஆற்றின் கரையில் நடக்கும் போதோ, பாதைகளற்ற பனிக்களமொன்றை வெறித்துக்கொண்டிருக்கும் போதோ, அவனுடைய தந்தையின் மறைவு, இனியும் ஒரு திறந்தபச்சைப்புண்ணல்ல என்பது அவனுக்குப் புரியும். இப்போது அது வேதனைதராத முனைமழுங்கிய வேறொன்றாக ஆகிவிட்டதை, மருட்சியோடும் மரியாதையோடும் போற்றப்படவேண்டிய வாய்மொழிமரபாடல்கதையாக அது மாறிவிட்டதை அவன் உணர்வான்.

முர்ரேயில் லைலா மகிழ்ச்சியாக இருக்கிறாள். ஆனால் இந்த மகிழ்ச்சி எளிதாகக் கிட்டியதல்ல. இந்த மகிழ்ச்சி விலைகொடுக்காமல் கிடைத்ததல்ல.

விடுமுறை நாட்களில் தாரிக் லைலாவையும் குழந்தைகளையும் சிறுபொருட்களை விற்கும் கடைகளைத் தெருவின் நெடுகிலும் கொண்டதும், பத்தொன்பதாம் நூற்றாண்டின் மத்தியில் கட்டப்பட்ட ஆங்கிலத் திருச்சபை சர்ச் ஒன்றும் இருந்த மாலுக்கு அழைத்துச்செல்கிறான். அங்கிருக்கும் தெருவோரக்கடைகளிலிருந்து அவர்களுக்கு காரசாரமான சப்லி கெபாப்களை வாங்கித்தருகிறான். உள்ளூர்வாசிகளுக்கும், செல்பேசிகளையும், டிஜிட்டல் புகைப்படக்கருவிகளையும் வைத்திருக்கும் ஐரோப்பியர்களுக்கும், சமவெளியின் வெப்பத்திலிருந்து ஆறுதல் அடைவதற்காக அங்கே வந்திருக்கும் பஞ்சாபிகளுக்கும் இடையில் அவர்கள் உலவினார்கள்.

எப்போதாவது, அவர்கள் காஷ்மிர் பாயிண்ட்டுக்குச் செல்லும் பேருந்தைப் பிடித்து அங்கே போனார்கள். அங்கிருந்து ஜீலம் ஆற்றின் பள்ளத்தாக்கை, பைன் மரங்கள் கம்பளி விரித்திருக்கும் மலைச்சரிவுகளை, கிளைக்குக் கிளை தாவும் குரங்குகளை இப்போதும் பார்க்கலாம் என்று அவன் சொல்லும் அடர்ந்த, பச்சைப் பசேல் என்றிருக்கும் மலைக்காடுகளை, தாரிக், அவர்களுக்குக் காட்டினான். முர்ரேயிலிருந்து முப்பது கிலோ மீட்டர் தொலைவிலிருக்கும், மேபிள்மரங்கள்-அடர்ந்த நத்தியா கலிக்கும் அவர்கள் போகிறார்கள். ஆளுநரின் மாளிகையிருக்கும், மர-நிழல்படர்ந்த அந்தச் சாலையில், தாரிக் லைலாவின் கைகளைப் பிடித்து நடத்திச் செல்வான். அவர்கள் பிரிட்டிஷ் கல்லறைத்தோட்டம் வரைக்கும் சென்று திரும்புவார்கள் அல்லது வாடகைக் காரை அமர்த்திக்கொண்டு மலையின் உச்சிக்குச் சென்று கீழே தெரியும் பனி-மூடிய பள்ளத்தாக்கைப் பார்ப்பார்கள்.

இப்படி உலவச்செல்லும் சமயங்களில் லைலா ஏதாவதொரு கடையின் சன்னலில் அவர்களுடைய உருவம் கணவன், மனைவி, மகள், மகன் என்று பிரதிபலிப்பதைப் பார்ப்பாள். அந்நியர்களின் கண்களுக்கு அவர்கள் ஒரு சாதாரணமான, ரகசியங்களுக்கு அப்பாற்பட்ட, பொய்களற்ற, குற்ற உணர்வுகளற்ற ஒரு குடும்பமாகத்தான் தெரிவார்கள்.

அஸீஸா துர்கனவுகள் கண்டு வீறிட்டு எழுகிறாள். கட்டிலில் அமர்ந்து அவளுடைய கன்னங்களைத் துடைத்து சமாதானம் செய்து, லைலா அவளை மறுபடியும் உறங்க வைக்க வேண்டியதாக இருக்கிறது.

லைலாவுக்கும் கனவுகள் வருகின்றன. அவற்றில் அவள் எப்போதும் காபுலில் அவளுடைய வீட்டின் கூடத்திலிருந்து மாடிப்படிகளில் ஏறுகிறாள். அவள் தனியாக இருக்கிறாள், ஆனால் கதவுகளின் பின்னால் இஸ்திரிப்பெட்டியொன்று லயம் மாறாமல் ஓசை எழுப்புவதும், படுக்கை விரிப்புகள் உதறப்பட்டு மடிக்கப்படுவதும் அவளுக்குக் கேட்கிறது. சமயங்களில், ஒரு பெண் மெல்லிய குரலில் பாடும் பழைய ஹெராத்தி பாடல் ஒன்றையும் அவள் கேட்கிறாள். ஆனால் அவள் உள்ளே நுழையும் போது அறை காலியாக இருக்கிறது. அங்கே யாரும் இல்லை.

இந்தக் கனவுகள் லைலாவை நடுங்கச் செய்கின்றன. அவள் வியர்த்து, கண்களில் நீர் வழிய அந்தக் கனவுகளில் இருந்து விழிக்கிறாள். அவளுடைய மனம் நொறுங்கிப்போகிறது. ஒவ்வொரு முறையும் அது அவளுடைய மனதை உடையச் செய்கிறது.

49

செப்டம்பரின் ஒரு ஞாயிறு, லைலா சளியால் அவதியுறும் ஸல்மாயை உறங்கச்செய்து கொண்டிருக்கிறாள், அதேநேரம் தாரிக் அவர்களுடைய பங்களாவுக்குள் வேகமாக நுழைகிறான்.

மூச்சிரைத்துக்கொண்டு, "தெரியுமா? அவரைக் கொன்று விட்டார்கள், அஹமத் ஷா மசூதை. அவர் இறந்துவிட்டார்" என்றான்.

"என்ன?"

உள்ளே நுழைந்தவாறே அவன் சொல்ல ஆரம்பித்தான்.

"மொராக்கோவைப் பூர்விகமாகக் கொண்ட பெல்ஜியன் பத்திரிக்கையாளர்கள் இருவருக்கு அவர் ஒரு பேட்டியளித்ததாகச் சொல்கிறார்கள். அவர்கள் பேசிக்கொண்டிருக்கும் போதே விடியோ ஒளிப்பதிவுக்கருவியில் ஒளித்து வைக்கப்பட்டிருந்த வெடிகுண்டு வெடிக்கிறது. மசூதும் ஒரு பத்திரிக்கையாளரும் இறந்து போகிறார்கள். ஓட முனைந்த இன்னொருவரைச் சுட்டுக்கொல்கிறார்கள். அந்தப் பத்திரிக்கையாளர்கள் அல்-கொய்தாவின் ஆட்களாக இருக்கலாம் என்று இப்போது பேசிக்கொள்கிறார்கள்."

அஹமத் ஷா மசூதின் படத்தை மாம்மி தன் படுக்கையறைச் சுவரில் ஆணியடித்து மாட்டியிருந்ததை லைலா நினைத்துக்கொண்டாள். ஒரு புருவத்தை உயர்த்தி, ஆழ்ந்த சிந்தனையில் முகம் சுளித்திருக்க, யாரோ பேசுவதை கவனமாகக் கேட்கும் பாவனையில் அவர் இருந்தார். தன்னுடைய பிள்ளைகளின் அடக்கத்தின் போது மசூத் அவர்களுக்காக தொழுகை நடத்தியதில் மாம்மி எவ்வளவு நன்றிக்கடன்பட்டவளாக இருந்தாள் என்பதும், அதை அவள் எத்தனைப் பேரிடம் சொல்லிக்கொண்டிருந்தாள் என்பதும் லைலாவுக்கு நினைவு வந்தது. அவருடைய பிரிவுக்கும் மற்ற

உட்பிரிவுகளுக்கும் இடையே போர் மூண்ட போது கூட மாம்மி அவரைக் குறை சொல்ல மறுத்தாள். அவர் நல்ல மனிதர். சமாதானத்தை நாடுகிறார். ஆஃப்கானிஸ்தானை புத்தாக்கம் செய்ய விரும்புகிறார். ஆனால் அவருக்கு அனுமதி மறுக்கப்படுகிறது. அவர்கள் அவரை ஒன்றுமே செய்ய விடமாட்டார்கள் என்பாள். இறுதியில் நிலமை படுமோசமாகி காபுலே நாசமான பிறகும் கூட மாம்மியை பொறுத்தவரை மசூத் பஞ்ச்ஷிரின் சிங்கம் தான்.

லைலாவால் அவரை அவ்வளவு சுலபமாக மன்னிக்க முடியவில்லை. அவருடைய கோரமுடிவு அவளுக்கு மகிழ்ச்சியை அளித்துவிடவில்லை என்றாலும் அவளுடைய அண்டை அயல் முழுக்க அவரால் அழிந்ததும், சிதிலங்களுக்கிடையிலிருந்து இழுத்து வரப்பட்ட பிணங்களையும் குழந்தைகளையும் அடக்கம் செய்தவிட்ட பிறகு, கூரைகளின் மீதோ ஏதாவது மரத்திலோ தொங்கியபடியோ இருந்த அவர்களுடைய உடற்பாகங்கள் கண்டுபிடிக்கப்பட்டதை அவளால் மறக்க முடியவில்லை. அந்த எறிகணை வந்து விழுவதற்கு முதல் நொடி, மாம்மியின் முகத்திலிருந்த பாவனையையும், பாபியின் தலையற்ற உடல் அவளருகில் வந்து விழுந்ததையும், அவருடைய சட்டையில் அச்சாகியிருந்த பிரிட்ஜ் டவரின் படம் ரத்தத்தையும் பனியையும் மீறி வெளியில் தெரிந்ததையும் அவள் எவ்வளவு முயன்றாலும் மறக்க முடியவில்லை.

“இறுதி ஊர்வலம் இருக்கும். நிச்சயம் இருக்கும். பெரும்பாலும் ராவல்பிண்டியில் தான் நடக்கும். பிரமாண்டமாக நிகழும்.” என்றான் தாரிக்.

கிட்டத்தட்ட உறங்கிப் போயிருந்த ஸல்மாய் எழுந்து அமர்ந்து விரல்களைச் சுருட்டி கண்களைத் தேய்த்துக்கொண்டிருக்கிறான்.

இரண்டு நாட்கள் கழித்து அவர்கள் ஒரு அறையைச் சுத்தம் செய்து கொண்டிருக்கும் போது ஏதோ கூச்சல் கேட்கிறது. தாரிக் துடைப்பானைப் போட்டுவிட்டு வெளியில் ஓட, லைலா பின் தொடர்கிறாள்.

விடுதியின் வரவேற்பறையிலிருந்து தான் சப்தம் எழுகிறது. வரவேற்பு மேசைக்கு வலப்பக்கத்தில், நிறைய நாற்காலிகள் மற்றும் இரண்டு இளம்பழுப்பு வண்ண மென்தோல் சாய்விருக்கைகளோடு ஓய்வறை ஒன்று இருக்கிறது. சாய்விருக்கைகளின் எதிரில்

ஒரு மூலையில் தொலைக்காட்சி இருக்கிறது. அதன் முன்பு பொறுப்பாளர் சயீதும், விருந்தினர் பலரும் குழுமியிருக்கிறார்கள்.

லைலாவும் தாரிக்கும் உள்ளே நுழைகிறார்கள்.

இப்போது தொலைக்காட்சி பிபிசி அலைவரிசைக்கு மாற்றப்பட்டுள்ளது. திரையில் ஒரு கட்டிடம், ஒரு கோபுரம் தெரிகிறது, அதன் உச்சி மாடிகளிலிருந்து புகை அலைபோல் எழுகிறது. தாரிக் சயீதிடம் ஏதோ சொல்ல, சயீத் பதில் சொல்லிக்கொண்டிருக்கும் போதே திரையின் மூலையிலிருந்து ஒரு விமானம் தோன்றுகிறது. அடுத்திருக்கும் கோபுரத்தில் அது மோதி, லைலா அதுவரை பார்த்திருந்த அத்தனை நெருப்புப்பந்துகளையும் ஒன்றுமில்லாமல் செய்யும் நெருப்புக்குழம்பாக அது வெடிக்கிறது. அங்கிருந்த அத்தனைப் பேரிடம் இருந்தும் ஒட்டுமொத்தமாக வேதனையோலம் ஒன்று எழுகிறது.

இரண்டு மணி நேரங்களுக்குள்ளாக இரண்டு கோபுரங்களுமே சிதிலமாகின.

சிறிது நேரத்திலேயே எல்லாத் தொலைக்காட்சி நிலையங்களும் ஆஃப்கானிஸ்தானைப் பற்றியும், தாலிபானைப் பற்றியும், ஓசாமா பின் லேடனைப் பற்றியுமே பேசலாயின.

“**பி**ன் லேடனைப் பற்றி தாலிபன் சொன்னதைக் கேட்டாயா?” தாரிக் கேட்கிறான்.

தாரிக் அஸீஸாவுக்கு சதுரங்கம் விளையாடக் கற்றுக்கொடுத்திருக்கிறான். அஸீஸா அவனுக்கு எதிரில், அட்டைக்கு முன்னால் உட்கார்ந்திருக்கிறாள். அவளுடைய அப்பாவின் உடல்மொழியை பிரதி செய்பவளாய், அவன் காய் நகர்த்த யோசிக்கும்போது செய்வது போலவே முகத்தைச் சுளித்து கீழுதட்டைத் தட்டிக்கொள்கிறாள்.

ஸல்மாய்க்கு சளி கொஞ்சம் பரவாயில்லை. அவன் உறங்குகிறான், லைலா அவன் நெஞ்சில் விக்ஸ் தேய்க்கிறாள்.

“கேட்டேன்” என்கிறாள்.

பின் லேடன் ஆஃப்கானிஸ்தானில் அடைக்கலமாகியிருக்கும் ஒரு *மெஹ்மான்*, விருந்தினன் என்றும் *பாஷ்டூன்*களின்

சம்பிரதாயப்படி விருந்தினர்களைக் கைவிடக்கூடாதென்றும் தாலிபான் அறிவித்திருக்கிறார்கள். பாஷ்டூன்களின் மதிப்புக்குரிய கலாச்சாரக்கூறு ஒன்றை பிறழ்கூற்றாக்கியிருக்கும் தன் இனத்தவரின் மீது அவனுக்கு உண்டான ஒவ்வாமையில், அவன் வேதனைச் சிரிப்பொன்றை வெளிப்படுத்த அதன் காரணத்தை லைலா புரிந்து கொள்கிறாள்.

தாக்குதல் நடந்து சில நாட்களில் லைலாவும் தாரிக்கும் மீண்டும் விடுதியின் வரவேற்பறையில் இருக்கிறார்கள். தொலைக்காட்சித்திரையில் ஜார்ஜ் புஷ் பேசிக்கொண்டிருக்கிறார். அவருக்குப் பின்னால் பெரிய அமெரிக்கக் கொடி ஒன்றிருக்கிறது. ஒரு கட்டத்தில், அவருடைய குரல் தழுதழுக்க, அவர் அழப்போகிறார் என்று லைலா நினைக்கிறாள்.

ஆங்கிலம் பேசுகிறவனான சயீத், புஷ், போர் அறிவிப்பு செய்கிறார் என்று விளக்குகிறான்.

"யாருக்கு எதிராக?" தாரிக் கேட்கிறான்.

"முதலில், உங்கள் நாட்டுக்கு எதிராகத்தான்."

★★★

"**அ**து அப்படியொன்றும் மோசமாப் போய்விடாது" என்கிறான் தாரிக்.

அவர்கள் அப்போது தான் கலவி செய்து முடித்திருந்தார்கள். அவளுடைய மார்பில் தலையை வைத்து, அவனுடைய கரத்தால் அவளுடைய வயிற்றைக் கட்டிக்கொண்டு அவளருகில் கிடக்கிறான் அவன். ஆரம்பத்தில் அவர்கள் முயற்சி செய்தபோது, சில சமயம் அது தோல்வியில் முடிந்தது. தாரிக் வெகுவாக மன்னிப்புக்கோர, லைலா நம்பிக்கை அளித்துக்கொண்டே இருந்தாள். இப்போதும் சில சிரமங்கள் இருக்கின்றன. ஆனால் அவை உடல்ரீதியானவை அல்ல இடப்பற்றாக்குறையால் உண்டானவை. குழந்தைகளும் அவர்களும் பகிர்ந்து கொள்ளும் குடில் சிறியது. அவர்களுடைய படுக்கைக்குக் கீழேயே குழந்தைகளின் படுக்கைகள் இருப்பதால் தனிமை கிடைப்பதில்லை. பெரும்பாலான சமயங்களில் லைலாவும் தாரிக்கும் மௌனமாகவே உறவு கொள்கிறார்கள், கட்டுப்படுத்தப்பட்ட, அமைதியாக்கப்பட்ட காமத்துடன், முழுக்க உடுத்திக்கொண்டு, போர்வைக்குள்ளேயே, குழந்தைகளுக்கு

பயந்து நடந்துகொள்ள வேண்டியிருக்கிறது. படுக்கையின் சுருள் கம்பிகளின் ஓசைக்கும் சரசரக்கும் போர்வைகளின் ஒலிக்கும் அவர்கள் எப்போதும் அஞ்சுகிறார்கள். ஆனால் லைலாவைப் பொருத்தவரை தாரிக்கோடு செய்யும் கலவிக்காக எப்படிப்பட்ட சிரமங்களை எதிர்கொள்ளவும் அவள் தயாராகவே இருக்கிறாள். அவர்கள் கலவி செய்யும் போது லைலா பாதுகாப்பாக இருப்பதாக, வாழ்வில் நிலைகொண்டு விட்டதாக உணர்கிறாள். தாங்கள் சேர்ந்து வாழ வாய்த்திருப்பது ஒரு தற்காலிக மகிழ்ச்சிதான். சீக்கிரமே அதை தான் இழக்க நேரிடலாம் என்று அவளுக்குள் இருக்கும் அச்சம் அந்நேரத்தில் விலகிப்போகிறது. பிரிவு குறித்த அவளுடைய பயம் நீங்குகிறது.

"என்ன பேசுகிறாய் நீ?" அவள் கேட்கிறாள்.

"தாயகத்தில் நடப்பதைத்தான் சொல்கிறேன். இது அப்படியொன்றும் மோசமான விளைவுகளைத் தந்துவிடாது."

அவர்களுடைய நாட்டின் மீது மீண்டும் குண்டுமாரி பொழிகிறது, இம்முறை அவை அமெரிக்க குண்டுகள்- படுக்கை விரிப்புகளை மாற்றும் போதும் அறைகளை சுத்தம் செய்தவாறும் தொலைக்காட்சியில் அவள் தினமும் போர் காட்சிகளைப் பார்க்கிறாள். ராணுவ அதிகாரிகளுக்கு மீண்டும் ஆயுதம் வழங்கியிருக்கும் அமெரிக்கா, தாலிபனை விரட்டவும் பின் லேடனைக் கண்டுபிடிக்கவும் வடக்கு ஒப்பந்தக்காரர்களின் உதவியை நாடி இருக்கிறது.

தாரிக்கின் பேச்சு லைலாவின் நெஞ்சை அறுத்தது. தன் மார்பிலிருந்து அவனுடைய தலையை அவள் முரட்டுத்தனமாகத் தள்ளிவிடுகிறாள்.

"அப்படியொன்றும் மோசமில்லையா? மனிதர்கள் சாவது? குழந்தைகள், பெண்கள், முதியோர் சாவது? வீடுகள் நாசமாவது? அப்படியொன்றும் மோசமில்லையா?"

"ஷ்ஷ். குழந்தைகள் எழுந்துவிடப்போகிறார்கள்."

"நீ எப்படி அந்த மாதிரி சொல்லலாம் தாரிக்? தவறுதலாக நடந்துவிட்டது என்று சொல்லப்படுகிறதே- கரம் மாவட்டத்தில்- அதற்குப் பிறகுமா இப்படிப் பேசுகிறாய்? நூறு அப்பாவி மக்கள்! நீயே அந்தப் பிணங்களையெல்லாம் பார்த்தாயே!"

முழங்கைகளை ஊன்றி அவனை நிலைப்படுத்திக்கொண்டு லைலாவைக் குனிந்து பார்க்கிறான் தாரிக். "இல்லை. நீ தவறாகப் புரிந்துகொண்டிருக்கிறாய். நான் என்ன சொல்ல வருகிறேனென்றால் –"

கணவன் மனைவி என்றான பிறகு வரும் முதல் சண்டை என்பதையும் தன் குரல் உயர்வதையும் லைலா உணர்ந்தே இருக்கிறாள். "உனக்குப் புரியாது. நினைவிருக்கிறதா, முஜாஹிதீன்கள் சண்டையை ஆரம்பித்ததுமே நீ கிளம்பிவிட்டாயே? நான் அங்கேயே இருந்தவள். நான் இருந்தேன். போரென்றால் என்னவென்று எனக்குத் தெரியும். என் பெற்றோரை அதற்கு பலிகொடுத்தவள் நான். என் பெற்றோர் தாரிக். அது அப்படியொன்றும் மோசமாகப் போய்விடாது என்று நீ பேசுவதைக் கேட்கத்தானா இவ்வளவும்?"

"என்னை மன்னித்துவிடு லைலா. மன்னித்து விடு." அவன் அவளுடைய முகத்தை தன் கைகளில் ஏந்துகிறான். "நீ சொல்வது சரிதான். நான் வருந்துகிறேன். என்னை மன்னித்துவிடு. நான் சொல்ல வந்தது ஒருவேளை இந்தப் போரின் இறுதியில் நம்பிக்கை உண்டாகலாம் என்று, ஒருவேளை இவ்வளவு நீண்டகாலத்துக்குப் பிறகு-"

"இதுகுறித்து நான் இனியும் பேச விரும்பவில்லை," சொல்லிக்கொண்டே, தான் எப்படி அவனிடம் அவ்வளவு கடுமையாகப் பேசுகிறோம் என்று ஆச்சரியப்படுகிறாள் லைலா. அவள் அவனிடம் பேசியதும் அநியாயம் தானே? அவனுடைய பெற்றோரையும் போர் பலிகொண்டதே- தன் நெஞ்சில் எரிந்துகொண்டிருந்ததெல்லாம் தணிவதை அவள் உணர்கிறாள். மென்மையாகப் பேசிக்கொண்டே தாரிக் தன்னிடம் அவளை இழுத்துக்கொண்டபோது, அவள் அதை அனுமதித்தாள். அவன் சொன்னது சரியாகவும் இருக்கலாம் என்றும், அவன் நன்மையை நாடித்தான் சொன்னான் என்றும், ஒரு வேளை அது தேவையானதாகவும் இருக்கலாம் என்பதையும் உணர்கிறாள். ஒரு வேளை, புஷ்ஷின் எறிகணைகள் விழுந்து ஓய்ந்ததும் மாற்றங்கள் உண்டாகலாம். ஆனால் அவளால் அதை ஒப்புக்கொண்டு சாதகமாகப் பேச முடியவில்லை, அதிலும், மாம்மிக்கும் பாபிக்கும் நடந்தது, இப்போது ஆஃப்கானிஸ்தானில் யாருக்கோ நிகழ்கிறது எனும்போது, யாரோ அறியாச் சிறுவனோ சிறுமியோ ஒரு எறிகணையால் தன்னைப் போலவே அநாதையாகக் கூடும்

எனும்போது, அவளால் அதை நினைத்து மகிழ்ச்சியடைய முடியவில்லை. அது வக்கிரமானாதாகவும் கபடமானதாகவும் தோன்றுகிறது.

அன்றிரவு ஸல்மாய் இருமிக்கொண்டே விழித்து விடுகிறான். லைலா எழுந்துகொள்ளும் முன்பே, தாரிக் படுக்கையின் மறுபுறமாக தன் கால்களை வீசி நகர்ந்து தன்னுடைய செயற்கைக்காலைப் பொருத்திக்கொண்டு ஸல்மாயிடம் சென்று அவனைத் தூக்கிக் கொள்கிறான். அவனுடைய உருவம் இருளில் முன்னும் பின்னும் அசைவதை படுக்கையிலிருந்தபடியே பார்க்கிறாள் லைலா. ஸல்மாயின் தலை தாரிக்கின் தோள்களில் இருப்பதை, அவனுடைய கைகள் தாரிக்கின் கழுத்தைச் சுற்றிக்கொண்டிருப்பதை, அவனுடைய கால்கள் தாரிக்கின் இடுப்பில் ஆடுவதை, அவள் கவனிக்கிறாள்.

தாரிக் மீண்டும் படுக்கைக்கு வருகிறான். இருவரும் ஏதும் பேசவில்லை. லைலா நகர்ந்து அவன் முகத்தைத் தொடுகிறாள். தாரிக்கின் கன்னங்கள் ஈரமாக இருக்கின்றன.

50

லைலாவுக்கு, முர்ரே வாழ்க்கை, நிலையமைதி மிக்கதும், வசதியானதுமாகும். வேலையும் சிக்கலானதல்ல என்பதோடு விடுமுறைகளின் போது அவளும் தாரிக்கும் பட்ரியட்டா மலைகளில் கேபிள் கார்களில் சவாரி செய்யவும், மேக மூட்டம் இல்லாத தினங்களில் பிண்டிபாயிண்ட்டின் உச்சியிலிருந்து இஸ்லாமாத் மற்றும் ராவல்பிண்டி வரைக்கும் தெரியும் சிகரத்துக்கும் குழந்தைகளை அழைத்துப் போவார்கள். அங்கே புல்வெளியில் கம்பளங்களை விரித்துக்கொண்டு, இறைச்சி உருண்டைகள் நிரப்பட்ட சாண்ட்விச்சுகளை உண்டு, குளிர்ந்த ஜிஞ்சர் ஏல் அருந்துவார்கள்.

அருமையான வாழ்க்கை, நினைத்து நினைத்து நன்றி சொல்லிக்கொண்டே இருக்க வேண்டிய வாழ்க்கை இது, லைலா தனக்குள்ளாக சொல்லிக்கொண்டாள். சரியாகச் சொல்ல வேண்டுமென்றால், ரஷீதுடனான இருண்ட நாட்களின் போது, அவள் நினைத்து ஏங்கிய கனவு வாழ்க்கை இதுவே தான். லைலா தினந்தோறும் இதை அவளுக்கே நினைவுபடுத்திக்கொள்வாள்.

பிறகு, 2002 இன் ஜூலையில் ஒரு கதகதப்பான இரவில், படுக்கையிலிருந்தபடி, மெல்லிய குரலில், அவளும் தாரிக்கும், தாய்நாட்டில் நிகழும் மாற்றங்களைப் பற்றிப் பேசிக்கொண்டிருக்கிறார்கள். ஏராளமான மாற்றங்கள் ஏற்பட்டுள்ளன. கூட்டணிப்படைகள், முக்கிய நகரங்களிலிருந்து தாலிபன்களை பாகிஸ்தான் எல்லைக்கும், ஆஃப்கானிஸ்தானின் தெற்கு மற்றும் கிழக்கு மலைப்பகுதிகளுக்குமாக விரட்டியடித்துவிட்டன. ISAF எனப்படும் உலகலாவிய அமைதிகாப்புப்படை காபுலுக்கு அனுப்பிவைக்கப்பட்டிருந்தது. நாட்டின் இடைக்கால ஜனாதிபதியாக ஹமீத் கர்ஸாய் பதவியேற்றிருக்கிறார்.

தாரிக்கிடம் பேசுவதற்கான சரியான தருணம் இது தான் என்று லைலா முடிவு செய்கிறாள்.

ஒரு வருடத்துக்கு முன்பிருந்த நிலையில் காபுலை விட்டு வெளியேறுவதற்காக ஒரு கையை வெட்டிக்கொள்ளவும் லைலா சம்மதித்திருப்பாள். ஆனால் இந்த சில மாதங்களில் தன்னுடைய பிள்ளைப்பிராயத்து நகரத்தைப்பிரிந்ததில் தான் ஏங்கியுழவல்வதை லைலா உணர்கிறாள். ஷோர் பஜாரின் பரபரப்பை, பாபர் தோட்டங்களை, ஆட்டுத்தோல் பைகளில் தண்ணீர் சுமந்து போகும் நபர்கள் விடுக்கும் கூவலை, சிக்கன் ஸ்ட்ரீட்டின் தெருவோர துணிவியாபாரிகளை, கர்தே பர்வானின் தர்பூசணி விற்பவர்களை அவள் அடிக்கடி நினைத்துக்கொள்கிறாள்.

ஆனாலும் லைலா காபுலின் ஞாபகமாகவே இருப்பதற்கு, வீட்டுநினைப்பும், பிள்ளைப்பிராயத்தின் நினைவேக்கமும் மட்டும் காரணமல்ல. அவள் அமைதியின்மையால் பீடிக்கப்பட்டிருக்கிறாள். காபுலில் பள்ளிகள் புனரமைக்கப்படுவது பற்றி, சாலைகள் இடப்பட்டு, பெண்கள் பணிகளுக்குத் திரும்புவது குறித்தெல்லாம் அவள் கேள்விப்படுகிறாள். இங்கே வாழ்கை இனிமையாக இருப்பதையெண்ணி அவள் நன்றிபாராட்டினாலும் அது அவளுக்கு நிறைவளிக்கவில்லை இன்னமும் சொல்லப்போனால், நாட்கள் பொருட்படுத்தத்தக்கதாக இல்லையென்றும் நேரம் வீணாகிக் கொண்டிருப்பதாகவும் அவள் உணர்கிறாள். சிலநாட்களாக அவளுடைய தலைக்குள்ளாக பாபியின் குரல் கேட்டுக்கொண்டிருக்கிறது. *உன்னுடைய லட்சியம் என்னவாக இருந்தாலும் அதை நீ அடையலாம் லைலா. உன்னால் முடியும். மேலும் போர் முடிந்ததும் ஆஃப்கானிஸ்தானுக்கு நீ தேவைப்படுவாய்.*

லைலாவுக்கு மாமியின் குரலும் கேட்கிறது. ஆஃப்கானிஸ்தானை விட்டுப் போகவேண்டும் என்று பாபி சொன்ன போதெல்லாம் மாம்மி என்ன சொல்வாள் என்பதும் அவளுக்கு நினைவிருந்தது. *என் மகன்களின் கனவுகள் நிஜமாவதை நான் பார்க்க வேண்டும், அது நிகழும் போது நான் அங்கிருக்க வேண்டும், ஆஃப்கானிஸ்தான் சுதந்திரமாகும் போது நான் அங்கு இருந்தால் என் பிள்ளைகள் அதைக் காண்பார்கள். அவர்கள் என் விழிகளின் வழியாகப் பார்ப்பார்கள்.*

இவற்றுக்கெல்லாம் மேலாக மரியத்துக்காகவும். இதற்காகத் தானா மரியம் உயிர்துறந்தது? லைலா தன்னையே கேட்டுக்கொள்கிறாள். ஒரு அந்நிய நிலத்தில் லைலா பணிப்பெண்ணாவதற்குத்தான் அவள் தன்னைத்தானே பலிகொடுத்துக்கொண்டாளா? லைலாவும் குழந்தைகளும் மகிழ்ச்சியாக இருக்கும் வரைக்கும் வேறெதுவுமே மரியத்துக்கு ஒரு பொருட்டாக இல்லாமலிருக்கலாம். ஆனால் லைலாவுக்கு அது போதாது. இப்போது இன்னமும் அதிகமாக அவள் அந்தப் போதாமையை உணர்கிறாள்.

"நான் ஊருக்குத் திரும்ப விரும்புகிறேன்."

தாரிக் படுக்கையில் எழுந்தமர்ந்து அவளைப் பார்த்தான்.

அவன் எத்தனை அழகனென்பது லைலாவிற்கு மறுபடியும் உறைக்கிறது, நெற்றியின் கச்சிதமான வளைவு, கரங்களின் ஒடுங்கிய திண்மையான தசை, தீர்க்கமான, புத்திசாலித்தனமான அந்தக் கண்கள். ஒரு வருடம் கடந்துவிட்ட பிறகும், இம்மாதிரியான தருணங்களில், அவர்கள் இருவரும் ஒருவரையொருவர் கண்டடைந்து கொண்டதையும், அவன் அவளோடு அவளுடைய கணவனாக இருப்பதையும் அவளால் நம்ப முடியாமல் போவதுண்டு.

"திரும்பப் போவதா? காபுலுக்கா?" என்றான்.

"உனக்கு விருப்பமிருந்தால்தான்."

"நீ இங்கே மகிழ்ச்சியாக இல்லையா? குழந்தைகளும் நீயும் மகிழ்ச்சியாக இருப்பதாகத்தான் தெரிகிறது."

லைலா எழுந்து அமர்கிறாள். தாரிக் நகர்ந்து அவளுக்கு இடமளிக்கிறான்.

"நான் சந்தோஷமாக இருக்கிறேன். நிச்சயமாக. ஆனால் இப்படியே எவ்வளவு காலம் கடத்த முடியும் தாரிக்? எவ்வளவு நாள் இங்கிருக்க முடியும்? இது நம் நாடல்ல. நம்முடைய தாயகம் காபுல் அல்லவா? அதிலும் அங்கே இப்போது மிகச்சிறப்பான விஷயமெல்லாம் நடக்கிறதே. நான் அதிலெல்லாம் பங்குகொள்ள விரும்புகிறேன். நான் ஏதாவது செய்ய ஆசைப்படுகிறேன். பங்களிக்க விருப்பம் கொள்கிறேன். உனக்குப் புரிகிறதா?"

தாரிக் மெல்லத் தலையசைக்கிறான். "இதைத்தான் நீ விரும்புகிறாயா? நிச்சயமாகச் சொல்கிறாயா?"

"ஆம். அதைத்தான் நான் விரும்புகிறேன். நிச்சயமாக அதைத்தான். ஆனால் அதற்கும் மேலே, இனியும் இங்கிருப்பது சரியல்ல என்றும் அங்கு போயே ஆக வேண்டும் என்றும் தோன்றுகிறது."

தாரிக் தன் கரங்களைப் பார்க்கிறான், பிறகு அவளைப் பார்க்கிறான்.

"ஆனால்-ஆனால்-உனக்கும் அதே எண்ணமிருந்தால் மட்டுமே."

தாரிக் புன்னகைக்கிறான். அவனுடைய புருவங்களின் இடைவெளிகள் நிறைகின்றன, ஒரு நிமிடம் அவன் மீண்டும் பழைய தாரிக்காக, சைபீரியாவில் மூக்குச்சளி தரையில் விழுமுன்னே பனிக்கட்டியாக மாறிவிடும் என்று சொன்ன தாரிக்காக மாறுகிறான். ஒருவேளை அது லைலாவின் பிரமையாகக் கூட இருக்கலாம் ஆனாலும் சமீபமாக அடிக்கடி அவளுடைய பழைய தாரிக் தென்படுகிறான்.

"நானா? இந்த உலகின் எல்லைக்கென்றாலும் நான் உன்னைத்தொடர்ந்து வருவேன் லைலா."

அவள் அவனை அருகிலிழுத்து உதடுகளில் முத்தமிடுகிறாள். இத்தருணத்தில் போல் வேறெப்போதும் அவனை அவள் நேசித்ததில்லை என்று நினைத்துக்கொள்கிறாள். "நன்றி" என்றவளின் நெற்றி அவனுடைய நெற்றியில் ஒட்டிக்கொள்கிறது.

"தாயத்துக்கு திரும்புவோம்."

"அதற்கு முன் ஹெராத்துக்கு போக வேண்டும்."

"ஹெராத்தா?"

லைலா விளக்குகிறாள்.

குழந்தைகள் இருவருக்கும் அவர்களுக்குப் புரியும் விதத்தில் நம்பிக்கையளிக்க வேண்டியிருக்கிறது. பதட்டத்திலிருக்கும், இப்போதும் துர்கனவுகள் காணும், கடந்த வாரம் ஒரு திருமணவிழாவில், வாணவெடி வெடித்ததைக் கேட்டதிலேயே கண்ணீர் சொரிந்துவிடும் அளவுக்கு பயந்துபோயிருக்கும்

அஸீஸாவின் அருகிலேயே லைலா அமர்ந்திருக்க வேண்டியிருக்கிறது. அவர்கள் காபுலுக்குத் திரும்பும்போது அங்கே தாலிபன்கள் இருக்கமாட்டார்களென்றும், போர் இருக்காதென்றும் விளக்க வேண்டியிருக்கிறது. "நீ, நான், உன் அப்பா, ஸல்மாய் எல்லோரும் ஒன்றாய் வாழலாம் அஸீஸா. நீ ஒருபோதும், ஒருபோதும் என்னைப் பிரிய வேண்டிய வராது, நீயாகச் செல்லவிரும்பும் வரை, நீ யாராவதொரு இளைஞனிடத்தில் காதல் கொண்டு அவனை மணக்க விரும்பும் வரை பிரிய வேண்டியிருக்காது என்று நான் வாக்களிக்கிறேன்." புன்னகையோடு அஸீஸாவிடம் சொல்கிறாள் லைலா.

முர்ரேயிலிருந்து கிளம்பிய அன்று ஸல்மாயைச் சமாதானம் செய்யவே முடியவில்லை. அல்யோனாவின் கழுத்தைக் கட்டிப்பிடித்துக்கொண்ட அவன் அதை விடுவதாயில்லை.

"என்னால் அவனை அவளிடமிருந்து பிரிக்கவே முடியவில்லை மாம்மி" என்கிறாள் அஸீஸா.

"ஆடுகளையெல்லாம் பேருந்தில் ஏற்றமாட்டார்கள், ஸல்மாய்." லைலா மறுபடியும் விளக்க முற்பட்டாள்.

அவனிடம் தாரிக் முழந்தாளிட்டு, அல்யோனாவைப் போலவேயிருக்கும் ஆடு ஒன்றை காபுலில் வாங்கித்தருவதாக வாக்களிக்கும் வரைக்கும் ஸல்மாய் விடுவதாயில்லை.

சயீதிடமிருந்தான விடைபெறலும் கண்ணீரோடே நிகழ்ந்தேறியது. அவர்களுக்கு நல்வாழ்வு அருள வேண்டி, சயீத் நுழைவாயிலில் குரானைத்தூக்கிப் பிடிக்க, லைலாவும், தாரிக்கும், குழந்தைகளும் குரானை முத்தமிட்டு அதன் கீழே குனிந்து சென்றார்கள். அவன் தாரிக்கின் இரண்டு பெட்டிகளையும் வண்டியில் ஏற்ற உதவுகிறான். அவர்களை பேருந்து நிறுத்தத்துக்கு அழைத்துச்சென்று பேருந்து உறுமிக்கொண்டு கிளம்பியபோது நடைமேடையின் மீது நின்று வழியனுப்புகிறான்.

சயீதின் உருவம் மெல்ல மறைவதை, இருக்கையில் சாய்ந்தவாறு, பேருந்தின் பின்புற சன்னலின் வழியாக பார்க்கும் லைலாவின் தலைக்குள் குழப்பமான குரலொன்று ஒலித்தது. பாதுகாப்பான முர்ரேயை விட்டுப் போவது முட்டாள்தனமானதோ? அவளுடைய தாயும், தந்தையும், சகோதரன்களும் பலியான ஊருக்கு,

வெடிகுண்டுகளின் புகை இன்னமும் முழுதாகக் கலையாமல் இருக்கும் ஊருக்குப் போவது சரியானது தானா?

ஆனால் உடனேயே அவளுடைய நினைவடுக்கின் இருண்ட சுழலிலிருந்து கவிதை வரிகளிரண்டு மேலெழுந்தன. பாபிக்கு மிகப் பிடித்தமான, காபுலிடமிருந்து விடைபெறு முன் அவர் பேசிய வரிகள்:

அவளுடைய கூரைகளின் மீது மினுங்கும் நிலவுகள் எண்ணிலடங்காதவை,

அவளுடைய சுவர்களின் பின்னிருந்து ஒளிரும் சூரியன்களும் எண்ணிக்கையிலடங்காதவை.

லைலா இருக்கையில் வசதியாகச் சாய்ந்தபடி விழிகளின் ஈரத்தை விழுங்கிக் கொண்டாள். காபுல் காத்திருக்கிறது. காபுலுக்கு அவளிடத்தில் தேவையிருக்கிறது. வீடுதிரும்புதல் தான் இப்போதைய முக்கியத்தேவை.

ஆனால் அதற்குமுன் இறுதியாக ஓரிடத்திலிருந்து விடைபெற வேண்டியிருக்கிறது.

காபுல், ஹெராத் மற்றும் காந்தஹாரை இணைக்கும் சாலைகளை ஆஃப்கன் போர் துவம்சம் செய்துவிட்டது. ஈரானின் மஷ்ஹத் வழியாகத் தான் ஹெராத்துக்கு சுலபமாக செல்ல முடியும். லைலாவும் அவளுடைய குடும்பமும் மஷ்ஹதில் ஒரு இரவு மட்டும் தங்கினார்கள். இரவை ஒரு விடுதியில் கழித்த அவர்கள் காலையில் இன்னொரு பேருந்தைப் பிடித்தார்கள்.

மஷ்ஹத் நெரிசலான சந்தடிமிக்க நகரம். பேருந்து பூங்காக்கள், பள்ளிவாசல்கள் மற்றும் *செலோ கபாப்* விற்கும் உணவுவிடுதிகளைத் தாண்டிச் செல்வதைப் பார்க்கிறாள் லைலா. எட்டாவது ஷியா இமாமான, இமாம் ரெஸாவின் புனிதத்தலத்தை பேருந்து கடந்த போது, நேசத்துடன் பராமரிக்கப்படும் அதன் பளபளக்கும் பதிகற்களை, ஸ்தூபிகளை, அதியற்புதமான தங்க முகடை முழுவதும் பார்த்துவிடும் ஆவலில் லைலா கழுத்தை நீட்டினாள். தங்கள் நாட்டின் புத்தர்களை நினைத்துப்பார்த்தாள். பாமியன் பள்ளத்தாக்கின் காற்றில் அவை தூசியாகப் பறந்துகொண்டிருப்பதை நினைத்தாள்.

கிட்டத்தட்ட பத்து மணிநேரப் பேருந்துப் பயணத்துக்குப் பிறகு அவர்கள் ஈரான்-ஆஃப்கன் எல்லையோரத்தை அடைந்தார்கள். ஆஃப்கானிஸ்தானை நெருங்க நெருங்க நிலப்பகுதி வறண்டும், தரிசாகவும் காணப்பட்டது. எல்லையைக் கடந்து ஹெராத்துக்குள் நுழைவதற்குச் சற்றுமுன், அவர்கள் ஆஃப்கன் அகதி முகாம் ஒன்றைக் கடந்தார்கள். நெளி தகடால் மூடப்பட்ட, மங்கலான மஞ்சள்-கருப்பு கூடாரங்களை லைலா அங்கு பார்த்தாள். அவள் தாரிக்கிடம் நெருங்கி அமர்ந்து அவனுடைய கைகளைப் பிடித்துக்கொண்டாள்.

ஹெராத்தின் பெரும்பாலான சாலைகள் நேர்த்தியாக பாவப்பட்டு, அவற்றின் இருமருங்கிலும் மணம்கமழும் பைன் மரங்கள் வரிசையாக நடப்பட்டிருக்கின்றன. நகராட்சி பூங்காக்களும், நூலகங்களும் கட்டப்பட்டுக்கொண்டிருக்கின்றன. கட்டிடங்களுக்கு புதிதாக வர்ணம் பூசப்பட்டிருக்கிறது, தோட்டங்கள் சீரமைக்கப்பட்டிருக்கின்றன. போக்குவரத்து சமிக்ஞை விளக்குகள் நல்லநிலையில் இருக்கின்றன, லைலாவுக்கு ஆச்சரியம் உண்டாக்கும் விதத்தில், மின்சார இணைப்பும் சீராக இருக்கிறது. நிலப்பிரபுத்துவபாணியை- பின்பற்றும், ஹெராத்தின் படைத்தளபதி இஸ்மாயில் கான், ஆஃப்கன்-ஈரான் எல்லைப்பகுதியில் வசூல் செய்யும் சுங்கவரிப்பணத்தில், அந்த நகரத்தைப் புனரமைப்பதாக லைலா கேள்விப்படுகிறாள். ஆனால் காபுலோ, அந்தப் பணம் மத்திய அரசுக்கு சொந்தமானது என்றும் அவருக்கு அதில் உரிமை இல்லையென்றும் சொல்லிவருகிறது. அவர்களை முவஃபக் தங்கும்விடுதிக்கு அழைத்துச்செல்லும் வாடைகைக் காரின் ஓட்டுனர், மரியாதையும், அச்சமும் ஒருங்கே தொனிக்கும் விதத்தில் இஸ்மாயில் கானின் பெயரை உச்சரிக்கிறார்.

முவஃபக் விடுதியில் அவர்கள் இரண்டு நாட்கள் தங்குவதற்கே, அவர்களுடைய சேமிப்பின் ஐந்தில் ஒரு பகுதிப் பணம் செலவாகிவிடும் என்றாலும், மஷ்ஹதிலிருந்து பிரயாணம் செய்து வந்ததில் அவர்களும் குழந்தைகளும் வெகுவாகக் களைத்துப் போயிருக்கிறார்கள். வரவேற்பறையில் இருக்கும் வயதான குமாஸ்தா, முவஃபக் விடுதி, பத்திரிக்கையாளர்களுக்கும் அரசுசாரா நிறுவனங்களை நடத்துகிறவர்களுக்கும் மத்தியில் பிரசித்தி பெற்றது என்கிறார்.

“முன்பு ஒருமுறை, பின்லேடன் இங்கே தங்கியிருந்தார்,” அவர் பெருமையாகச் சொல்கிறார்.

அறையில் இரண்டு படுக்கைகள் உள்ளன. பாய்குளிர்நீர் வசதியுடனான குளியலறையும் இருக்கிறது. படுக்கைகளுக்கு இடையிலுள்ள சுவரில், கவிஞர் காஜா அப்துல்லா அன்ஸாரியின் படம் இருக்கிறது. சன்னலிலிருந்து பார்க்கும் போது, கீழே இருக்கும் நெரிசலான சாலையையும், அதற்கு எதிரில் மென்மையான வண்ணம் பூசப்பட்ட செங்கற்கள் இழைத்த பாதைகள், வண்ணப்பூக்கள் குலுங்கும் தோட்டங்களுக்கிடையில் செல்வதையும் காண முடிகிறது. தொலைக்காட்சிக்கு பழக்கப்பட்டுவிட்ட குழந்தைகள், அறையில் அது இல்லாததில் ஏமாற்றமடைந்தார்கள். ஆனாலும் சீக்கிரமே அவர்கள் உறங்கிவிட்டார்கள். லைலாவும் தாரிக்கும் கூட ஆழ்ந்த உறக்கத்துக்குள் வீழ்ந்தார்கள். தாரிக்கின் கரங்களுக்குள் லைலா ஆழந்த உறக்கத்தில் இருக்கிறாள், ஒரே ஒரு முறை மட்டும் இன்னதென்று நினைவில்லாத கனவைக் கண்டு அவள் விழித்துக்கொண்டாள்.

மறுநாள் காலை, நேநீரும், சீமைமாதுளைக்கூழுடன் புதிதாய் சுட்ட ரொட்டிகளும், அவித்த முட்டைகளும் கொண்ட காலையுணவுக்குப் பிறகு தாரிக் அவளுக்கு ஒரு வாடகைக் காரை ஏற்பாடு செய்கிறான்.

“உன்னுடன் நான் துணைக்கு வரவேண்டாமென்றே இப்போதும் நினைக்கிறாயா?” தாரிக் கேட்கிறான். அஸீஸா அவன் கையைப் பிடித்துக்கொண்டிருக்கிறாள். ஸல்மாய் அவன் கையைப் பற்றிக்கொள்ளவில்லை, ஆனால் அவனருகே நின்றவாறு அவனுடைய இடுப்பில் தன் தோளைச் சாய்த்துக்கொண்டிருக்கிறான்.

“நிச்சயமாக வேண்டாம்.”

“எனக்குக் கவலையாக இருக்கிறது.”

“ஒரு பிரச்சினையும் இருக்காது. உறுதியளிக்கிறேன். குழந்தைகளை கடைவீதிக்கு அழைத்துச்செல். அவர்களுக்கு ஏதாவது வாங்கிக் கொடு.”

வாடகைக் கார் கிளம்பவும் ஸல்மாய் அழத்துவங்குகிறான், லைலா திரும்பிப் பார்க்கும்போது அவன் தாரிக்கிடம் தாவுகிறான்.

அவன் தாரிக்கை ஏற்றுக்கொண்டதில் லைலா ஒரே நேரத்தில் மகிழ்ச்சியடைந்தும் மனம் உடைந்தும் போகிறாள்.

"**நீ**ங்கள் ஹெராத்வாசியில்லை. சரிதானே?" என்கிறார் ஓட்டுனர்.

அவர் தனது கருத்த கேசத்தை தோள் வரைக்கும் வளர்த்துவைத்திருக்கிறார்- அங்கிருந்து ஒழிந்துவிட்ட தாலிபனின் மூக்கில் குத்தும்முகமாய் அவர்கள் உண்டாக்கியிருக்கும் மறைகுறியீடு இது என்று லைலா அறிந்திருக்கிறாள்- அவரது மீசையின் இடது புறத்தில் ஏதோ ஒரு தழும்பு இருக்கிறது. வண்டியின் முன்புறக்கண்ணாடியில் அவர் அமரும் இடத்திற்கு எதிரில் ஒரு புகைப்படம் ஒட்டப்பட்டிருக்கிறது. சிவந்த கன்னங்களும், நடுவகிடெடுத்து இரட்டைப் பின்னல்களாக இடப்பட்ட கூந்தலுமாக அதில் ஒரு சிறுமி இருக்கிறாள்.

அவள் சென்ற வருடம் பாகிஸ்தானில் இருந்ததாகவும் இப்போது காபுலின் தே-மசங்குக்குத் திரும்பிக்கொண்டிருப்பதாகவும் லைலா கூறினாள்.

முன்புறக்கண்ணாடியின் வழியாக, செம்மான்கள் கூஜாக்களுக்கு செம்பு கைப்பிடிகளை இணைத்து பற்ற வைப்பதையும், சேணம் செய்பவர்கள் பதனிடப்படாத விலங்குத்தோல்துண்டுகளை வெய்யிலில் காய வைப்பதையும் அவள் பார்த்தாள்.

"எவ்வளவு காலமாக இங்கே வாழ்ந்து வருகிறீர்கள் சகோதரா?"

"என் ஆயுட்காலம் முழுவதுமே இங்குதான். நான் இங்குதான் பிறந்தேன். நான் எல்லாவற்றையும் பார்த்திருக்கிறேன். உங்களுக்கு அந்தக் கலகம் நினைவிருக்கிறதா?"

லைலா நினைவிருக்கிறது என்று சொன்னபிறகும் அவர் மேற்கொண்டு பேசுகிறார்.

"சோவியத் ஊடுருவலுக்குக் கிட்டத்தட்ட ஒன்பது மாதங்களுக்கு முன்பு 1979 மார்ச்சில் நடந்தது இது. கோபக்கார ஹெராத்திகள் சிலர், சோவியத் ஆலோசகர்கள் சிலரைக் கொன்றுவிட, சோவியத், பீரங்கிகளையும் ஹெலிகாப்டர்களையும் அனுப்பி இந்த ஊரையே துவம்சம் செய்தது. தொடர்ந்து மூன்று நாட்களுக்கு இந்த நகரத்தில் குண்டு மழை பொழிந்தார்கள்

ஹம்ஷிரா. கட்டிடங்கள் இடிந்துநொறுங்கின, ஒரு ஸ்தூபியை அழித்தார்கள், ஆயிரக்கணக்கான மக்களைக் கொன்றார்கள். *ஆயிரக்கணக்கானவர்கள்.* மூன்று நாட்களில் நான் என்னுடைய இரண்டு சகோதரிகளை இழந்தேன். அவர்களில் ஒருத்திக்கு பன்னிரெண்டு வயது. கண்ணாடியிலிருந்த அந்தப் புகைப்படத்தில் தட்டி 'இவள் தான்' என்றார்."

"வருந்துகிறேன்" என்ற லைலா, ஒவ்வொரு ஆஃப்கனின் வாழ்வும், மரணத்தாலும், இழப்புகளாலும், கற்பனைக்கெட்டாத துயரங்களாலும், நிரம்பியிருப்பதை எண்ணி ஆச்சரியமடைந்தாள். எப்படியானாலும் மக்கள் வாழ்வதற்கான வழியைக் கண்டுகொள்கிறார்கள் என்பதையும் பார்த்தாள். தனக்கு நேர்ந்த அத்தனைக்கும் பிறகும் தானும் உயிரோடு இருப்பதையும், இந்த வண்டியில் அமர்ந்துகொண்டு இந்த மனிதனின் கதையைக் கேட்டுக்கொண்டிருப்பதையும் நினைத்து ஆச்சரியம் கொள்கிறாள்.

மண்ணும் வைக்கோலும் சேர்த்து கட்டப்பட்ட, தட்டையான *கொல்பாக்*களின் இடையில், வெகு சில காரை வீடுகள் மட்டுமே எழும்பிநிற்கும் கிராமம் தான் குல்தமான். *கொல்பாக்*களுக்கு வெளியே, வெய்யிலால் கன்றிப்போயிருக்கும் முகங்களில் தற்காலிமாக அமைக்கப்பட்டிருக்கும் விறகடுப்புகளில் இருக்கும் பெரிய கரியேறின பானைகளிலிருந்து எழும்பும் புகை உண்டாக்கும் வியர்வையோடு சமைத்துக்கொண்டிருக்கும் பெண்களை அவள் பார்த்தாள். கழுநீர் தொட்டிகளிலிருந்து கோவேறு கழுதைகள் ஏதோ உண்டன. கோழிக்குஞ்சுகளை விரட்டிக்கொண்டிருந்த குழந்தைகள் வாடகைக்காரைத் தொடரலாயினர். கற்கள் நிரம்பிய தள்ளுவண்டிகளைத் தள்ளிச்சென்ற ஆண்கள், தள்ளுவதை கொஞ்சம் நிறுத்தி அந்த கார் அவர்களைக் கடந்து செல்வதைப் பார்த்தனர். ஒரு வளைவில் திருப்பி, வெய்யில்-மழையால் சிதிலமடைந்த கல்லறை மாடமொன்று நின்றிருந்த மயானத்தைக் கடந்து ஓட்டுனர் வண்டியைச் செலுத்தினார். அந்த கிராமத்தின் சூஃபி ஒருவர் அங்கே அடக்கம் செய்யப்பட்டிருப்பதாக அவர் தெரிவித்தார்.

காற்றாலை ஒன்றும் அங்கே இருந்தது. உபயோகமற்று துருவேறியிருந்த அதன் இறக்கைகளுக்குக் கீழே மூன்று சிறுவர்கள் குந்தியிருந்து மண்ணில் விளையாடிக்கொண்டிருந்தனர். ஓட்டுனர் வண்டியை நிறுத்தி சன்னலிலிருந்து தலையை வெளியில் நீட்டினார். மூவரில் மூத்தவனாய்த் தெரிந்த சிறுவன் பதிலளித்தான். அந்தத்

தெருவின் கடைசியிலிருந்த வீட்டை அவன் காட்டினான். ஓட்டுனர் அவனுக்கு நன்றி தெரிவித்துவிட்டு, கியரை அழுத்தினார்.

அந்த ஒற்றைத்தள கல்வீட்டின் முன் வண்டியை அவர் நிறுத்தினார். இலந்தை மரங்களின் கிளைகள் சுவரின் மீது கவிந்திருந்ததையும் சில கிளைகள் பக்கவாட்டில் பிரிந்து சென்றதையும் லைலா பார்த்தாள்.

ஓட்டுனரிடம், "உடனே வந்துவிடுவேன்" என்கிறாள்.

கதவைத்திறக்கும் நடுத்தர வயது மனிதன் குள்ளமாக, மெலிந்தவராக, அடர்பழுப்புநிறக் கேசத்துடன் இருக்கிறார். அவருடைய தாடி, கருப்பு முடியும் நரையும் கலந்து காணப்படுகிறது. அவருடைய **பிர்ஹன்-தும்பனின்* மீது அவர் **சப்பன்* அணிந்திருக்கிறார்.

இருவரும் *சலாம் அலைக்கும்* என்று முகமன் சொல்லிக்கொள்கிறார்கள்.

"இது முல்லாஹ் ஃபைசுல்லா அவர்களின் வீடுதானே?" லைலா கேட்கிறாள்.

"ஆம். நான் அவருடைய மகன் ஹம்சா. உங்களுக்கு நான் என்ன உதவி செய்ய வேண்டும் *ஹம்ஷிரா*?"

"உங்கள் தந்தையின் நண்பர், மரியத்தைப் பற்றி பேச வந்திருக்கிறேன்."

ஹம்சா விழிக்கிறார். அவருக்குப் புரியவில்லை.

"ஜலீல் கானின் மகள்"

அவர் கண்களை அகல விழிக்கிறார். பிறகு கன்னத்தில் உள்ளங்கையை வைத்துக்கொண்டு முகம் மலர, அவருடைய காணாமல் போன மற்றும் அழுகின பற்கள் தெரிய சிரிக்கிறார். "ஓ!" நீண்டபெருமூச்சாக அது "ஓஓஓஓ," என்று வெளிப்படுகிறது. "ஓ மரியம்! நீங்கள் அவளுடைய மகளா? அவள்... அவர் கழுத்தை வளைத்து அவளுக்குப் பின்னால் ஆவலாகத் தேடுகிறார். "அவளும் வந்திருக்கிறாளா? எவ்வளவு காலமாகிற்று! மரியம் வந்திருக்கிறாளா?"

“அவள் இறந்துவிட்டாள். அப்படித்தான் நினைக்கிறேன்.”

ஹம்சாவின் முகத்திலிருந்த புன்னகை மறைகிறது.

அவர்கள் அந்த நுழைவாயிலில் ஒரு நிமிடம் அப்படியே நிற்கிறார்கள். ஹம்சா தரையைப் பார்க்கிறார். எங்கோ ஒரு கழுதை கத்துகிறது.

“உள்ளே வாருங்கள்.” ஹம்சா கதவை அகலத்திறக்கிறார். “உள்ளே வாருங்கள்.”

கிட்டத்தட்ட காலியாக இருக்கும் அந்த அறையின் தரையில் அவர்கள் அமர்கிறார்கள். தரையில் ஹெராத்தி விரிப்பு ஒன்று கிடக்கிறது, அமர்ந்துகொள்ள, பாசி வேலைப்பாடுகள் செய்யப்பட்ட திண்டுகள் இருக்கின்றன, சுவரில் மெக்காவின் சட்டமிடப்பட்ட புகைப்படம் ஒன்றிருக்கிறது. திறந்திருந்த சன்னல் வழியாக உள்ளே நுழைந்திருந்த நீள்சதுர வடிவிலான சூரியக்கதிரின் இருபுறத்திலுமாக அவர்கள் அமர்கிறார்கள். அடுத்த அறையில் பெண்கள் கிசுகிசுக்கும் ஓசை லைலாவுக்குக் கேட்கிறது. வெறுங்கால்களோடு வந்த சிறுவன் ஒருவன் பச்சைத் தேநீரும் பிஸ்தாசேர்த்த காஜ் இனிப்பும் வைத்து விட்டுப் போகிறான். ஹம்சா அவனைப் பார்த்து தலையசைக்கிறார்.

“என் மகன்” என்கிறார்.

அவன் ஓசைப்படாமல் வெளியில் செல்கிறான்.

“இப்போது சொல்லுங்கள்” என்று களைப்புடன் சொல்கிறார் ஹம்சா.

லைலா பேசுகிறாள். அவள் எல்லாவற்றையும் சொல்கிறாள். அவள் நினைத்ததை விடவும் அதற்கு அதிக நேரம் பிடித்தது. இறுதியில் அவள் தன்னைக் கட்டுப்படுத்திக்கொள்ள இயலாமல் தவிக்கிறாள். ஒரு வருடத்துக்குப் பிறகு, மரியத்தைப் பற்றிப் பேசுவது அவ்வளவு எளிதாக இல்லை.

அவள் முடித்து வெகு நேரத்துக்குப் பிறகும் ஹம்சா எதுவுமே பேசவில்லை. தன்னுடைய தேநீர் கோப்பையை அதன் தட்டில் அவர் இப்படியும் அப்படியுமாக திருப்புகிறார்.

"என்னுடைய அப்பா, அவருடைய ஆன்மா சாந்தியில் நிறைவதாக, அவளை மிகவும் நேசித்தார். அவள் பிறந்ததும் அவளுடைய காதில் அதான் ஓதியவர் அவர்தான். அவர் அவளைப் பார்க்க ஒவ்வொரு வாரமும் போவார், தவறியதே இல்லை. சமயங்களில் என்னையும் அழைத்துச்செல்வார். அவர் அவளுடைய ஆசானும் அதே சமயம் நண்பரும் கூட. என் தந்தை கருணைமிக்கவர். ஜலீல் கான் அவளுக்குத் திருமணம் செய்து வைத்ததில் அவர் உடைந்து போனார்."

"உங்கள் தந்தையின் மரணம் குறித்து வருந்துகிறேன். இறைவன் அவரை மன்னித்து நற்பதவி தரட்டும்."

ஹம்சா தலையசைப்பில் நன்றி காட்டினார். "அவர் வெகுகாலம் வாழ்ந்திருந்தார். ஜலீல் கானின் மறைவுக்குப் பின்னும் அவர் உயிரோடிருந்தார். கிராமத்து மயானத்தில், மரியத்தின் தாயின் கல்லறைக்கு அருகில் அவரை அடக்கம் செய்தோம். என்னுடைய தந்தை மிக மிக நல்ல மனிதர், நிச்சயமாக சுவர்க்கவாசிதான்."

லைலா கோப்பையை கீழே வைத்தாள்.

"உங்களிடம் எனக்கு ஒரு கோரிக்கை உண்டு."

"சொல்லுங்கள்."

"மரியம் எங்கு வாழ்ந்தாள், எனக்குக் காட்ட முடியுமா? அங்கே என்னைக் கூட்டிச் செல்வீர்களா?"

ஓட்டுனர் இன்னும் சிறிது நேரம் காத்திருக்கச் சம்மதித்தார்.

குல்தமானையும் ஹெராத்தையும் இணைத்து, மலையிலிருந்து கீழே இறங்கும் சாலையில் ஹம்சாவும் லைலாவும் நடக்கிறார்கள். கிட்டத்தட்ட பதினைந்து நிமிடங்களுக்குப் பிறகு சாலையின் இருமருங்கையும் மறிக்கும் உயர்ந்த புற்களுக்கிடையில் தெரியும் குறுகிய பாதையைக் காட்டுகிறார் அவர்.

"இதன் ஊடாகத்தான் அங்கே போக வேண்டும். பாதை இருக்கிறது."

அவ்வளவு செடிகொடிகளுக்குக் கீழே அந்த பாதை கரடுமுரடாக, இருட்டாக இருக்கிறது. காற்று பலமாக வீசுகிறது. லைலாவும்

ஹம்சாவும் வளைவுகளில் திரும்பி நடக்கும் போதெல்லாம் காற்றிலாடும் புற்கள் லைலாவின் கெண்டைக்காலில் மோதுகின்றன. அவர்களின் இருபுறத்திலும் வண்ணமயமான, வளைந்த இதழ்களைக் கொண்டவையும், உயரமான மற்றும் குட்டையான விரிந்த இதழ்களைக் கொண்டவையுமான காட்டு மலர்கள் பூத்துக்குலுங்குகின்றன. அங்குமிங்குமாக புதர்களுக்கிடையிலிருந்து *பட்டர்கப்புகளும் தலையை நீட்டுகின்றன. தலைக்கு மேலே குருவிகளின் கீச்சொலியையும் கால்களின் அடியில்வெட்டுக்கிளிகளின் சலம்பலையும் கேட்க முடிகிறது.

மலையின் மீது இருநூறு கஜ தூரம் நடந்திருப்பார்கள். அதற்குப்பிறகு பாதை சமதளமாகி தட்டையான நிலப்பரப்பாகிறது. அவர்கள் நின்று ஆசுவாசப்படுத்திக்கொள்கிறார்கள். லைலா தன் சட்டையின் கையால் நெற்றியைத் துடைத்துக்கொண்டு, முகத்தில் மொய்க்க வந்த கொசுப்படையை விரட்டுகிறாள். தொலைவில் தொடுவானில் இலவமரங்களும், சில நெட்டிலிங்கங்களும் இன்னமும் பெயர் தெரியாத எத்தனையோ புதர்களும் அடர்ந்திருந்தன.

“இங்கே ஒரு ஓடை இருந்தது. ஆனால் அது காய்ந்து பலகாலம் ஆகிவிட்டது” என்கிறார் ஹம்சா. அவருக்கு லேசாக மூச்சு வாங்குகிறது.

தான் இங்கேயே காத்திருப்பதாகவும் அவளை அந்த காய்ந்த, ஓடைப்படுகையைத் தாண்டி மலைகளின் அருகில் போகுமாறும் சொல்கிறார்.

ஒரு நெட்லிங்கத்தின் அடியில் கிடந்த பாறையில் அமர்ந்துகொண்டு, “நான் இங்கே காத்திருக்கிறேன். நீங்கள் பார்த்துவிட்டு வாருங்கள்” என்கிறார்.

“நான் உடனேயே...”

“கவலை வேண்டாம். நிதானமாக வாருங்கள். போய் வாருங்கள் *ஹம்ஷிரா*.”

லைலா நன்றி தெரிவிக்கிறாள். ஒவ்வொரு கல்லாகத் தாண்டித்தாண்டி ஓடைப்படுகையைக் கடக்கிறாள். உடைந்த சோடா போத்தல்கள், துருப்பிடித்த டப்பாக்கள், துத்தநாக மூடியிட்ட,

மண்ணில் பாதி புதைந்து கிடந்த, பூஞ்சாணம் பிடித்த ஒரு உலோகக்குவளை எல்லாவற்றையும் பார்க்கிறாள்.

மலைகளை நோக்கி, நீண்டு தொங்கும் கிளைகள் காற்றில் அசைய நிற்கும் வில்லோ மரங்ளை நோக்கி அவள் போகிறாள். நெஞ்சுக்கூட்டில் அவளுடய மார்பு படபடக்கிறது. நடுவில் ஒரு வெட்டவெளியிருக்க சுற்றிலும் மரியம் சொன்னதைப் போல வில்லோ மரங்கள் சூழ்ந்திருப்பதைக் காண்கிறாள். லைலா இப்போது வேகமாக நடக்கிறாள், ஓடவே செய்கிறாள். தனது தோளுக்குப் பின்னால் அவள் திரும்பிப் பார்க்க, ஹம்சா சின்னஞ்சிறிய உருவமாகவும், அந்த மரத்தின் பட்டைக்கு நேரே அவருடைய சப்பனின் நிறம் பளீரென்றும் தெரிகிறது. எதன் மீதோ அவளுடைய கால் தடுக்கி அவள் ஏறத்தாழ விழுந்து, பிறகு சமாளித்துக்கொண்டு நடக்கிறாள். தன் காற்சட்டைகளை மேலே சுருட்டிக்கொண்டு, மீதித்தூரத்தை அவள் ஓடியே கடக்கிறாள். வில்லோக்களை நெருங்கும் போது அவளுக்கு மூச்சு வாங்குகிறது.

மரியத்தின் *கொல்பா* இன்னமும் இங்கே இருக்கிறது.

அதை நெருங்கும் போது அந்த ஒற்றை சன்னல் சட்டத்தில் கம்பிகள் இல்லாததையும், கதவு காணாமல் போயிருப்பதையும் அவள் பார்க்கிறாள். மரியம் சொல்லியிருந்த கோழிக்கூண்டு, கரியடுப்பு, மரத்தாலான வெளியறை ஆகியவற்றின் தடமே இல்லை. *கொல்பா*வின் வாயிலில் அவள் தயங்கி நிற்கிறாள். உள்ளே ஈக்கள் ரீங்காரமிடுவதை அவளால் கேட்க முடிகிறது.

உள்ளே நுழைவதற்கு, அங்கே படபடத்துக்கொண்டிருந்த ஒரு பெரிய சிலந்திவலையின் பக்கவாட்டில் அவள் நடக்க வேண்டியிருந்தது. உட்புறம் இருளாகயிருக்கிறது. தன்னுடைய கண்கள் பழகிக்கொள்ள லைலா அவற்றுக்கு சிறிது அவகாசம் கொடுக்க வேண்டியிருக்கிறது. அவை பழகிக்கொண்டபிறகு அவள் கற்பனை செய்திருந்ததை விட அதன் உட்புறம் மிகச் சிறியதாக இருப்பதைக் காண்கிறாள். சிதைந்தும், சிலாம்புகள் நீட்டிகொண்டிருப்பதுமாய், தரைப்பலகைகளின் ஒரு பாதிப்பலகை மட்டும் மீதம் இருக்கிறது. மற்றதெல்லாம் நெருப்புக்காக உருவப்பட்டிருக்க வேண்டுமென்று லைலா நினைக்கிறாள். தரையில் இப்போது காய்ந்தமுனை கொண்ட இலைகளாலும், உடைந்த போத்தல்களாலும், சிக்லெட் தாள்களாலும், காட்டுக் காளான்களாலும், பழைய மஞ்சள் நிற சிகரெட் மீதங்களாலும் ஆன

விரிப்பு கிடக்கிறது. ஆனால் பெரும்பாலும் களைகள் தான், சில அரைகுறையாய் வளர்ந்தவை, சில நீண்டு சுவர்களின் பாதி வரை வளர்ந்திருக்கின்றன.

பதினைந்து வருடங்கள்! பதினைந்து வருடங்கள் இந்த இடத்தில். லைலா நினைக்கிறாள்.

சுவரில் முதுகைச் சாய்த்துக்கொண்டு லைலா அமர்கிறாள். வில்லோக்களின் ஊடாக காற்று நுழைவதைக் கேட்கிறாள். கூரையில் இன்னமும் அதிகமான சிலந்திவலைகள் படர்ந்திருக்கின்றன. சுவரில் யாரோ எதையோ மஞ்சள்நிற தெளிப்புச் சாயத்தால் எழுதியிருக்கிறார்கள் அதில் பாதி உரிந்து போயிருப்பதால் லைலாவுக்கு அதைப் படிக்க முடியவில்லை. பிறகு அவை ரஷ்ய எழுத்துகள் என்பதை அவள் கண்டுகொள்கிறாள். மூலையில் காலிபறவைக்கூடு ஒன்றிருக்கிறது. சுவரும், தாழ்ந்த கூரையும் சந்திக்கும் இடத்தில் வௌவால் ஒன்று தொங்கிக்கொண்டிருக்கிறது.

லைலா விழிகளை மூடிக்கொண்டு அங்கே சிறிது நேரம் இருக்கிறாள்.

பாகிஸ்தானில், மரியத்தின் முகத்தை அவளது நினைவில் கொண்டு வர அவள் சிரமப்பட்டாள். சில வேளைகளில் நாக்கு நுனியில் தொங்கிக்கொண்டிருந்தும், நினைவில் வராத வார்த்தையைப் போல, மரியத்தின் முகம் அவளுக்கு மறந்துபோகும். ஆனால் இப்போது, இந்த இடத்தில், அவளுடைய இமைகளுக்குள் மரியத்தின் முகத்தை அழைத்துக்கொள்வது சுலபமாக இருக்கிறது: அவளுடைய பார்வையின் மென்மையான ஒளி, அந்த நீண்ட முகவாய், சொரசொரப்பான கழுத்துச் சருமம், இறுக மூடின உதடுகளோடான அந்த மென்சிரிப்பு. இங்கே லைலா தன்னுடைய கன்னத்தை மரியத்தின் மென்மையான மடியில் வைத்துக்கொள்ள முடிகிறது, மரியம் முன்னும் பின்னுமாய் மெல்ல ஆடிக்கொண்டே குரான் வசனங்களை ஓத, அவற்றின் அதிர்வுகள் மரியத்தின் தேகத்தினூடாக அவளுடைய முழங்கால்களுக்கும் பின்னர் இவளுடைய செவிகளுக்கும் வந்த சேர்வதை உணர முடிகிறது.

பிறகு யாரோ நிலத்தின் அடியிலிருந்து வேர்களைப் பிடுங்குவதைப் போல, களைச்செடிகள் திடீரென்று பின்னால் ஓடி மறைகின்றன. அவை கீழே, இன்னமும் கீழே செல்ல, கொல்பாவின் தரை அவற்றின் கடைசி இலையையும் விழுங்கிவிடுகிறது. மந்திரம்

போட்டது போல சிலந்திவலைகள் காணாமல் போகின்றன. பறவைக்கூட்டின் ஒவ்வொரு குச்சியும் கழன்று கொல்பாவை விட்டு வெளியில் சென்று விழுகின்றன. கண்ணுக்குத் தெரியாத அழிரப்பர் ஒன்று சுவரில் இருந்த ரஷ்ய எழுத்துருவை அழிக்கிறது.

தரைப்பலகைகள் எல்லாம் திரும்ப வந்துவிட்டன. இரண்டு படுக்கைகள், மரமேசை, இரண்டு நாற்காலிகள், மூலையில் ஒரு இரும்படுப்பு, சுவரை ஒட்டிய அடுக்குத்தட்டுகள், அவற்றின் மீது மண் சட்டிகள், பானைகள், கரிபிடித்த ஒரு தேநீர் கெண்டி, குவளைகள், கரண்டிகள் எல்லாம் இருக்கின்றன. வெளியில் கோழிகளின் கொக்கரிப்பும், தூரத்தில் ஓடையின் கலகலப்பும் கேட்கிறது.

எண்ணெய் விளக்கின் ஒளியில், பொம்மை ஒன்றை செய்து கொண்டு இளம் மரியம் மேசையில் அமர்ந்திருக்கிறாள். அவள் ஏதோ பாடலை முணுமுணுத்துக்கொண்டிருக்கிறாள். அவளுடைய முகம் வழுவழுப்பாக, இளமைபொங்க இருக்கிறது, கூந்தல் அலசப்பட்டு, வாரப்பட்டிருக்கிறது. அவளுக்கு எல்லாப் பற்களும் இருக்கின்றன.

பொம்மையின் தலையில், மரியம் நூலிழைகளை ஒட்டுவதை லைலா பார்க்கிறாள். இன்னும் சில வருடங்களில் இந்தச் சிறுமி, வாழ்க்கையிடம் சின்னசின்ன தேவைகளை மட்டுமே கோருபவளாக, மற்றவர்களை எக்காரணம் கொண்டும் சிரமப்படுத்தாதவளாக, தனக்கும் துக்கங்கள், ஏமாற்றங்கள் இருந்திருக்கின்றன என்றும், தன்னுடைய கனவுகளும் ஏளனப்படுத்தப்பட்டிருக்கின்றன என்றும் ஒரு போதும் காட்டிக்கொள்ளாத பெண்ணாக வளர்வாள். ஆற்றங்கரைப் பாறையைப் போல, ஆற்றின் கொந்தளிப்பு தன்னுடைய சுபாவத்தைக் கெடுக்கவிடாமல் அதைச் செதுக்க அனுமதித்தவள். குறைசொல்லாமல் எல்லாவற்றையும் சகித்துக்கொண்டவள். ரஷீதோ தாலிபன்களோ முறிக்க இயலாத ஏதோ ஒன்று, சுண்ணாம்புக் கற்பாறையைப் போல உறுதியானதும் எளிதில் அசைந்துகொடுக்காததுமான ஏதோ ஒன்று, இறுதியில் அவளுக்கு விடுதலையையும் லைலாவுக்கு விடிவுகாலத்தையும் தர இருக்கும் ஏதோ ஒன்று, அந்தச் சிறு பெண்ணின் விழிகளில் இருப்பதை லைலா பார்க்கிறாள்.

சிறுமி நிமிர்கிறாள். பொம்மையைக் கீழே வைக்கிறாள். புன்னகைக்கிறாள்.

லைலா ஜோ?

லைலாவின் கண்கள் சட்டென்று திறந்தன. அவள் பெருமூச்சு விடுகிறாள். அவளுடைய தேகம் குலுங்கும் ஓசையில் வௌவால் மருண்டு, புத்தகம் ஒன்று படபடப்பதைப் போல சிறகுகளை அடித்துக்கொண்டு *கொல்பா*வின் ஒரு மூலையிலிருந்து இன்னொரு மூலைக்குப் பாய்ந்து, சன்னல் வழியாக வெளியில் பறக்கிறது.

தன்னுடைய காற்சட்டையில் ஒட்டியிருக்கும் காய்ந்த சருகுகளைத் தட்டிவிட்டுக்கொண்டு லைலா எழுந்துகொள்கிறாள். அவள் *கொல்பா*விலிருந்து வெளியில் வருகிறாள். வெளியில் வெளிச்சம் மங்கியிருக்கிறது. காற்றின் வீச்சில் புற்கள் சரசரக்க, வில்லோவின் கிளைகள் கிரீச்சிடுகின்றன.

அந்த சமவெளியை விட்டுக் கிளம்புவதற்கு முன் லைலா கடைசியாக ஒரு முறை, மரியம் உண்டு உறங்கி, கனவு கண்டு, ஜலீலை நினைத்து உயிரை வைத்துக்கொண்டிருந்த *கொல்பா*வைப் பார்க்கிறாள். காற்றின் ஒவ்வொரு அலைக்கும், வில்லோ மரங்கள், தொய்ந்து கொண்டிருந்த அந்த சுவர்களில் காட்டும் நிழல்களின் வடிவம் மாறிக்கொண்டிருக்கிறது. தட்டையான அதன் கூரையின் மீது வந்து இறங்கிய காகம் ஒன்று எதையோ கொத்துகிறது, கரைகிறது, பறந்து போகிறது.

“போய் வருகிறேன் மரியம்.”

அழுகிறோமென்கிற பிரக்ஞையே இல்லாமல் லைலா புற்களினூடாக ஓடுகிறாள்.

பாறையின் மீது இன்னமும் அமர்ந்திருக்கும் ஹம்சாவைப் பார்க்கிறாள். அவளைப் பார்த்ததும் அவர் எழுந்துகொள்கிறார்.

“போகலாம். உங்களிடம் கொடுக்கவேண்டிய ஒரு பொருள் என்னிடம் இருக்கிறது,” என்கிறார்.

லைலா ஹம்சாவுக்காக காத்துக்கொண்டு, நுழைவாயிலின் எதிரில், தோட்டத்தில் நிற்கிறாள். சற்றுமுன் அவர்களுக்கு தேநீர் கொடுத்த சிறுவன் ஒரு அத்திமரத்தின் அடியில் நின்றபடி கையில் ஒரு கோழியை வைத்துக்கொண்டு, உணர்ச்சியற்ற பாவத்துடன் லைலாவைப் பார்த்துக்கொண்டிருக்கிறான். *ஹிஜாப்* அணிந்திருந்த

ஒரு கிழவியும், இளம்பெண்ணும், ஒரு சன்னலுக்குள்ளிருந்து, கூச்சத்துடன் அவளையே பார்த்துக்கொண்டிருப்பதை லைலா கவனித்துவிடுகிறாள்.

வீட்டின் கதவு திறக்கிறது, உள்ளேயிருந்து ஹம்சா வெளியில் வருகிறார். அவருடைய கையில் ஒரு பெட்டியை வைத்திருக்கிறார்.

அதை லைலாவிடம் கொடுக்கிறார்.

"ஜலீல்கான், இறப்பதற்கு கிட்டத்தட்ட ஒரு மாதத்துக்கு முன், இதை என் தகப்பனாரிடம் கொடுத்தார். மரியம் இதன் உரிமை கோரி வரும் வரையில், இதைப் பாதுகாத்திருக்கும்படி என் அப்பாவிடம் கேட்டுக்கொண்டார். அப்பா இதை இரண்டு வருடகாலம் வைத்திருந்தார். அவர் மரணமடைவதற்கு சற்று முன் தான் இதை என்னிடம் கொடுத்து மரியத்துக்காக பாதுகாத்து வைத்திருக்கும்படி சொன்னார். ஆனால் அவள்... உங்களுக்குத் தெரியுமே அவள் வரவேயில்லை."

அந்த நீள்வட்டப் பெட்டியை லைலா குனிந்து பார்க்கிறாள். அது ஒரு பழைய சாக்லேட் டப்பாவைப் போல இருக்கிறது. ஆலிவ் பச்சையில், மங்கிய, செயற்கைத்தங்க வேலைப்பாட்டுடன், திருகு மூடியுடன் கூடிய ஒரு பெட்டி. அதன் ஓரங்களில் துருப்பிடித்திருக்கிறது, பெட்டியின் முன்புறம் இரண்டு சிறிய கீறல்கள் இருக்கின்றன. லைலா பெட்டியைத்திறக்க முயற்சி செய்கிறாள். ஆனால் அதன் தாழ் பூட்டப்பட்டிருக்கிறது.

"என்ன இருக்கிறது இதிலே?"

ஹம்சா அவளுடைய உள்ளங்கையில் ஒரு சாவியை வைக்கிறான். "என் அப்பா அதைத் திறக்கவேயில்லை. நானும்தான். அதை நீங்கள் திறக்க வேண்டும் என்பதுதான் இறைவனின் விருப்பம் போலும்."

விடுதிக்குத் திரும்பியாயிற்று, தாரிக்கும் குழந்தைகளும் இன்னமும் வரவில்லை.

பெட்டியை மடியில் வைத்துக்கொண்டு லைலா கட்டிலில் அமர்கிறாள். அவளின் ஒரு பகுதி பெட்டியைப் பிரிக்க வேண்டாமென்றும், ஜலீல் நினைத்தது என்னவாக இருந்தாலும் அது ரகசியமாகவே இருக்கட்டும் என்றும் சொல்கிறது. ஆனால்

இறுதியில் அவளுடைய ஆவலைக் கட்டுப்படுத்திக்கொள்ள அவளால் முடியவில்லை. அவள் சாவியை நுழைக்கிறாள். கொஞ்சம் தட்டவும், திருகவும் வேண்டியிருக்கிறது. ஆனால் பெட்டியைத் திறந்து விடுகிறாள்.

அதில் மூன்று பொருட்கள் இருக்கின்றன: ஒரு கடித உறை, ஒரு சாக்குப்பை, அதோடு காணொளி நாடா ஒன்றும்.

லைலா அந்த ஒளிநாடாவை எடுத்துக்கொண்டு விடுதியின் வரவேற்பறைக்குச் செல்கிறாள். முதல் நாள் அவர்களுக்கு முகமன் சொன்ன ஒரு வயதான குமாஸ்தா அங்கிருந்த மிகப்பெரிய ஆடம்பர அறையில் மட்டுமே விசிஆர் இருப்பதாகச் சொன்னார். அந்த அறை இப்போது காலியாக இருப்பதால் அவளை அங்கே அழைத்துச்செல்ல சம்மதித்தார். தன்னுடைய இடத்திற்கு, அங்கே தொலைபேசியில் பேசிக்கொண்டிருந்த மீசைக்கார இளைஞன் ஒருவனை பொறுப்பாக்குகிறார்.

அந்த வயதான குமாஸ்தா லைலாவை இரண்டாவது மாடியில் நீண்ட கூடத்தின் கடைசியில் இருந்த அறைக்கு அழைத்துச்செல்கிறார். கதவைத்திறந்து அவளை உள்ளே விடுகிறார். அங்கே ஒரு மூலையில் தொலைக்காட்சிப் பெட்டி இருந்ததை கவனித்த லைலாவின் விழிகள் அங்கிருந்த வேறெதையும் கருத்தில் கொள்ளவில்லை.

அவள் தொலைக்காட்சியையும் விசிஆரையும் சொடுக்கி ஒளிநாடாவை நுழைத்து, துவக்கு பொத்தானை அழுத்துகிறாள். சிறிது நேரம் திரை வெறுமையாகவே இருக்கவும், ஜலீல் எதற்காக ஒரு காலி ஒளிநாடாவை அனுப்பி வைத்திருக்கிறானென்று லைலா ஆச்சரியப்படுகிறாள். ஆனால் இசையும் காட்சியும் துவங்குகின்றன.

லைலா முகஞ்சுளிக்கிறாள். ஒன்றிரெண்டு நிமிடங்கள் பார்க்கிறாள். பிறகு நிறுத்து பொத்தானை அழுத்திவிட்டு காட்சிகளை முன்னுக்கு நகர்த்தி மறுபடி துவக்குகிறாள். அதே படம்தான் ஓடுகிறது.

வயசாளி, லைலாவை புதிராய்ப் பார்க்கிறார்.

திரையில் ஓடும் படம், வால்ட் டிஸ்னியின் பினாக்கியோ. லைலாவுக்குப் புரியவில்லை.

ஆயிரம் சூரியப் பேரொளி ○ 483

தாரிக்கும் குழந்தைகளும் 6 மணியானதுமே விடுதிக்குத் திரும்புகிறார்கள். அஸீஸா ஓடிவந்து, தாரிக் அவளுக்கு வாங்கித்தந்த, வெள்ளியில் இனாமல் வேலைப்பாடுள்ள பட்டாம்பூச்சிக் காதணியைக் காட்டுக்கிறாள். மூக்கை அமுக்கினால் கிரீச்சிடும், காற்று ஊதினால் உப்பி பெரிதாகும், டால்பின் ஒன்றைப் பிடித்துக்கொண்டிருக்கிறான் ஸல்மாய்.

அவளுடைய தோளை அணைத்து, "எப்படி இருக்கிறாய்?" என்று கேட்கிறான் தாரிக்.

"நன்றாக இருக்கிறேன். பிறகு பேசலாம்," என்கிறாள் லைலா.

சாப்பிடுவதற்காக அவர்கள் அருகிலிருக்கும் கெபாப் கடைக்கு நடக்கிறார்கள். பிசுக்கேறிய வினைல் மேசைத்துணிகள் கொண்ட, புகைமண்டிய சந்தடிமிக்க சிறிய கடை அது. ஆனால் அங்கே ஆட்டுக்கறி நயமாகவும் மிருதுவாகவும், ரொட்டி சூடாகவும் இருக்கிறது. பிறகு அவர்கள் அந்தத் தெருவில் சிறிது நேரம் உலவுகிறார்கள். சாலையோர பெட்டிக்கடையிலிருந்து குழந்தைகளுக்கு தாரிக் பன்னீர் பனிக்கூழ் வாங்கித்தருகிறான். அவர்கள் ஒரு மேசையில் அமர்ந்து உண்கிறார்கள், பின்னணியில், மங்கும் மாலையின், இளஞ்சிவப்புப் போர்வையால் மூடப்பட்ட மலைகள் இருக்கின்றன. சிடாரின் மணம் அடர்ந்த கதகதப்பான காற்று வீசுகிறது.

காணொளி நாடாவை ஓட்டிப் பார்த்தான பிறகு கடித உறையை லைலா பிரித்தாள். அதில் கோடிட்ட மஞ்சள் தாளில், நீல மையால், கையால் எழுதப்பட்ட கடிதம் இருந்தது.

அதில் பின்வருமாறு எழுதியிருந்தது:

மே 13 1987

அன்புள்ள மரியத்துக்கு:

நல்ல உடல்நலனுடன் இருக்கிறாய் என்று நம்புகிறேன்.

நான் உன்னைப் பார்த்துப் பேசுவதற்காக காபுலுக்கு வந்ததை நீ அறிவாய். ஆனால் நீ என்னைச் சந்திக்க மறுத்துவிட்டாய். நான் மனமுடைந்து போனேன் என்றாலும் குற்றம் என்னுடையது தான். உன்னுடைய இடத்தில் நானும் அதையே தான் செய்திருப்பேன்.

உன்னுடைய அன்புக்குப் பாத்திரமாகும் அருகதையை நான் இழந்து வெகுகாலம் ஆகிற்று, அதற்குக் காரணமும் நான் தான். ஆனால் ஒரு வேளை இந்தக் கடிதத்தை நீ வாசிக்கிறாய் என்றால் நான் உன் வீட்டின் வாயிலில் விட்டு வந்த கடிதத்தை நீ வாசித்திருக்கிறாய் என்று தான் பொருள். நீ அதை வாசித்து அதில் நான் கேட்டுக்கொண்டிருந்தபடி முல்லா ஃபைசுல்லாவைப் பார்க்க வந்திருக்கிறாய். நான் கேட்டுக்கொண்டபடி செய்ததற்கு மிக்க நன்றி மரியம் ஜோ. உன்னிடம் சில வார்த்தைகள் பேச எனக்குக் கிடைத்த இந்த வாய்ப்புக்காக நான் நன்றியுடைவனாகிறேன்.

எதிலிருந்து நான் தொடங்க?

நாம் கடைசியாக பேசிக்கொண்டதிலிருந்து, உன் தந்தை, நிறைய துயரங்களை அனுபவித்துவிட்டான் மரியம் ஜோ. உன்னுடைய சின்னம்மா அஃப்சூன், 1979 இல் நிகழ்ந்த கலகத்தின் முதல் நாளிலேயே கொல்லப்பட்டாள். எங்கிருந்தோ பாய்ந்த ஒரு துப்பாக்கிக் குண்டுக்கு அன்றைக்கே உன் சகோதரி நிலோஃபரும் பலியானாள். சின்னஞ்சிறிய நிலோஃபர், விருந்தினரை மகிழ்விப்பதற்காக தலைகீழாக நிற்பது, இன்னமும் என் கண்களில் இருக்கிறது. உன்னுடைய சகோதரன் ஃபர்ஹத், 1980 இல் ஜிஹாத் படையில் சேர்ந்தான். 1982 இல் ஹெல்மண்டுக்கு மிக அருகில் சோவியத் படைகளால் அவன் கொல்லப்பட்டான். அவனுடைய உடலைக் கூட நாங்கள் பார்க்க முடியவில்லை. உனக்குக் குழந்தைகள் இருக்கிறார்களா என்று நான் அறியேன் மரியம் ஜோ, ஆனால் உனக்கு குழந்தைகள் இருந்தால் இறைவன் அவர்களைப் பாதுகாக்கட்டும் என்றும் நான் பட்ட துயரத்தை நீ படக்கூடாதென்றும் நான் பிரார்த்தித்துக்கொள்கிறேன். அவர்களை இன்னமும் நான் கனவில் காண்கிறேன். இறந்து போன என் குழந்தைகளை நான் இன்னமும் கனவில் பார்க்கிறேன்.

நான் உன்னையும் கனவில் காண்கிறேன் மரியம் ஜோ. நான் உன் பிரிவால் ஏங்குகிறேன். உன்னுடைய குரலை, உன் சிரிப்பொலியைக் கேட்க ஏங்குகிறேன். உனக்கு வாசித்துக்காட்டிய நாட்களை, நாம் சேர்ந்து மீன் பிடித்ததையெல்லாம் எண்ணி ஏங்குகிறேன். நீ ஒரு அருமையான மகள் மரியம் ஜோ, குற்ற உணர்வில்லாமல் உன்னை நினைத்துப் பார்க்கவே என்னால் முடியவில்லை. உன்னைப் பொருத்தமட்டில் என்னுடைய குற்றஉணர்வு பெருங்கடல் அளவிலானது. நீ ஹெராத்துக்கு வந்த அன்று உன்னைப் பார்க்க மறுத்ததற்கு, கதவைத் திறந்து உன்னை உள்ளே அழைத்துக்கொள்ளாமல் விட்டதற்கு, உன்னை அந்த இடத்தில் இத்தனை வருடங்கள் வாழ விட்டதற்கு, என்

மகளாக ஆக்கிக்கொள்ளாமல் போனதற்கு, நான் மிக வருந்துகிறேன். அதையெல்லாம் ஏன் செய்தேன்? அவமானத்துக்கு பயந்தா? என் பெயரைக் காப்பாற்றிக்கொள்வதற்கா? இந்த சபிக்கப்பட்ட போரினால் நான் பட்ட பாடுகளுக்குப் பிறகு, எனக்கு ஏற்பட்ட இழப்புகளுக்குப் பிறகு, மற்ற எதுவுமே எனக்குப் பெரிதாகப் படவில்லையே. ஆனால் இப்போது மிகுந்த காலதாமதமாகிவிட்டது, உண்மைதான். நடந்த எதையுமே மாற்ற முடியாது என்றாகும் போது மட்டும் கிடைக்கக் கூடிய ஞானம் இது போலும், ஒரு வேளை இதயமற்றவர்களுக்கான தண்டனை இது தான் போலும். இப்போது நான் சொல்ல வேண்டியதெல்லாம் இது தான் மரியம் ஜோ, நீ ஒரு அருமையான மகள், நான் தான் அருகதையற்றவன். இப்போது நான் கேட்பதெல்லாம் உன்னுடைய மன்னிப்பு ஒன்று தான். என்னை மன்னித்துவிடு மரியம் ஜோ. மன்னித்துவிடு. மன்னித்து விடு. மன்னித்து விடு.

இப்போது நான் நீ அறிந்த செல்வந்தன் இல்லை. என்னுடைய பெரும்பகுதி நிலத்தை, கடைகளைக் கூட கம்யூனிஸ்டுகள் பறிமுதல் செய்து விட்டார்கள். ஆனால் அது குறித்து புகார் சொல்வது சின்னத்தனம்- ஏனென்றால் இறைவன்-எனக்கு புரியாத ஏதோ காரணங்களுக்காக-ஏனைய பலரையும் விட என்னை நல்ல நிலையில் தான் வைத்திருக்கிறான். காபுலில் இருந்து திரும்பிய பிறகு நான் என்னிடம் மீதமிருந்த நிலத்தை விற்றேன். இந்த மடலோடு உனக்கான பாகத்தை சேர்த்திருக்கிறேன். இது பெரும்பொருள் இல்லைதானென்றாலும் ஏதோ கொஞ்சம் இருக்கிறது. ஏதோ கொஞ்சம். (நான் உரிமையாக அதை டாலர்களாக மாற்றி வைத்திருப்பதை நீ பார்ப்பாய். அப்படிச் செய்தது நன்மைநாடி தான். நம்முடைய பரிதாபத்துக்குரிய பணமதிப்பு என்னவாகும் என்று யாருக்குத் தெரியும்).

உன்னுடைய மன்னிப்பை நான் விலைக்கு வாங்க எண்ணுவதாக நீ நினைக்க மாட்டாய் என்று நம்புகிறேன். உன்னுடைய மன்னிப்பு விலைமதிப்பற்றது என்பதை உணர்ந்தவன்தான் உன்னுடைய தந்தை- என்ற புரிதலின் கௌரவத்தை எனக்கு அளிப்பாய் என்றும் நம்புகிறேன். உனக்கு உரிமையானதை, நான் மிகத் தாமதமாக என்றாலும், கொடுக்க நினைக்கிறேன் அவ்வளவு தான். நான் வாழும்காலத்தில் உனக்கு பொறுப்புள்ள தகப்பனாக இல்லை. மரணத்திலாவது இருக்கலாமல்லவா.

ஆ, மரணம். நான் எல்லா விபரங்களையும் சொல்லி உனக்கு சுமை தர மாட்டேன், ஆனால் என்னுடைய மரணம் நெருங்கி விட்டது.

பலவீனமான இதயம் என்கிறார் மருத்துவர். பலவீனமான மனிதன் மரணம் அடைய பொருத்தமான காரணம் தான்.

மரியம் ஜோ,

நான் நம்புகிறேன், நம்பிக்கையோடு இருக்க என்னை அனுமதித்துக் கொள்கிறேன், நீ இதைப் படித்த பிறகு நான் உனக்குக் காட்டாத இரக்கத்தை நீ எனக்குக் காட்டுவாய் என்று நம்புகிறேன். உன் இதயத்தில் எனக்காக இரக்கம் உண்டாகி நீ உன் தகப்பனைப் பார்க்க வருவாய் என்று நம்புகிறேன். நீ இன்னும் ஒரே ஒருமுறை என் வீட்டுக் கதவைத் தட்டி-நான் பலவருடங்களுக்கு முன்பே செய்திருக்க வேண்டியதைப் போல-அதைத் திறந்து உன்னை வரவேற்கவும் என் கைகளில் உன்னை அள்ளிக்கொள்ளவும் எனக்கொரு வாய்ப்புக் கொடுப்பாய் என்றும் நம்புகிறேன். என் இதயத்தைப் போலவே பலவீனமான நம்பிக்கை தான் இது. எனக்குத் தெரியும். ஆனால் நான் காத்திருக்கிறேன். நீ கதவைத் தட்டுவாய் என்று காத்திருக்கிறேன். நம்பிக்கையோடிருப்பேன்.

இறைவன் உனக்கு நீண்ட ஆயுளையும் நிறைந்த செல்வத்தையும் தரட்டும் என் மகளே. இறைவன் உனக்கு பல அழகான, ஆரோக்கியமான குழந்தைகளை அருளட்டும். நான் உனக்குத் தராத மகிழ்ச்சியை, அமைதியை, அங்கீகாரத்தை நீ கண்டடைவாயாக. நலமாக இரு. இறைவனின் கருணைக்கரங்களில் உன்னை ஒப்படைக்கிறேன்.

அருகதையற்ற உன் தந்தை,
ஜலீல்

அன்றிரவு அவர்கள் விடுதிக்குத் திரும்பிய பிறகு, குழந்தைகள் விளையாடிவிட்டு உறங்கச் சென்ற பிறகு, லைலா தாரிக்கிடம் அந்த கடிதத்தைப் பற்றிச் சொல்கிறாள். சாக்குமூட்டையில் இருக்கும் பணத்தைக் காட்டுகிறாள். அவள் அழத்தொடங்கியதும் அவன் அவளது முகத்தை முத்தமிட்டு தன்னோடு சேர்த்து அணைத்துக்கொள்கிறான்.

★ பிர்ஹன்–தும்பன் – நீளங்கி

★ சப்பன் – மேலங்கி

★ பட்டர்கப் – களைச்செடியாக அறியப்படும், கிண்ண–வடிவ, மஞ்சள் பூக்கள் பூக்கும் செடி

51

ஏப்ரல் 2003

வறட்சி மாறிவிட்டது. கடந்த பனிக்காலத்தில் முழங்கால் புதையும் அளவுக்கு பனி பொழிந்ததுடன் சமீபமாக நாட்கணக்கில் மழை பெய்துகொண்டிருந்தது. காபுல் ஆறு மறுபடி பாயத்தொடங்கிவிட்டது. வசந்தத்தில் அதன் வெள்ளத்தில் டைட்டானிக் நகரம் அடித்துச்செல்லப்பட்டுவிட்டது.

தெருக்கள் சகதியாக உள்ளன. சேற்றில் மாட்டி செருப்புகள் ஓசையெழுப்பின, கார்கள் சிக்கிக்கொண்டன. கழுதைகள் ஆப்பிள் மூட்டைகளின் சுமையால் சேற்றில் தடுமாறின, அவற்றின் குளம்புகள் அழுக்குநீரை மழைநீர் குட்டைகளில் இருந்து வாரி இறைத்தன. ஆனால் யாருக்கும் சேறு குறித்த புகாரில்லை, டைட்டானிக் நகரைத்தைப் பற்றிய துக்கமுமில்லை. காபுல் மறுபடியும் பச்சைப்பசேல் என்றாக வேண்டும், என்கிறார்கள் மக்கள்.

நேற்று, காரீய-நிறத்து வானின் கீழே, மழையில், தன் குழந்தைகள் ஒரு மழைநீர்க்குட்டையிலிருந்து இன்னொரு குட்டைக்குத் தாவி விளையாடியதை, தே-மசங்கில் அவர்கள் வாடகைக்கு இருக்கும், இரண்டு படுக்கையறைகள் கொண்ட வீட்டின் சன்னலிலிருந்து லைலா பார்த்தாள். அவர்களுடைய தோட்டத்தில் மாதுளை மரமொன்றும், ரோஜாப் புதர்களும் உண்டு. தாரிக், சுவர்களைப் பூசி, குழந்தைகளுக்காக இரண்டு ஊஞ்சல்களும், சறுக்குமரமும், ஸல்மாயின் புதிய ஆட்டுக்காக வேலியிடப்பட்ட ஒரு பகுதியையும் அமைத்திருக்கிறான். ஸல்மாயின் மொட்டைத்தலையிலிருந்து மழைநீர் வழிந்தோடுவதை லைலா பார்த்தாள்- தனக்காக, பபாலூ துவா ஓதும் பொறுப்பை ஏற்றுக்கொண்டிருக்கும் தாரிக்கின் தலையைப் போலவே தனக்கும் மழிக்கப்பட வேண்டும் என்று

அவன் விரும்பினான். மழை அஸீஸாவின் நீளக்கூந்தலை மென்மையான கொடிச்சுருள்கள் போலாக்கிவிட்டது, அவள் அதைப் பிழிந்தபோது ஸல்மாயின் மீது நீரைப் பீய்ச்சியது.

ஸல்மாய்க்கு கிட்டத்தட்ட ஆறு வயதாகிவிட்டது. அஸீஸாவுக்கு பத்து. சென்ற வாரம் அவர்கள் அவளுடைய பிறந்தநாளைக் கொண்டாடுவதற்காக, ஒருவழியாக, காபுல் மக்களுக்காக வெளிப்படையாக திரையிடப்பட்டிருந்த டைட்டானிக்கைப் பார்க்க சினிமா பார்க்குக்குப் போயிருந்தார்கள்.

அவர்களுடைய மதிய உணவை காகிதப் பைகளில் வைத்தவாறே "நேரமாகிவிட்டது குழந்தைகளே ஓடி வாருங்கள்" என்று அழைத்தாள் லைலா.

நேரம் காலை எட்டு மணி. லைலா ஐந்து மணிக்கு விழித்தாள். வழக்கம் போல காலை நமாசுக்காக அஸீஸா தான் அவளை உலுக்கி, எழுப்பிவிட்டாள். நினைவெனும் தோட்டத்திலிருந்து, வேரோடு பிடுங்கப்பட்ட களையைப் போல, மரியத்தை காலம் தன்னிலிருந்து பிடுங்கிவிடும்வரை அவளைத் தன்னுடனே வைத்துக்கொள்வதற்கான அஸீஸாவின் முயற்சிதான் இந்த தொழுகை என்று லைலா அறிவாள்.

நமாசுக்குப் பிறகு லைலா மறுபடி படுக்கைக்குச் சென்றுவிட்டாள், தாரிக் வீட்டை விட்டு கிளம்பும் போதும் அவள் உறங்கிக்கொண்டுதானிருந்தாள். அவளுடைய கன்னத்தில் அவன் முத்தமிட்டதும் அவளுக்கு மங்கலாக நினைவிருக்கிறது. கன்னிவெடி விபத்துகளில் தப்பி, கைகால் இழந்தவர்களுக்கு செயற்கை உறுப்புகளைப் பொருத்தி உதவும் ஃப்ரென்ச்சு, அரசு சாரா நிறுவனம் ஒன்றில், தாரிக் வேலை தேடிக்கொண்டான்.

ஸல்மாய் அஸீஸாவை விரட்டிக்கொண்டு அடுப்படிக்குள் வருகிறான்.

"இருவரும் பென்சில், நோட்டுபுத்தகம் எல்லாம் எடுத்துக்கொண்டீர்களா?"

"இதோ" என்று தன்னுடைய பையை உயர்த்திக்காட்டுகிறாள் அஸீஸா. அவள் திக்குவது குறைந்துகொண்டிருப்பதை லைலா கவனிக்கிறாள்.

ஆயிரம் சூரியப் பேரொளி ০ 489

“சரி, கிளம்பலாம்.”

குழந்தைகளை வெளியில் அனுப்பிவிட்டு, லைலா வீட்டைப் பூட்டுகிறாள். அவர்கள் அந்த குளிர்காலைக்குள் மெல்ல நுழைகிறார்கள். இன்றைக்கு மழை இல்லை. வானம் நீலமாக இருக்கிறது, தொடுவானில் மேகக்கொத்துக்கள் ஏதுமில்லை. மூவரும் கைகளைக் கோர்த்துக்கொண்டு பேருந்து நிறுத்தத்துக்குச் செல்கிறார்கள். சாரிசாரியாக ரிக்‌ஷாக்களும், வாடகைக்-கார்களும், ஐநா பார வண்டிகளும், பேருந்துகளும், ISAF ஜீப்புகளுமாக, வீதிகளில் போக்குவரத்து நெரிசல் ஆரம்பமாகியிருந்தது. இரவில் கடையை மூடியபோது இழுத்துவிட்டிருந்த கதவுகளை, உறக்கக்கலக்கத்தோடே வணிகர்கள் திறந்து கொண்டிருந்தார்கள். சிவிங்கமிட்டாய் மற்றும் சிகரெட் அடுக்குகளுக்குப் பின்னால் சிறுவியாபாரிகள் அமர்ந்திருந்தார்கள். வழிப்போக்கர்களிடம் காசு கேட்க தெருமுனையில் விதவைகள் இடம்பிடித்திருந்தார்கள்.

காபுலுக்கு திரும்ப வந்ததிலிருந்து லைலா விசித்திரமாக உணர்கிறாள். நகரம் மாறிவிட்டது. தினந்தோறும் மக்கள் மரக்கன்றுகள் நடுவதையும், பழைய வீடுகளுக்கு வெள்ளையடிப்பதையும், புதியவற்றுக்காக செங்கற்களைச் சுமந்து போவதையும் அவள் பார்க்கிறாள். மக்கள் கால்வாய்களும் கிணறுகளும் கூட வெட்டுகிறார்கள். சன்னல் படிகளில் முஜாஹிதீன்களின் ராக்கெட்டுகளின் காலிஎறிகணைகளில் பூச்செடிகள் நடப்பட்டிருப்பதை லைலா கவனிக்கிறாள்- காபுல்வாசிகள் அவற்றை ராக்கெட் மலர்கள் என்றழைகிறார்கள். சீர்செய்யப்பட்டுக்கொண்டிருக்கும் பாபர் தோட்டத்துக்கு தாரிக்கும் லைலாவும் குழந்தைகளை அழைத்துச்சென்றார்கள். காபுலின் தெருக்களில் பல வருடங்களுக்குப் பிறகு ருபாபும், தபலாவும், தூத்தரும், ஹார்மோனியமும், தம்பூராவும், அஹமத் சாஹிரின் பழைய பாடல்களும் இசைக்கப்படுவதை லைலா கேட்கிறாள்.

இந்த மாற்றங்களையெல்லாம் பார்க்க மாம்மியும் பாபியும் உயிரோடிருந்திருக்கலாம் என்று லைலா ஏங்குகிறாள். ஆனால், ஜலீலின் கடிதத்தைப் போல, காபுலுக்கான நியாயமும் மிகுந்த காலதாமதத்துக்குப் பிறகே கிடைத்திருக்கிறது.

லைலாவும் குழந்தைகளும் சாலையைக் கடக்க எத்தனித்த போது, குளிர்கண்ணாடி சன்னல்களுடனான லேண்ட் க்ரூசர் வண்டியொன்று அவர்களை உரசிக்கொண்டு பறந்தது. லைலாவின் மீது

மோதுவதுபோல வந்த அது, கடைசி நொடியில் அவளிடமிருந்து ஒரு கை தூரத்தில் விலகிக் கொண்டது. குழந்தைகளின் சட்டையின் மீது தேநீர் நிறமான மழைநீரை வாரி இறைத்துச் சென்றது.

உடனே, குழந்தைகளை இழுத்து, நடைபாதையில் சேர்த்த லைலாவின் இதயம், அவளுடைய தொண்டைக்குள் குப்புற விழுந்து துடித்தது.

லேண்ட் க்ரூசர் தன் போக்கில் விரைந்து, இரண்டு முறை ஒலிப்பானைக் கத்தவிட்டு, தெருவின் இடது புறம் திரும்பியது.

லைலா மூச்சை சமப்படுத்த முயற்சி செய்தவாறு, குழந்தைகளின் இடுப்பைச் சுற்றி தன்னுடைய விரல்களை இறுக்கி அங்கே நின்றிருக்கிறாள்.

அவளுடைய நாட்டைச் சிதைத்த படைத்தலைவர்கள், மீண்டும் காபுலுக்குள் அனுமதிக்கப்பட்டது குறித்து அவள் கடுஞ்சினம் கொள்கிறாள். அவளுடைய பெற்றோரின் கொலையாளிகள், பழிவாங்கப்படாமல், சுற்றுச்சுவர் எழுப்பப்பட்ட தோட்டங்களுடனான ஆடம்பரமான வீடுகளில் வசிப்பதையும், அவர்கள் இந்தத்துறையின் மந்திரியாகவும் இன்னொன்றின் துணை மந்திரியாகவும் அமர்த்தப்பட்டிருப்பதையும் நினைத்து அவள் குமுறுகிறாள். அவர்கள் நிர்மூலமாக்கிய தன்னுடைய அண்டைஅயலினூடாகவே, அவர்கள் பளபளக்கும் குண்டு துளைக்காத *SUV* க்களில் பயணம் செய்வதையும் நினைத்து அவள் கொதிக்கிறாள்.

ஆனால் இந்த தணியாச்சினம் தன்னை முடக்க அனுமதிக்கக் கூடாதென்று லைலா முடிவெடுத்திருக்கிறாள். மரியம் அதைத்தான் விரும்புவாள். *இதில் ஏதாவது அர்த்தம் இருக்கிறதா?* அவள் அப்பாவித்தனம் கலந்த புத்திசாலித்தனத்தோடு புன்னகைத்தவாறே கேட்பாள். *அதனால் ஒரு பிரயோசனமும் இல்லையே லைலா ஜோ?* ஆகவே, லைலா, முன்னேறிச்செல்வதென முடிவாய் இருக்கிறாள். அவளுக்காகவும், தாரிக்குக்காகவும், குழந்தைகளுக்காகவும். கூடவே இன்னமும் அவளுடைய கனவுகளில் தோன்றும் மரியத்துக்காகவும். லைலாவின் பிரக்ஞைக்கும் மரியத்துக்குமான இடைவெளி, வெறும் ஒன்றிரெண்டு மூச்சுகள் மட்டுமே தான். லைலா முன்னேறுகிறாள். ஏனென்றால் இறுதியில் அவளால் செய்ய முடிந்ததெல்லாம் அது மட்டும் தான். அதுவும் நம்பிக்கையோடிருப்பதும் மட்டும்தான்.

ஸமான் மைதானத்தில் வரையப்பட்டிருக்கும் ஃபௌல் கோட்டின் மீது, முழங்கால்களை வளைத்துக்கொண்டு, கூடைப்பந்தை எறிந்தவாறு நிற்கிறார். சீருடை தரித்து, திடலில் அரைவட்டமாய் அமர்ந்திருக்கும் ஒரு சிறுவர் குழாமுக்கு அவர் பயிற்றுவிக்கிறார். லைலாவைப் பார்த்ததும் அவர் பந்தை கக்கத்தின் அடியில் வைத்துக்கொண்டு கையசைக்கிறார். சிறுவர்களிடம் அவர் ஏதோ சொல்ல, அவர்களும் கையசைத்து, *சலாம் மோலின் சாஹிப்* என்று குரலெழுப்புகிறார்கள்.

லைலாவும் கரம் அசைக்கிறாள்.

இப்போது, அநாதைவிடுதியின் விளையாட்டு மைதானத்தில் கிழக்கைப் பார்க்கும் சுவரையொட்டி, ஒரு வரிசை ஆப்பிள் கன்றுகள் இருக்கின்றன. தெற்கு பார்க்கும் சுவரைக் கட்டியபின் அதையொட்டியும் சிலவற்றை நடவேண்டுமென்று லைலா திட்டமிட்டிருக்கிறாள். புதிதாக ஒரு ஜோடி ஊஞ்சல்கள், மங்கிபார்கள், அவற்றோடு ஒரு ஜங்கிள் ஜிம்மும் இருக்கின்றன.

நிலைவாயிலுக்குள் நுழைந்த லைலா, உள்ளே போகிறாள்.

அவர்கள் அனாதைவிடுதியின் உட்புறமும் வெளிப்புறமும் வெள்ளை அடித்திருக்கிறார்கள். தாரிக்கும் ஸமானும் கூரையின் ஓட்டைகளை அடைத்து, சுவர்களைப் பூசி, சன்னல்களைப் புதிதாக்கி, குழந்தைகள் விளையாடும் மற்றும் படுக்கும் அறைகளுக்கு விரிப்புப் பரத்தி இருக்கிறார்கள். குழந்தைகள் உறங்கும் அறைக்காக லைலா சில படுக்கைகளையும், தலையணைகளையும், நல்ல கம்பளிப் போர்வைகளையும் வாங்கியிருக்கிறாள். குளிர்காலத்துக்காக கணப்படுப்புகளையும் பொருத்தியிருக்கிறாள்.

அனாதையில்லம் புனரமைக்கப்படுவது குறித்து காபுலின் செய்திப்பத்திரிக்கையான *அனிஸ்* ஒரு மாதத்துக்கு முன் செய்தி வெளியிட்டது. குழந்தைகளுக்கு பின்னால் ஸமான், தாரிக், லைலா மற்றும் ஒரு உதவியாளரும் நிற்கும் புகைப்படம் ஒன்றும் வெளியிடப்பட்டது. லைலா அந்த செய்தியைப் பார்த்தபோது அவளுக்கு அவளுடைய இளம்பிராயத்து நண்பர்கள் கிதி மற்றும் ஹசீனாவின் நினைவு வந்தது. *நமக்கு இருபது வயதாகும் போது நானும் கிதியும் ஆளுக்கு நான்கைந்து குழந்தைகளைப் பெற்றுத்தள்ளியிருப்போம். ஆனால், லைலா நீயோ, ஒன்றுக்கும் உதவாமல் போன எங்கள் இருவரையும் பெருமிதம் கொள்ள*

வைப்பாய். நீ பெரிய ஆளாக வருவாய். எனக்குத் தெரியும். என்றாவது ஒரு நாள் நான் செய்தித்தாளை எடுத்துப் பார்க்கும் போது அதில் முதல் பக்கத்தில் உன் புகைப்படத்தைப் பார்ப்பேன். அந்த புகைப்படம் முதல்பக்கத்தில் இல்லையென்றாலும் ஹசீனா முன்னறிவித்தது போல் அது பத்திரிக்கையில் பிரசுரமாகிவிட்டது.

இரண்டு வருடங்களுக்கு முன் மரியமும் அவளும், அஸீஸாவை ஸமானிடம் ஒப்படைத்த அதே கூடத்துக்குச் செல்ல லைலா திரும்புகிறாள். அஸீஸாவின் விரல்களைத் தன்னுடைய மணிக்கட்டிலிருந்து அவர்கள் எவ்வளவு பலவந்தமாகப் பிய்த்தெடுக்க வேண்டியிருந்தது என்பது அவளுக்கு இன்னமும் நினைவிருக்கிறது. இந்தக் கூடத்தின் ஊடாக, ஒரு கேவலை அடக்கிக் கொண்டு அவள் ஓடியதும், மரியம் அவளை அழைத்ததும், அஸீஸா பயத்தில் அலறியதும் நினைவிருக்கிறது. இப்போது கூடத்தின் சுவர்கள், அனாதைக்குழந்தைகள் வரைந்த, டைனோசர், பொம்மைப்பட கதாபாத்திரங்கள், பாமியனின் புத்தர் சிலைகள் மற்றும் குடிசைகளைச் சிதைக்கும் பீரங்கிகள், AK-47 ரக துப்பாக்கிகளோடு நிற்கும் ஆண்கள், அகதிமுகாம்கூடங்கள் மற்றும் ஜிஹாதின் காட்சிகள் ஆகியவற்றைச் சித்தரிக்கும் படங்களால் நிரம்பியிருக்கின்றன.

கூடத்தின் ஒரு வளைவில் திரும்பும் லைலா, குழந்தைகள் வகுப்பறைகளுக்கு வெளியில் காத்துக்கொண்டிருப்பதைப் பார்க்கிறாள். தலைக்குட்டைகளாலும், மண்டையை ஒட்டும் தொப்பிகளால் மூடப்பட்ட, மழிக்கப்பட்ட தலைகளாலும், சிறிய மெல்லிய உருவங்களாலும், பொலிவின்மையின் அழகாலும் அவள் வரவேற்கப்பட்டாள்.

குழந்தைகள் லைலாவைப் பார்த்ததும் ஓடி வருகிறார்கள். எல்லோருமாக, வேகமாக ஓடிவருகிறார்கள். லைலாவைச் சுற்றி மொய்க்கிறார்கள். உரக்கச்சொல்லப்படும் முகமன்கள், கீச்சுக்குரல்கள், தட்டிக்கொடுக்கப்படுதல், இழுக்கப்படுதல், கட்டியணைத்துக்கொள்ளுதல், கவ்விப்பிடித்தல் என்று அங்கே ஒரே கூச்சல் நிலவுகிறது. அதோடு அவளுடைய கரங்களுக்குள் நுழைவதற்கான போட்டியும். நீளவிரிந்த சிறியகைகள் கவனத்துக்காக ஏங்கி நிற்கின்றன. சிலர் அவளை மதர் என்றழைக்கிறார்கள். லைலா அவர்களைத் திருத்த முயல்வதில்லை.

இன்று காலை, குழந்தைகளை அமைதிப்படுத்த, அவர்களை வரிசையில் நிற்கச்செய்ய, வகுப்பறைக்குள் அவர்களை போகவைக்க, லைலாவுக்கு கொஞ்சம் சிரமமாக இருக்கிறது.

அடுத்தடுத்த அறைகளுக்கு நடுவிலிருந்த சுவரை இடித்து, வகுப்பறை கட்டியது தாரிக்கும் ஸமானும் தான். தரை மோசமாக விரிசல் விட்டிருக்கிறது, பதிகற்கள் சிலவற்றை காணோம். தற்காலிகமாக தார்பாலினால் மூடப்பட்டிருக்கும் அதில், புதிய கற்கள் பதித்து, விரிப்பால் மூடித்தருவதாக, தாரிக் உறுதியளித்திருக்கிறான்.

வகுப்பறையின் வாசற்கதவுக்கு நேர் மேலே ஒரு நீள்சதுரப் பலகையைத்தேய்த்து, பளபளக்கும் வெள்ளை வர்ணம் பூசியிருந்தார் ஸமான். ஆஃப்கானிஸ்தானுக்குத் தருவதாக உறுதியளிக்கப்பட்டிருந்த நிவாரணநிதி வரவில்லையென்றும், புனரமைப்புப் பணிகள் மிகத்தாமதமாக நடக்கின்றனவென்றும், ஊழல் மிகுந்திருக்கிறதென்றும், தாலிபன்கள் குழுக்களாக கூடுகிறார்கள், மீண்டும் பழிவாங்கப் புறப்படுவார்கள் என்றும், ஆஃப்கானிஸ்தானை இந்த உலகம் மறுபடியும் மறந்துவிடப்போகிறதென்றெல்லாமும் புலம்பிக் கொண்டிருப்பவர்களுக்கான பதிலாக ஸமான் அதில் நாலு வரிக்கவிதையொன்றை தூரிகையைக் கொண்டு தீட்டியிருந்தார். அவருக்கு மிகப்பிரியமான ஹஃபேஸின் கஸல் வரிகள் அவை :

துயருறாதே, ஜோசெஃப் கனானுக்குத் திரும்புவான்.

துயருறாதே, மண்குடிசைகள் ரோஜாத்தோட்டங்களாகும்.

ஜீவித்திருக்கும் அனைத்தையும் மூழ்கடிக்க வெள்ளம் ஒன்று வருமானால்,

சூறாவளியின் மையத்திலிருந்து உன்னைக் காக்க நோவா இருக்கிறான், துயருறாதே.

லைலா அந்தப் பலகையின் கீழே குனிந்து வகுப்பறைக்குள் நுழைகிறாள். குழந்தைகள் தங்கள் இடங்களில் அமர்ந்து சலசலத்தவாறே புத்தகங்களைப் பிரிக்கிறார்கள். அடுத்த வரிசையிலிருக்கும் சிறுமியுடன் அஸீஸா பேசிக்கொண்டிருக்கிறாள். காகித விமானம் ஒன்று அறைக்குள் உயரப்பறக்கிறது. யாரோ அதைத் திருப்பிவிடுகிறார்கள்.

தன்னுடைய புத்தகங்களை மேசையில் வைத்துவிட்டு "உங்கள் ஃபார்சி புத்தகங்களை திறவுங்கள் குழந்தைகளே" என்கிறாள் லைலா.

எல்லோருமாக பக்கங்களைப் புரட்டும் ஓசையினூடாக, லைலா, அங்கிருந்த திரையற்ற சன்னலுக்குச் செல்கிறாள். விளையாட்டுமைதானத்தில், சிறுவர்கள், பந்தெறிந்து பயிற்சிசெய்வதற்காக, வரிசையில் நிற்பதை கண்ணாடியின் வழியாகப் பார்க்கிறாள். அவர்களுக்கும் மலைகளுக்கும் மேலாக காலைச்சூரியன் எழுந்துவருகிறது. கூடைப்பந்து வளையத்தின் மீதும், வட்டுறைஊஞ்சல்களைப் பிணைக்கும் சங்கிலிகள் மீதும், ஸமானின் கழுத்தைச் சுற்றித்தொங்கும் ஊதலின் மீதும், அவருடைய புதிய விரிசலற்ற கண்ணாடியின் மீதும் பட்டு அது ஒளிர்கிறது. லைலா தன்னுடைய உள்ளங்கையை வெதுவெதுப்பான அந்த கண்ணாடிச்சட்டத்தின் மீது பதிக்கிறாள். விழிகளை மூடுகிறாள். சூரியவெளிச்சத்தை அவளுடைய கன்னங்கள், இமைகள், புருவங்களெங்கும் படர அனுமதிக்கிறாள்.

காபுலுக்கு வந்த புதிதில், தாலிபன்கள் மரியத்தை எங்கே அடக்கம் செய்தார்கள் என்பதைத் தெரிந்துகொள்ள முடியாமல் லைலா மிகவும் அலைக்கழிந்தாள். மரியத்தின் அடக்கத்தலத்துக்குப் போய், அவளருகில் சிறிது நேரம் அமர்ந்திருக்கவும், அங்கே அவளுக்காக மலர்களை வைத்துவிட்டு வரவும் அவள் விரும்பினாள். ஆனால் இப்போது லைலாவுக்கு அது ஒரு பொருட்டில்லை. மரியம் எங்கோ தொலைவில் இல்லை. அவள் இங்கேதானிருக்கிறாள், அவர்கள் புதுவர்ணம் பூசிய இந்த சுவர்களில், அவர்கள் நட்ட மரங்களில், குழந்தைகளை கதகதப்பாக வைக்கும் போர்வைகளில், தலையணைகளில், புத்தகங்களில், எழுதுகோல்களில். அவள் இந்தக் குழந்தைகளின் சிரிப்பில் இருக்கிறாள். மேற்குநோக்கி வணங்கி அஸீஸா தொழும் போது அவள் முணுமுணுக்கும் ஆயத்துக்களில் இருக்கிறாள். ஆனால் அதையெல்லாம் விடவும் மரியம் லைலாவின் இதயத்திலேயே இருக்கிறாள், புத்தொளி கொண்டு பிரகாசிக்கும் ஆயிரம் சூரியன்களின் ஒளியோடு இருக்கிறாள்.

யாரோ தன்னை அழைப்பதை உணர்கிறாள் லைலா. அவள் திரும்பி, அனிச்சையாக, தன்னுடைய கேட்கும் செவி இருக்கும் பக்கமாக தன் தலையைச் சற்றே உயர்த்துகிறாள். அழைத்தது, அஸீஸாதான்.

"மாம்மி, நீ நலமாக இருக்கிறாயா?"

அறை அமைதியாகிவிட்டது. குழந்தைகள் அவளையே பார்த்துக்கொண்டிருக்கிறார்கள்.

பதிலளிக்க முயலும் லைலா ஒரு நொடி மூச்சைப் பிடிக்கிறாள், அவளுடைய கைகள் கீழே இறங்குகின்றன. அவளுக்குள் ஒரு சலனத்தை உணர்த்திய இடத்தை அந்தக் கைகள் தடவுகின்றன. அவள் காத்திருக்கிறாள். இப்போது அசைவு இல்லை.

"மாம்மி?"

"ஆம் என் அன்பே. நான் நன்றாக இருக்கிறேன். மிகவும் நலமாக." லைலா புன்னகைக்கிறாள்.

வகுப்பின் முற்பகுதியில் இருக்கும் மேசையை நோக்கி நடக்கும் போது, கடந்த இரவு உணவுண்ணும் போது, அவர்கள் விளையாடிய 'பெயர்தேர்வு விளையாட்டை' லைலா நினைத்துக்கொள்கிறாள். தாரிக்கும், லைலாவும், குழந்தைகளிடம் அந்தச் செய்தியைச் சொன்னதிலிருந்து அது தினப்படி வழக்கமாகிவிட்டது. குழந்தைகள் இருவரும், தன்னுடைய தேர்வுதான் சரியானது என்று போட்டியிடுகிறார்கள். தாரிக்கின் விருப்பம் மொஹம்மத். சமீபமாக ஒளிநாடாவில் சூப்பர்மேனைப் பார்த்துக்கொண்டிருக்கும் ஸல்மாய், ஓர் ஆஃப்கன் சிறுவனுக்கு க்ளார்க் என்ற பெயரை ஏன் சூட்டக்கூடாதென்று ஆச்சரியப்படுகிறான். அஸீஸாவின் தேர்வு அமான். லைலாவுக்கு பிடித்தமான பெயர் ஓமர்.

ஆனால் இந்த விளையாட்டில் ஆண்பாற் பெயர்களுக்கு மட்டுமே இடமுண்டு. ஏனென்றால், ஒருவேளை இது ஒரு பெண் குழந்தையாக இருக்குமானால், லைலா அவளுக்கு ஏற்கெனவே பெயர் சூட்டிவிட்டாள்.

காலித் ஹுசைனியின் பின்னுரை

2007 இன் ஜூன் 2 ஆம் தேதியன்று, அமெரிக்காவில் நடந்த புக் எக்ஸ்போவின் போது பேசப்பட்ட உரையின் ஒரு பகுதி இது:

தி கைட் ரன்னரின் கதாநாயகன் ஆமிரைப் போல நானும் சிறுவனாக இருந்தபோதே எழுதத் துவங்கிவிட்டேன். 1970 களில் காபுலில் வளர்ந்த போது, கவிதைகளையும் சிறு நாடகங்களையும் எழுதிவிட்டு, என்னுடைய சகோதரர்களிடமும் ஒன்றுவிட்ட சகோதரர்களிடமும் நயந்துபேசி, எங்கள் பெற்றோர் ஏற்பாடு செய்யும் விருந்துகளில் அவற்றை அரங்கேற்றுவேன். இருண்மையும், தீவிரத்தன்மையும் கொண்ட சிறுகதைகளையும் எழுதியிருந்த நான் இப்போது நினைத்துப் பார்க்கும் போது அவை வெறும் உணர்வெழுச்சிக்காவியங்களாக இருந்ததை எண்ணி வெட்கமுறவும் செய்கிறேன். அவற்றில் இருந்த நுணுக்கக் குறைபாடுகளையும், தனித்தன்மையின்மையையும், நான் விவாதித்திருந்த வர்க்கப்போராட்டங்களுக்கும், நட்புக்கும், விசுவாசத்துக்கும் மட்டுமே உரிய அளப்பறிய விசாலமான இதயத்தால் நிறைவு செய்துவிட்டதாக நினைக்கிறேன். ஒருவேளையே இதே வார்த்தைகளைச் சொல்லி தி கைட் ரன்னரைப் பற்றி சில வாசகர்கள் பேசியது உண்மையாகவும் இருக்கலாம்.

நான் எழுதிக்கொண்டிருந்த மொழியும் மாறிவிட்டது. முதலில் நான் ஃபார்சியில் எழுத ஆரம்பித்தேன், பிறகு ஃப்ரென்ச்சில் எழுதினேன், இப்போது பெரும்பாலும் ஆங்கிலத்திலேயே எழுதுகிறேன் என்றாலும் ஒன்று மட்டும் மாறாத்தன்மை கொண்டது:நான் எப்போதுமே ஒரே ஒரு வாசகனுக்காகத் தான் எழுதுகிறேன். என்னைப் பொருத்தவரை, என்னுடைய எழுத்தென்பது, சுயநலத்துடன், சுயசேவையாக எனக்கு நானே ஒரு கதையைச் சொல்லிக்கொள்வது தான். என்னை வசப்படுத்தும் ஏதோ ஒரு விஷயம் அதனூடாகப் பார்க்க வைத்து என்னை எழுதத்தூண்டும். இப்படித்தான் *தி கைட் ரன்னர்* எழுதப்பட்டது. என்னுடைய மனதில் இரண்டு சிறுவர்கள் இருந்தார்கள், அவர்களில்

ஒருவன் குழப்பவாதியாகவும், கொள்கையுறுதி இல்லாதவனுமாக இருந்தான், மற்றவன் தூயவுள்ளமும், விசுவாசமும், ஓர்மையில் நிலைத்தவனுமாக இருந்தான். அவர்களுடைய நட்பு சபிக்கப்பட்டதென்றும், நிலைக்காதென்றும், அவர்களைச் சுற்றி இருந்தவர்களையும் அது பெரிதாகப் பாதிக்கும் என்றும் நான் அறிந்திருந்தேன். அது எப்படி நடக்கும், ஏன் அவ்விதமாக நடக்கிறது என்ற கேள்விகள் தான் மார்ச் 2001 இல் என்னை அந்த நாவலை எழுதச்சொல்லி வற்புறுத்தின.

அந்த நாவலைப் பிரசுரிப்பது குறித்தெல்லாம் நான் நினைக்கவேயில்லை. அதன் மூன்றில் இரண்டாவது பகுதியை நான் எழுதிக்கொண்டிருந்தபோதும் அது ஒரு வாசகனால் படிக்கப்படும் என்று நான் நினைத்துக்கூடப் பார்க்கவில்லை, என்னை மிகவும் நேசிப்பதாலேயே என் மனைவி அதைப் படிப்பாள் என்ற நம்பிக்கை மட்டும் இருந்தது. அதனாலேயே *தி கைட் ரன்னர்* பிரசுரமானதும், அதற்கு உலகெங்கிலும் இருந்து கிடைத்த வரவேற்பு என்னைத் திகைக்க வைத்தது. இந்தியா, லண்டன், சிட்னி, பாரிஸ், அர்கன்ஸாஸ் இப்படி உலகெங்கிலுமிருந்து மிகுந்த பிரியத்துடன் எனக்குக் கடிதங்கள் வந்தன. பெரும்பாலானவர்களுக்கு ஆஃப்கானிஸ்தானுக்கு நிதியுதவி செய்ய விருப்பம் இருந்தது. அதில் சிலர் ஒரு அநாதை ஆஃப்கன் குழந்தையைத் தத்தெடுத்துக்கொள்வதாகத் தெரிவித்திருந்தார்கள். வெவ்வேறு ஆடைக்கலாச்சாரங்களை, மதங்களைச் சேர்ந்த மனிதர்களை ஒன்றிணைப்பதில் புனைவிலக்கியம் ஆற்றும் தனித்துவமான பங்கை நான் அப்போது உணர்ந்தேன். நட்பு, குற்றவுணர்வு, மன்னிக்கும் மனோபாவம், இழப்பு மற்றும் பிராயசித்தம் செய்தல் ஆகிய மானுட அனுபவங்கள் மனிதர்கள் அனைவருக்கும் பொதுவானது என்பதையும் கண்டேன்.

என்னை நானே மிகப்பெரிய இக்கட்டான நிலையில் நிறுத்திக்கொண்டதையும்- *தி கைட் ரன்னரைத்* தொடர்ந்து நான் எழுதும் எந்த புத்தகமும், அது எவ்வளவு சிறப்பானதாக இருந்தாலும், எழுதப்பட்டுக்கொண்டிருக்கும் போதே, முதலாவதோடு சர்வ நிச்சயமாக ஒப்புநோக்கப்படுவதற்கான வழியை நானே வகுத்துவிட்டேன் என்பதையும்-அந்தக் கடிதங்களின் வழியாக அறிந்துகொண்டேன். ஒவ்வொரு வாசகரின் கடிதத்தை வாசிப்பதையும், இன்னமும் எழுதப்பட்டாத இந்த நாவலை நினைத்து பரிதாபத்தோடும், கவலையோடும், உரக்க எழுப்பும் பெருமூச்சோடும் தான் நான் நிறைவு செய்தேன்.

இந்த புதிய நாவலை எழுதுவதற்கான தயாரிப்புகளில் முனைந்தபோது என் குடும்பத்தின் மனநிலை குறித்து நான் மிகுந்த கவலையடைந்துவிட்டேன்.

விஷயத்தை மேலும் சிக்கலாக்கிக் கொள்வதற்குப் போல, ஒன்றோடு நின்றுவிடாமல், இரண்டு முக்கிய கதாபாத்திரங்களை உருவாக்கி, இரண்டையுமே பெண்களாகவும் படைத்துவிட்டேன். தி கைட் ரன்னரின்- ஆண்களின் உலகத்தில், ஒரு தந்தை மகன் உறவைப் பேசிய அந்த நாவலின்- இறுதித் திருத்தங்களைச் செய்து கொண்டிருந்த போதே இந்த நாவலுக்கான பாத்திரங்களை யோசித்துவிட்டேன். ஆஃப்கானிஸ்தானின் பின்னணியில் ஒரு காதல் கதையை எழுத விரும்பிய நான், இம்முறை அதைத் தனிப்பட்ட வாழ்க்கையே போராட்டமாக ஆகிவிட்ட, ஆஃப்கன் பெண்களான, ஒரு தாய்க்கும் மகளுக்கும் இடையிலான உறவு குறித்ததாக கற்பனை செய்திருந்தேன். சுலபமானவழியை நான் தேர்ந்தெடுத்திருக்க முடியுமென்றாலும், என்னுடைய தாயகத்துப் பெண்களின் வாழ்கைப்போராட்டத்தை விடவும் மிக முக்கியமான, கவனக்குவிப்பைக்கோரும், வேறொரு கதையை என்னால் நினைத்துப் பார்க்க முடியவில்லை. இதை ஒரு வசனமாகச் சொல்வதென்றால், மற்ற எல்லா விவாதப்பொருட்களும் இதனோடு ஒப்பு நோக்கும் போது மங்கிப்போய்த்தெரிந்தன என்று தான் சொல்ல வேண்டும்.

எரிச்சலும் கடுமையும் தெரிக்கும் முகத்தையுடைய தாலிபன் அதிகாரி ஒருவனைத் தாண்டி நடக்கும், புர்கா அணிந்து கொண்டிருக்கும் பெண்ணின் உருவம், துரதிர்ஷ்டவசமாக, பிரசித்தி பெற்றதாகவும், ஆஃப்கன் பெண்களைப் பிரதிநிதித்துவப்படுத்துவதாகவும் ஆகிவிட்டது. 2003 இல் நான் காபுலில் இருந்தபோது, அரசு அதிகாரியின் மெய்காப்பாளர் ஒருவரைச் சந்தித்தேன். தாலிபன் அதிகாரியொருவன், ஒரு பெண்ணை நடுத்தெருவில் வைத்து அடித்ததைப் பற்றி அவர் அலட்டிக்கொள்ளாமல் பேசியதைக் கேட்டேன். அவன் அந்தப் பெண்ணை அடித்தஅடியில் அவளுடைய எலும்புகளிலிருந்து, அவள் தன் தாயிடம் குடித்திருந்த பால் வெளியேறியது என்று, அவர் அந்தக்கதையை, அச்சமூட்டும், அருவருப்பான வார்த்தைகளில் விவரித்தார். காபுலில் இப்படியெல்லாம் நடக்க வாய்ப்பே இல்லை என்றே, நான் அந்தக் கதையைக் கேட்ட போது நினைத்தேன். சமீபகாலங்களில் ஆஃப்கானிஸ்தானின் பெண்கள் பல்கலைக்கழகங்களில் பேராசிரியர்களாக பணி புரிந்திருக்கிறார்கள்,

மருத்துவர்களாகவும் வழக்குரைஞர்களாகவும் இருந்திருக்கிறார்கள். மருத்துவமனைகளில், பள்ளிகளில் பணிபுரிந்திருக்கிறார்கள், சமூகத்தில் முக்கிய பங்குகளை ஆற்றியிருக்கிறார்கள். பல்கலைக்கழக மாணவியும், ஃபார்சியும், வரலாறும் சொல்லித்தந்தவரான, மிகப்பெரிய பெண்கள் பள்ளியொன்றின் துணை முதல்வராகப் பணிபுரிந்த என் தாயைப் போன்ற பெண்கள் அவர்கள். ஆனால் அதுவெல்லாம் சாத்தியப்பட்டது காபுல் நகரத்தில்.. ஆஃப்கானிஸ்தானில் மத்தியவர்க்கத்தைச் சேர்ந்த நகரவாசிகளின் தொகை சொற்பமானதே. புரட்சிகரமான, சீர்திருத்தங்களில் நம்பிக்கையுள்ள காபுலுக்கும், கிராமப்புற ஆஃப்கானிஸ்தானுக்கும் இடையில் எப்போதுமே கொள்கைரீதியிலான பெரும் பிளவு இருந்தது. பாகிஸ்தானின் ரகசிய போலீஸின் கண்களில், தாலிபன்களின் உருவாக்கம் ஒரு ஆசையாக மின்னத்துவங்குமுன்பே, ஆஃப்கானிஸ்தானின் மத்தியப் பகுதிகளில் தாலிபன்களின் பாணியில் பெண்களை ஒடுக்கும் பழக்கம் வெகுகாலமாக நடைமுறையாக இருந்து வந்தது. பெண்களின் சுயவுரிமைமையமாக, காபுல் விளங்கினாலும் ஆஃப்கானிஸ்தானின் தெற்கு மற்றும் கீழ்த்திசை கிராமப்புறங்கள், குறிப்பாக பாகிஸ்தான் எல்லைப்புறங்கள், பெண்களின் தலைவிதியை ஆண்களே நிர்ணயிக்கும், ஆணாதிக்க இனக்குழுப்பகுதிகளாகவே இருந்தன. இப்பகுதிகளில் பெண்கள் எப்போதுமே வீடுகளுக்குள் முடக்கப்பட்டார்கள். வெளியில் செல்ல வேண்டிவரும் போது அவர்கள் எல்லோருமே பர்தா தரித்திருந்தார்கள், பன்னிரெண்டு வயதுக்கு மேற்பட்ட பெண்கள் பள்ளிகளுக்குச் செல்லவில்லையாதலால் கல்வியறிவின்மை நீக்கமற நிறைந்திருந்தது. இந்தப் பெண்கள் எப்போது மணம் புரிந்துக்கொள்ள வேண்டும் என்பதையும், யாரை மணந்து கொள்ள வேண்டும் என்பதையும், எவ்வளவு *மணக்கூலிக்கு வாழ்க்கைப்படவேண்டும் என்பதையும் அவர்களுடைய ஆண் சொந்தங்கள் தான் பல நூற்றாண்டுகளாக முடிவெடுத்து வந்திருந்தார்கள். கிராமப்புற ஆஃப்கன் பெண்களில் பெரும்பான்மையானோர், குரலற்றவர்களாக, கட்டளைகளுக்கு கீழ்ப்படிந்தும், சேவகம் புரிந்துகொண்டும் தங்கள் வாழ்கையைக் கழித்தார்கள்.

ஆஃப்கன் பெண்களின் விடுதலைக்காக, கடந்த நூற்றாண்டிலேயே பல்வேறு முயற்சிகள் எடுக்கப்பட்டன என்பதும் அவை காபுலில் தொடங்கின என்பதும் உங்களுக்கு ஆச்சரியமான

செய்தியாக இருக்கலாம். 1920 இல் அரசாண்ட அமானுல்லாஹ் என்ற மன்னர், பொது இடங்களில் பர்தா அணிவதைத் தடை செய்தார். பெண்களுக்கான முதல் மருத்துவமனையையும் முதல் பெண்கள் பள்ளிக்கூடத்தையும் அவர் நிர்மாணித்தார். ஐரோப்பாவிலிருந்து ஆசிரியர்களைத் தருவித்த அவர், கல்வி கற்பதற்காக ஆஃப்கன் பெண்களை ஐரோப்பாவுக்கு அனுப்பவும் செய்தார். கட்டாயத்திருமணங்களைத் தடைசெய்யவும், பெண்களின் திருமண வயதை பதினாறாக உயர்த்தவும், மணக்கூலி வழக்கத்தை ஒழிக்கவும் அவர் முயற்சி செய்தார். துரதிர்ஷ்டவசமாக அவருடைய இப்படியான முயற்சிகளுக்கெதிராக கடும் எதிர்ப்பு கிளம்பி அவர் நாட்டை விட்டே வெளியேற்றப்பட்டார். நாடுகடத்தப்பட்டவராகவே அவர் மரணமும் அடைந்தார்.

1950 திலும், 1960, 1970 களிலும் மேற்கொள்ளப்பட்ட முயற்சிகளுக்கு ஓரளவுக்கு பலன் கிடைத்தது. 1964 இல் ஆஃப்கன் பெண்களுக்கு ஓட்டுரிமை கிடைத்தது. ஆனால் சீர்திருத்தம் வேண்டி காபுல் மேற்கொள்ளும் முயற்சிகள் அத்தனையும், ஆண்மைய இனக்குழு தலைவர்களால் கேலி செய்யப்பட்டும், கண்டனங்களுக்கு உள்ளாகியும், பரிதாபத்துக்குரிய மன்னர் அமானுல்லாஹ் வின் விஷயத்தில் நிகழ்ந்தது போல சில சமயங்களில் கலகங்களிலும் முடிந்தன.

தாலிபன்களின் வருகைக்கு முன்னரே ஆஃப்கன் பெண்கள் பல்வேறு இன்னல்களுக்கு ஆளாகியிருந்தது உங்கள் அனைவருக்கும் தெரிந்ததே. ஆனால் உட்கட்சிப்பூசல்கள் வெடித்ததாலும், ஆட்சிக் குலைவினாலும், தீவிரவாதம் தலைவிரித்து ஆடியதாலும் அவர்கள் நிலை மேலும் மோசமாகியது.

குண்டுவெடிப்புகளாலும், பொதுமக்கள் வாழுமிடங்களில் நடத்தப்பட்ட கண்மூடித்தனமான தாக்குதல்களாலும் எல்லோரையும் போல அவர்கள் பாதிக்கப்பட்டது மட்டுமல்லாமல், அடியுதைபட்டு சித்திரவதைகளுக்கு ஆளானது மட்டுமல்லாமல், அடிப்படை மனித உரிமைகள் மீண்டும் மீண்டும் மீறப்பட்டது மட்டுமல்லாமல், எண்ணிலடங்காதவர்கள் பாலியல் ரீதியிலான துஷ்பிரயோகங்களுக்கும் ஆளாக்கப்பட்டார்கள். கடத்தப்பட்டு அடிமைகளாக விற்கப்பட்டார்கள், படைத்தளபதிகளுக்கு கட்டாயத்திருமணம் செய்விக்கப்பட்டார்கள், பாலியல் தொழில் செய்ய கட்டாயப்படுத்தப்பட்டார்கள், உட்கட்சிப்பூசல்களுக்கு பழிவாங்கும் விதமாக எதிர்கட்சியைச் சேர்ந்தவர்களின் வீட்டுப்

பெண்கள், வன்புணர்வுக்கு ஆளானார்கள். இந்த குற்றம் பெண்களுக்கெதிரான ஆகக்கடுஞ்செயலாகவும் மன்னிக்கப்படக் கூடாத குற்றமாகவும் இருக்கிறது.

இன்று, தாலிபன்களுக்குப் பிறகான, செப்டெம்பர் 11 க்குப் பிறகான ஆஃப்கானிஸ்தானில், பெண்களின் விடுதலை குறித்த விவாதங்கள் நிகழத்துவங்கியிருக்கின்றன. இந்த நவீன உலகிலும், இன்னமும் தீர்ப்பு வழங்கப்படாத வழக்காக, ஆஃப்கன் பெண்களுக்கு எதிராகக் கடைபிடிக்கப்படும் இனஒதுக்கக் கொள்கை இருக்கிறது. அதுவுமல்லாமல் ஆஃப்கன் பெண்களின் உதவி அந்நாட்டுக்குத் தேவையாக இருக்கிறது. புதிய ஆஃப்கானிஸ்தானை நிர்மாணிக்கும் செயல்திட்டமே, அந்நாட்டுப்பெண்களின் அடிப்படை மனித உரிமைகள் மீறப்படுவதாலும், அதன் செயலாக்கத்தில் ஈடுபட பெண்களை அனுமதிக்காததாலும், நிர்மூலமாகிவிடும் அபாயம் இருக்கிறது.

“நம்நாட்டுக்கு அதன் ஆண்மக்களின் சேவை மட்டுமே தேவை என்றெண்ண வேண்டாம். இஸ்லாம் மார்க்கம் தோன்றிய புதிதில் நிகழ்ந்தது போல, பெண்களின் பங்களிப்பும் நாட்டுக்கு அவசியமானது. பெண்கள் நாட்டு நலனுக்காக ஆற்றிய சேவைகள், வரலாற்றில் பதியப்பட்டிருப்பதைக் காண்கிறோம். அதை உதாரணமாகக் கொண்டு நாமெல்லோருமாக நம் நாட்டின் வளர்ச்சிக்காகப் பாடுபட வேண்டும் என்பதை உணர்ந்துகொள்வோம்” என்றார் மன்னர் அமானுல்லாஹ்-வின் மனைவி சொரையா. அவர் இதைச்சொன்னது 1926 இல் என்றாலும், ஏறத்தாழ எண்பது வருடங்களுக்குப் பிறகும், இன்னமும் இந்த வாசகங்கள் பொருத்தமானதாகவே இருக்கின்றன.

2003 இல் நான் காபுலுக்குத் திரும்பி வந்தபோது எல்லாத்தரப்பிலான மக்களையும் சந்தித்ததோடு, முழுக்க (முக்காடிட்டு) மூடிக்கொண்டிருந்த பெண்கள், நாலு, ஐந்து, ஆறு, ஏழு குழந்தைகள் பின்தொடர நடந்து செல்வதையும் பார்த்தேன். அப்போது என் மனதில் தோன்றிய எண்ணம் இன்னமும் நினைவில் இருக்கிறது. அதற்குள் இருக்கும் நபர் யார்? அவள் என்னவெல்லாம் பார்த்திருக்கிறாள்? எதையெல்லாம் சகித்துக்கொண்டிருக்கிறாள்? அவளை மகிழ்விப்பது எது? அவளுக்குத் துயரம் தருவது எது? அவளுடைய நம்பிக்கைகள், கனவுகள், ஏமாற்றங்கள் எப்படிப்பட்டவை? ஒருவகையில், *எ தௌஸண்ட் ஸ்ப்லெண்டிட் சன்ஸ்*, இந்தக் கேள்விகளிக்கான

விடையைத் தேடும் என்னுடைய முயற்சி என்றும் சொல்லலாம். புனைகதாபாத்திரங்களான இந்த இரண்டு பெண்களின் தனிப்பட்ட வாழ்க்கையை ஆராய்ந்து பார்த்து, அந்த முக்காட்டுக்குள் இருக்கும் சாதாரணமான மனிதத்தைத் தேடும் நோக்கமே என்னுடையது.

எ தௌஸண்ட் ஸ்ப்லெண்டிட் சன்ஸ் என் மனதுக்கு மிகமிக நெருக்கமானது. என்னுடைய அதீத அன்பினால் விளைந்த உழைப்பின் கனியான இது, ஆஃப்கானிஸ்தானின் வீரத்துக்கும், சகிப்புத்தன்மைக்கும், தளரா உறுதிக்கும் என்னால் இயன்ற ஒரு காணிக்கை என்று சொல்வது நாடகீயமாக இருக்காது என்று நம்புகிறேன்.

உங்கள் வாசிப்புக்கு சுவாரஸ்யம் கூட்டி, உங்களை நெகிழச்செய்து, உலக வரலாற்றில் அளவுக்கதிகமான சோதனைகளைச் சந்தித்துவிட்ட ஆஃப்கன் பெண்களின் பால் உங்கள் மனதில் அன்பைப் பெருகச்செய்து, அவர்களைப் புரிந்து கொள்ளவும் இந்த நாவல் உதவும் என்று நம்புகிறேன்.

காலித் ஹுசைனி

★ மணக்கூலி – ஆஃப்கானிஸ்தான் உள்ளிட்ட சில நாடுகளில், பெண்களைத் திருமணமெனும் பெயரால் பணம் அல்லது பொருள் கொடுத்து விலைக்கு வாங்கும் வழக்கம்.

ஷஹிதா

சென்னையில் பிறந்துவளர்ந்த ஷஹிதா கடந்த 26 வருடங்களாகப் புதுக்கோட்டையில் வாழ்கிறார். கணவர் அக்பர் அலி, குழந்தைகள் அர்ஷத்ஆரிஃப் மற்றும் ஆஷிஃபா.

புதுகையருகிலிருக்கும் பள்ளியொன்றில் ஆங்கில ஆசிரியராகப் பணிபுரிந்திருக்கும் இவர் இணையப்பத்திரிக்கை ஒன்றையும் நடத்திவந்திருந்தார்.

மொழிபெயர்ப்பிலும் கவிதைகளின்பாலும் புத்தகவிமர்சனங்கள் எழுதுவதிலும் மிகுந்த ஆர்வம்கொண்ட இவர் அதிதீவிர வாசகியும்கூட. இவருடைய முதல் மொழிபெயர்ப்புப் புத்தகமான *அன்புள்ள ஏவாளுக்கு,* 'எதிர் வெளியீடாக' வெளிவந்துள்ளது.

மின்னஞ்சல் முகவரி: *shahikavi@gmail.com*